ಪ್ರೇಮಸಾಫಲ್ಯ

(ಸಾಮಾಜಿಕ ಕಾದಂಬರಿ)

ಸಾಯಿಸುತೆ

ಸುಧಾ ಎಂಟರ್‌ಪ್ರೈಸಸ್

ನಂ. 761, 8ನೇ ಮುಖ್ಯರಸ್ತೆ, 3ನೇ ಬ್ಲಾಕ್,
ಕೋರಮಂಗಲ, ಬೆಂಗಳೂರು – 560 034.

PREMASAPHALYA (Kannada) - a social novel by Smt. Saisuthe; published by Sudha Enterprises, # 761, 8th Main, 3rd Block, Koramangala, Bangalore -560 034.

ಪ್ರಥಮ ಮುದ್ರಣ	:	1981
ದ್ವಿತೀಯ ಮುದ್ರಣ	:	1984
ತೃತೀಯ ಮುದ್ರಣ	:	1993
ಚತುರ್ಥ ಮುದ್ರಣ	:	2009
ಪಂಚಮ ಮುದ್ರಣ	:	2019
ಪುಟಗಳು	:	216
ಬೆಲೆ	:	ರೂ. 160
ಉಪಯೋಗಿಸಿದ ಕಾಗದ	:	70 ಜಿ.ಎಸ್.ಎಂ. ಮ್ಯಾಪ್‌ಲಿಥೋ
ಮುಖಪುಟ ವಿನ್ಯಾಸ	:	ಆರ್ಟ್‌ಫೋಕಸ್
ಹಕ್ಕುಗಳು	:	ಲೇಖಕಿಯವರದು

ಸಗಟು ಮಾರಾಟಗಾರರು:

ವಸಂತ ಪ್ರಕಾಶನ

360, 10ನೇ 'ಬಿ' ಮುಖ್ಯರಸ್ತೆ, 3ನೇ ಬ್ಲಾಕ್,
ಜಯನಗರ, ಬೆಂಗಳೂರು – 560 011.
ದೂರವಾಣಿ : 080–22443996

email : vasantha_prakashana@yahoo.com
website : www.vasanthaprakashana.com

ಅಕ್ಷರ ಜೋಡಣೆ

ಲೇಜರ್ ಲೈನ್ ಗ್ರಾಫಿಕ್ಸ್
ಬೆಂಗಳೂರು.

ಮುದ್ರಣ

ರೀಗಲ್ ಪ್ರಿಂಟರ್ಸ್

ಮುನ್ನುಡಿ

ಪ್ರತಿಗಳು ಮುಗಿದು ವರ್ಷಗಳು ಕಳೆದಿದ್ದರೂ 'ಪ್ರೇಮಸಾಫಲ್ಯ'ದ ಪಾತ್ರಗಳನ್ನು ವಿಶ್ಲೇಷಿಸಿ ಓದುಗರು ಪತ್ರ ಬರೆಯುತ್ತಿದ್ದಾರೆ. ಮಧ್ಯ ವಯಸ್ಕರು ಮತ್ತು ಸ್ವಲ್ಪ ವಯಸ್ಸಾದ ಓದುಗರಿಂದಲೇ ಹೆಚ್ಚು ಪತ್ರಗಳು ಬಂದಿದ್ದು.

ನಿಮಗೆ ಇಷ್ಟವಾದ ಕಾದಂಬರಿ ಐದನೆ ಬಾರಿ ಅಚ್ಚಾಗಿದೆ. ಇದನ್ನು ಪುನರ್ಮುದ್ರಣ ಮಾಡಿದ ಸುಧಾ ಎಂಟರ್ಪ್ರೈಸಸ್‌ನ ಶ್ರೀ ಕೆ.ಎಸ್. ಮುರಳಿಯವರಿಗೆ ಕೃತಜ್ಞತೆಗಳು.

– ಸಾಯಿಸುತೆ
"ಸಾಯಿಸದನ"
12, 2ನೇ ಮುಖ್ಯರಸ್ತೆ, 2ನೇ ಅಡ್ಡರಸ್ತೆ,
ಮಾರುತಿನಗರ, ಕೋಗಿಲೆ ಕ್ರಾಸ್, ಯಲಹಂಕ
ಓಲ್ಡ್ ಟೌನ್, ಬೆಂಗಳೂರು – 560064.
Email: saisuthe1942@gmail.com

ಮುಂದಿನ ಹೊಸ ಕಾದಂಬರಿ

'ಸ್ವಯಂ ವಧು' 'ಹೊಂದಣಿಕೆ' 'ಸಾಮರಸ್ಯ' ಅಥವಾ 'ಅಡ್ಜಸ್ಟ್‌ಮೆಂಟ್' ಎನ್ನುವ ಶಬ್ದ ತನ್ನ ಗರ್ಭದಲ್ಲಿ ಬಹಳಷ್ಟನ್ನು ಒಳಗೊಂಡಿದೆ.

'Live-in' ಅಥವಾ Living Together ಅಂದರೇನು? ಇಂಥ ಮನಸ್ಥಿತಿಯ ಹಿಂದೆ ಇರುವುದೇನು? ಇಂಥವರ ಭೇಟಿಯ ಫಲವೇ ಈ ಕಾದಂಬರಿ.

ಮಧ್ಯಾಹ್ನದ ದಗೆ ಕ್ರಮೇಣ ಕಡಿಮೆಯಾಗುತ್ತ ಹೋಯಿತು. ಕೆಂಡದಂತೆ ಪ್ರಜ್ವಲಿಸುತ್ತಿದ್ದ ಭಾಸ್ಕರ ಸಂಧ್ಯಾರಾಣಿಯ ಮಡಿಲಿನಲ್ಲಿ ಸೇರಿಹೋಗಲು ತವಕಿಸುತ್ತಿದ್ದ. ದಿನವೆಲ್ಲ ವಿರಹವೇದನೆಯ ನಿಟ್ಟುಸಿರಿನಲ್ಲಿ ಬೆಂದವನಿಗೆ ಸಂಧ್ಯಾರಾಣಿಯ ಬಾಹುಗಳಲ್ಲಿ ಕರಗಿಹೋಗುವ ಆತುರ. ಕತ್ತಲು ಪೂರ್ಣವಾಗಿ ಆವರಿಸಿಕೊಂಡಿತು.

ಸಾಯಂ-ಸಂಧ್ಯಾ ದೇವತಾರ್ಚನೆಗಳನ್ನು ಮುಗಿಸಿ ಸದಾಶಿವರಾಯರು ದೇವರ ಮನೆಯಿಂದ ಹೊರಗೆ ಬರುವ ವೇಳೆಗೆ ಯಥಾವಿಧಿ ರಾತ್ರಿ ಎಂಟು ಗಂಟೆಯಾಗಿತ್ತು. ದೇವರ ಮನೆಯಿಂದ ನೇರವಾಗಿ ಮನೆಯ ಹಿಂಭಾಗಕ್ಕೆ ಹೋಗಿ ಸಂಧ್ಯಾವಂದನೆ ಮಾಡಿದ ತಟ್ಟೆಯಲ್ಲಿದ್ದ ಪೂಜಾ ಜಲವನ್ನು ಬಾಳೆಯ ಗಿಡದ ಬುಡಕ್ಕೆ ಚೆಲ್ಲಿ ಒಳಗೆ ಬಂದಾಗ ಭಾಗಮ್ಮ "ಹೇಮಂತ ಇಂದು ಬರ್ತೀನೀಂತ್ಲೇ ಪತ್ರ ಬರೆದಿದ್ದು!" ಎಂದರು. ರಾಯರು ಹೆಂಡತಿಯ ಮುಖ ನೋಡಿ ಸಣ್ಣಗೆ ನಕ್ಕರು. ಸಂಧ್ಯಾವಂದನೆಯ ಪಾತ್ರೆಗಳನ್ನು ದೇವರ ಕೋಣೆಯಲ್ಲಿಡಲು ಹೋದರು.

ಅವರು ದೋತರವನ್ನು ಹೆಗಲ ಮೇಲೆ ಹಾಕ್ಕೊಂಡು ಹೊರಗೆ ಬಂದಾಗ, ಭಾಗಮ್ಮ ಜಗುಲಿಯ ಮೇಲೆ ನಿಂತು ದೂರದ ಹಾದಿಯನ್ನು ದಿಟ್ಟಿಸುತ್ತಿದ್ದರು.

"ಬಸ್ಸು ತಡವಾಗಿರಬೋದು!" ಮೆಲುವಾಗಿ ಹೇಳಿದವರು ಪುನಃ "ಎಲ್ಲಾದ್ರೂ ಕೆಟ್ಟು ನಿಂತಿತೇನೋ!!" ತಮ್ಮಲ್ಲೇ ಹೇಳಿಕೊಂಡವರಂತೆ ನುಡಿದರು.

"ನಾನ್ಹೋಗಿ ನೋಡಿ ಬರ್‍ತೀನಿ," ಹೊರಟಾಗ ತಡೆಯಲಿಲ್ಲ. ಅವರ ಮನಸ್ಸೆಲ್ಲ ಮೊಮ್ಮಗನ ಮೇಲೆ ನೆಟ್ಟುಹೋಗಿತ್ತು. ಅವನೇನು ಅಪರೂಪಕ್ಕೆ ಬರುವವನಲ್ಲ. ಆದರೂ ಪ್ರತಿ ಬಾರಿಯೂ ಈ ಉದ್ವೇಗ, ಕಾತರ ತಪ್ಪಿದ್ದಲ್ಲ.

"ಮುಚ್ಚಿಟ್ಟ ಅಡುಗೆ ತಣ್ಣಗಾಯಿತೇನೋ" ಎಂದು ಒಳಗೆ ನಡೆದರು. 'ಬಂದ್ಮೇಲೆ ಬಿಸಿ ಮಾಡಿದ್ರಾಯ್ತು' ಪುನಃ ಬಂದು ಮೊದಲಿನ ಸ್ಥಳದಲ್ಲಿಯೇ ನಿಂತರು.

ಮಗ ಶ್ರೀಕಾಂತ ವರ್ಷಕ್ಕೆ ಎರಡು ಬಾರಿ ಮಾತ್ರ ಬಂದುಹೋಗುತ್ತಿದ್ದ. ಒಂದು ದಿನವೂ ವಿರಾಮವಾಗಿ ನಿಲ್ಲುತ್ತಿರಲಿಲ್ಲ. ನೂರೆಂಟು ತಾಪತ್ರಯಗಳನ್ನು ತೋಡಿಕೊಳ್ಳುತ್ತಿದ್ದ. ಇವರು ಪ್ರತಿ ಹೇಳಲು ಹೋಗುತ್ತಿರಲಿಲ್ಲ.

ರಾಯರು ಮಗನ ಎದುರು ನಿರ್ಲಿಪ್ತರಂತಿದ್ದುಬಿಡುತ್ತಿದ್ದರು. ಹೆತ್ತ ಕರುಳು ಕೇಳೀತೇ! - ಬಂದಾಗಲೆಲ್ಲ, "ಶ್ರೀಕಾಂತು, ಹೆಂಡ್ತಿ ಮಕ್ಳನ್ನ ಜೊತೆಯಲ್ಲಿ

ಕರ್ಕೊಂಡ್ಬಂದು ನಾಲ್ಕು ದಿನವಿದ್ದೋಗು! ಮನೆ ತುಂಬಿದಂಗೆ ಇರುತ್ತೆ" ಎಂದು ಹೇಳುತ್ತಿದ್ದರು.

"ಆಯ್ತಮ್ಮ. ಇನ್ನೊಮ್ಮೆ ಬರುವಾಗ ನೋಡ್ತೀನಿ. ಎಲ್ಲಾರೂ ಒಟ್ಟಿಗೆ ಬರೋದು ಕಷ್ಟದ ಕೆಲ್ಸ!" ಎಂದಾಗ ಆಕೆ ನಿಟ್ಟುಸಿರು ಚೆಲ್ಲಿ ಸುಮ್ಮಗಾಗುತ್ತಿದ್ದರು.

"ಅಜ್ಜಿ...." ಹತ್ತಿರದಲ್ಲಿ ನಲ್ಮೆಯ ಧ್ವನಿ-ಮೈ ಮೇಲಿನ ಕೂದಲುಗಳೆಲ್ಲ ನಿಮಿರಿ ನಿಂತವು.

ಅಕ್ಕರೆಯಿಂದ "ಬಂದ್ಯಾ...." ಎಂದವರೇ ಅವನ ಅಕ್ಕಪಕ್ಕ, ಹಿಂದಕ್ಕೆ ನೋಟ ಹಾಯಿಸಿದರು. ನಿರಾಸೆಗೊಂಡರು.

ಹೇಮಂತನ ಮನಸ್ಸಿಗೆ ನೋವಾಯಿತು. ಇಲ್ಲಿಗೆ ಬರುವಲ್ಲಿ ಅವರುಗಳಿಗೆ ಯಾವ ಆಸಕ್ತಿಯೂ ಇರಲಿಲ್ಲ. ಬಲವಂತಕ್ಕೆ ಹೊರಡಿಸಿದರೂ, ಬೇರೆ-ಬೇರೆ ನೆಪಗಳನ್ನೊಡ್ಡಿ ತಪ್ಪಿಸಿಕೊಳ್ಳುತ್ತಿದ್ದರು.

"ಬಾರಪ್ಪ" ಅಡಿಯಿಂದ ಮುಡಿಯವರೆಗೂ ನೋಡಿದರು. ಅವನು ತಾತನ ತದ್ರೂಪು. ಸ್ವಲ್ಪ ಹೆಚ್ಚು ಎನಿಸುವಷ್ಟು ಎತ್ತರ. ಅದಕ್ಕೆ ಅನುಗುಣವಾಗಿ ಮೈಕಟ್ಟು, ಶುಭ್ರವಾದ ಬಣ್ಣ, ನೀಳವಾದ ಮೂಗು, ಅಗಲವಾದ ಹಣೆ. ಕಣ್ಣುಗಳಲ್ಲಿ ಅಪೂರ್ವವಾದ ಕಾಂತಿ. ಹಿಂದಿನ ಗಂಡನ ರೂಪವನ್ನು ನೆನಸಿಕೊಂಡು 'ಹೀಗೆಯೇ ಇದ್ದರು' ಎಂದುಕೊಂಡರು.

"ಭಾಗೂ...." ರಾಯರು ಎಚ್ಚರಿಸಿದರು.

ಸಂಭ್ರಮದಿಂದ ಒಳಗೆ ಹೋದರು. ಅವರು ಹೋದತ್ತಲೇ ನೋಡುತ್ತ ನಿಂತ. ಈ ವಯಸ್ಸಿನಲ್ಲೂ ಅವರು ಆರೋಗ್ಯವಾಗಿಯೇ ಇದ್ದರು. ಒಂದು ನಿಮಿಷ ಸುಮ್ಮನೇ ಕೂಡುತ್ತಿರಲಿಲ್ಲ. ಏನಾದರೂ ಒಂದು ಕೆಲಸ ಹಚ್ಚಿಕೊಂಡು ಮಾಡುತ್ತಲೇ ಇರುತ್ತಿದ್ದರು.

"ನಡೀ ಮಗು," ಕೈಯಲ್ಲಿದ್ದ ಬ್ಯಾಗನ್ನು ಮಂಚದ ಮೇಲಿಟ್ಟು ಬಟ್ಟೆ ಬದಲಾಯಿಸಲು ಕೋಣೆಗೆ ಹೋದ. ಅವನ ಒಂದು ಜೊತೆ ಬಟ್ಟೆಗಳು ಇಲ್ಲಿ ಇರುತ್ತಿದ್ದವು.

"ಮೊದ್ಲು ಬಡ್ಸು, ಬಸ್ಸು ಮಧ್ಯ ದಾರೀಲಿ ಕೆಟ್ಟುನಿಂತು ತಡವಾಯಿತಂತೆ."

ರಾಯರ ಅಂತಃಕರಣದ ತುಡಿತ ಅಪಾರ. ಮಾತು ಕಡಿಮೆ. ಯಾವುದನ್ನೇ ಆಗಲಿ ತಡೆದಿಡುವಂಥ ಸಂಯಮ ಸಾಧಿಸಿಕೊಂಡಿದ್ದರು. ಎಂದಾದರೂ ಹೆಂಡತಿ ಮಗನ ಬಗ್ಗೆ ಗೊಣಗಾಡಿದರೇ, "ಛೆ! ಇಂಥದನ್ನೆಲ್ಲ ಆಡ್ಬೇಡ. ಜೀವನ ಸಾವಿರಾರು ವರ್ಷಗಳ ಬದುಕಲ್ಲ. ಇದ್ದಿದ್ದರಲ್ಲೇ ತೃಪ್ತಿಪಟ್ಟಿಕೊಂಡು ಬಾಳ್ಬೇಕು!" ಸಮಾಧಾನಿಸುತ್ತಿದ್ದರು.

ಎರಡು ತಟ್ಟೆ ಹಾಕಿದ್ದರು. ಕೈಕಾಲು ತೊಳೆದು ಬಂದು ಕೂತ. ಭಾಗಮ್ಮನವರು ಪ್ರೀತಿಯಿಂದ ಬಡಿಸತೊಡಗಿದರು. ವಯಸ್ಸು ಮುಪ್ಪಾದರೂ ಎಂತಹ ಉತ್ಸಾಹ! ಸೊಂಟಕ್ಕೆ ಸೆರಗು ಬಿಗಿದು ಹುಡುಗಿಯಂತೆ ಓಡಾಡುತ್ತಿದ್ದರು.

"ಅಲ್ಲಿ ಎಲ್ರೂ ಚೆನ್ನಾಗಿದ್ದಾರ?" ಮಗನ ನೆನಪಿನಿಂದ ಭಾಗಮ್ಮನ ಕಣ್ಣುಗಳು ಒದ್ದೆಯಾದವು. ಶ್ರೀಕಾಂತ್ ಇಲ್ಲಿಗೆ ಬಂದು ಹೋಗಿ ನಾಲ್ಕು ತಿಂಗಳ ಮೇಲಾಗಿತ್ತು. ಮಗ, ಸೊಸೆ, ಮೊಮ್ಮಕ್ಕಳ ಹಂಬಲಿಕೆ ಅಪಾರ. ಆದರೇನು ಪ್ರಯೋಜನ? ಹೇಮಂತನನ್ನು ಬಿಟ್ಟು ಯಾರೂ ಇತ್ತ ಮುಖ ಹಾಕುತ್ತಿರಲಿಲ್ಲ.

"ವಸಂತ, ಹೆಂಡ್ತಿ ಜೊತೆ ಬಂದರಾಗಿತ್ತು." ಎಷ್ಟು ಆಡಬಾರದೆಂದು ಗಟ್ಟಿ ಮನಸ್ಸು ಮಾಡಿದರೂ ಮನ ತಡೆಯದಾಯಿತು.

"ಅಣ್ಣ, ನಿಮ್ಮನ್ನೇ ಕರ್ಕೊಂಡ್ಬಾಂದ."

ಮನಸ್ಸಿಗೆ ಬೇಸರವೆನಿಸುವಂಥ ವಿಷಯಗಳು ಊಟದ ವೇಳೆಯಲ್ಲಿ ಆಡುವುದು ರಾಯರಿಗೆ ಸರಿ ಕಾಣಲಿಲ್ಲ. ಮಗ, ಸೊಸೆಯ ಸ್ವಭಾವ ತಿಳಿದು ಕೂಡ ಪದೇ ಪದೇ ಅದೇ ವಿಷಯವನ್ನು ಮಾತಾಡುವುದರಲ್ಲಿ ಅರ್ಥವಿಲ್ಲವೆನಿಸಿತು.

ಊಟ ಮೌನವಾಗಿ ಸಾಗಿತು. ತಾಯಿ ಕೈಯ ಅಡಿಗೆಗಿಂತ ಅಜ್ಜಿ ಕೈ ಅಡಿಗೆ ಅವನಿಗೆ ಇಷ್ಟ. ಇಲ್ಲಿಗೆ ಬಂದರೆ ಒಂದೂವರೇ ಪಟ್ಟು ಊಟ ಮಾಡುತ್ತಿದ್ದ.

ತಟ್ಟನೇ ಊಟ ಮಾಡುತ್ತಿದ್ದವನಿಗೆ ಭಟ್ಟನ ಜ್ಞಾಪಕ ಬಂತು. ಅವನಿಗೆ ಬುದ್ಧಿ ಬಂದಾಗಿನಿಂದ ಭಟ್ಟ ಈ ಮನೆಯ ನಿವಾಸಿಯಾಗಿದ್ದ. ಮನೆಯ ಸುತ್ತು ಕೆಲಸವಲ್ಲದೇ ಹೊರಗಿನ ಕೆಲಸವನ್ನೂ ತಾನೇ ಮಾಡಿಕೊಂಡು ಹೋಗುತ್ತಿದ್ದ.

ತಲೆಯೆತ್ತಿ "ತಾತ, ಭಟ್ಟ ಎಲ್ಲಿ?" ಎಂದ. ಭಾಗಮ್ಮನವರ ಮುಖದ ಮೇಲೆ ಕೋಪ ಮಿಂಚಿತು.

"ಅವ್ನಿಗೆ ಮದ್ವೆಯಾಯ್ತು." ಕೇಳಿ ಬೆಚ್ಚಿಬಿದ್ದ.

ರಾಯರು ಸಹಜವಾಗಿಯೇ ಹೇಳಿದ್ದರು. ಎಲ್ಲರೂ ದೊಡ್ಡದಾಗಿ ಆಡಿಕೊಳ್ಳುವ ವಿಷಯ ಅವರಿಗೆ ದೊಡ್ಡದಾಗಿ ಕಾಣಲಿಲ್ಲ.

"ಮದ್ವೇನೇ ಬೇಡಾಂತ ಹಟ ಮಾಡ್ತಾ ಇದ್ನಲ್ಲ!" ಹುಬ್ಬುಗಳು ಸಂಕುಚಿಸಿದವು. ಭಟ್ಟನ ಬಗ್ಗೆ ತಿಳಿದವರು ಅಚ್ಚರಿಪಡುವುದೇನೂ ಅತಿಶಯವಲ್ಲ.

"ಋಣಾನುಬಂಧ ಇತ್ತು. ನಡ್ದು ಹೋಯ್ತು" ಅಷ್ಟಕ್ಕೇ ಮಾತು ಮುಗಿಸಿದರು.

ರಾಯರದು ಸಾತ್ವಿಕ ಸ್ವಭಾವ. ಪ್ರತಿಯೊಂದರಲ್ಲೂ ಕೆಟ್ಟದನ್ನೇ ಕಾಣುವುದು, ಹುಡುಕುವುದು ಅವರ ಸ್ವಭಾವಕ್ಕೆ ವಿರುದ್ಧ.

ಮೌನವಾಗಿ ಊಟ ಮುಂದುವರಿಯಿತು. ಮನಸ್ಸು ಭಟ್ಟನ ಬಗ್ಗೆಯೇ ಯೋಚಿಸುತ್ತಿತ್ತು. ರಾಯರು ಮದುವೆ ಮಾಡಲು ಪ್ರಯತ್ನಪಟ್ಟಾಗ 'ಈ ಜನ್ಮದಲ್ಲಿ ನಂಗೆ ಮದ್ವೆನೇ ಬೇಡ' ಎಂದಿದ್ದ.

"ಸರ್ಯಾಗಿ ಊಟ ಮಾಡು ಮಗು."

ರಾಯರು ಅಕ್ಕರೆಯಿಂದ ಮೊಮ್ಮಗನಿಗೆ ಹೇಳಿದರು. ಆ ಧ್ವನಿಯಲ್ಲಿ ಎಂಥ ವಾತ್ಸಲ್ಯ! ಹಾಯೆನಿಸಿತು.

ಊಟ ಮುಗಿದ ಮೇಲೆ ತಾತ ಮೊಮ್ಮಗ ಎದುರುಬದುರಾಗಿ ಕುಳಿತರು. ಕೆಲವು ವಿಷಯಗಳನ್ನು ವಿಚಾರಿಸಿದರು. ತಮಗೆ ತಿಳಿದಿದ್ದನ್ನು ಹೇಳಿದರು.

"ಮಲಕ್ಕೊಂಡು ವಿಶ್ರಾಂತಿ ತಗೋ, ಬೆಳಿಗ್ಗೆ ಮಾತಾಡೋಣ."

ಹೇಮಂತ ಆಕಳಿಸಿ ಮೇಲಕ್ಕೆದ್ದ. ಇಲ್ಲಿಗೆ ಬಂದಾಗಲೆಲ್ಲ ಭಟ್ಟ ಅವನ ಕೆಲಸಗಳನ್ನು ಮಾಡಿಕೊಡುತ್ತಿದ್ದ. ಮಲಗಲು ಹಾಸಿಗೆ ಸರಿಪಡಿಸಿಕೊಡುತ್ತಿದ್ದವನೂ ಅವನೇ.

ಕೋಣೆಯಲ್ಲಿ ಮಂಚದ ಮೇಲಿದ್ದ ಹಾಸಿಗೆಯನ್ನು ತಂದು ನಡುಮನೆಯಲ್ಲಿ ತಂದು ಬಿಡಿಸಿದ. ಭಟ್ಟನ ವಿಷಯ ಪೂರ್ತಿಯಾಗಿ ತಿಳಿಯುವವರೆಗೂ ಅವನಿಗೆ ನೆಮ್ಮದಿ ಇಲ್ಲ.

ಕಟ್ಟುಮಸ್ತಾದ ಆಳು, ಮಿಂಚುವ ಮೈಬಣ್ಣ, ಸೌಮ್ಯ ಮುಖ. ಯಾವಾಗಲೂ ಏನಾದರೊಂದು ಕೆಲಸ ಮಾಡುತ್ತಿದ್ದ. ರಾಯರಿಗೆ ದೇವರ ಪೂಜೆಗೆ ಅಣಿ ಮಾಡಿಕೊಡುವುದರಿಂದ ಹಿಡಿದು ಎಲ್ಲಾ ಕೆಲಸಗಳು ಅವನವೇ. ಅದಕ್ಕೆ ಮಿತಿಯೆಂಬುದೇ ಇರಲಿಲ್ಲ.

* * * *

ಹೇಮಂತ ಕಣ್ಣುಬಿಟ್ಟಾಗ ಸೂರ್ಯನ ಕಿರಣಗಳು ಕಿಟಕಿಯಿಂದ ತೂರಿ ಅವನ ಮುಖದ ಮೇಲೆ ಬಿದ್ದವು. ಬೇಗ ಹಾಸಿಗೆ ಸುತ್ತಿಟ್ಟು ತಾತನ ಪೂಜೆ ಮುಗಿದಿಲ್ಲವೆಂಬುದನ್ನು ಅರಿತು ಸ್ನಾನಕ್ಕೆ ಹೊರಟ. ಸ್ನಾನ ಮುಗಿಸಿ ಬಂದಾಗಲೂ ಅವರ ಪೂಜೆ ಮುಗಿದಿರಲಿಲ್ಲ. ತೀರ್ಥ ಪ್ರಸಾದಕ್ಕಾಗಿ ಹೋಗಿ ನಿಂತ.

"ಭಾಗೂ..." ಮಂಗಳಾರತಿ ತಟ್ಟೆ ಕೈಯಲ್ಲಿಡಿದು ಕೂಗಿದರು. ಎಂದೂ ಬಂದು ಕಾಯುತ್ತ ನಿಂತಿರುವವರು ಇಂದು ಮೊಮ್ಮಗನ ಉಪಾಹಾರದ ತಯಾರಿಕೆಯಲ್ಲಿದ್ದರು.

"ಬಂದೆ," ಎರಡೇ ನಿಮಿಷದಲ್ಲಿ ಬಂದರು.

ವಯಸ್ಸಾದ ಮುತ್ತೈದೆ. ಕೆನ್ನೆ, ಕೈಕಾಲುಗಳು ಅರಿಶಿನ ಲೇಪದಿಂದ ಶೋಭಿಸುತ್ತಿದ್ದವು. ಹಣೆಯಲ್ಲಿ ಪೈಸೆಯಗಲದ ಕುಂಕುಮದ ಬೊಟ್ಟು, ಕೂದಲ ಗಂಟಿನಲ್ಲಿ ಒಂದು ಚೂರು ಕಟ್ಟಿದ ಹೂ. ಉಟ್ಟಿದ್ದು ಹಸಿರು ಬಣ್ಣದ ಇಳಕಲ್ ಸೀರೆ. ನೆರಿಗೆಗಳನ್ನು ಎತ್ತಿ ಸಿಗಿಸಿದ್ದರು.

ಮಂಗಳಾರತಿ ಪ್ರಸಾದ ತೆಗೆದುಕೊಂಡ ಹೇಮಂತ ಅವರಿಬ್ಬರಿಗೂ ಭಕ್ತಿಪೂರ್ವಕವಾಗಿ ನಮಸ್ಕರಿಸಿದ.

"ಇನ್ನು ಅಡ್ಗೆ ಮನೆಗೆ ಹೋಗ್ತೀನಿ" ರಾಯರ ತುಟಿಗಳ ಮೇಲೆ ಮಂದಹಾಸ ಮಿನುಗಿತು.

ಇವನೊಬ್ಬನಿಗಾಗಿ ದೋಸೆ, ಚಟ್ನಿ ಸಿದ್ಧವಾಗಿತ್ತು. ರಾಯರು, ಭಾಗಮ್ಮ ಎರಡು ಊಟವನ್ನು ಬಿಟ್ಟು ಮಧ್ಯೆ ಏನೂ ತೆಗೆದುಕೊಳ್ಳುತ್ತಿರಲಿಲ್ಲ.

"ಅಜ್ಜಿ...." ವೀಣೆಯ ತಂತಿ ಮೀಟಿದಂತಾಯಿತು. ಅರಿವಿಲ್ಲದೆಯೇ ಕಣ್ಣುಗಳು ಅತ್ತ ತಿರುಗಿದವು. ಮುಖದ ಒಂದು ಪಾರ್ಶ್ವ ಮಾತ್ರ ಕಾಣಿಸುತ್ತಿತ್ತು. ಪಾದಗಳಲ್ಲಿ ರಕ್ತ ಚಿಮ್ಮುವಂಥ ಕೆಂಪು, ಆರೋಗ್ಯ ಸೂಸುವ ಕಾಂತಿ.

"ಮಗು ಬಂದಿದೆ ನೋಡು" ತಾತನ ಧ್ವನಿ.

"ವಸು, ನಿನ್ನನ್ನೇ ನೆನಪು ಮಾಡ್ಕೋತಾ ಇದ್ದೆ." ಮಂಡಿ ಹಿಡಿದುಕೊಂಡೇ ಎದ್ದು ಹೋದರು.

ಜೊತೆಯಲ್ಲಿ ಅವಳನ್ನು ಒಳಗೆ ಕರೆತಂದರು. ಗಾಬರಿಗೊಂಡವಳಂತೆ ನಿಂತುಬಿಟ್ಟಳು.

"ನನ್ನ ಮೊಮ್ಮಗ ಹೇಮಂತ. ಹೊಸಬ್ರು ಯಾರೂ ಇಲ್ಲ. ಕೂತ್ಕೋ ಬಾ." ಭಾಗಮ್ಮನವರು ಬಲವಂತದಿಂದ ಒಳಗೆ ಕರೆದು ದೋಸೆಯ ತಟ್ಟೆಯನ್ನು ಅವಳ ಮುಂದಿಟ್ಟರು.

ಸಾಧಾರಣವಾದ ಉಡುಗೆ ತೊಡುಗೆಯಲ್ಲೇ ಅವಳ ಅಸಾಧಾರಣ ಚೆಲುವು ಎದ್ದು ಕಾಣುತ್ತಿತ್ತು.

ಹಾಲಿನ ಲೋಟವಿಡಿದು ಬಂದ ಭಾಗಮ್ಮ "ಮಾವಿನ ಮರದ ಮನೆಯ ಗೋಪಾಲಯ್ಯನವ್ರ ಮೊಮ್ಮಗ್ಳು."

ನೆನಪನ್ನು ಕೆದಕಿದ. ಗೋಪಾಲಯ್ಯನವರೇನೂ ಅಪರಿಚಿತರಲ್ಲ. ಚಿಕ್ಕ ಹುಡುಗನಾಗಿದ್ದಾಗ ಎಷ್ಟೋ ಸಲ ಅವರ ಕಣ್ಣು ತಪ್ಪಿಸಿ ಹುಳಿ ಮಾವಿನಕಾಯಿ ಆಸೆಗೆ ಅವರ ಮನೆಯ ಅಂಗಳದಲ್ಲಿ ಮರವನ್ನು ಹತ್ತಿದ್ದ. ಆದರೆ ಎಂದೂ ನೋಡಿದ ನೆನಪಿಲ್ಲ.

"ಓ..." ಸುಮ್ಮನಾದ. ಹಾಲು ಕುಡಿದು ಲೋಟ ಅಲ್ಲೇ ಇಟ್ಟು ಹೊರಗಡೆಗೆ ಎದ್ದು ಹೋದ.

ನಾಲ್ಕಾರು ದಿನಗಳು ಅಲ್ಲೇ ಉಳಿದ. ಗೋಪಾಲಯ್ಯನವರ ಮೊಮ್ಮಗಳು ವಸುಮತಿ ಬಂದು ಭಾಗಮ್ಮನವರಿಗೆ ಸುತ್ತು ಕೆಲಸ ಮಾಡಿಕೊಡುತ್ತಿದ್ದಳು. ಎಲ್ಲದರಲ್ಲೂ ಅಚ್ಚುಕಟ್ಟು. ಭಾಗಮ್ಮನವರ ಬಲವಂತಕ್ಕೆ ಅವಳ ಊಟ, ತಿಂಡಿ ಇಲ್ಲೇ ನಡೆದುಹೋಗುತ್ತಿತ್ತು. ಈಗ ಭಟ್ಟ ಇಲ್ಲದ ಲೋಪ ದೊಡ್ಡದಾಗಿ ಕಾಣುತ್ತಿತ್ತು.

"ಅಜ್ಜಿ..." ಧ್ವನಿಯಲ್ಲಿ ಬೇಸರ ಇಣುಕಿತು.

"ಇನ್ನ, ಈ ಕಷ್ಟ ಬೇಡ, ಅಲ್ಲಿಗೇ ಬಂದ್ಬಿಡಿ" ಎಂದ. ಅವರುಗಳನ್ನೆಲ್ಲ ಕರೆದೊಯ್ಯಲು ಅವನಿಗಿಷ್ಟ. ಆದರೆ ಮಾನಸಿಕವಾಗಿ ಇಲ್ಲಿಂದ ಹೊರಡಲು ಅವರಿಗಿಷ್ಟವಿಲ್ಲ.

"ಈ ಮನೆ ಬಿಟ್ಟು ಬರೋಕೆ ಮನಸ್ಸಾಗೋಲ್ಲ. ಇನ್ನಷ್ಟು ಕಾಲ ನಡ್ದುಹೋಗ್ಲಿ" ನೋವಿನೆಳೆ ಜಗ್ಗುತ್ತಿತ್ತು.

ಅವರುಗಳಿಗೆ ಅಲ್ಲಿ ಹೋಗಿ ಉಳಿಯಲು ಮನಸ್ಸಿಲ್ಲದಿದ್ದರೂ, ಆಗಾಗ ಮಗ ಸೊಸೆ ಬಂದು ಅಕ್ಕರೆಯಿಂದ ನೋಡಿ ಹೋಗುತ್ತಿದ್ದರೇ ಇನ್ನಷ್ಟು ಉತ್ಸಾಹ ದಿಂದಿರುತ್ತಿದ್ದರೇನೋ!

ಒಲೆ ಉರಿಯುತ್ತಿತ್ತು. ಕೋಡೊಲೆಯ ಮೇಲೆ ಕುದಿಯುತ್ತಿದ್ದ ನೀರಿನ ಪಾತ್ರೆಗೆ ಬೇಳೆ ಸುರಿದರು. ಬೆಂಕಿಯ ಬಿಸಿಗೆ ಮುಖದ ಮೇಲೆ ಬೆವರು ಮೂಡಿತ್ತು.

"ಅಜ್ಜಿ, ಅಡಿಗೆಯವ್ರನ್ನು ಯಾಕೆ ಇಟ್ಕೋಬಾರ್ದು!" ಅವರು ನಕ್ಕುಬಿಟ್ಟರು. ತಟ್ಟನೇ ಭಟ್ಟನ ಜ್ಞಾಪಕ ಬಂತು. ಅವನು ಇಲ್ಲಿರೋವರೆಗೂ ಹೆಚ್ಚಿನ ಕೆಲಸಕ್ಕೆ ಅವರನ್ನು ಬಿಡುತ್ತಿರಲಿಲ್ಲ. ಮನ ಭಾರವಾಯಿತು.

"ಯಾತಕ್ಕಾಗಿ? ಇಬ್ರ ಅಡ್ಗೇ ಯಾವ ಮಹಾ! ಎರಡು ಹಿಡಿ ಬೇಳೆ ಹಾಕಿ ಸಾರು, ಒಂದು ಪಾವು ಅಕ್ಕಿ ತೊಳೆದಿಟ್ಟು ಅನ್ನ ಮಾಡಿದ್ರೆ ಮುಗ್ದುಹೋಯ್ತು. ಭಟ್ಟ ಇದ್ದಾಗ ಎಲ್ಲಾ ಸುತ್ತು ಕೆಲ್ಸನೂ ಅವನೇ ಮಾಡ್ತಾ ಇದ್ದ. ಈಗ ವಸುಮತಿ ಬಂದು ಅಷ್ಟಿಷ್ಟು ಮಾಡಿಕೊಡ್ತಾಳೆ." ಒಲೆಯ ಉರಿ ಸಣ್ಣಗೆ ಮಾಡಿದರು.

"ಈಗ ಭಟ್ಟ ಎಲ್ಲಿದ್ದಾನೆ?" ಕುತೂಹಲ ಗರಿಗೆದರಿತು. ಅವನ ಪಾಲಿಗೆ ಭಟ್ಟ ಮರೆಯಲಾರದಂಥ ವ್ಯಕ್ತಿಯೇ. ಇಲ್ಲಿಗೆ ಬಂದಾಗಲೆಲ್ಲ ತಲೆ, ಮೈ ಕೈಗೆ ಎಣ್ಣೆಯೊತ್ತಿ ನೀರು ಹಾಕುತ್ತ ಇದ್ದ. ಬಟ್ಟೆ ಒಗೆದು ಕೊಡುತ್ತ ಇದ್ದ. ಗಾಳಿ ಸಂಚಾರಕ್ಕೆ ಹೊರಟಾಗ ಜೊತೆಯಾಗಿರುತ್ತಿದ್ದ.

"ಗೋಪಾಲಯ್ಯನವರ ತೋಟದ ಮನೆಯಲ್ಲಿದ್ದಾನೆ. ಎಂಥದೋ ಅವನದೂ ಒಂದು ಸಂಸಾರವಾಯ್ತು." ಮಾತುಗಳಿಂದಲೇ ಅವನ ವಿಷಯವಾಗಿ ಸುಮುಖ ವಾಗಿಲ್ಲವೆಂದು ಅರಿತ.

ಎದ್ದು ಹೊರಗೆ ಬಂದ. ರಾಯರು ಕೋಣೆಯಲ್ಲಿ ಕೂತು ಯಾವುದೋ ಗ್ರಂಥವನ್ನು ಓದುತ್ತಿದ್ದರು.

ಮೆಲ್ಲಗೆ ಇಣುಕಿ "ಭಟ್ಟನನ್ನು ನೋಡಿ ಬರ್ಲಾ?" ಎಂದ. ತಲೆ ಎತ್ತಿದವರೇ "ಹೋಗ್ಬಾ, ಬಿಸಿಲಿಗೆ ನಡ್ದು ಹೋದರೆ ಆಯಾಸವಾಗಬಹುದು!"

"ಸೈಕಲ್ ಮೇಲೆ ಹೋಗ್ಬರ್‍ತೀನಿ."

ಉಡುಪು ತೊಟ್ಟು ಹೊರಟ. ಬಿಳಿಗೆರೆ ಅವನಿಗೇನೂ ಅಪರಿಚಿತವಲ್ಲ. ಗೋಪಾಲಯ್ಯನವರ ತೋಟ ಕೂಡ ಕಂಡರಿಯದ್ದೇನೂ ಅಲ್ಲ. ಎಷ್ಟೋ ಬಾರಿ ಹೋಗಿ ಬಂದಿದ್ದ. ತಂದೆಗಿಂತ ಈ ಊರಿನ ಸಂಬಂಧ ಅವನಿಗೆ ನಿಕಟವಾಗಿತ್ತು.

ಸೈಕಲ್ ಷಾಪ್‌ನಲ್ಲಿ ಬಾಡಿಗೆಗೆ ಸೈಕಲ್ ಪಡೆದು ಹೊರಟ. ಕಾಲುದಾರಿ ಬಿಟ್ಟು ಟಾರು ರಸ್ತೆಯಲ್ಲಿ ಸೈಕಲ್ಲು ತುಳಿಯತೊಡಗಿದ. ಪ್ರಚಂಡ ಬಿಸಿಲು. ಬಿಸಿರಕ್ತದ ಯುವಕ ರಭಸದಿಂದ ಪೆಡಲ್ ತುಳಿಯುತ್ತಿದ್ದ.

ಮರದ ಬಳಿ ಸೈಕಲ್ ನಿಲ್ಲಿಸಿ ಇಳಿದ. ನಾನು ಬಂದ ದಾರಿ ಸರಿಯೇ? ಅತ್ತಿತ್ತ ನೋಡಿದ. ಹಾದಿಯ ಪಕ್ಕದಲ್ಲಿ ಅಷ್ಟು ದೂರದಲ್ಲಿ ತೆಂಗಿನ ಮರಗಳು ಕಂಡವು. ಸೈಕಲ್ಲು

ತಳ್ಳಿಕೊಂಡು ಹೊರಟ, ತಗ್ಗು ದಿನ್ನೆ ಮುಳ್ಳಿನ ದಾರಿಯಲ್ಲಿ ತಳ್ಳಿಕೊಂಡು ಹೋಗುವುದೇ ಸರಿಯೆನಿಸಿತು.

ಬೇಲಿ ಗೇಟನ್ನು ಸರಿಸಿ ಸೈಕಲ್ಲನ್ನು ಒಳಕ್ಕೆ ದೂಡಿಕೊಂಡು ಹೊರಟ. ಸುತ್ತಲಿನ ಪ್ರಕೃತಿಯ ಸೊಬಗು ಅವನನ್ನು ಆಕರ್ಷಿಸಿತು. ಹಸಿರು ಕಳೆ ಏರಿದ ವನರಾಜಿ ಚೈತನ್ಯದಿಂದ ಬೀಗುತ್ತಿತ್ತು.

ಸೀಬೆ ಮರದ ನೆರಳಲ್ಲಿ ಕೂತ ವಸುಮತಿ ಚಂದಮಾಮ ಓದುತ್ತಿದ್ದಳು. ಬಿಸಿಲಿನಲ್ಲಿ ಓಡಾಡಿರಬೇಕು; ಮುಖ ಕೆಂಪಗಾಗಿತ್ತು.

"ಸ್ವಲ್ಪ ಭಟ್ಟನ ಮನೆ ಎಲ್ಲಿದ್ಯೋ ತಿಳಿಸ್ತೀರಾ!?"

ಗಾಬರಿಯಿಂದ ಎದ್ದು ನಿಂತಳು. ದೃಷ್ಟಿ ಗಲಿಬಿಲಿಗೊಂಡಿತು. ಕ್ಷಣ ಉಗುಳು ನುಂಗಿ "ಅದೇ ಭಟ್ಟನ ಮನೆ" ಕೈ ತೋರಿದಳು. ಸಣ್ಣ ನಾಡಹೆಂಚಿನ ಮನೆ ಕಂಡಿತು. ಕಣ್ಣುಗಳಲ್ಲಿಯೇ ಧನ್ಯವಾದ ತಿಳಿಸಿ ಸೈಕಲನ್ನು ತಳ್ಳಿಕೊಂಡು ಹೊರಟ.

ಭಟ್ಟನ ಮನೆಯ ಮುಂದೆ ಸಾಲಾಗಿ ಮಡಿಗಳನ್ನು ಮಾಡಿದ್ದರು. ಕೊತ್ತಂಬರಿ ಸೊಪ್ಪು, ಮೆಂತ್ಯಸೊಪ್ಪು, ಅರಿವೇಸೊಪ್ಪು ಹುಲುಸಾಗಿ ಬೆಳೆದಿತ್ತು.

ಈಚೆಗೆ ಮಣ್ಣಿನಿಂದ ಆತುರಕ್ಕೆ ಕಟ್ಟಿಸಿ ಹಳೇ ಹೆಂಚನ್ನು ಹೊದ್ದಿಸಿದಂತೆ ಕಂಡಿತು. ಕಿರಿದಾದ ಬಾಗಿಲು, ಅವನು ಒಳಗೆ ಹೋಗಬೇಕಾದರೇ ಅರ್ಧದಷ್ಟು ಬಾಗಬೇಕು. ಅಡುಗೆ ಮಾಡುತ್ತಿರಬೇಕು, ಮಾಡಿನಿಂದ ದಟ್ಟವಾದ ಹೊಗೆ ಬರುತ್ತಾ ಇತ್ತು. ಹೊರಗೆ ಯಾರೂ ಕಾಣಲಿಲ್ಲ.

ಸೈಕಲನ್ನು ಮರಕ್ಕೆ ಒರಗಿಸಿ ನಿಲ್ಲಿಸಿ ನಡೆದ. ಒಳಗಡೆ ಪಾತ್ರೆಗಳ ಸದ್ದು ಬಿಟ್ಟು ಮನೆ ನಿಶ್ಯಬ್ದವಾಗಿತ್ತು. ಹೊಸಲು ಬಳಿ ನಿಂತು ತಲೆ ಬಾಗಿಲನ್ನು ಹಿಡಿದು ಇಣಕಿ "ಭಟ್ಟ..." ಎಂದು ಕೂಗಿದ. ಕಣ್ಣುಗಳಲ್ಲಿ ಉರಿ ಕಾಣಿಸಿಕೊಂಡಿತು. ಕೆಮ್ಮಿ ಹಿಂದಕ್ಕೆ ಸರಿದ.

ಅವನಿಗಿಂತ ಭಟ್ಟ ಬಹಳಷ್ಟು ಹಿರಿಯನಾದರೂ ಹಾಗೆಯೇ ಕೂಗಿ ಅಭ್ಯಾಸ. ರಾಯರು, ಭಾಗಮ್ಮ ಹಾಗೆಯೇ ಸಂಬೋಧಿಸುತ್ತಿದ್ದುದ್ದರಿಂದ ಅವನೂ ಹಾಗೆಯೇ ಕೂಗುವ ಅಭ್ಯಾಸ ಮಾಡಿಕೊಂಡಿದ್ದ.

"ಯಾರೂ?" ಎಂದು ಒಂದು ಹೆಣ್ಣು ಕಣ್ಣುಗಳನ್ನ ಹೊಸಕಿಕೊಳ್ಳುತ್ತ ಒಳಗಿನಿಂದಲೇ ಕೇಳಿದಳು.

ಭಟ್ಟನ ಹೆಂಡತಿ ಇರಬಹುದೆಂದರಿತು ಸರಿಯಾಗಿ ನಿಂತ.

"ಭಟ್ಟ ಇಲ್ವಾ?" ಅವನ ಉಡುಪನ್ನ ನೋಡಿ ದೊಡ್ಡ ಮನುಷ್ಯರ ಸಾಲಿಗೆ ಸೇರಿಸಿದಳೇನೋ, ಅತಿ ವಿನಯದಿಂದ "ಸೋಗೆಗರಿ ತರೋಕೆ ಹೋಗಿದ್ದಾರೆ. ಈಗ ಬಂದ್ಬಿಡ್ತಾರೆ, ಒಳ್ಗೆ ಬಂದ್ಕೂಡಿ."

ಮನೆಯನ್ನು ಪೂರ್ತಿಯಾಗಿ ಹೊಗೆ ಆವರಿಸಿಕೊಂಡಿತ್ತು. ಬಿಸಿಲಿನ ಈ ವೇಳೆಯಲ್ಲಿ ಒಳಗೆ ಹೋಗಿ ಕೂಡುವುದು ಸಾಧ್ಯವಿಲ್ಲವೆನಿಸಿತು.

"ಬರೋವರ್ಗೂ ಅಲ್ಲಿ ನಿಂತಿರ್ತೀನಿ" ಅಷ್ಟು ದೂರದಲ್ಲಿದ್ದ ಮರದ ನೆರಳಿನಲ್ಲಿ ಹೋಗಿ ನಿಂತ. ದೃಷ್ಟಿ ಅತ್ತಿತ್ತ ಹರಿದಾಡಿ ಒಂದು ಕಡೆ ನಿಂತಿತು. ಹದಿನೆಂಟು ದಾಟಿರದ ವಯಸ್ಸು, ಮುಖದಲ್ಲಿ ಮುಗ್ಧತೆಯ ಲಾವಣ್ಯ.

"ರ್ರೀ.... ಭಟ್ರೆ, ನಿಮ್ಮನೆಗೆ ಸದಾಶಿವರಾಯರ ಮೊಮ್ಮಕ್ಳು ಬಂದಿದ್ದಾರೆ" ಆಳದಿಂದ ಬಂದಂತೆ ಧ್ವನಿ ಕೇಳಿಸಿತು.

ಐದು ನಿಮಿಷಗಳಲ್ಲಿ ಸೋಗೆ ಗರಿ ಹೊತ್ತು ಭಟ್ಟ ಬಂದವನೇ ಇವನನ್ನು ನೋಡಿ ಕಣ್ಣು ಪಿಳುಕಿಸದೇ ನಿಂತ. ಬಾಯಿಂದ ಮಾತುಗಳೇ ಹೊರಡಲಿಲ್ಲ.

ಒಂದೆರಡು ನಿಮಿಷಗಳ ನಂತರ ಚೇತರಿಸಿಕೊಂಡ. ತಲೆಯ ಮೇಲಿದ್ದ ಸೋಗೆ ಗರಿಗಳನ್ನು ಪಕ್ಕಕ್ಕೊಗೆದು "ಯಾವಾಗ್ಬಂದ್ರಿ, ಹೇಮಂತಣ್ಣ?" ಮೈ ಕೈ ಮೇಲಿದ್ದ ಧೂಳನ್ನು ಕೊಡವಿಕೊಳ್ಳುತ್ತ ಹತ್ತಿರಕ್ಕೆ ಬಂದ. ದಷ್ಟಪುಷ್ಟವಾಗಿದ್ದ ಶರೀರ ಸ್ವಲ್ಪ ಬಡವಾಗಿತ್ತು.

"ಅದೆಲ್ಲ ಇರಲಿ, ನಾನು ಯಾವಾಗ್ನಿಂದ ಹೇಮಂತಣ್ಣ ಆದದ್ದು? ಬಹುವಚನ ಸಂಬೋಧನೆ ಯಾಕೆ?" ತಲೆ ಕೆಳಗಾಕಿದ.

"ತಪ್ಪಾಯ್ತು" ಕೆನ್ನೆಗಳಿಗೆ ಹೊಡೆದುಕೊಂಡ.

ರಾಯರ ವ್ಯಕ್ತಿತ್ವ, ನಿಲುವು ಹೊತ್ತ ಹೇಮಂತ ತನ್ನನ್ನು ಎಂದೂ ತಪ್ಪು ತಿಳಿಯಲಾರ, ಕೀಳಾಗಿ ಕಾಣಲಾರ. ಭಾರವಾದ ಮನ ಹಗುರವಾಯಿತು.

"ಹೇಳಿಕಳ್ಸಿದ್ರೆ ನಾನೇ ಬರ್ತಾ ಇದ್ದೆ," ತಲೆ ಕೆರೆದುಕೊಂಡ.

"ಪರ್ವಾಗಿಲ್ಲ, ನಾನು ಬಂದಿದ್ದು ತಪ್ಪಾಗಿಲ್ಲ. ಹೊಸ ಜೀವನ ಹೇಗಿದೆ? ಏನೂ ತೊಂದರೆ ಇಲ್ಲ ತಾನೆ? ಮನೆ ಬಿಟ್ಟು ಇಲ್ಲಿಗ್ಯಾಕೆ ಬದಲಾಯಿಸಿದೆ ನಿನ್ನ ವಾಸಾನ? ನೀನಿಲ್ದೇ ಅಜ್ಜಿಗೆ ತುಂಬ ತೊಂದರೆಯಾಗಿದೆ."

ಭಟ್ಟನ ಬಾಯಿ ಕಟ್ಟಿದಂತಾಗಿತ್ತು. ಭಾಗಮ್ಮನವರ ಪಾಲಿಗೆ ದೊಡ್ಡ ಅಪರಾಧ ಮಾಡಿಬಿಟ್ಟಿದ್ದ. ಅವರು ಇನ್ನ ಹೊಸಲಿಂದ ಒಳಕ್ಕೆ ಅವನನ್ನ ಸೇರಿಸಬಲ್ಲರೇ? ಸಾಧ್ಯವಿಲ್ಲವೆನಿಸಿತು.

ತಲೆತಗ್ಗಿಸಿ ನಿಂತ. ಸಂಕೋಚ ನಾಚಿಕೆಯಿಂದ ಸಾಯೋಹಾಗೆ ಆಗಿತ್ತು. 'ತಾನು ಮದ್ವೆನೇ ಆಗೋಲ್ಲ!' ಅಂತ ಇದೇ ಹೇಮಂತನ ಮುಂದೆ ಹತ್ತಾರು ಬಾರಿ ಹೇಳಿದ್ದ.

"ಒಳ್ಗಡೆಗೆ ಕರೆಯಿರಿ" ಒಳಗಿನ ಧ್ವನಿ ಅಪ್ಪಣೆ ಮಾಡಿತು.

"ಬಾಪ್ಪ ಒಳಗಡೆ" ಎರಡು ಹೆಜ್ಜೆ ಮುಂದಕ್ಕೆ ನಡೆದ. ಸಂಕೋಚಿಸದೇ ತಲೆ ತಗ್ಗಿಸಿ ನುಗ್ಗಿದ. ಹೊಗೆ ಕಮ್ಮಿಯಾಗಿತ್ತು. ಸುತ್ತಲೂ ನೋಡಿ ಗೃಹಿಣಿ ಬುದ್ಧಿವಂತಳೆಂದುಕೊಂಡ. ಸಗಣಿ ಹಾಕಿ ಚೊಕ್ಕಟವಾಗಿ ಸಾರಿಸಿದ ನೆಲ. ಗೋಡೆಯ ಅಂಚು ರಂಗೋಲಿಯಿಂದ ಶೃಂಗಾರವಾಗಿತ್ತು. ಗೂಡಿನಲ್ಲಿ ದೇವರ ಫೋಟೋಗಳು ಇರಿಸಿದ್ದ ಕಡೆ ಚಿತ್ರಮಂಟಪ ಬಿಡಿಸಿತ್ತು. ಕುಶಲತೆಗೆ ಬೆರಗಾದ.

ಒಳಗಿನಿಂದ ಒಂದು ಹಳೆ ಮಣೆ ತಂದು ಹಾಕಿ "ಕೂತ್ಕೋಬೇಕು... ಬಡವನ ಮನೆ..."

ಹೇಮಂತ ತೊಟ್ಟಿದ್ದ ಪ್ಯಾಂಟ್ ಕಡೆ ನೋಡಿದ. ಕೂತುಕೊಳ್ಳುವುದು ಸಾಧ್ಯವಿಲ್ಲವೆನಿಸಿತು.

"ಆಗೋಲ್ಲಪ್ಪ, ನಿಂತೇ ಇರ್‍ತೀನಿ. ಏನೂ ತಿಳ್ಕೋಬೇಡ!" ತಗ್ಗಿದ ಧ್ವನಿಯಲ್ಲಿ ಹೇಳಿದ.

"ಪರ್‍ವಾಗಿಲ್ಲ!" ಎಳೆದು ಕೂಡಿಸೇಬಿಟ್ಟ. ಮನದ ಜಡತೆ ಹರಿದುಹೋಗಿತ್ತು.

"ಸರಸು, ಇಲ್ಬಾ" ಹೆಂಡತಿಯನ್ನು ಕೂಗಿದ. ಮೈ ತುಂಬ ಸೆರಗು ಹೊದ್ದ ಸರಸ್ವತಿ ಹೊರಗೆ ಬಂದು ಸಂಕೋಚದಿಂದ ಮುದುರಿ ನಿಂತಳು.

ಕಪ್ಪುಮಿಶ್ರಿತ ಕೆಂಪು ಬಣ್ಣ, ಮುಖದ ತುಂಬ ಸಿಡುಬಿನ ಕಲೆ. ಅದಕ್ಕೆ ಒಂದು ಕಣ್ಣು ಬಲಿಯಾಗಿತ್ತು. ದಪ್ಪ ತುಟಿ, ಮೊಂಡು ಮೂಗು, ಚೋಟು ಜಡೆ. ಹೊಗೆಯ ಮಧ್ಯೆ ಮಸುಕು ಮಸುಕಾಗಿದ್ದ ಬಿಂಬ ಈಗ ಸ್ಪಷ್ಟವಾಗಿ ಎದುರು ನಿಂತಿತ್ತು.

"ನಮಸ್ಕಾರ ಅಮ್ಮ" ಎದ್ದು ಎರಡು ಕೈ ಜೋಡಿಸಿದ.

"ಸದಾಶಿವರಾಯರ, ನನ್ನಪ್ಪನ ಮೊಮ್ಮಕ್ಳು" ಅವನ ಧ್ವನಿ ಭಾರವಾಯಿತು. ರಾಯರು ಅವನ ಪಾಲಿಗೆ ದೇವರಾಗಿದ್ದರು. ಅನಾಥನೆಂದು ಎಂದೂ ಕೀಳಾಗಿ ಕಂಡವರೇ ಅಲ್ಲ. ಕಣ್ಣುಗಳು ಮಂಜಾದವು.

ಸರಸ್ವತಿ ನಡುಗುವ ಸ್ವರದಲ್ಲಿ "ನಮಸ್ಕಾರ" ಎಂದವಳೇ ಸರಿದುಹೋದಳು.

ಒಳಗೆ ಹೊರಟ ಭಟ್ಟನನ್ನು ತಡೆದು "ಆಕ್ಷೇಪಣೆ, ಬೇಸರ ಏನೂ ಬೇಡ. ಒಂದ್ಲೋಟ ತಣ್ಣಗಿರೋ ನೀರು ಕೊಡು." ಆದರೆ ಅವನಿಗೆ ಸಮಾಧಾನ ವಾಗಲೊಲ್ಲದು.

ನಿಂಬೆಹಣ್ಣಿನ ಪಾನಕ ಕುಡಿದೇ ಹೊರಡಬೇಕಾಯಿತು. ಅಷ್ಟು ದೂರ ಅವನ ಜೊತೆಗೇ ಬಂದ.

"ಅಮ್ಮಾವ್ರು ಏನಾದ್ರೂ ಹೇಳಿದ್ರಾ?" ಕತ್ತನ್ನು ತುರಿಸಿದ.

"ಏನೂ ಇಲ್ವಲ್ಲ, ಯಾಕೆ?" ಅವನ ಮುಖವನ್ನೇ ನೋಡಿದ.

ಭಟ್ಟ ಅನಾಥನಿರಬಹುದು. ಯಾವ ಐಶ್ವರ್ಯವೂ ಅವನಿಗಿರಲಿಲ್ಲ. ದಷ್ಟಪುಷ್ಟವಾದ ಶರೀರ, ಶುಭ್ರವರ್ಣ, ಒಳ್ಳೆಯ ಸ್ವಭಾವವೇ ಅವನ ಆಸ್ತಿಯಾಗಿತ್ತು. ಹೆಣ್ಣು ಕೊಡುವವರೂ ಇದ್ದರು. ಆದರೂ ಇಂತಹ ಹೆಣ್ಣನ್ನು ಮದುವೆಯಾಗಬೇಕಾದರೆ ಪ್ರಬಲವಾದ ಕಾರಣವೇ ಇರಬೇಕೆಂದುಕೊಂಡ.

ಜೇಬಿನಿಂದ ನೂರರ ಒಂದು ನೋಟನ್ನು ತೆಗೆದು ಭಟ್ಟನ ಕೈಯಲ್ಲಿಟ್ಟು "ನಿನ್ನ ಮದುವೆಯ ಉಡುಗೊರೆ, ಸರಸ್ವತಿಗೆ ಏನಾದ್ರೂ ತಂದ್ಕೊಡು" ಎಂದ.

ಭಟ್ಟನ ಕಣ್ಣು ತುಂಬಿ ಬಂತು. ರಾಯರು ಕೂಡ ಒಂದು ಆಕ್ಷೇಪಣೆಯ ನುಡಿಯನ್ನು ಆಡಲಿಲ್ಲ. ಮನೆಯಿಂದಲೇ ಅವನ ಸಂಸಾರಕ್ಕೆ ಸದ್ಯಕ್ಕೆ ಬೇಕಾಗುವಷ್ಟು

ಪಾತ್ರೆ ಪರಡಿ, ದವಸ ಕೊಡಿಸಿದ್ದರು. ಗೋಪಾಲಯ್ಯನವರು ಧಾರಾಳ ಮನಸ್ಸಿನಿಂದ ತೋಟದಲ್ಲಿ ಸಣ್ಣ ಮನೆ ಕಟ್ಟಿಕೊಳ್ಳಲು ಬೇಕಾದ ಸಹಾಯ ಮಾಡಿದರು.

ತುಂಬು ಮನದಿಂದ ರಾಯರು 'ಸುಖವಾಗಿ ಬಾಳಿ' ಎಂದು ಹರಸಿದ್ದರು.

"ಬರ್ತೀನಿ," ಭಟ್ಟನ ಕೈ ಹಿಡಿದು ಮೃದುವಾಗಿ ಹಿಸುಕಿದ.

ಸೈಕಲು ತಳ್ಳಿಕೊಂಡು ನಡೆದ. ತೋಟದಿಂದ ಹೊರಕ್ಕೆ ಬಂದು ಹಿಂದಿರುಗಿ ನೋಡಿದ. ಭಟ್ಟ ನಿಧಾನವಾಗಿ ಕಾಲೆಳೆದುಕೊಂಡು ಹೋಗುತ್ತಿದ್ದ. ದುಗುಡದಿಂದ ಮನ ಭಾರವಾಯಿತು. ತಲೆ ಬಗ್ಗಿಸಿಕೊಂಡು ನಡೆದ.

"ನೋಡಿ... ಒಂದ್ನಿಮಿಷ" ನಿಂತು ಹಿಂದಿರುಗಿದ.

"ತಗೊಳ್ಳಿ" ವಸುಮತಿ ಕರ್ಚಿಫ್‌ನಲ್ಲಿ ಕಟ್ಟಿದ ಗಂಟನ್ನು ಮುಂದೆ ನೀಡಿದಳು. ಸೀಬೆಕಾಯಿಗಳು ಹೊರಗೆ ಇಣುಕಿ ನೋಡುತ್ತಿದ್ದವು.

'ಒಲ್ಲೆ' ಎನ್ನಲು ಮನಸ್ಸಾಲಿಲ್ಲ. ಕೈನೀಡಿ ತೆಗೆದುಕೊಂಡ. ಬೊಗಸೆ ಕಂಗಳ ಆಕರ್ಷಣೆ ಅವನನ್ನು ಸೆಳೆಯಿತು.

"ಥ್ಯಾಂಕ್ಸ್" ಸೈಕಲ್ ಹ್ಯಾಂಡಲ್‌ಗೆ ತಗುಲುಹಾಕಿ ದೂಡಿಕೊಂಡು ಹೊರಟ. ಅಷ್ಟು ದೂರ ಹೋದ ಮೇಲೆ ಹಿಂದಿರುಗಿ ನೋಡಬೇಕೆಂಬ ಮನಸ್ಸಾಯಿತು. ತುಡಿತ ಹೆಚ್ಚಾದಾಗ ನಿಂತು ಹಿಂದಿರುಗಿದ. ವಸುಮತಿ ಅದೇ ಸ್ಥಳದಲ್ಲಿ ನಿಂತಿದ್ದಳು. ಕೈಬೀಸಿದ. ಅವಳ ಕೈ ಗಾಳಿಯಲ್ಲಾಡಿತು. ಸೈಕಲ್ಲು ಹತ್ತಿ ಹೊರಟ.

ಉತ್ಸಾಹದಿಂದ ಮನ ಗಾಳಿಯಲ್ಲಿ ಹಾರಿದಂತಾಯಿತು. ದೇಹದಲ್ಲಿ ಹೊಸ ಚೇತನ ಹೊಕ್ಕಂತಾಯಿತು. ವೇಗವಾಗಿ ಪೆಡಲ್‌ಗಳನ್ನು ತುಳಿದ.

ಸೈಕಲನ್ನು ಷಾಪ್‌ನಲ್ಲಿ ದೂಡಿ, ಐದರ ಒಂದು ನೋಟನ್ನು ಅವನ ಕೈಯಲ್ಲಿಟ್ಟ.

"ಬೇಡ ಸ್ವಾಮಿ" ಅವನು ಕೈ ಮುಂದೆ ಮಾಡಲಿಲ್ಲ.

"ಯಾಕೆ?" ಸೊಂಟದ ಮೇಲೆ ಕೈಯಿಟ್ಟು ನಿಂತ.

"ರಾಯರ ಮೊಮ್ಮಕ್ಳು ನೀವೂ, ನಿಮ್ಮತ್ರ ತಗೋಳೋದಾ!" ಹಗುರವಾಗಿ ನಕ್ಕು ನೋಟನ್ನು ಅಲ್ಲಿಟ್ಟು ಹೊರಗೆ ಬಂದ. ಬಿಸಿಲಿನ ಪ್ರಖರತೆ ಅಧಿಕವಾಗಿತ್ತು. ಪ್ಯಾಂಟ್ ಜೇಬಿನಿಂದ ಕರ್ಚಿಫ್ ಎಳೆದು ಮುಖ ಉಜ್ಜಿದ.

ಭಾಗಮ್ಮನವರು ಅವನ ಹಾದಿಯನ್ನೇ ಕಾಯುತ್ತ ಹೊರ ಬಾಗಿಲಿನಲ್ಲಿ ನಿಂತಿದ್ದರು. ಮುಖ ಕಂಡಾಗ "ಒಳ್ಳೆ ಬಿಸಿಲಿನಲ್ಲಿ ಹೋಗಿದ್ದೀಯ!" ಮೃದುವಾಗಿ ಆಕ್ಷೇಪಿಸಿ ಒಳಗೆ ಹೋದರು.

ನಕ್ಕು ಒಳಗೆ ಹೋದ.

"ಮಗು, ಕೈ ಕಾಲು ತೊಳ್ಕೋ, ಊಟ ಮಾಡೋಣ." ಅವರ ನುಡಿ ತಣ್ಣನೆಯ ನೀರಿನಲ್ಲಿ ಮೀಯಿಸಿದಂತಾಯಿತು.

ಅವರುಗಳ ಊಟ ಕೂಡ ಆಗಿರುವುದಿಲ್ಲ ಎಂದು ನೆನಪಾದಾಗ, ಕಸಿವಿಸಿಯಾಯಿತು. ಕಾಫೀ ಉಪಹಾರ ತೆಗೆದುಕೊಳ್ಳುವ ಪದ್ಧತಿಯನ್ನು ಅವರು ಇಟ್ಟಿರಲಿಲ್ಲ. ವ್ಯಾಕುಲಗೊಂಡ. ಬಟ್ಟೆ ಬದಲಾಯಿಸಿ ಬಚ್ಚಲು ಮನೆಗೆ ನಡೆದ.

ಹೊರಗೆ ಬಂದವನೇ "ನೀವುಗಳು ಊಟ ಮಾಡ್ಬಿಡಬಹುದಾಗಿತ್ತು!" ರಾಯರು ತುಟಿಯಂಚಿನಲ್ಲಿ ನೋವಿನ ನಗೆ ನಕ್ಕು "ನೀನು ಊರಿಗೋದ್ಮೇಲೆ ಯಾರಿಗಾಗಿ ಕಾಯ್ಬೇಕು?" ಸ್ವರದಲ್ಲಿ ಅಂತರಂಗದ ನೋವು ಮಿಡಿಯಿತು.

ರಾಯರ ಹೃದಯ ತಪ್ತವಾಯಿತು. ಹೇಮಂತ ಬಂದಾಗ ತುಂಬಿಕೊಂಡಿರುತ್ತಿದ್ದ ಮನೆ ಆಮೇಲೆ ಭಣ ಭಣ ಎನಿಸುತ್ತಿತ್ತು. ಗಂಡಹೆಂಡಿರಲ್ಲಿ ಒಂದು ರೀತಿಯ ಮಂಕು ಆವರಿಸಿಬಿಡುತ್ತಿತ್ತು. ಚೇತರಿಸಿಕೊಳ್ಳಲು ಹತ್ತಾರು ದಿನಗಳೇ ಬೇಕಾಗುತ್ತಿತ್ತು.

ಊಟ ಮೌನವಾಗಿ ಸಾಗಿತು. ಹಸಿದಿದ್ದ, ಪಟ್ಟಾಗಿ ಹೊಡೆದು ಮಂಚದ ಮೇಲೆ ಮಲಗಿಬಿಟ್ಟ. ಗಾಢವಾದ ನಿದ್ದೆ ಆವರಿಸಿಬಿಟ್ಟಿತ್ತು. ಎದ್ದಾಗ ಸಂಜೆಯೇ ಆಗಿತ್ತು.

ಮೈಮುರಿದು ಹೊರಗೆ ಬಂದಾಗ, ರಾಯರು ರಾಮಾಯಣದಲ್ಲಿನ ಒಂದು ಸನ್ನಿವೇಶವನ್ನು ಅರ್ಥವತ್ತಾಗಿ ವಿವರಿಸುತ್ತಿದ್ದರು. ಧರ್ಮಸೂಕ್ಷ್ಮಗಳನ್ನು ಬಿಡಿಸಿ ಹೇಳುತ್ತಿದ್ದರು. ನಿಂತು ನೋಡಿದ. ಜೀವನದ ಕೊನೆಯ ಘಟ್ಟ ತಲುಪಿದ್ದರು. ರಾಯರ ಬಗ್ಗೆ ಮಾತಾಡಬೇಕಾದರೇ ಭಾಗಮ್ಮನವರ ಸುಕ್ಕಾದ ಗಲ್ಲಗಳು ಈಗಲೂ ಕೆಂಪಾಗುತ್ತಿತ್ತು.

ಕಣ್ಣುಗಳಲ್ಲಿ ಎಂತಹ ಭಕ್ತಿಯ ಭಾವ! ಕೇಳುತ್ತಾ ಗೋಡೆಗೊರಗಿನಿಂತ.

"ಮಗು ತುಂಬ ಹೊತ್ತು ಮಲ್ಗಿಬಿಟ್ಟ, ಎಬ್ಸೂ" ರಾಯರು ವಾಸ್ತವ ಪ್ರಪಂಚಕ್ಕೆ ಮರಳಿದರು.

"ಎದ್ದಿದೀನಿ," ಅವರ ಮುಂದಿನಿಂದಲೇ ಬಚ್ಚಲಿಗೆ ಹೋದ. ಅಕ್ಕರೆಯಿಂದ ಅಜ್ಜಿ ತಂದುಕೊಟ್ಟ ಹಾಲನ್ನು ಸ್ವಲ್ಪ ಸ್ವಲ್ಪವಾಗಿ ಗುಟುಕರಿಸಿದ.

"ತಾತ, ಬೆಳಿಗ್ಗೆ ಹೊರಡ್ತೀನಿ."

"ಆಯ್ತು, ಹೋಗ್ಬಾ" ನಿಧಾನವಾಗಿ ಹೇಳಿದರು.

ಅಂದು ರಾತ್ರಿ ಬಹಳ ಹೊತ್ತಿನವರೆಗೂ ತಾತನೊಡನೇ ಕೂತು ಮಾತನಾಡಿದ. ತನಗೇ ತಿಳಿಯದ ಎಷ್ಟೋ ಪ್ರಶ್ನೆಗಳನ್ನು ಕೇಳಿ ಉತ್ತರ ಪಡೆದುಕೊಂಡ.

"ಮಲ್ಕೋ, ಹೊತ್ತಾಯ್ತು" ಮಲಗಲು ಹೋದರು.

ಹೇಮಂತ ಬಹಳ ಹೊತ್ತು ನಿದ್ರಿಸಲಿಲ್ಲ. ಹೊರಳಾಡುತ್ತಲೇ ಇದ್ದ. ಪ್ರತಿ ಸಲ ಬಂದಾಗಲೂ ಹೊರಡಬೇಕೆಂದರೇ ಮನ ಭಾರವಾಗುತ್ತಿತ್ತು.

* * * *

"ಆಟೋ ಇಳಿದು ಹೇಮಂತ ಮನೆಯೊಳಕ್ಕೆ ಬಂದಾಗ ಸಣ್ಣ ಧ್ವನಿಯಲ್ಲಿ ನಿರುಪಮಾ ಗೊಣಗಾಡುತ್ತಿದ್ದರು. ಮನ ಬೇಸರದಿಂದ ಮುದುರಿತು.

"ಸದ್ಯ ಬಂದ್ಯಾ" ಮಗನ ಕಡೆ ನೋಡಿ ಅಸಹನೆಯಿಂದ ನುಡಿದರು.

ಭಾರವಾದ ನಿಟ್ಟುಸಿರು ಬಿಟ್ಟು ತನ್ನ ಕೋಣೆಯ ಕಡೆ ನೋಡಿದ. ಬ್ಯಾಗು ಒಂದು ಕಡೆ ಎಸೆದು ಮಂಚದ ಮೇಲೆ ಕೂತು ಶೂ ಕಳಚಿ ಹಿಂದಕ್ಕೆ ಸರಿಸಿದ.

"ಕಾಫೀ ಕುಡೀತೀಯಾ?" ನಿರುಪಮಾ ಕೋಣೆಯೊಳಕ್ಕೆ ಬಂದರು.

"ಬೇಡ" ಪ್ಯಾಂಟು ಬಿಚ್ಚಿ ಲುಂಗಿ ಉಟ್ಟು "ಊಟ ಮಾಡ್ತೀನಿ, ಅಣ್ಣ ಆಫೀಸಿಗೆ ಹೋದ್ರಾ?"

"ಹೋದ್ರು, ಅವ್ರು ಮನೆಯಲ್ಲಿ ಕೂತ್ರಾಗುತ್ತಾ! ಏನೋ ಹೇಳಿದ್ರು ನಿಮ್ಮಜ್ಜಿ, ತಾತ?"

ಹೇಮಂತನ ಮುಖದ ಮೇಲೆ ಕಹಿಯ ನೆರಳಾಡಿತು. ಅವರ ಕ್ಷೇಮ ಸಮಾಚಾರದ ಬಗ್ಗೆ ಎಂದೂ ವಿಚಾರಿಸುತ್ತಿರಲಿಲ್ಲ. ಹೀಗೆ... ಬಾಯಿಗೆ ಬಂದಿದ್ದು ಆಡುವುದು.

"ಅವರೇನು ಹೇಳ್ತಾರೆ? ಅಣ್ಣನ್ನ, ನಿನ್ನ ಬರ್ರೇಳಿದ್ರು." ಟವಲು ಹೆಗಲ ಮೇಲೆ ಹಾಕ್ಕೊಂಡು ಕೋಣೆಯಿಂದ ಹೊರಗೆ ಹೋದ.

ಶ್ರೀಕಾಂತುದೇನೂ ದೊಡ್ಡ ಉದ್ಯೋಗವಲ್ಲ. ಸರಕಾರದ ಗುಮಾಸ್ತನಾಗಿದ್ದ. ಇದ್ದಿದ್ದರಲ್ಲೇ ನಿರುಪಮಾ ಬಹಳ ಅಚ್ಚುಕಟ್ಟು. ಒಂದು ಪೈಸಾ ಪೋಲಾಗಲು ಅವಕಾಶ ಕೊಡುತ್ತಿರಲಿಲ್ಲ. ಆದ್ದರಿಂದಲೇ ಗಂಡು ಮಕ್ಕಳನ್ನು ಓದಿಸುವುದು ಸಾಧ್ಯವಾಗಿತ್ತು.

"ರಶ್ಮಿ ತಟ್ಟೆ ಹಾಕು" ಸೊಸೆಗೆ ಕೂಗಿ ಹೇಳಿದರು. ಮಗನ ಬಗ್ಗೆ ಅವರಿಗೆ ಅಸಮಾಧಾನವಾಗಿತ್ತು. ಇವನು ವಸಂತನ ಹಾಗಲ್ಲ. ಸಿಡಿಮಿಡಿಗೊಂಡರು.

ಕಾಲೇಜಿಗೆ ನಾಲ್ಕು ದಿನ ರಜಾ ಬಂದರೂ ಬಿಳಿಗೆರೆಗೆ ಓಡುತ್ತಿದ್ದ. ಎಷ್ಟೋ ಸಲ ನಿರುಪಮಾ ಹೇಳಿ ಸೋತುಹೋಗಿದ್ದರು. ಹಿಂದೆ ಇವರ ಕೈ ಹಣಕ್ಕಾಗಿಯೇ ಕಾಯಬೇಕಾಗಿತ್ತು. ಕೆಲಸ ಸಿಕ್ಕ ಮೇಲೆ ಆ ತಾಪತ್ರಯ ತಪ್ಪಿಹೋಗಿತ್ತು.

ತಟ್ಟೆಯ ಮುಂದೆ ಕೂತವನು "ರಶ್ಮಿ, ನನ್ನ ಬ್ಯಾಗಿನಲ್ಲಿ ಉಪ್ಪಿನಕಾಯಿ ಬಾಟ್ಲು ಇದೆ ನೋಡಿ." ಹುಳಿ ಪಾತ್ರೆಯನ್ನು ಅಲ್ಲೇ ಇಟ್ಟು ರಶ್ಮಿ ಕೋಣೆಗೆ ಹೋದಳು.

ನಿರುಪಮಾನೇ ಹುಳಿ ಬಡಿಸಿ "ಖಾರನೇನೋ ನೋಡು, ಬೇಕಾದ್ರೆ ಇನ್ನಷ್ಟು ತುಪ್ಪ ಹಾಕ್ತೀನಿ" ಪಾತ್ರೆ ಹಿಡಿದೇ ನಿಂತರು.

ಕಲಸಿ ಒಂದು ತುತ್ತು ಬಾಯಲ್ಲಿಟ್ಟು "ಖಾರವೇನೂ ಇಲ್ಲ" ಎಂದು ಊಟ ಮಾಡತೊಡಗಿದ.

ಮಗನ ಊಟ ಮುಗಿಯುವ ವೇಳೆಗೆ ನಾಲ್ಕಾರು ಪ್ರಶ್ನೆಗಳನ್ನು ಕೇಳಿ ತಿಳಿದರು. ಅತ್ತೆ ಮಾವನನ್ನು ತಂದು ತಮ್ಮ ಬಳಿಯಲ್ಲಿ ಇರಿಸಿಕೊಳ್ಳಬೇಕೆಂದು ಎಂದೂ ಅಂದುಕೊಂಡಿರಲಿಲ್ಲ. ಅವರ ಜೀವನ ನಿರ್ವಹಣೆಯ ಬಗ್ಗೆ ಆತಂಕ ಪಡಬೇಕಾದ್ದುದೇನೂ ಇಲ್ಲ.

"ಮೆಣಸಿನಪುಡಿ ಮಾಡಿಕೊಡಲಿಲ್ವಾ?"

ತಲೆ ಎತ್ತಿ ತಾಯಿಯ ಕಡೆ ನೋಡಿ "ಇಲ್ಲ, ಈಗ ಭಟ್ಟ ಅಲ್ಲಿಲ್ಲ. ಅವ್ನ ಮದ್ವೆಯಾಗಿದೆ. ಬೇರೆ ಕಡೆ ವಾಸ ಇದ್ದಾನೆ" ಎದ್ದು ಹೋದ.

ಈಗಲೂ ಕೂಡ ಹಪ್ಪಳ, ಉಪ್ಪಿನಕಾಯಿ, ಮೆಣಸಿನಪುಡಿ ಅಲ್ಲಿಂದಲೇ ಬರಬೇಕು.

"ಹಾಳಾದೋನು!" ರೇಗಿಕೊಂಡರು.

ಅವರಿಗೆ ಯೋಚನೆಗಿಟ್ಟುಕೊಂಡಿತು. ಈ ತುಟ್ಟಿ ಕಾಲದಲ್ಲಿ ಕೊಂಡು ಅವೆಲ್ಲ ಮಾಡಿಕೊಳ್ಳುವುದೇಗೆ? ಅವನಿಗೇನು ಮದುವೆಗೆ ಅವಸರವಾಗಿತ್ತು?

ಅತ್ತೆ ಸೊಸೆ ಬಹಳ ಹೊತ್ತು ಅಡಿಗೆಯ ಮನೆಯಲ್ಲಿ ಪಿಸುಧ್ವನಿಯಲ್ಲಿ ಮಾತಾಡಿಕೊಳ್ಳುತ್ತಿದ್ದರು.

ಕೋಣೆಗೋಗಿ ಒಂದು ಪುಸ್ತಕ ಹಿಡಿದು ಕೂತ. ಅದರಲ್ಲಿ ಪೂರ್ಣವಾಗಿ ಮಗ್ನವಾಗಿಬಿಟ್ಟ. ವಸಂತ್ ಧ್ವನಿ ಬಹಳ ಹೊತ್ತಿನ ಮೇಲೆ ಅವನನ್ನು ಎಚ್ಚರಿಸಿತು.

"ನೀನು ಬರದಿದ್ರೆ ನಾನೇ ಬರ್ತಾ ಇದ್ದೆ" ಹುಬ್ಬುಗಳು ಮೇಲೇರಿದವು. ಪ್ರಶ್ನಾರ್ಥಕವಾಗಿ ನೋಡಿದ.

"ಅಮ್ಮನಿಗೆ ನಿನ್ನ ಮದ್ವೆ ಮಾಡಿ ಮುಗಿಸುವ ಆತುರ."

ವಸಂತನ ಮಾತುಗಳಿಂದ ಅವನಲ್ಲಿ ಉತ್ಸಾಹ ಮೂಡಲಿಲ್ಲ. ಇವನಿಗೆ ಕೆಲಸ ಸಿಕ್ಕಿದಾಗಿನಿಂದ ಮದುವೆಯ ಮಾತುಕತೆಗಳು ನಡೆಯುತ್ತಿತ್ತು. ಇನ್ನೂ ಒಂದೆರಡು ವರ್ಷ ಮದ್ವೆ ಬೇಡವೆನ್ನುವುದು ಅವನ ಅಭಿಪ್ರಾಯ. ಇದುವರೆಗೂ ಯಾರೂ ಬಲವಂತಪಡಿಸಿರಲಿಲ್ಲ. ಯಾವ ಮಾತುಕತೆಗಳೂ ಇರಲಿಲ್ಲ. ಮನೆಯವರಿಗೆ ಅವನನ್ನು ಬಲವಂತಪಡಿಸುವ ಅವಕಾಶ ಸಿಕ್ಕಿರಲಿಲ್ಲವೇನೋ.

"ನೀನು ತುಂಬ ಲಕ್ಕಿ, ಒಳ್ಳೆ ಛಾನ್ಸ್.... ಬಿಡ್ಬೇಡ" ಷರಟಿನ ತೋಳನ್ನು ಮಡಚುತ್ತ ವಸಂತ ಹೊರಗೆ ಹೋದ.

ಅವನ ಮಾತುಗಳ ಬಗ್ಗೆ ತಲೆ ಕೆಡಿಸಿಕೊಳ್ಳಲು ಹೋಗಲಿಲ್ಲ. ವಸಂತನ ಮದುವೆಯ ಬಗ್ಗೆ ಅವನಿಗೆ ಬೇಸರ. ತಾಯಿ ಮಗ ಎಷ್ಟೋ ಹುಡುಗಿಯರನ್ನು ನೋಡಿದ್ದರೂ–ಒಂದೂ ಒಪ್ಪಿಗೆಯಾಗಲಿಲ್ಲ. ಬರುವ ಹೆಣ್ಣು ದೊಡ್ಡ ಮೊತ್ತದ ವರದಕ್ಷಿಣೆಯ ಗಂಟನ್ನು ಹೊತ್ತು ತರಬೇಕಾಗಿತ್ತು. ಸಾಮಾನ್ಯ ಮನೆತನದವರಿಗೆ ಇವರುಗಳು ಕೇಳುವಷ್ಟು ವರದಕ್ಷಿಣೆ ಕೊಡಲು ಚೈತನ್ಯವಿಲ್ಲ.

ಕಡೆಗೆ ರಶ್ಮಿಯನ್ನು ತಂದರು. ಮಧ್ಯಮ ದರ್ಜೆ ಕುಟುಂಬದ ಹೆಣ್ಣು. ಗಂಡಿಗೆ ಕೊಡೋದು ಬಿಟ್ಟು ಹತ್ತು ಸಾವಿರ ಮೊತ್ತವನ್ನು ನಗದಾಗಿ ಕೊಟ್ಟು ಎಲ್ಲಾ ಖರ್ಚಿಟ್ಟು ಮದುವೆ ಮಾಡಿಕೊಟ್ಟಿದ್ದರು. ಆದರೂ ಸಮಾಧಾನವಿಲ್ಲ. ಆಗಾಗ ಮಾತಿನ ರೂಪದಲ್ಲಿ ಅಸಹನೆ ಸಿಡಿಯುತ್ತಲೇ ಇತ್ತು.

"ಹೇಮಂತ್..." ರಶ್ಮಿ ಬಂದು ಇಣಕಿದಾಗ ಸರಿಯಾಗಿ ಕೂತು "ಬನ್ನಿ...." ಎಂದ.

ಅತ್ತು ಕೆನ್ನೆಗಳೆಲ್ಲ ಕೆಂಪಾಗಿತ್ತು.

"ಏನಾಗ್ಬೇಕಿತ್ತು?" ಉಗುಳು ನುಂಗಿದಳು, ಅತ್ತಿತ್ತ ನೋಡಿದಳು.

ತಟ್ಟನೇ ಎದ್ದು "ಯಾಕೆ? ವಸಂತ್ ಏನಾದ್ರೂ ನಿಮ್ಮ ತವರು ಮನೆಯವ್ರ ಬಗ್ಗೆ ಮಾತಾಡಿದ್ನಾ?"

ಅವಳು ಉಸುರುವ ಮುನ್ನವೇ ವಸಂತ್ ಕೂಗಿಕೊಂಡ. ಅಸಹಾಯಕಳಂತೆ ಓಡಿದಳು.

ಆಮೇಲೆ ಅವನ ಗಮನ ಪುಸ್ತಕದ ಮೇಲೆ ನಿಲ್ಲಲಿಲ್ಲ. ಎತ್ತಿಟ್ಟು ಹೊರಗೆ ಬಂದ. ವಸಂತ ಜೋರಾದ ಧ್ವನಿಯಲ್ಲೇ ರಶ್ಮಿಯನ್ನು ಗದರುತ್ತಿದ್ದ. ಅದೇನು ಆಶ್ಚರ್ಯದ ಸಂಗತಿಯಲ್ಲ, ಆದರೆ ರಶ್ಮಿ ಬಂದು ಹೋಗಿದ್ದರಿಂದ ಅದಕ್ಕೆ ವಿಶೇಷ ಮಹತ್ವ ಬಂದಿತ್ತು.

"ಏನಮ್ಮ ವಿಶೇಷ?" ಒಗೆದ ಬಟ್ಟೆಗಳನ್ನು ಜೋಡಿಸಿಡುತ್ತಿದ್ದ ನಿರುಪಮ ಮಗನ ಕಡೆ ನೋಡದೆಯೇ "ನಂಗೇನು ಗೊತ್ತಪ್ಪ! ಏನೋ ನಡ್ದಿದ್ದಾರೆ" ತಾಯಿಯ ಮಾತಿನಲ್ಲಿ ಸುಳ್ಳಿದೆಯೆನಿಸಿತು.

ತಾಯಿ ಮಕ್ಕಳಲ್ಲಿ ಅಭಿಪ್ರಾಯ ಭೇದವಿರಲಿಲ್ಲ. ಗಂಡನಿಂದ ದಂಡಿಸಿ ಕೊಳ್ಳಬೇಕಾದಂಥ ಹೆಣ್ಣಲ್ಲ ರಶ್ಮಿ. ಸುಗುಣೆ, ಅಣ್ಣ ತಂಗಿಯರ ಮಧ್ಯೆ ಬೆಳೆದವಳು. ಧಾರಾಳ ಹೃದಯ, ಮೆದು ಮನಸ್ಸು.

"ನಾಳೆಯೊಂದು ದಿನ ಕಾಲೇಜಿಗೆ ರಜ ಹಾಕು. ಹೆಣ್ಣು ತೋರ್‍ನೋಕೆ ಕರ್ಕೊಂಡ್ಬರ್ತಾರೆ." ತಕ್ಷಣ ಹೇಳಿಬಿಟ್ಟರು.

"ಸದ್ಯಕ್ಕೆ ಮದ್ವೆ ವಿಚಾರ ಬೇಡ."

ವರಾಂಡ ದಾಟಿ ಕಾಂಪೌಂಡ್‌ಗೆ ಇಳಿದ. ಅಷ್ಟೇನೂ ದೊಡ್ಡ ಕಾಂಪೌಂಡ್ ಅಲ್ಲ. ಆದರೂ ನಿರುಪಮಾ ಅಚ್ಚುಕಟ್ಟಾಗಿಟ್ಟುಕೊಂಡಿದ್ದರು. ಬಿಸಿಲು ತಗ್ಗಿತ್ತು. ತಂಪಾದ ವಾತಾವರಣವಿತ್ತು. ಹಾಯೆನಿಸಿತು. ಹಿಂದಕ್ಕೆ ಕೈ ಕಟ್ಟಿ ಅಡ್ಡಾಡತೊಡಗಿದ.

"ಯಾವಾಗ್ಬಂದೆ?" ಶ್ರೀಕಾಂತ್ ಒಳಗೆ ಬಂದರು.

"ಮೂರು ನಾಲ್ಕು ಗಂಟೆ ಕಳೆದಿರಬಹುದು" ತಂದೆಯ ಮುಖ ನೋಡಿದ. ಒಂದು ರೀತಿಯ ನಿರ್ಜೀವತೆ ಇಣುಕುತ್ತಿತ್ತು. ತಾತನ ಮುಖದಲ್ಲಿನ ಸಾತ್ವಿಕ ಕಳೆ ಇವರ ಮುಖದ ಮೇಲಿರಲು ಸಾಧ್ಯವಿಲ್ಲ.

"ಹೇಗಿದ್ದಾರೆ?"

"ಚೆನ್ನಾಗಿದ್ದಾರೆ" ಚುಟುಕಾಗಿ ಉತ್ತರಿಸಿದ.

ಎಷ್ಟೋ ಸಲ ತಾಯಿ ತಂದೆಯರ ಬಗ್ಗೆ ಯೋಚಿಸುತ್ತಿದ್ದ. ತೃಪ್ತ ಜೀವನ ಅವರದಲ್ಲ. ತಮಗಿಂತ ಮೇಲಿನವರನ್ನು ನೋಡಿ ಕರುಬುವುದೇ ಅವರ ಕೆಲಸ.

"ವಸಂತನ್ನ ಕಳ್ಸಿಕೊಡ್ಬೇಕೂಂತ ಇದ್ದೆ. ನೀನೇ ಬಂದೆ" ವಸಂತ ಆಡಿದ ಮಾತುಗಳನ್ನೇ ಇವರೂ ಒತ್ತಿ ಆಡಿದರು.

'ನಾಳೆ ಕಾಲೇಜು ಇತ್ತಲ್ಲಾ, ಅದಕ್ಕೋಸ್ಕರ ಇಂದು ಬಂದೆ' ಎಂದು ಹೇಳುವಂತಿತ್ತು.

ಒಳಗಡೆ ಹೋದರು. ವಸಂತ್ ರೇಗಾಟ ಇನ್ನೂ ನಿಂತಿರಲಿಲ್ಲ. ದುರಾಸೆಯ ಮನುಷ್ಯ. ತಾಯಿಯ ಸಂಪೂರ್ಣ ಸ್ವಭಾವವನ್ನೇ ಮೈಗೂಡಿಸಿಕೊಂಡು ಬೆಳೆದಿದ್ದ.

"ಯಾಕಂತೆ, ಇವ್ನ ರೇಗಾಟ?" ಚಪ್ಪಲಿ ಮೂಲೆಯಲ್ಲಿ ಬಿಟ್ಟು ನಡುಮನೆಯೊಳಕ್ಕೆ ನಡೆದರು.

"ನಮಗ್ಯಾಕೆ ಬಿಡಿ, ಗಂಡ ಹೆಂಡ್ತಿ ಸುದ್ದಿ!" ಮಡಚಿದ ಬಟ್ಟೆಗಳನ್ನು ಒಳಗಿಡಲು ಒಯ್ದರು.

ತಾಯಿ ಕರೆದಾಗ ಒಳಗೇ ಬಂದ. ಶ್ರೀಕಾಂತ್ ಕಾಫೀ ಕುಡಿಯುತ್ತಿದ್ದರು. ವಸಂತ್ ಕೂತು ಗೊಣಗುಟ್ಟುತ್ತಿದ್ದ.

"ತಗೋ ಕಾಫೀ."

ತಾಯಿ ಕೊಟ್ಟ ಕಾಫೀ ಲೋಟ ಕೈಗೆ ತೆಗೆದುಕೊಂಡ. ವಾರೆಗಣ್ಣಿಂದ ವಸಂತನ ಕಡೆ ನೋಡಿದ. ಸಿಟ್ಟಿನಿಂದ ಅವನ ಮುಖ ಉರಿಯುತ್ತಿತ್ತು.

"ಏನೋ ಅದು?" ಕುಡಿದು ಮುಗಿಸಿದ ಲೋಟ ಕೆಳಗಿಡುತ್ತ ಕೇಳಿದರು.

ತಂದೆಯಿಂದ ಯಾವ ಆಕ್ಷೇಪಣೆಯೂ ಬರದೆಂದು ಅವನಿಗೆ ಗೊತ್ತು. ಆದರೆ ಹೇಮಂತ್ ಇಂಥದನ್ನು ವಿರೋಧಿಸುತ್ತಿದ್ದ. ಅಸಹ್ಯಿಸಿಕೊಳ್ಳುತ್ತಿದ್ದ.

'ಒಂದು ಕುಕ್ಕರ್ ಕೊಳ್ಳಲಾರದಷ್ಟು ಬಡತನವೇ ನಮಗೇ!' ಹೇಮಂತನ ಮುಖದ ಮೇಲೆ ಜಿಗುಪ್ಸೆ ಮೂಡಿತು. ವಸಂತನ ಕೂಗಾಟ ಅವನ ಕಿವಿಯ ಮೇಲೆ ಬಿದ್ದಿತ್ತು.

"ಅದರಲ್ಲಿ, ಅವರು ಕೊಡೋದು ಕೊಡ್ಲಿ. ಯಾರಿಗಾಗಿ ಕೊಡ್ತಾರೆ! ಅವರ ಮಗ್ಳು ಸುಖವಾಗಿರ್ಬೇಕಾದ್ರೆ ಕೊಡ್ಲೇಬೇಕು!!" ವಸಂತನ ಮುಖ ಮತ್ತಷ್ಟು ಕೆಂಪಾಯಿತು.

"ನಾಚಿಗ್ಗೇಡಿನ ವಿಷ್ಯ. ಒಂದು ಕುಕರ್‌ಗೋಸ್ಕರ ಅವರನ್ನು ಅಷ್ಟೊಂದು ಗೋಳಾಡಿಸೋದಾ! ಛಿ... ಛಿ... ಕಟುಕತನ!" ಮುಖ ತಿರುಗಿಸಿಕೊಂಡು ಹೇಮಂತ್ ಎದ್ದು ಹೋದ.

ಮದುವೆಯಾದಾಗಿನಿಂದ ರಶ್ಮಿಯನ್ನು ಒಂದಲ್ಲ ಒಂದು ರೀತಿಯಲ್ಲಿ ಹಿಂಸೆಗೊಳಪಡಿಸುತ್ತಿದ್ದರು. ಪ್ರತಿಬಾರಿ ತವರುಮನೆಗೆ ಹೋದಾಗಲೆಲ್ಲ ಇಂಥದ್ದೇ ತರಬೇಕೆಂದು ಒತ್ತಾಯಿಸುತ್ತಿದ್ದರು. ಹೇಗೆ ತರಬೇಕು? ಎಲ್ಲಿಂದ ತರಬೇಕು? ಅವರಿಗೆ ಇವಳೊಬ್ಬಳೇ ಮಗಳಲ್ಲ.

"ನೀನು ತುಂಬ ಆತ್ರ ಮಾಡ್ಬಿಟ್ಟೆ! ಇನ್ನೂ ಅನುಕೂಲವಾದ ಸಂಬಂಧ ಸಿಗ್ತಾ ಇತ್ತು! ನನ್ನ ಸ್ನೇಹಿತನ ಮಾವನೋರು ನಾಲ್ಕು ಸಂಸಾರಕ್ಕೆ ಆಗೋಷ್ಟು ಸ್ಟೀಲ್ ಪಾತ್ರೆ ಕೊಟ್ಟಿದ್ದಾರೆ. ಈಗ್ಲೂ ನಾವು ಬುದ್ಧಿವಂತರಾಗದಿದ್ರೆ-ದೇವರೇ ಗತಿ!" ತನಗೆ ದೊಡ್ಡ ಅನ್ಯಾಯ ನಡೆದುಹೋಗಿದೆಯೆನ್ನುವಂತೆ ತಾಯಿಯನ್ನು ಆಕ್ಷೇಪಿಸಿದ.

"ನಂಗೇನು ಗೊತ್ತಪ್ಪ! ಇಂಥ ಜಿಪುಣರು ಅಂದ್ಕೊಂಡಿರಲಿಲ್ಲ!!" ನಿರುಪಮ ಕಾಫೀ ಲೋಟಗಳನ್ನು ಕೂಡಿಸಿಕೊಂಡು ಒಳಗೆದ್ದು ಹೋದರು.

ಅಪ್ಪ, ಮಗ ಬಹಳ ಹೊತ್ತಿನವರೆಗೂ ಮೆಲುಧ್ವನಿಯಲ್ಲಿ ಮಾತಾಡುತ್ತಿದ್ದರು. ಹೇಮಂತನಿಗೆ ಹೆಣ್ಣು ಕೊಡಲು ದೊಡ್ಡ ಶ್ರೀಮಂತರು ಬಂದಿದ್ದರು. ಮಗಳಿಗಾಗಿ ಸ್ವಂತ ಮನೆ, ಕಾರು ಕೊಡಲು ಸಿದ್ಧರಿದ್ದರು. ಆದರೆ ಇವನನ್ನು ಒಪ್ಪಿಸುವುದು ಹೇಗೆಂಬುದೇ ಅವರಿಗೆ ಸಮಸ್ಯೆ.

"ಹುಡ್ಗಿ, ಹೇಮಂತನ ಶಿಷ್ಯೆನಂತೆ. ಅವ್ಳು ಮೆಚ್ಚಿಕೊಂಡಿದ್ದರಿಂದ ಅವರುಗಳು ಹುಡುಕೊಂಡು ಬಂದಿದ್ದು. ಇಲ್ಲದಿದ್ರೆ ಅಂಥವರು ನಮ್ಮಂಥವರ ಮನೆ ಬಾಗ್ಲಿಗೆ ಬರೋಕೆ ಸಾಧ್ಯವೇ ಇಲ್ಲ." ತನಗೆ ಇಂಥ ಸಂಬಂಧ ಸಿಗದೇ ಹೋಯಿತಲ್ಲ ಅನ್ನೋ ಅಸೂಯೆ ಮೂಡದೇ ಹೋಗಲಿಲ್ಲ.

"ಸದ್ಯಕ್ಕೆ ಮದ್ವೆನೇ ಬೇಡಾಂತಾನೇ." ನಿಸ್ಸಹಾಯಕರಂತೆ ಹೇಳಿದರು ಶ್ರೀಕಾಂತ್.

ನಿರುಪಮ ಕೂಡ ಬಂದು ಕೂತರು. ಮೂವರೂ ಬಹಳ ಹೊತ್ತು ಮಾತಾಡಿದರು.

* * * *

ಹೇಮಂತ್ ಒಳ್ಳೆ ಪ್ರತಿಭಾಶಾಲಿ. ಇಡೀ ಕಾಲೇಜಿನ ವಿದ್ಯಾರ್ಥಿಗಳು ಅವನ ಪಾಠವೆಂದರೆ ಹುಚ್ಚಾಗುತ್ತಿದ್ದರು–ಎಷ್ಟೋ ಹುಡುಗಿಯರು ಅವನೆಡೆಗೆ ಆಕರ್ಷಿತ ರಾಗಿದ್ದರು. ಅದರ ಬಗ್ಗೆ ಅವನಿಗೆ ಗಮನವೇ ಇಲ್ಲ.

ಆ ದಿನ ಮೊದಲನೆ ಪಿರಿಯಡ್ ಇಂಗ್ಲೀಷ್ ಕವಿತೆಯದು. ಹೇಮಂತ್ ಭಾವಪೂರ್ವವಾಗಿ ವರ್ಣಿಸುತ್ತಿದ್ದ. ಇಡೀ ತರಗತಿಯೇ ಮೌನವಾಗಿತ್ತು. ಎಲ್ಲರೂ ಅವನತ್ತಲೇ ನೋಡುತ್ತಿದ್ದರು. ಎತ್ತರಕ್ಕೆ ಅನುಗುಣವಾಗಿ ದೃಢವಾದ ಶರೀರ, ಎಂತಹವರಾದರೂ ಒಂದು ಕ್ಷಣ ನಿಂತು ನೋಡಬೇಕೆನಿಸುವ ಸುಂದರ ವ್ಯಕ್ತಿತ್ವ. ಇಡೀ ವಿದ್ಯಾರ್ಥಿ ವೃಂದದ ನೋಟ ಅವನಲ್ಲಿ ನೆಟ್ಟಿತ್ತು. ಎಲ್ಲ ವಿದ್ಯಾರ್ಥಿಗಳ ಕಡೆ ದೃಷ್ಟಿ ಬೀರುವಂತೆ ಎರಡನೇ ಬೆಂಚಿನಲ್ಲಿ ಕೂತಿದ್ದ ರೇಖಾಳ ಕಡೆ ದೃಷ್ಟಿ ಬೀರಿದಾಗ ತಟ್ಟನೇ ಎಚ್ಚೆತ್ತ. ಅವಳ ನೋಟದಲ್ಲಿ ಅನುರಾಗದ ಮಳೆಯೇ ಸುರಿಯುತ್ತಿತ್ತು. ನೋಟವನ್ನು ಪಕ್ಕಕ್ಕೆ ಹೊರಳಿಸಿದ.

'ಅವ್ಳು ಹೇಮಂತನ ಶಿಷ್ಯೆನಂತೆ!' ಕಿವಿಯಲ್ಲಿ ವಸಂತನ ಮೆಲುಮಾತು ಮಾರ್ದನಿಯಿತು. ಪಾಠದಲ್ಲಿ ಮಗ್ನನಾದ.

ವಿರಾಮದಲ್ಲಿ ಮನೆಗೆ ಬಂದಾಗ, ವರಾಂಡದ ಮೂಲೆಯಲ್ಲಿ ಒಂದು ಕವರ್ ಬಿದ್ದಿತ್ತು. ಪೋಸ್ಟ್‌ಮ್ಯಾನ್ ಬಾಗಿಲ ಸಂದಿಯಲ್ಲಿ ಹಾಕಿರಬಹುದು. ಗಾಳಿಗೆ ಅತ್ತ ಹಾರಿತ್ತು. ಯಾರ ಕಣ್ಣುಗಳಿಗೂ ಬಿದ್ದಿರಲಿಲ್ಲ.

ಕೈಗೆತ್ತಿಕೊಂಡು ನೋಡಿದ. ತಾತನ ಕೈ ಬರಹ. ನಿಂತೇ ಬಿಡಿಸಿದ. ಕಡೆಯಲ್ಲಿ 'ಅವ್ವು ಬಚ್ಚಲಲ್ಲಿ ಜಾರಿಬಿದ್ದಳು. ದೊಡ್ಡ ಪೆಟ್ಟೇನೂ ಆಗಿಲ್ಲ. ನಿಂಗೆ ವಿರಾಮವಿದ್ದರೆ ಒಂದು ದಿನದ ಮಟ್ಟಿಗೆ ಬಂದು ನೋಡ್ಕೊಂಡು ಹೋಗು' ಅವನೆದೆ ಹಾರಿತು.

"ಅಮ್ಮ, ಅಮ್ಮ." ಒಂದೇ ಉಸುರಿನಲ್ಲಿ ಕೂಗಿದ.

ಯಾವ ವಿಷಯಕ್ಕೂ ಧಾವಂತಪಟ್ಟುಕೊಂಡು ಕೂಗದ ಮಗ ಕೂಗಿದ್ದು ಕೇಳಿ ಆತಂಕಗೊಂಡರು. ಮಲಗಿದ್ದವರು ಒಂದೇ ಉಸುರಿಗೆ ಎದ್ದು ಹೊರಗೆ ಬಂದರು.

"ಏನೋ...?" ಸ್ವರ ಮೃದುವಾಗಿ ಕಂಪಿಸುತ್ತಿತ್ತು.

"ಅಜ್ಜಿ, ಬಚ್ಚಲಿನಲ್ಲಿ ಜಾರಿಬಿದ್ರಂತೆ." ಅವನ ಮುಖ ಕಪ್ಪಿಟ್ಟಿತ್ತು. ನಿರುಪಮ ಸಮಾಧಾನದ ಉಸಿರು ಬಿಟ್ಟರು. ಅದೇನು ಅವರಿಗೆ ಆತಂಕದ ಸುದ್ದಿಯಾಗಲಿಲ್ಲ. ಅತ್ತೆಯ ಬಗ್ಗೆ ಎಂದೂ ವಿಶ್ವಾಸ ಬೆಳೆಸಿಕೊಂಡಿರಲಿಲ್ಲ. ಅಲ್ಲಿಗೆ ಅಪರೂಪಕ್ಕೆ ಹೋದರೇ ಏನಾದರೂ ತರುವುದರಲ್ಲಿರುತ್ತದೆಯೇ ವಿನಹ ಅವರ ಗಮನ, ಅತ್ತೆ ಮಾವಂದಿರ ಕಡೆ ಇರುತ್ತಿರಲಿಲ್ಲ.

"ವಯಸ್ಸಾಯ್ತು, ಕಾಲು ಜಾರಿ ಬೀಳೋದು ಒಂದು ದೊಡ್ಡ ವಿಷ್ಯವಲ್ಲ! ಅದ್ನ ಬರೆಯಬೇಕಾದ ಅವಶ್ಯಕತೆ ಇತ್ತಾ?"

ತಾಯಿಯ ಕಡೆ ನೋಡಿದ. ಸಂಕಟವಾಯಿತು.

"ನೀನು ಹೊರಡೋದಿಲ್ವಾ! ಅಣ್ಣಂಗೆ ಫೋನ್ ಮಾಡಿ ಬರ್ತೀನಿ" ಬಟ್ಟೆ ಕಳಚದೇ ಹಾಗೆಯೇ ಓಡಿದ.

ನಿರುಪಮಾ ಎಷ್ಟೋ ಬಾರಿ ಯೋಚಿಸುತ್ತಿದ್ದರು. ಯಾರಿಗೂ ಇಲ್ಲದ ಅಕ್ಕರೆ ಇವನಿಗ್ಯಾಕೆ? ವಸಂತ್ ಆ ಕಡೆ ತಲೆಹಾಕಿದ ಮಲಗೋಲ್ಲ. ಶ್ರೀಕಾಂತ್‌ಗೆ ಹೆಂಡತಿ ಹೇಳಿದ ಮೇಲೆ ಮುಗಿದುಹೋಯಿತು.

ಅರ್ಧ ಗಂಟೆಯ ಮೇಲೆ ಆಟೋದಲ್ಲೇ ಬಂದ. ಒಳಗೆ ಬಂದವನೆ ಹ್ಯಾಂಗರ್‌ನಲ್ಲಿದ್ದ ಎರಡು ಜೊತೆ ಬಟ್ಟೆ ಬ್ಯಾಗ್‌ಗೆ ತುರುಕಿಕೊಂಡು "ಅಣ್ಣ, ನಾಳೆ ಬರ್ತೀನಿಂದ್ರು" ಹೊರಟೇಬಿಟ್ಟ.

ಆಟೋ ಹೊರಟ ಮೇಲೆಯೇ ಕಲ್ಲಾಗಿ ನಿಂತ ನಿರುಪಮರಲ್ಲಿ ಚಲನೆ ಬಂದಿದ್ದು.

"ಈ ಹಾಳಾದ ಹುಡ್ಗನಿಗೆ ಸ್ವಲ್ಪ ಕೂಡ ವಿವೇಕವಿಲ್ಲ! ಮೂರ್ಹೊತ್ತೂ ಅವರನ್ನ ಕಂಡ್ರೆ ಸಾಯ್ತಾನೆ!!" ಸ್ವಲ್ಪ ಜೋರಾಗಿಯೇ ಗೊಣಗಿಕೊಂಡರು.

ಕೋಣೆಯಲ್ಲಿದ್ದ ರಶ್ಮಿ ಕೇಳಿದರೂ ಕೇಳದಂತಿದ್ದಳು. ಹೇಮಂತನನ್ನು ಕಂಡರೆ ಅವಳಿಗೆ ಒಂದು ವಿಧವಾದ ಅಭಿಮಾನ; ಪ್ರತ್ಯೇಕವಾದ ಗೌರವವಾದರಗಳನ್ನು ಬೆಳೆಸಿಕೊಂಡಿದ್ದಳು.

ಇವನು ಬಿಳಿಗೆರೆ ತಲುಪುವ ವೇಳೆಗೆ ರಾತ್ರಿಯೇ ಆಗಿತ್ತು. ನಡುಮನೆಯಲ್ಲಿ ಕುಳಿತಿದ್ದ ರಾಯರು ಯಾವುದೋ ಗ್ರಂಥ ಓದುವುದರಲ್ಲಿ ಮಗ್ನರಾಗಿದ್ದರು, ಇವನು ಬಂದಾಗ.

"ತಾತ, ಅಜ್ಜಿ ಹೇಗಿದ್ದಾರೆ?" ಕೈಯಲ್ಲಿದ್ದ ಬ್ಯಾಗನ್ನು ಮಂಚದ ಮೇಲಿಟ್ಟ.

"ಗಾಬ್ರಿ ಮಾಡಿಕೊಂಡ್ಯಾ! ಅಂಥ ಪೆಟ್ಟೇನೂ ಇಲ್ಲ!" ಮೇಲಕ್ಕೆದ್ದರು. ಅವರನ್ನ ಅವರೇ ವಿಮರ್ಶಿಸಿಕೊಂಡರು. ನಾನು ಗಾಬರಿಯಾಗುವಂತೆ ಪತ್ರ ಬರೆದಿದ್ದನೇ? ಅದರ ಅಗತ್ಯ ಇತ್ತಾ?

ಭಾಗಮ್ಮನವರ ಕಾಲು ಮಂಡಿಯವರೆಗೂ ಊದಿಕೊಂಡಿತ್ತು. ನಡೆಯಲು ಸಾಧ್ಯವೇ ಇರಲಿಲ್ಲ. ರಾಯರ ಸಹಾಯದಿಂದ ಬಹಳ ಪ್ರಯಾಸವಾಗಿ ಬಚ್ಚಲವರೆಗೂ ಹೋಗಿ ಬರುತ್ತಿದ್ದರು.

"ತುಂಬ ನೋವಿದ್ಯಾ ಅಜ್ಜಿ?" ಊದಿದ ಕಾಲಿನ ಭಾಗವನ್ನು ನೋಡುತ್ತ ಕೇಳಿದ.

"ಅಂಥ ನೋವೇನೂ ಇಲ್ಲ. ಎಲ್ಲೋ ಸ್ವಲ್ಪ ನೋವಿದೆ" ನರಳಿದಂತೆ ಗೋಡೆ ಗೊರಗಿದರು.

ಹೇಮಂತನಿಗೆ ಭಯವಾಯಿತು. ಕಾಲಿನ ಮೂಳೆ ಮುರಿದಿರಬಹುದೆಂಬ ಸಂದೇಹ.

"ತಾತ, ಕಾರು ಮಾಡ್ತೀನಿ, ಬೆಳಿಗ್ಗೆ ಹೊರಟುಬಿಡೋಣ." ರಾಯರ ಮುಖ ಗಂಭೀರವಾಯಿತು. ಇಲ್ಲೇ ಹುಟ್ಟಿ ಬೆಳೆದಿದ್ದರೂ ಈ ಪರಿಸರದಿಂದ ಹೊರಹೋಗಲು ಅವರಿಗಿಷ್ಟವಿಲ್ಲ. ಸೊಸೆಯ ಗಡುಸು ಮುಖ ನೆನಪಿಗೆ ಬಂತು. ಅಲ್ಲಿ ಹೋಗಿ ನಿಲ್ಲುವುದರಿಂದ ಆ ಮನೆಯ ಪೂರ್ಣ ನೆಮ್ಮದಿ ಕದಡಿಹೋಗುತ್ತೆ.

"ಅದರ ಅಗತ್ಯ ಕಾಣೋಲ್ಲ, ಕಾಲು ಹೊರಳಿದೆ ಅಂದ್ರು, ಎರಡು ದಿನದಲ್ಲಿ ಕಡಿಮೆಯಾಗಬಹ್ದು."

ಮಲಗಿದಲ್ಲೇ ಭಾಗಮ್ಮ "ಮೊದ್ಲು ಮಗೂಗೆ ಬಡ್ಸಿ, ಮಧ್ಯಾಹ್ನ ಊಟ ಮಾಡಿದ್ನೋ ಇಲ್ಲವೋ?" ಎಂದರು.

ಆಗ ಹೇಮಂತನಿಗೆ ತನ್ನ ಹೊಟ್ಟೆಯ ಸಂಗತಿ ಜ್ಞಾಪಕ ಬಂತು. ಊಟ ಮಾಡಿರಲಿಲ್ಲ. ಹಸಿವು ಮುಚ್ಚಿಹೋಗಿತ್ತು.

ರಾಯರೇ ಅಡಿಗೆ ಮಾಡಿದ್ದರು. ಬರೀ ಸಾರು, ಅನ್ನ. ಹಸಿದ ಹೊಟ್ಟೆಗೆ ಅಮೃತದಂತಿತ್ತು. ಹತ್ತಿರ ಕೂತು ಪ್ರೀತಿಯಿಂದ ಬಡಿಸಿದರು.

ರಾತ್ರಿ ಭಾಗಮ್ಮನವರ ಬಳಿ ಕೂತು ಬಹಳ ಹೊತ್ತು ಮಾತಾಡಿದ.

ಬೆಳಿಗ್ಗೆ ಹೇಮಂತನಿಗೆ ಎಚ್ಚರವಾದಾಗ ಕಿಣಿಕಿಣಿ ಬಳೆಗಳ ಸದ್ದು ಕೇಳಿಸಿತು. ತಟ್ಟನೇ ಎದ್ದು ಕೂತ. ಆಲಿಸಿದ, ಇದು ಅಜ್ಜಿಯ ಬಳೆಗಳ ನಾದ ಅಲ್ಲವೆಂದುಕೊಂಡ.

ಎದ್ದು ಹೊರಗೆ ಬಂದ. ವಸುಮತಿ ನಡುಮನೆಯನ್ನು ಗುಡಿಸುತ್ತಿದ್ದಳು. ಮಾರುದ್ದ ಜಡೆ ತೂಗಿಬಿದ್ದಿತ್ತು. ಸೊಂಪಾಗಿ ಬೆಳೆದ ಕೂದಲ ಬಗ್ಗೆ ಮೆಚ್ಚುಗೆಯಾಯಿತು.

ಹಿಂದಕ್ಕೆ ತಿರುಗಿದಳು. ಮುಖ ಅರಕ್ತವಾಯಿತು. ಮಾತಾಡಲು ತಡವರಿಸಿದಳು.

"ಕಾಫೀ ತಂದುಕೊಡ್ತೀನಿ."

ಆ ಮನೆಯಲ್ಲಿ ಇವನಿಗಾಗಿ ಕಾಫೀ ಮಾಡುತ್ತಿದ್ದರು, ಕೆಲವೊಮ್ಮೆ ಭಾಗಮ್ಮ ಹಾಲನ್ನೇ ಕೊಟ್ಟುಬಿಡುತ್ತಿದ್ದರು.

ಮುಖ ತೊಳೆದು ಬಂದ. ವಸುಮತಿ ಕಾಫೀಗೆ ಹೊಸ ರುಚಿ ಬಂದಂತಿತ್ತು. ತಂದವಳನ್ನು ನೋಡುವ ಬಯಕೆಯಾಯಿತು. ಅವಳು ಅಲ್ಲಿರಲಿಲ್ಲ.

ದೇವರ ಕೋಣೆಯಲ್ಲಿ ಇಣುಕಿದ. ಪರಿಮಳ ಹರಡಿಕೊಂಡಿತ್ತು. ರಾಯರು ಇಂದು ಬೇಗ ಪೂಜೆ ಮುಗಿಸಿದ್ದರು. ದೇವರ ಪೀಠದ ಮುಂದಿನ ನೀಲಾಂಜನಗಳು ಬೆಳಕು ಬೀರುತ್ತಿದ್ದವು.

ಕೋಣೆಯ ಕದ ದೂಡಿ ಒಳಗೆ ಹೋದ. ಭಾಗಮ್ಮನವರು ಕಣ್ಣು ಬಿಟ್ಟುಕೊಂಡೇ ಮಲಗಿದ್ದರು. ಇಷ್ಟೊತ್ತಿನವರೆಗೂ ನಿದ್ದೆ ಮಾಡಿ ಅಭ್ಯಾಸವಿಲ್ಲ. ನಿಸ್ಸಹಾಯಕತೆಗಾಗಿ ವೇದನೆ ಮಾಡುತ್ತಿದ್ದರು.

"ಅಜ್ಜಿ, ನೋವು ಹೇಗಿದೆ?" ಕಾಲ ಬಳಿ ಪಕ್ಕದಲ್ಲಿಯೇ ಹೋಗಿ ಕೂತ.

"ಸ್ವಲ್ಪ ವಾಸಿ ಅನ್ನಿಸುತ್ತೆ."

ಮಲಗಿ ಅಭ್ಯಾಸವಿಲ್ಲ. ಅಲ್ಪ ಸ್ವಲ್ಪ ದೇಹಾಲಸ್ಯವಿದ್ದರೂ ಎದ್ದು ಸ್ನಾನ ಮಾಡಿ ಗಂಡನ ಪೂಜೆಗೆ ಅಣಿ ಮಾಡಿ, ಅಡಿಗೆ ಮಾಡಿ ಬಡಿಸುವವರೇ. ಕಾಲಿನ ನೋವು, ಊತ ಏಳಲಾರದ ಸ್ಥಿತಿಯಲ್ಲಿರಿಸಿತ್ತು ಅವರನ್ನು.

"ತಾತ ಎಲ್ಲಿ?" ಕೋಣೆಯ ಸುತ್ತಲೂ ಕಣ್ಣಾಡಿಸಿದ. ವಸುಮತಿ ಕೈ ಚಳಕದಿಂದ ಅದು ಅಚ್ಚುಕಟ್ಟಾಗಿತ್ತು.

"ಜಮೀನು ಕಡೆ ಹೋಗಿರಬೌದು! ಸ್ವಲ್ಪ ಎತ್ತಿ ಕೂಡ್ಸು" ಮುಜುಗರ ಪಟ್ಟುಕೊಂಡರು.

ನಾಲ್ಕು ದಿನಗಳಿಂದ ರಾಯರು ಕಣ್ಣಿನ ರೆಪ್ಪೆಯಂತೆ ಅವರನ್ನು ಜೋಪಾನ ಮಾಡಿದ್ದರು.

ಮೆತ್ತಗೆ ಕೈಕೊಟ್ಟು ಎತ್ತಿ ಗೋಡೆಗೊರಗಿ ಕೂಡಿಸಿದ. ಇಂದು ಸ್ವಲ್ಪ ಕಾಲಿನ ಊತ ಕಡಿಮೆಯಾಗಿದ್ದಂತೆ ಕಾಣಿಸಿತು.

ಕಾಲಿನ ಕಡೆ ನೋಡಿದ ಭಾಗಮ್ಮ "ನಾಳೆ ವೇಳೆಗೆ ಎದ್ದು ನಡೆಯುವಂತಾದರೆ ಸಾಕು" ಎಂದು ಹೇಮಂತನ ಮುಖ ನೋಡಿದರು. ಕಣ್ಣುಗಳಲ್ಲಿ ನೀರಾಡಿತು. ಅಕ್ಕರೆಯ ನೋಟ ಅವನನ್ನು ಸವರುತ್ತಿತ್ತು.

"ನಾನೇ ಹಿಂಸೆ ಮಾಡಿ ಅವರಿಗೆ ಪತ್ರ ಬರೆಸಿದ್ದೆ. ನನ್ನ ಮಗ, ಸೊಸೆ, ಮೊಮ್ಮಕ್ಕಳು-ಎಲ್ಲಾ ಸುತ್ತಲೂ ಇರಬೇಕೆನಿಸಿತು" ಗಂಟಲು ಗದ್ಗದವಾಯಿತು. ಮಡುವುಗಟ್ಟಿದ ಕಣ್ಣೀರು ಸುಕ್ಕಾದ ಕೆನ್ನೆಗಳ ಮೇಲೆ ಜಾರಿತು.

"ಅಜ್ಜಿ...." ಬೆರಳಿನಿಂದ ಕಣ್ಣೀರನ್ನು ತೊಡೆದ.

"ಅಮ್ಮ ಅಣ್ಣ ಇವತ್ತು ಬರ್ತಾರೆ" ಆ ಮಾತಿನಲ್ಲಿ ಅವನಿಗೆ ನಂಬಿಕೆ ಇರಲಿಲ್ಲ.

ನಿರುಪಮಾ ಬಹಳ ಕೈ ಹಿಡಿತ ಮಾಡುತ್ತಿದ್ದರು. ಅನಾವಶ್ಯಕವಾಗಿ ಪೈಸೆ ಖರ್ಚು ಮಾಡಲು ಆಕೆಗೆ ಇಷ್ಟವಿಲ್ಲ. ಶ್ರೀಕಾಂತುಗೆ ಮಡದಿ ಬಹಳ ಬುದ್ಧಿವಂತಳೆಂಬ ನಂಬಿಕೆ. ಅಂಥದ್ದರಲ್ಲಿ ಆಕೆಯ ಮಾತುಗಳನ್ನು ತಳ್ಳಿಬಿಟ್ಟು ಬರಲು ಸಾಧ್ಯವಿರಲಿಲ್ಲ.

"ಕಾಫೀ ಕುಡಿದ್ಯಾ? ನಂಗಿಂತ ವಸು ಚೆನ್ನಾಗಿ ಕಾಫೀ ಮಾಡ್ತಾಳೆ" ಮಮತೆಯ ನೋಟ ಹೇಮಂತನನ್ನು ಸವರಿತು.

"ಅಮ್ಮ..." ಭಟ್ಟನ ಧ್ವನಿ ಕೇಳಿ ಎದ್ದು ಹೊರಹೋದ.

ಆಶ್ಚರ್ಯಗೊಂಡ. ಅಜಾನುಬಾಹು ಭಟ್ಟ ಬಡಕಲಾಗಿದ್ದ. ಮುಖದ ಮೇಲೆ ತಿಂಗಳ ಗಡ್ಡವಿತ್ತು. ಆದರೂ ಮುಖದ ಮೇಲೆ ಉತ್ಸಾಹವಿತ್ತು.

"ಯಾವಾಗ್ಬಂದದ್ದು?" ಕತ್ತು ತುರಿಸಿದ.

"ನೆನ್ನೆ ಸಂಜೆ ಬಂದೆ. ಮೈಯಲ್ಲಿ ಆರಾಮಿಲ್ಲವಾ? ಆನೆಯಂತೆ ಇದ್ದವನು ಆಡಿನಂತಾಗಿದ್ದೀಯಾ!"

ಭಟ್ಟ ಪೆಚ್ಚಾಗಿ ನಕ್ಕುಬಿಟ್ಟ.

"ಅಮ್ಮಾವರು ಹೇಗಿದ್ದಾರೆ? ಮನಸ್ಸು ತಡಿದಾಯ್ತು, ಬಂದ್ಬಿಟ್ಟೆ" ತಲೆ ಕೆಳಗಾಕಿದ.

ಹೇಮಂತನಿಗೆ ಆಶ್ಚರ್ಯವಾಯಿತು. ಇವನು ಮದುವೆಯಾಗಿದ್ದು ಪ್ರಮಾದಕರ ವಿಷಯವೇನೂ ಅಲ್ಲ, ಅಂಥದ್ದರಲ್ಲಿ ಇವನಿಗೆ ಹಿಂಜರಿಕೆ ಯಾಕೆ?

"ಬಂದ ನೋಡು. ಪರ್ವಾಗಿಲ್ಲ"

ಕೋಣೆಯೊಳಕ್ಕೆ ನಡೆದ. ಭಟ್ಟ ಕತ್ತು ತುರಿಸುತ್ತ ನಡೆದ. ಭಾಗಮ್ಮನವರ ಮುಂದೆ ಮುಖ ಎತ್ತಲೇ ಸಂಕೋಚ, ಹಿಂಜರಿಕೆ.

"ಅಜ್ಜಿ, ಭಟ್ಟ ಬಂದಿದ್ದಾನೆ."

ಮುಚ್ಚಿದ್ದ ಕಣ್ಣುಗಳನ್ನು ತೆರೆದು ಅವನೆಡೆ ನೋಡಿದರು. ಅನಾಥನೆಂಬ ಮಮಕಾರದಿಂದ ಅನ್ನ ಹಾಕಿ ಸಲಹಿದ್ದರು. ಆದರೆ ಅವನು ಸರಸ್ವತಿಯನ್ನು ಮದುವೆಯಾದದ್ದಕ್ಕೆ ಅಸಾಧ್ಯ ಕೋಪವಿತ್ತು.

ಆಗ ಅಲ್ಲಿ ಇಲ್ಲಿ ಸುದ್ದಿ ಹರಡಿ ಇವರ ಕಿವಿಗೆ ಬಿದ್ದಾಗ ಕೋಪದಿಂದ ಕೆಂಡವಾಗಿ ಛೀಮಾರಿ ಹಾಕಿದ್ದರು.

"ನಿಂಗ್ಯಾಕೆ ಬುದ್ಧಿ ಇಲ್ವೋ! ಕುರೂಪಿ ಹೆಣ್ಣು ಕಟ್ಟಿಕೊಳ್ಳೋ ಹಣೆಬರಹ ನಿಂಗ್ಯಾಕೆ? ಉತ್ತಮ ಕುಲದ ಹೆಣ್ಣಲ್ಲ. ನೀನು ಒಪ್ಕೊಂಡ್ರೆ ಅವರು ಬೇರೆ ಕಡೆ ನೋಡಿ ಹೆಣ್ಣು ತಂದು ಮದ್ವೆ ಮಾಡ್ತಾರೆ."

ಆದರೆ ಭಟ್ಟ ದೃಢಚಿತ್ತನಾಗಿದ್ದ. ಅವನ ಇಚ್ಛಾಶಕ್ತಿ ಪ್ರಬಲವಾಗಿತ್ತು.

"ನನ್ನ ಕ್ಷಮ್ಸಿಬಿಡೀಮ್ಮ. ಸರಸ್ವತಿನ ಮದ್ವೆಯಾಗಲೇಬೇಕು" ಎಂದಿದ್ದ. ರೇಗಾಡಿ ಈ ಮನೆಯ ಬಾಗಿಲಿಗೆ ಬರಬೇಡವೆಂದಿದ್ದರು. ಆದರೆ ರಾಯರು ದೊಡ್ಡ ಮನಸ್ಸಿನಿಂದ ಅವನ ಸಂಸಾರಕ್ಕೆ ಬೇಕಾದುದನ್ನು ಒದಗಿಸಿಕೊಟ್ಟು ಆಶೀರ್ವದಿಸಿದ್ದರು.

"ಚೆನ್ನಾಗಿದ್ದೀಯೇನೋ?" ಮನಸ್ಸು ತಡೆಯದಾಯಿತು. ಹೊಟ್ಟೆಯಲ್ಲಿ ಹುಟ್ಟಿದ ಮಗನಿಗಿಂತ ಹೆಚ್ಚಾಗಿ ಮಾಡಿದ್ದ. ಎಷ್ಟೋ ಸಲ ಮಡಿಯುಟ್ಟು ಅವರ ಸೀರೆಗಳನ್ನು ಕೂಡ ಒಗೆದು ಹರಡಿಬಿಡುತ್ತಿದ್ದ.

"ಚೆನ್ನಾಗಿದ್ದೀನಿ" ಕಣ್ಣಲ್ಲಿ ತುಳುಕಿದ ನೀರು ಕೆನ್ನೆಯ ಮೇಲೆ ಹರಿಯಿತು. ಹಸಿದಾಗ ಕರುಣೆಯ ಮಾತುಗಳನ್ನಾಡಿ ತುತ್ತು ಕಲಸಿ ಕೈಗೆ ಹಾಕಿದ ಜೀವ. ಆ ಅಂತಃಕರಣವನ್ನು ಹೇಗೆ ಮರೆತಾನು!

ಕುಕ್ಕುರುಗಾಲಿನಲ್ಲಿ ಕೂತು ಜೋರಾಗಿ ಅತ್ತುಬಿಟ್ಟ. ಈ ಮನೆಯಲ್ಲಿದ್ದಾಗ ತಿಂದುಂಡು ಹಾಯಾಗಿದ್ದ. ಈಗ ಅನ್ನದ ಬೆಲೆ ಗೊತ್ತಾಗಿತ್ತು. ಎರಡು ಹೊಟ್ಟೆಗಳನ್ನು ತುಂಬಿಸಿಕೊಳ್ಳುವುದೇ ಕಷ್ಟವಾಗಿತ್ತು.

"ಯಾಕೋ ಅಳ್ತೀ! ಕುಣಕೊಂಡು ಮದ್ವೆಯಾದೆ!" ನೋವಿನಲ್ಲೂ ಅಸಹನೆ ಸಿಡಿಯಿತು.

ಭಟ್ಟ ಮೊದಲಿನ ಸ್ಥಿತಿಗೆ ಬರಬೇಕಾದರೇ ಹತ್ತು ನಿಮಿಷ ಹಿಡಿಯಿತು. ಚೇತರಿಸಿಕೊಂಡ. ಭಾಗಮ್ಮನವರ ಹೊರಳಿದ ಕಾಲನ್ನು ಎಣ್ಣೆ ಹಾಕಿ ತಾನೇ ನೀವಿದ.

"ಅಮ್ಮ, ಸ್ನಾನ ಮಾಡ್ಲಾ?" ಸಂಕೋಚಿಸುತ್ತಲೇ ಕೇಳಿದ. ಎದ್ದವನೇ ಇತ್ತ ಬಂದಿದ್ದ.

"ಮಾಡ್ಕೋಗು" ರೇಗಿಕೊಂಡೇ ಹೇಳಿದರು.

ಭಟ್ಟ ನಿರಾಳವಾಗಿ ಬಚ್ಚಲ ಮನೆಗೆ ನಡೆದಿದ್ದ. ಕಳೆದುಕೊಂಡಿದ್ದು ಅವನ ಪಾಲಿಗೆ ಸಿಕ್ಕಿದಂತಾಯಿತು. ಸ್ನಾನ ಮಾಡಿ ಹೊರಗೆ ಬಂದ. ದೇವರ, ಅಡಿಗೆಯ ಮನೆಯತ್ತ ಕಾಲು ಹಾಕಲಿಲ್ಲ.

"ಹೇಗಿದ್ದಾಳೆ ನಿನ್ನ ಹೆಂಡ್ತಿ?" ಕಡೆಗೂ ಭಾಗಮ್ಮನವರು ಕೇಳಿದರು.

ತಲೆ ಬಗ್ಗಿಸಿಕೊಂಡು "ಇದ್ದಾಳೆ" ಹೇಮಂತನ ಕಡೆ ನೋಡಿ ಪುನಃ ತಲೆ ತಗ್ಗಿಸಿಕೊಂಡು "ಹೇಮಂತಣ್ಣ ನೂರ್ರುಪಾಯಿ ಕೊಟ್ಟಿದ್ರೂ, ಸೀರೆ ಕೊಡಿಸ್ದೆ" ಉತ್ಸಾಹದಿಂದ ಹೇಳಿಕೊಂಡ.

ಭಾಗಮ್ಮನವರು ಯಾವ ಪ್ರತಿಕ್ರಿಯೆಯನ್ನೂ ವ್ಯಕ್ತಪಡಿಸಲಿಲ್ಲ. ಅವರೇನು ಸಂಕುಚಿತ ಮನದವರಲ್ಲ. ಭಟ್ಟನಿಗೆ ಮದುವೆ ಮಾಡಿ ಅವನ ಹೆಂಡತಿಯನ್ನು ಮನೆಯಲ್ಲೇ ಇಟ್ಟುಕೊಳ್ಳಬೇಕೆಂಬ ದೂರದ ಆಸೆ ಅವರಿಗಿತ್ತು.

"ಆಯ್ತು." ವಸುಮತಿ ಬಂದು ಕೋಣೆಯಲ್ಲಿ ಇಣಕಿದಳು.

ಭಟ್ಟನ ಉಪಾಹಾರವು ಹೇಮಂತನ ಜೊತೆಯಲ್ಲಿ ಆಯಿತು. ನಾಲ್ಕು ಅಕ್ಕಿ ರೊಟ್ಟಿ ಪಟ್ಟಾಗಿ ಹೊಡೆದ. ಆಮೇಲೆ ಹೆಂಡತಿಯ ಜ್ಞಾಪಕ ಬಂತು. ಕರಿ ಮೋಡಗಳು ಮುಖದ ಮೇಲೆ ಹರಡಿಕೊಂಡವು. ವೇದನೆಯಾಯಿತು.

"ಬರ್ತೀನಮ್ಮ. ಸಂಜೆ ನಾನೇ ಬಂದು ಕಾಲು ನೀವಿಕೊಡ್ತೀನಿ." ನಾಲ್ಕು ಹೆಜ್ಜೆ ಮುಂದೆ ಹೋದವನು ನಿಂತು ಹಿಂದಕ್ಕೆ ತಿರುಗಿ "ನೀರು ಸೇದಿ ಹಾಕಿ, ಹೊರಗಿನ ಕೆಲ್ಸ ಮಾಡಿಕೊಡಲಾ?" ಅವನ ಮೈ ಹಿಡಿಯಷ್ಟಾಯಿತು.

"ಏನೂ ಬೇಡ."

ಮಂಕಾಗಿ ಹೊರಟುಬಿಟ್ಟ. ಯಾಕೆಂದು ಹೇಮಂತನಿಗೆ ಅರ್ಥವಾಗಲಿಲ್ಲ. ಮನ ಗೊಂದಲದಲ್ಲಿ ಸಿಕ್ಕಿಹಾಕಿಕೊಂಡಿತು.

ಸಂಜೆಯ ವೇಳೆಗೆ ಗೋಡೆ ಹಿಡಿದುಕೊಂಡು ಹೆಜ್ಜೆಯೂರುವಂತಾದರು. ಆದರೆ ಮ್ಲಾನವದನರಾಗೆಯೇ ಇದ್ದರು. ಬಾರಿ ಬಾರಿಗೂ ಬಾಗಿಲ ಕಡೆ ನೋಡುತ್ತಿದ್ದರು.

ಕಡೆಗೆ ರಾಯರು "ನೀನು ಯಾವುದನ್ನೂ ಮನಸ್ಸಿಗೆ ಹಚ್ಕೋಬಾರ್ದು. ಮಗು ಸರ್ಕಾರಿ ನೌಕರಿ ಮಾಡುವವನು. ನೂರೆಂಟು ತೊಂದರೆ ತಾಪತ್ರಯಗಳಿರುತ್ವೆ. ನೀನು ಸ್ವಲ್ಪ ನಡೆಯುವಂತಾದರೆ ಹೋಗಿ ನೋಡ್ಬರೋಣ." ಮನಸ್ಸನ್ನು ಅರಿತವರಂತೆ ಆಡಿದರು. ಮಗ, ಸೊಸೆಯನ್ನು ಎಂದೂ ನಿಷ್ಠೂರವಾಗಿ ಆಡಿದ್ದವರಲ್ಲ.

"ಹೋಗ್ಲಿ ಬಿಡಿ, ಏನಾದ್ರೂ ಹೆಚ್ಚು ಕಡಿಮೆಯಾದಾಗ ಆತ್ಮೀಯರನ್ನು ನೋಡ್ಬೇಕೆನಿಸುತ್ತೆ. ಕರುಳ ಕುಡಿ–ಕರುಳು ಬಾಧಿಸುತ್ತೆ" ಕಣ್ಣುಗಳು ಮಂಜಾದವು.

"ಆಯ್ತು, ಅವ್ನಿಗೆ ಬರೋ ಮನಸ್ಸು ಇರುತ್ತೆ. ಏನೋ ಎಂತೋ ನಾವ್ಯಾಕೆ ಮಕ್ಳಿಗೆ ತ್ರಾಸ ಕೊಡ್ಬೇಕು?"

ರಾಯರ ನಿರ್ವಿಕಾರ ಚಿತ್ತ ನುಡಿಗಳು ಹೇಮಂತನನ್ನು ಹಿಡಿದು ಅಲುಗಿಸಿತು. ತಂದೆಗೂ ಅವರಿಗೂ ಹೋಲಿಸಿ ನೋಡಿದ. ಪಟ್ಟಣದ ಯಾಂತ್ರಿಕ ಬದುಕು, ಹಣದಾಸೆ ಅವರಲ್ಲಿ ಜೀವಂತಿಕೆಯ ಲಕ್ಷಣವನ್ನೇ ಮಾಸಿಹಾಕಿತ್ತು.

"ಮಗು, ಗೋಪಾಲಯ್ಯನವರ ಮನೆ ಕಡೆ ಹೋಗ್ಬಾ. ಸರ್ರ್ಯಾಗಿ ಈಚೆಗೆ ಓಡಾಡಲೇ ಕಷ್ಟ. ನನ್ನ ನೋಡ್ಬೇಕೆಂದ್ರೂ. ಒಂದು ಗಳಿಗೆ ಹೋಗ್ಬಾ."

ಹಿಂದೆ ಗೋಪಾಲಯ್ಯನವರ ಮನೆಗೆ ಹೋಗುತ್ತಿದ್ದ. ಈಚೆಗೆ ಹೋಗಿರಲಿಲ್ಲ. ಆಗ ಒಬ್ಬರೇ ಇದ್ದರು. ಈಗ ಅಳಿಯ, ಮಗಳು, ಮೊಮ್ಮಗಳು ಇಲ್ಲೇ ಉಳಿದಿದ್ದರು.

"ಹೋಗ್ಬರ್ತೀನಿ" ಮೇಲಕ್ಕೆದ್ದ.

ಕಾಲೇಜಿಗೆ ನಾಲ್ಕು ದಿನದ ರಜ ಚೀಟಿ ಬರೆದು ಕಳಿಸಿದ್ದ. ಹೊರಡಲು ಆತಂಕಪಡಬೇಕಾಗಿರಲಿಲ್ಲ. ನಿಧಾನವಾಗಿ ಗೋಪಾಲಯ್ಯನವರ ಮನೆ ಕಡೆ ಹೆಜ್ಜೆ ಹಾಕಿದ.

ಮಾವಿನ ಮರದ ನೆರಳು ಅಂಗಳ ಪೂರ್ತಿ ಹರಡಿಕೊಂಡು ದಟ್ಟವಾದ ಕತ್ತಲೆ ವ್ಯಾಪಿಸಿತ್ತು. ಹುಳಿ ಮಾವಿನಕಾಯಿ ಆಸೆಗಾಗಿ ಎಷ್ಟೋ ಸಲ ಹತ್ತಿದ್ದ. ಈ ವರ್ಷಗಳಲ್ಲಿ ಇತ್ತ ಸುಳಿದಿರಲಿಲ್ಲ.

ಮರದ ಕೆಳಗೆ ಬಂದಾಗ ಮೈ ಜುಮ್ಮೆನಿಸಿತು. ದೂರದ ಬೀದಿ ದೀಪದ ಬೆಳಕು ಇತ್ತ ಬಿದ್ದಿರಲಿಲ್ಲ.

ಎರಡು ಮೆಟ್ಟಲು ಹತ್ತಿ ಹೊಸಲಿನ ಬಳಿ ನಿಂತು ಮೃದುವಾಗಿ ಕೆಮ್ಮಿದ. ಧ್ವನಿಯೆತ್ತಿ 'ಗೋಪಾಲಯ್ಯನವರೇ' ಎಂದು ಕೂಗಲು ಅವನಿಂದಾಗಲಿಲ್ಲ. ಅವರಿಗೂ ಹೆಚ್ಚು ಕಡಿಮೆ ರಾಯರ ವಯಸ್ಸೇ. ಆದರೆ ರಾಯರಂಥ ಒಳ್ಳೆಯ ಆರೋಗ್ಯ ಅವರಿಗಿರಲಿಲ್ಲ.

"ಯಾರು?" ವಸುಮತಿಯ ಕೊರಳಿನ ಇಂಚರ. ತನ್ಮಯನಾಗಿ ನಿಂತುಬಿಟ್ಟ.

ಹೊರಗೆ ಬಂದ ವಸುಮತಿಯ ಕಣ್ಣುಗಳಲ್ಲಿ ಅಚ್ಚರಿ ಮಿನುಗಿ ಮರೆಯಾಯಿತು. ಕಣ್ಣುಗಳಲ್ಲಿ ಸಂತೋಷದ ಮಿಂಚು ಹೊಳೆಯಿತು.

"ಬನ್ನಿ ಬನ್ನಿ" ಸರಿದು ಜಾಗಬಿಟ್ಟಳು.

ಒಳಗೆ ಹೆಜ್ಜೆಯಿಟ್ಟು ಸುತ್ತಲೂ ದಿಟ್ಟಿಸಿದ. ಮನೆಯು ಯಥಾಸ್ಥಿತಿಯಲ್ಲಿತ್ತು. ಆದರೆ ವಿದ್ಯುತ್ ದೀಪದ ಶೋಭೆಯಿಂದ ಒಂದು ತರಹ ಹೊಸ ಶೋಭೆ ನೆಲೆಸಿತ್ತು. ಆ ದೀಪದ ಪ್ರಖರತೆಯೂ ಹೆಚ್ಚಿರಲಿಲ್ಲ.

"ತಾತ, ಬಂದಿದ್ದಾರೆ."

ಗೋಡೆಗೊರಗಿ ಕೂತು ಪಂಚಾಂಗ ನೋಡುತ್ತಿದ್ದ ಗೋಪಾಲಯ್ಯನವರು ಕನ್ನಡಕ ಸರಿಪಡಿಸಿಕೊಂಡು "ಯಾರಮ್ಮ?" ಧ್ವನಿಯಲ್ಲಿ ಹಿಂದಿನ ಗಡಸುತನ ಮಿಂಚಲಿಲ್ಲ. ತೀರಾ ಮೆತ್ತಗಾಗಿದ್ದಾರೆನಿಸಿತು.

ಅವಳು ತಲೆ ಕೆರೆದುಕೊಂಡಳು. ಹೇಮಂತನ ಹೆಸರು ಗೊತ್ತಿತ್ತು. ಬಾಯಿಬಿಟ್ಟು ಆಡಿದರೆ ತಾತ ಬೇಸರಿಸಬಹುದು. ಅವರು ಕೂಡ ತಪ್ಪಾಗಿ ತಿಳಿಯಬಹುದು.

ಅವಳ ಕಷ್ಟ ಅರಿವಾಗಿರಬೇಕು. ಹತ್ತಿರಕ್ಕೆ ಬಂದು "ನಾನು ಸದಾಶಿವರಾಯರ ಮೊಮ್ಮಗ, ಹೇಮಂತ" ಎಂದ.

ಅವರ ಮುಖ ಅ[illegible] ಬಾಯಿ ಅರಳಿಸಿ "ಬಾ ಮಗು, ಬಾರಯ್ಯ. ಬಹಳ ಬೆಳ್ದುಬಿಟ್ಟಿದ್ದೀಯಾ! ಎಲ್ಲಾ ರಾಯರ ಮೈಕಟ್ಟೆ!" ಕನ್ನಡಕ ಸರಿಪಡಿಸಿಕೊಂಡು ನೋಡಿದರು. ಎತ್ತರದ ನಿಲುವು, ಮುಖದ ವರ್ಚಸ್ಸು–ಎಲ್ಲಾ ರಾಯರದೇ ಅನಿಸಿತು.

"ಸದಾಶಿವ ನಿನ್ನ ವಯಸ್ಸಿನಲ್ಲಿ ಹೀಗೇ ಇದ್ದ!" ಹಿಂದಿನ ಸದಾಶಿವರಾಯರನ್ನು ನೆನೆಸಿಕೊಳ್ಳುವ ಪ್ರಯತ್ನ ಮಾಡಿದರು.

ಸಮೀಪದಲ್ಲಿ ಕೂತ. ದೇಹಶಕ್ತಿ ಕುಗ್ಗಿತ್ತು. ಬೊಚ್ಚು ಮೈ ಕೂತು ಏಳಲು ಪ್ರಯಾಸವೇ. ಕನ್ನಡಕವಿಲ್ಲದೇ ಸ್ಪಷ್ಟವಾಗಿ ಏನು ಕಾಣದು.

ದೃಷ್ಟಿ ನೆಟ್ಟು ನೋಡಿದರು. ರಾಯರ ಸಾತ್ವಿಕ ತೇಜಸ್ಸು ಇವನಲ್ಲಿ ಅಡಗಿದೆಯೆಂದರಿತರು. ತಟ್ಟನೇ ಅವರಿಗೆ ಶ್ರೀಕಾಂತನ ಜ್ಞಾಪಕ ಬಂದು, 'ಅಯೋಗ್ಯ, ಕೃತಜ್ಞತೆ ಇಲ್ಲದವನು!' ಎಂದುಕೊಂಡರು.

"ಅಲ್ಲೆಲ್ಲ ಚೆನ್ನಾಗಿದ್ದಾರಾ?" ನೋಟ ಕೀಳದೇ ಕೇಳಿದರು.

"ಚೆನ್ನಾಗಿದ್ದಾರೆ" ಅವರ ದೃಷ್ಟಿ ಇನ್ನೂ ಆಳವಾಗುತ್ತಿರುವ ಅನುಭವವಾಯಿತು.

"ನಿಮ್ಮಮ್ಮನ ಕರೀ" ವಸುಮತಿಗೆ ಹೇಳಿಕಳುಹಿಸಿದರು.

ದೊಡ್ಡ ಮನೆ. ನಾಲ್ಕೆಂಟು ಕೋಣೆಗಳು, ಅವುಗಳ ತುಂಬೆಲ್ಲ ಹಳೇ ಸಾಮಾನುಗಳೇ. ಕೆಲವು ಬಿಸಾಡಲಾರದೇ ಇರಿಸಿಕೊಂಡವು. ಅವುಗಳ ನಡುವೆ ಇಲಿಗಳ ಆವಾಸಸ್ಥಾನವಾಗಿತ್ತು. ಪ್ರತಿ ಬಾರಿ ಚೊಕ್ಕಟ ಮಾಡುವಾಗ ಅವುಗಳನ್ನೆಲ್ಲ ತೆಗೆಸಿ ಎಸೆಯಬೇಕೆಂದುಕೊಳ್ಳುತ್ತಿದ್ದರು. ಮತ್ತೆ ಮನಬಾರದೇ ಯಥಾ ಸ್ಥಾನಗಳಲ್ಲಿರಿಸುತ್ತಿದ್ದರು.

ನಲವತ್ತರ ಅಂಚಿನಲ್ಲಿದ್ದ ಗೋಪಾಲಯ್ಯನವರ ಮಗಳು ಹಿಂದಿದ್ದ ಅಡಿಗೆಯ ಕೋಣೆಯಿಂದ ಬಂದರು. ಮುಖದಲ್ಲಿ ಪ್ರೌಢಕಳೆ, ಅಷ್ಟೇನೂ ಎತ್ತರವಿಲ್ಲದ ಆಕಾರ.

"ಇವ್ಳು, ನನ್ನ ಮಗ್ಳು. ಹುಡ್ಗನಾಗಿದ್ದಾಗ ನೋಡಿರಬೋದು! ಎಲ್ಲಿರುತ್ತೆ ಜ್ಞಾಪಕ! ಈಗ ಅಳಿಯನ ಜೊತೆ ಬಂದು ಇಲ್ಲೇ ಇದ್ದಾಳೆ, ಈ ಮುದುಕನ ಆಸರೆಗಾಗಿ!" ಖೊ ಖೋ ಎಂದು ನಕ್ಕರು.

"ಈ ಭೂಪತಿ ಸದಾಶಿವು ಮೊಮ್ಮಗ. ಹಿಂದೆ ನಮ್ಮನೆ ಮರದ ಹುಳಿ ಮಾವಿನ ಕಾಯಿ ಆಸೆಗೆ ಬರ್ತಾ ಇದ್ದ. ಈಗ ದೊಡ್ಡವನಾದ್ಮೇಲೆ ಬಹಳ ಗಂಭೀರ ಬಂದ್ಬಿಟ್ಟಿದೆ!"

ಹೇಮಂತ ತುಟಿ ಅರಳಿಸಿದ. ಗೋಪಾಲಯ್ಯನವರ ಮಾತಿನ ಚಮತ್ಕಾರ ಅವನಿಗೆ ತಿಳಿಯದೇನು ಅಲ್ಲ. ಕೆಲವರು ಮಾತಿನ ಗೋಪಾಲಯ್ಯ ಅಂತಲೇ ಕರೆಯುತ್ತಿದ್ದರು. ಎಂಥವರನ್ನಾದರೂ ಅರ್ಧ ಗಂಟೆ ಮಾತಾಡಿಸಿಯೇ ಕಳುಹಿಸು-ತ್ತಿದ್ದದ್ದು.

"ಅಪರೂಪಕ್ಕೆ ಬಂದಿದ್ದಾನೆ. ಏನಾದ್ರೂ ತಗೊಂಡ್ಬಾ" ನೋವಾದ ಮಂಡಿ ಸವರಿಕೊಳ್ಳುತ್ತ ಹಿಂದಕ್ಕೆ ಒರಗಿಕೊಂಡರು. ಹೆಚ್ಚು ಹೊತ್ತು ಕೂತರೇ ಬೆನ್ನು ನೋವು. ಹಾಗೆಂದು ಸದಾ ಮಲಗಲು ಸಾಧ್ಯವೇ?

"ಏನೂ ಬೇಡ. ತಾತ ನನಗಾಗಿ ಕಾಯ್ತ ಇರ್ತಾರೆ. ಸರ್ಯಾಗಿ ಊಟ ಮಾಡದಿದ್ರೆ ಅವರಿಗೆ ಸಮಾಧಾನ ಇರೋಲ್ಲ." ಈಗೇನು ಕುಡಿಯುವುದೂ ಅವನಿಗೆ ಬೇಡವೆನಿಸಿತ್ತು.

"ಒಂದು ತುತ್ತು ಊಟ ಮಾಡ್ಕೊಂಡ್ಹೋಗು" ಬಲವಂತ ಮಾಡಿದರು.

ಬೇಡವೆಂದಾಗ ಹಾಲು ಕುಡಿಯಬೇಕಾಯಿತು. ಎಷ್ಟೋ ವಿಷಯಗಳನ್ನು ಹೇಳಿಕೊಂಡರು. ಮಧ್ಯೆ ಭಟ್ಟನ ವಿಷಯ ಬರದೇ ಹೋಗಲಿಲ್ಲ. ಅವನ ಕಷ್ಟವನ್ನು ಪ್ರಸ್ತಾಪಿಸಿದರು. ತಮ್ಮ ನಿಸ್ಸಹಾಯಕತೆಯನ್ನು ತೋಡಿಕೊಂಡರು. ತೋಟದ ಉತ್ಪತ್ತಿ ಏನೇನೂ ಇಲ್ಲವೆಂದರು. ಮಾತಿನಲ್ಲಿ ಬಹಳ ಹೊತ್ತು ಆಗೋಯ್ತು.

"ಮಗು," ರಾಯರ ಧ್ವನಿ ಕೇಳಿದ ಕೂಡಲೇ ಮೇಲಕ್ಕೆದ್ದ. ಮಾತಿನಲ್ಲಿ ಹೊತ್ತು ಸರಿದಿದ್ದೇ ಗೊತ್ತಾಗಿರಲಿಲ್ಲ.

"ಬಾರೋ ಸದಾಶಿವ" ಕೂತಲ್ಲಿಂದಲೇ ಗೋಪಾಲಯ್ಯನವರು ಕೂಗಿ-ಕೊಂಡರು.

"ಈಗ ಬರೋಲ್ಲ, ಪುರಸತ್ತಾದಾಗ ಬರ್ತೀನಿ."

ಮಾವಿನ ಮರದ ಕೆಳಗೆ ನಿಂತಿದ್ದ ತಾತನ ಜೊತೆ ಸೇರಿಕೊಂಡ. ಇಬ್ಬರೂ ಮನೆಯ ಕಡೆ ಹೆಜ್ಜೆ ಹಾಕತೊಡಗಿದರು.

"ಅವ್ರ ಮಾತಿನಲ್ಲಿ ವೇಳೆ ಕಳೆದಿದ್ದೇ ತಿಳಿಯಲಿಲ್ಲ" ಪೇಚಾಡಿಕೊಂಡ, ಅವರು ಊಟ ಮಾಡದೆ ತನ್ನನ್ನ ಅರಸಿಕೊಂಡು ಬಂದಿದ್ದಕ್ಕೆ ಅವನಿಗೆ ಬೇಜಾರಾಗಿತ್ತು.

"ಪರ್ವಾಗಿಲ್ಲ" ಜೋರಾಗಿ ಹೆಜ್ಜೆ ಹಾಕತೊಡಗಿದರು.

ಇವರು ಬಂದಾಗ ಭಾಗಮ್ಮ ಗೋಡೆಗೊರಗಿ ಕೂತಿದ್ದರು. ಆಯಾಸದ ಲಕ್ಷಣಗಳೇನು ಮುಖದ ಮೇಲೆ ಕಾಣಲಿಲ್ಲ. ಗೆಲುವಾಗಿದ್ದಂತೆ ಕಂಡರು.

ಮೂವರ ಊಟ ಮುಗಿಯುವ ವೇಳೆಗೆ ಹನ್ನೊಂದು ದಾಟಿತು.

ಮೊಮ್ಮಗನಿಗಾಗಿ ರಾಯರು ಮೊದಲೇ ಹಾಸಿಗೆ ಬಿಡಿಸಿಟ್ಟಿದ್ದರು. ಭಾಗಮ್ಮನವರನ್ನ ಎಬ್ಬಿಸಿಕೊಂಡು ಹೋಗಿ ಮಲಗಿಸಿ "ಮಗು, ವೇಳೆ ಬಹಳ ಆಯ್ತು, ಮಲಕ್ಕೊ" ಮಲಗಿಬಿಟ್ಟರು.

ಹೇಮಂತನಿಗೆ ಮಲಗಿದ ಕೂಡಲೇ ನಿದ್ದೆ ಬಂತು. ಬಾಗಿಲು ಸಪ್ಪಳವಾದಾಗ ತಟ್ಟನೇ ಎಚ್ಚರಗೊಂಡು ಎದ್ದು ಕೂತ.

"ಮಧ್ಯ ದಾರಿಲೀ ಬಸ್ಸು ಕೆಟ್ಟುಹೋಗಿತ್ತು. ಸಾಕಾಗಿಹೋಗಿತ್ತು." ಕಿವಿ ನಿಮಿರಿಸಿದ. ಇದು ತಂದೆಯ ಧ್ವನಿ!

"ಅಮ್ಮ ಹೇಗಿದ್ದಾಳೆ?" ಶ್ರೀಕಾಂತರ ಧ್ವನಿಯಲ್ಲಿ ನೀರಸವಿತ್ತು.

ಹೇಮಂತ ಕೋಣೆಯಿಂದ ಹೊರಗೆ ಬಂದ. ನಿರುಪಮಾ ಕೂಡ ಬಂದಿದ್ದರು. ತಾಯಿಯ ಮುಖದ ಬೇಸರವನ್ನು ತಟ್ಟನೇ ಗುರ್ತಿಸಿದ.

"ಕಾಲೇಜಿಗೆ ರಜಾ ಚೀಟಿ ಕಳಿಸಿದ್ಯಾ?" ಹೌದೆನ್ನುವಂತೆ ತಲೆಯಾಡಿಸಿದ.

ಭಾಗಮ್ಮನವರು ಗೋಡೆ ಹಿಡಿದುಕೊಂಡೇ ಹೊರಗೆ ಬಂದರು. ಮಗನನ್ನು ನೋಡಿದ ಕೂಡಲೆ ಅವರ ಉತ್ಸಾಹವೆಲ್ಲ ಇಳಿದುಹೋಯಿತು. ಕೆನ್ನೆಗಳು ಆಳಕ್ಕೆ ಇಳಿದಿದ್ದವು. ಮುಖದ ಮೂಳೆಗಳು ಎದ್ದು ಕಾಣುತ್ತಿದ್ದವು.

"ಹೇಗಿದ್ದೀಯಮ್ಮ?" ಶ್ರೀಕಾಂತು ತಾಯಿಯ ಸಮೀಪಕ್ಕೆ ಬಂದರು. ಊದಿ ಕೆಂಪಗಾಗಿದ್ದ ಕಾಲನ್ನು ನೋಡಿದ ಕೂಡಲೇ ಹೃದಯ ದ್ರವಿಸಿ ಹೋಯಿತು.

ಕೈಯಿಂದ ಬಗ್ಗಿ ಸವರಿ "ತುಂಬ ನೋವು ಇದ್ಯಾ! ಯಾಕೆ ಎದ್ದು ಬರೋಕ್ಹೋದೆ!"

ನಿರುಪಮ ಮಾತಾಡಿಸಿದ ಶಾಸ್ತ್ರ ಮಾಡಿದರು. ಬಸ್ಸು ಕೆಟ್ಟು ನಿಂತು ಆ ವೇಳೆಯಲ್ಲಿ ಮನೆ ತಲುಪಿದ್ದಕ್ಕಾಗಿ ಒಂದು ತರಹ ಸಿಡಿಮಿಡಿಯುಂಟಾಗಿತ್ತು. ಇಷ್ಟಕ್ಕೆಲ್ಲ ಪತ್ರ ಬರೆದು ಗಾಬರಿಗೊಳಿಸಿದ ಮಾವನವರ ಮೇಲೆ ಕೋಪ ಬರದೇ ಹೋಗಲಿಲ್ಲ.

ಊಟ ಬೇಡವೆಂದಾಗ ರಾಯರೇ ಒಂದಿಷ್ಟು ಮೊಸರವಲಕ್ಕಿ ಕಲಿಸಿಕೊಟ್ಟು ಹಾಲು ತುಂಬಿದ ಲೋಟಗಳನ್ನು ಮಗ ಸೊಸೆಯ ಮುಂದಿರಿಸಿದರು.

"ಮಲಕ್ಕೊಳ್ಳಿ, ಬೆಳಿಗ್ಗೆ ಮಾತಾಡೋಣ." ರಾಯರು ಎದ್ದು ಹೋದರು.

ತಾಯಿ ತಂದೆಗೆ ಕೋಣೆಯಲ್ಲಿದ್ದ ಮಂಚ ಬಿಟ್ಟುಕೊಟ್ಟು ಹೇಮಂತ ನಡುಮನೆಯಲ್ಲಿ ಹಾಸಿಕೊಂಡು ಮಲಗಿದ. ಆಮೇಲೆ ಬಹಳ ಹೊತ್ತು ನಿದ್ರೆ ಬರಲಿಲ್ಲ. ತಾಯಿಯ ಬರುವು ಅವನಲ್ಲಿ ಆಶ್ಚರ್ಯವನ್ನುಂಟುಮಾಡಿತ್ತು. ಆಕೆಯ ಸ್ವಭಾವ ಬಲ್ಲ ಯಾರಿಗಾದರೂ ಅಚ್ಚರಿಯುಂಟಾಗುವುದು ಸಹಜವೇ.

ಬಳೆಯ ಸದ್ದು ವನನ್ನು ಎಚ್ಚರಿಸಿತು. ವಸುಮತಿ ಬಂದು ಮನೆಯ ತುಂಬಾ ಓಡಾಡುತ್ತಿದ್ದಳು. ಪಾದರಸದಂತೆ ಚುರುಕು ಹುಡುಗಿ. ಪ್ರತಿಯೊಂದು ಕೆಲಸದಲ್ಲೂ ಅಚ್ಚುಕಟ್ಟು.

"ತಗೋಮ್ಮ ಹಾಲು" ಕರೆದ ಹಾಲಿನ ತಂಬಿಗೆಯನ್ನ ರಾಯರು ವಸುಮತಿಯ ಕೈಗೆ ಕೊಟ್ಟರು.

ಹೇಮಂತ ಎದ್ದು ಹಾಸಿಗೆ ಸುತ್ತಿಟ್ಟ. ಎಷ್ಟು ತಡವಾಗಿ ಮಲಗಿದರೂ ರಾಯರ ದಿನಚರಿಯಲ್ಲಿ ಏರುಪೇರಾಗದು.

ಗೋಡೆಯನ್ನು ಸವರಿಕೊಂಡೇ ಭಾಗಮ್ಮನವರು ಹೊರಗೆ ಬಂದರು. ನೆನ್ನೆಗಿಂತ ಕಾಲಿನ ಊತ ತಗ್ಗಿತ್ತು. ಇನ್ನ ಹಾಸಿಗೆಯ ಮೇಲೆ ಮಲಗಿ ವೇಳೆ ಸವೆಸಲಾರರು.

"ಯಾಕೆ ಎದ್ದು ಬಂದೆ?" ರಾಯರು ಸಹಜವಾಗಿ ಕೇಳಿದರು.

"ಅಪರೂಪಕ್ಕೆ ಮಗ ಸೊಸೆ ಬಂದಿದ್ದಾರೆ. ಸಿಹಿ ಮಾಡಿ ಬಡ್ಸಬೇಡ್ವಾ? ವಸುಮತಿನ ಮನೆಗೆ ಕಳ್ಸಿ ಅವ್ಳ ತಾಯಿನ ಬರೋಕ್ಹೇಳಿ."

ಯಾರ ಸಹಾಯವೂ ಇಲ್ಲದೆ ತಾವೇ ಸ್ನಾನ ಮಾಡಿ ಮಡಿಯುಟ್ಟು ಅಡಿಗೆಯ ಮನೆಗೆ ಹೋಗಿಬಿಟ್ಟರು.

"ಅಜ್ಜಿ, ದಯವಿಟ್ಟು ಬೇಡ, ಬೇಕಾದ್ರೆ ಅಮ್ಮಾನೇ ಅಡ್ಗೇ ಮಾಡ್ತಾಳೆ. ಇಲ್ಲದಿದ್ರೆ ಕಾಲುನೋವು ಜಾಸ್ತಿ ಆಗುತ್ತೆ."

ಅವನ ಮಾತಿಗೆ ನಕ್ಕುಬಿಟ್ಟರು. ಕಾಲು ನೋವಿಗಿಂತ ಅವರಿಗೆ ಮಗನನ್ನು ನೋಡುವ ಹಂಬಲಿಕೆಯೇ ಜಾಸ್ತಿಯಾಗಿತ್ತು. ಈಗ ಉತ್ಸಾಹ ತುಂಬಿ ಬಂದಿತ್ತು.

"ಏನಿಲ್ಲ ಬಿಡು. ಧಾವಂತಪಟ್ಟುಕೊಂಡು ಬಂದ ಆ ಹುಡ್ಗಿ ಕೈಯಲ್ಲಿ ಮಾಡ್ಸಬೇಕಾ!" ಸುತರಾಂ ಮನಸೊಪ್ಪದು. ಇಲ್ಲಿಗೆ ಬಂದಾಗ ತಲೆಗೆ ಎಣ್ಣೆ ಉಜ್ಜಿ ನೀರು ಹಾಕುತ್ತಿದ್ದರು. ಸೊಸೆಯನ್ನು ಮಗಳೆಂದೇ ತಿಳಿದಿದ್ದರು.

ವಸುಮತಿಯ ತಾಯಿಯ ಸಹಾಯದಿಂದ ಔತಣದ ಅಡಿಗೆಯನ್ನೂ ಮಾಡಿದರು. ಆ ಧಾವಂತದಲ್ಲಿ ಕಾಲಿನ ನೋವನ್ನು ಪೂರ್ತಿಯಾಗಿ ಮರೆತುಬಿಟ್ಟರು.

ಭಟ್ಟ ಬಂದು "ಅಮ್ಮ ಆಗ್ಲೇ ಓಡಾಡೋಕೆ ಹೊರಟುಬಿಟ್ರಲ್ಲ. ಕಾಲು ನೋವು ಹೆಚ್ಚಾದೀತು. ಬನ್ನಿ ನೀವುತೀನಿ" ಎಂದ.

"ಈಗೇನೂ ಬೇಡ, ಸಂಜೆ ವೇಳೆಗೆ ಒಮ್ಮೆ ಬಾ" ಎಂದವರು ಪುನಃ ಜ್ಞಾಪಿಸಿಕೊಂಡು "ಊಟ ಮಾಡ್ಕೊಂಡ್ಹೋಗು" ಎಂದರು.

ಭಟ್ಟ ನಿಂತು ಹೊರಗಿನ ಕೆಲಸ ತಾನೇ ಮಾಡಿದ. ಊಟ ಮಾಡಿಕೊಂಡು ಹೊರಡುವಾಗ "ಅಮ್ಮ, ಎರಡು ಒಬ್ಬಟ್ಟು ಬಾಳೆಯೆಲೆಯಲ್ಲಿ ಹಾಕ್ಕೊಡಿ" ತಲೆ ಕೆರೆದುಕೊಂಡ.

ಭಾಗಮ್ಮನವರು ನಿಂತಲ್ಲೇ ಕಣ್ಣರಳಿಸಿದರು. 'ಈ ಮುಂಡೇದಕ್ಕೆ ಹೆಂಡ್ತಿ ಮೇಲೆ ಎಷ್ಟೊಂದು ಪ್ರೀತಿ!' ಮನದಲ್ಲಿಯೇ ಅಂದುಕೊಂಡರು.

ಒಬ್ಬಟ್ಟಿನ ಜೊತೆಗೆ ಚಿತ್ರಾನ್ನವನ್ನೂ ತುಂಬಿಕೊಟ್ಟರು. ಹೊತ್ತು ಉತ್ಸಾಹದಿಂದ ದಾಪುಗಾಲು ಹಾಕುತ್ತಾ ಹೊರಟ ಭಟ್ಟನನ್ನು ನೋಡುತ್ತ ನಿಂತುಬಿಟ್ಟರು. ಆಗ ಕಾಲಿನ ನೋವು ಕಾಣಿಸಿಕೊಂಡಿತು. ಪ್ರಯಾಸದಿಂದ ನಡೆದುಹೋಗಿ ಪಡಸಾಲೆಯ ಕಂಬಕ್ಕೆ ಒರಗಿ ಕೂತುಬಿಟ್ಟರು. ಒಂದು ತರಹ ದಣಿವು ಕಾಣಿಸಿಕೊಂಡಿತ್ತು ಅವರಲ್ಲಿ.

ಎಲೆಯಡಿಕೆ ಮಡಚಿಕೊಡುತ್ತಿದ್ದ ನಿರುಪಮ ಅತ್ತಿತ್ತ ನೋಡಿ, ಹೇಮಂತ-ನಿಲ್ಲವೆಂದು ಖಚಿತ ಪಡಿಸಿಕೊಂಡು ಮೆಲುವಾಗಿ "ಹೇಮಂತನಿಗೆ ದೊಡ್ಡ ಸಂಬಂಧದವರು ತಾವಾಗಿ ಹೆಣ್ಣು ಕೊಡಲು ಮುಂದೆ ಬಂದಿದ್ದಾರೆ. ಇವ್ನು ಇನ್ನೆರಡು ವರ್ಷ ಮದ್ವೆ ಬೇಡಾಂತಾನೆ" ರಾಗ ತೆಗೆದರು.

ಅವರು ಇಲ್ಲಿಗೆ ಬಂದ ಉದ್ದೇಶವೇ ಅದು; ಅವರುಗಳ ಮೂಲಕ ಮಗನ ಮೇಲೆ ಒತ್ತಡ ತರಬೇಕು. ತಾತ, ಅಜ್ಜಿಯೆಂದರೆ ಅವನಿಗೆ ಅಪಾರ ಗೌರವ. ಅವರ ಮಾತನ್ನು ಖಂಡಿತ ತಿರಸ್ಕರಿಸಲಾರನೆಂದು ಆಕೆಯ ಅಭಿಪ್ರಾಯ.

ಆಯಾಸಗೊಂಡ ಭಾಗಮ್ಮ ಕೈಯನ್ನು ದಿಂಬಾಗಿರಿಸಿಕೊಂಡು ಗೋಡೆಯ ಮಗ್ಗುಲಿಗೆ ನೆಲದ ಮೇಲೆ ಮಲಗಿದ್ದರು. ಕಣ್ಣು ಮುಚ್ಚಿರಲಿಲ್ಲ. ಕಾಲು ನೋವು ಅಸಾಧ್ಯವಾಗಿತ್ತು. ಅವುಡು ಕಚ್ಚಿದರು.

ರಾಯರು ಹಣೆಯುಜ್ಜಿದರು. ಒಂದು ಅಭಿಪ್ರಾಯಕ್ಕೆ ಬರದಾದರು. ಸದ್ಯಕ್ಕೆ ಮದುವೆಯಾಗಲು ಅವನಿಗೆ ಯಾವ ಅಡ್ಡಿ ಆತಂಕಗಳೂ ಇರಲಿಲ್ಲ. ಆದರೆ... ವೈಯಕ್ತಿಕವಾದುದೇನಾದರೂ ಇದ್ದೀತೇನೋ!

"ಅವನ ಸ್ವಂತ ಅಭಿಪ್ರಾಯವೇನಾದ್ರೂ ಇದೆಯೇನೋ ವಿಚಾರಿಸ್ಕೋ-ಬಹುದಾಗಿತ್ತು. ಬುದ್ಧಿವಂತ, ಸುಗುಣಿ, ತನ್ನ ವ್ಯಕ್ತಿತ್ವವನ್ನು ತಾನೇ ರೂಪಿಸಿಕೊಳ್ಳಲು ಸಮರ್ಥ."

ಇದು ನಿಜವಾದರೂ ನಿರುಪಮ ಅಸಹನೆಯಿಂದ ಕುದಿದರೂ ಮೊಮ್ಮಗನ ತಲೆಯಲ್ಲಿರೋ ಜೇಡಿಮಣ್ಣು ತಾತನ ತಲೆಯಲ್ಲೂ ಇದೆಯೆಂದುಕೊಂಡರು.

"ಅದೆಲ್ಲ ಏನೂ ಇಲ್ಲ; ನೀವೊಂದು ಮಾತು ಹೇಳಿ ಒಪ್ಪಿಸ್ಬೇಕು..." ಮುಂದೆ ಹೇಳಬೇಕೆಂದ ಮಾತುಗಳು ಬಾಯಲ್ಲೇ ಉಳಿದವು. ರಾಯರು ಶ್ರೀಮಂತಿಕೆ, ವೈಭವ ಜೀವನಕ್ಕೆ ಯಾವ ಬೆಲೆಯನ್ನೂ ಕೊಡಲಾರರೆಂದು ಗೊತ್ತು.

ತಾಂಬೂಲ ಮೆಲ್ಲುತ್ತಿದ್ದ ಶ್ರೀಕಾಂತು ಮೆಲ್ಲಗೆ "ನೀನೊಂದು ಮಾತು ಹೇಳಿ ಒಪ್ಪಿಸಬೇಕಣ್ಣ. ಬಹಳ ದೊಡ್ಡವರ ಸಂಬಂಧ. ಸದಾ ಕಾರಿನಲ್ಲಿ ಓಡಾಡೋ ಜನ. ಆ ಹುಡ್ಗಿ ಕೂಡಾ ಹೇಮಂತನ ಶಿಷ್ಯೆನಂತೆ." ಗಂಟಲು ಕಟ್ಟಿದಂತಾಯಿತು.

ತಂದೆಯ ಬಗ್ಗೆ ಶ್ರೀಕಾಂತುಗೆ ಒಂದು ತರಹ ಭಯ. ಕೀಳು ಕಾಮನೆಗಳಿಗೆ ಎಂದೂ ವಶವಾಗದವರು. ನಿರುಪಮಾ ತೀರಾ ಬಡವರ ಮನೆ ಹೆಣ್ಣು. ವರದಕ್ಷಿಣೆ ವರೋಪಚಾರದ ಮಾತಿಲ್ಲದೇ ಮದುವೆಗೆ ಅಷ್ಟಿಷ್ಟು ಸಹಾಯ ಮಾಡಿ ಸೊಸೆಯನ್ನು ತಂದುಕೊಂಡಿದ್ದರು. ಅಂದು ಮಗ ಚಕಾರವೆತ್ತಿರಲಿಲ್ಲ. ಮಡದಿ ಬಂದ ಮೇಲೆ ಅವನು ಬಹಳ ಬದಲಾವಣೆಗೊಂಡಿದ್ದ. ಸೊಸೆ ಚಾಲೂಕಿನವಳೆಂದು ಬಂದ ಒಂದೆರಡು ತಿಂಗಳುಗಳಲ್ಲೇ ರುಜುವಾತು ಮಾಡಿದ್ದಳು.

"ಒಂದೆರಡು ವರ್ಷ ಬೇಡ ಅನ್ನೋಕೆ ಏನಾದ್ರೂ ಕಾರಣವಿರಬೇಕು! ಮೊದ್ಲು ವಿಚಾರಿಸಿ, ಆಮೇಲೆ ಮುಂದಿನ ಮಾತು" ಅಲ್ಲಿಗೆ ಮುಕ್ತಾಯ ಹಾಡಿದರು. ಹೆಚ್ಚು ಮಾತಾಡಲು ಅವರಿಗಿಷ್ಟವಿಲ್ಲ.

ಅವರ ಕಣ್ಮುಂದೆ ರಶ್ಮಿಯ ಮುಖ ತೇಲಿತು. ಆ ಮದುವೆಯಲ್ಲಿ ದೊಡ್ಡ ಗಲಾಟೆಯೇ ನಡೆಸಿದ್ದರು. ಮುಹೂರ್ತವಾದ ಕೂಡಲೇ ಹೆಂಡತಿಯೊಂದಿಗೆ ಹೊರ ಬಿದ್ದಿದ್ದರು. ಭಾರವಾದ ನಿಟ್ಟುಸಿರು ಚೆಲ್ಲಿದರು.

"ಅಣ್ಣ, ಅಣ್ಣ" ಅಂದವನು ಸುಮ್ಮನಾದ. ರಾಯರ ತುಟಿಗಳ ಮೇಲೆ ನೋವಿನ ನಗೆ ಅರಳಿತು.

"ಏನ್ಹೇಳು ?" ಸಹಜ ಸ್ವರದಲ್ಲಿಯೇ ಕೇಳಿದರು.

ಮಾತಾಡಲು ತಡವರಿಸಿದ. ಹೆಂಡತಿಯ ಕಡೆ ನೋಡಿದ. ಕೇಳುವಂತೆ ಕಣ್ಣಲ್ಲಿ ಸನ್ನೆ ಮಾಡಿದ.

"ಏನು ಬೇಕಿದ್ರೂ ತಗೊಂಡ್ಹೋಗಿ. ಅದಕ್ಕೆ ಸಂಕೋಚವೇಕೆ!" ಆ ಮಾತನ್ನೇ ಹೇಳುತ್ತಾರೆಂದು ಅವರು ತಿಳಿದಿದ್ದರು. ರಾಯರು ಅದಕ್ಕಿಂತ ಹೆಚ್ಚಾಗಿ ಒಂದು ಮಾತೂ ಕೂಡ ಆಡರು.

"ನೋಡಿದ್ಯಾ!" ಧ್ವನಿಯಲ್ಲಿ ಗೆಲುವಿತ್ತು. ನಿರುಪಮಾಗೆ ಅಷ್ಟು ಸಾಕಾಗಿತ್ತು.

ಬಂದಾಗಲೆಲ್ಲ ಬೆಳ್ಳಿ, ಬಂಗಾರ ಕಡೆಗೆ ಹಿತ್ತಾಳೆ, ತಾಮ್ರದ ಭಾಂಡಿಗಳನ್ನು ಕೂಡ ಬಿಡದೇ ಕೊಂಡೊಯ್ಯುತ್ತಿದ್ದರು. ಆದರೆ ಇಲ್ಲಿಗೆ ಬರುವಾಗ ಕೊಂಡುಕೊಂಡು ಬರುವ ಹಣ್ಣುಗಳನ್ನು ಲೆಕ್ಕಕ್ಕೆ ಸೇರಿಸಿ ಗೊಣಗಾಡುತ್ತಿದ್ದರು.

* * * *

ತಾಯಿ, ತಂದೆಯರ ಜೊತೆ ಹೇಮಂತ ಹೊರಡಲಿಲ್ಲ. ಹೇಗೂ ಇನ್ನೆರಡು ದಿನ ರಜೆ ಇದೆ, ಇದ್ದೇ ಬರುವೆನೆಂದುಬಿಟ್ಟ. ಬೇಸರದಿಂದಲೇ ಬಸ್ಸು ಹತ್ತಿದರು.

ಆ ದಿನ ಮಧ್ಯಾಹ್ನ ಊಟವಾದ ಮೇಲೆ ಮೊಮ್ಮಗನನ್ನು ಕರೆದು ಹತ್ತಿರ ಕೂಡಿಸಿಕೊಂಡ ರಾಯರು ನಿಧಾನವಾಗಿ ಪ್ರಸ್ತಾಪಿಸಿದರು.

"ಇನ್ನ ಗೃಹಸ್ಥ ಧರ್ಮ ಸ್ವೀಕರಿಸುವಲ್ಲಿ ಯಾವ ಅಡ್ಡಿ ಆತಂಕಗಳೂ ಇಲ್ವಲ್ಲ! ಇನ್ನೆರಡು ವರ್ಷ ಮದ್ವೆ ವಿಚಾರ ಬೇಡ ಅಂದೆಯಂತೆ!"

ತಲೆ ಎತ್ತಿ ಅವರ ಕಡೆ ನೋಡಿದ. ಅತ್ತಿಗೆಯ ದೈನ್ಯ ಮುಖ ಎದುರು ಬಂದು ನಿಂತಂತಾಯಿತು. ಮುಖ ಕಿವುಚಿದ. ಮಾತಾಡಲು ತಡಬಡಿಸಿದ. ತಾಯಿ ತಂದೆಯರೆದುರು ಧೈರ್ಯವಾಗಿ ಮಾತಾಡಬಲ್ಲ.

"ವಿದೇಶಕ್ಕೆ ಹೋಗಿ ವ್ಯಾಸಂಗ ಮಾಡಿ ಬರುವ ಆಸೆಯಿದೆ. ಸ್ವಲ್ಪಮಟ್ಟಿನ ಪ್ರಯತ್ನ ನಡ್ಸಿದೀನಿ. ವಿದ್ಯಾರ್ಥಿವೇತನ ಸಿಗುವ ಭರವಸೆಯಿದೆ." ರಾಯರು ಮೊಮ್ಮಗನ ಮುಖವನ್ನು ದೀರ್ಘವಾಗಿ ನೋಡಿದರು. ಸುಮ್ಮನೆ ಯೋಚಿಸುತ್ತ ಕೂತುಬಿಟ್ಟರು.

"ನಿಮ್ಗೆ ಅಸಮಾಧಾನಾನ?" ಇಲ್ಲವೆಂದು ತಲೆಯಾಡಿಸಿದರು. ಯುವಕರ ಸರಿಯಾದ ಆಸೆ-ಆಕಾಂಕ್ಷೆಗಳಿಗೆ ಕೊಡಲಿ ಪೆಟ್ಟು ಹಾಕಬಾರದೆಂದು ಅವರ ಅನಿಸಿಕೆ.

"ನಿಧಾನವಾಗಿ ಯೋಚ್ಸು. ನಿನ್ನ ಮದ್ವೆಯನ್ನು ಮುಂದೂಡಿದ್ದಕ್ಕೆ ನಿನ್ನಮ್ಮನಿಗೆ ಅಸಮಾಧಾನವಿದೆ."

ಅಷ್ಟು ಮಾತ್ರ ಹೇಳಿದರು. ಎಂದೋ ಗೋಪಾಲಯ್ಯನವರು ಹೇಳಿದ ಮಾತುಗಳನ್ನು ಜ್ಞಾಪಿಸಿಕೊಂಡರು, ವಸುಮತಿ ಬಂದು ಎದುರು ನಿಂತಂತಾಯಿತು. ಮತ್ತೆ ಮೊಮ್ಮಗನನ್ನು ನೋಡಿದರು. ತಲೆಯಲ್ಲಿ ಹೊಸ ವಿಚಾರವೆದ್ದಿತ್ತು. ಆದರೆ ಮನ ಅನುಮಾನಿಸಿತು. ಸೊಸೆಯ ಬಗ್ಗೆ ಅವರಿಗೆ ಸಂಪೂರ್ಣ ಗೊತ್ತು. ಬರೀ ಗ್ರಾಜುಯೇಟ್ ಆಗಿದ್ದ ವಸಂತ್‌ಗೆ ಹೆಣ್ಣು ತರಬೇಕಾದರೇ ಸಾಕಷ್ಟು ನಡೆಸಿದ್ದಳು. ಈಗ ಎಂ.ಎ. ಮಾಡಿ ಕಾಲೇಜಿನಲ್ಲಿ ಅಧ್ಯಾಪಕನಾಗಿರುವ ಮಗನಿಗೆ ಸಾಮಾನ್ಯ ಮನೆಗಳಿಂದ ಹೆಣ್ಣು ತರಲು ಸಾಧ್ಯವಿಲ್ಲ. ಸೊಸೆಗಿಂತ ಅವಳ ಜೊತೆ ಬರುವ ಐಶ್ವರ್ಯದ ಮೇಲೆಯೇ ಆಕೆಯ ಕಣ್ಣು. ಇಂಥದ್ದರಲ್ಲಿ ಬಡವರ ಮನೆ ಹುಡುಗಿ ವಸುಮತಿಯನ್ನು ಒಪ್ಪಲು ಸಾಧ್ಯವೇ?

ಗೋಪಾಲಯ್ಯನವರು ಅಂದು ನುಡಿದ ಮಾತುಗಳು ಜ್ಞಾಪಕಕ್ಕೆ ಬಂದವು–"ಸದಾಶಿವು, ನಮ್ಮ ಪರಿಸ್ಥಿತಿ ನಿಂಗೇನು ತಿಳಿಯದಲ್ಲ. ಜೀವನ ನಿರ್ವಹಣೆಗೆ ತಾಪತ್ರಯ ಪಡ್ತಾ ಇಲ್ಲ. ಓದಿದ ಹುಡುಗರು ಕೇಳೋ ವರದಕ್ಷಿಣೆ, ವರೋಪಚಾರ ನಮ್ಮಿಂದ ಕೊಡಲು ಸಾಧ್ಯವಿಲ್ಲ. ಸಾಧಾರಣ ಬಡವ ಹುಡ್ಗನಿದ್ದರೂ ಸಾಕು, ಆ ಹುಡ್ಗಿಗ ಸುಖವಾಗಿಟ್ಕೊಂಡ್ರೆ ಸಾಕು. ತಿಳ್ದವ್ರಿಗ್ಹೇಳಿ ಪತ್ತೆ ಮಾಡ್ಸು" ಎಂದಿದ್ದರು.

"ನಿನ್ನ ಗೆಳೆಯರಲ್ಲಿ ಯಾರಾದ್ರೂ ಬಡ ಯುವಕರಿದ್ದಾರ? ಸಾಧಾರಣ ಕೆಲ್ಸವಿದ್ದರೂ ಸಾಕು."

ಹೇಮಂತನ ಹುಬ್ಬುಗಳು ಮೇಲೇರಿದವು. ಯಾಕಾಗಿ ಈ ವಿಚಾರ?

ಇವನು ಬಾಯಿಬಿಟ್ಟು ಕೇಳುವ ಮುನ್ನ ಅವರೇ ಹೇಳಿದರು–"ಗೋಪಾಲಯ್ಯನವ್ರ ಮೊಮ್ಮಗ್ಳಿಗೆ ಒಂದು ಗಂಡು ಬೇಕಾಗಿದೆ. ನಿಂಗೆ ಗೊತ್ತಿದ್ದ ಜನರಿದ್ರೆ ಹೇಳು."

ಅವನು ಸುಮ್ಮನೇ ಕೂತುಬಿಟ್ಟ.

"ಶ್ರೀಕಾಂತ ಕಿವಿ ಮೇಲೆ ಹಾಕಿರು. ನಾಲ್ಕು ಕಡೆ ಸುತ್ತೋನು." ಮೇಲಕ್ಕೆದ್ದರು.

* * * *

ಹೇಮಂತ ಕಾಲೇಜು ಮುಗಿಸಿಕೊಂಡು ಮನೆಗೆ ಬಂದಾಗ ಸಣ್ಣ ಗಲಾಟೆ ನಡೆಯುತ್ತಿತ್ತು. ತಾಯಿ, ಮಗ ಒಂದು ಕಡೆ ಇದ್ದರು, ರಶ್ಮಿ ಅಳುವಿನಲ್ಲೇ ಒದರುತ್ತಿದ್ದಳು.

"ದರಿದ್ರ ಸಂಬಂಧ ಬೆಳ್ಸಿದಂಗಾಯ್ತು. ಹಬ್ಬಕ್ಕೆ ಮಗಳ್ನಾ ಕರ್ಕೊಂಡ್ಹೋಗ್ಬೇಕೆಂಬ ಜ್ಞಾನಾನೂ ಇಲ್ಲ!" ವಸಂತನ ಸ್ವರ ಮೇಲಕ್ಕೇರಿತ್ತು.

"ನಂಗೇನು ಗೊತ್ತು? ಮೋಸ ಹೋಗಿದ್ದಾಯ್ತು!" ಪಶ್ಚಾತ್ತಾಪಪಟ್ಟವರಂತೆ ಕಂಗೆಟ್ಟು ಕೂತಿದ್ದರು.

ನೇರವಾಗಿ ಹೇಮಂತ್ ತನ್ನ ಕೋಣೆಗೆ ಹೋಗಿಬಿಟ್ಟ. ಇನ್ನು ಸ್ವಲ್ಪ ವರದಕ್ಷಿಣೆಯ ಹಣ ಬಾಕಿಯಿದೆಯೆಂದು ಈಚೆಗೆ ಅವನ ಕಿವಿಯ ಮೇಲೆ ಬಿದ್ದಿತ್ತು. ಅದಕ್ಕಾಗಿ ತಾಯಿ ಮಗ ಸದಾ ಕಾಡುತ್ತಿದ್ದರು.

ಬಟ್ಟೆ ಕೂಡ ಬದಲಾಯಿಸದೇ ಸುಮ್ಮನೇ ಕೂತುಬಿಟ್ಟ. ಎಷ್ಟೋ ಸಲ ತಾಯಿಗೆ ಕೂಡಿಸಿಕೊಂಡು ಹೇಳಿದ್ದ. ಆದರೆ, ಆಕೆ ಜೋರಾಗಿ ಅತ್ತುಬಿಡುತ್ತಿದ್ದರು. ಅಷ್ಟೇ ಉದ್ವೇಗದಿಂದ 'ನಾವು ಗಂಡುಮಕ್ಕನ್ನು ಹಡೆದಿದ್ದು ತಪ್ಪಾ? ಹೊಟ್ಟೆ ಬಟ್ಟೆ ಕಟ್ಟಿ ಓದಿಸಿದ್ದು ಯಾಕೆ? ಈ ಬದುಕೇ ಕೊನೆವರ್ಗೂ ಬದುಕ್ಬೇಕಾ? ಬೇಡ, ನಮ್ಗೂ ಕಾರು, ಬಂಗ್ಲೆ ಬೇಕು. ಅವ್ರು ಹೆಣ್ಣುಮಕ್ಳ ಸುಖಕ್ಕೆ ತಾನೇ ಕೊಡೋದು. ಕೊಡ್ಲಿ ಬಿಡು. ವಸೂಲು ಮಾಡೋವಾಗ ಸರ್ಯಾಗಿ ವಸೂಲು ಮಾಡ್ಬೇಕು!' ದುರಾಸೆಯನ್ನು ಕಂಡು ವಿಷಾದಿಸುತ್ತಿದ್ದ.

"ಕಾಫೀ ತಗೋ" ನಿರುಪಮನೇ ಕೋಣೆಯೊಳಕ್ಕೆ ಬಂದರು. ಮ್ಲಾನವದನನಾಗಿ ಕುಳಿತಿದ್ದ ಮಗನ ಕಡೆ ನೋಡಿದರು, ತುಟಿ ಎರಡು ಮಾಡಲಿಲ್ಲ. ಅವನ ವಿಚಾರಧಾರೆಗಳು ಇದಕ್ಕೆ ವಿರುದ್ಧ.

"ಕುಡ್ದು ಬಟ್ಟೆ ಬದಲಾಯಿಸು" ಅಲ್ಲಿಟ್ಟು ಹೋಗಿಬಿಟ್ಟರು. ಅವರು ಹೋದತ್ತಲೇ ನೋಡಿದ. ನಿಟ್ಟುಸಿರು ಚೆಲ್ಲಿ ಕಣ್ಮುಚ್ಚಿ ಹಿಂದಕ್ಕೆ ಒರಗಿದ. ಬಹಳ ಹೊತ್ತು ಅದೇ ಅವಸ್ಥೆಯಲ್ಲಿದ್ದ.

ಎಲ್ಲಾದರೂ ಹೊರಟಾಗ ನಿರುಪಮ ದೊಡ್ಡ ಬಂಗ್ಲೆ, ಕಾರುಗಳ ಕಡೆ ನೋಡುತ್ತಿದ್ದರು. ಹೇಮಂತ, ವಸಂತ ದುಡಿಯುತ್ತಿದ್ದರೂ ಈಗಿನ ದಿನಗಳಲ್ಲಿ

ಅವುಗಳನ್ನು ಹೊಂದುವುದಕ್ಕೆ ಸಾಧ್ಯವಿಲ್ಲ. ವಸಂತನಿಗೆ ವರದಕ್ಷಿಣೆಯಾಗಿ ಬಂದ ಹಣ ಬ್ಯಾಂಕ್‌ನಲ್ಲಿತ್ತು. ಆಸೆ ಗಗನದೆತ್ತರ ಹಾರುತ್ತಿತ್ತು.

"ಕತ್ತಲಲ್ಲೇ ಕೂತಿದ್ದೀರಾ!" ರಶ್ಮಿ ಒಳಗೆ ಬಂದು ಸ್ವಿಚ್ ಅದುಮಿ ಬೆಳಕು ಮಾಡಿದಳು. ಅತ್ತದ್ದಕ್ಕೆ ಮೂಕ ಸಾಕ್ಷಿಯಂತೆ ಕೆನ್ನೆಗಳು ಕೆಂಪಗಾಗಿದ್ದುವು.

"ಕಾಫೀ ಕುಡ್ದೇ ಇಲ್ಲ" ತಣ್ಣಗಾದ ಲೋಟ ಕೈಗೆ ಎತ್ತಿಕೊಂಡಳು. ತಲೆ ಎತ್ತಿ ನೋಡಿದ. ಈ ಸುಂದರವಾದ ಹುಡುಗಿಯನ್ನು ಅಳಿಸುವಷ್ಟು ವಸಂತ್ ಕಟುಕನೇ!?

"ಬಟ್ಟೆ ಬದಲಾಯ್ಸಿ. ಬೇರೆ ಕಾಫೀ ಮಾಡ್ಕೊಂಡ್ಬರ್ತೀನಿ" ರಶ್ಮಿ ಹೋದತ್ತಲೇ ನೋಡಿದ.

ಬಟ್ಟೆ ಬದಲಾಯಿಸಿ ಟವಲನ್ನು ಹೆಗಲ ಮೇಲಾಕಿಕೊಂಡು ಹೊರಗೆ ಬಂದಾಗ, ಮನೆ ನಿಶ್ಶಬ್ದವಾಗಿತ್ತು. ಅಮ್ಮ, ವಸಂತ ಹೊರಗೆ ಹೋಗಿರಬಹುದೆಂದು ತಿಳಿದ. ಜ್ಞಾಪಕ ಬಂದಾಗ ಮುಖದ ಮೇಲೆ ತಿಳಿನಗೆ ಹಾದುಹೋಯಿತು.

ಮುಖ ತೊಳೆದು ಬಂದವನು ವರಾಂಡದಲ್ಲಿಯೇ ಕೂತ. ತಟ್ಟನೇ ಬಿಳಿ ಹೂಗಳಿಂದ ಬಾಗಿಲು ಪರದೆಗಳು ಅವನನ್ನು ಸೆಳೆದವು. ಅಮ್ಮನ ಅಭಿರುಚಿ ಉತ್ತಮ ಮಟ್ಟದ್ದೇ. ಆದರೆ ಮಿತಿಮೀರಿದಾಗ? ಅತೃಪ್ತ ಮನ ಸದಾ ಕುದಿಯುತ್ತಲೇ ಇತ್ತು.

ರಶ್ಮಿ ಕೊಟ್ಟ ಕಾಫೀ ಲೋಟ ಕೈಗೆ ತೆಗೆದುಕೊಳ್ಳುತ್ತ "ಅಮ್ಮ, ವಸಂತ್ ದೇವಸ್ಥಾನಕ್ಕೆ ಹೋದ್ರಾ?" ಎಂದ. ಎತ್ತಲೋ ನೋಡುತ್ತ ನಿಂತ ರಶ್ಮಿ "ಗೊತ್ತಿಲ್ಲ" ಎಂದಳು. ಅವಳಿಗೆ ಮಾತಾಡಲು ಉತ್ಸಾಹವಿದ್ದ ಹಾಗೆ ಕಾಣಲಿಲ್ಲ. ಆಳವಾಗಿ ಯೋಚಿಸುತ್ತಿದ್ದಂತೆ ಕಂಡಳು.

"ವಸಂತ್ ಕೂಗಾಟಕ್ಕೆ ಕಾರಣ?" ವಿಷಯದ ಅರಿವಿದ್ದರೂ ಕೇಳಿದ.

ರಶ್ಮಿ ಭಾರವಾದ ನಿಟ್ಟುಸಿರು ಚೆಲ್ಲಿದಳು. ಗಂಟೆಗಟ್ಟಲೇ ಕೂತು ಯೋಚಿಸಿದರೂ ಅವಳಿಗೆ ಪರಿಹಾರ ಮಾರ್ಗ ಕಂಡಿರಲಿಲ್ಲ. ತಾಯಿಯ ಮನೆಯಿಂದ ಬರಬೇಕಾದ ಕೊಡುಗೆಗಳ ಪಟ್ಟಿ ದೊಡ್ಡದಾಗಿತ್ತು. ಮನೆಯಲ್ಲಿ ಕುಕ್ಕರ್ ಇದ್ದರೂ ಅವಳು ತಾಯಿ ಮನೆಯಿಂದ ತರುವವರೆಗೂ ಅದರಲ್ಲಿ ಅಡುಗೆ ಮಾಡಬಾರದೆಂದು ಕಟ್ಟಪ್ಪಣೆಯಾಗಿತ್ತು. ನಿರುಪಮಾ ಕುಕ್ಕರನ್ನು ಎತ್ತಿ ಮೇಲಿರಿಸಿಬಿಟ್ಟಿದ್ದರು.

"ಒಂದೇ, ಎರಡೇ! ಸಂಸಾರಕ್ಕೆ ಬೇಕಾದ ಎಲ್ಲಾ ಸಾಮಾನುಗಳು ಅಲ್ಲಿಂದಲೇ ಬರ್ಬೇಕಂತೆ. ವರದಕ್ಷಿಣೆ ಹಣ ಬಾಕಿ ಉಳಿದಿದೆಯಂತೆ, ಆ ವಿಷ್ಯ ನಂಗೆ ಗೊತ್ತೇ ಇರ್ಲಿಲ್ಲ. ಅಣ್ಣ ಎಲ್ಲಾ ಕೊಟ್ಟಿದ್ದೀವಿ ಅಂತಾರೆ. ಒಂದೂ ಅರ್ಥವಾಗೋಲ್ಲ!" ಮುಖದ ಮೇಲೆ ಸುಳಿದಿದ್ದ ಕಾರ್ಮೋಡಗಳು ದಟ್ಟವಾದವು.

"ನೀವು ವಸಂತ್‌ಗೆ ತಿಳ್ಸಿ ಹೇಳಿ" ರಶ್ಮಿ ನಿರಾಶೆಯ ನಗು ನಕ್ಕಳು.

ಮದುವೆಗೆ ಮುನ್ನ ಗೆಳತಿಯರು ಹಿತೋಪದೇಶ ಮಾಡಿದ್ದರು. 'ನಿಮ್ಮ ತಂದೆ ಸಾಲ ಮಾಡಿ ಕೊಟ್ಟಿರೋ ವರದಕ್ಷಿಣೆ ಹಣವನ್ನು ವರ್ಷದಲ್ಲೇ ಕಕ್ಕಿಸಿಬಿಡು. ಅದೇನು ಕಷ್ಟವಾಗೋಲ್ಲ. ಮಡದಿಯ ಮಾತಿಗೆ ಮದುವೆಯಾದ ಹೊಸದರಲ್ಲಿ ಬಗ್ಗದ

ಗಂಡಾರು!' ಎಂದಿದ್ದರು. ಅದು ವಸಂತನ ವಿಷಯದಲ್ಲಿ ಸುಳ್ಳಾಗಿತ್ತು. ಸದಾ ಕಿರಿಕಿರಿ ಮಾಡುತ್ತಲೇ ಇದ್ದ.

"ಏನೂ ಪ್ರಯೋಜನವಿಲ್ಲ! ಮದ್ವೆಯಿಂದ ಅವರ ಸಂಪೂರ್ಣ ಬೇಡಿಕೆಗಳನ್ನು ಪೂರ್ತಿ ಮಾಡಿಕೊಳ್ಳೋ ಆಸೆ." ಕೆನ್ನೆಗಳ ಮೇಲೆ ಹರಿದ ಕಂಬನಿ ಬಿಂದುಗಳನ್ನು ತೊಡೆದುಕೊಂಡಳು.

ದುಃಖ ಒತ್ತಿಕೊಂಡು ಬಂತು. ಕೋಣೆಗೋಗಿ ದಿಂಬಿನಲ್ಲಿ ಮುಖ ಹುದುಗಿಸಿ ಬಿಕ್ಕಿಬಿಕ್ಕಿ ಅತ್ತಳು. ಹೇಮಂತನಿಗೆ ಕರುಳು ಕತ್ತರಿಸಿದಂತಾಯಿತು.

ತಾತನ ಜ್ಞಾಪಕ ಬಂತು–ಹೆಂಡ್ತಿಯ ಮೇಲಿದ್ದ ಅವರ ಪ್ರೀತಿ, ಗೌರವ ಅಭಿಮಾನಗಳು ಅಸಾಧಾರಣವಾಗಿ ಕಂಡವು. ರಶ್ಮಿ, ಭಾಗಮ್ಮ, ನಿರುಪಮಾ ಮೂವರ ಪ್ರತಿಬಿಂಬಗಳ ಎದುರು ಬಂದು ನಿಂತಂತಾಯಿತು. ಆಳವಾಗಿ ಚಿಂತಿಸತೊಡಗಿದ.

"ಕಾಫೀ ಆಯ್ತೇ?" ಶ್ರೀಕಾಂತು ಒಳಗೆ ಬಂದರು. ಮುಖದಲ್ಲಿ ಬಳಲಿಕೆ ಸ್ಪಷ್ಟವಾಗಿತ್ತು.

"ಆಯ್ತು." ಚಪ್ಪಲಿ ಕಳಚಿ ಅಲ್ಲೇ ಕೂತರು. ಬಸ್ಸು ಓಡಾಟ ಬೇಸರ ಬಂದುಹೋಗಿತ್ತು. ನಿರುಪಮಾ ಮಾತಿನಲ್ಲೇ ಆಕಾಶದಲ್ಲಿ ತೇಲಿಸುತ್ತಿದ್ದಳು. ತಮ್ಮದಾಗಿ ಒಂದು ಕಾರು ಇದ್ದಿದ್ದರೇ! ಕಾರುಗಳಲ್ಲಿ ಠೀವಿಯಿಂದ ಹೋಗುವವರನ್ನು ನೋಡಿ ಸದಾ ಕರುಬುತ್ತಿದ್ದರು.

"ರಶ್ಮಿ ಕಾಫೀ ಮಾಡ್ಕೊಂಡ್ಬಾ" ಕೂತಲ್ಲಿಂದಲೇ ಕೂಗಿ ಹೇಳಿದರು. ಅದರ ಅಗತ್ಯವೇ ಇರಲಿಲ್ಲ. ಅವಳಾಗಲೇ ಮಾಡುವ ಪ್ರಯತ್ನದಲ್ಲಿದ್ದಳು.

"ತುಂಬಾ ಆಯಾಸಗೊಂಡಿದ್ದೀರಿ!"

"ಬಸ್ಸಿಡಿದು ಬರೋ ವೇಳೆಗೆ ಸಾಕಾಯ್ತು" ಕರ್ಚೀಫ್‌ನಿಂದ ಮುಖ ಒತ್ತಿದರು.

"ಬ್ಯಾಂಕ್‌ನಲ್ಲಿ ಸ್ವಲ್ಪ ಹಣ ಇದೆ. ತೆಗ್ದುಬಿಡ್ತೀನಿ. ಸದ್ಯಕ್ಕೆ ಒಂದು ಸೆಕೆಂಡ್ ಹ್ಯಾಂಡ್ ಸ್ಕೂಟರ್ ಕೊಳ್ಳಬಹುದು. ವಸಂತ್‌ಗೆ ಹೇಳಿ" ತಂದೆ ಬಳಲಿ ಆಯಾಸಪಡುವುದು ಅವನಿಗೆ ಬೇಡವಾಗಿತ್ತು.

"ಸದ್ಯಕ್ಕೆ ಅದೆಲ್ಲ ಬೇಡ; ನಿನ್ನ ಮದ್ವೆ ವಿಷ್ಯನ ಯೋಚಿಸಿದ್ಯಾ?"

ಹೇಮಂತನ ನೋಟ ಭಾವಣೆಯನ್ನು ದಿಟ್ಟಿಸಿತು. ಅವನಿಗೆ ತೀರಾ ಬೇಸರವಾಗಿತ್ತು. ಮದುವೆಯೆಂಬ ಕಟ್ಟುಪಾಡನ್ನೇ ಅಲ್ಲಗಳೆಯುವ ಮನೋಭಾವಕ್ಕೆ ಬಂದಿದ್ದ.

"ಸದ್ಯಕ್ಕೆ ಅದರ ಯೋಚನೇನೇ ಇಲ್ಲ" ಸ್ಪಷ್ಟವಾಗಿ ಹೇಳಿದ.

ಶ್ರೀಕಾಂತ್‌ಗೆ ಆಶ್ಚರ್ಯವಾಯಿತು. ಈ ಹುಡುಗ ಯಾವುದಾದರೂ ಪ್ರೇಮ ಪ್ರಕರಣದಲ್ಲಿ ಸಿಕ್ಕಿಕೊಂಡಿದ್ದಾನಾ? ಸದ್ಯಕ್ಕೆ ಹಾಗೆ ಅನ್ನಿಸಲಿಲ್ಲ; ಹಾಗಂದುಕೊಳ್ಳುವುದೂ ಅವರಿಗೆ ಇಷ್ಟವಾದ ವಿಷಯವಲ್ಲ. ಅದರಿಂದ ಅಪಾರ ನಷ್ಟವಾಗುವ ಸಂಭವವಿತ್ತು.

"ಇದು ಸರ್ಯಾದ ವಿಚಾರವಲ್ಲ! ಇನ್ನು ಮದ್ವೆನೇ ಹಿಂದೆ ತಳ್ಳುವುದು ಅವಿವೇಕ!" ಸ್ವಲ್ಪ ಖಾರವಾಗಿಯೇ ಹೇಳಿದರು.

ಬಲವಂತವಾಗಿ ಅವನಿಗೆ ಹೆಣ್ಣನ್ನು ಕಟ್ಟುವುದು ಸಾಧ್ಯವಿಲ್ಲದ ವಿಷಯ. ಯೋಚಿಸುವಂತಾದರು. ಹೆಣ್ಣು ಕೊಡಲು ತಾನು ಮುಂದು ನಾನು ಮುಂದು ಎಂದು ಬರುತ್ತಿದ್ದರು. ತಲೆ ತಿನ್ನುವ ವಿಷಯವಾಗಿತ್ತು.

ಕಾರು ನಿಂತ ಸದ್ದಾಯಿತು. ಧಡಕ್ಕನೇ ಮೇಲಕ್ಕೆದ್ದರು. ಕಾಫಿ ಹಿಡಿದು ಬಂದ ರಶ್ಮಿ ಎರಡು ಹೆಜ್ಜೆ ಹಿಂದಕ್ಕೆ ಸರಿದಳು. ಬಂದ ತಂದೆ ಮಗಳನ್ನು ಶ್ರೀಕಾಂತು ಸಂಭ್ರಮದಿಂದ ಸ್ವಾಗತಿಸಿದರು.

"ನೋಡಿ...." ಈಗ ಅನಿವಾರ್ಯವಾಗಿ ಹೇಮಂತ್ ಮೇಲಕ್ಕೇಳ ಬೇಕಾಯಿತು.

"ನನ್ಮಗ ಹೇಮಂತ್. ಇವರು..." ಹೆಸರೇ ಮರೆತು ಚಡಪಡಿಸಿದರು.

ಅವರೇ.... "ರಾಜಗೋಪಾಲ್ ಅಂತ.... ಇವ್ರು ನನ್ಮಗ್ಳು ರೇಖಾ..." ಆ ಹೆಣ್ಣಿನ ಕಣ್ಣುಗಳನ್ನು ಕಂಡಿರುವ ನೆನಪಾಯಿತು.

"ನಿಮ್ಮ ಸ್ಟೂಡೆಂಟ್" ಹಾರ್ದಿಕವಾಗಿ ನೀಡಿದ ಕೈಯನ್ನು ಕುಲುಕಿ, ರೇಖಾಳ ಕಡೆ ಗಂಭೀರ ನಗೆಯನ್ನು ತೇಲಿಸಿ, "ಕೂತ್ಕೊಳ್ಳಿ" ಎಂದ.

"ಇಲ್ಲಿ ಬೇಡ, ಒಳ್ಗಡೆ ಬನ್ನಿ" ಶ್ರೀಕಾಂತು ಅವರನ್ನು ಒಳಗೆ ಕರೆದೊಯ್ದರು. ಕಾರಿದ್ದ ಜನ ದೊಡ್ಡವರೆನ್ನುವ ಅಭಿಮಾನ.

ವಿಶೇಷವಾದ ಉಪಚಾರ ನಡೆಯಿತು, ರಶ್ಮಿಗೆ ಕೈಕಾಲು ಆಡದಂತಾಯಿತು. ಮನೆಯ ಮಾತುಕತೆಗಳ ಜೊತೆ ಅವರುಗಳು ಬಂದಿದ್ದರಿಂದ ವಿಶಿಷ್ಟ ಅರ್ಥ ಸಿಕ್ಕಂತಾಗಿತ್ತು.

"ಕೂತ್ಕೊಳ್ಳಿ, ನಮ್ಮ ಶ್ರೀಮತಿಯವ್ರು ಹೊರಗಡೆ ಹೋಗಿದ್ದಾರೆ." ರಾಜಗೋಪಾಲ್ ಅವರ ಕಣ್ಣುಗಳಲ್ಲಿನ ತೀಕ್ಷ್ಣತೆ ಹೆಚ್ಚಾಯಿತು. ಕೂತು ಮನೆಯನ್ನೊಮ್ಮೆ ಅವಲೋಕಿಸಿದರು. ಮಧ್ಯಮ ವರ್ಗದ ಜನಜೀವನಕ್ಕೆ ಮೀರಿ ಬೆಲೆಬಾಳುವ ವಸ್ತುಗಳು ಶೇಖರವಾಗಿದ್ದುವು. ಮನದಲ್ಲೇ ಮೆಚ್ಚಿಕೊಂಡರು.

"ಮನೆನ ತುಂಬಾ ಚೆನ್ನಾಗಿ ಇಟ್ಕೊಂಡಿದ್ದೀರಾ!" ಶ್ರೀಕಾಂತು ಮುಖ ಮೊರದಷ್ಟು ಅಗಲವಾಯಿತು. ಮಡದಿಯ ತಲೆಯ ಮೇಲೆ ಮತ್ತೊಂದು ಕೋಡು ಮೂಡಿಸಿದಂತಾಯಿತು.

"ಎಲ್ಲಾ ಅವಳ್ದೇ!"

ತಂದೆಯ ಬಲವಂತಕ್ಕೆ ಹೇಮಂತ್ ಅಲ್ಲಿ ಬಂದು ಕೂತರೂ ಮೌನವಾಗಿದ್ದ. ಕೈಗಳನ್ನು ಕಟ್ಟಿ ಗೋಡೆಯನ್ನು ದಿಟ್ಟಿಸುತ್ತಿದ್ದ. ಅವರು ಕೇಳಿದ್ದಕ್ಕೆ ಚುಟುಕಾಗಿ ಉತ್ತರ ಹೇಳಿದ್ದ.

"ನಾಳೆ ದಿನ ಖಂಡಿತ ಬರ್ಬೇಕೂ" ಅವರ ಮಾತಿನ ಕಡೆ ಗಮನವೇ ಕೊಟ್ಟಿಲ್ಲದ ಹೇಮಂತ್ ಕಿವಿಗಳು ತಟ್ಟನೇ ಚುರುಕಾದವು. ಯಾಕೆ? ಎಲ್ಲಿಗೆ?

ರಾಜಗೋಪಾಲ್ ಅರ್ಥ ಮಾಡಿಕೊಂಡಿರಬಹುದು, ಅವನ ಮುಖಭಾವ ವನ್ನು–ಮತ್ತೆ ಹೇಳಿದರು.

"ನನ್ನ ದೊಡ್ಡ ಮಗ ಫಾರಿನ್‌ನಿಂದ ಬಂದಿದ್ದಾನೆ. ಅದಕ್ಕಾಗಿ ಸಣ್ಣ ಪಾರ್ಟಿ ಸಮಾರಂಭ. ಹೆಚ್ಚು ಜನರನ್ನು ಆಮಂತ್ರಿಸಿಲ್ಲ; ತೀರಾ ಆತ್ಮೀಯರನ್ನು ಮಾತ್ರ."

ಹೇಮಂತನ ಕಣ್ಣುಗಳು ಮಿಂಚಿದವು. ಅವನಿಗೆ ತಿಳಿದ ಹಾಗೆ ಹೆಚ್ಚು ಪರಿಚಿತರಲ್ಲ. ಹಾಗೂ ಇಂದೇ ಅವರನ್ನು ಕಂಡಿದ್ದು. ವಿವೇಚನೆ ಜಾಗೃತವಾಯಿತು.

"ಆಯ್ತು" ಸೌಜನ್ಯಕ್ಕಾಗಿ ನುಡಿದ.

ರೇಖಾ ಕಡೆಗೆ ತಿರುಗಿದಾಗ, ಅವಳ ಕಣ್ಣುಗಳು ಇವನಲ್ಲೇ ನೆಟ್ಟಿದ್ದವು. ಇದೇನು ಹೊಸದಲ್ಲ. ಇಂತಹ ಪ್ರಸಂಗಗಳನ್ನ ಸರಾಗವಾಗಿ ನಿವಾರಿಸಿಕೊಂಡಿದ್ದ. ಆದರೆ ಇಂದಿನ ಕಣ್ಣುಗಳ ಹೊಳಪಿಗೆ ವಿಶೇಷ ಅರ್ಥ ಕಾಣಿಸಿಕೊಂಡಿತು.

ತಂದೆ ಜೊತೆ ಬಂದು ಅವರನ್ನು ಕಾರಿನವರೆಗೂ ಬೀಳ್ಕೊಟ್ಟ. ಶ್ರೀಕಾಂತು ಕಾರು ಹೋಧತ್ತಲೇ ನೋಡುತ್ತಿದ್ದರು. ಮನದಲ್ಲಿ ಹತ್ತಾರು ಆಸೆಗಳು, ಮಗನ ಮದುವೆಯಲ್ಲಿಯಾದರೂ ಪೂರೈಸಿಕೊಳ್ಳಬೇಕು. ಈ ಅವಕಾಶ ಕಳೆದುಕೊಂಡರೇ ಮತ್ತೆ ಸಿಗದು.

"ತುಂಬ ಒಳ್ಳೆ ಜನ, ಸ್ವಲ್ಪನೂ ಅಹಂಕಾರವಿಲ್ಲ." ಕೇಳಿದರೂ ಕೇಳದಂತೆ ಒಳಗೆ ಬಂದ. ಒಳಬಾಗಿಲಿನಲ್ಲಿ ನಿಂತಿದ್ದ ರಶ್ಮಿಯ ಮುಖದಲ್ಲಿ ದ್ವಂದ್ವ ಭಾವಗಳು ಕಾಣಿಸಿಕೊಂಡಿದ್ದವು.

ಸಾರಿನ ವಾಸನೆ ಮನೆಯಲ್ಲೆಲ್ಲ ಹರಡಿಕೊಂಡಿತ್ತು. ಹೊಟ್ಟೆಯಲ್ಲಿ ಹಸಿವು ಕಾಣಿಸಿಕೊಂಡಿತು. ಗಡಿಯಾರದ ಕಡೆ ನೋಡಿದ. ಬಹಳ ಬೇಗೇನೂ ಅಲ್ಲ, ಊಟ ಮಾಡಬಹುದು ಎಂದುಕೊಂಡ.

"ಬಡ್ಸಿಬಿಡಿ. ನಿಮ್ಮ ಸಾರಿನ ವಾಸನೆ ಹುಚ್ಚು ಹಸಿವನ್ನು ಕೆರಳಿಸಿದೆ." ಅವಳ ತುಟಿಗಳ ಮೇಲೆ ಕಂಡೂ ಕಾಣದಂತೆ ನಗು ಅರಳಿತು. ಕಣ್ಣುಗಳು ಮಿಂಚಿದವು. ಒಳಗೋಡಿದಳು, ವಗ್ಗರಣೆ "ಸೊಯ್" ಎಂದಿತು.

"ಅಣ್ಣ, ನಾನು ಊಟ ಮಾಡ್ತೀನಿ." ಏನೋ ಲೆಕ್ಕ ಹಾಕುತ್ತ ಮೌನವಾಗಿ ಕೂತಿದ್ದ ತಂದೆಗೆ ಹೇಳಿದ.

"ನಾನೂ ಮಾಡ್ತೀನಿ."

ಅವರೂ ಬಂದು ಕೂತರು. ಬಿಸಿ ಅನ್ನದ ಮೇಲೆ ಸಾರು ಬಿದ್ದಾಗ, ಅರೆ ಬೆಂದ ಬೇಳೆಗಳು ಕಾಣಿಸಿಕೊಂಡವು. ಶ್ರೀಕಾಂತು, ಬೆರಳಿನಿಂದ ಹಿಚುಕಿ ನೋಡಿದರು.

"ಬೇಳೆ ಬೆಂದೇ ಇಲ್ಲ" ಬೇಸರದಿಂದ ನುಡಿದರು.

ನಿರುಪಮಾ ಅಡಿಗೆಯಲ್ಲಿ ಯಾವಾಗಲೂ ಅಚ್ಚುಕಟ್ಟು. ಯಾವುದೇ ಮಾಡಲಿ ರುಚಿರುಚಿಯಿಂದ ಮಾಡಿ ಬಡಿಸುತ್ತಿದ್ದರು.

"ಕುಕ್ಕರ್ ಇಲ್ಲ, ಬೇಗ ಬೇಯೋಲ್ಲ. ಹೆಚ್ಚು ಹೊತ್ತು ಬೇಯಿಸಿದ್ರೆ ಗ್ಯಾಸ್ ಹೆಚ್ಚು ಖರ್ಚು ಆಗುತ್ತೆ."

ಹೇಮಂತ್ ತಲೆ ತಗ್ಗಿಸಿ ಊಟ ಮಾಡುತ್ತಿದ್ದ. ಇವರುಗಳ ಮಾನವೀಯ ಗುಣಗಳು ಸತ್ತುಹೋಗಿವೆಯೇ? ಜಿಗುಪ್ಸೆಯಾಯಿತು. ಹಸಿವು ಬತ್ತಿಹೋಯಿತು. ಊಟ ಮಾಡಲು ಮನಸ್ಸಾಗಲಿಲ್ಲ. ಹಾಗೇ ಎದ್ದರೆ ರಶ್ಮಿ ಮನಸ್ಸಿಗೆ ನೋವು. ಕಷ್ಟಪಟ್ಟು ಊಟ ಮಾಡಿ ಮೇಲಕ್ಕೆದ್ದ.

"ಕುಕ್ಕರ್ ಪಾತ್ರೆ ಇದ್ದು ಬಳಸದೇ ಮೇಲಿಡೋದರ ಅರ್ಥವೇನು! ತೀರಾ ವಿಚಿತ್ರವಾಗಿ ಕಾಣುತ್ತೆ. ಈ ಮನೆಗೆ ಎರಡು ಕುಕ್ಕರ್ ಪಾತ್ರೆಗಳ ಅಗತ್ಯವಿದ್ಯಾ? ಮನೆಗೆ ತಂದುಕೊಂಡ ಹೆಣ್ಣನ್ನು ಎಲ್ಲಾ ವಿಧದಲ್ಲೂ ಶೋಷಿಸೋದು ಒಳ್ಳೆಯ ಲಕ್ಷಣವಲ್ಲ" ತಂದೆಯ ಮುಂದೆ ರೇಗಾಡಿದ.

"ಕೋಪ ಮಾಡ್ಕೋಬೇಡ. ನಿಮ್ಮಮ್ಮನ ಬುದ್ಧಿವಂತಿಕೆಯಿಂದ್ಲೇ ಸಂಸಾರ ಇಷ್ಟು ಅಚ್ಚುಕಟ್ಟಾಗಿರೋದು. ಅವಳ ಸಂಸಾರಕ್ಕೆ ಬೇಕಾದ ಪಾತ್ರೆಗಳ್ನ ಅವ್ರೇ ತಂದು ಕೊಳ್ಳಲೀಂತ. ಇದೇನು ತಪ್ಪಲ್ಲ. ನಾವು ಆತ್ರಪಟ್ಟು ತಪ್ಪು ಮಾಡಿಬಿಟ್ವಿ! ಇನ್ನೂ ಒಳ್ಳೇ ಸಂಬಂಧನೇ ಸಿಕ್ತಾ ಇತ್ತು!!"

ಅವನು ಮೌನವಾಗಿ ನಿಂತ. ತಂದೆಯಲ್ಲಿ ಸ್ವಂತಿಕೆ ಇಲ್ಲವೆನಿಸಿತು. ತಾಯಿಯ ಲೆಕ್ಕಾಚಾರದ ಜೀವನ ಅವರನ್ನು ನಿಯಂತ್ರಿಸುತ್ತಿತ್ತು. ಒಳ್ಳೆಯ ಧಾರಾಳ ಮನಸ್ಸಿನ ತಾತನ ಸ್ವಭಾವಕ್ಕೆ ಹೋಲಿಸಿ ನೋಡಿದ. ತದ್ವಿರುದ್ಧ. ಅವರ ವಿಚಾರ ಧಾರೆಗಳೇ ಬೇರೆ, ತೃಪ್ತಜೀವನ ನಡೆಸಿದವರು. ಇಷ್ಟು ವರ್ಷಗಳ ಒಡನಾಟದಲ್ಲಿ ಸಂಪೂರ್ಣವಾಗಿ ಮಡದಿಯ ವಿಚಾರಧಾರೆ, ಅತಿಯಾಸೆಗಳಿಗೆ ಶ್ರೀಕಾಂತು ಶರಣಾಗಿದ್ದರು.

"ಅಣ್ಣ, ನೀವು ನಿಧಾನವಾಗಿ ಯೋಚ್ಸಿ, ಇದೊಂದು ರೀತಿಯ ಹುಚ್ಚಾಟ. ನಿಮ್ಮ ಸಂಬಳ ಬರುತ್ತೆ. ವಸಂತ್ ದುಡೀತಾನೆ. ನಾನು ಕೂಡ ಅಷ್ಟಿಷ್ಟು ಕೊಡ್ತೀನಿ. ಸುಖಿತೃಪ್ತ ಸಂಸಾರಕ್ಕೆ ಹೆಚ್ಚಿಗೆ ಬೇಕಾಗೊಲ್ಲ. ರಶ್ಮಿ ತವರು ಮನೆಯಿಂದ ಏನಾದರೂ ಪಡೆಯುವ ಪ್ರಯತ್ನ ಮಾಡಿದರೇ ಒಂದು ತರಹ ಹೀನಾಯ. ಮುಂದೆ ಇಂಥದ್ದೆಲ್ಲ ಬೇಡ."

ನೇರವಾಗಿ ಕೋಣೆಗೆ ಹೋಗಿಬಿಟ್ಟ. ಶ್ರೀಕಾಂತು ಯೋಚಿಸುವಂತಾದರು. ಆದರೆ... ಕಣ್ಣುಗಳು ಮೇಲ್ಛಾವಣಿಯನ್ನು ದಿಟ್ಟಿಸಿತು. ಕಣ್ಣುಗಳಲ್ಲಿ ಉದಾಸಭಾವ ತೇಲಿತು.

"ತಗೊಳ್ಳಿ" ನಿರುಪಮ ಪ್ರಸಾದವನ್ನು ಗಂಡನ ಕೈಯಲ್ಲಿಟ್ಟರು. ಎರಡು ಕಣ್ಣಿಗೂ ಒತ್ತಿಕೊಂಡು ಬಾಯಲ್ಲಿ ಹಾಕಿಕೊಂಡರು.

"ರಾಜಗೋಪಾಲ್ ಬಂದಿದ್ರು ಕಣೆ." ಮಗನ ಮಾತುಗಳನ್ನು ಮರೆತೇ ಹೋದರು.

"ಆ.... ಯಾವಾಗ? ಎಂಥ ಕೆಲ್ಸ ಆಗೋಯ್ತು!" ತಾವು ಇರದಿದ್ದಕ್ಕೆ ಕೈ ಕೈ ಹಿಸುಕಿಕೊಂಡರು.

"ನಾನು ಬಂದ್ಮೇಲೆ ಬಂದಿದ್ದು. ನಾಳೆ ನಮ್ಮನ್ನೆಲ್ಲ-ಅವ್ರ ಮನೆಗೆ ಆಹ್ವಾನಿಸಿದ್ದಾರೆ." ಒಂದೇ ಉಸುರಿಗೆ ಒದರಿದರು.

"ನಾವುಗಳು ಬರೋವರ್ಗೂ ಇರಬೋದಿತ್ತು!"

ಶ್ರೀಕಾಂತು ಹೆಂಡತಿಯ ಮುಖ ನೋಡಿದರು. ಅವರೇನಾದರೂ ಅಂದು ಕೊಳ್ಳುವ ಮುನ್ನ "ಅವ್ರು ಹೆಣ್ಣು ಹೆತ್ತೋರು–ನಾಲ್ಕಾರು ಬಾರಿ ಬರ್ಲಿ ಬಿಡಿ."

ನಿರುಪಮಾ ಮಾತು ಸರಿಯೆನಿಸಿತು.

"ಇವ್ರ ಅಪ್ಪನಂಥ ಸಂಬಂಧಗಳು ಹುಡುಕ್ಕೊಂಡು ಬರುತ್ತೆ. ಇವುಗಳು ನಮ್ಮ ಹೇಮಂತನಿಗೆ ಲಕ್ಷ ಕೊಟ್ಟರೂ ಕಮ್ಮೀನೇ!" ಕೋಣೆಯಲ್ಲಿದ್ದ ಹೇಮಂತನ ತಲೆ ದಿಮ್ಮೆಂದಿತು. ಅವನ ಬೆಲೆಯನ್ನು ಸುಲಭವಾಗಿ ನಿರ್ಧರಿಸಿಬಿಟ್ಟಿದ್ದರು. ಮೂಕನಾದ. ಮನದ ಮೂಲೆಯಲ್ಲಿದ್ದ ಇಚ್ಛಾಶಕ್ತಿ ಪ್ರಬಲವಾಯಿತು. ದೃಢನಿರ್ಧಾರಕ್ಕೆ ಬಂದ.

"ಈಗ ರಾಜಗೋಪಾಲ್ ಸಂಬಂಧಿಗಳೇ ದಾರಿಯಲ್ಲಿ ಸಿಕ್ಕಿದ್ರು. ಇವ್ರುಗಳು ಕೊಡೋ ವರದಕ್ಷಿಣೆ, ವರೋಪಚಾರದ ಎರಡು ಪಟ್ಟು ಹೆಚ್ಚಿಗೆ ಅವ್ರುಗಳು ಕೊಡ್ತಾರಂತೆ. ಹೇಮಂತ ತುಂಬಾ ಅದೃಷ್ಟಮಾಡಿ ಹುಟ್ಟಿದ್ದಾನೆ!" ಉದ್ವೇಗದಿಂದ ಅವರ ಗಂಟಲು ನಡುಗಿತು.

ಆಮೇಲೆ ಅವನ ಮದುವೆ, ವರದಕ್ಷಿಣೆ, ವರೋಪಚಾರ ಇವುಗಳ ಬಗ್ಗೆಯೇ ರಾತ್ರಿ ಹನ್ನೆರಡವರೆಗೂ ಮಾತುಕತೆ ನಡೆಸಿದರು. ಭವ್ಯ ಕಲ್ಪನೆಯ ಸೌಧವನ್ನೇ ನಿರ್ಮಿಸುತ್ತಿದ್ದರು. ತಮಾಷೆಯೆನಿಸಿತು. ಕಿವಿಗಳನ್ನು ಮುಚ್ಚಿಕೊಂಡು ನಿದ್ದೆಮಾಡುವ ಪ್ರಯತ್ನ ಮಾಡಿದ. ಮದುವೆಯೆನ್ನುವ ಕಟ್ಟುಪಾಡೇ ಹೇಸಿಗೆಯೆನಿಸಿತು.

ಬೆಳಿಗ್ಗೆ ಎದ್ದಾಗ ತಲೆ ಭಾರವಾಗಿತ್ತು. ಯಾರಿಗೂ ಹೇಳಲಿಲ್ಲ. ಷೇವ್, ಸ್ನಾನ ಮುಗಿಸಿ ಬಂದ. ರಶ್ಮಿ ಅಳು, ಹೊಡೆತದ ಶಬ್ದ ಕೇಳಿಸಿತು.

"ನಿನ್ನ ಹುಟ್ಟಲಿಲ್ಲ ಅನ್ನಿಸಿಬಿಡ್ತೀನಿ." ವಸಂತ್ ಕರ್ಕಶವಾಗಿ ಕೂಗುತ್ತಿದ್ದ. ಮನೆಯಲ್ಲಿ ನಿರುಪಮಾ, ಶ್ರೀಕಾಂತು ಎಲ್ಲಾ ಇದ್ದರೂ ಯಾರೂ ಮಧ್ಯೆ ಪ್ರವೇಶಿಸಲಿಲ್ಲ. ತಡೆಯದಾಯಿತು. ಅಡಿಗೆಯ ಮನೆ ಬಾಗಿಲಿಗೆ ಬಂದ.

ಕೂದಲನ್ನು ಹಿಡಿಯಲ್ಲಿ ಹಿಡಿದು ಬೆನ್ನಿಗೆ ಬಾರಿಸುತ್ತಿದ್ದ.

"ವಸಂತ್, ಸಾಕು ನಿಲ್ಸು" ಮೈಯೆಲ್ಲ ಕೋಪದಿಂದ ನಡುಗಿತು. ಇಪ್ಪತ್ತನೇ ಶತಮಾನದ ಹೆಣ್ಣಿಗೆ ಮಾದರಿಯಾಗಿ ಕಂಡಳು, ರಶ್ಮಿ. ಕೂದಲೆಲ್ಲ ಅಸ್ತವ್ಯಸ್ತವಾಗಿತ್ತು. ಕಣ್ಣಿಂದ ಧಾರೆ ಧಾರೆಯಾಗಿ ಕಣ್ಣೀರು ಹರಿಯುತ್ತಿತ್ತು. ಹಣೆಯ ಕುಂಕುಮ ವಾರೆಯಾಗಿತ್ತು.

ವಸಂತ್ ಕೈಬಿಟ್ಟು ದೂರ ನಿಂತ. ಈಚೆಗೆ ತಮ್ಮನ ಮೇಲೆ ಅಸೂಯೆ ಪಡುತ್ತಿದ್ದ. ಅವನಿಗೆ ಬರುತ್ತಿರುವ ದೊಡ್ಡ ಸಂಬಂಧಗಳೇ ಕಾರಣ. ಇಡೀ ಜಗತ್ತೇ ತನಗೇ ಅನ್ಯಾಯ ಮಾಡಿದೆಯೆನ್ನುವಷ್ಟರಮಟ್ಟಿಗೆ ಒಮ್ಮೊಮ್ಮೆ ರೋಸಿಹೋಗುತ್ತಿದ್ದ.

"ಛಿ! ನಾಚಿಕೆಗೇಡು! ವಿದ್ಯಾವಂತನಾದ ನೀನು ಕೈಹಿಡ್ದ ಹೆಣ್ಣಿನ ಮೇಲೆ ಕೈಯೆತ್ತೋದು ತೀರಾ ಅನಾಗಿರಕತೆ" ತಮ್ಮನ ಮಾತಿನಿಂದ ಅವನ ಬಾಯೊಳಗಿನ ದ್ರವ ಆರಿಹೋಯಿತು.

"ನಿಂಗೆ ಅನುಭವವಿಲ್ಲ. ಇವ್ಳಿಗೆ ಕೊಬ್ಬು ಜಾಸ್ತಿಯಾಗಿದೆ. ಏನಂದ್ರೂ ತೆಪ್ಪಗಿರುತ್ತಾ ಇದ್ದೋಳು, ಇಂದು..." ಹಲ್ಲು ಕಡಿದ.

"ಇಲ್ಬಾ..." ಅವನ ಕೈಹಿಡಿದು ಹೊರಗೆ ಕರೆದೊಯ್ದ. ವಸಂತ್ ಮತ್ತು ಹೇಮಂತ್‌ರ ನಡುವಿನ ವಯಸ್ಸಿನ ಅಂತರ ನಾಲ್ಕು ವರ್ಷಗಳು ಮಾತ್ರ.

"ಗಂಡ ಹೆಂಡಿರ ಜಗಳ -ನೀನ್ಯಾಕಪ್ಪಾ ಹೋದೆ?" ನಿರುಪಮ ಸೋತಂತೇ ನಟನೆ ಮಾಡಿದರು. ಅವಳಿಗೆ ಹಿಂಸೆ ಕೊಟ್ಟ ಹೊರತು ತವರು ಮನೆಯಿಂದ ಏನನ್ನೂ ತರಲಾರಳು. ಮಗನನ್ನು ಪ್ರೇರೇಪಿಸಿ ರೇಗಿಸುತ್ತಿದ್ದವರು ಅವರೇ.

ತಾಯಿಯ ಕಡೆ ನೋಡಿದ. ಈ ಮನೆಯ ವ್ಯಕ್ತಿಗಳು ಬದಲಾಗೋಕೆ ಬಿಡೋಲ್ಲ ಅನ್ನಿಸಿತು. ಹೆಣ್ಣನ್ನು ಗಂಡು ಶೋಷಿಸುತ್ತಿರುವ ಬಗ್ಗೆ ಕೂಗಾಟ ರಾದ್ಧಾಂತಗಳು ನಡೆಯುತ್ತಿವೆ. ಅದರ ಮೂಲದ ಕಲ್ಪನೆ ಯಾರಿಗೂ ಇಲ್ಲ. ನಿಟ್ಟುಸಿರುಬಿಟ್ಟ.

"ಅಮ್ಮ, ನೀನೂ ಹೆಣ್ಣು ಅನ್ನೋದು ಮರ್ತುಬಿಟ್ಟಿದ್ದೀಯಾ. ಈ ಸ್ವಭಾವದಿಂದ ಯಾರ್‍ಗೂ ಒಳ್ಳೇದಲ್ಲ" ವಸಂತ್ ಕೈ ಬಿಟ್ಟು ಹೊರಗೆ ನಡೆದ.

ಅಂದು ಕಾಲೇಜಿನಲ್ಲಿ ಪಾಠ ಮಾಡುವುದು ಕೂಡ ಅವನಿಂದಾಗಲಿಲ್ಲ. ಬೇಸತ್ತು ಡಿಪಾರ್ಟ್‌ಮೆಂಟ್ ರೂಮಿಗೆ ಬಂದು ಕೂತ.

"ಹೇಮಂತ್ ಇದ್ದಾರ?" ಮಧುರ ಕಂಠ ಕೇಳಿದಂತಾಯಿತು. ನಿರ್ಲಿಪ್ತತೆ ತೊಡೆದುಹೋಗಲಿಲ್ಲ. ಕೂತೇ ಇದ್ದ.

"ನಿಮ್ಮ ಸ್ಟೂಡೆಂಟ್ ಬಂದಿದ್ದಾರೆ ನೋಡಿ" ಒಳಗೆ ಬಂದ ಡಿಪಾರ್ಟ್‌ಮೆಂಟ್ ಹೆಡ್, ಪ್ರೊಫೆಸರ್ ಡಿ.ಜಿ.ರಾವ್ ಹೇಳಿದರು. ಎದ್ದು ಹೊರನಡೆದ. ಕಂಬಕ್ಕೆ ಒರಗಿ ರೇಖಾ ಒಬ್ಬಳೇ ನಿಂತಿದ್ದಳು.

"ಗುಡ್ ಆಫ್ಟರ್ ನೂನ್...." ತಾನೂ ವಂದಿಸಿ "ಏನೂ ವಿಷ್ಯ?" ಎಂದ.

"ಮರ್ತುಬಿಟ್ರಾ?" ಅವನೇನು ಅಷ್ಟು ಮರೆಗುಳಿಯಲ್ಲ. ಆದರೆ ಬೆಳಗಿನ ಘಟನೆಯಿಂದ ಅವನ ಮನ ಕಲಕಿಹೋಗಿತ್ತು. ಜ್ಞಾಪಿಸಿಕೊಳ್ಳುವ ಪ್ರಯತ್ನ ಮಾಡಿದ.

"ಡ್ಯಾಡಿ, ಮತ್ತೊಮ್ಮೆ ಜ್ಞಾಪಿಸಿ ಎಂದ್ರು. ಸಂಜೆ ಪಾರ್ಟಿಗೆ ಖಂಡಿತ ಬರ್ಬೇಕೂ."

ಯೋಚಿಸುತ್ತ ನಿಂತ. ಹೋಗಬೇಕೆಂದೇನೂ ಇರಲಿಲ್ಲ. ರಾಜಗೋಪಾಲ್ ಅಂತಹ ಪರಿಚಿತ ವ್ಯಕ್ತಿಗಳೇನೂ ಅಲ್ಲ. ಫಾರಿನ್‌ನಿಂದ ಬರುವ ಮಗ ಗೆಳೆಯನಲ್ಲ. ಇಂಥದ್ದರಲ್ಲಿ ಈ ಒತ್ತಡವೇಕೆ?

"ನೀವು ಬಂದೇ ಬರ್ಬೇಕೂ ಖಂಡಿತ ಬರ್ತೀರಾ?"

ಅವಳು ಹೇಳಿದ ರೀತಿ ನೋಡಿ ನಗು ಬಂತು ಹೇಮಂತನಿಗೆ. ಈಗಿನ ವಿದ್ಯಾರ್ಥಿನಿಯರು ಅಧ್ಯಾಪಕರಿಗೆ ಚಳ್ಳೆ ಹಣ್ಣು ತಿನ್ನಿಸುವಷ್ಟರಮಟ್ಟಿಗೆ ಮುಂದುವರಿದಿದ್ದರು. ಆದರೆ ಎಲ್ಲರೂ ಅಲ್ಲ.

ಮತ್ತೊಮ್ಮೆ ವಂದಿಸಿ ನಗುತ್ತಾ ಹೊರಟಳು. ಮತ್ತೆ ಡಿಪಾರ್ಟ್‌ಮೆಂಟ್ ರೂಮಿನಲ್ಲಿ ಕೂತ. ಈಚೆಗೆ ಅಲ್ಲಿನ ರಾಜಕಾರಣವೂ ಬೇಸರ ತರಿಸುತ್ತಿತ್ತು. ಬರವಣಿಗೆಯನ್ನು ಪ್ರವೃತ್ತಿಯಾಗಿ ಮಾಡಿಕೊಂಡಿದ್ದ ಒಂದು ಗುಂಪು ಇತ್ತು. ಅವರವರಲ್ಲೇ ಕಿತ್ತಾಟ. ವೇದಿಕೆಯ ಮೇಲೆ ನಿಂತು ಮತ್ತೊಬ್ಬರ ಬರವಣಿಗೆಯನ್ನು ಕಟುವಾಗಿ ಟೀಕಿಸುತ್ತಿದ್ದರು. ಎದ್ದು ಹೊರಬಂದ.

ಮಧ್ಯಾಹ್ನ ಒಂದು ಪಿರಿಯಡ್ ಮಾತ್ರ ಇತ್ತು. ಈ ದಿನ ಪ್ರಾಮಾಣಿಕವಾಗಿ ಪಾಠ ಮಾಡುವುದು ಅವನಿಂದಾಗದು. ವಿಷಯ ತಿಳಿಸಿ ಹೊರಬಿದ್ದ.

ಆಟೋ ಹತ್ತಿ ಮನೆ ಮುಂದೆ ಇಳಿದ. ನಿಶ್ಶಬ್ದ ವಾತಾವರಣ ಇತ್ತು. ಈ ವೇಳೆಯಲ್ಲಿ ಮನೆಯಲ್ಲಿರುತ್ತಿದ್ದುದು ನಿರುಪಮಾ, ರಶ್ಮಿ ಮಾತ್ರ.

ಮಲಗಿದ್ದವರನ್ನ ಎಚ್ಚರಿಸುವುದೇಕೆಂದು ಬಾಗಿಲನ್ನು ದೂಡಿದ. ತೆರೆದುಕೊಂಡಿತು. ಬೆತ್ತದ ಛೇರ್ ಮೇಲೆ ಕೂತಿದ್ದ ರಶ್ಮಿ ನೆಪ ಮಾತ್ರಕ್ಕೆ ಕೈಯಲ್ಲಿ ಒಂದು ಪುಸ್ತಕ ಹಿಡಿದಿದ್ದಳು. ಕಣ್ಣೀರು ಧಾರೆಯಾಗಿ ಹರಿದಿದ್ದಕ್ಕೆ ಕೆನ್ನೆಗಳ ಮೇಲೆ ಗುರುತಿತ್ತು.

ಶೂ ಸದ್ದಿಗೆ ತಟ್ಟನೇ ಎಚ್ಚೆತ್ತವಳೇ ಎದ್ದು ಕೋಣೆಗೆ ಹೋಗಿಬಿಟ್ಟಳು. ಮುಖವನ್ನೊರೆಸಿ ಹಣೆಗಿಟ್ಟುಕೊಂಡು ಹೇಮಂತನ ಕೋಣೆಗೆ ಬಂದಳು.

"ತಿಂಡಿ ಮಾಡ್ಲಾ?" ಧ್ವನಿ ಆಳದಿಂದ ಬಂದಂತಿತ್ತು. ಅವಳತ್ತ ತಿರುಗದೆಯೇ "ಏನೂ ಬೇಡ, ಎಂದಿನ ಸಮಯಕ್ಕೆ ಮಾಡಿದ್ರೆ ಸಾಕು" ಎಂದ.

"ಹಾರ್ಲಿಕ್ಸ್ ಆದ್ರೂ ಬೆರ್ಸಿಕೊಂಡು ಬರ್ತೀನಿ." ಇವನು ಬೇಡ ಎನ್ನುವ ಮೊದಲೇ ಸರಿದು ಹೋಗಿದ್ದಳು.

ರಶ್ಮಿ ಹೇಮಂತನಿಗಿಂತ ಒಂದೆರಡು ವರ್ಷಕ್ಕೆ ಸಣ್ಣವಳಿರಬಹುದು. ಎಲ್ಲರಿಗಿಂತ ಉತ್ಸಾಹವಾಗಿ ಸ್ವಾಗತಿಸಿದ್ದವನು ಅವನೇ. ಮನೆಯಲ್ಲಿ ಅವನಿಗೆ ಆತ್ಮೀಯ ವಾತಾವರಣ ಅಗತ್ಯವಾಗಿತ್ತು. ಸದಾ ಅತೃಪ್ತತೆಯಿಂದ ಲೆಕ್ಕಾಚಾರದ ಮಧ್ಯೆ ಜೀವಿಸುವ ತಾಯಿ, ತಂದೆ ವಸಂತನ ಜೊತೆ ಮಾತಾಡಲೇ ಅವನಿಗಿಷ್ಟವಿಲ್ಲ.

ಅಪರೂಪಕ್ಕೆ ಹೋಗಿ ಕುಳಿತರೇ 'ಅವರು ಕಾರು ಕೊಂಡರು, ಇವರು ಇಂಥ ಬಂಗಲೆ ಕಟ್ಟಿಸಿದರು.' ಇದೇ ಉದ್ಗಾರ. ಇದಕ್ಕಾಗಿ ಚಡಪಡಿಸುವಿಕೆ. ಈಗ ಅವರ ಮುಂದಿದ್ದುದು ಹೇಮಂತನ ಮದುವೆಯೊಂದೇ. ಒಟ್ಟಿಗೆ ಕೂತಾಗಲೆಲ್ಲ ತಾವು ಕೇಳಬೇಕಾದ ಸಾಮಾನುಗಳ ಪಟ್ಟಿ ಮಾಡುತ್ತಿದ್ದರು. ಮತ್ತೊಮ್ಮೆ ತಿದ್ದುಪಡಿ ಮಾಡುತ್ತಿದ್ದರು. ಮತ್ತೆ ಹೊಸದನ್ನು ಸೇರಿಸಬೇಕೆನ್ನುವಾಗ ಅದನ್ನು ಹರಿದು ಬೇರೆ ಸಿದ್ಧಪಡಿಸುತ್ತಿದ್ದರು. ಇದೆಲ್ಲ ಹಾಸ್ಯಾಸ್ಪದವಾಗಿ ಅವನಿಗೆ ತೋರುತ್ತಿತ್ತು.

ರಶ್ಮಿ ತಂದ ಹಾರ್ಲಿಕ್ಸ್ ಲೋಟ ಕೈಗೆ ತಗೊಂಡು "ಒಂದು ಗಳಿಗೆ ಮಲ್ಗೀ. ಮನ್ಸು ಸಮಾಧಾನಕ್ಕೆ ಬರುತ್ತೆ. ಸಂಜೆ ನಾನು ಕುಕ್ಕರ್ ತಗೊಂಡು ಬರ್ತೀನಿ" ಅವಳು ತಟ್ಟನೇ ತಲೆ ಎತ್ತಿದಳು. ಕಣ್ಣುಗಳಲ್ಲಿ ಗಾಬರಿಯಿತ್ತು.

"ಗಾಬರಿಪಡಬೇಕಾದ್ದು ಇಲ್ಲ" ಲೋಟ ತುಟಿಯ ಬಳಿಗೆ ಒಯ್ದ.

"ದಯವಿಟ್ಟು ಬೇಡ. ದೊಡ್ಡ ರಾದ್ಧಾಂತವಾಗುತ್ತೆ. ನಿಮ್ಮಷ್ಟು ಒಳ್ಳೆಯ ಹೃದಯ ಅವರಿಗಿಲ್ಲ."

ಮೌನವಾದ ರಶ್ಮಿ ಹೋದ ಎಷ್ಟೋ ಹೊತ್ತಿನವರೆಗೂ ಯೋಚಿಸುತ್ತ ಕೂತ. ಅಂದು ಸಂಭ್ರಮದಿಂದ ಸ್ವಾಗತಿಸಿದ್ದ. ಅವಳಿಗೆ ಈ ಸ್ಥಿತಿ ಒದಗುತ್ತದೆಯೆಂದು ಭಾವಿಸಿರಲಿಲ್ಲ. ತಾಯಿಯ ಬಳಿ ಎಷ್ಟೋ ವಾದ ಮಾಡಿದ್ದ. ಅವರು ನುಣುಚಿಕೊಳ್ಳುತ್ತಿದ್ದರು.

ಸುಮ್ಮನೇ ಸ್ವಲ್ಪ ಹೊತ್ತು ಮಲಗಿದ್ದ. ಬಾಗಿಲು ಸದ್ದಾದಾಗ ಅತ್ತ ತಿರುಗಿದ.

"ಹೊತ್ತಾಗಲಿಲ್ವಾ, ಎಲ್ಲೂ ಹೊರಡೋದು ಸರಿ ಅನ್ನಿಸುತ್ತೆ." ದಿಢೀರೆಂದು ತೀರ್ಮಾನಕ್ಕೆ ಬಂದಿದ್ದರು. ಒಮ್ಮೆ ಹೋಗಿ ಬಂದರಾಯ್ತು. ಆಮೇಲೆ ಅನುಕೂಲವಾದ ಕಡೆ ಒಪ್ಪಿಗೆ ಕೊಟ್ಟರಾಯಿತು. ಇದೆಲ್ಲದರ ಮಧ್ಯೆ ಹೇಮಂತನ ವಿಷಯವನ್ನೇ ಮರೆತರು. ಜ್ಞಾಪಿಸಿಕೊಳ್ಳುವುದೂ ಅವರಿಗೆ ಬೇಕಾಗಿರಲಿಲ್ಲ.

"ನೀನೂ ಅಣ್ಣ ಹೋಗ್ಬನ್ನಿ. ನಾನು ನೆನ್ನೆ ದಿನವೇ ಅವ್ರ ಮುಖ ಕಂಡಿದ್ದು. "ಮಗನ ಬಗ್ಗೆ ಕೋಪ ಬಂತು. ಎಲ್ಲಾ ವಿಷಯಕ್ಕೂ ಕೊಕ್ಕೆ ಹಾಕ್ತಾನೆ. ತಾತ, ಅಜ್ಜಿ ಬಳಿ ಹೋಗೋಕೆ ಅವಕಾಶ ಕೊಟ್ಟಿದ್ದೇ ತಪ್ಪಾಯ್ತು. ಇಲ್ಲದೆಲ್ಲ ಅವನ ತಲೆಯಲ್ಲಿ ತುಂಬಿದ್ದಾರೆ.

"ನಿಂಗೇನೂ ಅರ್ಥವಾಗೋಲ್ಲ ಮೊದ್ಲು ರೆಡಿಯಾಗು" ಹೊರಗೆ ಹೋದರು.

ಅವನಿಗೆ ವಿಷಯದ ಪೂರ್ಣ ಅರಿವಿತ್ತು. ಪಾಠ ಮಾಡುವಾಗ ರೇಖಾ ತದೇಕಚಿತ್ತಳಾಗಿ ಅವನನ್ನು ನೋಡುತ್ತ ಕೂತುಬಿಡುತ್ತಿದ್ದಳು. ವಿದ್ಯಾರ್ಥಿ ವಿದ್ಯಾರ್ಥಿನಿಯರಿಗೆ ಬಹಳ ಇಷ್ಟವಾದ ಅಧ್ಯಾಪಕ. ಎಲ್ಲಾ ಪಿರಿಯಡ್ ಚಕ್ಕರ್ ಹಾಕಿ ಮಾರ್ನಿಂಗ್, ಮ್ಯಾಟ್ನಿ ಚಲನಚಿತ್ರಗಳಿಗೆ ಹೋಗುವ ವಿದ್ಯಾರ್ಥಿಗಳು ಕೂಡ ಅವನ ಕ್ಲಾಸಿಗೆ ತಪ್ಪಿಸಿಕೊಳ್ಳುತ್ತಿರಲಿಲ್ಲ. ಅವರನ್ನು ಆಕರ್ಷಿಸುವ ಶಕ್ತಿ ಅವನು ಪಾಠ ಮಾಡುವ ರೀತಿಯಲ್ಲಿತ್ತು. ಆದರೆ ಆರಾಧನಾ ಭಾವ ಸಲ್ಲದು. ಇಬ್ಬರ ಆರೋಗ್ಯಕ್ಕೂ ಒಳ್ಳೆಯದಲ್ಲ.

ಮೂರು ಇಂಚು ಜರಿಯಿದ್ದ ರೇಶಿಮೆ ಸೀರೆಯುಟ್ಟು ನಿರುಪಮ ಮಗನ ಕೋಣೆಗೆ ಬಂದಾಗ, ಅಲ್ಲೇ ಕೂತು ಯಾವುದೋ ಪುಸ್ತಕ ತಿರುವಿ ಹಾಕುತ್ತಿದ್ದ.

"ಇನ್ನೂ ಕೂತೇ ಇದ್ದೀಯಾ?" ಧ್ವನಿಯಲ್ಲಿ ಅಸಮಾಧಾನವಿತ್ತು.

"ನಾನು ಬರೋಲ್ಲ; ನೀವು ಹೋಗ್ಬನ್ನಿ. ಮನೆಯವರೆಲ್ಲ ಹೋಗ್ಬೇಕೆಂದೇನು ಇಲ್ಲ. ನೀನೂ ಅಣ್ಣ ನಿಂತು ವಸಂತ್ ರಶ್ಮಿಯವ್ರನ್ನು ಕಳ್ಸಿಬಿಡಿ."

ಅಸಹನೆಯಿಂದ ನಿರುಪಮ ಕುದಿದುಹೋದರು. ತಮ್ಮ ಆಸೆಗಳಿಗೆಲ್ಲ ಆಧಾರಸ್ಥಂಭ ಇವನು. ಅಂಥದ್ದರಲ್ಲಿ ನಾಳೆ ಕಲ್ಲಾಗಿ ನಿಂತರೆ? ದ್ವಂದ್ವ ಇಣಕಿತು.

"ಹೇಮು, ನೀನೂ ರೆಡಿಯಾಗು ಮರಿ. ಪಾಪ.... ಅವ್ರು ಅಷ್ಟು ಹೇಳಿ ಹೋಗಿದ್ದಾರೆ. ಹೋಗದಿದ್ರೆ ತಪ್ಪು ತಿಳಿದಾರು!" ಪುಸಲಾಯಿಸುವ ಪ್ರಯತ್ನ ಮಾಡಿದರು.

"ಬರೋದ್ರಿಂದ ತಪ್ಪು ತಿಳುವಳಿಕೆಗೆ ಅವಕಾಶವಾಗುತ್ತಷ್ಟೆ. ನಾನು ಬರೋಲ್ಲ."

ಇನ್ನು ಮಾತಾಡಿ ಪ್ರಯೋಜನವಿಲ್ಲವೆನಿಸಿತು. ಬೇಸರದಿಂದ ಹೊರಗೆ ಬಂದರು. ಕಡೆಗೆ ಹೇಮಂತ್‌ನನ್ನು ಬಿಟ್ಟು ಎಲ್ಲರೂ ಹೊರಟರು. ಮಾತು ಕಲಿತ ನಿರುಪಮಳಿಗೆ ಸಮರ್ಥಿಸಿಕೊಳ್ಳುವುದು ಕಷ್ಟವಾಗಿ ಕಾಣಲಿಲ್ಲ.

ಬಾಗಿಲಲ್ಲೇ ಗಂಟೆಯಿಂದ ಕಾಲು ನೋಯಿಸಿಕೊಂಡು ನಿಂತಿದ್ದ ರೇಖಾಗೆ ಇವರನ್ನು ನೋಡಿದ ಕೂಡಲೇ ನಿರಾಸೆಯಾಯಿತು. ಅಣ್ಣಂದಿರ ಬಳಿ ಬಹಳ ಹೇಳಿಕೊಂಡಿದ್ದಳು. ಅಳು ಒತ್ತರಿಸಿಕೊಂಡು ಬಂತು. ಕೋಣೆಗೆ ಓಡಿಬಿಟ್ಟಳು. ಅವಮಾನ ತಡೆಯದಾದಳು. ಕಣ್ಣೀರು ಸುರಿಸಿ ಧುಮಗುಟ್ಟುತ್ತ ಕೂತಳು.

"ರೇಖಾ..." ಎರಡನೇ ಅಣ್ಣ ಅವಳನ್ನು ಅರಸಿಕೊಂಡು ಬಂದ. ಮೂವರು ಅಣ್ಣಂದಿರ ಮುದ್ದಿನ ತಂಗಿ ಅವಳು. ಮನೆಯಲ್ಲಿ ಅವಳ ಮಾತಿಗೆ ಮಾನ್ಯತೆ ಹೆಚ್ಚು.

"ಎಲ್ಲಿ ನಿನ್ನ ರಾಜಕುಮಾರ?" ಕಣ್ಣಲ್ಲಿ ನೀರು ಒಸರಿಬಿಟ್ಟಿತು. ಗಾಬರಿಯಾದ. ಪ್ರೇಮಭಂಗವಾದ ವಿರಕ್ತೆಯಂತೆ ಕಂಡಳು.

"ಛಿ.... ಧಿಕ್ಕಾರ! ಅಳೋಕೇನಾಯ್ತು? ಆ ಸಾಮಾನ್ಯ ಗಂಡಿಗಾಗಿ ಅಳ್ತಾ ಕೂತಿದ್ದೀಯಲ್ಲ! ನೀನೇ ನೋಡ್ತೀಯಲ್ಲ-ಕ್ಯೂ ನಿಲ್ಸಿಬಿಡ್ತೀನಿ! ಈ ರಾಜಕುಮಾರಿನ ಮದ್ವೆಯಾಗೋಕೆ ಅದೃಷ್ಟ ಬೇಕು!!" ಕಣ್ಣೀರು ಒರೆಸಿ ಕೆನ್ನೆ ಸವರಿ ಸಮಾಧಾನ ಮಾಡಿದ.

"ನಾನು ಮತ್ತೊಮ್ಮೆ ಹೇಳಿದ್ದೆ. ಬಂದೇ ಬರ್ತಾರೆ ಅಂದ್ಕೊಂಡಿದ್ದೆ!" ಅವಳು ಹೇಳೋ ರೀತಿ ನೋಡಿ ನಗಬೇಕೆನಿಸಿತು. ನಕ್ಕರೇ ಕೋಪ ಮಾಡಿಕೊಂಡು ಹಾರಾಡಬಹುದೆಂದು ಸುಮ್ಮನಾದ.

"ಬೇರೇನೋ ತುರ್ತಾದ ಕೆಲ್ಸವಿರಬೋದು!" ತಲೆ ಕೆರೆದುಕೊಳ್ಳುತ್ತ "ನೀನು ಲವ್ ಮಾಡೋ ಸಂಗ್ತಿ ಅವ್ರಿಗೆ ಗೊತ್ತ?" ಕೂದಲು ಜಗ್ಗಿ ಒಂದೇಟು ಹಾಕಿದಳು. ಅಣ್ಣಂದಿರಲ್ಲಿ ಅವಳಿಗೆ ಸಲಿಗೆ ಅಪಾರ.

"ಡ್ಯಾಡಿ ಬೇಜಾರಾಗ್ತಾರೆ, ಎದ್ದು ಬಾ." ಬಲವಂತದಿಂದ ಅವಳನ್ನು ಎಳೆದೊಯ್ದ.

ಪ್ರತಿಷ್ಠಿತ ವಿದ್ಯಾವಂತ ವ್ಯಕ್ತಿಗಳು ಬಂದಿದ್ದರು. ಹೇಮಂತ್ ಬರದಿದ್ದು ಅವರಿಗೆ ಬೇಸರವಾದರೂ ತಕ್ಷಣ ತಳ್ಳಿಹಾಕಿಬಿಟ್ಟರು. ಮೆಚ್ಚಿಕೊಂಡರು ಕೂಡ. ಮನದಲ್ಲಿಯೇ 'ಶಭಾಷ್‌ಗಿರಿ' ಕೊಟ್ಟರು.

ರಾತ್ರಿ ಎಂಟೊಂಬತ್ತು ಗಂಟೆಯೇ ಆಯಿತು. ರಾಜಗೋಪಾಲ್ ಸ್ವತಃ ಟ್ಯಾಕ್ಸಿ ತರಿಸಿ ತಾವೇ ಕಳುಹಿಸಿಕೊಟ್ಟರು ಶ್ರೀಕಾಂತು ಕುಟುಂಬವನ್ನು.

"ರೇಖಾ ತುಂಬ ಮಂಕಾಗಿಬಿಟ್ಟಿದ್ದಾಳೆ!" ಫಾರಿನ್‌ನಿಂದ ಹಿಂದಿರುಗಿದ ಮಗ ಹೇಳಿದಾಗ ರಾಜಗೋಪಾಲ್ ಮಗಳನ್ನು ನೋಡಿ ಒಂದು ತರಹ ನಕ್ಕರು.

ಮೊದಲು ರೇಖಾ ನೇರವಾಗಿ ವಿಷಯ ಹೇಳಿದಾಗ, ಕಾಲೇಜು ಮೆಟ್ಟಿಲು ಹತ್ತಿದ ತರುಣ ತರುಣಿಯರಿಗೆ ಇದೊಂದು ರೀತಿಯ ಕಾಯಿಲೆಯಿಂದ ತಿಳಿದಿದ್ದರು. ಮಗಳನ್ನು ಆ ಗುಂಪಿಗೆ ಸೇರಿಸಲು ಮನ ಒಡಂಬಡಲಿಲ್ಲ. ಯೋಚಿಸುವಂತಾದರು.

ಕೆಲ ಬೇಕಾದವರನ್ನು ವಿಚಾರಿಸಿ ಹೇಮಂತ್ ಬಗ್ಗೆ ತಿಳಿದುಕೊಂಡರು. ಮಗಳ ಆಯ್ಕೆಗೆ ಶಭಾಷ್‌ಗಿರಿ ಕೊಟ್ಟರು. ಆದರೆ ಹೇಮಂತ್ ಒಪ್ಪಲೇಬೇಕೆಂದೇನು ಇಲ್ಲವಲ್ಲ. ನೇರವಾಗಿ ಅವನ ತಾಯಿ ತಂದೆಯರಲ್ಲೇ ಪ್ರಸ್ತಾಪಿಸಿದರು. ದುರಾಸೆಯ ಜನರಾಗಿ ಕಂಡರು. ಹೇಮಂತ್‌ನ ನೋಡಿದ ಮೇಲೆ ಮರೆತುಕೊಂಡರು.

"ರೇಖಾನ ಹೊರ್ಗಡೆ ಕಳ್ಸೋಕೆ ಯಾರ್ಗೂ ಇಷ್ಟವಿಲ್ಲ. ಗಂಡು ನಮ್ಮಲ್ಲೇ ಉಳಿಯಬೇಕು." ಮಗನ ಮಾತಿಗೆ ರಾಜಗೋಪಾಲ್ ನಕ್ಕುಬಿಟ್ಟರು. ಸ್ವಾಭಿಮಾನಿ ಯಾದವನು ಇದನ್ನು ಒಪ್ಪಲಾರ; ಸುಮ್ಮನಾದರು.

ಒಂದು ಗಂಟೆ ಹೊತ್ತು ರೇಖಾಳ ಮದುವೆ ಮತ್ತು ಹೇಮಂತನ ಬಗ್ಗೆ ಮಾತಾಡಿದರು. ಅವಳಿಗೆ ಇನ್ನೂ ಒಂದೆರಡು ವರ್ಷ ಮದುವೆ ಮಾಡುವ ಮನಸ್ಸಿರಲಿಲ್ಲ. ಆದರೆ ಈಗ ನಿಧಾನಿಸುವುದು ಬೇಡವೆನಿಸಿತು.

* * * *

ಹೇಮಂತ್ ಅಡಿಗೆಯ ಕೋಣೆಯೊಳಕ್ಕೆ ಬಂದಾಗ ರಶ್ಮಿ ತಲೆ ತಗ್ಗಿಸಿಕೊಂಡು ತರಕಾರಿ ಹೆಚ್ಚುತ್ತಿದ್ದಳು. ಬೇಗ ಅಡಿಗೆ ಮುಗಿಯಬೇಕು. ಇಲ್ಲದಿದ್ದರೇ ಎಲ್ಲರೂ ಉಪವಾಸ ಹೊರಡಬೇಕಾಗುತ್ತೆ. ಬೆಳಗಿನ ವೇಳೆ ಧಾವಂತ ಅಧಿಕ. ಕೈ ಚುರುಕಾಗಿ ಕೆಲಸ ಮಾಡುತ್ತಿತ್ತು.

"ರಶ್ಮಿ...." ತಲೆ ಎತ್ತಿದಳು. ಕೈಯಲ್ಲಿದ್ದ ಪ್ಯಾಕ್ ಮಾಡಿದ ಕುಕ್ಕರನ್ನು ಅವಳ ಮುಂದಿಟ್ಟ. ಕಣ್ಣುಗಳು ಅಗಲವಾದವು. ಕೃತಜ್ಞತೆಯಿಂದ ನೋಡಿದಳು. ಆದರೂ.... ಮನದಲ್ಲಿ ಭಯ ಆವರಿಸಿಕೊಂಡಿತು.

"ಯಾಕೆ ತಂದ್ರಿ?"

"ಪರ್‍ವಾಗಿಲ್ಲ. ಅವರೇನಾದ್ರೂ ಅಂದಾಗ ನಾನು ಉತ್ತರ ಹೇಳ್ತೀನಿ." ಹೊರಗೆ ನಡೆದುಬಿಟ್ಟ.

ವಸಂತ್ ಸಣ್ಣ ಧ್ವನಿಯಲ್ಲಿ ಹಿಂದೀ ಹಾಡು ಗುನುಗುತ್ತ ಪೇಪರ್ ಹಿಡಿದು ಕೂತಿದ್ದ. ಇವನನ್ನು ನೋಡಿದವನೇ ಪೇಪರನ್ನು ಕೆಳಗೆ ಹಾಕಿದ.

"ನೆನ್ನೆ ರಾತ್ರಿ ನೀನೂ ಬರ್ಬೇಕಾಗಿತ್ತು. ಏನು... ಜನ..." ತಟ್ಟನೇ ನಿಲ್ಲಿಸಿದ. ಹೇಮಂತನಿಗೆ ಅದನ್ನು ಕೇಳಲು ಆಸಕ್ತಿಯಿಲ್ಲವೆಂದು ಮುಖಭಾವದಿಂದಲೇ ಗುರ್ತಿಸಿದ.

"ಅದೆಲ್ಲ ಮಾಮೂಲಿ... ವಸಂತ್, ನಂಗೆ ಸದ್ಯಕ್ಕೆ ಮದ್ವೆಯಾಗೋ ಇಚ್ಛೆಯಿಲ್ಲ. ಅಮ್ಮನಿಗೆ ಈ ವಿಷ್ಯ ತಿಳ್ಸಿಬಿಡು." ಕೋಣೆಗೋಗಿಬಿಟ್ಟ.

ವಸಂತ್‌ಗೆ ತಮ್ಮ ಮೂರ್ಖನಾಗಿ ಕಂಡ. ಅವರುಗಳು ಬಾಯಿಬಿಟ್ಟು ಹೇಳಿದ್ದರು. "ಮಗಳ ಸೌಕರ್ಯಕ್ಕಾಗಿ ಒಂದು ಬಂಗ್ಲೆ ಕಾರು ಕೊಡ್ತೀವಿ' ಅಂತ. ತನಗೇನಾದರೂ ಇಂತಹ ಅವಕಾಶ ಒದಗಿ ಬಂದಿದ್ದರೇ! ಬಾಯಿ ಚಪ್ಪರಿಸಿದ.

ಅಕ್ಕಿ ಆರಿಸುತ್ತ ಕೂತಿದ್ದ ನಿರುಪಮಾ ಕಿವಿಯ ಮೇಲೆ ಈ ಮಾತುಗಳು ಬೀಳದೇ ಹೋಗಲಿಲ್ಲ. ಕೋಪದಿಂದ ಮೈಯೆಲ್ಲ ಉರಿದುಹೋಯಿತು. ಆರಿಸಿದ್ದ-ಆರಿಸುವ ಅಕ್ಕಿಯನ್ನು ಒಟ್ಟುಮಾಡಿ ಪಾತ್ರೆಗೆ ತುಂಬಿದರು. ಕೋಪ ಯಾವುದರ ಮೇಲಾದರೂ ಪ್ರಯೋಗವಾಗಬೇಕಷ್ಟೆ!

"ನಮ್ಮ ಹಣೆಯಲ್ಲಿ ಸುಖ ಅನುಭವಿಸೋದು ಬರೆದಿಲ್ಲ! ಇದೇ ಕಷ್ಟಾನ ಜೀವನಪೂರ್ತಿ ಅನುಭವಿಸ್ಬೇಕೂ!!" ಪಾತ್ರೆನ ಎತ್ತಿ ಜೋರಾಗಿ ಕುಕ್ಕಿದರು.

ಪಾತ್ರೆಯಲ್ಲಿನ ಅಕ್ಕಿ ನೆಲದ ಮೇಲೆಲ್ಲ ಹರಡಿಕೊಂಡಿತು. ವಸಂತ್ ನೋಡದವನಂತೆ ಸುಮ್ಮನೇ ಕೂತ.

"ಇಬ್ರೂ ಗಂಡು ಮಕ್ಳಂತ ಹೆಮ್ಮೆಪಟ್ಟುಕೊಂಡೆ. ಕಷ್ಟಪಟ್ಟು ಓದಿಸಿದ್ದೆ. ಏನೇನೋ ಆಸೆಗಳ್ನ ಪಟ್ಟೆ. ಪ್ರಯೋಜನವೇನು?" ಮೂಗು, ಕಣ್ಣೊರೆಸಿಕೊಂಡರು.

ಹೇಮಂತ್ ಕೋಣೆಯಿಂದ ಹೊರಗೆ ಬಂದ. ಅವನಿಗೆ ತಲೆ ಚಿಟ್ಟು ಹಿಡಿದುಹೋಗುತ್ತಿತ್ತು.

"ಅಮ್ಮ ಅಳೋದಿಕ್ಕೇನಾಗಿದೆ? ಆಸೆಗಳಿಗೆ ಯಾವಾಗ್ಲೂ ಮಿತಿ ಇರೋಲ್ಲ. ತಾತ, ಅಜ್ಜಿಯ ಬಗ್ಗೆ ಯೋಚ್ಸು. ಈ ಇಳಿ ವಯಸ್ಸಿನಲ್ಲೂ ಅವ್ರ ಉತ್ಸಾಹ ಕುಂದಿಲ್ಲ. ತೃಪ್ತ ಜೀವನ ನಡೆಸ್ತಾ ಇದ್ದಾರೆ. ನಿಮ್ದು ಲವಲವಿಕೆ ಇಲ್ಲದ ಜೀವನವಾಗಿದೆ."

ನಿರುಪಮಾ ತೀರಾ ಹತ್ತಿರದಲ್ಲೇ ಬಿದ್ದಿದ್ದ ಅಕ್ಕಿಯ ಪಾತ್ರೆಯನ್ನು ಎತ್ತಿ ಗೋಡೆಗೆರಚಿದರು. ವರಾಂಡ ಪೂರ್ತಿ ಅಕ್ಕಿ ಹರಡಿಹೋಯಿತು. ಕೆಲವು ವೇಳೆ ಅವರ ಕೋಪದ ಪ್ರದರ್ಶನ ಈ ರೀತಿಯಾಗಿರುತ್ತಿತ್ತು.

ವಸಂತ ಬಂದವನೇ "ಅಮ್ಮನ ಮನಸ್ಸನ್ನು ಯಾಕೆ ನೋಯಿಸಿದೆ? ನಮಗಾಗಿ ಎಷ್ಟೊಂದು ಕಷ್ಟಪಟ್ಟಿದ್ದಾಳೆ. ಅವ್ಳ ಮಾತು ಮೀರಿ ನಡೆಯೋದು ಚೆಂದವಲ್ಲ. ತೋರಿಸಿದ ಹೆಣ್ಣಿಗೆ ತಾಳಿ ಕಟ್ಟಿಬಿಡು." ತಲೆ ಎತ್ತಿ ನೋಡಿದ ಹೇಮಂತ್ ತನ್ನ ಕೋಣೆಗೆ ಹೊರಟುಬಿಟ್ಟ.

ಉಡುಪು ತೊಟ್ಟು ಸದ್ದಾಗದಂತೆ ಕಾಲೇಜಿಗೆ ಹೊರಟುಬಿಟ್ಟ. ಸಂಜೆ ನೇರವಾಗಿ ಮನೆಗೆ ಬರಲಿಲ್ಲ. ಲೈಬ್ರರಿಯಲ್ಲಿ ಕೂತಿದ್ದು ಅಲ್ಲಲ್ಲಿ ಸುತ್ತಾಡಿ ಒಂಬತ್ತರ ವೇಳೆಗೆ ಮನೆಗೆ ಬಂದ.

ಮೂವರೂ ವರಾಂಡದಲ್ಲಿ ಕೂತು ಮಾತಾಡುತ್ತಿದ್ದರು. ವಿಷಯವೆಲ್ಲ ಇವನದೇ ಇರಬಹುದು.

"ಯಾಕೆ ಇಷ್ಟೊತ್ತು?" ವಸಂತ್ ಕಡೆ ತಿರುಗಿ ಷೂ ಕಳಚಿಟ್ಟವನೇ "ಸ್ವಲ್ಪ ಕೆಲ್ಸವಿತ್ತು" ಒಳಗೋಗಿಬಿಟ್ಟ.

ಬಟ್ಟೆ ಬದಲಾಯಿಸಿ ನಾಳೆಯ ಪಾಠಗಳಿಗೆ ತಯಾರಿ ನಡೆಸುತ್ತ ಕೂತ.

ಬಾಗಿಲ ಬಳಿ ಬಳೆಯ ಸದ್ದಾಯಿತು. ತಲೆ ಎತ್ತಿದ. ರಶ್ಮಿ ನಿಂತಿದ್ದಳು. ಎರಡು ದುಂಡು ಕೈಗಳ ತುಂಬ ಹಸುರು ಬಣ್ಣದ ಗಾಜಿನ ಬಳೆಗಳು.

"ಊಟ ಮಾಡ್ಬನ್ನಿ" ಅಲ್ಲೇ ನಿಂತು ಹೇಳಿದಳು. ಈ ಮನೆಯಲ್ಲಿ ಹೇಮಂತ್ ಅವಳಿಗೆ ಆತ್ಮೀಯ ವ್ಯಕ್ತಿ.

"ಬೇಡ, ಹಸಿವಿಲ್ಲ" ಪುಸ್ತಕದಲ್ಲಿ ಮಗ್ನನಾದ.

"ಇಲ್ಲೇ ಸ್ವಲ್ಪ ಕಲ್ಸಿಕೊಂಡ್ಬಂದು ಕೊಡ್ತೀನಿ" ತಲೆ ಎತ್ತದೆ "ಬೇಡ" ಎಂದುಬಿಟ್ಟ.

ಲೈಬ್ರರಿಯಿಂದ ಹೊರಟವನೇ ಎದುರಿಗೆ ಸಿಕ್ಕಿದ ಹೋಟೆಲಲ್ಲಿ ತಿಂಡಿ ತಿಂದಿದ್ದ. ಇಂದು ಅವನಿಗೆ ಅರಿಯದಂತೆ ಕಣ್ಣುಗಳು ರೇಖಾ ಕೂಡುತ್ತಿದ್ದ ಜಾಗದ ಕಡೆ ನೋಟ ಹರಿಸಿದ್ದುವು. ಆದರೆ ಅವಳ ಬದಲು ಯಾರೋ ಕೂತಿದ್ದರು. ವಿದ್ಯಾರ್ಥಿನಿಯರಲ್ಲೆಲ್ಲ ಅರಸಿದ. ರೇಖಾ ಬಂದಿರಲಿಲ್ಲ. ಅವಳು ಹಿಂದಿನ ದಿನ ಆಡಿದ ಮಾತು ನೆನಪಿಗೆ ಬಂದಾಗ ನಗು ಬಂದಿತ್ತು.

ನಿರುಪಮ ಕೋಣೆಗೆ ಬಂದವರೇ ಅವನ ಕೈಯಲ್ಲಿದ್ದ ಪುಸ್ತಕ ಕಸಿದು ಮೇಜಿನ ಮೇಲಿಟ್ಟು "ನಡೀ ಊಟ ಮಾಡೋಣ. ನಾನು ನಿಂಗಾಗೆ ಕಾಯ್ತಾ ಇದ್ದೆ. ನನ್ದು ಊಟ ಆಗಿಲ್ಲ." ಧ್ವನಿಯಲ್ಲಿ ಅಸಮಾಧಾನ ಅಡಗಿದ್ದಂತೆ ಕಂಡಿತು.

"ಸಂಜೆ ಫ್ರೆಂಡ್ಸ್ ಜೊತೆ ತಿಂಡಿ ತಿಂದ್ಬಿಟ್ಟೆ. ಹಸಿವಿಲ್ಲ. ನೀನು ಮಾಡ್ಹೋಗು" ಮೆಲ್ಲಗೆ ಹೇಳಿದ.

"ತಿಂಡಿ ತಿಂದ್ರೇನಾಯ್ತು, ಒಂದು ತುತ್ತು ಊಟ ಮಾಡು ನಡೀ. ನೀನು ಊಟ ಮಾಡ್ದೇ ತುತ್ತು ಗಂಟಲಲ್ಲಿ ಇಳಿಯೋಲ್ಲ." ಅವನ ಕೂದಲಲ್ಲಿ ಕೈಯಾಡಿಸಿದರು. ಆ ಸ್ಪರ್ಶ ಅತ್ಯಂತ ಆಪ್ಯಾಯಮಾನವಾಗಿತ್ತು.

"ನಡೀ" ಎಂದು ಕೈ ಹಿಡಿದು ಎಬ್ಬಿಸಿಕೊಂಡೇ ಹೋದರು.

ರಶ್ಮಿ ಎರಡು ತಟ್ಟೆ ಹಾಕಿ ಕಾಯುತ್ತ ಕೂತಿದ್ದಳು. ನೋಡಿ ತುಟಿಗಳ ಮೇಲೆ ತೆಳುವಾದ ನಗು ಹರಡಿತು. ಬಡಿಸಲು ಒಳಗೆ ಹೋದಳು.

ಹೇಮಂತ್ ಊಟ ಮಾಡಿದ್ದು ಸ್ವಲ್ಪವಾದರೂ ತಾಯಿಯ ಊಟವಾಗು ವವರೆಗೂ ಅಲ್ಲೇ ಕೂತಿದ್ದ. ಅವರು ಹೇಳೋದನ್ನು ಮೌನವಾಗಿ ಕೇಳಿದ. ಒಂದೆರಡು ಸಲ ತಾನೂ ಮಾತಾಡಿದ, ಅರ್ಥಂಬರ್ಥ.

"ರಶ್ಮಿ, ನಿಮ್ದು ಊಟ ಆಯ್ತಾ?" ತಲೆ ಎತ್ತಿ ನಿಂತಿದ್ದವಳನ್ನು ಕೇಳಿದ. ಅವಳು ಈ ಮನೆಗೆ ಬಂದಾಗಿನಿಂದಲೂ ಹೆಸರಿಡಿದೇ ಮಾತಾಡಿಸುತ್ತಿದ್ದ.

"ನಾನೇ ಮಾಡ್ಬಿಡೂಂದೇ–ಸುಮ್ನೇ ಅವಳ್ಯಾಕೆ ಕಾಯ್ಬೇಕು!" ನೀರು ಕುಡಿದ ಲೋಟ ಕೆಳಗಿರಿಸುತ್ತ ನಿರುಪಮ ಹೇಳಿದರು. ಒಮ್ಮೊಮ್ಮೆ ಆಶ್ಚರ್ಯವಾಗುವಂತೆ ವರ್ತಿಸುತ್ತಿದ್ದರು. ದುರಾಸೆಗಾಗಿ ಸೊಸೆಯನ್ನು ಮೂದಲಿಸುತ್ತಿದ್ದರಷ್ಟೆ. ವೈಯಕ್ತಿಕವಾಗಿ ಯಾವ ದ್ವೇಷವೂ ಇರಲಿಲ್ಲ. ತವರುಮನೆಯಿಂದ ಅವಳು ಬರೀ ಕೈಯಲ್ಲಿ ಬರಬಾರದು. ಅದನ್ನಂತೂ ಸೈರಿಸಲಾರರು.

ಬಾಗಿಲಲ್ಲಿ ಬಂದು ವಸಂತ ನಿಂತ. ಕಣ್ಣುಗಳಲ್ಲಿ ಬಯಕೆಯ ತೀಕ್ಷ್ಣತೆ ಇತ್ತು. ಮಡದಿಗೆ ಕಣ್ಣಿನಲ್ಲೇ ಸನ್ನೆ ಮಾಡುತ್ತಿದ್ದ. ಹೇಮಂತ್ ಇಬ್ಬರನ್ನೂ ಬದಲಿಸಿ ಬದಲಿಸಿ ನೋಡಿದ.

"ತುಂಬ ತಲೆನೋವು. ಅಮೃತಾಂಜನ ತಿಕ್ಕಬೇಕು, ಬೇಗ್ಬಾ" ಎಂದವನೇ ಕೋಣೆಯ ಕಡೆ ನಡೆದ.

ಹೇಮಂತ್ ಸ್ವಲ್ಪ ಜೋರಾಗಿಯೇ ನಕ್ಕ.

"ಯಾಕೋ?" ಗಾಬರಿಯಾದರು.

"ಏನಿಲ್ಲ ರಶ್ಮಿ, ನೀವು ಮೊದ್ಲು ಹೋಗಿ" ಅವಳ ಕೆನ್ನೆಗಳು ಕೆಂಪಾದವು. ಮನ ಹರ್ಷದ ಬುಗ್ಗೆಯಾಯಿತು. ಅವನು ಬಯಸುವುದು ಅದನ್ನೇ. ದುರಾಸೆಯಿಂದ ಜೀವನದ ಅರ್ಥವೇ ಹಾಳಾಗಬಾರದು.

"ನೀನು ಹೋಗಮ್ಮ. ನಾನು ಸಾವರಿಸಿಟ್ಟು ಹೋಗಿ ಮಲಗ್ತೀನಿ."

ತಾಯಿಯ ಕೆಲಸ ಪೂರ್ತಿಯಾಗುವವರೆಗೂ ಅಲ್ಲೇ ನಿಂತಿದ್ದ. ಅಟ್ಟದ ಮೇಲಿಟ್ಟಿದ್ದ ಹಳೆಯ ಕುಕ್ಕರ್ ಅವನನ್ನು ಅಣಕಿಸಿದಂತಾಯಿತು. ಹೊಸದು ಕೆಳಗೆ ಅದರ ಸ್ಥಾನದಲ್ಲಿ ವಿರಾಜಮಾನವಾಗಿತ್ತು. ಸದ್ಯಕ್ಕೆ ಯಾವ ಹಗರಣವೂ ಆದ ಹಾಗೆ ಕಾಣಿಸಲಿಲ್ಲ.

"ನಡಿಯಪ್ಪ" ಅಡಿಗೆಯ ಮನೆ ಬಾಗಿಲು ಹಾಕ್ಕೊಂಡು ಬಂದರು.

ಕಾಲಿಗೆ ಮೆತ್ತಿದ್ದ ಧೂಳನ್ನು ಜಾಡಿಸಿ, ನೆಲದ ಕಡೆ ನೋಡುತ್ತ, "ಈ ನೆಲ ಸ್ವಲ್ಪನೂ ಚೆನ್ನಾಗಿಲ್ಲ. ಮೊಜಾಯಿಕ್ ಮಾಡಿಸಬೇಕು" ತಲೆ ತಗ್ಗಿಸಿಕೊಂಡು ಕೋಣೆಯ ಕಡೆ ನಡೆದುಬಿಟ್ಟ.

ಅಭಿರುಚಿ ಒಳ್ಳೆಯದಿರಬಹುದು. ಆದರೆ ಅದು ಆರ್ಥಿಕ ಸಮತೋಲನವನ್ನು ತೂಗಿಸುವಂತಿರಬೇಕು. ನಮ್ಮ ಆಸೆಗಳಿಗೆ ಬೇರೆಯವರು ಬಲಿಯಾಗಬೇಕಾ? ಕೆಟ್ಟ ಸಂಪ್ರದಾಯವೆನಿಸಿತು. ವಿಶ್ವವಿದ್ಯಾನಿಲಯಗಳ ಪರೀಕ್ಷೆ ಮುಗಿದಿತ್ತು. ಕೆಲವು ದಿನ

ಪರೀಕ್ಷಕನ ಕೆಲಸವಿರುತ್ತಿತ್ತು. ಆಮೇಲೆ ಪೂರ್ತಿ ಬಿಡುವು. ಹೇಮಂತನಲ್ಲಿ ನೀರಸತನ ಅಧಿಕವಾಯಿತು. ಬಿಳಿಗೆರೆಗೆ ಹೊರಡಲು ತೀರ್ಮಾನಿಸಿದ.

"ಅಮ್ಮ, ನಾನು ನಾಳೆ ಬೆಳಗಿನ ಬಸ್ಸಿಗೆ ಹೋಗ್ತೀನಿ" ಎಂದಾಗ, ನಿರುಪಮ ಮುಖ ಗಂಟು ಹಾಕಿಕೊಂಡರು. ಪದೇ ಪದೇ ಅಲ್ಲಿ ಹೋಗಿ ನಿಲ್ಲುವುದು ಅವರಿಗೆ ಬೇಡವಾಗಿತ್ತು. ರಾಯರ ಸಾತ್ವಿಕ ಜೀವನ, ಉಪದೇಶಗಳು ವಸಂತನಿಗಿಂತ ಬೇರೆಯವನನ್ನಾಗಿ ಮಾಡಿದೆ. ಲೋಕ ವ್ಯವಹಾರದ ಪ್ರಜ್ಞೆಯೇ ಇಲ್ಲ.

"ಈಗ್ಯಾಕೆ? ರಜ ಬಂದ ಕೂಡ್ಲೇ ಹೊರಡ್ಬೇಕನ್ನೋ ತರಾತುರಿ ಯಾಕೆ? ಒಂದು ದಿನದ ಮಟ್ಟಿಗೆ ಒಟ್ಟಿಗೆ ಎಲ್ಲರೂ ಹೋಗಿ ನೋಡಿ ಬಂದ್ರಾಯ್ತು."

"ಇಲ್ಲಿ ನಂಗೆ ಸಮಯ ಕಳೆಯೋದೆ ಕಷ್ಟ." ಸ್ಪಷ್ಟತೆಯನ್ನು ಅವರ ಮುಂದಿಟ್ಟ.

ತಾಯಿಯ ಗೊಣಗಾಟವನ್ನು ಕಿವಿಯ ಮೇಲೆ ಹಾಕಿಕೊಳ್ಳದೇ ಬಟ್ಟೆಗಳನ್ನು ಏರ್‌ಬ್ಯಾಗ್‌ಗೆ ತುಂಬಿಟ್ಟ. ಕಾಲೇಜಿಗೆ ತೆರೆಯುವ ಮುನ್ನಾ ದಿನ ಇಲ್ಲಿಗೆ ಬರುವುದೆಂದು ನಿರ್ಣಯಿಸಿಕೊಂಡಿದ್ದ.

ಮರುದಿನ ಹೊರಟು ನಿಂತಾಗ, ನಿರುಪಮಾ ಬಂದು "ಅವ್ರಿಗೆ ಏನು ಹೇಳಿ ಕಳ್ಸೋದು?" ಎಂದರು ಪ್ರಶ್ನಾರ್ಥಕವಾಗಿ ತಾಯಿಯ ಕಡೆ ನೋಡಿದ.

"ಯಾರಿಗಮ್ಮ?"

"ಆ ಹುಡ್ಗಿ ರೇಖಾ ಜಾತಕ ಇಲ್ಲೇ ಇದೆ. ಮತ್ತೆ ಅವ್ರು ಇಷ್ಟು ದಿನ ಪರೀಕ್ಷೆ ಮುಗಿಯಲೀಂತ ಸುಮ್ಮನಿದ್ದಿರಬಹುದು. ಹೇಳಿ ಕಳಿಸಿದ್ರೆ ಏನು ಹೇಳೋದು?"

ನಿಂತು ತಾಯಿಯ ಕಡೆ ನೋಡಿದ. ಸದ್ಯಕ್ಕೆ ಮದ್ವೆಯ ಯೋಚನೆ ಇಲ್ಲವೆಂದು ತಾನೇ ಹೇಳಿದ್ದ. ಸ್ವಲ್ಪ ಬೇಸರವೂ ಆಯಿತು.

"ಅಮ್ಮ, ನಿಂಗೆ ಗೊತ್ತಿದ್ದೂ ಜಾತ್ಕ ಇಟ್ಸಿಕೊಳ್ಳೋ ಉದ್ದೇಶವೇನು? ಈಗ್ಲಾದ್ರೂ ಅವ್ರುಗಳು ಕೇಳೋಕೆ ಮುನ್ನ ಕಳ್ಸಿಕೊಡು." ಕೋಣೆಗೆ ಹೋಗಿ ಬ್ಯಾಗನ್ನು ಎತ್ತಿಕೊಂಡು ಹೊರಟುಬಿಟ್ಟ.

ಯಾಕೋ ನಿರುಪಮ ಕಣ್ಣಲ್ಲಿ ನೀರಾಡಿತು. ಎಂ.ಎ. ಮುಗಿದಾಗ ದೊಡ್ಡ ಸಾಧನೆಯೆಂದು ತಿಳಿದು ನೂರಾರು ಆಶಾಗೋಪುರಗಳನ್ನು ಕಟ್ಟಿಕೊಂಡಿದ್ದರು. ಬರೀ ಎಸ್.ಎಸ್.ಎಲ್.ಸಿ. ಮಾಡಿಕೊಂಡಿದ್ದ ನೆರೆಮನೆಯ ಕೃಷ್ಣಮೂರ್ತಿಗೆ ಹತ್ತು ಸಾವಿರ ವರದಕ್ಷಿಣೆ ಕೊಟ್ಟು ಮದುವೆ ಮಾಡಿದ್ದರು. ಅವನು ನೋಡೋಕೂ ಅಷ್ಟಕ್ಕಷ್ಟೆ. ಅಂಥದ್ದರಲ್ಲಿ ಹೇಮಂತನಿಗೆ ಒಂದೆರಡು ಲಕ್ಷಗಳು ಕೊಟ್ಟರೂ ಕಮ್ಮೀನೇ-ಮಗನನ್ನು ಮನದಲ್ಲಿಯೇ ಬೈಯ್ದುಕೊಂಡರು.

ಸರಿಯಾದ ವೇಳೆಗೆ ಬಸ್ಸು ಸಿಕ್ಕಿ ಇವನು ಬಿಳಿಗೆರೆ ತಲುಪಿದಾಗ ಮಧ್ಯಾಹ್ನವಾಗಿತ್ತು. ರಾಯರ ಊಟ ಇನ್ನೂ ಆಗಿರಲಿಲ್ಲ. ಯಾರಿಗೋ ಕಾಯುವಂತೆ ಕಾದು ಕೂತಿದ್ದರು.

"ಊಟ ಮಾಡ್ಡೋಳಿ, ಇದ್ಯಾಕೆ ಹಸಿವಿಲ್ವಾ?" ಭಾಗಮ್ಮ ಒಂದೆರಡು ಸಲ ಕೇಳಿದ್ದರು. ಕಡೆಗೆ "ಇನ್ನು ಹತ್ತು ನಿಮಿಷ ನೋಡಿ ಊಟ ಮಾಡಿಬಿಡ್ತೀನಿ" ಎಂದಿದ್ದರು.

ಹೇಮಂತನನ್ನು ನೋಡಿದ ಕೂಡಲೇ ನಾನು ಇವನಿಗಾಗಿಯೇ ಕಾದಿದ್ದೆನೇನೋ!–ಎಂದುಕೊಂಡರು.

"ಬಂದ್ಯಾ ಮಗು! ಅಲ್ಲೆಲ್ಲ ಆರಾಮಾಗಿದ್ದಾರ?"- ಅವನನ್ನೇ ಕಣ್ಣುಗಳಲ್ಲಿ ತುಂಬಿಕೊಳ್ಳುವಂತೆ ನೋಡಿದರು.

ಬ್ಯಾಗನ್ನು ಪಕ್ಕಕ್ಕಿಟ್ಟು ರಾಯರ, ಭಾಗಮ್ಮನ ಕಾಲಿಗೆ ಬಗ್ಗಿ ನಮಸ್ಕರಿಸಿದ. ಪೂಜ್ಯ ಭಾವನೆ-ಹೃದಯ ತುಂಬಿ ಬಂತು.

"ನೀನು ಬರೋ ವಿಷ್ಯ ಹೇಗೆ ತಿಳೀತೋ! ಊಟ ಮಾಡ್ದೆ ಕಾದು ಕೂತಿದ್ದಾರೆ!"

ಹೇಮಂತನ ಕಣ್ಣುಗಳಲ್ಲಿ ಕೋಟಿ ಮಿಂಚುಗಳು ಪ್ರಜ್ವಲಿಸಿದಂತಾಯಿತು. ಶಿಲೆಯಂತೆ ನಿಂತುಬಿಟ್ಟ.

"ಮಗು ಹಸಿದಿದ್ದಾನೆ. ಬೇಗ ತಟ್ಟೆ ಹಾಕು."

ಎಚ್ಚೆತ್ತ ಅವನು ಬಟ್ಟೆ ಬದಲಾಯಿಸಿ ಕೈಕಾಲು ತೊಳೆದು ಬಂದು ತಟ್ಟೆಯ ಮುಂದೆ ಕೂತ. ದೊಡ್ಡ ಬೆಳ್ಳಿಯ ತಟ್ಟೆ. ಒಂದು ಕೆ.ಜಿ. ತೂಗುವಂಥದ್ದು. ಅವನು ಬಂದಾಗಲೆಲ್ಲ ಇದರಲ್ಲೇ ಊಟ ಮಾಡುವುದು.

ನಿಧಾನವಾಗಿ ಊಟ ಮಾಡಿದ. ಭಾಗಮ್ಮ ಪ್ರೀತಿಯಿಂದ ಹತ್ತಿರ ಕೂತು ಬಡಿಸಿದರು.

"ವಸಂತ, ರಶ್ಮಿ ಕೂಡ ಬಂದು ಹೋಗ್ಬೋದಾಗಿತ್ತು!" ಮನದ ಆಸೆಯನ್ನು ನಾಲಿಗೆಯಾಡಿತು.

ಹೇಮಂತ ಮೌನ ವಹಿಸಿದ. ಅವನೆಂದೂ ಇಲ್ಲಿಗೆ ಬರುವ ಯೋಚನೆ ಮಾಡುವುದಿರಲಿ, ಇವರನ್ನು ಜ್ಞಾಪಿಸಿಕೊಳ್ಳುತ್ತಲೇ ಇರಲಿಲ್ಲ.

ಊಟ ಮುಗಿಸಿ ತಾತ, ಮೊಮ್ಮಗ ಆರಾಮಾಗಿ ನಡುಮನೆಯಲ್ಲಿ ಬಂದು ಕೂತರು. ಒಂದಿಷ್ಟು ಮಾತಾಡಿದರು.

"ಬಸ್ಸು ಪ್ರಯಾಣ ಆಯಾಸ ಇರುತ್ತೆ. ಒಂದು ಗಳಿಗೆ-ಮಲ್ಗಿ ವಿಶ್ರಾಂತಿ ಪಡೆ."

ಇಂದು ಹೊಟ್ಟೆ ಭಾರವಾದ ಮೇಲೆ ಅವನಿಗೂ ಆಯಾಸ ಅನಿಸಿತು. ಹೋಗಿ ಮಲಗಿಬಿಟ್ಟ. ಎಚ್ಚರವಾದಾಗ ಮುಸ್ಸಂಜೆಯ ಹೊತ್ತಾಗಿತ್ತು. ಮುಖ ತೊಳೆದು ಅಜ್ಜಿ ಕೊಟ್ಟ ಹಾಲು ಕುಡಿದು "ಹೊರ್ಗೆ ಸುತ್ತಾಡಿ ಬರ್ತೀನಿ" ಮನೆಯಿಂದ ಹೊರಬಿದ್ದ.

ಸೆಕೆ ಆವರಿಸಿಕೊಂಡಿತ್ತು. ಗದ್ದೆಯ ಬಯಲಿನ ಕಡೆಯ ರೋಡು ಹಿಡಿದು ನಡೆದ. ಬೇಸರವೆನಿಸಿತು. ಬೇಸಿಗೆಯ ಪ್ರಖರತೆಯಿಂದ ಅಕ್ಕಪಕ್ಕದ ಹಸಿರೆಲ್ಲ ಸುಟ್ಟು ಬೂದಿಯ ಬಯಲಿನಂತೆ ಆಗಿತ್ತು. ಹಸುರಿನ ಉಡುಗೆ ಇಲ್ಲದ ಈ ಪ್ರದೇಶವನ್ನು ನೋಡಲೇ ಅಸಹನೀಯವಾಯಿತು. ಹಿಂದಿರುಗಿಬಿಟ್ಟ.

ಇವನು ಬಂದಾಗ ಭಾಗಮ್ಮನ ಕೈಯಲ್ಲಿ ವಸುಮತಿ ಉರುಟಣೆಯ ಹಾಡನ್ನು ಹೇಳಿಸಿಕೊಳ್ಳುತ್ತಿದ್ದಳು. ಆಕೆಯ ಧ್ವನಿ ಕುಗ್ಗಿದ್ದರೂ ಒಂದು ತರಹ ಆಕರ್ಷಣೆ ಇತ್ತು. ಕೇಳಬೇಕೆನಿಸುತ್ತಿತ್ತು.

ಇವನನ್ನು ನೋಡಿದ ಕೂಡಲೇ ವಸುಮತಿ ಧ್ವನಿ ಸ್ತಬ್ಧವಾಯಿತು. ತಲೆ ತಗ್ಗಿಸಿಕೊಂಡು ಕೂತುಬಿಟ್ಟಳು.

"ಎಲ್ಲಿ ಹೇಳು" ತುಟಿ ತೆರೆಯಲಿಲ್ಲ.

"ಎಂಥಾ ನಾಚಿಕೆಯ ಹುಡುಗಿಯಪ್ಪ. ನನ್ನ ಮೊಮ್ಮಗನನ್ನು ನೋಡಿ ನಾಚಿ ಕೊಂಡು ಕೂತಿದ್ದೀಯಲ್ಲ!! ನಾಳೆ ಗಂಡನ ಮುಂದೆ ಉರುಟಣೆ ಹಾಡೋವಾಗ...!" ಸುಕ್ಕುಬಿದ್ದ ಕೆನ್ನೆಗಳು ನಕ್ಕವು. ಹಿಂದಿದ್ದ ನೆನಪು ಆವರಿಸಿ ಕಚಗುಳಿ ಇಟ್ಟಂತಾಯಿತು.

ಅವಳ ಕದಪುಗಳ ಮೇಲೆ ಕೆಂಪಿನ ಓಕುಳಿಯಾಡಿತು. ಮುಖಕ್ಕೆ ವಿಚಿತ್ರ ಸೊಬಗು ಬಂತು.

"ಹೋಗಿ ಅಜ್ಜಿ" ಎಂದಳು ತಲೆ ಎತ್ತದೆಯೇ.

"ಬೇಗ ಹಿಂದಿರುಗ್ಬಿಟ್ಟೆ" ಮಂಡಿ ಹಿಡಿದುಕೊಂಡು ಮೇಲಕ್ಕೆದ್ದರು.

"ಬೇಜಾರಾಯ್ತು" ಕಂಬಕ್ಕೆ ಒರಗಿ ನಿಂತು ಬೀದಿಯ ಕಡೆ ನೋಡಿದ. ಬಾಗಿಲ ಮುಂದಿನ ಅಂಗಳವನ್ನು ಸೆಗಣಿಯಿಂದ ಅಚ್ಚುಕಟ್ಟಾಗಿ ಸಾರಿಸಿ ದೊಡ್ಡ ರಂಗೋಲಿ ಹಾಕಿದ್ದರು.

ಹೊರಗಿನ ಕೆಲಸ ಹೊನ್ನಿ ಮಾಡುತ್ತಿದ್ದಳು. ಆದರೆ ಇಂಥ ರಂಗೋಲಿ ಕಂಡಿದ್ದು ನೆನಪಿರಲಿಲ್ಲ. ಎಲ್ಲೋ.... ಮಸುಕು ಮಸುಕಾಗಿ ನೆನಪಿನ ಅಂಗಳವನ್ನು ಕೆದಕಿದಂತಾಯಿತು.

"ಅಂಗಳದಲ್ಲಿ ಇಷ್ಟು ದೊಡ್ಡ ರಂಗೋಲಿ ಯಾರು ಹಾಕಿದ್ದು? ಹೊನ್ನಿನಾ?" ಅವರು ನಕ್ಕು "ಅವ್ಳ ತಲೆ! ಅವ್ಳಿಗೆಲ್ಲಿ ಬರುತ್ತೆ! ಭಟ್ಟನ ಹೆಂಡ್ತಿ ಸರಸು ಹಾಕಿದ್ದು." ಕಣ್ಣುಗಳು ಅಗಲವಾದವು. ಭಟ್ಟನ ಹೆಂಡತಿಗೂ ಈ ಮನೆಯಲ್ಲಿ ಪ್ರವೇಶ ಸಿಕ್ಕಿದೆಯೆಂದುಕೊಂಡ.

"ಈಗ ಎಲ್ಲಿದ್ದಾನೆ?"

"ಅಲ್ಲೇ ಇದ್ದಾನೆ. ಗಂಡ ಹೆಂಡ್ತಿ ಬಂದು ಇಲ್ಲಿನ ಕೆಲ್ಸನೂ ಮಾಡಿಕೊಡ್ತಾರೆ. ಪಾಪದ ಮಕ್ಳೂ... ಯಾರೋ ಮಾಡ್ದ ಪಾಪನ ಇವ್ರುಗಳು ಅನುಭವಿಸ್ಬೇಕೂ. ಹೊಟ್ಟೆಯಲ್ಲಿ ಹುಟ್ಟಿದವಳಿಗೆ ತಪ್ಪಿಲ್ಲ–ಇವ್ನ ಜೋತುಹಾಕ್ಕೊಂಡ."

ಇವನಿಗೆ ತಲೆಬುಡವೊಂದೂ ಅರ್ಥವಾಗಲಿಲ್ಲ. ಅಂದಿನಿಂದ ಒಗಟಾಗಿಯೇ ಕಂಡಿತು. ಭಟ್ಟನನ್ನು ವಿಚಾರಿಸಿದರಾಯಿತು ಎಂದು ಸುಮ್ಮನಾದ.

ಭಾಗಮ್ಮನವರು ಉಗ್ರಾಣಕ್ಕೆ ಹೋದರು. ವಸುಮತಿಯೊಬ್ಬಳೇ ಕೂತಿದ್ದಳು. ಮಾತಾಡಬೇಕೆನಿಸಿತು. ಹೇಗೆ ಪ್ರಾರಂಭಿಸುವುದು? ಅವನಿಗೆ ನಗುಬಂತು. ಕೆಮ್ಮಿ ಗಂಟಲು ಸರಿ ಮಾಡಿಕೊಂಡ.

"ನಿಮ್ಮ ತಾತ ಆರೋಗ್ಯವಾಗಿದ್ದಾರ ?" ಅವಳ ಮುಖ ಮಂಕಾಯಿತು. ಪಟ್ಟಾಗಿ ನಾಲ್ಕು ದಿನದಿಂದ ಹಾಸಿಗೆ ಹಿಡಿದುಬಿಟ್ಟಿದ್ದರು. ಮೆಲ್ಲಗೆ ತಲೆ ಎತ್ತಿ, "ಹುಷಾರಿಲ್ಲ" ಧ್ವನಿ ತಗ್ಗಿತ್ತು.

"ಏನಾಗಿದೆ ?" ಅವಳು ಹೇಳಿದ ರೀತಿ ನೋಡಿ ಅವನಿಗೆ ಗಾಬರಿಯಾಯಿತು.

"ಜ್ವರ ಇದೆ, ಎದೆಯಲ್ಲಿ ಕಫ ಗೂಡು ಕಟ್ಟಿದೆಯಂತೆ. ಹಿಂಸೆಯಿಂದ ಉಸಿರಾಡ್ತಾರೆ. ಡಾಕ್ಟ್ರು ಬಂದು ನೋಡಿ ಹೋಗ್ತಾ ಇದ್ದಾರೆ."

ಆ ಊರಿನಲ್ಲಿ ಮಾವಿನ ಮರದ ಮನೆಯ ಗೋಪಾಲಯ್ಯನವರೆಂದೇ ಹೆಸರಾಗಿದ್ದಿದ್ದು, ಸ್ವಭಾವತಃ ಒಳ್ಳೆಯ ಮನುಷ್ಯ. ಧರ್ಮಭೀರು. ಎಲ್ಲರಿಗೂ ಬೇಕಾದವರಾಗಿಯೇ ಬದುಕನ್ನು ಸಾಗಿಸಿದ್ದರು.

"ಈಗ್ಲೂ ಜ್ವರ ಇದ್ಯಾ ?"

"ಬೆಳಗಿನಿಂದ ಇಲ್ಲ." ಒಳಗೆ ದುಃಖ ನುಂಗುವ ಹಾಗೆ ಕಂಡಳು.

ಒಬ್ಬಳೇ ಮಗಳು ಜಲಜಾಕ್ಷಿಯ ಮದುವೆ ಮಾಡಿದಾಗ ಗಂಡನ ಮನೆಯವರು ಅನುಕೂಲ ಸ್ಥಿತಿಯಲ್ಲೇ ಇದ್ದರು. ಆದರೆ ಅವಳ ಗಂಡನಿಗೆ ತಿಳುವಳಿಕೆ ಕಡಿಮೆ. ವ್ಯವಹಾರಗಳನ್ನೆಲ್ಲ ಅವರ ಅಣ್ಣ ತಮ್ಮಂದಿರೇ ನೋಡಿಕೊಳ್ಳುತ್ತಿದ್ದರು. ಬರಬರುತ್ತಾ ಅವರನ್ನು ಮನೆಯ ಆಳುಗಳನ್ನಾಗಿ ಮಾಡಿಕೊಂಡರು. ಅಲ್ಲಿನ ಪಾಡು ನೋಡಲಾರದೆ ಗೋಪಾಲಯ್ಯನವರು ಮಗ ಅಳಿಯ, ಮೊಮ್ಮಗಳನ್ನು ಕರೆತಂದಿದ್ದರು. ಆದರೆ ಅಳಿಯನಲ್ಲಿ ಯಾವ ವ್ಯತ್ಯಾಸವೂ ಇರಲಿಲ್ಲ. ಬೆಳಿಗ್ಗೆ ಮನೆ ಬಿಟ್ಟರೆ ತೋಟ, ಅಲ್ಲಲ್ಲಿ ತಿರುಗಾಡಿಕೊಂಡು ಊಟದ ವೇಳೆಗೆ ಮನೆಗೆ ಬರುತ್ತಿದ್ದ. ನಿರ್ಯೋಚನೆಯ ಮನುಷ್ಯ. ಆದ್ದರಿಂದ ವಸುಮತಿಯ ಮದುವೆಯ ಜವಾಬ್ದಾರಿ ಈ ಇಳಿವಯಸ್ಸಿನಲ್ಲಿ ಗೋಪಾಲಯ್ಯನವರ ಮೇಲೆ ಬಿದ್ದಿತ್ತು.

ಚಾಪೆಯ ಮೇಲಿದ್ದ ಪುಸ್ತಕ ಎತ್ತಿಕೊಂಡು "ಅಜ್ಜಿ, ನಾನು ಹೋಗ್ಬರ್ತೀನಿ." ಮೇಲಕ್ಕೆದ್ದಳು.

"ನಾನು ಅಷ್ಟು ದೂರ ಬರ್ತೀನಿ ತಡೀ" ಭಾಗಮ್ಮನವರು ಬರುವವರೆಗೂ ಕಾದು ನಿಂತಳು. ಕತ್ತಲಾದ ಮೇಲೆ ಒಬ್ಬಳನ್ನೇ ಕಳುಹಿಸುತ್ತಿರಲಿಲ್ಲ. ರಾಯರು ಹೋಗಿ, ಬಿಟ್ಟು ಹಾಗೇ ಗೋಪಾಲಯ್ಯನವರನ್ನು ಮಾತಾಡಿಸಿಕೊಂಡು ಹಿಂತಿರುಗುತ್ತಿದ್ದರು. ಭಾಗಮ್ಮನವರು ಅಷ್ಟು ದೂರದಲ್ಲಿ ನಿಂತು ಅವಳು ಮನೆಯೊಳಕ್ಕೆ ಹೋದ ಮೇಲೆ ಹಿಂದಿರುಗುತ್ತಿದ್ದರು. ಭಟ್ಟ ಇದ್ದರೇ ಅವನೇ ಕರೆದೊಯ್ದು ಬಿಟ್ಟುಬರುತ್ತಿದ್ದ.

ನಿಂತಿದ್ದ ಹೇಮಂತ್ ಬೇಸತ್ತು ಬಂದು ಹೊರಗಿನ ಜಗುಲಿಯ ಮೇಲೆ ಕೂತ. ಅರ್ಧ ಗಂಟೆಯ ಮೇಲೆಯೇ ಭಾಗಮ್ಮ ಮನೆಗೆ ಹಿಂದಿರುಗಿದ್ದು.

"ನಾಲ್ಕು ಮಾತು ಆಡಿ ಬರೋಣಾಂತ ಹೋದೆ. ಇಷ್ಟೊತ್ತು ಆಗಿಹೋಯ್ತು" ತಮ್ಮಲ್ಲೇ ಗೊಣಗಿಕೊಂಡು ಜಗುಲಿಯ ಮೇಲೆ ಬಂದು ಕೂತರು.

ಅಷ್ಟು ದೂರದವರೆಗೂ ನೋಡಿ "ಇವ್ರು ಯಾಕೆ ಇಷ್ಟೊತ್ತಾದ್ರೂ ಬರ್ಲಿಲ್ಲ!" ಎಂದರು ರಾಯರು ಅಪರೂಪಕ್ಕೆ ಹೊಲ, ಗದ್ದೆಗಳಲ್ಲಿ ಅಡ್ಡಾಡಿಕೊಂಡು ನಿಧಾನವಾಗಿ ಬರುತ್ತಿದ್ದರು.

"ಯಾಕೆ ಹೋದ್ರು?"

"ಆಗಾಗ ಎಂದಾದ್ರೂ ಹೋಗ್ಬರ್ತಾರೆ. ನಿಂತು ಮಾಡ್ಸಬೇಕು. ಅವ್ರ ಕೈಯಲ್ಲಾಗೋಲ್ಲ. ಭಟ್ಟ ಮಾಡಿಸ್ತಾ ಇದ್ದ. ಅವ್ನು ಮನೆಯಿಂದ ಹೊರ್ಗೆ ಹೋದ್ಮೇಲೆ ತಾಪತ್ರಯವಾಗಿದೆ."

ಹೇಮಂತ್ ಮ್ಲಾನವದನನಾದ. ತಂದೆ ಇಲ್ಲಿಗೆ ಬಂದಾಗ ದವಸ ಧಾನ್ಯವನ್ನು ಹೊತ್ತುಕೊಂಡು ಬರುತ್ತಿದ್ದರು. ರಾಯರಾಗಲಿ, ಭಾಗಮ್ಮನವರಾಗಲಿ ಎಂದೂ ತಮ್ಮ ತಾಪತ್ರಯಗಳನ್ನು ತೋಡಿಕೊಂಡವರಲ್ಲ. ಬೇಕೆಂದಾಗ ಧಾರಾಳವಾಗಿ 'ತಗೊಂಡ್ಹೋಗು' ಎಂದುಬಿಡುತ್ತಿದ್ದರು. ಇಂದಿನವರೆಗೂ ಮಗನಿಂದ ಒಂದು ರೂಪಾಯಿ ಪಡೆದವರಲ್ಲ. ಕೆಲಸಕ್ಕೆ ಸೇರಿದ ಹೊಸದರಲ್ಲಿ ಇನ್ನೂರು ರೂಪಾಯಿ ತಂದೆಗೆ ಕೊಡಹೋಗಿದ್ದರು. ಆಗ ರಾಯರು ನಕ್ಕು, "ನಂಗೇನು ಬೇಡ. ಭವಿಷ್ಯ ಚಿಂತನೆ ನಡ್ಸಿ ಹಣನ ಪೋಲು ಮಾಡ್ಬೇಡ. ಹಣಗಳಿಕೆ, ಕೂಡಿ ಹಾಕುವಿಕೆಯೇ ಜೀವನದ ಗುರಿಯನ್ನಾಗಿಸಿಕೊಳ್ಳಬೇಡ. ಇದ್ದಿದ್ದರಲ್ಲೇ ತೃಪ್ತ ಜೀವನವನ್ನು ನಡ್ಸುವುದನ್ನು ಕಲಿ" ಎಂದಿದ್ದರು. ನಿರುಪಮನ ಕೈಹಿಡಿದ ಮೇಲೆ ಹಣವಂತೂ ಪೋಲು ಮಾಡಲಿಲ್ಲ. ಆದರೆ ತೃಪ್ತಜೀವನ ಮಾತ್ರ ಅವರದಾಗಲಿಲ್ಲ.

"ಈ ವಯಸ್ಸಿನಲ್ಲಿ ನಿಮ್ಗೆ ತುಂಬ ಕಷ್ಟ!" ಭಾಗಮ್ಮ ನಕ್ಕುಬಿಟ್ಟರು. ಆಗಾಗ ಮಗ, ಸೊಸೆ, ಮೊಮ್ಮಕ್ಕಳು ಬಂದು ಹೋಗಲಿ ಅನ್ನೋ ಆಸೆಯ ಹೊರತು, ತಮ್ಮ ಬಗ್ಗೆ ಎಂದೂ ಯೋಚಿಸಿದವರಲ್ಲ. ಮಗ, ಸೊಸೆ ತಮ್ಮನ್ನು ಸರಿಯಾಗಿ ನೋಡಿಕೊಳ್ಳಲಿಲ್ಲವೆಂದು ಎಂದೂ ಸಿಡುಕಿದವರಲ್ಲ. ರಾಯರ ಸಮೀಪ್ಯದಿಂದ ಅಂಥ ದೃಢ ಮನಸ್ಸನ್ನು ಸಾಧಿಸಿಕೊಂಡಿದ್ದರು.

"ಎಂಥದ್ದೂ ಇಲ್ಲ, ಇವೇನು ಕಷ್ಟ?" ಮಮತೆಯಿಂದ ಅವನನ್ನು ನೋಡಿದರು.

ಭಾಗಮ್ಮನ ಮನದಲ್ಲಿ ಒಂದು ಆಸೆ ಹುಟ್ಟಿಕೊಂಡಿತ್ತು. ಇವನು ವಸಂತನ ಹಾಗಲ್ಲ. ಬೇಗ ಮದುವೆ ಮಾಡಿಕೊಂಡರೇ ಆಗಾಕೆ ಬಂದು ಆ ಮಗು ಕೂಡ ಮನೆ ತುಂಬುತ್ತೆ. ಆಗಿನ ಸಂಭ್ರಮವನ್ನು ಮೆಲುಕು ಹಾಕಿದರು.

"ಮಗು, ನೀನೂ ಬೇಗ ಮದ್ವೆಯಾಗಿಬಿಡೋ. ನಾಲ್ಕು ದಿನ ಮನೆಯಲ್ಲಿಟ್ಟುಕೊಂಡು ಬೇಕಾದಂಗೆ ಉಪಚಾರ ಮಾಡಿ ಸಂತೋಷಪಡ್ತೀನಿ. ಆ ಮಗು ಈ ಮನೆಯಲ್ಲಿ ಓಡಾಡಿಕೊಂಡಿದ್ರೆ..." ಕಣ್ಣುಗಳಲ್ಲಿ ಹರ್ಷದ ಮಿಂಚೊಡೆಯಿತು.

ಅವನು ಮೌನವಾಗಿ ಕೂತುಬಿಟ್ಟ. ಹೇಗೆ, ಅವರ ಮುಂದೆ ಬಿಡಿಸಿಡುವುದು? 'ಮದುವೆ' ಎನ್ನುವ ಪದವೇ ಅವನಲ್ಲಿ ಬೇಸರ ತರಿಸಿತ್ತು.

"ಯಾಕೋ ಮಗು?" ಧ್ವನಿ ತಗ್ಗಿತು.

ತಟ್ಟನೇ "ಅಜ್ಜಿ, ನಾನು ಹೇಳ್ದ ಹೆಣ್ಣನ್ನು ನೀನು ಒಪ್ಪಿಕೋತೀಯಾ? ಬಡವರು ಆಗಿರಬೋದು, ಬೇರೆ ಕುಲದ ಹೆಣ್ಣಾಗಿರಬಹುದು" ಭಾಗಮ್ಮ ಮೌನವಾದರು.

"ಯಾಕಜ್ಜಿ ಸುಮ್ನಾದೆ?"

"ಏನಿಲ್ಲ. ಯಾರಾದರೇನು ಮಗು, ಗುಣ ಮುಖ್ಯ, ನೀನೇ ಒಪ್ಪಿ ಬ್ರಹ್ಮ ಅವಳ ಜೊತೆ ನೀನು ಸಂತೋಷವಾಗಿರಬೇಕೂಂತ ಮುಡಿ ಹಾಕಿದ್ರೆ ನಾನೇಕೆ ಬೇಡ ಅನ್ನಲಿ?" ಆ ಕ್ಷಣದಲ್ಲಿ ಭಟ್ಟನನ್ನು ನೆನೆಸಿಕೊಳ್ಳುವುದು ಮರೆಯಲಿಲ್ಲ.

"ನೀನು ನನ್ನ ಹಾಗೆ ಅವಳನ್ನ ಪ್ರೀತಿಯಿಂದ ನೋಡ್ತೀಯಾ?" ಭಾಗಮ್ಮ ಬೆಚ್ಚಿಬಿದ್ದರು.

ಹಿಂದಿನಿಂದ ಬಂದ ರಾಯರು "ಯಾಕಾಗ್ಬಾರ್ದು! ನಿನ್ನ ಪ್ರೀತಿಯಲ್ಲಿ ಪಾಲು ಪಡೆದವ್ಳು ನಮ್ಗೂ ಆತ್ಮೀಯಳೇ. ಪ್ರೀತಿಯ ಮುಂದೆ ಯಾವ್ದೂ ನಿಲ್ಲಲಾರದು."

ಹೇಮಂತ್ ಬೆರಗಾದ. ಪೂಜೆ, ಸಂಪ್ರದಾಯವೆಂದು ಸದಾ ಧರ್ಮಗ್ರಂಥ ಪುರಾಣ ಗ್ರಂಥಗಳನ್ನ ಹಿಡಿದು ಕೂಡುತ್ತಿದ್ದ ತಾತನ ಬಾಯಲ್ಲಿ ಈ ಮಾತುಗಳು! ಎದೆಯಾಳದಲ್ಲಿ ಹರ್ಷ ಉಕ್ಕಿ ಉಕ್ಕಿ ಹರಿಯಿತು.

"ಕ್ಷಮ್ಸಿ ತಾತ. ಅಂತಹ ಪ್ರಯತ್ನವೇನು ಇಲ್ಲ. ಅಜ್ಜಿ ಮನವನ್ನು ಅರಿಯೋಕೆ ಕೇಳಿದೆ" ಧ್ವನಿ ಅತ್ಯಂತ ಮೆದುವಾಗಿತ್ತು.

ಈಗ ಕೂತು ಯೋಚಿಸಿದ. ಯಾವುದು ವಾಸ್ತವ? ಯಾವುದು ಸತ್ಯ? ತಂದೆ ಡಿಗ್ರಿಯೆಂಬ ಪಟ್ಟಿಯನ್ನ ತಲೆಗೆ ಅಂಟಿಸಿಕೊಂಡು ವಿದ್ಯಾವಂತನೆಂಬ ಹೆಸರೊತ್ತವನು ನಾಗರಿಕ ಸಮಾಜದಲ್ಲಿ ತಿರುಗಾಡಿ ಗೊತ್ತು. ಕ್ರಾಪ್ ಬಿಟ್ಟು ಸೂಟು ಬೂಟು ಹಾಕಿ ಮೆರೆದವನು, ಕಾಲೇಜು ಚರ್ಚಾಸ್ಪರ್ಧೆಗಳಲ್ಲಿ 'ವರದಕ್ಷಿಣೆ ಪಿಡುಗು' ಅಂತರ್ ಜಾತೀಯ ವಿವಾಹ ಪದ್ಧತಿಗಳ ಬಗ್ಗೆ ಬಿಗಿದ ಭಾಷಣಗಳನ್ನ ಸಮಾಧಾನದಿಂದ ಕೇಳಿದವನು. ಆದರೆ ತಾತ ತೀರ ಭಿನ್ನ. ಜುಟ್ಟು ಬಿಟ್ಟು ಪೂಜೆ, ವ್ರತ, ಉಪವಾಸಗಳನ್ನು ಮಾಡಿದವರು. ಸದಾ ವೇದಪುರಾಣ, ಉಪನಿಷತ್‌ಗಳನ್ನು ಓದಿದವರು. ಇವರಲ್ಲಿ ಮೂರ್ಖತನ, ಮೌಢ್ಯವನ್ನು ಪ್ರತಿಭಟಿಸಿ ಮಾನವೀಯತೆಯನ್ನು ಕಾದು ಕೊಳ್ಳುವವರಾರು?

ಮೆಲ್ಲಗೆ ತಲೆಯೆತ್ತಿ ರಾಯರಲ್ಲಿ ದೃಷ್ಟಿಯನ್ನು ನೆಟ್ಟ. ಗೌರವ ಅಭಿಮಾನವೆನಿಸಿತು. ಕೈಮುಗಿಯಬೇಕೆನಿಸಿತು. ಭಕ್ತಿಪೂರ್ವಕವಾಗಿ ಪಾದಗಳನ್ನು ಮುಟ್ಟಿ ಕಣ್ಣಿಗೊತ್ತಿ ಕೊಳ್ಳಬೇಕೆನಿಸಿತು.

"ಕೂತ್ಕೋ ಬಂದೆ" ಎಂದು ಕೈಕಾಲು ತೊಳೆದು ಮುಡಿಯುಟ್ಟು ದೇವರ ಮನೆಗೆ ಹೋದವರು ಗಂಟೆಯ ನಂತರವೇ ಹೊರಗೆ ಬಂದಿದ್ದು.

"ಕೂತ್ಕೋ ಬಾ" ಹತ್ತಿರ ಕರೆದು ಕೂಡಿಸಿಕೊಂಡರು.

ಅದೂ ಇದೂ ಮಾತಾಡುತ್ತ ಮಧ್ಯದಲ್ಲಿ ಗೋಪಾಲಯ್ಯನವರ ಸುದ್ದಿ ಬಂತು.

"ವಯಸ್ಸಾದ ಮನುಷ್ಯ ನಿರ್ಯೋಚನೆಯಿಂದ ಸಾಯಲಾರದ ಸ್ಥಿತಿ. ಆ ಮಗುಗೆ ಮದ್ವೆಯಾಗುವವರೆಗೂ ಸಮಾಧಾನವಿಲ್ಲ. ಏನು ಮಾಡೋದು? ಸುಗುಣೆಯಾದ ಹೆಣ್ಣಿಗೆ ಗಂಡು ಸಿಗೋದು ಕಷ್ಟವಾಗಿದೆ. ಸ್ವಲ್ಪ ಅನುಕೂಲ ಸ್ಥಿತಿಯಲ್ಲಿರುವವರು ಬಹಳಷ್ಟು ವರದಕ್ಷಿಣೆ, ವರೋಪಚಾರ ಬಯಸ್ತಾರೆ" ಎಂದವರೇ "ಶ್ರೀಕಾಂತುಗೇ ವಿಷಯ ತಿಳಿಸಿದ್ಯಾ?" ಎಂದು ಕೇಳಿದರು. ಅವನಿಂದ ಉತ್ತರಿಸಲಾಗಲಿಲ್ಲ. ಅವರಿಗೆ ತಿಳಿಸೋದು ಇರಲಿ, ವಿಷಯವನ್ನೇ ಮರೆತುಬಿಟ್ಟಿದ್ದ.

"ಇಲ್ಲ ತಾತ, ಮರ್ತ್ತೇಬಿಟ್ಟಿದ್ದೆ" ಸುಳ್ಳು ಹೇಳಲಿಲ್ಲ.

"ಹೋಗ್ಲಿ ಬಿಡು, ಹೇಳಿದ್ರೂ ತಲೆಗೆ ಹಾಕಿಕೊಳ್ಳುತ್ತಿರಲಿಲ್ಲ" ಮಗನ ಸ್ವಭಾವ ಅರಿತು ಆಡಿದರು.

ಒಂದೆರಡು ಜಾತಕದ ಪ್ರತಿಗಳನ್ನು ತರಿಸಿದ್ದರು. ಮೊದಲು ನೋಡಿ ಆಮೇಲೆ ಯೋಚಿಸೋಣವೆಂದುಕೊಂಡರು.

"ಮಗು, ಮರದ ಸಂದೂಕಿನಲ್ಲಿ ಒಂದು ರಟ್ಟಿನ ಪುಸ್ತಕವಿದೆ, ತಗೊಂಡ್ಬಾ" ಎಂದರು.

ಹೇಮಂತ ಸಂದೂಕು ತಡಕಾಡಿ ಒಂದೆರಡು ರಟ್ಟಿನ ಪುಸ್ತಕಗಳನ್ನು ಹೊರತೆಗೆದ. ಎಲ್ಲವನ್ನ ತಿರುಗಿಸಿ ನೋಡಿದ. ಒಂದರಿಂದ ಜಾತಕದ ಪ್ರತಿಗಳು ಬಿದ್ದವು. ಅವನ್ನ ಆಯ್ದು ಆ ಪುಸ್ತಕದಲ್ಲೇ ಇಟ್ಟು ತಂದುಕೊಟ್ಟ.

"ನಿಮ್ಮಜ್ಜೀನ ಕೇಳಿ, ಆ ಮಗು ಜಾತ್ಕ ತಗೊಂಡ್ಬಾ."

ಭಾಗಮ್ಮನವರೇ ದೇವರ ಕೋಣೆಯಲ್ಲಿದ್ದ ವಸುಮತಿಯ ಜಾತಕ ತಂದು ಕೊಟ್ಟರು. ರಾಯರು ಬಹಳ ಹೊತ್ತು ನೋಡುತ್ತ ಕೂತುಬಿಟ್ಟರು.

"ಕೃಷ್ಣಮೂರ್ತಿಗಳ ಮಗನ ಜಾತ್ಕ ವಸುಮತಿ ಜಾತ್ಕಕ್ಕೆ ಹೇಳಿ ಮಾಡ್ಸಿದಂತಿದೆ" ಅನುಮಾನಿಸಿದರು. ಕೃಷ್ಣಮೂರ್ತಿ ಅಂಥ ಶ್ರೀಮಂತ ವ್ಯಕ್ತಿಯಲ್ಲ. ಮಗನಿಗೆ ಕಷ್ಟಪಟ್ಟು ಎಸ್.ಎಸ್.ಎಲ್.ಸಿ. ಆದ ಮೇಲೆ ಟಿ.ಸಿ.ಹೆಚ್. ಮಾಡಿಸಿದ್ದರು. ಕೆಲಸವಿಲ್ಲದೇ ಮನೆಯಲ್ಲಿದ್ದ. ಹೆಣ್ಣು ಕೊಡಲು ಬಂದವರಿಗೆಲ್ಲ ಅವರು ಹೇಳುವುದು ಒಂದೇ–ನಮ್ಗೆ ವರದಕ್ಷಿಣೆ, ವರೋಪಚಾರ ಬೇಡ, ಮೊದ್ಲು ಈ ಗಂಡಿಗೆ ಒಂದು ಕೆಲ್ಸಾಂತ ಕೊಡ್ಸಿ. ಆಮೇಲೆ ಮದ್ವೆ ಮಾತನಾಡೋಣ ಅಂತ.

ಅವರಿಗೆ ಅಂಥ ಪ್ರತ್ಯಕ್ಷ ಅನುಭವವಿಲ್ಲದಿದ್ದರೂ ಕೆಲಸ ಸಿಕ್ಕುವುದು ಸುಲಭದ ಕೆಲಸವಲ್ಲವೆಂದು ತಿಳಿದುಕೊಂಡಿದ್ದರು. ಹತ್ತಾರು ಎಕರೆ ಹೊಲಗದ್ದೆಗಳಿದ್ದ ರೈತರು ಕೂಡ ತಮ್ಮ ಮಗನಿಗೆ ಕೆಲಸ ಸಿಕ್ಕಲಿಲ್ಲವೆಂದು ಪರದಾಡುತ್ತಿದ್ದರು. ಎಷ್ಟಾದರೂ ಸರಿ ಖರ್ಚು ಮಾಡಿ ತಮ್ಮ ಮಗನಿಗೆ ಒಂದು ಸರ್ಕಾರಿ ನೌಕರಿ ಕೊಡಿಸಬೇಕೆಂದು ಪಟ್ಟು ಹಿಡಿದಿದ್ದರು. ಅದಕ್ಕಾಗಿ ದೊಡ್ಡವರ ಪ್ರಭಾವ ಬಳಸಿಕೊಳ್ಳಲು ತುದಿಗಾಲಿನಲ್ಲಿ ನಿಂತಿದ್ದರು. ಅಂಥದ್ದರಲ್ಲಿ ಎರಡೂ ಇಲ್ಲದ ಈ ಗಂಡಿಗೆ ಕೆಲಸ ಸಿಗಬಹುದೇ? ಗೋಪಾಲಯ್ಯನವರಿಂದ ಅದು ಸಾಧ್ಯವಾದೀತೆ?

ಎಲ್ಲಾ ಜೋಡಿಸಿ ಹಳೆಯ ರಟ್ಟಿನ ಪುಸ್ತಕದಲ್ಲಿಟ್ಟು "ಸಂದೂಕದಲ್ಲಿಡು" ಎಂದು ಹೇಮಂತನ ಕೈಗೆ ಕೊಟ್ಟರು.

"ನಾಳೆ ದಿನ ಮೈಸೂರಿಗೆ ಹೊರಟಿದ್ದೀನಿ". ಅಚ್ಚರಿಯಿಂದ ಅವರ ಮುಖ ನೋಡಿದ. ಮಗನ ಜ್ಞಾಪಕ ಬಂದಿರಬಹುದೆಂದುಕೊಂಡ. ತಂದೆಯ ಬಗ್ಗೆ ಬೇಸರವೂ ಆಯಿತು.

"ಒಬ್ಬರು ವಿಳಾಸ ಕೊಟ್ಟಿದ್ದಾರೆ. ಅವ್ರ ಪೈಕಿ ಒಂದು ಗಂಡಿದೆಯಂತೆ. ಹೋಗಿ ವಿಚಾರ್ಸಿಕೊಂಡು ಬರ್ತೀನಿ. ಗೋಪಾಲಯ್ಯನವರಂತೂ ಓಡಾಡೋ ಸ್ಥಿತಿಯಲ್ಲಿಲ್ಲ."

ರಾಯರ ಜೊತೆ ಅವನಿಗೆ ಹೋಗುವ ಮನಸ್ಸಾಗಲಿಲ್ಲ. ಪುನಃ ಇಲ್ಲಿಗೆ ಹೊರಟರೇ ತಾಯಿಯ ಕೋಪ ಎದುರಿಸಬೇಕಾಗುತ್ತೆ. ಒಂದು ದಿನದ ಮಟ್ಟಿಗೆ ಅವರೇ ಹೋಗಿ ಬರಲೆಂದುಕೊಂಡ.

* * * *

ಗೋಪಾಲಯ್ಯನವರಿಗೆ ವಿಷಯ ತಿಳಿಸಿದ. ರಾಯರು ಬೆಳಗಿನ ಮೊದಲ ಬಸ್ಸಿಗೆ ಹೊರಟರು. ಸ್ನಾನ, ಸಂಧ್ಯಾವಂದನೆ, ಪೂಜೆ–ಎಲ್ಲಾ ಮುಗಿದಿತ್ತು.

ಮನೆಗೆ ಹತ್ತಿರದ ಸ್ಟಾಪ್‌ನಲ್ಲಿ ಇಳಿದವರೆ ಚೀಲ ಹಿಡಿದು ಹೊರಟರು. ದಾರಿಯಲ್ಲಿ ಸಿಕ್ಕಿದ ಅಂಗಡಿಯಲ್ಲಿ ಹಣ್ಣು, ಹೂ ಕೊಂಡು ಮನೆ ತಲುಪಿದರು.

ಸಣ್ಣ ಗೇಟು ತೆರೆದುಕೊಂಡು ಒಳಹೊಕ್ಕರು. ಬಾಗಿಲನ್ನು ದೂಡಿ ನೋಡಿದರು. ಒಳಗಿನಿಂದ ಚಿಲಕ ಹಾಕಿದ್ದರು. ಕಾಲಿಂಗ್ ಬೆಲ್ ಒತ್ತಲು ಅವರ ಕೈ ಮುಂದಾಗಲಿಲ್ಲ.

"ಮಗೂ...." ಮಲಗಿದ್ದ ರಶ್ಮಿಯ ಕಿವಿಗಳು ಚುರುಕಾದವು. ಎದ್ದು ನೆರಿಗೆ, ಸೆರಗು ಸರಿಪಡಿಸಿಕೊಂಡು ಬಂದು ಬಾಗಿಲು ತೆರೆದಳು.

ಬಾಗಿಲ ಉದ್ದಕ್ಕೂ ನಿಂತಿದ್ದರು. ಈಗ ಸ್ವಲ್ಪ ಬಗ್ಗಿದರು. ತಕ್ಷಣ ಅವಳಿಗೆ ಜ್ಞಾಪಕ ಬಂದದ್ದು ಹೇಮಂತನದು. ಇದೇ ಉದ್ದ, ಇದೇ ಆಕಾರ.

ಹಿಂದಕ್ಕೆ ಸರಿದು "ಬನ್ನಿ...." ಧ್ವನಿಯಲ್ಲಿ ಆತ್ಮೀಯತೆ, ಸಡಗರ ತುಂಬಿತ್ತು. ಅವರ ಹಿರಿಯ ವ್ಯಕ್ತಿತ್ವದ ಬಗ್ಗೆ ಅಪಾರ ಗೌರವ.

"ಮಲಗಿದ್ಯಾ! ತೊಂದರೆ ಮಾಡ್ಬಿಟ್ಟೆ." ಒಳಗೆ ನಡೆದು ಸೋಫಾ ಮೇಲೆ ಕೂತು, ಕೈಯಲ್ಲಿನ ಚೀಲವನ್ನು "ತಗೋಮ್ಮ" ರಶ್ಮಿಯ ಕೈಯಲ್ಲಿ ಇಟ್ಟರು.

ರಶ್ಮಿಯನ್ನು ಅಡಿಯಿಂದ ಮುಡಿಯವರೆಗೂ ನೋಡಿದರು. ಮದುವೆಯಲ್ಲಿ ಚೆಂಡಿನಂತಿದ್ದ ಹೆಣ್ಣು ಬಿಳುಚಿಕೊಂಡಿದ್ದಳು. ವಸಂತದಲ್ಲಿ ನಗುನಗುತ್ತ ಕಂಗೊಳಿಸ ಬೇಕಾದ ಹೂ ಸೊರಗಿತ್ತು.

"ಯಾಕಮ್ಮ, ಮಗು, ಆರೋಗ್ಯ ಸರಿಯಾಗಿಲ್ವಾ?"

ರಾಯರ ಮನ ತುಡಿಯಿತು. ಮಗ, ಸೊಸೆಯ ದುರಾಸೆಯ ಸ್ವಭಾವ ಅವರಿಗೆ ತಿಳಿಯದ್ದಲ್ಲ. ಆದರೆ ಮನೆಗೆ ಬಂದ ಹೆಣ್ಣನ್ನು ಗೋಳಾಡಿಸುವಷ್ಟು ಕಟುಕರೇ?!

ಅಳಬಾರದು ಎನ್ನುವ ಪ್ರಜ್ಞೆಯು ಸತ್ತುಹೋಗಿತ್ತು. ಕಣ್ಣಂಚಿನಲ್ಲಿ ನೀರು ಇಣುಕಿತು.

"ಹಣ್ಣು, ಹೂ ಒಳಗಿಟ್ಟು ಬಾ" ಸಂಕಟದಿಂದ ಒದ್ದಾಡಿದರು.

ರಶ್ಮಿ ಬರಲು ಒಂದೆರಡು ನಿಮಿಷಗಳೇ ಹಿಡಿಸಿದವು. ಕಣ್ಣೀರು ತೊಡೆದುಕೊಂಡು ನಗುಮುಖದಿಂದ ಹೊರಗೆ ಬಂದಳು.

"ಏಳಿ ತಾತ!"

ರಾಯರು ಮೇಲಕ್ಕೆದ್ದು ಸುತ್ತಲೂ ದಿಟ್ಟಿಸಿದರು. ಮನೆಯಲ್ಲಿ ರಶ್ಮಿಯನ್ನು ಬಿಟ್ಟು ಮತ್ಯಾರೂ ಇದ್ದ ಹಾಗೆ ಕಾಣಲಿಲ್ಲ. ಅವಳತ್ತ ದೃಷ್ಟಿ ಹರಿಸಿದರು.

"ಎಲ್ಲೋ ಹೋಗಿದ್ದಾರೆ, ಇನ್ನೇನು ಬಂದ್ಬಿಡ್ತಾರೆ" ನೋಟ ನೆಲವನ್ನು ನೋಡಿತು.

ಸ್ನಾನ ಮುಗಿಸಿ ಬೇರೆ ವಸ್ತ್ರ ಉಟ್ಟು ಹೊರ ಬಂದರು. ರಶ್ಮಿ ಅವರಿಗಾಗಿಯೇ ಕಾದು ನಿಂತಿದ್ದಳು. ಇಲ್ಲೇನು ಮಡಿಯಲ್ಲಿ ಮಾಡುವ ಪದ್ಧತಿಯಿಲ್ಲ. ಅದರಲ್ಲಿ ತಾನು ಮಾಡಿದ್ದು ಊಟ ಮಾಡುತ್ತಾರೋ ಇಲ್ಲವೋ? ಸಂದೇಹ ಕಾಡುತ್ತಿತ್ತು.

"ಊಟ..." ತಡವರಿಸಿದಳು.

"ನೀನು ಮಾಡಿರೋದೂಂತ ತಾನೇ ಅನುಮಾನ? ಪರ್ವಾಗಿಲ್ಲ. ಬೇರೆಯವರನ್ನು ಹಿಂಸೆಪಡಿಸುವಂಥ ಮಡಿವಂತಿಕೆಯಲ್ಲಿ ನಂಗೆ ವಿಶ್ವಾಸವಿಲ್ಲ."

ಹೊರಗಡೆ ಹೋದರೆ ಹೋಟಲಲ್ಲಿ ತಿಂದು ಬರುವ ನಿರುಪಮ ಒಂದೊಂದು ಸಲ ಮಡಿಯ ಬಗ್ಗೆ ಹಾರಾಡುತ್ತಿದ್ದರು. ಆದರೆ ರಾಯರು... ಕೈಯೆತ್ತಿ ಮುಗಿಯಬೇಕೆನಿಸಿತು. ನಿಜವಾದ ಮಾನವ ಧರ್ಮವನ್ನು ಅರ್ಥ ಮಾಡಿಕೊಂಡವರು ಇವರು ಎಂದುಕೊಂಡಳು.

ಎಲೆಯ ಮುಂದೆ ಕೂತು ರಶ್ಮಿ ಬಡಿಸಿದ್ದನ್ನು ನಿಧಾನವಾಗಿ ಊಟ ಮಾಡಿದರು. ಮಧ್ಯೆ ಒಂದು ಮಾತು ಕೂಡ ಆಡಲಿಲ್ಲ. ಕೈ ತೊಳೆದುಬಂದು "ಪರಮಾತ್ಮ ತೃಪ್ತನಾದ. ತುಂಬ ಚೆನ್ನಾಗಿತ್ತು ಮಗು, ನಿನ್ನ ಕೈ ಅಡ್ಗೆ" ಮೇಲೆ ಮಾತಿಗಾಗಿ ಅಂದದ್ದಲ್ಲ: ಹೃದಯಾಂತರಾಳದಿಂದ ಬಂದಿತ್ತು.

ಅವಳ ಮುಖ ಗೆಲುವಾಯಿತು.

ರಾಯರು ಸೋಫಾ ಮೇಲೆ ಪದ್ಮಾಸನ ಹಾಕಿಕೊಂಡು ಕೂತರು. ಚೀಲದಲ್ಲಿನ ರಟ್ಟಿನ ಪುಸ್ತಕದಲ್ಲಿದ್ದ ವಿಳಾಸ ತೆಗೆದು ನೋಡಿದರು. ವಿದ್ಯಾರಣ್ಯಪುರ. ಹೆಚ್ಚಿಗೆ ದೂರವೇನು ಅಲ್ಲ. ಹೋಗಿ ಬಂದ ಕೆಲಸ ಮುಗಿಸಿಕೊಂಡುಬಿಡುವುದು ಎಂದು ನಿಶ್ಚಯಿಸಿದರು.

ಮೇಲಂಗಿ ತೊಟ್ಟು "ಮಗು, ಸ್ವಲ್ಪ ಕೆಲ್ಸವಿದೆ, ಬೇಗ ಹಿಂದಿರುಗಿ ಬರ್ತೀನಿ."

ಜೇಬಿನಲ್ಲಿದ್ದ ನೋಟುಗಳನ್ನು ಮುಟ್ಟಿ ನೋಡಿಕೊಂಡರು. ಒಮ್ಮೆ ಬಂದಾಗ ಯಾರೋ ಜೇಬಿನಲ್ಲಿದ್ದ ಹಣವನ್ನು ಹಾರಿಸಿಬಿಟ್ಟಿದ್ದರು. ಮರುದಿನ ನೋಡಿ

ಕೊಂಡಾಗಲೇ ಗೊತ್ತಾಗಿದ್ದು. ತುಟಿ ಎರಡು ಮಾಡಲಿಲ್ಲ. ಶ್ರೀಕಾಂತು ಬಸ್ಸಿನಲ್ಲಿ ಕೂಡಿಸಿ ತಾನೇ ಟಿಕೆಟ್ ತೆಗೆದಿದ್ದ. ಆದ್ದರಿಂದ ಬೇರೆಯವರಿಗೆ ಹೇಳುವ ಅವಕಾಶವೇ ಆಗಲಿಲ್ಲ.

"ಬಿಸಿಲಿದೆ. ಸಂಜೆ ಮುಂದು ಹೋಗಬಹುದಿತ್ತು!" ಮೆಲುದನಿಯಲ್ಲಿ ಹೇಳಿದಳು. ಹಿರಿಯರು, ಯಾವುದೋ ಕೆಲಸಕ್ಕೆ ಹೊರಟಿದ್ದಾರೆ. ತನ್ನ ಮಾತಿನಿಂದ ಬೇಸರವಾಗಬಹುದೆಂಬ ಭಯ.

"ಪರ್ವಾಗಿಲ್ಲ, ಕಡೇ ಬಸ್ಸಿಗೆ ಹೊರಟುಬಿಡ್ಬೇಕೂ" ಬಾಗಿಲು ದಾಟಿ ಹೊರಟೇಬಿಟ್ಟರು. ಇಂಥ ಬಿಸಿಲನ್ನು ಲೆಕ್ಕಿಸುವಂಥ ಮನುಷ್ಯರಲ್ಲ.

ವಿಳಾಸ ಹುಡುಕೋದು ಕಷ್ಟವಾಗಲಿಲ್ಲ. ಅವರುಗಳು ಬಹಳ ಆದರದಿಂದಲೇ ಕಂಡರು. ಕಡೆಯಲ್ಲಿ ತಮ್ಮ ವ್ಯಥೆಯನ್ನು ತೋಡಿಕೊಂಡರು.

"ನಮ್ಮ ಮಗಳಿಗೆ ಗಂಡು ನಿಶ್ಚಯವಾಗಿದೆ. ಇಪ್ಪತ್ತೈದು ಸಾವಿರ ವರದಕ್ಷಿಣೆ ಕೊಡ್ಬೇಕೂ.... ಮದ್ವೆ ಖರ್ಚು... ಎಲ್ಲಾ ಅರವತ್ತಾಗಬಹ್ದು. ಅಷ್ಟು ಹೊಂದಿಸಿಕೊಳ್ಳೋ ಸ್ಥಿತಿಯಲ್ಲಿಲ್ಲ. ನಮ್ಮುಡುಗನ ಮದ್ವೆಯಾದ್ಮೇಲೆ ಮುಹೂರ್ತ ಇಟ್ಕೋಬೇಕು."

ರಾಯರು ಪೂರ್ಣವಾಗಿ ಅರ್ಥ ಮಾಡಿಕೊಂಡರು. ಬಂದ ಕೆಲಸವಾಗು ವಂತಿಲ್ಲವೆಂದು ನಿಶ್ಚಯಿಸಿಕೊಂಡರು. ಅವರ ಇಕ್ಕಟ್ಟಿನ ಪರಿಸ್ಥಿತಿಯ ಬಗ್ಗೆ ಸಹಾನುಭೂತಿಯುಂಟಾಯಿತು.

ತೆಗೆದಿರಿಸಿಕೊಂಡಿದ್ದ ಜಾತಕದ ಪ್ರತಿಯನ್ನು ಅವರ ಮುಂದಿಟ್ಟು "ತಗೊಳ್ಳಿ, ಪ್ರಯತ್ನ ಮಾಡೋದ್ರಿಂದ ಪ್ರಯೋಜನವಿಲ್ಲ!" ಮೇಲಕ್ಕೆದ್ದರು. ಅವರು ಗರಬಡಿದವರಂತೆ ನಿಂತುಬಿಟ್ಟರು. ಅವರಿನ್ನೂ ವರದಕ್ಷಿಣೆ, ವರೋಪಚಾರದ ಪ್ರಶ್ನೆಯನ್ನೇ ಎತ್ತಿರಲಿಲ್ಲ.

"ಬರ್ತೀನಿ" ಹೊರಟೇಬಿಟ್ಟರು.

"ಅಷ್ಟು ದೂರ ಬರುವ ವೇಳೆಗೆ ಆಯಾಸವೆನಿಸಿತು. 'ಉತ್ಸಾಹವೇ ಯೌವನ; ಚಿಂತೆಯೇ ಮುಪ್ಪು' ನಿಜವೆನಿಸಿತು. ಮಂಚ ಹಿಡಿದು ನಿಸ್ಸಹಾಯಕರಂತೆ ಮಲಗಿರುವ ಗೋಪಾಲಯ್ಯನವರ ಪ್ರತಿಬಿಂಬ ಕಣ್ಣುಗಳ ಮುಂದೆ ತೇಲಿದಂತಾಯಿತು.

ಆಟೋ ಹತ್ತಿ ಮನೆಯ ಮುಂದೆ ಇಳಿದರು. ಮಿಕ್ಕ ಮೂರು ಸದಸ್ಯರ ಆಗಮನವಾಗಿತ್ತು. ನಿರುಪಮ ಚೀಟಿ ಕಟ್ಟಿ ತಂದ ಸ್ಟೀಲ್ ಪಾತ್ರೆಗಳನ್ನು ತಿರುಗಿಸಿ ತಿರುಗಿಸಿ ಗಂಡ, ಮಗನಿಗೆ ತೋರಿಸುತ್ತಿದ್ದರು.

"ಬನ್ನಿ, ಬನ್ನಿ" ಕೂತಿದ್ದ ಇಬ್ಬರೂ ಎದ್ದು ನಿಂತರು. ನಿರುಪಮಾ ಕೂಡ ಅವರತ್ತ ತಿರುಗಿದರು.

"ಏನಣ್ಣ, ಬಿಸಿಲಿನಲ್ಲಿ ಹೊರಟುಬಿಟ್ಟಿದ್ರಿ!" ಪಿತೃಪ್ರೇಮ ಇಣುಕಿದಂತಾಯಿತು.

"ಸ್ವಲ್ಪ ಕೆಲ್ಸ ಇತ್ತು. ಮುಗೀತು. ಕಡೇ ಬಸ್ಸಿಗೆ ಹೊರಟುಬಿಡ್ಬೇಕೂ" ಸೋತವರಂತೆ ಕೂತರು.

"ಹೇಮಂತ ಬರಲಿಲ್ವಾ?" ನಿರುಪಮ ಮಗ ಬರದಿದ್ದರಿಂದ ಅಸಮಾಧಾನ ಗೊಂಡಿದ್ದರು. ಸದ್ಯಕ್ಕೆ ಬರುವುದಿಲ್ಲವೆಂದು ಗೊತ್ತಿದ್ದರೂ ಮನದ ತುಮುಲವನ್ನು ತಡೆಯಲಾರರು. ಹೋಗುವಾಗ ಹೇಳಿಯೇ ಹೋಗಿದ್ದು–"ಕಾಲೇಜು ಬಾಗಿಲು ತೆಗೆಯುವ ಮುನ್ನಾ ದಿನ ಇಲ್ಲಿಗೆ ಬರುತ್ತೇನೆ" ಎಂದು.

"ಇಲ್ಲ" ಚುಟುಕಾದ ಉತ್ತರ.

ಶ್ರೀಕಾಂತುಗೆ ಕುತೂಹಲವಾಗಿತ್ತು. ಮೈಸೂರಿನಲ್ಲಿ ಹಳೆಯ ನೆಂಟರು ಇರಬಹುದು. ಆದರೆ ಅವರುಗಳನ್ನೆಲ್ಲ ತಂದೆ ಹುಡುಕಿಕೊಂಡು ಬಂದವರೇ ಅಲ್ಲ. ಯಾಕೆ ಬಂದರು? ಬಿಸಿಲಿನಲ್ಲಿ ಹೋಗುವಂಥ ಅವಸರವೇನಿತ್ತು?

"ಅಣ್ಣ, ಎಲ್ಲಿಗೆ ಹೋಗಿದ್ರಿ?" ಕೇಳಲೋ ಬೇಡವೋ ಎಂದು ಕೇಳುವಂತಿತ್ತು.

"ನಮ್ಮ ಗೋಪಾಲಯ್ಯನವರ ಮೊಮ್ಮಗಳಿಗೆ ಒಂದು ಗಂಡು ಬೇಕಾಗಿತ್ತು. ಅಲ್ಲೊಬ್ಬರು ಒಂದು ಸಂಬಂಧ ಸೂಚಿಸಿ ವಿಳಾಸ ಕೊಟ್ಟಿದ್ರು, ಬಂದಿದ್ದೆ."

ಶ್ರೀಕಾಂತು ಕಣ್ಣರಳಿಸಿದರು. ಆ ವಯಸ್ಸಿನಲ್ಲೂ ಬದುಕಿಗೆ ಬಗ್ಗೆ ಪಲಾಯನವಾದಿ ಯಾಗಿರಲಿಲ್ಲ. ಉತ್ಸಾಹದಿಂದಿದ್ದರು. ಕೆಲವು ವೇಳೆ ತಮ್ಮ ವಯಸ್ಸನ್ನೇ ಮರೆತು ಓಡಾಡುತ್ತಿದ್ದರು.

"ಏನಾಯ್ತು?" ನಿರುಪಮ ತಲೆ ಹಾಕಿದರು.

"ಪ್ರಯೋಜನವಿಲ್ಲವೆನಿಸಿತು. ವರದಕ್ಷಿಣೆ ಅನ್ನೋ ಕೆಟ್ಟ ಪಿಡುಗಿನಿಂದ ಒಂದು ರೀತಿಯ ಶೋಷಣೆ ನಡೆದಿದೆ. ಆದರೂ ಸುಖದ್ದೇನೂ ಅಲ್ಲ" ಅಷ್ಟು ಹೇಳಿ ಸುಮ್ಮನಾಗಿಬಿಟ್ಟರು.

ನಿರುಪಮ ಮನದಲ್ಲಿ ಒಂದು ರೀತಿಯ ಭಯ ಆವರಿಸಿಕೊಂಡಿತು. ಹೇಮಂತನ ಸ್ವಭಾವ ದುರಾಸೆಯದ್ದಲ್ಲ. ಅದೆಲ್ಲಾ ತುಂಬಾ ಹೀನವೆಂದು ತಿಳಿದಿದ್ದಾನೆ, ಅಂಥದ್ದರಲ್ಲಿ.... ಅವಕಾಶ ಸಿಕ್ಕರೇ ಗೋಪಾಲಯ್ಯನವರ ಮೊಮ್ಮಗಳನ್ನ ಮದುವೆಯಾಗಲು ಮುಂದಾದರೂ ಹೆಚ್ಚಲ್ಲ. ಆ ಆಕರ್ಷಣೆ ಅವನನ್ನು ಅಲ್ಲಿಗೆ ಎಳೆದೊಯ್ಯುತ್ತಿದೆಯೇ?

"ಹೇಮಂತ್ ಏನಾದ್ರೂ ಹೇಳಿದ್ನಾ?" ಇಲ್ಲವೆನ್ನುವಂತೆ ತಲೆಯಾಡಿಸಿದರು.

"ನೀವೊಮ್ಮೆ ಹುಡ್ಗೀನ ನೋಡಿದ್ರೆ ಚೆನ್ನಾಗಿತ್ತು." ನಿರುಪಮ ಹೇಮಂತನನ್ನು ಮದುವೆಗೆ ಒಪ್ಪಿಸುವ ಭಾರವನ್ನು ಮಾವನವರ ತಲೆಗೆ ಕಟ್ಟಲು ಇಚ್ಛಿಸಿದರು.

"ಪರ್ವಾಗಿಲ್ಲ ನೀವು, ಮಗು ಒಪ್ಪಿಕೊಂಡ್ರೆ ಮುಗೀತು. ಋಣಾನುಬಂಧ ಇದ್ದಂತಾಗುತ್ತೆ."

ಮಗ ಸೊಸೆ ತಾವು ಮಕ್ಕಳ ವಿದ್ಯಾಭ್ಯಾಸಕ್ಕಾಗಿ ಸಾಲ ಮಾಡಿ ಖರ್ಚು ಮಾಡಿದ ಹಣದ ಪ್ರಸ್ತಾಪ ಮಾಡಿದರು. ಅದೆಲ್ಲ ಸುಳ್ಳೆಂದು ರಾಯರಿಗೆ ಗೊತ್ತು. ವಸಂತ್, ಹೇಮಂತ್ ಬುದ್ಧಿವಂತರು. ಎಷ್ಟೋ ಸಲ ತಾವೇ ಹಣವನ್ನು ಕೊಟ್ಟಿದ್ದರು.

"ಬಂದ ಕೆಲ್ಸ ಮುಗೀತು. ಕಡೆ ಬಸ್ಸುವರೆಗೂ ಯಾಕೆ ಉಳೀಬೇಕು? ಹೊರಟುಬಿಡ್ತೀನಿ!" ಎದ್ದುಬಿಟ್ಟರು.

ಇವರುಗಳು ಎಷ್ಟು ಹೇಳಿದರೂ ಅವರು ಕೇಳಲಿಲ್ಲ. ಹೋಗುವಾಗ ನೂರರ ನೋಟನ್ನು ಮೊಮ್ಮಗನ ಕೈಯಲ್ಲಿರಿಸಿ "ನಿನ್ನ ಹೆಂಡ್ತಿಗೆ ಏನಾದ್ರೂ ತೆಕ್ಕೊಡು" ನಡೆದೇ ಹೊರಟುಬಿಟ್ಟರು.

"ಅಣ್ಣ, ನಾನೂ ಬರ್ತೀನಿ" ಶ್ರೀಕಾಂತು ಹಿಂಬಾಲಿಸಿ ಹೊರಟು ನಿಂತರು "ಬೇಡ ಮಗು, ಈಗ ಬಂದಿದ್ದೀಯಾ, ಸುಧಾರಿಸ್ಕೊ" ಭುಜ ತಟ್ಟಿ ಹೊರಟುಬಿಟ್ಟರು.

ಶ್ರೀಕಾಂತು ಎಷ್ಟೋ ಹೊತ್ತು ಅಲ್ಲಿಯೇ ನಿಂತಿದ್ದರು. ತನ್ನ ಸ್ವಭಾವದ ಬಗ್ಗೆ ತಂದೆಗೆ ಅಸಮಾಧಾನವಿರಬಹುದು. ಒಮ್ಮೆಯಾದರೂ ತೋರಿಸಿಕೊಂಡವರಲ್ಲ. ಧಾರಾಳತನ, ಉದಾರ ಹೃದಯಕ್ಕೆ ತೃಪ್ತ ಜೀವನ ಸಿಕ್ಕಿದೆ, ತಾನು.... ನೆಮ್ಮದಿಯಿಂದ ಇದ್ದಿದ್ದೇ ಇಲ್ಲ. ಹೃದಯದಲ್ಲಿ ವೇದನೆ ಮಡುವು ಕಟ್ಟಿದಂತಾಯಿತು. ಅದು ಸ್ವಲ್ಪ ಹೊತ್ತು ಮಾತ್ರ. ಆಮೇಲೆ ಮಾಮೂಲಿ. ಶ್ರೀಕಾಂತು ಗೊಂದಲದಲ್ಲಿ ಮುಳುಗಿಹೋಗುವಷ್ಟು ದುರ್ಬಲವಾಗಿದ್ದರು.

ರಾಯರು ಬಂದಾಗ ಅಜ್ಜಿ, ಮೊಮ್ಮಗ ಜಗುಲಿಯ ಮೇಲೆ ಕೂತು ಮಾತಾಡುತ್ತಿದ್ದರು. ಭಾಗಮ್ಮನವರ ಪಕ್ಕ ಕೂತಿದ್ದ ವಸುಮತಿ ಅವರುಗಳ ಮಾತುಗಳನ್ನು ಆಲಿಸುತ್ತಿದ್ದಳು.

"ಬಂದ್ರು" ಮೇಲಕ್ಕೆದ್ದರು.

ಹೇಮಂತ್ ತಾತನ ಕೈಯೊಳಗಿನ ಚೀಲವನ್ನು ತೆಗೆದುಕೊಂಡ. ಚೀಲ ಭಾರವಾಗಿತ್ತು. ತೆರೆದು ನೋಡಿದ. ಹಣ್ಣು, ಹೂವಿನ ಜೊತೆ ಒಂದು ಪ್ಯಾಕೆಟ್ ಇತ್ತು. ಕಣ್ಣುಗಳಲ್ಲಿ ಮಿಂಚೊಡೆಯಿತು.

"ಅಜ್ಜಿ, ನಾನು ಹೋಗ್ತೀನಿ" ರಾಯರ ದೃಷ್ಟಿ ವಸುಮತಿಯತ್ತ ಹೊರಳಿತು. ಎಲ್ಲಾ ಲಕ್ಷಣಗಳಿಂದ ಕೂಡಿದ ಮುದ್ದಾದ ಹುಡುಗಿ. ತಾಳಿ ಕಟ್ಟುವವ ಪುಣ್ಯ ಮಾಡಿರಬೇಕು. 'ತಾಳಿ ಕಟ್ಟೋಕೆ ಕೂಲಿ ಬೇಕು' ಕೈಲಾಸಂ ಅವರನ್ನು ಸ್ಮರಿಸಿಕೊಂಡರು.

"ಇಲ್ಬಾ..." ಕರೆದರು.

ಹೇಮಂತನ ಕೈಯಲ್ಲಿದ್ದ ಚೀಲ ತಗೊಂಡು ಕೈಗೆ ಸಿಕ್ಕಿದ ಹಣ್ಣು, ಹೂವನ್ನು ಅವಳ ಕೈಯಲ್ಲಿಟ್ಟು "ಮಗೂ, ಮನೆವರ್ಗೂ ಬಿಟ್ಬಾ." ಹೇಮಂತನಿಗೆ ಹೇಳಿದರು.

ಅವರಿಬ್ಬರೂ ಹೊರಟಾಗ ಕಣ್ಣರಳಿಸಿದರು. ಮನದ ಯೋಚನೆ ಸರಿಯಾಗಿತ್ತು. ಮಗ, ಸೊಸೆ ದುರಾಸೆಗೆ ಅಣೆಕಟ್ಟು ಕಟ್ಟಲು ಅವರಿಂದ ಸಾಧ್ಯವಿಲ್ಲ. ಇಡೀ ಸಂಸಾರದಲ್ಲಿ ಗೊಂದಲವುಂಟಾಗುತ್ತೆ.

ಊಟ ಮುಗಿಸಿ ಹೇಮಂತ, ವಸುಮತಿಯರ ಜಾತಕ ಹಿಡಿದು ಕೂತರು. ಪ್ರಶಸ್ತವಾಗಿತ್ತು. ಆದರೆ, ಸೊಸೆ ಖಂಡಿತ ಒಪ್ಪಲಾರಳು. ಈ ಮದುವೆಯಿಂದ

ಯಾರಿಗೂ ಸುಖವಾಗೋಲ್ಲ. ರಶ್ಮಿಯ ಸ್ಪಷ್ಟ ಚಿತ್ರ ಮನದಲ್ಲಿ ಸುಳಿಯಿತು. ಒಂದು ತರಹ ಸಂಕಟವಾಯಿತು.

"ಹೋದ ಕೆಲ್ಸ ಏನಾಯ್ತು?" ಭಾಗಮ್ಮನವರು ಬಂದು ಅಷ್ಟು ದೂರದಲ್ಲಿ ಕೂತರು.

ಮೌನವಾಗಿ ರಾಯರು ಸ್ವಲ್ಪ ಹೊತ್ತು ಯೋಚಿಸುತ್ತ ಕೂತುಬಿಟ್ಟರು. ಭಾಗಮ್ಮ ಪುನಃ ಮಾತಾಡಿಸಲು ಹೋಗಲಿಲ್ಲ.

"ಏನೂ ಪ್ರಯೋಜನವಿಲ್ಲ, ಭಾಗೂ. ಅವ್ರಿಗೂ ಹಣದ ಅವಶ್ಯಕತೆ ಇದೆ. ಜಾತ್ಕನೂ ತರಲಿಲ್ಲ. ಮಾತೂ ಆಡಲಿಲ್ಲ." ತಲೆ ಎತ್ತಿ ಅವರ ಮುಖದಲ್ಲಿ ದೃಷ್ಟಿ ನೆಟ್ಟರು. ವೃದ್ಧಾಪ್ಯ ಮುಖಕ್ಕೆ ಒಂದು ರೀತಿಯ ಕಳೆಯನ್ನು ಕೂಡಿಸಿದೆಯೇ ವಿನಹ ಮುಖದ ಚೆಲುವು ತಗ್ಗಿಲ್ಲವೆನಿಸಿತು.

"ಸೊಸೆ ಒಪ್ಪಿಕೊಂಡ್ರೆ ನಮ್ಮ ಹೇಮಂತನಿಗೆ ತಂದ್ಕೋಬಹ್ದು! ಗೋಪಾಲಯ್ಯ ನವ್ರ ಮನಸ್ಸಿಗೂ ಶಾಂತಿ ಸಿಗುತ್ತೆ. ಒಳ್ಳೆ ಹುಡ್ಗಿ ನಮ್ಮನೆ ತುಂಬಿದಂತಾಗುತ್ತೆ!!" ಮನದಲ್ಲಿದ್ದದ್ದನ್ನು ರಾಯರ ಮುಂದೆ ಆಡಿಬಿಟ್ಟರು.

"ಇಡೀ ಸಂಸಾರದ ಸಂತೋಷ ಹಾಳಾಗುತ್ತೆ. ಮಗನ ಮದ್ವೆಯಿಂದ ಬಹಳಷ್ಟು ಪ್ರಯೋಜನಗಳ್ನ ಪಡ್ಯೋ ಲೆಕ್ಕಾಚಾರದಲ್ಲಿದ್ದಾರೆ. ಈ ಮಾತು ಮರ್ತುಬಿಡ್ತು." ಜಾತಕಗಳನ್ನು ಎತ್ತಿ ಮೊದಲಿನ ಸ್ಥಾನದಲ್ಲಿರಿಸಿದರು.

ಒಳಗೆ ಬಂದ ಹೇಮಂತ್ ಸಮೀಪದಲ್ಲಿ ಬಂದು ಕೂತ. ಹೋದ ಕೆಲಸ ಫಲಶೃತಿಯಾಗಿಲ್ಲವೆಂದು ಭಾಗಮ್ಮನ ಮುಖವನ್ನು ನೋಡಿ ಅರಿತುಕೊಂಡ. ರಾಯರು ಮಾತ್ರ ಎಂದಿನಂತಿದ್ದರು. ಅವರದು ವಜ್ರಕಾಯ; ದುರ್ಬಲ ವ್ಯಕ್ತಿಯಲ್ಲ.

"ಅಲ್ಲೇ ಇದ್ದು ನಾಳೆ ಬರಬೋದಿತ್ತು!"

"ಆವಶ್ಯಕತೆ ಇರಲಿಲ್ಲ. ಮಗು, ನಿನ್ನ ಮದ್ವೆ ಬಗ್ಗೆ ಹೇಳಿದ್ರು." ಹೇಮಂತ್ ಮೌನವಹಿಸಿದ.

ಆಮೇಲೆ ರಾಯರು ತಾನು ಹೋದ ಗಂಡಿನ ಮನೆಯವರ ಬಗ್ಗೆ ಹೇಳಿಕೊಂಡರು. ಬಹಳ ಹೊತ್ತು ಮಾತಾಡುತ್ತ ಕೂತಿದ್ದರು.

* * * *

ಭಟ್ಟ ಆಗಾಗ ಬಂದು ಮನೆ ಕೆಲಸ ಮಾಡಿಕೊಡುತ್ತಿದ್ದ. ಜೊತೆಯಲ್ಲಿ ಎಂದಾದರೂ ಮಡದಿಯನ್ನು ಕರೆತರುತ್ತಿದ್ದ. ಬಹಳ ವಿನಯದಿಂದ ಅವಳು ಹೇಳಿದ ಕೆಲಸ ಮಾಡಿಕೊಡುತ್ತಿದ್ದಳು.

ನೀರು ಸೇದುತ್ತಿದ್ದ ಭಟ್ಟನ ಕಡೆ ನೋಡಿದ ಹೇಮಂತ "ತಿರುಗಾಡಿಕೊಂಡು ಬರೋಣ, ಬಾ" ಎಂದ.

ಐದು ನಿಮಿಷದಲ್ಲಿ ನೀರು ಸೇದಿ ತುಂಬಿಸಿದ ಭಟ್ಟ ಸೀಬೆಯ ಗಿಡದ ಮೇಲೆ ಹಾಕಿದ್ದ ಅಂಗಿಯನ್ನು ಕೊಡವಿ ಹಾಕ್ಕೊಂಡು ಸಿದ್ಧನಾದ.

"ಅಜ್ಜಿ, ಒಂದಷ್ಟು ಸುತ್ತಾಡಿಕೊಂಡು ಬರ್ತೀವಿ." ಹತ್ತಿ ಬುಟ್ಟಿ ಮುಂದಿಟ್ಟು ಕೊಂಡು ಕೂತಿದ್ದ ಭಾಗಮ್ಮನವರಿಗೆ ಹೇಳಿ, ಇಬ್ಬರು ಹೊಸಲು ದಾಟಿದರು.

"ಸರಸು, ಇಲ್ಲೇ ಇರು. ಅಮ್ಮಾವರ ಹತ್ರ ಹೆಚ್ಚು ಕಮ್ಮಿ ಮಾತಾಡೀಯೇ-!" ಹಿಂದಿರುಗಿ ಬಂದು ರಂಗೋಲಿ ಬಿಡುತ್ತಿದ್ದ ಹೆಂಡತಿಯ ಬಳಿ ಪಿಸುಗುಟ್ಟಿದ. ಅದು ಭಾಗಮ್ಮನವರಿಗೂ ಕೇಳಿಸಿತು. ಹೊರಗೆ ನಿಂತಿದ್ದ ಹೇಮಂತನಿಗೂ ಕೇಳಿಸಿತು.

"ನಡೀರಿ ಹೇಮಂತಣ್ಣ."

ಅಪರೂಪಕ್ಕೊಮ್ಮೆ 'ಹೇಮಂತಣ್ಣ' ಎಂದು ಸಂಬೋಧಿಸುತ್ತಿದ್ದ. ಕೆಲವೊಮ್ಮೆ ರೇಗಿದಾಗ ತಿದ್ದಿಕೊಳ್ಳುತ್ತಿದ್ದ.

ಒಂದೆರಡು ದಿನಗಳ ಹಿಂದೆ ಮೂರು ನಾಲ್ಕು ಹದ ಮಳೆಯಾಗಿತ್ತು. ಏರುತ್ತಿದ್ದ ಬೇಸಿಗೆಯ ಕಾವು ಒಮ್ಮೆಲೇ ಇಳಿಯಿತು. ಅಕ್ಕಪಕ್ಕದ ಬಯಲುಗಳಲ್ಲಿ ಹಸಿರು ಹುಲ್ಲು ಬೆಳೆದು ನಲಿಯುತ್ತಿತ್ತು. ಮರಗಳು ಹೊಸ ಕಳೆಯಿಂದ ತೂಗುತ್ತಿದ್ದವು.

ನಡೆಯುತ್ತಿದ್ದ ಹೇಮಂತನಿಗೆ ಮನ ತುಂಬಿತು. ಪ್ರಕೃತಿಯು ಹೊಚ್ಚ ಹೊಸ ಉಡುಗೆಯನ್ನುಟ್ಟ ಲಾವಣ್ಯವತಿಯಂತೆ ಶೋಭಿಸುತ್ತಿದ್ದಳು. ಉತ್ಸಾಹದಾಯಕ ವಾಗಿತ್ತು.

ಭಟ್ಟನತ್ತ ದೃಷ್ಟಿ ಹರಿಸಿದ. ತಲೆ ತಗ್ಗಿಸಿಕೊಂಡು ನಡೆಯುತ್ತಿದ್ದ. ಅವನ ಸ್ವಭಾವ ಒಗಟಿನಂತೆ ತೋರಿತು. ಹಿಂದಿನಂತೆ ಅಡಿಗೆ ಮನೆ, ದೇವರ ಕೋಣೆಗೆ ನುಗ್ಗುತ್ತಿರಲಿಲ್ಲ. ಹೊರಗಿನ ಕೆಲಸ ಮಾತ್ರ ಮಾಡಿಕೊಡುತ್ತಿದ್ದ. ಯಾಕೆ?

"ಭಟ್ಟ, ನಿನ್ನ ಒಂದ್ವಿಷ್ಯ ಕೇಳ್ಲಾ?" ಭಟ್ಟ ಜೋರಾಗಿಯೇ ನಕ್ಕು, "ನನ್ನ ಮದ್ವೆ ವಿಷಯ ತಾನೇ?" ಎಂದ. ಹೌದೆನ್ನುವಂತೆ ತಲೆಯಾಡಿಸಿದ.

"ಅದೊಂದು ದೊಡ್ಡಕತೆ. ಮದ್ವೆಯ ಹಿಂದಿನ ದಿನದವರೆಗೂ ನಂಗೆ ಆ ಯೋಚನೆ ಇರಲಿಲ್ಲಾಂತ ಹೇಳಿದ್ರೆ ನೀವು ನಂಬೋಲ್ಲ. ಉಡಾಫೆ ಭಟ್ಟ ಅಂದ್ಕೋತೀರಾ!" ಧ್ವನಿ ತಗ್ಗಿತು. ಹೆಜ್ಜೆಯ ವೇಗವು ತಗ್ಗಿತು.

"ಸರಸು ಅಮ್ಮನ ಬಗ್ಗೆ ಜನ ಬಹಳಷ್ಟು ಹೇಳ್ಕೋತಾರೆ. ಪಾಪದ ಜನಗಳು... ಹೇಗೋ ದಿನಗಳನ್ನು ಸವೆಸುತ್ತಿದ್ದರು. ಅತ್ತ ಹೋದಾಗ ಒಂದು ಗಳಿಗೆ ಅವ್ರ ಮನೆಯಲ್ಲಿ ಕೂತು ಬರ್ತಾಯಿದ್ದೆ. ಜಾತಿ ಜನರಿಗೆ ಕಣ್ಣು ಕಿಸರಾಯಿತು. ಈ ತಾಯಿ ಮಗ್ಳನ್ನ ಬಹಿಷ್ಕಾರ ಹಾಕಿ ದೂರ ಇಟ್ಟಿದ್ರು. ನನ್ಮೇಲೆ ಕೆಟ್ಟದಾಗಿ ಹರಡಿದರು. ನಂಗೆ ಬೇಸರವಾಯ್ತು. ಹೋಗೋದೇನು ನಿಲ್ಲಿಸಲಿಲ್ಲ. ಹಾದಿಹೋಕರು ಸರಸುನ ಕಾಡೋಕೆ ಶುರು ಮಾಡಿದ್ರು. ಅದೇ ಕೊರಗು ಹಚ್ಕೊಂಡು ಅವರಮ್ಮ ಸತ್ತುಹೋದಳು. ಸಾಯೋಕೆ ಮೊದ್ಲು ಅವ್ಳಿಗೊಂದು ದಾರಿ ಮಾಡೂಂತ ನಂಗೆ ಹೇಳಿದ್ಲು. ಬಹಳಷ್ಟು ಪ್ರಯತ್ನಿಸಿದೇ, ಯಾವ ಗಂಡೂ ಮದ್ವೆಯಾಗೋಕೆ ಮುಂದೆ ಬರಲಿಲ್ಲ. ತಲೆ ಕೆಟ್ಟುಹೋಯಿತು. ನಾನೇ ತಾಳಿ ಕಟ್ಟಿದೆ. ಅವ್ಳ ರೂಪ ನೋಡಿದೋರು ಅಪಹಾಸ್ಯ ಮಾಡಿ ನಗ್ತಾರೆ. ಕಟ್ಟಿಕೊಂಡ ತಪ್ಪಿಗೆ ಪೋಷಣೆ ಮಾಡ್ಬೇಕೂ!" ದೂರದ ದಿಗಂತವನ್ನು ದಿಟ್ಟಿಸುತ್ತಿದ್ದ.

"ಹೇಮಂತಣ್ಣ, ನಾನು ಆ ಸ್ಥಿತಿಯಲ್ಲಿ ಏನು ಮಾಡ್ಬೇಕಿತ್ತು? ಆಸರೆ ಇಲ್ಲದಿದ್ರೆ ನಾಲ್ಕು ಜನರ ಕಾಲು ತುಳಿತಕ್ಕೆ ಸಿಕ್ಕಿ ಹಾಳಾಗ್ತಾ ಇದ್ಲು. ಈಗ ನನ್ನೇ ದೇವ್ರೂಂತ ತಿಳ್ಕೊಂಡಿದ್ದಾಳೆ."

ತಾಯಿ ಸೀತಮ್ಮ ಸತ್ತಾಗ ಭಟ್ಟ ಅನಾಥನಾದ. ರಾಯರು ಕೈಬಿಡದೇ ಮನೆಯಲ್ಲಿರಿಸಿಕೊಂಡರು. ಸ್ಕೂಲಿಗೆ ಸೇರಿಸಿದರು. ಅಕ್ಷರ ತಲೆಗತ್ತಲಿಲ್ಲ. ಹತ್ತಿರ ಕೂಡಿಸಿಕೊಂಡು ಸಂಸ್ಕೃತ ಹೇಳಲು ಮೊದಲು ಮಾಡಿದರು. ಆಗ ತೂಕಡಿಸಲು ಷುರು ಮಾಡುತ್ತಿದ್ದ. ಇಲ್ಲ ಮಂಕು ಮೋರೆಯೊತ್ತು ಕೂಡುತ್ತಿದ್ದ. ಕಡೆಗೆ 'ಇವ್ನ ತಲೆಗೆ ವಿದ್ಯೆ ಹತ್ತೋಲ್ಲ' ಎಂದು ಬಿಟ್ಟುಬಿಟ್ಟರು.

ಭಟ್ಟನಿಗೆ ಖುಷಿಯೇ ಆಗಿತ್ತು. ಆಸಕ್ತಿಯಿಂದ ಮನೆಕೆಲಸ, ಹೊರಗಿನ ಕೆಲಸ ಗಳನ್ನು ನೋಡಿಕೊಳ್ಳುವುದನ್ನು ಅಭ್ಯಾಸ ಮಾಡಿಕೊಂಡಿದ್ದ. ವಿದ್ಯಾವಿಹೀನನಾದರೂ ಕರ್ತವ್ಯ ಪ್ರಜ್ಞೆಯಿಂದ ವಂಚಿತನಾಗಲಿಲ್ಲ. ಅನಾಥಳಾದ ಸರಸುವನ್ನು ಮದುವೆಯಾಗಿ ಅವಳಿಗೆ ಆಸರೆಯಾದ-ಮಾನವೀಯತೆಗೆ ಬೆರಗುಗೊಂಡ.

"ನಾನು ಮಾಡಿದ್ದು ತಪ್ಪಾ?" ಅವನ ಧ್ವನಿ ಮೆತ್ತಗಾಯಿತು.

"ಖಂಡಿತ ಇಲ್ಲ; ಒಳ್ಳೆ ಕೆಲ್ಸನೇ ಮಾಡಿದ್ದಿ!"

ಸುತ್ತಾಡಿಕೊಂಡು ಇಬ್ಬರೂ ಗೋಪಾಲಯ್ಯನವರ ತೋಟದವರೆಗೂ ನಡೆದರು. ಬಟ್ಟೆ ಒಗೆಯುವ ಸದ್ದು ಕೇಳಿಸುತ್ತಿತ್ತು; 'ಸಂಜೆಯ ಮುಂದು ಯಾರಪ್ಪ!'

ಅರಿತವನಂತೆ "ಗೋಪಾಲಯ್ಯನವ್ರ ಮಗಳು ಇರ್ಬೇಕೂ! ತುಂಬ ಒಳ್ಳೆ ಗುಣದ ಹೆಂಗ್ಸು, ಕಟ್ಟಿಕೊಂಡ ಪುಣ್ಯಾತ್ಮನಿಗೆ ಬುದ್ಧಿನೇ ಕಡಿಮೆ" ಎನ್ನುತ್ತ ತಡಿಕೆ ಸರಿಸಿ ಒಳಕ್ಕೆ ನುಗ್ಗಿದ. ಹೇಮಂತ ಅವನ ಹಿಂದೆ ನಡೆದ.

"ಒಂದ್ನಿಮಿಷ.... ಬಂದೆ." ಅವನ ಮನೆ ಕಡೆ ಬೀಸುಗಾಲು ಹಾಕುತ್ತ ಹೊರಟ.

ಮರದ ಕೆಳಗೆ ಗದ್ದಕ್ಕೆ ಕೈಯೂರಿ ಕೂತ ವಸುಮತಿ ಕಣ್ಣಿಗೆ ಬಿದ್ದಳು. ಜಗತ್ತಿನ ಚಿಂತೆಯನ್ನೆಲ್ಲ ತಾನೇ ಹೊತ್ತವಳಂತೆ ಕಂಡಳು. ಇವರ ಬರುವು ಕೂಡ ಅವಳನ್ನು ಎಚ್ಚರಿಸಿದಂತಿರಲಿಲ್ಲ.

"ವಸುಮತಿ" ಬೆಚ್ಚಿದವಳಂತೆ ಎದ್ದು ನಿಂತಳು. ಸಂಕೋಚದಿಂದ ಮುದುಡಿ ದಂತೆ ಕಂಡಳು. ಮುಖ ರಾಗರಂಜಿತವಾಗಿ ಕಂಡಿತು.

"ಅಮ್ಮ ಬಟ್ಟೆ ಒಗೆಯೋಕೆ ಬಂದಿದ್ದಾರೆ" ತಾನು ತೋಟಕ್ಕೆ ಬಂದ ಕಾರಣವನ್ನು ತಿಳಿಸಿದಳು.

"ಕೂತ್ಕೊಳ್ಳಿ" ಅತ್ತಿತ್ತ ನೋಡಿದಳು. ಯಾವುದೂ ಪ್ರಶಸ್ತವಾದ ಸ್ಥಳವಾಗಿ ಕಂಡುಬರಲಿಲ್ಲ.

"ಪರ್ವಾಗಿಲ್ಲ" ಅಲ್ಲಿದ್ದ ಮರಕ್ಕೆ ಒರಗಿ ನಿಂತ.

ಗೋಪಾಲಯ್ಯನವರಿಗೆ ಮೊಮ್ಮಗ್ಗಳ ಭವಿಷ್ಯದ ಬಗ್ಗೆಯೇ ಚಿಂತೆ. ಸದಾ ಅವಳ ಮದುವೆಯ ಜಪವನ್ನೇ ಮಾಡುತ್ತಿದ್ದರು. ಆತಂಕಪಡುತ್ತಿದ್ದರು. ಬಂದವರೊಡನೆ ನನ್ನ

ಮಗಳಂತೂ ಸುಖಪಡೋದು ಕೇಳಿಕೊಂಡು ಬಂದಿಲ್ಲ. ಮೊಮ್ಮಗ್ಳಿಗೆ ಹಾಗಾಗಬಾರ್ದು ಎಂದು ಹೇಳುತ್ತಿದ್ದರು. ಕೆಲವೊಮ್ಮೆ ಯಾವುದಾದ್ರೂ ಗಂಡು ನೋಡಿ ಕೊಡಿ. ನಾನು ಸತ್ರೆ ಜವಾಬ್ದಾರಿ ಹೊತ್ತು ಮದ್ವೆ ಮಾಡೋರೆ ಇಲ್ಲ. ತಾಯಿಮಗು ಬಾವಿನೋ, ಕೆರೇನೋ ನೋಡ್ಕೋಬೇಕು! ಪರಿತಪಿಸುತ್ತಿದ್ದರು.

"ತಾತನ ಆರೋಗ್ಯ ಹೇಗಿದೆ?" ಮಾತಾಡಲು ಏನಾದರೂ ವಿಷಯಬೇಕಾಗಿತ್ತು.

ಮುದ್ದಾದ ಮುಗ್ಧ ಮುಖದ ವಸುಮತಿಯ ಮುಖದ ಮೇಲೂ ಕಠೋರಭಾವ ಸುಳಿಯಿತು. ತಲೆ ಬಗ್ಗಿಸಿಕೊಂಡು ತನ್ನ ಎರಡು ಭಾಗದ ಹಲ್ಲುಗಳನ್ನು ಕಚ್ಚಿಕೊಂಡು ಸಾಹಸದಿಂದ ಮನವನ್ನು ಹತೋಟಿಯಲ್ಲಿಡುವ ಪ್ರಯತ್ನ ಮಾಡಿದ್ದಂತೆ ಕಂಡಳು. ಆದರೆ ಯತ್ನ ಫಲಿಸಲಿಲ್ಲ. ಇದ್ದಕ್ಕಿದ್ದ ಹಾಗೆಯೇ ಎರಡು ಕೈಯಲ್ಲಿ ಮುಖ ಮುಚ್ಚಿಕೊಂಡು ಬಿಕ್ಕಿ-ಬಿಕ್ಕಿ ಅಳತೊಡಗಿದಳು. ಹೇಮಂತನ ಮನ ಕಸಿವಿಸಿಗೊಂಡಿತು.

"ಯಾಕೆ ಅಳ್ತೀಯಾ ವಸುಮತಿ? ದಯವಿಟ್ಟು ಸ್ವಲ್ಪ ಸಮಾಧಾನ ಮಾಡ್ಕೋ."

ಎರಡು ನಿಮಿಷದ ನಂತರ ಅಳುವನ್ನು ತಡೆದಿಟ್ಟು ತಲೆ ಎತ್ತಿ ಹೇಳಿದಳು. "ನೀವಾದ್ರೂ ನಮ್ಮ ತಾತಂಗೆ ಧೈರ್ಯ ಸಮಾಧಾನ ಹೇಳಿ. ಅವರ ಪ್ರಲಾಪನೆ ನೋಡಿದ್ರೆ ಮನೆಯಲ್ಲಿರೋಕೆ ಭಯವಾಗುತ್ತೆ!" ಅಸಹಾಯಕತೆ ಈ ನುಡಿಗಳನ್ನು ಆಡಿಸಿರಬೇಕು.

ಹೇಮಂತ್ ಯೋಚಿಸುವಂತಾದ. ಗೋಪಾಲಯ್ಯನವರಿಗೆ ಸಮಾಧಾನ ಹೇಳುವುದು ಸುಲಭವಾಗಿ ಕಾಣಲಿಲ್ಲ. ತಾನೂ ಆ ರೀತಿ ಹೇಳಬಾರದು. ಅವಳನ್ನು ದಿಟ್ಟಿಸಿದ. ಮದುವೆಯಾಗುವುದು ಸರಿಯಾಗಿ ಕಂಡಿತು.

"ಖಂಡಿತ ಹೇಳ್ತೀನಿ" ಒತ್ತಿ ಹೇಳಿದ. ಆಶ್ವಾಸನೆ ನೀಡಿದಂತಿತ್ತು.

ಭಟ್ಟ ಹೆಗಲ ಮೇಲೊಂದು ವಸ್ತ್ರ ಹೊದ್ದು ಬಂದ. ಅವನ ಕೈಯಲ್ಲಿ ಒಂದು ಸಣ್ಣ ಗಂಟಿತ್ತು. ಅದರ ಬಗ್ಗೆ ಯೋಚಿಸುವ ಸ್ಥಿತಿಯಲ್ಲಿರಲಿಲ್ಲ.

"ಇನ್ನೂ ಬಟ್ಟೆ ಒಗೆದದ್ದು ಮುಗೀಲಿಲ್ವಾ! ಕತ್ತಲಾಗ್ತ ಬಂತು!" ವಸುಮತಿ ಸುಮ್ಮನೇ ನಿಂತಳು. ಅವಳ ಯೋಚನೆಯೆಲ್ಲ ಗೋಪಾಲಯ್ಯನವರ ಬಗ್ಗೆಯೇ. ಅವರು ಮೊದಲಿನಂತೆ ಓಡಿಯಾಡಿದರೇ ಸಾಕು. ಆಮೇಲೆ ನಿಧಾನವಾಗಿ ಅವರೇ ಗಂಡನ್ನು ನೋಡಿಯಾರು!

"ತಡೀರಿ, ಬಂದೆ" ಏತದ ಬಾವಿಯ ಕಡೆ ಭಟ್ಟ ಓಡಿದ.

"ಬಿಡುವಿನ ವೇಳೆಯಲ್ಲಿ ಯಾವುದಾದ್ರೂ ಪುಸ್ತಕಗಳನ್ನು ಓದೋದು ಅಭ್ಯಾಸ ಮಾಡ್ಕೋ. ಓದೋದು ಒಳ್ಳೆ ಅಭ್ಯಾಸ, ಏನೂ ಓದೋದಿಲ್ವಾ?" ವಿಶೇಷ ರೀತಿಯ ಅನುಕಂಪ ಉಂಟಾಗಿತ್ತು.

ಇಲ್ಲಿಗೆ ಬಂದ ಮೇಲೆ ತಾತ ಜೋಪಾನವಾಗಿರಿಸಿದ್ದ ರಾಮಾಯಣ ಮಹಾಭಾರತ, ಭಾಗವತಗಳನ್ನು ಮಾತ್ರ ಓದಿದ್ದಳು. ಹಿಂದೆ ಇವಳಿದ್ದ ಊರಿನಲ್ಲಿ ಕಾಲೇಜು ಓದುವ ಹುಡುಗಿಯರು ಇದ್ದರು. ಅವರುಗಳು ಆಗಾಗ ತರುವ ಕಥೆ ಪುಸ್ತಕ,

ಕಾದಂಬರಿಗಳನ್ನು ಎರವಲು ಪಡೆದು ಓದುತ್ತಿದ್ದಳು. ಇಲ್ಲಿಗೆ ಬಂದ ಮೇಲೆ ಅದು ನಿಂತುಹೋಗಿತ್ತು.

"ಹಿಂದೆ ಒಂದಷ್ಟು ಕಥೆ ಕಾದಂಬರಿ ಪುಸ್ತಕಗಳ್ನ ಓದಿದ್ದೆ. ಈಗ ಸಿಗೋದಿಲ್ಲ."

ಅಷ್ಟರಲ್ಲಿ ಭಟ್ಟ. ಜಲಜಾಕ್ಷಿ ಜೊತೆಯಾಗಿಯೇ ಬಂದರು. ನಾಲ್ವರು ಕೂಡಿಯೇ ಹೆಜ್ಜೆಹಾಕಿದರು. ಹಾದಿ ಸವೆಯಲು ಭಟ್ಟ ಅದೂ ಇದೂ ಹೇಳುತ್ತಿದ್ದ. ಆದರೆ ಹೇಮಂತನ ಮನಸ್ಸೆಲ್ಲ ವಸುಮತಿಯ ಸುತ್ತಲೂ ಸುತ್ತುತ್ತಿತ್ತು.

ದಿನಗಳು ಉರುಳುತ್ತಿದ್ದವು. ಸದಾ ವಸುಮತಿಯ ಗುಂಗಿನಲ್ಲೇ ಇರುತ್ತಿದ್ದ. ಅವಳ ಕೈಗಳ ಬಳೆಯ ಸದ್ದಿಗಾಗಿ ಕಾದು ಕೂಡುತ್ತಿದ್ದ.

ಒಂದೆರಡು ಸಲ ರಾಯರ ಮುಂದೆ ಕೂತು ಪ್ರಸ್ತಾಪಿಸಬೇಕೆಂದುಕೊಳ್ಳುತ್ತಿದ್ದ. ಮತ್ತೆ ಸುಮ್ಮನಾಗುತ್ತಿದ್ದ. ಅಂದು ಯಾವುದೋ ಪುಸ್ತಕ ತರಲು ಹೇಳಿದರು. ಆ ಪುಸ್ತಕದ ಜೊತೆ ರಟ್ಟಿನ ಪುಸ್ತಕವು ಬಂತು.

ಮೊದಲು ರಾಯರು ರಟ್ಟಿನ ಪುಸ್ತಕ ತೆಗೆದು ಜಾತಕಗಳನ್ನು ನೋಡಿದವರೇ ಮತ್ತೆ ಹಾಗೆಯೇ ಇಟ್ಟರು.

"ತಾತ, ಅದೇನು?" ರಾಯರು ತಲೆ ಎತ್ತದೇ ನಿಜ ಸಂಗತಿಯನ್ನು ಉಸುರಿದರು.

"ನಿನ್ನ, ವಸುಮತಿಯ ಜಾತ್ಕಗಳು."

"ನಿಮ್ಮನ್ನ...." ಸುಮ್ಮನಾದ. ರಾಯರಿಗೆ ಆಶ್ಚರ್ಯವಾಯಿತು. ತಲೆ ಎತ್ತಿ ಅವನ ಕಡೆ ನೋಡಿದರು, ಹೇಳಲು ಸಂಕೋಚಿಸುವಂತೆ ಕಂಡ.

ಅಂತರಾಳದಿಂದ ಬರುವ ಕರೆ, ಉಳಿದೆಲ್ಲ ಭಾವನೆಗಳನ್ನು ಮುಚ್ಚಿ ಹಾಕಿತ್ತು. ದೃಢ ನಿಶ್ಚಯಕ್ಕೆ ಬಂದಿದ್ದ.

"ನಾನು ವಸುಮತಿನ ಮದ್ವೆ ಮಾಡ್ಕೊಬಹುದಲ್ಲ!" ರಾಯರು ಸ್ವಲ್ಪ ಹೊತ್ತು ಗಂಭೀರವಾಗಿ ಕೂತರು. ಇದು ಅವರ ಪಾಲಿಗೆ ಸಂತೋಷದ ವಿಷಯವೇ. ಈ ವಿವಾಹ ನಡೆಯುವಲ್ಲಿ ಅನುಮಾನವಿತ್ತು.

"ಯಾಕೆ, ಸುಮ್ಮನಾಗ್ಬಿಟ್ರಿ?" ಅವರ ಮುಖವನ್ನು ಅವಲೋಕಿಸಿದ. "ಮಗೂ, ಯೋಚಿಸಿದ್ದೀಯಾ? ಇದಕ್ಕೆ ಶ್ರೀಕಾಂತು, ನಿರುಪಮ ಒಪ್ಪುವ ಸಂಭವವಿಲ್ಲ. ಪೂರ್ಣವಾಗಿ ಯೋಚ್ಸಿ ನಿರ್ಧಾರಕ್ಕೆ ಬಾ." ಸಹಜವಾಗಿ ಉಕ್ಕುತ್ತಿದ್ದ ಚೇತನ ಒಂದುಗಳಿಗೆ ಬತ್ತಿಹೋದಂತಾಯಿತು.

"ನಾನು ಅಣ್ಣ, ಅಮ್ಮನಿಗೆ ಹೇಳ್ತೀನಿ!" ರಶ್ಮಿಯ ನಿಸ್ಸಹಾಯಕ ಮುಖ ಬಂದು ಎದುರು ನಿಂತಂತಾಯಿತು.

ಎರಡು ದಿನ ಯೋಚಿಸಿದ ರಾಯರು ಹೆಂಡತಿಯ ಮುಂದು ಕೂಡ ಆ ಪ್ರಸ್ತಾಪವೆತ್ತಲಿಲ್ಲ. ಸ್ವಾಭಾವಿಕವಾಗಿ ಗೋಪಾಲಯ್ಯನವರ ಮನೆಗೆ ತಿಳಿದೂ, ಮನದಲ್ಲಿ ಆಸೆ ಚಿಗುರಿ, ಪುನಃ ಬಾಡುವುದು ಬೇಡವೆನಿಸಿತು.

ಅಂದು ಬೆಳಿಗ್ಗೆ ಎದ್ದವನೇ ಹೇಮಂತ ಉಪಹಾರ ಮುಗಿಸಿಕೊಂಡು ಭಟ್ಟನನ್ನ ಕಾಣಲು ತೋಟದ ಕಡೆ ನಡೆದ. ಯಾವುದೋ ಆಕರ್ಷಣೆ ಅವನನ್ನು ಎಳೆದೊಯ್ದಿತ್ತು.

ತಡಿಕೆ ಸರಿಸಿ ಒಳಕ್ಕ ಕಾಲಿಟ್ಟ. ಗೋಪಾಲಯ್ಯನವರ ಮನೆಯ ಹೆಣ್ಣಾಳು ತರಗನ್ನೆಲ್ಲ ಗುಡ್ಡೆ ಮಾಡುತ್ತಿದ್ದಳು. ವಯಸ್ಸಾದವಳು, ಕಿವಿ ಕೂಡ ಮಂದ ಇರಬೇಕು. ಸದ್ದಿಗೂ ತಿರುಗಿ ನೋಡಲಿಲ್ಲ.

ಭಟ್ಟನ ಮನೆಯ ಕಡೆ ಹೆಜ್ಜೆ ಹಾಕಿದ. ಬಾಗಿಲು ಹಾಕಿ ಒಂದು ಸಣ್ಣ ಕಬ್ಬಿಣದ ಬೀಗವನ್ನು ಹಾಕಿದ್ದರು, ಅವನಿಗೆ ಆಶ್ಚರ್ಯವಾಯಿತು. ಬೆಳಿಗ್ಗೆ ಎದ್ದು ಭಟ್ಟ ಹೆಂಡತಿಯೊಡನೆ ಎಲ್ಲಿಗೆ ಹೋಗಿರಬಹುದು? ಅಲ್ಲಿಗಂತೂ ಬಂದಿಲ್ಲ! ಯೋಚಿಸುತ್ತ ತಲೆ ತಗ್ಗಿಸಿಕೊಂಡು ಹಿಂದಿರುಗಿದ.

ಮತ್ತೆ ಜ್ಞಾಪಿಸಿಕೊಂಡು ಬಾವಿಯ ಕಡೆ ನಡೆದ. ವಸುಮತಿ ಕಾಲುಗಳನ್ನು ಇಳಿಬಿಟ್ಟುಕೊಂಡು ಕೂತಿದ್ದಳು.

"ವಸುಮತಿ" ಬೆಚ್ಚಿಬಿದ್ದವಳಂತೆ ಅವನತ್ತ ತಿರುಗಿದಳು. ತಟ್ಟನೆ ಎದ್ದು ನಿಂತಳು. ವಸುಮತಿ ಮನೆಯಲ್ಲಿರುತ್ತಿದ್ದುದ್ದೇ ಅಪರೂಪ. ಹಾಡು ಹಸೆ ಅಂತ ಭಾಗಮ್ಮನವರ ಜೊತೆಯಲ್ಲಿರುತ್ತಿದ್ದಳು. ಇಲ್ಲ ತೋಟಕ್ಕೆ ಬಂದರೆ ಸರಸು ಜೊತೆ ಮಾತಾಡುತ್ತಲೋ, ಒಂಟಿಯಾಗಿ ಯೋಚಿಸುತ್ತಲೋ ಕೂತು ಸಂಜೆಯ ವೇಳೆಗೆ ಮನೆಗೆ ಹಿಂದಿರುಗುತ್ತಿದ್ದಳು.

"ಭಟ್ಟ ಎಲ್ಲಿ?"

"ಬೆಟ್ಟದ ಮೇಲಕ್ಕೆ ಹೋದ್ರು." ಮುಂದೆ ಅವನಿಗೆ ಕೇಳುವುದು ಬೇಕೆನಿಸಲಿಲ್ಲ.

"ಒಬ್ಬೇ ಕೂತು ಏನ್ಮಾಡ್ತೀಯಾ?" ಸಂಕೋಚದಿಂದ ಅವಳ ತಲೆ ತಗ್ಗಿತು.

"ಇಲ್ಲಿ ಸ್ವಲ್ಪ ಹೊತ್ತು ಕೂತುಕೊಳ್ಳೋಣ." ಮರದ ನೆರಳಿನತ್ತ ಕೈ ಮಾಡಿದ. ಅವನು ಹೋಗಿ ಕೂತ ಮೇಲೆ ಅವಳು ಬಂದು ನಿಂತಳು.

ಮೆಲ್ಲಗೆ "ಕೂತ್ಕೋ" ಎಂದ. ಎಷ್ಟು ಪ್ರಯತ್ನಿಸಿದರೂ ಬಹುವಚನ ಸಂಬೋಧನೆ ಅವನಿಂದ ಸಾಧ್ಯವಾಗುತ್ತಿರಲಿಲ್ಲ. ಒಂದೆರಡು ಸಲ ಯೋಚಿಸಿ ತಲೆ ಕೆಡಿಸಿಕೊಂಡಿದ್ದ.

ಅಷ್ಟು ದೂರದಲ್ಲಿ ಕೂತು ಸುತ್ತಮುತ್ತಲೂ ನೋಡಿದಳು. ಹೆಣ್ಣಾಳು ಕಾಣಲಿಲ್ಲ. ಎಲ್ಲೋ ಎಲೆಯಡಿಕೆ ಮೆಲ್ಲುತ್ತ ಕೂತಿರಬಹುದೆಂದುಕೊಂಡಳು.

ಹೇಮಂತನ ಮನಸ್ಸು ತವಕಿಸಿತು. ಅವನಿಗೆ ತಿಳಿಯದ ಉದ್ವಿಗ್ನತೆ ಚಿತ್ತವನ್ನು ತುಂಬಿಕೊಂಡಿತ್ತು. ಮಾತನ್ನು ಹೇಗೆ ಪ್ರಾರಂಭಿಸಲಿ?–ಎಂದು ಯೋಚಿಸಿದ. ಸಹಾನುಭೂತಿ ಅನುರಾಗವಾಗಿ ಮಾರ್ಪಟ್ಟಿತ್ತು. ರಾಯರ ಮುಂದೆ ಹೇಳಿದಾಗಿನಿಂದ ಅವಳ ಸಂಪೂರ್ಣ ಬಿಂಬವು ಕಣ್ಣಿನ ತೆರೆಯ ಮೇಲೆ ಅಚ್ಚೊತ್ತಿದಂತಿತ್ತು.

"ವಸು, ನಾನು ನಿನ್ನ ಮದ್ವೆ ಮಾಡ್ಕೋತೀನಿ!" ನಿರೀಕ್ಷಿತವಲ್ಲದಿದ್ದರಿಂದ ಅವಳ ಮನಸ್ಸು ಸಂಭ್ರಮ ವಿಸ್ಮಯ ಸಂತೋಷಗಳಿಂದ ಪುಳಕಿತವಾಯಿತು. ಮೈ ಮೃದುವಾಗಿ ಕಂಪಿಸುತ್ತಿತ್ತು.

"ನಿನ್ನ ಒಪ್ಪಿಗೆಯಿದೆ ತಾನೇ!" ಕಣ್ಣು ರೆಪ್ಪೆಗಳು ಪಟಪಟನೇ ಬಡಿದುಕೊಂಡವು. ಮಾತಾಡಲು ಪ್ರಯತ್ನಿಸಿ ಸೋತಳು.

ಬಹಳ ಪ್ರಯತ್ನಪಟ್ಟು "ನಾನು ತುಂಬ ಅದೃಷ್ಟವಂತೆ." ತೊದಲಿದಳು.

ಅವನ ಮನ ಪ್ರಫುಲ್ಲವಾಯಿತು. ಕಂಡಾಗಲೆಲ್ಲ ಕಣ್ಣುಗಳು ಸಂಭಾಷಿಸುತ್ತಿದ್ದವು. ಹೃದಯಗಳ ಮಾತಿಗೆ ಯಾವ ಭಾಷೆಯ ಅಗತ್ಯವೂ ಇರಲಿಲ್ಲ.

* * * *

ತಾನು ಹೇಳಿ ಹೋದಂತೆ ಕಾಲೇಜು ಬಾಗಿಲು ತೆಗೆಯುವ ಹಿಂದಿನ ದಿನ ಬಂದು ಇಳಿದ ಮಗನ ಮೇಲೆ ನಿರುಪಮಗೆ ಬಹಳ ಅಸಮಾಧಾನವಿತ್ತು. ಕೂಡಲೇ ಹೊರಟು ಬಾ ಎಂದು ಒಂದೆರಡು ಪತ್ರಗಳನ್ನು ಬರೆದಿದ್ದರು. ವಿನಯದಿಂದ ಉತ್ತರಿಸಿ ಅಲ್ಲಿಗೆ ಬಂದರೇ ಸಮಯವನ್ನು ಕಳೆಯುವುದು ತೀರಾ ಪ್ರಯಾಸವಾಗುತ್ತೆ, ತಾತ ವೇದ, ಉಪನಿಷತ್, ಗೀತೆ ಮೊದಲಾದವುಗಳ ಪರಿಚಯ ಮಾಡಿಕೊಡುತ್ತಿದ್ದಾರೆ, ದಯವಿಟ್ಟು ಕ್ಷಮಿಸಿ ಎಂದು ಬರೆದಿದ್ದ.

"ಸದ್ಯ. ಜ್ಞಾಪ್ಕ ಬಂತಲ್ಲ!" ವ್ಯಂಗ್ಯವಾಗಿ ಅಂದರು.

ಅದು ತನಗೇ ಕೇಳಿಸಲೇ ಇಲ್ಲವೆನ್ನುವಂತೆ "ರಶ್ಮಿ" ಎಂದು ಕೂಗಿದ. ಅವಳು ಹೊರಗೆ ಬಂದಳು. ನಿರ್ಜೀವ ಬೊಂಬೆಯಂತೆ ಕಂಡಳು. ಇಡೀ ಚೇತನವೇ ಅವಳಲ್ಲಿ ಬತ್ತಿಹೋಗಿದೆಯೆನಿಸಿತು.

ಆತಂಕದಿಂದ ಹತ್ತಿರಕ್ಕೆ ಹೋಗಿ "ಆರೋಗ್ಯ ಚೆನ್ನಾಗಿಲ್ಲವಾ?" ಫಳಫಳನೇ ಕಣ್ಣಿಂದ ಕಂಬನಿ ಜಾರಿತು. ಮೂಕ ಸಂಕಟ ಅನುಭವಿಸುವ ಪಶುವಿನಂತೆ ಕಂಡಳು.

ಹೇಮಂತ ನಿಂತಲ್ಲೇ ಶಿಲೆಯಾಗಿಬಿಟ್ಟ.

"ಈಗ ಬಂದ್ರಾ! ಅಜ್ಜಿ, ತಾತ ಚೆನ್ನಾಗಿದ್ದಾರ?" ಆಳದಿಂದ ಬಂದಂತಿತ್ತು ಸ್ವರ. ಅವಳೇನೂ ಹೇಳಲಾರಳೆನಿಸಿತು.

ಹಿಂದಕ್ಕೆ ತಿರುಗಿ "ಅಮ್ಮ ರಶ್ಮಿಗೆ ಏನಾಗಿದೆ?" ಉದ್ವೇಗದಿಂದ ಅವನ ಮೈ ಕಂಪಿಸುತ್ತಿತ್ತು.

"ನಂಗೇನು ಗೊತ್ತು? ಗಂಡ ಹೆಂಡ್ತಿಗೆ ಸರಿಯಿಲ್ಲ. ನೋಡೋಕೆ ಮಳ್ಳಿ ಇದ್ದಂಗೆ ಇದ್ದಾಳೆ. ಹೋಗೋವಾಗ ಎಚ್ಚರಿಸಿ ಕಳ್ಸಿಕೊಟ್ಟಿದ್ದೆ. ಆದರೂ ಈ ಹೆಣ್ಣು ಉಳಿದ ವರದಕ್ಷಿಣೆ ಹಣ ತರಲಿಲ್ಲ. ಅವ್ನಿಗೆ ಕೋಪ ಬರೋಲ್ವಾ?'

ಅವನ ತಲೆ ಪೂರ್ತಿಯಾಗಿ ಬಿಸಿಯಾಯಿತು. ವರದಕ್ಷಿಣೆ ಬಗ್ಗೆ ಅವನಿಗೇನೂ ಸರಿಯಾಗಿ ಗೊತ್ತಿಲ್ಲ. ಆದರೂ ಹಣಕ್ಕಾಗಿ ಅವಳನ್ನು ಹಿಂಸೆ ಮಾಡುವುದು ರಾಕ್ಷಸತ್ವವೆನಿಸಿತು.

"ಇಷ್ಟು ಕಟುಕರಾಗಿ ಬಾಳಬೇಕಿರಲಿಲ್ಲ. ವಸಂತನಿಗ್ಯಾಕೆ ಇಷ್ಟೊಂದು ಹಣದ ದಾಹ?"

ಮುಂದೆ ಮಾತನಾಡಬೇಡವೆಂದು ಮಗನಿಗೆ ಸನ್ನೆ ಮಾಡಿ ಸುಮ್ಮನಾಗಿರಿಸಿದರು. ಈಚೆಗೆ ರಶ್ಮಿ ಕೂಡ ಬಾಯಿಗೆ ಬಂದದ್ದನ್ನ ಆಡಿಬಿಡುತ್ತಿದ್ದಳು. ಅಷ್ಟು ಉದ್ಧಟಳಾಗುವುದು ಸೊಸೆ, ಅವರಿಗೆ ಬೇಕಿರಲಿಲ್ಲ.

"ಪ್ರಯಾಣದ ಆಯಾಸದಿಂದ ದಣಿದಿದ್ದೀಯಾ. ಬಟ್ಟೆ ಬದಲಾಯಿಸಿ, ಕೈಕಾಲು ತೊಳ್ಕೋ"

ಹೇಮಂತ ಕೋಣೆಯತ್ತ ಹೊರಟ. ವೇದನೆಯಿಂದ ತಳಮಳಿಸುತ್ತಿದ್ದ. ಮನದಲ್ಲಿ ದ್ವಂದ್ವ ಶುರುವಾಗಿತ್ತು. ಸುಮ್ಮನೇ ಕೂತುಬಿಟ್ಟ.

"ನೀನು ಯಾಕಪ್ಪ ತಲೆಕೆಡ್ಸಿಕೊಳ್ತಿ! ಅವರವ್ರು ಏನಾದ್ರೂ ಮಾಡಿಕೊಳ್ಲಿ!!" ಬಿಸಿಬಿಸಿ ಕಾಫಿಯನ್ನ ಕೈಯಲ್ಲಿ ಹಿಡಿದು ಬಂದ ನಿರುಪಮ ಹೇಳಿದರು. ಈಗ ಮಗನನ್ನು ಎದುರುಹಾಕಿಕೊಳ್ಳುವುದು ಅವರಿಗೆ ಬೇಕಾಗಿರಲಿಲ್ಲ.

ಸ್ವತಃ ರಾಜಗೋಪಾಲ್ ಬಂದು ಮಾತಾಡಿಕೊಂಡು ಹೋಗಿದ್ದರು. ಸ್ವಂತ ಖರ್ಚಿನಲ್ಲಿ ಅಳಿಯನನ್ನ ವಿದೇಶ ವ್ಯಾಸಂಗಕ್ಕೆ ಕಳುಹಿಸುವುದಲ್ಲದೇ ಕೇಳಿದ್ದೆಲ್ಲ ಕೊಡುವುದಾಗಿ ತಿಳಿಸಿದ್ದರು. ಆಗಾಗ ಎರಡು ಮನೆಗಳಲ್ಲಿ ಹೋಗಿ ಬರುವ ಪರಿಪಾಠವನ್ನು ಬೆಳೆಸಿಕೊಂಡಿದ್ದರು. ಎರಡು ದಿನಕ್ಕೊಮ್ಮೆ ರೇಖಾ ಆಸೆಯ ಕಂಗಳನ್ನ ಹೊತ್ತು ಬಂದು ನಿರಾಶೆಯಿಂದ ಹಿಂದಿರುಗುತ್ತಿದ್ದಳು. ಹೇಮಂತನ ಬಗ್ಗೆ ಪೂರ್ತಿ ಹುಚ್ಚಾಗಿದ್ದಳು.

ಕಾರಿನ ಶಬ್ದ ಕೇಳಿ ನಿರುಪಮ ಸಡಗರದಿಂದ ಹೊರಗೆ ಹೋದರು. ಆ ಭಾವೀ ಸೊಸೆಯ ಬಗ್ಗೆ ಅವರಿಗೆ ಅಪರಿಮಿತವಾದ ಅಭಿಮಾನ.

"ಬಾಮ್ಮ ಬಾ" ಮೃದುವಾಗಿ ಕರೆದದ್ದು ಕೇಳಿಸಿದರೂ ಅವನು ಕಲ್ಲಾಗಿದ್ದ.

"ಕೂತ್ಕೊ...." ಅವಳ ಕತ್ತಿನಲ್ಲಿದ್ದ ನೆಕ್ಲೇಸ್‌ನೇ ದಿಟ್ಟಿಸಿದರು. ಹೇಮಂತನ ಅದೃಷ್ಟದ ಬಗ್ಗೆ ಹೆಮ್ಮೆಯಾಯಿತು. ರೇಖಾ ಅವರ ಸೊಸೆಯಾಗುವುದರಿಂದ ಸಮಾಜದಲ್ಲಿ ಪ್ರತಿಷ್ಠರ ಸಾಲಿಗೆ ಸೇರಿಹೋಗುತ್ತಿದ್ದರು. ಅಂತಹ ಸೊಸೆಯ ಬಗ್ಗೆ ಎಷ್ಟು ಅಭಿಮಾನ ವ್ಯಕ್ತಪಡಿಸಿದರೂ ಕಮ್ಮಿಯೇ!

ಕಣ್ಣುಗಳು ಸುತ್ತಲೂ ಅರಸಿತು. ಇಂದು ಬಹಳ ಉತ್ಸಾಹದಿಂದಲೇ ಬಂದಿದ್ದಳು. ನಾಳೆ ಕಾಲೇಜು ಬಾಗಿಲು ತೆರೆಯುವ ದಿನ. ಖಂಡಿತ ಬಂದಿರುತ್ತಾರೆ.

ನಿರುಪಮ ಜೋರಾಗಿ ನಕ್ಕುಬಿಟ್ಟರು. ನಾಚಿದ ರೇಖಾಳ ಕದಪು ರಾಗರಂಜಿತ ವಾದವು.

ಕೋಣೆಗೆ ನಿರುಪಮ ಬಂದಾಗ ಕಾಫೀ ಹಾಗೆಯೇ ಇತ್ತು. ಹೇಮಂತ ಪ್ರತಿಮೆಯಂತೆ ಕೂತಿದ್ದ. ತೀರಾ ಅಸಮಾಧಾನಗೊಂಡಿದ್ದಾನೆಂದುಕೊಂಡರು. ರಶ್ಮಿಯ ಮೇಲೆ ಸಿಟ್ಟಾದರು. ಆದರೆ ವ್ಯಕ್ತಪಡಿಸುವುದು ಸರಿಯಲ್ಲವೆಂದುಕೊಂಡರು.

"ಕಾಫೀ ತಣ್ಣಗಾಯ್ತು, ಬೇರೆ ತಗೊಂಡ್ಬರ್ತೀನಿ. ಎದ್ದು ಕೈಕಾಲು ತೊಳಿ." ಟವಲನ್ನ ಅವನ ಭುಜದ ಮೇಲೆ ಹಾಕಿ ಕಾಫೀ ಲೋಟ ಕೊಂಡೊಯ್ದರು.

ಹೊರಗೆದ್ದು ಬಂದವನೇ ಗರಿಬಡಿದವನಂತೆ ನಿಂತುಬಿಟ್ಟ. ರೇಖಾಳನ್ನ ಕಂಡು ಆಶ್ಚರ್ಯವಾಯಿತು.

"ಗುಡ್ ಇವ್ನಿಂಗ್ ಸರ್" ಕೆಂಪೇರಿದ ಕನ್ಯೆ ಮಧುರವಾಗಿ ಹೇಳಿದಳು.

"ಗುಡ್ ಇವ್ನಿಂಗ್" ಮತ್ತೇನು ಹೇಳಬೇಕೋ ಅವನಿಗೆ ತೋಚಲಿಲ್ಲ.

"ಜಸ್ಟ್ ಎ ಮಿನಿಟ್" ಬಾತ್‌ರೂಮು ಕಡೆ ನಡೆದ. ಹತ್ತು ನಿಮಿಷಗಳ ನಂತರವೇ ಹೊರಗೆ ಬಂದಿದ್ದು. ನಿರುಪಮ, ರೇಖಾ ಜೊತೆ ಕೂತು, ಎಷ್ಟೋ ದಿನದ ಪರಿಚಯವಿರುವಂತೆ ಮಾತಾಡುತ್ತಿದ್ದರು. ಎಲ್ಲಾ ವಿಚಿತ್ರವಾಗಿ ಕಂಡಿತು.

ಮುಖದಲ್ಲಿ ಒಂದು ತರಹ ಕಠೋರಭಾವ ಮಿನುಗಿತು. ಮನೆಗೆ ಬಂದವರನ್ನು ಆದರಿಸಿ ಆತ್ಮೀಯವಾಗಿ ನಡೆಸಿಕೊಳ್ಳುವುದು ಸೌಜನ್ಯದ ಲಕ್ಷಣ. ಅದನ್ನು ಮೀರಿ ನಡೆಯಲಾರ. ತುಟಿಗಳ ಮೇಲೆ ಗಂಭೀರ ನಗೆಯನ್ನು ಅರಳಿಸಿದ.

"ಏನು ವಿಷ್ಯ? ಮತ್ಯಾವ ಫಂಕ್ಷನ್‌ಗೆ ಕರ್ಯೋಕೆ ಬಂದಿದ್ದೀರಿ?" ಅವಳಿಗೆ ನಗು ಬಂದರೂ, ಅವಮಾನವಾದಂತಾಯಿತು. ಅಂದಿನ ನಿರಾಸೆ ಇಂದಿನವರೆಗೂ ಕರಗಿರಲಿಲ್ಲ.

"ಮಾತಾಡಿ, ಬಂದೆ" ನಿರುಪಮ ಎದ್ದು ಒಳಗೆ ಹೋದರು.

"ಬಂದ್ಬಿಡ್ತಾರೆ, ಕೂತ್ಕೊಳ್ಳಿ" ಕೋಣೆಗೆ ಹೋದ. ತಲೆ ಬಾಚಿ ಉಡುಪು ಧರಿಸಿ ಅಂದಿನ ಪತ್ರಿಕೆ ಹಿಡಿದು ಕುಳಿತ. ಅರ್ಥವಾಗದ ವಿಷಯಗಳಲ್ಲಿ ಆಸಕ್ತಿ ವಹಿಸುವುದು ಅವನಿಗೆ ಬೇಕಿರಲಿಲ್ಲ.

ಅವರುಗಳ ಮಾತು, ನಗು ಕೇಳಿಸುತ್ತಿತ್ತು. ತನಗೆ ಸಂಬಂಧಿಸಿದ್ದಲ್ಲವೆಂದು ಉದಾಸೀನ ಮಾಡಿದ. ಖಡಾಖಂಡಿತವಾಗಿ ತಾಯಿ ತಂದೆಯರಿಗೆ ತಿಳಿಸಿದ್ದ. ಆದರೂ ಈ ಮುಂದುವರಿಕೆ ಅರ್ಥಹೀನವಾಗಿ ಕಂಡಿತು.

"ಮೆ ಐ ಕಮಿನ್ ಸರ್?" ತಲೆ ಎತ್ತಿದ. ರೇಖಾ ಬಾಗಿಲ ಬಳಿ ನಿಂತಿದ್ದಳು.

"ಸರ್ಟನ್‌ಲಿ" ಕೈಯಲ್ಲಿದ್ದ ಪೇಪರನ್ನು ಟೇಬಲ್ಲು ಮೇಲಿಟ್ಟು ಸರಿಯಾಗಿ ಕೂತ.

"ಎಕ್ಸ್‌ಕ್ಯೂಜ್ ಮಿ, ಐ ಹ್ಯಾವ್ ಡಿಸ್ಟರ್ಬಡ್ ಯು."

"ನೋ... ನೋ...." ಸಂಕೋಚಿಸುತ್ತ ನಿಂತಳು. ಯಾಕೆಂದು ಅರ್ಥವಾಗಲಿಲ್ಲ. ರೇಖಾ ಏನೂ ತೀರಾ ಸಂಕೋಚ ಸ್ವಭಾವದ ಹುಡುಗಿಯಲ್ಲ. ಹತ್ತು ಜನ ಹುಡುಗಿಯರನ್ನು ಜೊತೆಯಲ್ಲಿ ಕಟ್ಟಿಕೊಂಡು ಓಡಾಡುತ್ತಿದ್ದಳು. ವೇಷಭೂಷಣ, ಮುಖದ ಮೇಲಿನ ತುಂಟತನ ನೋಡಿದವರು, ಹೀಗೆ ನಿಂತಳೆಂದರೆ ಆಶ್ಚರ್ಯಪಡಬೇಕು.

"ನಾಳೆ ಸಂಜೆ ನಮ್ಮನೆಗೆ ಟೀಗೆ ಬರ್ಬೇಕೂ" ಅವಳ ಮುಖವೆಲ್ಲ ಕೆಂಪು ಕೆಂಪಾಗಾಯಿತು.

"ನಾಳೆ ಕಾಲೇಜು ಇದೆ. ಏನು ವಿಶೇಷ?" ಏನು ಹೇಳಬೇಕೆಂಬುದೇ ಅವಳಿಗೆ ತೋಚಲಿಲ್ಲ. ತಲೆ ಕೆರೆದುಕೊಂಡಳು. ಏನಾದರೂ ಸುಳ್ಳು ಹೇಳಿಬಿಡುವ ಮನಸ್ಸಾಯಿತು. ಆದರೆ ಇಷ್ಟವಾಗಲಿಲ್ಲ.

"ಖಂಡಿತ ಬರ್ಬೇಕೂ, ಸರ್."

ಅವನಿಗೆ ನಗು ಬಂತು. ಕಾಣದಂತೆ ಕೈ ಅಡ್ಡವಾಗಿರಿಸಿಕೊಂಡು ಕೆಮ್ಮಿದ ನಟನೆ ಮಾಡಿದ.

"ಬರ್ತೀನಿ" ಜಿಂಕೆಯಂತೆ ಜಿಗಿದು ಹೊರಹೋಗಿಬಿಟ್ಟಳು.

ರೇಖಾ ಶ್ರೀಮಂತರ ಮನೆ ಹುಡುಗಿ, ರೂಪವಂತೆ. ಗಂಡುಗಳಿಗೆ ಕೊರತೆ ಇಲ್ಲ. ಯಾವುದಕ್ಕೂ ಯೋಚಿಸಬೇಕಾಗಿಲ್ಲ. ಅಂಥದ್ದರಲ್ಲಿ ಒತ್ತಾಯದಿಂದ ಈ ನೆಂಟಸ್ಥಿಕೆ ಕುದುರಿಸುವ ಬಗ್ಗೆ ಕಾತುರವೇಕೆ?

ಕೋಣೆಯಿಂದ ಹೊರಗೆ ಬಂದ. ರಶ್ಮಿ ಬೀದಿ ಬಾಗಿಲಿನಲ್ಲಿ ನಿಂತಿದ್ದಳು. ಗಂಡನ ದಾರಿ ಕಾಯುತ್ತಿರಬಹುದು. ಮನದಲ್ಲೇ ನಕ್ಕ.

ಹೊರಗೆ ಬಂದ. ರಶ್ಮಿ ಅವನನ್ನು ನೋಡಿ ಒಳ ಹೋಗುವವಳಿದ್ದಳು. ತಟ್ಟನೇ "ನಿಂತುಕೊಳ್ಳಿ, ವಸಂತ್‌ಗೆ ನಿರಾಸೆಯಾಗೋದು ಬೇಡ."

ನಕ್ಕು ಒಳಗೆ ಓಡಿ ಹೋದಳು.

ಗೇಟು ಬಳಿ ನಿಂತು ದೂರಕ್ಕೆ ನೋಡಿದ. ವಸಂತ್ ಸೈಕಲ್ ಮೇಲೆ ಬರುತ್ತಿದ್ದ. ಕಳೆದುಕೊಂಡ ವಸ್ತುವನ್ನು ಪಡೆದುಕೊಳ್ಳುವ ಧಾವಂತವಿತ್ತು ಅವನ ಮುಖದ ಮೇಲೆ.

"ಯಾವಾಗ್ಬಂದೆ?" ಸೈಕಲ್‌ನಿಂದ ಇಳಿದವನೇ ಪ್ರಶ್ನಿಸಿದ.

"ಸರ್ಯಾದ ಕಾಲ ನೋಡಿ ಗುರುತು ಮಾಡಿಕೊಳ್ಳಲಿಲ್ಲ" ಇಬ್ಬರೂ ನಕ್ಕರು. ಅಲ್ಲೇ ಮಾತಿಗೆ ನಿಂತ. ಹೇಮಂತ್ ಇಲ್ಲದಿದ್ದು ಅವನಿಗೆ ಬಹಳ ಬೇಸರವಾಗಿತ್ತು. ಎಷ್ಟೋ ಸಲ ರೇಗಿ ಗೊಣಗಾಡಿದ್ದ.

"ನೀನೂ ನಿಶ್ಚಿಂತೆಯಾಗಿ ಅಲ್ಹೋಗಿ ಕೂತುಬಿಡ್ತೀಯಾ! ನಂಗಂತೂ ತೀರಾ ಬೋರಾಯ್ತು. ಇಷ್ಟು ದಿನ ಹೇಗೆ ಕಳ್ದೇ?"

ಮೆಲ್ಲಗೆ ವಸಂತ್‌ನ ಭುಜ ತಟ್ಟಿ "ರಶ್ಮಿ ಕಾಯ್ತಾ ಇದ್ದಾರೆ. ಆಮೇಲೆ ಮಾತಾಡಬಹ್ದು."

ವಸಂತ್ ನಕ್ಕು ಸೈಕಲ್ ತಳ್ಳಿಕೊಂಡು ಒಳಗೆ ಹೋದ. ಅವನಿಗೂ ಮಡದಿಯ ಮೇಲೆ ಆಸೆ ಅಭಿಮಾನ ಇಲ್ಲದಿಲ್ಲ. ಆದರೆ ತನಗೆ ಬರಬೇಕಾದುದ್ದನ್ನು ತಲುಪಿಸಲು ಮೊಂಡಾಟ ಮಾಡುತ್ತಿದ್ದಾಳೆಂದು ಕೋಪಿಸಿಕೊಳ್ಳುತ್ತಿದ್ದ. ಈಚೆಗೆ ಎದುರಾಡಿದರೆ ನಾಲ್ಕು ಬಿಗಿದುಬಿಡುತ್ತಿದ್ದ. ಆಮೇಲೆ ಕೂತು ಬೇಸರದಿಂದ ಪಶ್ಚಾತ್ತಾಪಪಟ್ಟರೂ ತಾಯಿಯ ಮಾತುಗಳು ಅವನನ್ನು ಕಲ್ಲಾಗಿ ಮಾಡುತ್ತಿತ್ತು.

ಎಸ್.ಎಸ್.ಎಲ್.ಸಿ. ಮಾಡಿದವರಿಗೆ ಹತ್ತು ಸಾವಿರ ಕೊಡುವ ಕಾಲದಲ್ಲಿ ಡಿಗ್ರಿ ಮಾಡಿದ ತನಗೆ ಅವರುಗಳು ಕೊಟ್ಟಿದ್ದು ಏನೇನೂ ಸಾಲಲಿಲ್ಲ. ಎಲ್ಲರು ಕೊಡುವ

ಹಾಗೆ ಧಾರಾಳವಾಗಿ ಏನನ್ನೂ ಕೊಟ್ಟಿಲ್ಲ. ಇವಳ ಮೂಲಕ ವಸೂಲು ಮಾಡಿಸಬೇಕು; ಇಲ್ಲದಿದ್ದರೆ ಅವರೇನೂ ಕೊಡಲಾರರೆಂಬುದು ತಾಯಿ, ಮಗನ ಅಭಿಮತ. ಅದಕ್ಕೆ ಶ್ರೀಕಾಂತುವಿನಿಂದ ಯಾವ ಪ್ರತಿಕ್ರಿಯೆಯೂ ಇಲ್ಲ. ಬರಬೇಕಾದ್ದು ಬರಲಿ–ಎಂಬುದು ಅವರ ಧೋರಣೆ.

ಕಾಂಪೌಂಡ್ ಮೂಲಕ ಮನೆ ಸುತ್ತಿಕೊಂಡು ಹಿತ್ತಲ ಕಡೆಗೆ ನಡೆದ. ನಿರುಪಮ ಬದನೆ ಗಿಡಗಳಿಗೆ ಪಾತಿ ಮಾಡುತ್ತಿದ್ದರು. ಕೆಲವು ವಿಷಯಗಳಲ್ಲಿ ಅವರನ್ನು ಎಷ್ಟು ಪ್ರಶಂಸಿಸಿದರೂ ಸಾಲದು. ಆದರ್ಶ ಗೃಹಿಣಿ. ಒಂದು ಕ್ಷಣವನ್ನು ವ್ಯರ್ಥ ಮಾಡಲಾರರು.

"ಅಮ್ಮ, ನಾನೂ ಮಾಡ್ತೀನಿ" ತಾಯಿಯ ಕೈಯಲ್ಲಿದ್ದ ಸಣ್ಣ ಕಬ್ಬಿಣದ ಆಯುಧವನ್ನು ಕಿತ್ತುಕೊಂಡ.

"ಬೇಡ ಬಿಡೋ, ಬಟ್ಟೆಗಳೆಲ್ಲ ಹಾಳಾಗುತ್ತೆ" ಮಗನಿಂದ ಮಾಡಿಸುವುದು ಅವರಿಗಿಷ್ಟವಿಲ್ಲ.

ಅಲ್ಲೇ ನಿಂತ ನಿರುಪಮ ರೇಖಾಳ ಸುಸ್ವಭಾವದ ಬಗ್ಗೆ ಮಾತಾಡತೊಡಗಿದರು. ಮನದಲ್ಲಿಯೇ ನಕ್ಕು ಕೆಲಸ ಮುಂದುವರಿಸಿದ.

ರೇಖಾಳ ಆಹ್ವಾನವನ್ನು ಒಪ್ಪಿಕೊಂಡ ಉದ್ದೇಶವೇ ಬೇರೆ ಇತ್ತು. ವಿವರಿಸಬೇಕಾಗಿತ್ತು. ರೇಖಾಳ ಕಲ್ಪನೆಯಲ್ಲಿ ತಾನು ನಲುಗಿಹೋಗಬಾರದು. ಏನೇನೋ ಪೀಠಿಕೆ ಹಾಕಿಕೊಂಡ.

ಮರುದಿನ ಮೊದಲನೇ ಪೀರಿಯಡ್ಡು ರೇಖಾಳ ತರಗತಿಯನ್ನು ತೆಗೆದುಕೊಳ್ಳಬೇಕಿತ್ತು. ದೃಷ್ಟಿ ಅವಳತ್ತ ಹರಿದಾಗ ಕಣ್ಣಿನ ಹೊಳಪು ನೂರ್ಮಡಿ ಹೆಚ್ಚಿತ್ತು. ಕಸಿವಿಸಿಯಾಯಿತು.

ಸಂಜೆ ಮನೆಗೆ ಬಂದವನೇ ಬಟ್ಟೆ ಬದಲಾಯಿಸಿ ಮುಖ ತೊಳೆದು ರಶ್ಮಿ ಕೊಟ್ಟ ಕಾಫೀ ಕುಡಿದು ಟೆರಿಕಾಟ್ ಬಿಳಿ ಷರಟು, ಪ್ಯಾಂಟ್ ಧರಿಸಿ, ಸೊಂಟಕ್ಕೆ ಬೆಲ್ಟ್ ಬಿಗಿದು ಹೊರಟ.

ಹೊರಡುವುದಕ್ಕೆ ಮುನ್ನ "ಅಮ್ಮ, ನಾನು ರೇಖಾ ಮನೆಗೆ ಹೋಗ್ಬರ್ತೀನಿ" ಎಂದ. ಒಳಗಿದ್ದ ನಿರುಪಮ ಹೊರಗೆ ಬಂದರು. ಕಣ್ಣ ಹೊಳಪಿನಲ್ಲಿ ಸಂಭ್ರಮವಿತ್ತು.

ಅಡಿಯಿಂದ ಮುಡಿಯವರೆಗೂ ಮಗನನ್ನು ನೋಡಿ ಮೆಚ್ಚಿಕೊಂಡರು. ಆದರೆ ತೊಟ್ಟಿದ್ದ ಉಡುಪು ಸಾಧಾರಣವೆನಿಸಿತು. ಈಗ ಅದೇನಾದರೂ ಹೇಳಲು ಹೊರಟರೇ ಹೋಗದೇ ಉಳಿದುಬಿಟ್ಟರೇ!-ಯೋಚನೆಗಿಟ್ಟುಕೊಂಡಿತು.

"ಹೋಗ್ಬಾ...." ಮತ್ತೇನೋ ಹೇಳಬೇಕೆಂದುಕೊಂಡವರು ಸುಮ್ಮನಾದರು.

ವರಾಂಡದಲ್ಲಿದ್ದ ಸೈಕಲ್ ದೂಡಿಕೊಂಡು ಹೊರಟಾಗ ಪಿಚ್ಚೆನಿಸಿತು. ತನ್ನ ಮಗನ ವಿದ್ಯಾರ್ಹತೆಗೆ ಈ ಸೈಕಲ್ ಪ್ರಯಾಣ ಅವಹೇಳನಕರ!

"ಬರ್ತೀನಮ್ಮ" ಸೈಕಲ್ ಹತ್ತಿದ.

"ಸೈಕಲ್ ಯಾಕೋ! ಆಟೋದಲ್ಲಿ ಹೋಗ್ಬೋದಾಗಿತ್ತು!!"

ನಕ್ಕು "ಆಟೋಗೆ ಕಾಯೋ ಕೆಲ್ಸ ಬೋರು." ಎಂದು ಹೊರಟೇಬಿಟ್ಟ.

ನಿರುಪಮ ನಿಂತಲ್ಲೇ ಚಿತ್ರಿಸಿಕೊಂಡರು. ಜರ್ದಾಗಿ ಸೂಟು ಧರಿಸಿ ಹೊಸ ಕಾರಿನಲ್ಲಿ ಕೂತಿರುವಂತೆ ಕಣ್ಣುಗಳು ತೇವವಾದವು. ಆ ದಿನಗಳು ಬೇಗ ಬರಲೆಂದು ದೇವರನ್ನು ಪ್ರಾರ್ಥಿಸಿದರು.

ಒಳಗಡೆ ಬಂದರು. ಮನಃಕ್ಕೆ ಸಂತೋಷವಾಗಿತ್ತು. ಯಾರಲ್ಲಿಯಾದರೂ ಹಂಚಿಕೊಳ್ಳಬೇಕಿತ್ತು. ತಟ್ಟನೇ "ರಶ್ಮಿ ಇಲ್ಬಾ" ಕೂಗಿದರು. ಹಣೆಗಿಟ್ಟುಕೊಳ್ಳುತ್ತಿದ್ದ ಅವಳು ಓಡಿ ಬಂದಳು.

"ಏನತ್ತೆ?" ಎಂಜಲನ್ನು ಬಲವಂತವಾಗಿ ನುಂಗಿದಳು. ಇಂತಹ ಸಂದರ್ಭಗಳನ್ನು ಬೇಕಾಗಿಯೇ ತಪ್ಪಿಸಿಕೊಳ್ಳುತ್ತಿದ್ದಳು. ಮೊದಲು ಯಾವುದೋ ವಿಷಯ ಶುರು ಮಾಡುತ್ತಿದ್ದರು. ಕಡೆಯಲ್ಲಿ ನಿಲ್ಲುತ್ತಿದ್ದುದು ಅವಳ ತವರು ಮನೆಯವರ ಮೂದಲಿಕೆಯೊಂದಿಗೆ. ಕೇಳಿ ಕೇಳಿ ಅವಳಿಗೆ ಸಾಕಾಗಿತ್ತು. ಮದುವೆಯಲ್ಲಿನ ಎಳೆ ಎಳೆಯ ನೆನಪೂ ಅವರಿಗಿತ್ತು. ಮುಹೂರ್ತದ ಊಟದಲ್ಲಿ ಒಂದು ಕಲ್ಲು ಸಿಕ್ಕಿದ್ದನ್ನು ಹೇಳಿ ಇಂದಿಗೂ ಊಟಕ್ಕೆ ಕೂತಾಗಲೆಲ್ಲ ಹಂಗಿಸುತ್ತಿದ್ದರು.

"ಈಗ ಹೇಮಂತನ ನೋಡಿದ್ಯಾ?" ಹೊರಟಾಗ ಕಿಟಕಿಯ ಬಳಿ ನಿಂತು ನೋಡಿದ್ದಳು. ಆದರೆ ಇಲ್ಲವೆಂದು ಸುಲಭವಾಗಿ ತಲೆಯಾಡಿಸಿಬಿಟ್ಟಳು.

"ಸ್ವಲ್ಪನೂ ಬಟ್ಟೆಬರೆ ಬಗ್ಗೆ ಆಸಕ್ತಿ ಇಲ್ಲ" ತಮ್ಮಲ್ಲೇ ಹೇಳಿಕೊಂಡರು.

ಮಾವನವರು ಬಂದದ್ದನ್ನು ನೋಡಿ ರಶ್ಮಿ ಮೆಲ್ಲಗೆ ಕೋಣೆಯೊಳಕ್ಕೆ ಸರಿದಳು. ಇನ್ನು ಗಂಡ, ಹೆಂಡತಿ ಕೂತು ಬರೀ ಮಗನ ಭವಿಷ್ಯದ ಬಗ್ಗೆ ಮಾತಾಡುತ್ತಾರೆ. ಅದರಲ್ಲಿ ತಮ್ಮ ಪಾಲನ್ನು ಮರೆಯೋಲ್ಲ. ಕಿಸಕ್ಕನೇ ನಕ್ಕು ಆಮೇಲೆ ಕೈಯನ್ನು ಬಾಯಿಗೆ ಅಡ್ಡವಾಗಿರಿಸಿಕೊಂಡು ಅತ್ತಿತ್ತ ನೋಡಿದಳು.

"ಹೇಮೂ ರಾಜಗೋಪಾಲ್ ಅವರ ಮನೆಗೆ ಹೋದ. ನಾನೂ ಹೋಗೋಲ್ಲಾಂತ ಮಾಡಿದ್ದೆ. ದೇವ್ರು ದೊಡ್ಡೋನು. ನಮ್ಮ ಆಸೆಗಳೆಂದೂ ನಿರಾಸೆಯಾಗೋಲ್ಲ" ಶ್ರೀಕಾಂತನ ಕಣ್ಣುಗಳು ಅರಳಿದವು.

"ಸದ್ಯ ಒಪ್ಕೊಂಡ್ರೆ ಸಾಕು. ಬೇಕಾದ್ರೆ ಮಗ್ಳು ಅಳಿಯನ್ನ ವಿದೇಶಕ್ಕೆ ಕಳ್ಸಿಕೊಡ್ತಾರೆ. ಇವನ್ದೂ ತುಂಬ ಒಳ್ಳೆ ಜಾತ್ಕ. ಮನೆ ಬಾಗಿಲಿಗ್ಬಂದು ಕಾಯ್ಕೊಂಡಿದ್ದಾಳೆ ಲಕ್ಷ್ಮಿ!" ಹೊಸ ಬಂಗ್ಲೆ, ಕಾರನ್ನು ನೆನೆಸಿಕೊಂಡು ಆಕಾಶದಲ್ಲಿ ತೇಲಿದರು.

ರಶ್ಮಿ ಗೋಡೆಗೊರಗಿ ಯೋಚಿಸಿದಳು. ರೇಖಾ ಈ ಮನೆಗೆ ಸೊಸೆಯಾಗಿ ಬಂದರೆ, ತನ್ನ ಸ್ಥಿತಿಯೇನು? ವಿಪರೀತ ಕೀಳು ಭಾವನೆಯಿಂದ ನೋಡಬಹುದು. ವಸಂತ್ ಸ್ವಭಾವ ಅವರಿಗಿಂತ ಬೇರೆಯಲ್ಲ. ಚುಚ್ಚು ಮಾತುಗಳು ನೆನಪಿಗೆ ಬಂದಾಗ–ಎರಡು ಕೈಗಳಿಂದ ಕಿವಿಗಳನ್ನು ಮುಚ್ಚಿಕೊಂಡಳು. ಮನದಲ್ಲಿ ಪ್ರಚಂಡ ತುಮುಲವೆದ್ದಿತ್ತು.

ಹೇಮಂತ್‌ಗೆ ಮನೆ ಹುಡುಕಲು ಕಷ್ಟವೆನಿಸಲಿಲ್ಲ. ಆ ಬಡಾವಣೆಗೆ ಆ ಮನೆ ಕಲಶಪ್ರಾಯವೆನಿಸಿತ್ತು. ಸೈಕಲ್‌ನಿಂದ ಇಳಿದಾಗ ವಾಚ್‌ಮನ್ ಮಿಕಿ ಮಿಕಿ ನೋಡಿದ. ಆ ಮನೆಗೆ ಇಂತಹ ಸಾಮಾನ್ಯ ಜನರು, ಬಂದು ಹೋಗುವವರು ಹೆಚ್ಚು.

"ಓಹೋ..." ಎಂದ ರೇಖಾ ಗೇಟಿನ ಬಳಿಗೆ ಬಂದು "ಬನ್ನಿ ಬನ್ನಿ" ಎಂದಳು. ಅಧಿಕ ಸಂತೋಷದಿಂದ ಅವಳ ಅಧರಗಳು ಮೃದುವಾಗಿ ಕಂಪಿಸುತ್ತಿತ್ತು. ಬಹಳ ಹೊತ್ತಿನಿಂದ ಇವನ ನಿರೀಕ್ಷಣೆಯಲ್ಲೇ ಇದ್ದಳು. ಇಂದೂ ನಿರಾಸೆಯಾಗಿ ಬಿಡುತ್ತದೆಯೇನೋ ಎಂಬ ಕಳವಳ.

"ಏಯ್..." ವಾಚ್‌ಮನ್‌ನ ಗದರಿಸಿದಳು. ಅವನು ಸೆಲ್ಯೂಟ್ ಹೊಡೆದು ಗೇಟು ತೆರೆದ.

"ಗುಡ್ ಈವ್ನಿಂಗ್ ಸರ್" ಸೈಕಲ್ ತಳ್ಳುತ್ತಲೇ ಮೃದುವಾಗಿ ನಕ್ಕು "ಗುಡ್ ಈವ್ನಿಂಗ್" ಎಂದ.

ಕಾಲೇಜಿನಿಂದ ಬಂದವಳೇ ಅಣ್ಣಂದಿರಿಗೆಲ್ಲ ಫೋನ್ ಮಾಡಿ ಎಲ್ಲರನ್ನು ಕರೆಸಿಕೊಂಡಿದ್ದಳು. ಅರ್ಜೆಂಟಾಗಿ ರಾಜಗೋಪಾಲ್ ಎಲ್ಲಿಗೋ ಹೊರಟಿದ್ದರು. 'ಖಂಡಿತ ಹೋಗಕೂಡದೆಂದು' ಅವರನ್ನು ನಿಲ್ಲಿಸಿಕೊಂಡಿದ್ದಳು.

ಮೆಟ್ಟಲು ದಢ ದಢನೆ ಏರಿ ಬಾಗಿಲ ಬಳಿ ಹೋದವಳೇ "ಡ್ಯಾಡಿ, ಬಂದ್ರು" ಕೂಗಿದಳು. ಅವಳ ಉತ್ಸಾಹ ಅವನಿಗೆ ಸಂಕೋಚವೆನಿಸಿತು.

"ಬನ್ನಿ ಬನ್ನಿ" ರಾಜಗೋಪಾಲ್ ಸ್ವಾಗತಿಸಿ ತಮ್ಮ ಮೂವರು ಗಂಡು ಮಕ್ಕಳ ಪರಿಚಯ ಮಾಡಿಸಿದರು. ಕೈಕುಲುಕಿ ತಮ್ಮ ಸಂತೋಷ ವ್ಯಕ್ತಪಡಿಸಿದರು.

"ನಿಮ್ಮ ಬಗ್ಗೆ ನಮ್ಮ ರೇಖಾ ಬಹಳ ಹೇಳ್ತಾಳೆ!" ಹೇಮಂತ್ ಬೆಪ್ಪಾದ. ತಟ್ಟನೇ ಚೇತರಿಸಿಕೊಂಡು ನಕ್ಕು "ನನ್ನ ಬಗ್ಗೆ ಹೇಳಿಕೊಳ್ಳುವಂಥದ್ದು ಏನಿದೆಯೆಂದು ಯೋಚಿಸ್ತಾ ಇದ್ದೀನಿ" ರಾಜಗೋಪಾಲ್ ಜೋರಾಗಿ ನಕ್ಕುಬಿಟ್ಟರು. ಮಗಳ ಆಯ್ಕೆಗೆ ಹೆಮ್ಮೆಪಟ್ಟುಕೊಂಡರು.

ಅದೂ, ಇದೂ ಮಾತಾಡಿದರು.

"ನೀವು ಉನ್ನತ ವ್ಯಾಸಂಗಕ್ಕಾಗಿ ವಿದೇಶಕ್ಕೆ ಹೋಗಬೇಕೆಂದಿರುವುದು ನಿಜವಾ?" ವಿದೇಶದಿಂದ ಹಿಂದಿರುಗಿದ ರಾಜಗೋಪಾಲ್ ಮೊದಲನೇ ಮಗ ಶಶಿಕಾಂತ್ ಕೇಳಿದ.

"ಯೋಚ್ನೆ ಇದೆ. ಸ್ಕಾಲರ್‌ಷಿಪ್‌ಗಾಗಿ ಪ್ರಯತ್ನ ನಡೆಸ್ತಾ ಇದ್ದೀನಿ. ಸ್ವಲ್ಪ ನಿಧಾನವೆನಿಸಿದರೂ ಸಿಗುವ ಭರವಸೆ ಇದೆ. ನೋಡ್ಬೇಕೂ..." ತೇಲಿಸಿಬಿಟ್ಟ.

ತಂದೆ ಮಕ್ಕಳು ಮುಖ ಮುಖ ನೋಡಿಕೊಂಡರು. ಯಾರಿಗೂ ಪ್ರಸ್ತಾಪಿಸುವ ಧೈರ್ಯವಾಗಲಿಲ್ಲ. ಯೋಚನೆಗೀಡಾದರು. ಇದುವರೆಗೂ ತಾಯಿ ತಂದೆ ಮಗನಿಗೆ ವಿಷಯ ಅರುಹಿಲ್ಲವೆಂದುಕೊಂಡರು. ಆತುರಪಡುವುದು ಬೇಡವೆಂದುಕೊಂಡರು.

"ಬರ್ತೀನಿ" ಎದ್ದ.

ಗೇಟಿನವರೆಗೂ ಬಂದು ಬೀಳ್ಕೊಟ್ಟರು. ರಾಜಗೋಪಾಲ್ ಮನಸ್ಸಿಗೆ ಹೇಮಂತ್ ಬಂದಿದ್ದ. ಮಗಳಿಗೆ ಸ್ವಲ್ಪ ಕಷ್ಟಪಟ್ಟಾದರೂ ಈ ಸಂಬಂಧ ಕುದುರಿಸಬೇಕೆಂದುಕೊಂಡರು. ಅವನ ಕೈಯಲ್ಲಿ ಮಗಳ ಭವಿಷ್ಯ ಭದ್ರವೆನಿಸಿತು.

"ಶಶಿ, ಹೇಗಿದ್ದಾನೆ?" ಹಾದಿಯತ್ತಲೇ ನೋಡುತ್ತ ಕೇಳಿದರು.

ಹೇಮಂತ್ ಸರಳ ಸ್ವಭಾವ ಅವನಿಗೂ ಮೆಚ್ಚಿಗೆಯಾಗಿತ್ತು. ಆದರೆ ಅತಿಶಯವೆನಿಸುವಂಥ ಗಂಡಲ್ಲವೆನಿಸಿತು. ತಮ್ಮ ಸ್ಥಾನಮಾನ ಶ್ರೀಮಂತಿಕೆಗೆ ಸಮನಾದ ಸಂಬಂಧವಲ್ಲವೆನಿಸಿತು.

"ಚೆನ್ನಾಗಿದ್ದಾನೆ" ಜೇಬುಗಳಲ್ಲಿ ಕೈಗಳನ್ನು ಇಳಿಬಿಟ್ಟು "ರೇಖಾಗೆ ಇನ್ನ ಒಳ್ಳೆ ಗಂಡುಗಳು ಸಿಕ್ಕುತ್ತೆ. ಅವರಾಗೇ ನಮ್ಮ ಮನೆ ಬಾಗ್ಲಿಗೆ ಹುಡುಕೊಂಡು ಬರ್ತಾರೆ. ನಾವಾಗಿ ಅವ್ರ ಮನೆ ಬಾಗ್ಲಿಗೆ ಹೋಗಿ ಸಂಬಂಧ ಬೆಳೆಸುವಂಥ ಆವಶ್ಯಕತೆ ಏನಿದೆ?"

ರೇಖಾಳತ್ತ ದೃಷ್ಟಿ ಹೊರಳಿಸಿದರು. ಕೋಪದಿಂದ ಅಣ್ಣನ ಕಡೆ ನೋಡುತ್ತಿದ್ದಳು. ಜೋರಾಗಿ ನಕ್ಕುಬಿಟ್ಟರು.

"ನಿನ್ತಂಗಿನ ಕೇಳಿ ನೋಡಪ್ಪ, ಆದರೆ ಹೇಮಂತ್ ಒಳ್ಳೆಯ ಗಂಡೆಂಬ ಮಾತನ್ನ ಯಾರೂ ಅಲ್ಲಗಳೆಯುವಂತಿಲ್ಲ. ಮೌಲ್ಯಪ್ರಜ್ಞೆ ಅವನಲ್ಲಿ ಜೀವಂತವಾಗಿದೆ" ಮೈಮರೆತವರಂತೆ ನುಡಿದರು.

"ಡ್ಯಾಡಿ, ಹೇಮಂತ್‌ಗೆ ಈ ಮದ್ವೆ ಇಷ್ಟವೆನಿಸುವುದಿಲ್ಲ. ವಿಶ್ವಾಸಕ್ಕೆ ಸೋತು ಬಂದವನಂತೆ ಕಂಡ. ಇಲ್ಲಿನ ಯಾವ ಆಕರ್ಷಣೆಯೂ ಅವನನ್ನು ಕಟ್ಟಿಹಾಕಿದಂತೆ ಕಾಣಲಿಲ್ಲ." ಮನದಲ್ಲಿದ್ದುದನ್ನು ರಜಿನಿ ನೇರವಾಗಿ ಹೇಳಿದ.

ರೇಖಾ ಕೆಂಗಣ್ಣಿನಿಂದ ಅವನ ಕಡೆ ನೋಡಿ ಧುಮುಗುಟ್ಟುತ್ತ ಹೊರಟುಬಿಟ್ಟಳು. ನಾಲ್ವರೂ ಬೆರಗುಗಣ್ಣುಗಳಿಂದ ನೋಡಿದರು. ಈ ಹುಡುಗಿ ಇಷ್ಟು ಹಚ್ಚಿಕೊಂಡಿರುವುದು ಒಳ್ಳೆಯದಲ್ಲವೆನಿಸಿತು ಎಲ್ಲರಿಗೂ. ಆದರೆ ಬಾಯಿಬಿಟ್ಟು ಆಡಲಾರದೇ ಹೋದರು.

"ಸರ್‍ಯಾಗಿ ವಿಚಾರ್ಸಿ ಒಂದು ತೀರ್ಮಾನಕ್ಕೆ ಬರೋದು ಒಳ್ಳೇದು. ಇಲ್ಲದಿದ್ರೆ ತುಂಬ ತೊಡಕಿದೆ" ಮಗನ ಮಾತು ಸರಿಯೆನಿಸಿತು.

ಹೇಮಂತ್‌ನ ತಾಯಿ, ತಂದೆ ಮೊದಲು ಸ್ವಲ್ಪ ಬಿಗುಮಾನ ತೋರಿದರೂ ಆಮೇಲೆ ಧಾರಾಳವಾಗಿ ಒಪ್ಪಿಕೊಂಡಿದ್ದರು. ಹುಡುಗಿಗಿಂತ ಅವಳ ಜೊತೆ ಬರೋ ವರದಕ್ಷಿಣೆ, ವರೋಪಚಾರದ ಕಡೆ ಕಣ್ಣಿತ್ತು. ಅವರನ್ನು ಹೇಗಾದರೂ ಬಗ್ಗಿಸಬಹುದಿತ್ತು.

"ನಾಳೆ ಗುಂಡಣ್ಣನನ್ನು ಕಳ್ಸಿ ವಿಚಾರಿಸ್ತೀನಿ."

ಕೋಣೆಗೆ ಹೋದವಳೇ ರೇಖಾ ಕತ್ತಿನವರೆಗೂ ಹೊದ್ದು ಮಲಗಿಬಿಟ್ಟಳು. ಭಯದಿಂದ ಅವಳ ಹೃದಯ ತತ್ತರಿಸಿಹೋಗುತ್ತಿತ್ತು. ಹೇಮಂತ್‌ನ ನೋಡಿದ ದಿನದಿಂದಲೇ ಕನಸು ಕಾಣತೊಡಗಿದ್ದಳು. ಅವಳ ಮನಸ್ಸು ಪೂರ್ಣವಾಗಿ ಅವನಲ್ಲಿ

ಮುಳುಗಿಹೋಗಿತ್ತು. ಈ ಅನಿಶ್ಚಿತ ಪರಿಸ್ಥಿತಿಯನ್ನು ಕೊನೆಗಾಣಿಸಬೇಕೆಂದು ತಂದೆಯ ಬಳಿ ಉಸುರಿದ್ದಳು. ಅವರ ಮಾತುಗಳಿಂದ ಪೂರ್ಣ ಭರವಸೆ ತಳೆದಿದ್ದಳು.

ಶಶಿ ಬಂದು ನೋಡಿದವನೇ ಜೋರಾಗಿ ನಗುತ್ತಾ ನಿಂತ. ಅವರುಗಳ ಪಾಲಿಗೆ ಅವಳಿನ್ನೂ ಮಗುವಾಗಿಯೇ ಇದ್ದಳು. ಆದರೆ ಅಂತರಂಗದಲ್ಲಿ ಬಹಳ ಬೆಳೆದಿದ್ದಳು.

"ಇದು ಮಲ್ಗೋ ವೇಳೆಯಲ್ಲ" ಹೊದ್ದಿಕೆಯನ್ನು ಕಿತ್ತೆಸೆದ. 'ವಿಚಿತ್ರ ಹುಡುಗಿ!' ಎಂದುಕೊಂಡ.

"ನನ್ನ ಯಾರೂ ಮಾತಾಡ್ಸಬೇಡಿ!" ಮುಖವನ್ನು ಪಕ್ಕಕ್ಕೆ ತಿರುಗಿಸಿದಳು. ಶಶಿಗೆ ಭಯವಾಯಿತು. ಇದೊಂದು ರೀತಿಯ ಹುಚ್ಚಾಗಿ ಕಂಡಿತು. ಉಗುರಿನಲ್ಲಿ ಚಿವುಟದಿದ್ದರೇ ಬೆಳೆದು ಹೆಮ್ಮರವಾಗಬಹುದು. ಇದಕ್ಕೇ ಹೇಮಂತ್ ಆರೈಕೆ ಇಲ್ಲದಿದ್ದರೇ ಬಾಡಿ ನೆಲಕ್ಕೆ ಉರುಳಬಹುದು.

"ನಿನ್ಹತ್ರ ತುಂಬ ಮಾತಾಡ್ಬೇಕೂ." ಪುಸಲಾಯಿಸಿ ಎಬ್ಬಿಸಿದ. ಫಾರಿನ್ ಜೋಕ್‌ಗಳನ್ನೆಲ್ಲ ಹೇಳಿ ನಗಿಸಿದ.

ತಂದೆ ಮಕ್ಕಳೆಲ್ಲ ಕೂತು ನೇರವಾದ ಹಾದಿ ಯೋಚಿಸಿದರು. ಮೊದಲು ಹೇಮಂತ್ ಮನಸ್ಸು ಅರಿಯುವುದು. ಒಪ್ಪಿದರೇ ಮದುವೆ ಮಾಡುವುದು. ಇಲ್ಲದಿದ್ದರೇ ಬೇರೆ ಗಂಡನ್ನು ಹುಡುಕಿಯಾದರೂ ಮದುವೆ ಮಾಡಿಬಿಡಬೇಕು.

* * * *

ಭಾನುವಾರ ಹೇಮಂತ್ ಮನೆಯಲ್ಲೇ ಇದ್ದ. ಒಂಭತ್ತರ ವೇಳೆಗೆ ಗುಂಡಣ್ಣನವರು ಕೂದಲಿಲ್ಲದ ತಮ್ಮ ತಲೆಯ ಮೇಲೆ ಕೈಯಾಡಿಸುತ್ತ ಬಂದರು. ಅವರ ಪರಿಚಯ ಇಲ್ಲದ ಜನಗಳೇ ಇಲ್ಲವೆಂದು ಹೇಳಬಹುದು. ಸಮಾಜೋದ್ಧಾರದ ನೆವದಲ್ಲಿ ಸುತ್ತಾಡುತ್ತಿದ್ದರು. ಎರಡು ಮೂರು ಸಲ ರಾಜಗೋಪಾಲ್ ಅವರಿಂದ ಸಾಲ ಪಡೆದಿದ್ದರು. ಆದ್ದರಿಂದ ಅವರ ಮೇಲೆ ವಿಪರೀತವಾದ ಗೌರವಾಭಿಮಾನ.

"ಬನ್ನಿ," ಕೂತಿದ್ದ ವಸಂತ್ ಸ್ವಾಗತಿಸಿದ. ಹೇಮಂತ್ ಮೆಲ್ಲಗೆ ಜಾಗ ಖಾಲಿ ಮಾಡಿದ. ಅವರ ಕೊರೆತ ಅಸಾಧ್ಯವಾದದ್ದು. ಎಂಥ ಗಟ್ಟಿ ತಲೆಬುರುಡೆಯಾದರೂ ತೂತಾಗಬೇಕು!

"ನಿಮ್ಮ ತಮ್ಮ ಎದ್ದು ಹೋದ್ರು." ತಮ್ಮ ಕೈ ಚೀಲವನ್ನು ತೊಡೆಯ ಮೇಲಿರಿಸಿಕೊಂಡು ಕೂತರು. ಹೇಮಂತ್ ಹೋದ ಕಡೆನೇ ನೋಡಿ ಜಂಬದ ಹುಡ್ಗ! ಎಂದುಕೊಂಡರು.

"ಅವ್ನಿಗೆ ಹೆಚ್ಚು ಮಾತು ಬೇಕಿಲ್ಲ. ಮೊದ್ಲಿನಿಂದ ಅವನ ಸ್ವಭಾವ ಒಂದೇ ತೆರನಾದದ್ದು."

"ಇರಲಿ, ಇರಲಿ" ಹಾಕಿದ್ದ ಕನ್ನಡಕ ತೆಗೆದು ಕೈವಸ್ತ್ರದಿಂದೊರೆಸತೊಡಗಿದರು.

ತಾಯಿಗೆ ಕೂತಲ್ಲಿಂದಲೇ ವಸಂತ್ ಸುದ್ದಿ ಮುಟ್ಟಿಸಿದ. ಅವರು ಸ್ವಲ್ಪ ನಿಧಾನವಾಗಿಯೇ ಬಂದರು. ಮಗನ ಸ್ವಭಾವದ ಬಗ್ಗೆ ಅವರಿಗೆ ವಿಪರೀತ ಬೇಸರ ಬಂದಿತ್ತು. ಮಾತಾಡಲು ಕೂತರೇ ಎದ್ದು ಹೋಗುತ್ತಿದ್ದ.

"ಆರೋಗ್ಯನಾ?" ಕೈಯೊರೆಸಿಕೊಂಡು ಬಂದು ನಿಂತರು.

"ನಿಮ್ಮ ರೀತಿ ಚಂದ ಕಾಣ್ತಾ ಇಲ್ಲ. ರಾಜಗೋಪಾಲ್‌ರವರ ಮನೆಯ ಹೆಣ್ಣಿಗಾಗಿ ಜನ ಕ್ಯೂ ನಿಂತಾರು! ಅವರಾಗಿ ಬಂದಿದ್ದು ನಿಮ್ಮ ಅದೃಷ್ಟ. ತಡ ಯಾಕೆ? ಹುಡುಗ, ಹುಡುಗಿ ಸಿದ್ಧವಾಗಿದೆ. ಕೊಡು ಬಿಡು ಮಾತುಕತೆ ಮುಗ್ದಿದೆ. ನೀವು ಕೇಳಿದ್ದಕ್ಕೆ ಎರಡರಷ್ಟು ವರದಕ್ಷಿಣೆ ವರೋಪಚಾರ..." ಧ್ವನಿ ತಗ್ಗಿಸಿ "ನೀವು ಸ್ವಲ್ಪ ನಿಧಾನ ಮಾಡಿದ್ರೂ ಮುತ್ತಿನಂಥ ಹುಡ್ಗಿ ಕೈದಾಟಿ ಹೋಗ್ತಾಳೆ. ಮುಂದೆ ಅಂಥ ಸಂಬಂಧ ಸಿಗೋಹಂಗಿಲ್ಲ. ಯೋಚ್ಸಿ ಈ ತಕ್ಷಣಕ್ಕೆ ಯಾವ್ದೂ ತಿಳ್ಸಿಬಿಡಿ."

ಎಲ್ಲಾ ಒದರಿದ ಗುಂಡಣ್ಣನವರು ಮೌನವಾಗಿ ಕೂತುಬಿಟ್ಟರು. ಇವರುಗಳ ದುರ್ಬಲತೆ ಅವರಿಗೆ ಚೆನ್ನಾಗಿ ಗೊತ್ತು.

ತಾಯಿ, ತಂದೆ, ಮಗ ಮೂವರು ಕೂತು ಮಾತಾಡಿದರು. ಯಾರಿಗೂ ಈ ಸಂಬಂಧ ಬಿಟ್ಟುಕೊಡುವ ಇಷ್ಟವಿರಲಿಲ್ಲ. ರೇಖಾಳಿಗೆ ಕೊಡಬೇಕೆಂದಿದ್ದ ಮನೆಯನ್ನು ಹೋಗಿ ನೋಡಿಕೊಂಡು ಬಂದಿದ್ದರು. ಅದರ ಅಂದಚೆಂದಗಳು ಕಣ್ಣು ಮನವನ್ನು ತಣಿಸಿತ್ತು.

ವಸಂತ್ ತಮ್ಮನ ಕೋಣೆಗೆ ಹೋದ. ಹೇಮಂತ್ ಪುಸ್ತಕ ಹಿಡಿದು ಕೂತಿದ್ದ.

"ನೀನು ತಲೆ ನೋವಾಗಿಬಿಟ್ಟಿದ್ದೀಯಾ!" ಭುಜದ ಮೇಲೆ ಕೈಹಾಕಿ ಅವನ ಪಕ್ಕ ಕೂತ.

ಅವನೆಡೆ ಮೆಲ್ಲಗೆ ತಿರುಗಿದ. ಹೇಳಬೇಕೆಂಬ ವಿಷಯಕ್ಕೆ ತಕ್ಕ ಸಮಯವೆಂದುಕೊಂಡ. ಮುಗ್ಧ ಹೆಣ್ಣು ರೇಖಾಳನ್ನು ಇಕ್ಕಟ್ಟಿಗೆ ಸಿಕ್ಕಿಸಲು ಅವನಿಗೆ ಇಷ್ಟವಾಗಲಿಲ್ಲ. ಸ್ಪಷ್ಟವಾಗಿ ವಸ್ತುಸ್ಥಿತಿಯನ್ನು ವಿವರಿಸಲು ಮುಂದಾದ.

"ಸದ್ಯಕ್ಕೆ ಮದ್ವೆಯಾಗೋ ಮನಸ್ಸು ಮಾಡಿದ್ದೀನಿ. ಮಾವಿನ ಮರದ ಮನೆಯ ಗೋಪಾಲಯ್ಯನವರ ಮೊಮ್ಮಗ್ಳನ್ನ–ಹೆಣ್ಣು ಹುಡುಕಾಟದ ಸಮಸ್ಯೆ ಪರಿಹರಿಸಿದ್ದೀನಿ!"

ವಸಂತ್ ಗರಬಡಿದವನಂತೆ ಕೂತುಬಿಟ್ಟ. ಗೋಪಾಲಯ್ಯನವರಲ್ಲಿ ಸಲಿಗೆ ಇಲ್ಲದಿದ್ದರೂ ನೋಡಿದ್ದ. ಆಡಂಬರದಿಂದ ಮದುವೆ ಮಾಡಿಕೊಡುವುದು ಕೂಡ ಅವರಿಂದ ಸಾಧ್ಯವಿಲ್ಲ. ಬಾಯಲ್ಲಿ ಮಾತೇ ಬರದೇ ಮೂಗನಂತೆ ಕೂತುಬಿಟ್ಟ.

ಎಷ್ಟೋ ಹೊತ್ತಿನ ಮೇಲೆ ಚೇತರಿಸಿಕೊಂಡು ತಮ್ಮನ ಕಡೆ ನೋಡಿದ. ಅವನು ಮೊದಲಿನಂತೆ ಪುಸ್ತಕ ಓದುವುದರಲ್ಲಿ ಮಗ್ನನಾಗಿದ್ದ.

"ನೀನು ತುಂಬ ಬುದ್ಧಿವಂತ ಅಂದ್ಕೊಂಡಿದ್ದೆ!"

ಹೇಮಂತ್ ಮೇಲೆ ಆ ಮಾತು ಯಾವ ಪರಿಣಾಮ ಮಾಡಿದ ಹಾಗೆಯೂ ಕಾಣಲಿಲ್ಲ. ತುಟಿಗಳ ಮೇಲೆ ಕಿರುನಗು ಅರಳಿತ್ತು, ಕಂಡರೂ ಕಾಣದಂತೆ.

ಭುಜವಿಡಿದು ಜೋರಾಗಿ ಅಲುಗಾಡಿಸಿ "ವಸಂತ್, ಸ್ವಲ್ಪ ಸಿರಿಯಸ್ಸಾಗಿ ಯೋಚ್ಸು. ಈ ಮದ್ವೆ ನಡ್ಯೋ ಸಾಧ್ಯತೆ ಇಲ್ಲ!" ದಢಾರನೇ ಎದ್ದು ಹೋದ. ಸಹಜವೆಂದುಕೊಂಡು ಸುಮ್ಮನಾದ.

ಮಗನ ಮಾತಿನಿಂದ ನಿರುಪಮಗೆ ಷಾಕ್ ಆಯಿತು. ಸದ್ಯಕ್ಕೆ ಮದುವೆ ಬೇಡ ಎಂದಿದ್ದರೇ ಗೊಣಗಾಡಿಕೊಂಡು ಸುಮ್ಮನಾಗಿಬಿಡುತ್ತಿದ್ದರು. ಈಗ ಸುಮ್ಮನಿರಲಾರರು. ಅವರ ಆಸೆಗಳನ್ನೆತ್ತಿ ಪಾತಾಳಕ್ಕೆ ಒಗೆದಂತಾಗಿತ್ತು.

ಅದಕ್ಕೆ ಸರಿಯಾಗಿ ಹೇಮಂತ್ ಹೊರಗೆ ಬಂದವನು ವರಾಂಡ ದಾಟಿ ಆಚೆಗೆ ಹೋದ. ಗುಂಡಣ್ಣನವರು ಮಿಕಿ ಮಿಕಿ ನೋಡುತ್ತ ಕೂತಿದ್ದರು.

"ನಾಳೆ ನಿಮ್ಗೂ ವಿಷ್ಯ ಮುಟ್ಟಿಸಿರ್ತೀನಿ" ಗುಂಡಣ್ಣನವರನ್ನು ಮೆಲ್ಲಗೆ ಸಾಗ ಹಾಕಿದರು.

"ಹೇಮಂತ್ ಒಳಗಡೆ ಬಾ" ವರಾಂಡದಲ್ಲಿ ನಿಂತು ಮಗನನ್ನು ಕರೆದರು.

ಈಗ ನಡೆಯಬಹುದಾದ ಹಗರಣದ ನಿರೀಕ್ಷೆಯಲ್ಲೇ ಇದ್ದ. ನಿಧಾನವಾಗಿ ಒಳಗೆ ಬಂದ. ಸೋಫಾ ಮೇಲೆ ಕೂತು ಎರಡು ಕೈ ಬೆರಳುಗಳನ್ನು ಒಟ್ಟಿಗೆ ಬೆಸೆದು ತಲೆಯ ಹಿಂದಕ್ಕೆ ಇಟ್ಟುಕೊಂಡ.

"ವಸಂತ್ ಹೇಳಿದ್ದು ನಿಜವೇನೋ?!" ಎದುರಾಗಿ ಬಂದು ಕೂತರು.

ತಾಯಿಯ ಕಡೆ ನೋಡಿ ಹೌದೆನ್ನುವಂತೆ ತಲೆಯಾಡಿಸಿದ. ನಿರುಪಮ ಕಣ್ಣುಗಳು ಕೆಂಡಗಳನ್ನ ಉಗುಳಿದವು. ಪೂರ್ತಿಯಾಗಿ ಸಹನೆಯನ್ನೇ ಕಳೆದುಕೊಂಡರು. ವಿವೇಕ ಇದ್ದೂ ಸತ್ತಂತಾಯಿತು.

"ನಿಂಗೆ ಇಷ್ಟು ಸ್ವತಂತ್ರ ಕೊಟ್ಟವರಾರು?"

ಹೇಮಂತ್ ಕಣ್ಣಲ್ಲಿ ಅಚ್ಚರಿ ಮಿನುಗಿತು. ಸಹಾನುಭೂತಿಯಿಂದ ತಾಯಿಯ ಕಡೆ ನೋಡಿದ. ಬೆಳೆದ ಉದ್ಯೋಗಿ ಮಗನನ್ನು ಕೇಳುವ ಪರಿಯಾಗಿ ಕಾಣಲಿಲ್ಲ.

"ತಾತ, ಅಜ್ಜಿ ಅಂತ ಪದೇ ಪದೇ ಓಡುತ್ತಿದ್ದರ ಮರ್ಮ ಈಗ ಅರ್ಥವಾಯ್ತು, ಆ ಮುದ್ಕ ಮುದ್ಕಿ ಇದಕ್ಕೆ ಷಾಮೀಲಾ?"

ಕೂತಿದ್ದವನು ತಟ್ಟನೇ ಮೇಲಕ್ಕೆದ್ದ. ಮೈಯೆಲ್ಲ ಬಿಸಿಯಾಯಿತು. ನರಗಳೆಲ್ಲ ಸೆಟೆದುಕೊಂಡವು. ಅವುಡು ಕಚ್ಚಿದ. ಅವನು ಖಂಡಿತ ಸಹಿಸಲಾರ.

"ಏನೇನೋ ಮಾತಾಡಬೇಡ, ನಾನು ಸುಖವಾಗಿರ್ಬೇಕೂಂದ್ರೆ ಈ ಮದ್ವೆಗೆ ಒಪ್ಪಿಕೋ. ಉತ್ತಮ ಸಂಸ್ಕಾರವುಳ್ಳ ತಾತ, ಅಜ್ಜಿನ ನಿಂದಿಸೋಕೆ ಹೋಗ್ಬೇಡ" ಎದ್ದು ಹೋದ.

ಮೂರು ನಾಲ್ಕು ದಿನ ಕಳೆದರೂ ಮನೆಯ ಬಿಗಿ ವಾತಾವರಣ ಸಡಿಲ ಗೊಳ್ಳಲಿಲ್ಲ. ರಶ್ಮಿಯನ್ನು ಬಿಟ್ಟು ಉಳಿದವರೆಲ್ಲ ಅವನಲ್ಲಿ ಮಾತಾಡುವುದನ್ನೇ ಬಿಟ್ಟರು. ಅವನು ಮನೆಗೆ ಅಪರೂಪವಾಗತೊಡಗಿದ. ಬೆಳಿಗ್ಗೆ ಮನೆ ಬಿಟ್ಟರೇ ರಾತ್ರಿಹತ್ತಕ್ಕೇ ಹಿಂದಿರುಗುತ್ತಿದ್ದುದು. ರಶ್ಮಿ ಮಾತ್ರ ಕಾಯ್ದು ಬಡಿಸುತ್ತಿದ್ದಳು.

ಬಂದಾಗ ಹತ್ತೂವರೆಯಾಗಿತ್ತು. ವರಾಂಡದ ದೀಪ ಬಿಟ್ಟು ಉಳಿದಿದ್ದೆಲ್ಲ ಆರಿಹೋಗಿತ್ತು. ಕಾಲಿಂಗ್ ಬೆಲ್ ಒತ್ತಲು ಮುಂದಾದ. ಪಿಸುನುಡಿಗಳು ಕೇಳಿಸಿದವು. ಅರ್ಥ ಮಾಡಿಕೊಂಡ. ಹತ್ತು ನಿಮಿಷ ರೋಡು ಕಡೆ ನೋಡುತ್ತ ನಿಂತ. ಚಳಿ ಅಧಿಕವೆನಿಸಿತು. ಚಿಲಕ ಸದ್ದು ಮಾಡಿದ ವಸಂತ್ ಬಂದು ಬಾಗಿಲು ತೆರೆದು ಹಿಂದಕ್ಕೆ ನಿಂತ. ಹಣೆಯ ಮೇಲೆ ಬೆವರಿನ ಹನಿಗಳು ಸಾಲುಗಟ್ಟಿದ್ದವು. ಬಳಲಿದ ಲಕ್ಷಣಗಳು ಕಾಣುತ್ತಿದ್ದವು.

ನಾಲ್ಕು ಹೆಜ್ಜೆ ಮುಂದೆ ಬಂದು ವರಾಂಡ, ದಾಟಿದವನೇ, "ರಶ್ಮಿನ ಎಬ್ಬಿಸಬೇಡ, ನಂಗೆ ಹಸಿವಿಲ್ಲ" ಕೋಣೆಯ ಕಡೆ ನಡೆದ.

ಸುಳ್ಳು ಹೇಳಿದ್ದ. ತುಂಬ ಹಸಿವಾಗಿತ್ತು. ಆಗ ರಶ್ಮಿ ಬಂದು ಬಡಿಸುವುದು ಅವನಿಗೆ ಬೇಡವಾಗಿತ್ತು. ಬಟ್ಟೆ ಬದಲಿಸಿದವನೇ ಹಾಸಿಗೆಯ ಮೇಲೆ ಉರುಳಿಕೊಂಡ. ಎದ್ದು ನೀರಾದರೂ ಕುಡಿದು ಮಲಗಬೇಕೆನಿಸಿತು. ಆದರೆ ಏಳಲಾರದೇ ಕಣ್ಣು ಮುಚ್ಚಿದ್ದ. ನೀರವತೆಯಲ್ಲಿ ಪಾತ್ರೆಗಳ ಸದ್ದು ಕೇಳಿಸಿತು. ರಶ್ಮಿ ಎದ್ದಿರಬೇಕೆಂದುಕೊಂಡ. 'ಹಾಲಾದರೂ ತಂದು ಬಲವಂತ ಮಾಡುತ್ತಾಳೆ' ಎಂದುಕೊಂಡ.

ಕೋಣೆಯ ದೀಪ ಬೆಳಗಿತು. ನಿರುಪಮ ಒಳಗೆ ಬಂದವರೇ ಅವನ ಮುಂದೆ ತಟ್ಟೆ ಇಟ್ಟರು. ಹುಳಿಯನ್ನ, ಮೊಸರನ್ನ ಕಲಸಿಟ್ಟಿದ್ದರು. ಕಣ್ಣರಳಿಸಿದ. ಮಮತಾಮಯಿ ತಾಯಿಯಾಗಿ ಕಂಡಳು.

"ಎದ್ದು ಊಟ ಮಾಡು"

ಹೇಮಂತ್ ಮಲಗೇ ಯೋಚಿಸುತ್ತಿದ್ದ.

"ಎದ್ದು ಊಟ ಮಾಡೋ. ನಂಗೆ ಇನ್ನು ರಾತ್ರಿಯೆಲ್ಲ ನಿದ್ದೆ ಬರೋಲ್ಲ!" ಸೋತ ಧ್ವನಿಯಲ್ಲಿ ಉಸುರಿದರು.

ಎದ್ದು ಕೂತು ತಾಯಿಯ ಮುಖದತ್ತ ನೋಡಿದ. ಆಕೆಯ ಮಡಿಲಲ್ಲಿ ತಲೆಯಿಟ್ಟು ಮಲಗಬೇಕೆನಿಸಿತು. ದುರಾಸೆಯೊಂದನ್ನು ಬಿಟ್ಟರೆ ನಿರುಪಮಾ ಒಳ್ಳೆಯ ತಾಯಿ.

"ಅಮ್ಮ...." ಎಂದ. ತಡೆದಿಟ್ಟ ಪ್ರೀತಿಯ ಮಹಾಪೂರ ಧುಮುಕಿ ಪ್ರವಹಿಸಿತು.

ಹೇಮಂತನ ತಲೆ ತಬ್ಬಿ ಕಣ್ಣೀರು ಸುರಿಸಿದರು. ಮುಖ, ಬೆನ್ನನ್ನು ತಡವಿ ನೋಡಿದರು. ಕೂದಲಲ್ಲಿ ಕೈಯಾಡಿಸಿದರು.

ತಟ್ಟನೇ "ಊಟ ಮಾಡು" ಎಂದವರೇ ಹೊರಗೆ ಹೋಗಿಬಿಟ್ಟರು.

ಹೇಮಂತ್ ನಿಧಾನವಾಗಿ ತಟ್ಟೆ ಖಾಲಿ ಮಾಡಿದ. ಭಾರವಾಗಿದ್ದ ಮನ ಹಗುರವಾಯಿತು.

ಒಂದು ಲೋಟ ಹಾಲು ತಂದಿಟ್ಟ ನಿರುಪಮ "ಕುಡ್ದು ಮಲ್ಕೋ" ತಟ್ಟೆ ಲೋಟದೊಡನೇ ಹೊರಟುಬಿಟ್ಟರು.

ಹಾಲು ಕುಡಿದು ಮಲಗಿದಾಗ ಅವನಿಗೆ ಗಾಢವಾದ ನಿದ್ದೆ ಬಂತು. ಬೆಳಿಗ್ಗೆಯೇ ಎಚ್ಚರಗೊಂಡಿದ್ದು.

ಹೊರಗೆ ಬಂದಾಗ ವಸಂತ್‌ನ ಸ್ವರ ತಾರಕಕ್ಕೇರಿತ್ತು. ಬಾಯಿಗೆ ಬಂದಂತೆ ವದರಾಡುತ್ತಿದ್ದ. ಮದುವೆಯಲ್ಲಿ ಮಾವನವರು ಕೊಟ್ಟಿದ್ದ ಸೂಟ್‌ನ ಕೋಟಿನಲ್ಲಿ ಒಂದೆರಡು ಕಡೆ ಸಣ್ಣ ತೂತಾಗಿತ್ತು. ಅದಕ್ಕಾಗಿ ಬೈಗಳ, ಸುರಿಮಳೆ.

"ಗತಿಗೆಟ್ಟ ಜನ! ಸರ್ಯಾದ ಸೂಟು ಕೊಡಲಿಕ್ಕಾಗಲಿಲ್ಲ!!"

ಇಷ್ಟೊತ್ತು ಕೇಳಿ ಕೇಳಿ ಸಹನೆಗೆಟ್ಟ ರಶ್ಮಿ ಕಣ್ಣೊರೆಸಿಕೊಳ್ಳುತ್ತ ಬಂದವಳೇ "ಅವರೇನೋ ಗತಿ ಕೆಟ್ಟೋರು! ನೀವು ಶ್ರೀಮಂತ ಜನ, ಅವರ್ಮುಂದೆ ಯಾಕೆ ಕೈ ಚಾಚಿದ್ರಿ?"

ವಸಂತ್‌ಗೆ ಅಪಮಾನವೆನಿಸಿತು. ಹಲ್ಮುಡಿ ಕಚ್ಚಿ ಅವಳ ಮೇಲೇರಿ ಹೋದ. ಎಂದಿನಂತೆ ಭಯಪಟ್ಟು ಕಣ್ಣೀರು ಸುರಿಸಲಿಲ್ಲ. ನಿಂತೇ ಇದ್ದಳು. ಕೈ ಹೋಗಿ ಅಪ್ಪಳಿಸಬೇಕು, ಹೇಮಂತ್ ಬಂದು ಹಿಡಿದು, ಹಿಂದಕ್ಕೆ ಎಳೆದೊಯ್ದ. ಅವನಿಗೆ ತೀರಾ ಬಾಲಿಶವೆನಿಸಿತು.

"ಬದಲಾವಣೆ ಸಾಧ್ಯವಿಲ್ಲವೇನೋ!" ಹೇಮಂತ್ ನೊಂದುಕೊಂಡ.

ಯಾಕೋ ತಮ್ಮನ ಮುಂದೆ ಅವನಿಗೆ ಕೀಳರಿಮೆಯುಂಟಾಯಿತು. ಹೋದವನೇ ಕೋಣೆಯಿಂದ ಕೋಟು ಹಿಡಿದು ಬಂದು ಅವನ ಮುಂದೆ ಹಿಡಿದ.

ಹೇಮಂತ್ ತುಟಿಗಳ ಮೇಲೆ ತಮಾಷೆಯ ನಗು ಅರಳಿತು. ತುಸು ಹಾಸ್ಯ ಧ್ವನಿಯಲ್ಲೇ "ನುಸಿ ಅಥವಾ ಜಿರಲೆ ಆಹಾರಕ್ಕಾಗಿ ಪ್ರಯತ್ನ ನಡೆಸಿರಬಹುದಷ್ಟೆ!" ಎದೆಗೆ ಇರಿದಂತಾಯಿತು.

"ನಿಮ್ಮುಂದೆ ಹೇಳ್ಕೊಂಡು ಪ್ರಯೋಜನವೇನು?" ಕೋಟನ್ನು ರೊಯ್ಯನೆ ಮೂಲೆಗೆ ಎಸೆದ.

"ಹೋಗ್ಲಿ ಬಿಡು. ಹೊಲ್ಸಿದ್ರಾಯ್ತು!"

ಮನೆಯ ವಾತಾವರಣ ಗಂಭೀರವಾಗುವುದು ಅವನಿಗೆ ಬೇಕಿಲ್ಲ.

"ಯಾಕೆ... ನಾನ್ಯಾಕೆ ಹೊಲ್ಸಿಕೊಳ್ಳಿ? ಅವಳಪ್ಪ ಹೊಲಿಸಿಕೊಡ್ಲಿ!"

ಹೇಮಂತ್ ಜೋರಾಗಿಯೇ ನಕ್ಕುಬಿಟ್ಟ. ಇದೇನು ಅವನಿಗೆ ಹೊಸದಲ್ಲ. ಆದರೆ ಇಂದು ಹೇಳಿದ ರೀತಿ ತಮಾಷೆಯಾಗಿತ್ತು.

ಟವಲು ಹಿಡಿದು ಸ್ನಾನಕ್ಕೆ ಹೋದ. ಕಾನೂನಿನ ಹಿಡಿತದಿಂದಾಗಲಿ, ಘೋಷಣೆ, ವಿಚಾರ ಸಂಕಿರಣ–ಯಾವುದೂ ಸಾರ್ವಜನಿಕರ ಮೇಲೆ ಪರಿಣಾಮ ಬೀರಿದಂತೆ ಕಾಣಲಿಲ್ಲ. ಮನಸ್ಸು ಒಂದು ತರಹ ಗಡುಸಾಯಿತು.

"ಗುಂಡಣ್ಣನೋರು ಬಂದ್ರು," ಶ್ರೀಕಾಂತು ಹೆಂಡತಿಗೆ ಕೂಗಿ ಹೇಳಿದರು.

ಹೇಮಂತ್ ಸ್ನಾನ ಮುಗಿಸಿ ಹೊರಗೆ ಬಂದ. ಮೂವರಲ್ಲೇ ಏನೋ ಮಾತುಕತೆ ನಡೆದಿತ್ತು. ಮೆಲುವಾಗಿ ಮಾತಾಡಿಕೊಳ್ಳುತ್ತಿದ್ದರು. ಅವರನ್ನು ಬಿಟ್ಟು ಸ್ಪಷ್ಟವಾಗಿ ಬೇರೆಯವರಿಗೆ ವಿಷಯ ಅರ್ಥವಾಗದು.

"ಸ್ವಲ್ಪ ಬಾಪ್ಪ..." ಗುಂಡಣ್ಣನವರು ಬಾಯಗಲಿಸಿ ಅವನನ್ನು ಹತ್ತಿರಕ್ಕೆ ಕರೆದು "ನಿಂಗೆ ಸ್ವಲ್ಪ ವಿವೇಕ ಕಡಿಮೆ ಅನಿಸುತ್ತೆ! ಆ ಹುಡ್ಗಿ ಪೂರ್ತಿಯಾಗಿ ಮರಳಾಗಿಬಿಟ್ಟಿದೆ. ಅದೃಷ್ಟ ಬಂದಾಗ ಕಾಲಿನಿಂದ ಒದೆಯೋದು ಮೂರ್ಖತನ!"

ಅವರ ಮಾತುಗಳನ್ನ ಕೇಳಿ ಅವನಿಗೆ ಮೈಯೆಲ್ಲ ಉರಿದುಹೋಯಿತು. ಆದರೂ ಅತ್ಯಂತ ಸಮಾಧಾನವಾಗಿ "ನೀವು ವಯಸ್ಸಿನಲ್ಲಿ ಹಿರಿಯರು. ನಾನು ಮದ್ವೆಯಾಗೋಕೆ ಸಿದ್ಧವಿಲ್ಲ. ಅರ್ಥ ಮಾಡ್ಕೊಂಡು ಹೊರಟುಬಿಡಿ. ಮತ್ತೆ ಈ ವಿಷ್ಯದ ಪ್ರಸ್ತಾಪಕ್ಕಾಗಿ ಬರ್ಬೇಡಿ". ನೇರವಾಗಿ ಕೋಣೆಯತ್ತ ನಡೆದುಬಿಟ್ಟ. ಗಂಡ ಹೆಂಡತಿ ಮುಖ ಮುಖ ನೋಡಿಕೊಂಡರು. ಅವರಲ್ಲಿನ ಆಸೆಗಳೆಲ್ಲ ಬತ್ತಿ ಹೋದಂತಾಯಿತು.

"ಗಂಡು ಮಕ್ಳು ಹುಟ್ಟಿದ್ರೂ–ನಾವಿನ್ನ ಸುಖವಾಗಿರಬೋದು ಅಂದುಕೊಂಡ್ವಿ. ಅದು ನಮ್ಮ ಹಣೆಯಲ್ಲಿ ಬರೆದಿಲ್ಲ." ನಿರುಪಮ ನಿರಾಶೆಯಿಂದ ಆಡಿದಂತಿತ್ತು.

ಗುಂಡಣ್ಣನವರು ತಮ್ಮ ಚೀಲವನ್ನು ಕೈಗೆತ್ತಿಕೊಂಡು ಮೇಲಕ್ಕೆ ಎದ್ದರು. ತಮ್ಮ ಕೆಲಸ ಮುಗಿದಂತಾಗಿತ್ತು. ಒಂದು ತರಹ ಬೇಸರವೂ ಆಯಿತು. ಅವರಿಂದ ಎಷ್ಟೋ ಪ್ರಯೋಜನ ಪಡೆದಿದ್ದೀನಿ. ಈ ಕೆಲಸ ಮಾಡಿಕೊಡಲಾಗಲಿಲ್ಲವಲ್ಲ!

"ಬರ್ತೀನಿ" ಬಾಗಿಲತ್ತ ನಡೆದೇಬಿಟ್ಟರು.

ಬಂಗ್ಲೆ, ಕಾರು ಎಲ್ಲಾ ತಮ್ಮ ಮುಂದೆಯೇ ಚೂರು ಚೂರು ಆದಂತಾಯಿತು. ನಿರಾಸೆಯಿಂದ ನಿರುಪಮಗೆ ಕೂದಲು ಕಿತ್ತುಕೊಂಡು ಹೊರಳಾಡಬೇಕೆನಿಸಿತು.

"ಸ್ವಲ್ಪ ಕೂಡಿ", ಶ್ರೀಕಾಂತು ಮೆಲ್ಲಗೆ ಅಂದರು.

"ಅಗತ್ಯವಿಲ್ಲ, ನಿಮ್ಮ ಹುಡ್ಗನಿಗೆ ಹೇಳಿ. ವರದಕ್ಷಿಣೆ ತಗೋಳ್ದೆ ಮದ್ವೆಯಾದ್ರೆ ಕಳಪೆ ಗಂಡು ಅನ್ನಿಸಿಕೊಳ್ತಾನೆ!"

ಗುಂಡಣ್ಣನವರು ಏದುಸಿರು ಬಿಡುತ್ತ ಹೊರಟುಬಿಟ್ಟರು. ಅಸಹನೀಯ ಅವಮಾನವಾಗಿದ್ದರೂ, ಹೇಮಂತ್ ಬಗ್ಗೆ ಮೆಚ್ಚಿಗೆ ಮೂಡಿತ್ತು. ಎಲ್ಲಾ ಹುಡುಗರು ಹೀಗೇ ಇದ್ದರೇ! ಕನಸು ಕಾಣುವಂತಾದರು.

ವಸಂತ್ ಮದುವೆಯಲ್ಲೂ ಅವರು ಓಡಿಯಾಡಿದ್ದರು. ಈಗ ಪದೇ ಪದೇ ತನಗೆ ಅನ್ಯಾಯವಾಗಿದೆ ಅನ್ನೋ ತರಹ ಅವನು ಮಾತನಾಡುತ್ತಿದ್ದ.

ಈ ವಾತಾವರಣದಿಂದ ಒಂದೆರಡು ದಿನಗಳಾದರೂ ದೂರವಿರಬೇಕೆನಿಸಿತು. ಹೇಮಂತ್ ಒಂದೆರಡು ಬಟ್ಟೆಗಳನ್ನ ಬ್ಯಾಗಿಗೆ ತುಂಬಿ, ಹೊರಬಂದ.

"ಅಣ್ಣ, ನಾನು ಒಂದೆರಡು ದಿನ ಊರಿಗೆ ಹೋಗಿದ್ದು ಬರ್ತೀನಿ. ಅಮ್ಮನಿಗೆ ಹೇಳಿಬಿಡು" ಹೊರಟೇಬಿಟ್ಟ.

ಮಗನನ್ನ ಹೋಗಗೊಡಬಾರದೆಂಬ ಮನಸ್ಸು ಶ್ರೀಕಾಂತುಗೆ ಇದ್ದರೂ ಬಾಯಿಂದ ಮಾತು ಹೊರಡದಾಯಿತು.

ಹೊರಗೆ ಬಂದ ನಿರುಪಮ "ನಿಮ್ಮಪ್ಪ ಅಮ್ಮ ನನ್ಮೇಲೆ ಸೇಡು ತೀರಿಸ್ಕೋತಾ ಇದ್ದಾರೆ! ಕೈಗೆ ಬಂದ ಮಗ ನಮ್ಮ ಮಾತನ್ನ ಕೇಳ್ದ ಹಾಗೆ ಮಾಡಿಟ್ಟಿದ್ದಾರೆ!" ವೇದನೆಯ ಸ್ವರದಲ್ಲಿ ಉಸುರಿದರು.

ಶ್ರೀಕಾಂತುಗೆ ಯೋಚಿಸುವಂತಾಯಿತು. ತಾಯಿ ತಂದೆಯರನ್ನು ಆ ಪ್ರಕಾರದಲ್ಲಿ ನಿಲ್ಲಿಸಿ ನೋಡುವುದು ಅವರಿಗಿಷ್ಟವಿಲ್ಲ. ಆಸೆ, ತಾಪತ್ರಯಗಳ ಸುಳಿಯಲ್ಲಿ ಸಿಲುಕಿಕೊಂಡಿದ್ದರೂ ಅವರ ಮೇಲಿನ ಗೌರವಾಭಿಮಾನಗಳು ಸ್ವಲ್ಪ ಕೂಡ ಕಡಿಮೆಯಾಗಿರಲಿಲ್ಲ.

"ಛೀ ಸುಮ್ಮನಿರು, ದೇವರಂಥವರು; ಒಂದು ದಿನಕ್ಕೂ ಒಬ್ಬರನ್ನು ದೂಷಿಸಿದವರಲ್ಲ; ಕೆಟ್ಟ ಮಾತು ಆಡಿದವರಲ್ಲ."

"ಹೌದೌದು!.... ಅವನ್ನ ಅಲ್ಲಿ ಹೋಗೋಕೆ ಬಿಟ್ಟು ತಪ್ಪು ಮಾಡಿದ್ದಾಯ್ತು. ಅವ್ರಿಗೆ ಗಟ್ಟಿಯಾಗಿ ಪತ್ರ ಬರೀರಿ. ಈ ನಿರುಪಮ ಬದುಕಿರೋವರ್ಗೂ ಅವ್ನು ಗೋಪಾಲಯ್ಯನೋರ ಮೊಮ್ಮಗ್ಳನ್ನ ಮದ್ವೆಯಾಗೋಕೆ ಬಿಡೋದಿಲ್ಲ. ಆ ಗತಿಗೆಟ್ಟ ಜನರ ಮನೆಯಲ್ಲಿ ಹೆಣ್ಣು ತರೋಕೆ ಎಂ.ಎ. ಮಾಡ್ಸಬೇಕಾಯ್ತ? ಬಿಟ್ಟಿಯಾಗಿ ಸಿಕ್ಕಿಬಿಡ್ತಾನೇಂತ ಅಂದ್ಕೊಂಡಿದ್ರೇನೊ!" ಒಂದೇ ಸಮನೇ ಒದರಾಡಿಬಿಟ್ಟರು.

ಕಾಲೇಜಿಗೆ ಬಂದು ಮೂರು ದಿನ ರಜಕ್ಕೆ ಬರೆದು ಬಸ್ಸು ಹಿಡಿದು ನೇರವಾಗಿ ಬಿಳಿಗೆರೆಗೆ ಬಂದ. ಮಧ್ಯಾಹ್ನವಾಗಿತ್ತು. ಸ್ನಾನ ಮಾಡಿದವನೇ ಏನೂ ತಿಂದಿರಲಿಲ್ಲ. ಹೊಟ್ಟೆಯಲ್ಲಿ ಹಸಿವು ಭುಸುಗುಟ್ಟುತ್ತಿತ್ತು. ಬಿಸಿಲಲ್ಲಿ ಹೆಜ್ಜೆ ಹಾಕುವುದೇ ಪ್ರಯಾಸವೆನಿಸಿತು.

ಬಾಗಿಲು ತೆರೆದಿತ್ತು. ಒಳಗೆ ಕಾಲಿಟ್ಟಾಗ ಕಂಬಕ್ಕೆ ಒರಗಿ ಸಣ್ಣ ನೋಟ್‌ನಲ್ಲಿ ಏನೋ ಬರೆಯುತ್ತಿದ್ದ ವಸುಮತಿ ಕಣ್ಣಿಗೆ ಬಿದ್ದಳು. ನೋಡಿದವಳೇ ದಢಾರನೇ ಮೇಲಕ್ಕೆದ್ದಳು.

ಕೂತು ಷೂ ಬಿಚ್ಚಿ ಪಕ್ಕಕ್ಕೆ ದೂಡಿದವನೇ "ಅಜ್ಜಿ..." ಎಂದ.

"ಅವ್ರು ನಮ್ಮನೆಗೆ ಹೋಗಿದ್ದಾರೆ" ಧ್ವನಿಯಲ್ಲಿ ಮಧುರವಾದ ಮೃದುತ್ವ ಗೋಚರಿಸಿತು.

"ಕರ್ದು ಬರ್ತೀನಿ" ಎರಡು ಹೆಜ್ಜೆ ಮುಂದಕ್ಕೆ ಹೋದವಳು ನಿಂತು "ಈಗ ಬಂದ್ಬಿಡ್ತಾರೆ. ಕುಡ್ಯೋಕೆ ನೀರು ಕೊಡ್ಲಾ?"

"ಅಡಿಗೆ ಇದ್ರೆ ನೀನೇ ಬಡ್ಸು, ತಾತ, ಅಜ್ಜಿದು ಊಟ ಆಯ್ತಾ?" ಆಯಿತೆಂದು ತಲೆಯಾಡಿಸಿದಳು.

ಇನ್ನೇನು ಯೋಚನೆ ಇಲ್ಲವೆಂದು ಮುಚ್ಚಿಟ್ಟ ಅಡಿಗೆಯನ್ನು ತೆರೆದು ನೋಡಿದಳು. ಇನ್ನೂ ಬಿಸಿಯಾಗೇ ಇತ್ತು. ಅವಳ ಮೈಯಲ್ಲಿ ಸಣ್ಣದಾದ ಕಂಪನ ಶುರುವಾಗಿತ್ತು. ನಾಚಿಕೆ, ಸಂಕೋಚ ಅವಳನ್ನು ಆವರಿಸಿತ್ತು. ಮನ ಸಂಕೋಚದಿಂದ ತಬ್ಬಿಬ್ಬು ಆಗಿತ್ತು.

ತಟ್ಟೆ ಹಾಕಿ ಬಡಿಸಿದಳು. ಬಡಿಸಿದ ಕೈಯನ್ನು ದಿಟ್ಟಿಸಿದ. ಮುದ್ದಾದ ದುಂಡನೆಯ ಕೈ. ಜಣ ಜಣ ಸದ್ದು ಮಾಡುವ ಹಸಿರು ಗಾಜಿನ ಬಳೆಗಳು.

ತಲೆ ಎತ್ತಿ ದಿಟ್ಟಿಸಿದ. ಮುಖ ರಾಗರಂಜಿತವಾಗಿತ್ತು. ಇಡೀ ಮೈ ಮೃದುವಾಗಿ ಕಂಪಿಸುತ್ತಿದ್ದಂತೆ ಕಂಡಿತು.

"ಅಲ್ಲೇನು ವಿಶೇಷ?" ಅನ್ನದೊಳಗೆ ಕೈಯಾಡಿಸಿದ.

"ತಾತ ಹೇಳಿಕಳಿಸಿದ್ರು. ಇಲ್ಲಿವರ್ಗೂ ನಡ್ದು ಬರೋಕೆ ಅವರಿಂದಾಗೋಲ್ಲ" ಧ್ವನಿ ಭಾರವಾಯಿತು.

ಮೌನವಾಗಿ ಊಟ ಮುಗಿಸಿ ಹಜಾರದಲ್ಲಿ ಬಂದು ಕೂತ. ತಣ್ಣನೆಯ ಗಾಳಿ ಬೀಸಿತು. ಹಾಯೆನಿಸಿತು.

"ಕರ್ದು ಬರ್ತೀನಿ" ಒಂದೇ ನಿಮಿಷಕ್ಕೆ ನೆಗೆದು ಮರೆಯಾದಳು.

ಹಿಂದೆಯೇ ರಾಯರು, ಭಾಗಮ್ಮ ಬಂದರು. ನೇರವಾಗಿ ದಿಟ್ಟಿಸಿದ. ಪಕ್ವಗೊಂಡ ಹೃದಯ, ಮನಸ್ಸು, ದೇಹಗಳು.

"ಬಂದ್ಯಾ ಮಗು! ಅಲ್ಲೆಲ್ಲ ಆರೋಗ್ಯವಾಗಿದ್ದಾರ?" ರಾಯರು ಮಮತೆಯಿಂದ ವಿಚಾರಿಸಿಕೊಂಡರು. ಅವನ ಬರುವು ಅವರಿಗೇನು ಅಚ್ಚರಿಯನ್ನುಂಟು ಮಾಡಲಿಲ್ಲ. ರಜ ಸಿಕ್ಕಾಗ ಓಡಿ ಬರುತ್ತಿದ್ದ.

ಭಾಗಮ್ಮ ಮೊಮ್ಮಗನ ಹತ್ತಿರ ಹೋಗಿ ಕೂತು ತಲೆ ಸವರಿದರು. ಅವನನ್ನು ನೋಡಿದಾಗಲೆಲ್ಲ ರಾಯರ ಯೌವನದ ದಿನಗಳು ಅವರಿಗೆ ಜ್ಞಾಪಕಕ್ಕೆ ಬರುತ್ತಿತ್ತು.

"ಶ್ರೀಕಾಂತು ಬರಲಿಲ್ವಾ? ರಶ್ಮಿ ಹೇಗಿದ್ದಾಳೆ?"

ತಟ್ಟನೆ ರಶ್ಮಿಯ ಸುದ್ದಿ ಬರುತ್ತಲೇ ಅವನ ಮನ ಭಾರವಾಯಿತು. ವಸಂತ್ ಮದುವೆಯಾದಾಗ ಬರೀ ಲೆಕ್ಕಾಚಾರದ ಮಾತುಗಳನ್ನು ಕೇಳಿ ಸಾಕಾದ ಹೇಮಂತ್ ಬೇರೆಯದನ್ನು ನಿರೀಕ್ಷಿಸಿದ್ದ. ಈಗ ಸಹಾನುಭೂತಿಯಿಂದ ಚಡಪಡಿಸುತ್ತಿದ್ದ.

"ಅಣ್ಣನ ಬಗ್ಗೆ ಗೊತ್ತು. ರಶ್ಮಿ ಇದ್ದಾಳೆ." ಅಷ್ಟು ಮಾತ್ರ ಹೇಳಿದ.

"ಗೋಪಾಲಯ್ಯನವರು ಹೇಗಿದ್ದಾರೆ?" ರಾಯರ ಮುಖದ ಮೇಲೆ ವಿಷಾದ ನಗೆ ಅರಳಿತು.

"ವಯಸ್ಸಾದ ಜೀವ. ಇಂದೋ ನಾಳೆಯೋ ಬಿದ್ದೋಗುವಂಥದ್ದು. ಅದಕ್ಕೆ ಹಿಂದಿನ ಹೋರಾಟವಷ್ಟೇ. ಆ ಮಗು ಇಲ್ಲದಿದ್ರೆ ನಿಶ್ಚಿಂತೆಯಾಗಿ ಕಣ್ಮುಚ್ಚೋ ಜೀವ!" ಆಳವಾಗಿ ಯೋಚಿಸುತ್ತ ನುಡಿದರು.

"ಸ್ವಲ್ಪ ಹೊತ್ತು ವಿಶ್ರಾಂತಿ ತಗೋ."

ಹೇಮಂತ್ ಎದ್ದು ಕೋಣೆಗೆ ಹೋಗಿ ಮಲಗಿದ. ಯೋಚಿಸಿದಷ್ಟೂ ಸಮಸ್ಯೆ ಜಟಿಲವಾಯಿತು. ತೀವ್ರತರನಾದ ಭಾವನಾವೇಗಕ್ಕೆ ಸಿಕ್ಕಿಕೊಂಡು ತಾಯಿಯ ದೃಷ್ಟಿಕೋನ ತೀರಾ ಸಂಕುಚಿತವಾದದ್ದೆಂದು ತಿಳಿದು ವೇದನೆಗೊಳಗಾಗಿದ್ದ.

ಸುಮ್ಮನೇ ಕಣ್ಣುಮುಚ್ಚಿ ಮಲಗಿದ. ಎಚ್ಚರವಾದಾಗ ಸಣ್ಣನೆಯ ಧ್ವನಿಯಲ್ಲಿ ವಸುಮತಿ ದೇವರನಾಮ ಹಾಡುತ್ತಿದ್ದಳು. ಮಧ್ಯೆ ಮಧ್ಯೆ ಭಾಗಮ್ಮನವರು ತಿದ್ದಿ ಧ್ವನಿಗೂಡಿಸಿ ಹೇಳಿಕೊಡುತ್ತಿದ್ದರು.

ಎದ್ದು ಮೈ ಮುರಿದು ಹೊರಗೆ ಬಂದ. ಹಾಡುತ್ತಿದ್ದ ವಸುಮತಿ ನಿಲ್ಲಿಸಿದವಳು ತಲೆ ಬಗ್ಗಿಸಿ ಕೂತುಬಿಟ್ಟಿದ್ದಳು. ಅಂದು ಹೇಮಂತ್ ನೀಡಿದ ಆಶ್ವಾಸನೆ ಚೈತನ್ಯವನ್ನು ನೀಡಿತ್ತು. ಮನೆಯಲ್ಲಿ ನಡೆಯುತ್ತಿದ್ದ ಮಾತುಕತೆಗಳು ಕೂಡ ಅವಳ ಮೇಲೆ ಯಾವ ಪರಿಣಾಮವನ್ನೂ ಬೀರಿದಂತಾಗಲಿಲ್ಲ.

"ನಾನು ಬಂದ್ರೆ ಹಾಡಬಾರ್ದಾ!" ಮತ್ತಷ್ಟು ತಲೆ ನೆಲದತ್ತ ಬಾಗಿತು. ಭಾಗಮ್ಮನವರ ತುಟಿಗಳ ಮೇಲೆ ನಗು ಮಿನುಗಿತು.

"ತುಂಬ ಜಾಣೆ! ಬೇಗ ಕಲ್ತುಬಿಡ್ತಾಳೆ!" ಅವರ ಮಾತೇನು ಅತಿಶಯವಲ್ಲ. ವಸುಮತಿ ತೀಕ್ಷ್ಣಮತಿಯ ಹುಡುಗಿಯೇ. ಎಷ್ಟೋ ಸಲ ಅವರುಗಳು ಆಡುವ ಮಾತುಗಳನ್ನು ಕೇಳಿ 'ಮದ್ವೆಯಾಗದಿದ್ರೆ ಯಾವ ಪ್ರಪಂಚ ಮುಳುಗಿ ಹೋಗುತ್ತೆ!' ಎಂದೆಲ್ಲ ಯೋಚಿಸುತ್ತಿದ್ದಳು.

"ಬರ್ತೀನಿ, ಅಜ್ಜಿ" ಮೇಲಕ್ಕೆದ್ದಳು.

"ಸ್ವಲ್ಪ ಇರು" ಎಂದು ಉಗ್ರಾಣಕ್ಕೆ ಹೋದವರು ಮತ್ತೆ ಹೊರಗೆ ಬಂದವರೇ, "ಭಟ್ಟನ ಕೈಯಲ್ಲಿ ಕಳುಸ್ತೀನಿ" ಎಂದರು. ನೋಟ್‌ಬುಕ್ ಹಿಡಿದು ಹೊರಹೊರಟಳು.

ನೇರವಾಗಿ ರಾಯರು ಓದುವ ಕೋಣೆಗೆ ಹೋದ. ಅರ್ಧ ಜೀರ್ಣವಾದ ಒಂದು ಗ್ರಂಥವನ್ನ ಬಹಳ ತಲ್ಲೀನಚಿತ್ತರಾಗಿ ಓದುತ್ತಿದ್ದರು.

ತಲೆ ಎತ್ತಿ ಬಂದು ಕೂತ್ಕೊ ಎಂದು ಸನ್ನೆ ಮಾಡಿದವರೇ ಗ್ರಂಥದಲ್ಲಿ ಮಗ್ನರಾಗಿಬಿಟ್ಟರು. ಆಮೇಲೆ ಪುಸ್ತಕದ ಮಧ್ಯೆ ಇಟ್ಟಿದ್ದ ಒಂದು ಪತ್ರವನ್ನು ಅವನ ಮುಂದೆ ಹಾಕಿದರು.

ಕುತೂಹಲದಿಂದ ಕೈಗೆತ್ತಿಕೊಂಡ. ತಾಯಿಯ ಕೈಬರಹ. ಹುಬ್ಬುಗಳು ಸಂಕುಚಿಸಿದವು. ಆತುರದಿಂದ ತೆರೆದು ನೋಡಿದ.

ಬಹಳ ನಿಷ್ಠುರ ಮಾಡಿ ಪತ್ರ ಬರೆದಿದ್ದರು. ಅವನ ಭವಿಷ್ಯಕ್ಕೆ ಕಲ್ಲು ಹಾಕಲು ಹೊರಟಿದ್ದೀರಾ! ದೊಡ್ಡ ಅಪವಾದವನ್ನೇ ಹೊರೆಸಿಬಿಟ್ಟಿದ್ದರೂ ಈ ಮದುವೆ ಸಾಧ್ಯವಿಲ್ಲ. ಆ ಪ್ರಯತ್ನ ಮಾಡಬೇಡಿ.

ಪತ್ರ ಮಡಚಿ ಕೈಯಲ್ಲಿ ಹಿಡಿದು ಮನದ ಉಮ್ಮಳದಲ್ಲಿ ನರಳಿದ. ತಲೆಯೆತ್ತಿ ರಾಯರ ಕಡೆ ನೋಡಿದ. ಅವರು ನಿರ್ವಿಕಾರವಾಗಿ ಗ್ರಂಥದಲ್ಲಿ ತಲ್ಲೀನರಾಗಿದ್ದರು.

ನಿಶ್ಶಬ್ದದ ಭೀಕರತೆ ತೀವ್ರವೆನಿಸಿತು. ಮನವನ್ನ ಸಮಾಧಾನಿಸಲು ಬಹಳಷ್ಟು ಹೆಣಗಾಡುತ್ತಿದ್ದ.

"ತಾತ, ಮಾತಾಡಿ, ಏನಾದ್ರೂ ಹೇಳಿ."

ರಾಯರು ಗ್ರಂಥವನ್ನ ಮುಚ್ಚಿಟ್ಟು ನಿಧಾನವಾಗಿ ಅವನೆಡೆ ನೋಡಿದರು. ಅವನ ಮನದಲ್ಲಿ ನಡೆಯುತ್ತಿದ್ದ ಪ್ರಚಂಡವಾದ ಭಾವನೆಯ ಹೋರಾಟ ಅರ್ಥ ಮಾಡಿಕೊಂಡರು. ನಿಸ್ಸಹಾಯಕನಾದ ಅವನ ಅಂತರಂಗದಲ್ಲಿ ನೋವು ಪ್ರಚಂಡ ಕ್ರಿಯೆಯನ್ನ ಎಸಗುತ್ತಿತ್ತು.

"ನಂಗೆ ಅರ್ಥವಾಗಿದೆ." ನೋವಿನ ನಿಟ್ಟುಸಿರು ಚೆಲ್ಲಿದರು.

"ನನ್ನ ಕ್ಷಮ್ಸಿಬಿಡಿ" ಹಗುರವಾಗಿ ನಕ್ಕುಬಿಟ್ಟರು.

"ಕ್ಷಮ್ಸೂವಂಥದ್ದು ಏನೂ ಇಲ್ಲ. ಮಗನ ಶ್ರೇಯೋಭಿಲಾಷಿ ತಾಯಿ ಎನ್ನುವುದು ಸುಳ್ಳಲ್ಲ. ಮನದ ಕಹಿಯನ್ನ ಈ ರೀತಿ ತೋಡಿಕೊಂಡಿದ್ದಾಳೆ."

"ನಾನು ರಾಜಗೋಪಾಲ್ ಮಗ್ಳನ್ನ ಮದ್ವೆಯಾಗೋಕೆ ಸಿದ್ಧವಿಲ್ಲ. ವಸುಮತಿಯನ್ನ ಮದ್ವೆಯಾಗುವ ದೃಢ ನಿರ್ಧಾರವಿದೆ!"

ರಾಯರು ಮೌನವಹಿಸಿದರು. ಮನದಲ್ಲಿ ದ್ವಂದ್ವ ತಾಕಲಾಟ ಶುರುವಾಗಿತ್ತು. ಈ ಮದುವೆಗೆ ತಾವು ಮುಂದಾದರೇ ಮಗ, ಸೊಸೆಯ ತಪ್ಪು ತಿಳಿವಳಿಕೆಯಿಂದ ನಿಷ್ಠುರ ಕಟ್ಟಿಕೊಳ್ಳಬೇಕಾಗುತ್ತೆ.

ಮೌನವನ್ನ ಸಹಿಸಲಾರದೇ ಹೇಮಂತ್ ಎದ್ದು ಹೊರಗೆ ಬಂದ. ಚಪ್ಪಲಿ ಮೆಟ್ಟಿ, "ತಾತ, ಭಟ್ಟನನ್ನ ನೋಡ್ಬರ್ತೀನಿ" ಹೊರಗೆ ನಡೆದ.

ಇವನು ತೋಟ ತಲುಪಿದಾಗ ಭಟ್ಟ ಕೊಡಲಿಯಿಂದ ಮರದ ತುಂಡನ್ನ ಸೀಳಿ ಸೌದೆಯಾಗಿ ಮಾಡುತ್ತಿದ್ದ. ಮೈಯೆಲ್ಲ ಬೆವರಿನಿಂದ ತೊಯ್ದುಹೋಗಿತ್ತು. ನಿಂತು ಸುಧಾರಿಸಿಕೊಂಡು ಒಡೆಯುತ್ತಿದ್ದ.

ಬಿಸಿಲು ಕಮ್ಮಿಯಾಗಿತ್ತು. ಸಂಜೆಯ ತಂಪಿನ ವಾತಾವವಣ ಉಂಟಾಗಿತ್ತು. ಬೆವರಿನಿಂದ ತೋಯ್ದುಹೋದ ಭಟ್ಟನ ಶರೀರವನ್ನ ನೋಡಿದ.

"ಬನ್ನಿ ಹೇಮಂತಣ್ಣ" ಕೊಡಲಿಯನ್ನು ತುಂಡಿಗೆ ಒರಗಿಸಿಟ್ಟು, ತಲೆಗೆ ಕಟ್ಟಿದ್ದ ಮುಂಡುನಿಂದ ಮುಖ, ಮೈಯೊರೆಸಿಕೊಂಡ.

ಹೊಡೆದು ಹಾಕಿದ್ದ ಸೌದೆಗಳನ್ನ ನೋಡಿದ. ಮಧ್ಯಾಹ್ನದಿಂದ ಒಂದೇ ಸಮನೆ ಹೊಡೆದಿದ್ದ. ರಾಶಿ ಸೌದೆ ಬಿದ್ದಿತ್ತು.

"ಒರಟು ಕೆಲ್ಸ ಬಿಟ್ಟಿಲ್ಲ! ಇಷ್ಟೊಂದು ಸೌದೆ. ಒಬ್ನೇ ಹೊಡೆದ್ಯಾ?" ಅವನ ಕಣ್ಣುಗಳಲ್ಲಿ ಸಹಾನುಭೂತಿ ಮಿಂಚಿತು.

"ಏನಿಲ್ಲ, ಬನ್ನಿ" ಎರಡು ಹೆಜ್ಜೆ ಮುಂದಕ್ಕೆ ಇಟ್ಟವನು ನಿಂತ. ಹೇಮಂತನಿಗೆ ಮನೆಯಲ್ಲಿ ಹೋಗಿ ಕೂಡುವ ಮನಸ್ಸಿರಲಿಲ್ಲ.

"ಬೇಡ ಹೊರ್ಗಡೆನೇ ಚೆನ್ನಾಗಿದೆ" ಕಣ್ಣುಗಳು ಸುತ್ತಲೂ ಅರಸುತ್ತಿದ್ದವು. ಸುತ್ತಲಿನ ಹಸುರು ಮನಕ್ಕೆ ಆಹ್ಲಾದವೀಯುತ್ತಿತ್ತು.

ಭಟ್ಟ ಬಲವಂತ ಮಾಡಿದ. ಸಣ್ಣ ಮೂರಂಕಣದ ಮನೆ ಮದುವೆಯಾದ ಕೂಡಲೇ ಆತುರಾತುರವಾಗಿ ಕಟ್ಟಿಕೊಂಡಿದ್ದ. ಅದೇನು ಅಂತಹ ವ್ಯವಸ್ಥಿತ ಸ್ಥಿತಿಯಲ್ಲಿರಲಿಲ್ಲ. ಆದರೆ ಅದು ಚೆನ್ನಾಗಿ ಕಾಣಲೆಂದು ಸರಸು ಶ್ರಮಿಸುತ್ತಿದ್ದಳು.

"ಆಯ್ತು, ಬನ್ನಿ" ಎಂದು ಕರೆದ್ಯೊಯ್ದು ಮರದ ಕೆಳಗೆ ನಿಲ್ಲಿಸಿದವನೇ ಮನೆಗೆ ಓಡಿ ಹೋಗಿ ಒಂದು ಮಂದಲಿಗೆಯನ್ನು ತಂದು ಹಾಸಿ "ಕೂತ್ಕೊಳ್ಳಿ..." ಎಂದ. ಇತ್ತೀಚೆಗೆ ಬಹುವಚನದಲ್ಲಿ ಕರೆಯುತ್ತಿದ್ದ.

ಬೊಡ್ಡಕ್ಕೆ ಒರಗಿ ಕಾಲು ಚಾಚಿದ. ಹಾಯೆನಿಸಿತು.

"ಏನಾದ್ರೂ ಕುಡಿಲಿಕ್ಕೆ!" ಭಟ್ಟ ಹೊರಡಲು ಮುಂದಾದಾಗ, "ಬೇಡ ಬಾ. ಎಲ್ಲಾ ಮುಗಿದಿದೆ. ಇದೇ ಬಂದಿದ್ದು" ಎಂದ.

ಕೆಂಡದಲ್ಲಿ ಸುಟ್ಟ ಹುರುಳಿ, ಹಲಸಿನ ಹಪ್ಪಳ, ಒಂದು ತಂಬಿಗೆ ನೀರು ತಗೊಂಡು ಬಂದ. ಒಂದೆರಡು ಚೂರು ಮಾತ್ರ ಬಾಯಿಗೆ ಹಾಕ್ಕೊಂಡು ಒಂದು ಲೋಟದಷ್ಟು ನೀರು ಕುಡಿದ.

"ನಾಲ್ಕು ದಿನ ಇರ್ತಿರಲ್ಲ!" ಭಟ್ಟ ಸಮೀಪದಲ್ಲಿಯೇ ಕೂತ. ಸೌದೆ ಒಡೆದ ಬಳಲಿಕೆ ಇನ್ನೂ ಕಮ್ಮಿಯಾಗಿರಲಿಲ್ಲ.

"ಇಲ್ಲ, ನಾನೇ ಎರಡು ದಿನ ರಜ ಹಾಕಿ ಬಂದಿದ್ದೀನಿ" ದಿಗಂತದ ಅಂಚನ್ನು ದಿಟ್ಟಿಸಿದ. ಅವನ ದೃಷ್ಟಿ ನಿಧಾನವಾಗಿ ಸರಿದು ಗುಂಡಿಗಳು ತೋಡಿದ್ದ ಕಡೆಗೆ ಹರಿಯಿತು. ಮರಗಳ ಮಧ್ಯೆ ಖಾಲಿ ಇದ್ದ ಜಾಗದಲ್ಲಿ ಗುಂಡಿಗಳನ್ನು ತೋಡಿದ್ದರು. ತೆಂಗಿನ ಸಸಿ ಕಟ್ಟೋಕೆ ಇರಬಹುದು ಎಂದುಕೊಂಡ.

ಅವನ ಮನ ಅರ್ಥಮಾಡಿಕೊಂಡವನಂತೆ "ಒಂದಷ್ಟು ತೆಂಗಿನ ಸಸಿ ಹಾಕಿಸೋಣಾಂತ. ಗೋಪಾಲಯ್ಯನೋರು ಪೂರ್ತಿಯಾಗಿ ಮಂಚ ಹತ್ತಿದ್ದಾರೆಂತ್ಲೇ ಹೇಳ್ಬೇಕೂ. ಇಲ್ಲಿವರ್ಗ್ಗೂ ನಡ್ದು ಬರಲಾರರು. ಆ ಪುಣ್ಯಾತ್ಮ ಅಳಿಯನಿಗೆ ಯಾವ ಜವಾಬ್ದಾರಿನೂ ಬೇಡ. ಏನಾದ್ರೂ ವದರಾಡಿ ತೋಟಕ್ಕೆ ಕಳ್ಸಿದ್ರೆ-ಹೆಗಲ ಮೇಲಿನ ವಲ್ಲಿನೇ ಮರದ ನೆರಳಿಗೆ ಹಾಸ್ಕೊಂಡು ಮಲ್ಗಿಬಿಡ್ತಾರೆ." ನಿಟ್ಟುಸಿರು ಚೆಲ್ಲಿದ.

ಅರ್ಧ ಗಂಟೆ ಇಡೀ ಬಿಳಿಗೆರೆಯ ವಿಷಯವೆಲ್ಲ ಕೊರೆದು ಕಡೆಗೆ ಗೋಪಾಲಯ್ಯನವರ ಮನೆ ವಿಷಯಕ್ಕೆ ಬಂತು. ರಾಯರು ಗಂಡಿಗಾಗಿ ಹುಡುಕಾಟ ನಡೆಸಿರುವುದು, ಗೋಪಾಲಯ್ಯನವರ ನಿಸ್ಸಹಾಯಕತೆ ಎಲ್ಲಾ ಹೇಳಿಕೊಂಡ.

"ಈಗಿನ ಹುಡುಗ್ರಿಗೆ ಯಾಕೆ ಈಪಾಟಿ ಹಣದ ಹುಚ್ಚು! ವರದಕ್ಷಿಣೆ ತಗೊಳ್ದೆ ಮದ್ವೆಯಾಗೋದು ಹೀನಾಯಾಂತ ತಿಳ್ದಿದ್ದಾರೇನೋ! ಅದೇನೋ ಕಾನೂನು ಮಾಡಿದ್ದಾರಂತಲ್ಲ. ನೇರವಾಗಿ ಬೇಡಿ ಹಾಕ್ಸಿಬಿಡ್ಬೇಕು!"

ಹೇಮಂತ ವ್ಯಂಗ್ಯವಾಗಿ ನಕ್ಕುಬಿಟ್ಟ.

"ನಾನು ಹೇಳಿದ್ರಲ್ಲಿ ತಪ್ಪು ಇದ್ಯಾ?" ಭಟ್ಟನ ಮುಖ ಗಂಭೀರವಾಯಿತು. ಅವನು ಏನು ಹೇಳಬಲ್ಲ? ಆ ಸುಳಿಯಲ್ಲೇ ಅವನನ್ನ ಅಪ್ಪ, ಅಮ್ಮ ನಿರಾಯಾಸವಾಗಿ ಸಿಲುಕಿಸಿಬಿಡಲು ಹೆಣಗಾಡುತ್ತಿದ್ದರು.

"ಜನ ವ್ಯವಸ್ಥೆ, ಸಾಮಾಜೀಕರಣ ಬದಲಾಗ್ದೆ ಏನೂ ಮಾಡೋಕೆ ಸಾಧ್ಯವಿಲ್ಲ." ನಿಸ್ಸಹಾಯಕನಂತೆ ಹೇಳಿದ.

ಭಟ್ಟ ಸಂತೋಷದಿಂದ ಮಡದಿಯನ್ನ ಹೊಗಳಿಕೊಳ್ಳುತ್ತಿದ್ದ. ಅಚ್ಚುಕಟ್ಟು ಒಳ್ಳೆಯತನದ ಬಗ್ಗೆ ಹೇಳಿಕೊಂಡ.

ನಾಲ್ಕು ಕಡೆಯಿಂದ ಕತ್ತಲು ಆವರಿಸಿಕೊಂಡಿತು. ಗೂಡುಗಳು ಸೇರಿದ್ದ ಹಕ್ಕಿಗಳು ಚಿಲಿಪಿಲಿಗುಟ್ಟುತ್ತಿದ್ದವು.

ಎದ್ದು ನಿಂತು "ಬರ್ತೀನಿ, ತಾತ ಹುಡುಕೊಂಡುಬಂದ್ರೂ ಹೆಚ್ಚಲ್ಲ." ರಾಯರು ಸುಮ್ಮನಿದ್ದರೂ ಭಾಗಮ್ಮ ಗಲಾಟೆ ಮಾಡಿಯಾದರೂ ಕಳುಹಿಸಿಕೊಡುತ್ತಾರೆಂದು ಅವನಿಗೆ ಗೊತ್ತು.

"ನಾನು ಮನೆವರ್ಗೂ ಬರ್ತೀನಿ ಬಿಡಿ. ಕತ್ಲಲ್ಲಿ ನಿಮ್ಮನ್ನೊಬ್ಬರನ್ನೆ ಕಳ್ಸಿದ್ರೆ- ಸರಿಹೋಗುತ್ತಾ!" ಹಾಸಿದ್ದ ಚಾಪೆ ಸುತ್ತಿಕೊಂಡ,

ಇಡೀ ತೋಟಕ್ಕೆ ಆ ಮನೆಯಲ್ಲಿ ಸರಸ್ವತಿಯೊಬ್ಬಳನ್ನೇ ಒಂಟಿಯಾಗಿ ಬಿಟ್ಟು ಭಟ್ಟ ಬರುವುದು ಬೇಡವೆನಿಸಿತು.

"ಭಟ್ಟ, ಏನೂ ಬೇಡ, ನಾನು ಹೋಗ್ಬರ್ತಿನಿ!"

ಚಾಪೆ, ಚೆಂಬು ಮನೆಯೊಳಗಿಟ್ಟು ಭಟ್ಟ ಬಂದ. ಅವನ ಜೊತೆ ಸರಸ್ವತಿಯೂ ಬಂದಳು. ತಾನು ಹೋಗಿ ಮಾತಾಡಿಸದಿದ್ದದ್ದು ತಪ್ಪಾಗಿ ಕಂಡಿತು.

"ಯಾವಾಗ್ಬಂದ್ರಿ?" ತಲೆ ತಗ್ಗಿಸಿಯೇ ಕೇಳಿದಳು.

"ಇವತ್ತೆ." ಗಂಟಲು ಹಿಡಿದಂತಾಯಿತು. ಅಂದು ಬಂದಾಗ ಮೈ ಕೈ ತುಂಬಿಕೊಂಡಿದ್ದವಳು ಈಗ ಇಳಿದುಹೋಗಿದ್ದಳು. 'ಅಯ್ಯೋ' ಎನ್ನಿಸಿತು.

"ಅಲ್ಲೆಲ್ಲ ಚೆನ್ನಾಗಿದ್ದಾರ?" ಮೆಲ್ಲಗೆ ತಲೆ ಮೇಲಕ್ಕೆತ್ತಿದ್ದಳು. ಅವಳು ರಾಮಾಯಣ, ಮಹಾಭಾರತಗಳನ್ನು ಓದಿದ್ದಳು. ಕಿರೀಟ, ಭುಜಕೀರ್ತಿ ಆಭರಣಗಳ ನೆನಪಾದವು. ಹೇಮಂತಣ್ಣನದು ಆಜಾನುಬಾಹು ಶರೀರ. ಅವುಗಳನ್ನು ಧರಿಸಿದರೆ ರಾಜಕುಮಾರರಂತೆಯೇ ಕಾಣಬಹುದು. ತಲೆಯೆತ್ತಿ ಮತ್ತೊಮ್ಮೆ ದಿಟ್ಟಿಸಿದಳು. ತನ್ನ ಕುರೂಪಕ್ಕಾಗಿ ಎಷ್ಟೋ ನೊಂದುಕೊಳ್ಳುತ್ತಿದ್ದಳು.

"ನೀನು ನಡೀ–ನಾನು ಇವ್ರನ್ನ ಮನೆ ತಲುಪಿಸಿ ಬಂದ್ಬಿಡ್ತೀನಿ. ನಂಗಾಗಿ ಅಕ್ಕಿ ಹಾಕ್ಬೇಡ. ಅಮ್ಮ ಊಟ ಹಾಕ್ದೇ ಕಳ್ಸೋಲ್ಲ!" ಅವನೇ ಮೊದಲು ನಡೆದ.

ಭಾಗಮ್ಮನವರು ತನ್ನ ಮೇಲೆ ಕೋಪಿಸಿಕೊಂಡಾರೆಂಬ ಭಯ!

"ಭಟ್ಟ, ನೀನೇನೂ ಬೇಡ. ನಾನು ಹೋಗ್ತೀನಿ."

ಹೇಮಂತ ಎಷ್ಟು ಹೇಳಿದರೂ ಕೇಳಲಿಲ್ಲ. ಭಟ್ಟ ಅವನ ಜೊತೆಯೇ ನಡೆದ. ಅದೂ ಇದೂ ಹರಟುತ್ತ ಮನೆಗೆ ಬರುವ ವೇಳೆಗೆ ಭಾಗಮ್ಮನವರ ಮುಖದ ಮೇಲೆ ಆತಂಕದ ಚಿಹ್ನೆಗಳಿತ್ತು.

"ಇಷ್ಟೊತ್ತು ನಿಲ್ಸಿಕೊಳ್ಳೋದೇನೊ?" ಭಟ್ಟ ಕತ್ತು ತುರಿಸಿಕೊಂಡ.

"ಇಲ್ಲ ಅಜ್ಜಿ, ನಾನೇ ನಿಂತೆ. ತಣ್ಣನೆ ಗಾಳಿ ಬಿಸ್ತಾ ಇತ್ತು. ಮಾತಾಡುತ್ತ ಕೂತುಬಿಟ್ವೀ!" ಹೇಮಂತನೇ ಸಮಾಧಾನ ಹೇಳಿದ.

ರಾಯರು ದೇವರ ಕೋಣೆಯಿಂದ ಹೊರಗೆ ಬಂದಿರಲಿಲ್ಲ. ಭಟ್ಟ ಮೌನವಾಗಿ ಕೂತ.

ಅಂದು ರಾತ್ರಿ ಹೇಮಂತನಿಗೆ ನಿದ್ದೆ ಬರಲಿಲ್ಲ. ವಸುಮತಿಯನ್ನು ಮದುವೆಯಾಗುವುದಕ್ಕೆ ತಾಯಿ ತಂದೆಯವರ ಅಪಾರ ವಿರೋಧವಿದೆ. ಅದಕ್ಕೆ ಒಂದೇ ಕಾರಣ. ಇವರುಗಳ ನಿರೀಕ್ಷಣೆಯ ಪ್ರಕಾರ ವರದಕ್ಷಿಣೆ ಸಿಗದು.ಆ ಸಂಬಂಧ ಬೆಳೆಸುವುದು ತಮ್ಮ ಅಂತಸ್ತಿಗೆ ಕಡಿಮೆಯೆಂಬ ಭಾವ. ಅಂತಸ್ತಿನ ಬಗ್ಗೆ ದೊಡ್ಡ ಜಿಜ್ಞಾಸೆಯನ್ನೇ ನಡೆಸಬೇಕಾಗುತ್ತೆ. ಪೂರ್ಣವಾಗಿ ಅರ್ಥ ಮಾಡಿಕೊಳ್ಳಲು ರಾಜಗೋಪಾಲ್‌ರಲ್ಲಿ ಇರುವುದಾದರೂ ಏನು? ಗೋಪಾಲಯ್ಯನವರಲ್ಲಿ ಇಲ್ಲದಿರುವುದೇನು? ಬಡತನ ಒಂದು ಶಾಪವೇ? ವಸುಮತಿಯ ತಪ್ಪೇನು?

ಬೆಳಿಗ್ಗೆ ಭಟ್ಟನ ಸ್ವರದೊಂದಿಗೆ ಅವನ ಸುಪ್ರಭಾತವಾಗಿತ್ತು. ರಾತ್ರಿಯೆಲ್ಲ ನಿದ್ದೆ ಇಲ್ಲದ ಕಾರಣ ಮೈಯೆಲ್ಲ ಭಾರವೆನಿಸಿತ್ತು. ಮೈ ಮುರಿದ. ಸ್ವಲ್ಪ ವ್ಯಾಯಾಮ ಮಾಡಿದರೆ ಸರಿಹೋಗಬಹುದೆಂದುಕೊಂಡ. ಪ್ರತಿ ನಿತ್ಯ ವ್ಯಾಯಾಮ ಮಾಡುತ್ತಿದ್ದ. ಒಮ್ಮೊಮ್ಮೆ ತಪ್ಪಿಹೋಗುತ್ತಿತ್ತು. ಬೇಸರಗೊಂಡಾಗೋ, ರಾತ್ರಿಯೆಲ್ಲ ನಿದ್ರಿಸದೇ ತಡವಾಗಿ ಎದ್ದಾಗಲೋ ಸುಮ್ಮನಾಗಿಬಿಡುತ್ತಿದ್ದ.

"ಹೇಮಂತಣ್ಣ ಎದ್ರು." ಭಟ್ಟ ಭಾಗಮ್ಮನವರಿಗೆ ಹೇಳಿದ.

ಹೇಮಂತಣ್ಣನ ಹುಬ್ಬುಗಳು ಬಿಗಿದುಕೊಂಡವು. ಈಚೆಗೆ ಅವನನ್ನು ಈ ರೀತಿ ಸಂಬೋಧಿಸುತ್ತಿದ್ದ. ಯಾಕೆ? ಇಲ್ಲಿಗೆ ಬಂದಾಗಲೆಲ್ಲ ತಲೆ ಮೈ ಕೈ ಎಣ್ಣೆ ತೀಡಿ ಅಭ್ಯಂಜನ ಮಾಡಿಸುತ್ತಿದ್ದವನು ಅವನೇ. ಒಂದು ರೀತಿಯ ಆತ್ಮೀಯತೆ, ಗೌರವಾಭಿಮಾನಗಳು ಬೆಳೆದಿದ್ದವು.

"ಬೆಳಿಗ್ಗೆ ಅಷ್ಟೊತ್ತಿಗೇ ಸವಾರಿ ಆಗಮನಿಸಿದೆ!" ತುಟಿಗಳ ಮೇಲೆ ನಗು ಕಾಣಿಸಿಕೊಂಡಿತು.

ಭಟ್ಟ ಜೋರಾಗಿ ನಕ್ಕುಬಿಟ್ಟ. ಸೂರು ಹಾರಿಹೋಗುವಂಥ ನಗು. ಒಮ್ಮೆ ನಕ್ಕು ತಟ್ಟನೇ ಬಾಯಿ ಮೇಲೆ ಕೈಯಿಟ್ಟುಕೊಂಡು ಉಗ್ರಾಣದ ಕಡೆ ನಡೆದುಬಿಟ್ಟ.

ಮುಖ ತೊಳೆದು ಬಂದಾಗ ಕಾಫೀ ತಂದದ್ದು ವಸುಮತಿ. ಅವಳ ನೀಳವೆಗಳು ಕೆನ್ನೆಗಳ ಮೇಲೆ ಮಲಗಿದ್ದವು. ಮುಖ ನೋಡಲಾರದಷ್ಟು ನಾಚಿಕೆ.

"ತಗೊಳ್ಳಿ" ಕೈ ಮುಂದೆ ಚಾಚದೇ ಅವಳ ಮುಖವನ್ನೇ ನೋಡುತ್ತ ನಿಂತ.

"ನನ್ನ ಕಂಡ್ರೆ ಭಯಾನ?" ಅವಳ ಕೆನ್ನೆಗಳು ರಾಗರಂಜಿತವಾದವು. ಅಲ್ಲಿಟ್ಟು ಓಡಿಬಿಟ್ಟಳು.

ತಾಯಿಯ ಹಠಮಾರಿತನದ ಬಗ್ಗೆ ಅವನಿಗೆ ಅತಿಯಾದ ಬೇಸರವಾಯಿತು. ಮುಖ ಕಹಿ ಮಾಡಿಕೊಂಡೇ ಕಾಫಿಯನ್ನ ಗುಟುಕರಿಸಿದ.

"ಹೇಮಂತಣ್ಣ, ಬಟ್ಟೆ ಬಿಚ್ಚಿ ಟವಲ್ಲು ಸುತ್ತಿಕೊಳ್ಳಿ" ಗಾಬರಿಯಿಂದ ಅವನತ್ತ ನೋಡಿದ. ದೊಡ್ಡ ಬಟ್ಟಲಿನಲ್ಲಿ ಹರಳೆಣ್ಣೆ ಹಿಡಿದು ಬಂದಿದ್ದ.

"ಇವತ್ತು ಬೇಡ್ವೋ ಮಹರಾಯ! ನಿನ್ನ ಕೈಯಲ್ಲಿ ನೀರು ಹಾಕ್ಸಿಕೊಂಡ್ರೆ ಎರಡು ದಿನ ಮಲ್ಗಬೇಕಾಗುತ್ತೆ. ಯಾರಾದ್ರೂ ಎಚ್ಚರಿಸಿದ್ರೂ–ಎಚ್ಚರವಾಗೋಲ್ಲ."

ಭಾಗಮ್ಮನವರು ಹೊರಗೆ ಕಾಣಿಸಿದರು. ತಲೆ ಕೆಳಗೆ ಹಾಕಿ ಕತ್ತು ತುರಿಸಿದ.

"ಕಣ್ಣೆಲ್ಲ ಕೆಂಪು ಬಂದಿದೆ. ಒಂದು ಬೊಟ್ಟು ಎಣ್ಣೆಯುಜ್ಜಿಸಿಕೊಂಡು ನೀರು ಹಾಕಿಸ್ಕೋ" ತಲೆ ಕೆರೆದುಕೊಂಡ. ಆತುರಕ್ಕೆ ಎರಡು ದಿನ ರಜ ಹಾಕಿದ್ದ. ನಾಳೆ ಬೆಳಿಗ್ಗೆ ಮೊದಲ ಬಸ್ಸಿಗೆ ಹೊರಟರೆ ಕಾಲೇಜು ವೇಳೆಗೆ ತಲುಪಬಹುದು. ಮೊದಲು ಎರಡು ಪಿರಿಯಡ್ ಇಲ್ಲ. ಆದ್ದರಿಂದಲೇ ನಾಳೆ ಬೆಳಿಗ್ಗೆ ಹೊರಡಬೇಕೆಂದು ನಿರ್ಧರಿಸಿ ಕೊಂಡಿದ್ದ.

"ನಾಳೆ ಬಸ್ಸಿನಲ್ಲಿ ಕೂಡ ನಿದ್ದೆ ಮಾಡ್ಬೇಕಾಗುತ್ತೆ. ಆಮೇಲೆ ಕಾಲೇಜಿಗೆ ಹೋದ್ರೆ ಅಲ್ಲೂ ಕೂಡ ನಿದ್ದೆ ಮಾಡ್ಬೇಕಾಗುತ್ತೆ." ಮುಂದೆ ಭಟ್ಟ ಮಾತಿಗೆ ಅವಕಾಶವೇ ಕೊಡಲಿಲ್ಲ.

ದೊಡ್ಡ ಮಣೆ ತಂದು ಹಾಕಿ ತಾನೇ ಬನೀನು ಕಳಚಿಬಿಟ್ಟ. ಅವನ ಬಲವಂತಕ್ಕೆ ಟವಲು ಸುತ್ತಿಕೊಂಡು ಕೂರಬೇಕಾಯಿತು. ತಲೆ ಮೈಗೆಲ್ಲ ಒಂದು ದೊಡ್ಡ ಬಟ್ಟಲು ಎಣ್ಣೆ ತಿಕ್ಕಿ ಖಾಲಿ ಮಾಡಿದ.

"ಈ ಮಣೆ ಮೇಲೇನೇ ನಿದ್ದೆ ಬರೋಹಾಗಿದೆ." ವಟಗುಟ್ಟಿದ.

"ಮೈ ಕೈ ನೋವೆಲ್ಲ ಹೋಗ್ಬಿಡ್ಬೇಕು! ಹಂಡೆ ಉರಿ ನೋಡ್ಬರ್ತೀನಿ!" ಬಟ್ಟಲು ಹಿಡಿದು ಹೊರಟ.

"ಸ್ವಲ್ಪ ಹೊತ್ತು ಹಿತ್ತಲಲ್ಲಿ ಕೂತಿರಿ" ಭಟ್ಟ ಬಚ್ಚಲು ಮನೆಯಿಂದಲೇ ಕೂಗಿ ಹೇಳಿದ.

ಭಾಗಮ್ಮ ಮಡಿಯುಟ್ಟು ಅಡಿಗೆ ಮಾಡುತ್ತಿದ್ದರೇ ವಸುಮತಿ ಅಲ್ಲೇ ಇದ್ದು ಬೇಕಾದ ಪದಾರ್ಥಗಳನ್ನು ತೆಗೆದುಕೊಡುತ್ತಿದ್ದಳು.

ಆಳನ್ನ ಜೊತೆ ಮಾಡಿಕೊಂಡು ಗದ್ದೆಯ ಕಡೆ ಹೋಗಿದ್ದ ರಾಯರು ಬಂದರು.

"ಮಗು, ಎಲ್ಲಿ?" ಅತ್ತಿತ್ತ ದೃಷ್ಟಿ ಹೊರಳಿಸಿದರು. ಅವನು ಅವರ ಕಣ್ಣ ಬೆಳಕು, ಅತಿಯಾದ ಅಕ್ಕರೆ. ಸೊಸೆ ಮಾರುದ್ದ ಪತ್ರ ಬರೆದು ಕಹಿ ಕಾರಿದ್ದರೂ ಅವರು ಸಮಾಧಾನವಾಗಿಯೇ ತೆಗೆದುಕೊಂಡಿದ್ದರು.

"ನೋಡಿ ತಾತ". ಹಿತ್ತಲಿಂದ ಒಳಗೆ ಬಂದ ಅಜಾನುಬಾಹುವನ್ನ ದಿಟ್ಟಿಸಿದರು. ವಸಂತ್ ಇವನಿಗಿಂತ ಸ್ವಲ್ಪ ಪೀಚು ಎನಿಸಿತು. ಅತೃಪ್ತ ಮುಖದ ಮುಂದೆ ಇವನ ತೃಪ್ತಿಯ ಮುಖ ಬಹಳ ಚೆನ್ನೆನಿಸಿತು.

"ಅಭ್ಯಂಜನ ಸ್ನಾನ ಮೈ ಮನಕ್ಕೆ ಒಳ್ಳೆಯದು. ಏನಾದ್ರೂ ಹೊದ್ದುಕೋ ಮಗು, ಶೀತವಾದೀತು!"

ಪೂರ್ತಿಯಾಗಿ ಕರಗಿಹೋದ.

ಭಟ್ಟ ತಲೆ ಮೈ ತಿಕ್ಕಿ ಎರಡು ಹಂಡೆ ನೀರು ಹಾಕಿದ. ಪೂರ್ತಿ ಸುಸ್ತಾದವನಂತೆ ಕಂಡ.

"ನಡೀರಿ ಹೇಮಣ್ಣ, ಎಂಥ ನಿದ್ದೆ ಬರುತ್ತೆ ನೋಡಿ!" ಅವನೇ ಸುಧಾರಿಸಿಕೊಳ್ಳಲು ನಿಂತ.

ನಡುಮನೆಗೆ ಬಂದಾಗ ಸರಸ್ವತಿ ಅಕ್ಕಿ ಬೀಸುತ್ತಿದ್ದಳು. ಇವನತ್ತ ತಿರುಗಿದಾಗ ಹಿಂದಿಗಿಂತ ವಿಕಾರವಾಗಿ ಕಾಣಿಸಿದಳು. ಆಗ ಮೈ ಕೈ ತುಂಬಿಕೊಂಡಿದ್ದರಿಂದ ಸುಮಾರಾಗಿ ಕಂಡಿದ್ದಳು. ಅವಳ ನೇರನೋಟ ಎದುರಿಸುವುದು ಅವನಿಂದಾಗಲಿಲ್ಲ.

ಸುಸ್ತಾದವನಂತೆ ಮಂಚದ ಮೇಲಿದ್ದ ಹಾಸಿಗೆಗೆ ಒರಗಿ ಕೂತ. ಮೊದಲೇ ಕೆಂಪಾದ ಮೈ ಮತ್ತಷ್ಟು ಕೆಂಪಾಗಿತ್ತು.

ಕೋಣೆಯ ಬಾಗಿಲಿಗೆ ಬಂದ ಭಾಗಮ್ಮ "ಮೈ ತುಂಬ ಬಟ್ಟೆ ಹಾಕ್ಕೋ" ದೃಷ್ಟಿ ನಿವಾಳಿಸಿ ಎಸೆದರು. ಮೊಮ್ಮಗನ ಸುಪುಷ್ಟವಾದ ದೇಹಕ್ಕೆ ಯಾರ ಕಣ್ಣಾದರೂ ಬಿದ್ದೀತು ಅಂತ.

"ತಿಂಡಿ ತಿಂದು ಸ್ವಲ್ಪ ಹೊತ್ತು ಮಲ್ಗುವೆಯಂತೆ ಬಾ."

ಬಟ್ಟೆ ಧರಿಸಿ ಭಾಗಮ್ಮನವರ ಜೊತೆಗೆ ನಡೆದ. ನಡುಮನೆಯಲ್ಲಿ ಎರಡು ಬಾಳೆಯೆಲೆಗಳನ್ನು ಹಾಕಿ ನೀರಿಟ್ಟಿದ್ದರು. ಒಂದು ಮಣೆಯ ಮೇಲೆ ಹೋಗಿ ತಾನು ಕೂತ. ಅಷ್ಟರಲ್ಲಿ ಭಟ್ಟ ಆತುರಾತುರವಾಗಿ ಸ್ನಾನ ಮುಗಿಸಿ ಬಂದ.

"ನೀನು ಕೂತ್ಕೋ." ರಾಯರು ಎದುರೇ ಕೂತಿದ್ದರು. ಸಂಕೋಚಿಸುತ್ತಲೇ ಕೂತ.

ವಸುಮತಿ ಬಿಸಿ ಬಿಸಿಯಾದ ಮೆಂತ್ಯದ ದೋಸೆ, ಕಾಯಿಚಟ್ನಿ ತಂದುಬಡಿಸಿದಳು. ಹದವಾಗಿತ್ತು. ಬಹಳ ಪ್ರಯತ್ನಪಟ್ಟು ಹೇಮಂತ್ ನಾಲ್ಕು ತಿನ್ನುವ ವೇಳೆಗೆ ಸಾಕಾದ. ಭಟ್ಟನದು ಇನ್ನು ನಡೆದೇ ಇತ್ತು. ಕೈ ತೊಳೆದು ಕೋಣೆಗೆ ನಡೆದ. ಆಯಾಸಕ್ಕೆ ಜೊಂಪು ಬಂದಂತಾಗಿತ್ತು. ಮಲಗಿಬಿಟ್ಟ.

"ಹಾಲು ಕುಡ್ದು ಮಲ್ಗಬೇಕಂತೆ" ವಸುಮತಿ ಎಂದಾಗ ಅರೆ ಮನದಿಂದಲೇ ಎದ್ದ.

"ನಿನ್ದು ತಿಂಡಿ ?" ಆಯಿತೆನ್ನುವಂತೆ ತಲೆಯಾಡಿಸಿದಳು.

"ನಿನ್ಹತ್ರ ತುಂಬ ಮಾತಾಡ್ಬೇಕು. ತೋಟದಲ್ಲಿ ಸಿಕ್ತೀಯಾ!" ತಲೆಯಾಡಿಸಿ ಓಡಿದಳು.

ವಸುಮತಿಗೆ ಇರುವ ವಿಷಯ ವಿವರಿಸಬೇಕಾಗಿತ್ತು. ಧೈರ್ಯ ತುಂಬ ಬೇಕಾಗಿತ್ತು. ಮದುವೆಯಾಗಿ ಮನೆಗೆ ಬಂದರೂ ತಾಯಿಯ ಕಟು ಮಾತುಗಳಿಗೆ ಕೊರಗಿದರೇ! ದುರ್ಬಲ ಮನದ ಹೆಣ್ಣಾದರೇ! ಹತ್ತಾರು ಬಗೆಯಲ್ಲಿ ಯೋಚಿಸಬಹುದು! ಅದಕ್ಕೆಲ್ಲ ಆಸ್ಪದ ಕೊಡಬಾರದು. ತಾಯಿಗೂ ತಿಳಿಸಿಹೇಳಬೇಕು. ಮುಂದೆ ಸರಿಹೋದರೂ! ಏನೇನೋ ಲೆಕ್ಕ ಹಾಕಿದ್ದ.

ಭಟ್ಟ ಸರಸ್ವತಿ ಸಂಜೆಯವರೆಗೂ ಇಲ್ಲಿಯೇ ಉಳಿಯುವವರು. ಆಡಬೇಕಾದ ಮಾತುಗಳನ್ನು ಮೆಲಕು ಹಾಕುತ್ತಲೇ ನಿದ್ದೆ ಮಾಡಿದ. ಎಚ್ಚರವಾದಾಗ ಹುಳಿಯ ವಾಸನೆ ಮನೆಯೆಲ್ಲ ತುಂಬಿಕೊಂಡಿತ್ತು. ಮೈಮುರಿದು ಹೊರಗೆ ಬಂದ.

ಸರಸು ಗೋಡೆಯ ಅಂಚಿನಲ್ಲಿ ರಂಗೋಲೆ ಬರೆಯುತ್ತಿದ್ದಳು. ಮುಖ ತೊಳೆಯಲು ಬಚ್ಚಲು ಮನೆಗೆ ಹೋದ.

"ಮಗು ಎದ್ದಿದ್ದಾನೆ, ಬಡ್ಸು" ರಾಯರ ಧ್ವನಿ ಕಿವಿಗೆ ಬಿತ್ತು. ತನಗಾಗಿ ಅವರು ಇಷ್ಟು ಹೊತ್ತಿನವರೆಗೂ ಕಾದು ಕೂತಿರಬಹುದು! ಬೇಸರದಿಂದ ಹೊರಗೆ ಬಂದ.

ತಟ್ಟೆಗೆ ಬದಲಾಗಿ ಅವನಿಗೂ ಬಾಳೆಯೆಲೆ ಹಾಕಿದ್ದರು. ಭಾಗಮ್ಮ ಉಪ್ಪಿನಕಾಯಿ ಹಿಡಿದು ಬಂದಾಗ ಎಲೆಯ ಮುಂದೆ ಕೂತಿದ್ದ.

"ಭಟ್ಟನ್ನ, ಆ ಮಗೂನ ಕೂಗು."

ಯಾಕೋ ಭಾಗಮ್ಮನವರಿಗೆ ಸರಿ ಬರಲಿಲ್ಲ. ಸ್ನಾನ ಮುಗಿಸಿ ಹೇಮಂತ ಬರೀ ಟವಲು ಸುತ್ತಿಕೊಂಡು ಬಂದಾಗ ಸರಸು ನೋಡಿದ ರೀತಿ ಅವರಿಗೆ ಸರಿಬರಲಿಲ್ಲ.

"ಆಮೇಲೆ ಮಾಡ್ತಾರೆ." ರಾಯರು ಮತ್ತೊಂದು ಮಾತು ಆಡಲಿಲ್ಲ. ಅವರಿಬ್ಬರ ವ್ಯವಸ್ಥಿತ ಜೀವನ ಅಷ್ಟು ಅಚ್ಚುಕಟ್ಟಾಗಿತ್ತು. ಹೆಣ್ಣೆಂದು ಆಕೆಯ ಮಾತನ್ನು ಉಪೇಕ್ಷಿಸಿಬಿಡುವುದು ಅವರ ಜಾಯಮಾನಕ್ಕೆ ಬಂದಿರಲಿಲ್ಲ.

"ಸರ್ಯಾಗಿ ಊಟ ಮಾಡು. ಈ ವಯಸ್ಸಿನಲ್ಲಿ ದೇಹನ ಚೆನ್ನಾಗಿ ಇಟ್ಕೋಬೇಕು. ಶ್ರೀಕಾಂತು ಈಗಾಗ್ಲೇ ಮುಪ್ಪಿನ ಮುದ್ಕನತರ ಕಾಣ್ತಾನೆ" ಮನದಲ್ಲಿ ನೋವು ಮಿಡಿಯಿತು.

ನಾಲ್ಕು ದಿನ ಗಂಡ, ಹೆಂಡ್ತಿ ಮಕ್ಕಳು ಇಲ್ಲಿ ಬಂದು ಉಳಿದರೇ ಅಚ್ಚುಕಟ್ಟಾಗಿ ಮಾಡಿಹಾಕಬಹುದು, ಮನೆ ತುಂಬಿದಂಗೆ ಇರುತ್ತೆ!–ಇದೆಲ್ಲ ಬರೀ ಆಸೆಯಷ್ಟೆ.

ಊಟ ಮುಗಿದ ಮೇಲೆ ರಾಯರು ತಮ್ಮ ಕೋಣೆಗೆ ಹೋಗಿ ಕೂತುಬಿಡುವರು. ಗ್ರಂಥಗಳ ಅಧ್ಯಯನ ಅವರ ಜೀವನದ ಒಂದು ಭಾಗವಾಗಿತ್ತು.

ಇನ್ನು ಬಿಸಿಲು ಚುರುಕಾಗಿಯೇ ಇತ್ತು, ಹೇಮಂತ್ ಮನೆ ಬಿಟ್ಟಾಗ. ದಾಪುಗಾಲು ಹಾಕುತ್ತ ತೋಟಕ್ಕೆ ಬಂದ. ತಡಿಕೆಯ ಬಾಗಿಲು ಓರೆಯಾಗಿತ್ತು. ಒಳಗೆ ಹೆಜ್ಜೆಯಿಟ್ಟ.

ಕಿವುಡು ಹೊನ್ನಮ್ಮ ಮರದ ನೆರಳಲ್ಲಿ ತಲೆಗೆ ಕೈಕೊಟ್ಟು ಅಡ್ಡಾಗಿದ್ದಳು. ವಸುಮತಿ ಬಂದಿದ್ದಾಳೆಂದುಕೊಂಡ.

ಬಾವಿಯ ಕಡೆ ಹೆಜ್ಜೆ ಹಾಕಿದ. ಒಗೆದ ಬಟ್ಟೆಗಳನ್ನು ಬಿಸಿಲಿಗೆ ಹರವಿದ್ದರು. ಬದಿಯಲ್ಲಿ ಕೂತಿದ್ದ ವಸುಮತಿ ಏನೋ ಯೋಚಿಸುತ್ತಿದ್ದಳು. ತೀರಾ ಸಮೀಪಕ್ಕೆ ಹೋದಾಗ ಬೆಚ್ಚಿದವಳಂತೆ ಎಚ್ಚೆತ್ತಳು. ನೋಡಿದವಳೇ ತಲೆ ತಗ್ಗಿಸಿ ನಿಂತುಬಿಟ್ಟಳು. ತುಟಿಗಳು ಮೃದುವಾಗಿ ಕಂಪಿಸುತ್ತಿತ್ತು.

"ವಸುಮತಿ" ಇಡೀ ಮೈ ರೋಮಾಂಚನಗೊಂಡಂತಾಯಿತು. ಅವಳ ಮನಸ್ಥಿತಿಯನ್ನು ಅರಿತವನಂತೆ ಅಲ್ಲೇ ಕೈ ಹಿಡಿದು ಪಕ್ಕದಲ್ಲೇ ಕೂತ. ಅಂಗೈಯನ್ನು ಬಿಡಿಸಿ ನೋಡಿದ.

"ನನ್ಕಂಡ್ರೆ ಹೆದರಿಕೆನಾ?" ಮೃದುವಾಗಿ ಪ್ರಶ್ನಿಸಿದ. ಇಲ್ಲವೆನ್ನುವಂತೆ ತಲೆಯಾಡಿಸಿದಳು.

ಮನೆಯ ಪರಿಸ್ಥಿತಿ, ತಾಯಿಯ ದುರಾಸೆ, ರಶ್ಮಿಯ ಕರುಣಾಜನಕ ಸ್ಥಿತಿ ವಸಂತನ ಸ್ವಭಾವ ಎಲ್ಲಾ ಹೇಳಿದ. ಅವಳ ಕಣ್ಣುಗಳಲ್ಲಿ ಭಯ ಮಿಂಚಿತು. ಇಂಥವರು ತನ್ನನ್ನು ಸೊಸೆಯಾಗಿ ಆ ಮನೆಗೆ ತಂದುಕೊಳ್ಳುವರೇ!

"ನಂಗೆ ಭಯ ಆಗುತ್ತೆ" ಬಿಕ್ಕಿದಳು.

"ಭಯ ಪಡೋಕೆ ಏನೂ ಇಲ್ಲ. ನಾನು ವಸಂತ್ ಅಲ್ಲ" ಸುಮ್ಮನಾದ. ತನ್ನಲ್ಲೇ ಯೋಚಿಸಿದ. ತಾಯಿಯ ಮೇಲೆ ಅವನ ಪ್ರೀತಿ ಅಪಾರ. ಎದುರಿಸಿ ನಿಲ್ಲಬಲ್ಲೆನೇ? ತಕ್ಷಣಕ್ಕೆ ಆ ಸಮಸ್ಯೆಯನ್ನು ಕೊಡವಿಕೊಂಡ.

"ಬರ್ತೀನಿ, ತಾತನ ಕೈಯಲ್ಲಿ ಪತ್ರ ಬರಿಸ್ತೀನಿ."

ತೋಟದಿಂದ ಹೊರಗೆ ಬಂದು ಹಿಂದಿರುಗಿ ನೋಡಿದ. ವಸುಮತಿ ಇನ್ನೂ ಅಲ್ಲಿಯೇ ನಿಂತಿದ್ದಳು. ಉಲ್ಲಾಸದಿಂದ ಮನೆಯ ಕಡೆ ಹೆಜ್ಜೆ ಹಾಕಿದ.

ರಾತ್ರಿಯೂಟವಾದ ಮೇಲೆ ತಾತ, ಮೊಮ್ಮಗ-ಕೋಣೆಯಲ್ಲಿ ಕೂತು ಬಹಳ ಹೊತ್ತು ಮಾತಾಡಿದರು. ರಾಯರು ಕಡೆಗೂ ಮೊಮ್ಮಗನ ಮಾತಿಗೆ ಒಪ್ಪಿಕೊಂಡರು.

ರಾಯರು ಹೊರಗೆ ಬಂದವರೇ "ನಿನ್ನ ಮೊಮ್ಮಗ ವಸುಮತಿನ ಮದ್ವೆ ಯಾಗೋಕೆ ಇಷ್ಟಪಟ್ಟಿದ್ದಾನೆ."

ಭಾಗಮ್ಮನವರು ಮೌನ ವಹಿಸಿದರು. ಈ ಮದುವೆ ನೆರವೇರುವಲ್ಲಿ ಅವರಿಗೆ ಸಂದೇಹವಿತ್ತು. ನಿರುಪಮ ಯಾರಿಗೂ ಬಗ್ಗುವಂಥ ಹೆಣ್ಣಲ್ಲ!

ರಾಯರು ಭಾಗಮ್ಮನವರಿಗೆ ಸೊಸೆ ಬರೆದ ಪತ್ರದ ವಿಷಯ ತಿಳಿಸಿರಲಿಲ್ಲ. ಮನಸ್ಸು ಕೆಡುವುದು ಬೇಕಿರಲಿಲ್ಲ. ಈ ವಯಸ್ಸಿನಲ್ಲಿ ಆ ಮಮತೆಯ ತಾಯಿ ವೇದನೆಪಡುವುದು ಅವರಿಗಿಷ್ಟವಿಲ್ಲ.

"ಯಾಕೆ ಸುಮ್ಮನಾದೆ?" ಬೇಕೆಂದೇ ಕೇಳಿದರು.

"ಏನಿಲ್ಲ ಬಿಡಿ. ನಿರುಪಮ ಈ ಸಂಬಂಧನ ಇಷ್ಟಪಡೋಲ್ಲ. ಅವ್ಳು ಒಪ್ಪೋ ರೀತಿಯಲ್ಲಿ ಇವ್ರುಗಳು ಮದ್ವೆ ಮಾಡಿಕೊಡೋಕೆ ಸಾಧ್ಯವೇ?

ರಾಯರ ತುಟಿಗಳ ಮೇಲೆ ನೋವಿನ ನಗೆ ಅರಳಿತು. ಎಲ್ಲಾ ಯೋಚಿಸಿದ್ದರು. ಹೇಮಂತ್‌ನ ಮನದ ಸಮಾಧಾನಕ್ಕಾಗಿಯಾದ್ರೂ ಪ್ರಯತ್ನಿಸಬೇಕು.

ಅಂದೇ ಪತ್ರ ಬರೆದು ಹಾಕಿದರು. ವಿಷಯ ಚಿಕ್ಕದಾಗಿ ಚೊಕ್ಕವಾಗಿತ್ತು. ಹೇಮಂತ್‌ಗೆ ಇಲ್ಲೊಂದು ಸಂಬಂಧ ಬಂದಿದೆ. ಮನೆತನ ಒಳ್ಳೇದು. ಹುಡುಗಿ ಚೆನ್ನಾಗಿದ್ದಾಳೆ. ಬಂದು ನೋಡಿದ ನಂತರ ಮಿಕ್ಕ ವಿಷಯ.

ಮತ್ತೆರಡು ದಿನ ರಜಕ್ಕೆ ಬರೆದು ಅಲ್ಲೇ ಉಳಿದುಕೊಂಡ. ವಿಷಯ ತೀರ್ಮಾನವಾಗದ ಹೊರತು ಅಲ್ಲಿಗೆ ಹೋಗಲು ಅವನಿಗೆ ಮನಸ್ಸಿಲ್ಲದಾಯಿತು.

ಪತ್ರ ತಲುಪಿದ ಸಂಜೆಯೇ ನಿರುಪಮ, ಶ್ರೀಕಾಂತು ಬಂದರು. ಭಾಗಮ್ಮನವರು ಸಂತೋಷದಿಂದ ಕಕ್ಕಾಬಿಕ್ಕಿಯಾದರು. ರಾಯರು ಎಂದಿನಂತೆ ಕುಶಲ ವಿಚಾರಿಸಿದರು.

ನಿರುಪಮ ತಕ್ಷಣಕ್ಕೆ "ಎಲ್ಲೀದು ಸಂಬಂಧ?" ಧ್ವನಿಯಲ್ಲಿ ಅಸಮಾಧಾನವಿತ್ತು.

"ಗೋಪಾಲಯ್ಯನವ್ರ ಮೊಮ್ಮಗ್ಳು."

'ನಾನು ಹೇಳಲಿಲ್ವಾ!' ಎನ್ನುವಂತೆ ಗಂಡನ ಕಡೆ ನೋಡಿದರು. ರೇಖಾನೇ ಪೂರ್ತಿಯಾಗಿ ತಮ್ಮ ಸೊಸೆಯೆಂದು ತಿಳಿದುಬಿಟ್ಟಿದ್ದರು. ರಾಜಗೋಪಾಲ್ ಸಂಬಂಧ ಬಿಟ್ಟು ಬೇರೆ ಸಂಬಂಧ ಬೆಳೆಸಲು ಅವರಿಗಿಷ್ಟವಿಲ್ಲ. ಮಗ ಇಂದಲ್ಲ ನಾಳೆ ಒಪ್ಪಿಯಾನೆಂಬ ಭರವಸೆ. ಕಡೆಗೆ ಉಪವಾಸ ಮಾಡಿಯಾದರೂ ಒಪ್ಪಿಸಿಯೇನೆಂಬ ಭರವಸೆ.

ವಸಂತ್ ಸ್ವಾರ್ಥಿ, ಆದರೆ ಹೇಮಂತ್ ಅವನಿಗೆ ತದ್ವಿರುದ್ಧ. ತಾಯಿಯನ್ನು ಕಂಡರೇ ಅಪಾರ ಪ್ರೇಮ. ಆಕೆಗಾಗಿ ಏನು ಬೇಕಾದರೂ ಮಾಡಬಲ್ಲ.

"ಅಲ್ಲೆಲ್ಲ ನಿಶ್ಚಯವಾಗಿದ್ದ ಸುದ್ದಿ ಮೊಮ್ಮಗ್ರ ತಿಳಿಸಲಿಲ್ವಾ?"

ಸೊಸೆಯ ಮಾತು ನೇರವಾಗಿ ಅವರ ಹೃದಯಕ್ಕೆ ತಾಗಿತು. ಮೌನವಾಗಿ ಕೂತರು.

ಕೋಣೆಯಲ್ಲಿದ್ದ ಹೇಮಂತ್ ದಿಢೀರನೇ ನಡುಮನೆಗೆ ನುಗ್ಗಿ "ಅಮ್ಮ" ಉಗುಳು ನುಂಗಿದ.

ರಾಯರು ಕಣ್ಣಿಂದಲೇ ಸಮಾಧಾನ ಹೇಳಿ ಸುಮ್ಮನಾಗಿರಿಸಿದರು. ಈ ಹಗರಣಗಳೆಲ್ಲ ಅವರಿಗೆ ಚಂದವಾಗಿ ಕಾಣಿಸದು.

"ಅಣ್ಣ, ಬೆಳಿಗ್ಗೆ ಹೊರಟುಬಿಡ್ಬೇಕೂ. ರಾತ್ರಿಗೆ ಹುಡ್ಗೀನ ಕರ್ಸಿಬಿಡು. ನೋಡ್ದ ಶಾಸ್ತ್ರ ಮಾಡ್ಬಿಡೋಣ."

ಮಗನ ಮಾತುಗಳನ್ನ ಕೇಳಿದಾಗ, ತಾವು ಮಾಡಿದ್ದು ತಪ್ಪೆನಿಸಿತು. ಅಪರಾಧ ಮನೋಭಾವ ಅವರಲ್ಲಿ ಹೊಕ್ಕಿತು. ಕೂತಲ್ಲೇ ಚಡಪಡಿಸಿದರು.

"ಅವಶ್ಯಕತೆ ಇಲ್ಲ. ಬೆಳಿಗ್ಗೆ ಹೊರಡಬಹುದು" ಶಾಂತ ಸ್ವರದಲ್ಲಿ ಹೇಳಿ ಮಡಿಯುಡಲು ಒಳಗೆ ಹೋದರು.

ಅವರಾಗಿ ಹೋಗಿ ಗೋಪಾಲಯ್ಯನವರಿಗೆ ಹೀಗೇಂತ ತಿಳಿಸಿ ಆಸೆ ಹುಟ್ಟಿಸದಿದ್ದರೂ, ಭಟ್ಟನ ಹೆಂಡತಿ ಸರಸು ಅವರ ಕಿವಿಗಳ ಮೇಲೆ ಹಾಕಿದ್ದಳು. ಅದನ್ನು ತಡೆದಿಟ್ಟುಕೊಳ್ಳಲಾರದ ಆ ಮನುಷ್ಯ ಅವರನ್ನ ಕರೆಸಿಕೊಂಡು ಎರಡು ಕೈಗಳನ್ನು ಹಿಡಿದು ಆನಂದಬಾಷ್ಪ ಸುರಿಸಿದ್ದರು.

'ನೀನು ದೊಡ್ಡ ಉಪಕಾರ ಮಾಡ್ತಾ ಇದ್ದೀಯಪ್ಪ! ಅದ್ನ ಹೇಗೆ ತೀರ್ಸಿಕೊಳ್ಲಿ!!' ಎಂದಾಗ ಶಿಲೆಯಾಗಿ ಕೂತಿದ್ದರು. ಅವರನ್ನ ಹೇಗೆ ಸಮಾಧಾನಪಡಿಸಿಯಾರು!?

ದೇವರ ಕೋಣೆಗೆ ಹೋದವರು ಎಷ್ಟೋ ಹೊತ್ತಿನವರೆಗೂ ಹೊರಗೆ ಬರಲಿಲ್ಲ. ಪ್ರಚಂಡ ವೇದನೆಯನ್ನು ಅದುಮಿಡಲು ಪ್ರಯಾಸಪಟ್ಟಿರಬೇಕು.

"ಎಲೆ ಹಾಕಿದೆ". ಭಾಗಮ್ಮ ಬಂದು ಹೇಳಿದಾಗ ತಲೆ ಎತ್ತಿದರು. ಕಷ್ಟಸುಖದಲ್ಲಿ ಸಹಭಾಗಿಯಾಗಿದ್ದವಳು.

"ಬೇಡ, ಹುಡುಗ್ರಿಗೆ ಬಡ್ಸಿಬಿಡು."

ಅವರ ಮನವನ್ನ ಅರಿತವರಂತೆ ಭಾಗಮ್ಮ ಒಳ ಹೋದರು.

ಕೋಣೆಯಲ್ಲಿ ಕೂತು ಗುಸಗುಸ ಮಾತಾಡುತ್ತಿದ್ದ ಮಗ, ಸೊಸೆಯನ್ನ "ಶ್ರೀಕಾಂತು, ನಿರುಪಮ ಊಟಕ್ಕೆ ಬನ್ನಿ, ಆರಿ ತಣ್ಣಗಾಗತ್ತೆ" ಕರೆದರು.

"ಮಗೂನ ಕರೀ." ಮಂಕಾಗಿ ಕೂತಿದ್ದ ಭಟ್ಟನಿಗೆ ಹೇಳಿದರು.

ಹೇಮಂತ್ ಬಂದು ಕೂತಾಗ ಒಂದು ಎಲೆ ಖಾಲಿಯಾಗೇ ಉಳಿಯಿತು.

"ಅಜ್ಜಿ...."

ಅಷ್ಟರಲ್ಲಿ ರಾಯರು ಒಳಕ್ಕೆ ಬಂದರು. ಹಸನ್ಮುಖಿರಾಗಿಯೇ ಇದ್ದರು.

"ಊಟ ಬೇಡವೆನಿಸಿದೆ. ನೀವು ಮಾಡಿ" ಅವರದು ಎಂದೂ ದೃಢ ನಿಶ್ಚಯವೇ. ಅದನ್ನು ಅಲುಗಾಡಿಸಲು ಯಾರಿಂದಲೂ ಸಾಧ್ಯವಿಲ್ಲ.

ಹೇಮಂತ್ ಹೃದಯ ತಪ್ತವಾಗಿತ್ತು. ಊಟದ ಮೇಲೆ ಆಸ್ಥೆ ಇಲ್ಲದಾಯಿತು. ಬೇಸರಪಡಿಸುವುದು ಅವನಿಗೆ ಬೇಕಿರಲಿಲ್ಲ. ಮಣೆಗೆ ಅಂಟಿ ಕೂತ.

ರಾಯರು ಕೂತು ಉಪಚಾರ ಹೇಳಿದರು. ತಮ್ಮ ಮನದ ನೋವನ್ನು ಪ್ರಕಟಿಸುವ ಇಚ್ಛೆ ಅವರಿಗಿರಲಿಲ್ಲ.

"ಭಾಗೂ... ನಿರುಪಮಳಿಗೆ ಇನ್ನಷ್ಟು ತುಪ್ಪ ಹಾಕು. ಶ್ರೀಕಾಂತು ಸರ್ಯಾಗಿ ಊಟ ಮಾಡು. ಮಗುಗೆ ಇನ್ನೊಂದು ಸೌಟು ಹುಳಿ ಹಾಕು."

ಶ್ರೀಕಾಂತು, ನಿರುಪಮ ಸುಮಾರಾಗಿಯೇ ಊಟ ಮಾಡಿದರು. ಹೇಮಂತ್ ನಿಂದ ಊಟ ಮಾಡಲಾಗಲಿಲ್ಲ. ಪ್ರತಿಯೊಂದು ತುತ್ತನ್ನು ಪ್ರಯಾಸದಿಂದಲೇ ನುಂಗಬೇಕಾಗಿತ್ತು.

"ಭಟ್ಟ, ಹಾಸಿಗೆ ಬಿಡ್ಸಿ ಕೊಡು." ಅಷ್ಟನ್ನು ಹೇಳಿದವರೇ ಹೋಗಿ ಮಲಗಿಬಿಟ್ಟರು. ಇನ್ನು ಯಾರೊಂದಿಗೂ ಅವರಿಗೆ ಮಾತು ಬೇಕಿರಲಿಲ್ಲ. ನಿಸ್ಸಹಾಯಕರಾದ ಗೋಪಾಲಯ್ಯನವರ ಮುಖವೇ ಅವರ ಕಣ್ಮುಂದೆ ಬಂದು ನಿಲ್ಲುತ್ತಿತ್ತು. ರಾತ್ರಿಯೆಲ್ಲ ನಿದ್ದೆ ಮಾಡದೇ ಚಡಪಡಿಸಿ ಬೆಳಗಿನ ಜಾವಕ್ಕೆ ಎದ್ದುಬಿಟ್ಟರು.

ಮಡಿಯುಟ್ಟು ದೇವರ ಪೂಜೆಗೆ ಅಣಿ ಮಾಡಿಕೊಟ್ಟ ಭಾಗಮ್ಮ ಅಡಿಗೆಯ ಮನೆಗೆ ಬಂದರು. ದಿನ ಇಷ್ಟೊತ್ತಿಗೆ ವಸುಮತಿ ಬಂದು ಸುತ್ತು ಕೆಲಸ ಮಾಡಿಕೊಡುತ್ತಿದ್ದಳು. ಇಂದು ಬಂದಿಲ್ಲ. ಇನ್ನು ಮೊದಲಿನಂತೆ ಬರಲಾರಳೆನಿಸಿತು. ಕಣ್ಣಂಚಿನಲ್ಲಿ ನೀರೂರಿತು.

ನಿರುಪಮ ಬಂದು ಅಡುಗೆಯ ಮನೆಯಲ್ಲಿ ಕೂತಾಗ ಏನಾದರೂ ಮಾತಾಡಬೇಕೆನಿಸಿತು.

"ರಶ್ಮಿ ಹೇಗಿದ್ದಾಳೆ? ಒಮ್ಮೆ ಅವರಿಬ್ರನ್ನು ಕಳ್ಸಿಕೊಡು. ಎರಡು ದಿನವಿದ್ದು ಬರ್ತಾರೆ."

ನಿರುಪಮ ಮುಖ ಸೊಟ್ಟಗಾಯಿತು. ಬಾಯಿಗೆ ಬಂದ ಮಾತುಗಳನ್ನು ನುಂಗಿಕೊಂಡರು.

"ರಜ ಇರೋಲ್ಲ. ರಜವಿದ್ದ ದಿನ ಏನಾದ್ರೂ ಇರುತ್ತೆ."

ಭಾಗಮ್ಮನವರಿಗೆ ಏನೂ ಅನ್ನಿಸಲಿಲ್ಲ. ಸೊಸೆ ಹೀಗೇ ನುಡಿಯುತ್ತಾಳೆಂದು ಮೊದಲೇ ನಿರೀಕ್ಷಣೆ ಮಾಡಿದ್ದರು.

"ಅವ್ನಿಗೆ ಸ್ವಲ್ಪ ಬುದ್ಧಿ ಹೇಳಿ. ರಾಜಗೋಪಾಲ್ ಮಗ್ಳು ರೇಖಾನ ಕೈ ತೊಳ್ದು ಮುಟ್ಟಬೇಕು. ಸಮಾಜದಲ್ಲಿ ಹಣವಿಲ್ಲದೋರಿಗೆ ಏನು ಬೆಲೆ ಇದೆ? ಆ ಹುಡ್ಗಿನ ಮದ್ವೆಯಾಗೋದ್ರಿಂದ ಇವ್ನ ಅದೃಷ್ಟದ ಬಾಗ್ಲೇ ತೆರೆಯುತ್ತೆ!"

ನಿರುಪಮ ದೀರ್ಘವಾದ ಉಪನ್ಯಾಸವನ್ನೇ ಕೊಟ್ಟರು. ಭಾಗಮ್ಮ ತುಟಿ ಎರಡು ಮಾಡಲಿಲ್ಲ. ಹಣ, ಅಂತಸ್ತನ್ನು ಎಂದೂ ಮಹತ್ವವಾಗಿ ಕಂಡಿರಲಿಲ್ಲ. ಅವರ ಜಾಗದಲ್ಲಿ ನಿರುಪಮಳೇ ಇದ್ದಿದ್ದರೇ ಸಾಮಾನ್ಯ ಮನೆತನದ ಹೆಣ್ಣನ್ನು ಹೊಸಲು ಮೆಟ್ಟಲು ಬಿಡುತ್ತಿರಲಿಲ್ಲ.

ಅವರ ಮುಖದ ತುಂಬೆಲ್ಲ ವೇದನೆಯ ಗೆರೆಗಳು ತುಂಬಿಕೊಂಡವು. ಆದರೂ ಒಂದೆರಡು ಮಾತುಗಳನ್ನು ಹೇಳಬೇಕೆನಿಸಿತು.

"ವಸುಮತಿ ಬಡವ್ರ ಮನೆ ಹೆಣ್ಣಾದ್ರೂ ಚಿನ್ನದಂಥ ಮಗು. ಬಂದವ್ರ ಮನೆಗೆ ಭಾಗ್ಯಲಕ್ಷ್ಮಿ ಆಗ್ತಾಳೆ. ದೊಡ್ಡ ಮನ್ಸು ಮಾಡಿ ಮನೆ ತುಂಬಿಸ್ಕೋ. ಮಗುಗೂ ಅವಳಲ್ಲಿ ಮನಸ್ಸಿದೆ."

ನಿರುಪಮ ಕೆರಳಿ ಕೆಂಡವಾದರು. ಬಾಯಿಗೆ ಬಂದದ್ದನ್ನೆಲ್ಲ ಆಡಿ ಮುಗಿಸಿಬಿಟ್ಟರು. ದೇವರ ಮನೆಯಲ್ಲಿ ಕೂತಿದ್ದ ತಾತ, ಮೊಮ್ಮಗನಿಗೆ ಈ ಮಾತುಗಳು ಕೇಳದಿದ್ದರೂ ಭಟ್ಟ ಕೇಳಿಸಿಕೊಂಡು ನೊಂದುಕೊಂಡ.

ಯಾರಿಂದಲೋ ವಿಷಯ ಮುಟ್ಟಿದ ಗೋಪಾಲಯ್ಯನವರ ಮನೆ ಸಂಭ್ರಮಗಂಡಿತ್ತು. ಮಗಳಿಗೆ ಅಲಂಕಾರ ಮಾಡಿ ಹೇಳಿ ಕಳುಹಿಸಬಹುದೆಂದು ವಸುಮತಿಯ ತಾಯಿ ಕೂದು ಕೂತಿದ್ದರು. ಗೋಪಾಲಯ್ಯನವರು ಬಾಗಿಲ ಕಡೆ ನೋಡುತ್ತಲೇ ಕೂತಿದ್ದರು. ಯಾವುದಾದರೂ ನೆರಳು ಬಿದ್ದರೇ ಆಸೆಯ ಕಣ್ಣುಗಳಿಂದ ನೋಡುತ್ತಿದ್ದರು. ಸಂಜೆ ಅವರುಗಳು ಹೊರಟುಹೋದ ವರ್ತಮಾನ ಸಿಕ್ಕಿದಾಗ ತೀರಾ ಹತಾಶರಾದರು.

"ತೀರಾ ಅಷ್ಟೆಲ್ಲ ಆಸೆ ಇಟ್ಕೋಬಾರ್ದು. ಅಷ್ಟು ಓದಿರೋ ಗಂಡಿಗೆ ನಮ್ಮಂಥವರ ಮನೆಯಿಂದ ಹೆಣ್ಣು ತರೋಕೆ ಒಪ್ತಾರ!" ಮಗಳ ಮುಂದೆ ತೋಡಿಕೊಂಡರು.

ಅಂದಿನಿಂದ ವಸುಮತಿ ಮನೆಯಿಂದ ಬರದಾದಳು. ಊಟದಲ್ಲಿ ಆಸೆ ಇಲ್ಲದಾಯಿತು. ಕಣ್ಣ ಕಾಂತಿ ಇಂಗಿಹೋಗತೊಡಗಿತು.

"ಅಮ್ಮಾವ್ರು ಕರೆದ್ರು" ಭಟ್ಟ ಬಂದು ಕರೆದಾಗ, ಅವಳು ಛಾವಣಿ ದಿಟ್ಟಿಸಿದಳು. ಅವಳಿಗೆ ಎಲ್ಲೂ ಹೋಗುವ ಮನಸ್ಸಿರಲಿಲ್ಲ. ಪದೇ ಪದೇ ಅವಳಿಗೆ ಹೇಮಂತನ ನೆನಪಾಗುತ್ತಿತ್ತು. ಒಬ್ಬಳೇ ಕೂತು ಕಣ್ಣೀರು ಸುರಿಸುವಳು.

"ಮಗು,"ರಾಯರ ಮೃದು ಧ್ವನಿ. ಅವರತ್ತ ತಿರುಗಿದಳು. ತಟ್ಟನೇ ಮಂಡಿಯಲ್ಲಿ ಮುಖ ಮುಚ್ಚಿಕೊಂಡು ಬಿಕ್ಕಿ ಬಿಕ್ಕಿ ಅಳಲು ಶುರುಮಾಡಿದಳು.

ಸನಿಹದಲ್ಲಿ ಹೋಗಿ ಕೂತ ರಾಯರು ಮೃದುವಾಗಿ ತಲೆ ಸವರಿ "ಸಮಾಧಾನ ಮಾಡ್ಕೋ. ನೀನು ಬರಲಿಲ್ಲಾಂತ ಅವ್ವ ಪೇಚಾಡಿಕೋತಾ ಇದ್ದಾಳೆ."

ಯೋಚಿಸುತ್ತಾ ಕೂತುಬಿಟ್ಟಳು.

"ಬಡವರ ಹೆಣ್ಣು ಮಕ್ಳು.... ಆಸೆ ಇಟ್ಕೋಬಾರ್ದು" ಗೋಡೆಗೊರಗಿ ಕೂತ ಗೋಪಾಲಯ್ಯನವರು ಬಡಬಡಿಸಿದರು.

ರಾಯರು ಅವರ ಎರಡು ಕೈಗಳನ್ನು ಹಿಡಿದು ಕ್ಷಮೆ ಕೇಳಿದರು. ಅವರು ನಿಟ್ಟುಸಿರು ಚೆಲ್ಲಿದರಷ್ಟೆ.

ಪುನಃ ವಸುಮತಿ ಮೊದಲಿನಂತೆ ಬರತೊಡಗಿದಳು. ಆದರೆ ಮೊದಲಿನ ಗೆಲುವು ಉತ್ಸಾಹ ಇಲ್ಲದಾಯಿತು. ಮಂಕಾಗಿರುತ್ತಿದ್ದಳು. ಸರಸುವಿನಿಂದ ರಂಗೋಲೆ ಕಲಿಯುವ ಆಸಕ್ತಿಯಾಗಲಿ, ಭಾಗಮ್ಮನವರಿಂದ ದೇವರ ನಾಮ ಕಲಿಯುವ ಅಗತ್ಯವಾಗಲಿ ಅವಳಿಗೆ ಕಾಣಲಿಲ್ಲ.

ಎಂದಾದರೂ ಭಾಗಮ್ಮನವರು ರೇಗಿ ಹತ್ತಿರ ಕೂಡಿಸಿಕೊಂಡು ಹೇಳಿಕೊಟ್ಟರೇ ತಪ್ಪು ತಪ್ಪಾಗಿ ಹೇಳುತ್ತಿದ್ದಳು. ಇವರು ಗೊಣಗಾಡಿದರೆ "ನಂಗೆ ಇಷ್ಟವಿಲ್ಲ ಅಜ್ಜಿ" ಎಂದು ಮುಖ ತಗ್ಗಿಸಿ ಕೂತುಬಿಡುತ್ತಿದ್ದಳು.

"ಈ ಹುಡ್ಗಿಗೆ ಮದ್ವೆ ಮಾಡೋವರ್ಗೂ ಗೆಲುವಾಗೋಲ್ಲ" ಒಂದು ಸಂಜೆ ರಾಯರಲ್ಲಿ ಹೇಳಿದರು.

ಅಂದಿನಿಂದ ರಾಯರೇ ಜಾತಕ ಹಿಡಿದು ಗಂಡಿಗಾಗಿ ಅನ್ವೇಷಿಸತೊಡಗಿದರು.

* * * *

ಬಿಳಿಗೆರೆಯಿಂದ ಮಗ ಹಿಂದಿರುಗಿದ ಕೂಡಲೇ ಮನೆಯಲ್ಲಿ ದೊಡ್ಡ ಹಗರಣವೇ ಆಯಿತು. ರಶ್ಮಿಯೊಬ್ಬಳನ್ನು ಬಿಟ್ಟು ಎಲ್ಲರೂ ನಿರುಪಮಳ ಮಾತನ್ನು ಎತ್ತಿ ಹಿಡಿಯುವವರೇ.

ಕಡಗೆ ಬೇಸತ್ತು "ನಾನು ವಸುಮತಿನ ಮಾಡಿಕೊಳ್ಳೋದು ನಿಶ್ಚಯ" ಎಂದಾಗ ದೊಡ್ಡ ಕೋಲಾಹಲವೇ ನಡೆದುಹೋಯಿತು.

"ನಿನ್ನ ಭವಿಷ್ಯನ ನೀನೇ ಹಾಳು ಮಾಡ್ಕೋತಾ ಇದ್ದೀಯ." ವಸಂತ್ ಹಾರಾಡಿದ.

"ನಿನ್ನ ತಾಯಿ ಮಾತು ಕೇಳಿ ರೇಖಾನ ಮದ್ವೆ ಮಾಡ್ಕೊ. ಸಮಾಜದಲ್ಲಿ ನಿನ್ನ ಸ್ಥಾನ ಹೆಚ್ಚುತ್ತೆ. ಒಳ್ಳೆ ಬದುಕು ನಿನ್ನದಾಗುತ್ತೆ" ಶ್ರೀಕಾಂತು ಮಗನಿಗೆ ಬುದ್ಧಿ ಹೇಳಿದರು.

ಹೇಮಂತ್‌ಗೆ ತಲೆ ಕೆಟ್ಟುಹೋದಂತಾಯಿತು. ಮನೆಗೆ ಬರುವುದೆಂದರೆ ಬೇಸರದ ಕೆಲಸವಾಯಿತು.

ಕಡೆಗೆ ತಾತನಿಗೆ ತನ್ನ ದೃಢ ನಿಶ್ಚಯ ತಿಳಿಸಿ ದೀರ್ಘವಾಗಿ ಪತ್ರ ಬರೆದಿಟ್ಟ. ಆದರೆ ಪೋಸ್ಟ್ ಮಾಡಲು ಮರೆತ. ಮನೆಗೆ ಬಂದಾಗ ಆಚೆ ತಳ್ಳುವಂಥ ನಿಶ್ಯಬ್ದ.

"ರಶ್ಮಿ" ಮೆಲುವಾಗಿ ಕೂಗಿದ. ಕೋಣೆಯಲ್ಲಿದ್ದವಳು ಹೊರಗೆ ಬಂದಳು. ಅವಳ ಮುಖ ಮಂಕಾಗಿತ್ತು.

"ಏನು ವಿಷ್ಯ? ಅಮ್ಮ ಎಲ್ಲಿ?" ಕೋಣೆಯತ್ತ ಕೈ ತೋರಿದಳು.

ಮೊದಲಿನಂತೆ ಅವರ ಬಳಿ ಹೋಗಲು ಅವನಿಂದಾಗಲಿಲ್ಲ. ಅನುಮಾನಿಸುತ್ತ ನಿಂತ.

"ನೀವು ಬರ್ದ ಪತ್ರ ಅವ್ರಿಗೆ ಸಿಕ್ತು." ಕಣ್ಣುಗಳು ಗಲಿಬಿಲಿಗೊಂಡವು. ಜಿಗುಪ್ಸೆಯೂ ಆಯಿತು.

"ಅದನ್ನ ಓದಿದ್ಮೇಲೆ ಸುಮ್ನೇ ಅಳ್ತಾ ಕೂತುಬಿಟ್ರು. ಬೆಳಗಿನಿಂದ ನೀರು ಕೂಡ ಕುಡಿದಿಲ್ಲ."

ನೇರವಾಗಿ ಕೋಣೆಗೆ ಬಂದ. ಕೋಪ, ತಿರಸ್ಕಾರದಿಂದ ಅವನೆದೆ ಒಡೆದು ಹೋಗುತ್ತಿತ್ತು. ಪ್ರಚಂಡ ತುಮುಲವೆದ್ದಿತ್ತು. ತಾಯಿಯ ಮಮತೆಯನ್ನು ಹಿಡಿದು ನಿಜವನ್ನರಸುವುದು ಬುದ್ಧಿಶಕ್ತಿಗೆ ಮೀರಿದ ಸಂಗತಿಯಾಗಿತ್ತು. ಅಂತರಾಳವನ್ನು ಭೇದಿಸಿಕೊಂಡು ಬರುತ್ತಿದ್ದ ಮನೋನಿಶ್ಚಯ ಉಳಿದೆಲ್ಲ ಭಾವನೆಗಳನ್ನು ಮುಚ್ಚಿಹಾಕಿತ್ತು.

ಎಷ್ಟೋ ಹೊತ್ತು ಕೋಣೆಯ ಕತ್ತಲಿನಲ್ಲಿ ಕೂತಿದ್ದ. ರಶ್ಮಿ ಬಂದು ಊಟಕ್ಕೆ ಕರೆದಾಗ ಒಲ್ಲದ ಮನದಿಂದಲೇ ಹೊರಬಂದ.

ತಟ್ಟೆಯ ಮುಂದೆ ಕೂತಿದ್ದ ವಸಂತ್ ಮುಖ ತಿರುಗಿಸಿಕೊಂಡ.

"ಸ್ವಲ್ಪ ಊಟ ಮಾಡು. ನೀನು ಹಸಿವಿನಿಂದ ಸಾಯೋಕೆ ಹೊರಟ್ರೆ ನಾನು ಹೇಗೆ ನೋಡ್ಕೊಂಡು ಇರ್ಲಿ!"

ತಂದೆಯ ಧ್ವನಿ ಕೇಳಿದಾಗ ಉಗುಳು ನುಂಗಿದ.

"ಅವ್ನ ಮೇಲೆ ಎಷ್ಟೊಂದು ಆಸೆ ಇರಿಸಿಕೊಂಡಿದ್ದೆ. ತುಂಬ ವ್ಯಾಮೋಹ ಒಳ್ಳೆದಲ್ಲ ಕಣೆ!"

ತಟ್ಟೆಗೆ ಅನ್ನ ಬಿದ್ದಾಗ ಸೋತ ಮುಖದಿಂದ ಅವರೊಬ್ಬರೇ ಬಂದರು. ಗೊಣಗಾಡುತ್ತಲೇ ಕೂತರು. ಎರಡು ತುತ್ತು ತಿನ್ನುವುದು ಅವನಿಂದಾಗಲಿಲ್ಲ. ತಟ್ಟೆಯಲ್ಲಿ ಕೈ ತೊಳೆದು ಹೊರಗೆದ್ದು ಬಂದ.

ನೇರವಾಗಿ ತಾಯಿಯ ಕೋಣೆಗೆ ಹೋದ. ಮಂಚದ ಮೇಲೆ ಮಲಗಿದ್ದರು. ಪಕ್ಕದಲ್ಲಿ ಹೋಗಿ ಕೂತ. ಕೈಯನ್ನು ತನ್ನ ಕೈಯಲ್ಲಿ ತಗೊಂಡ. ಉಗುಳು ನುಂಗಿದ.

"ಅಮ್ಮ, ಊಟ ಮಾಡೇಳು."

ನಿರುಪಮ ಕೈಯನ್ನು ತಟ್ಟನೇ ಎಳೆದುಕೊಂಡರು. ಕಾರು, ಬಂಗ್ಲೆ, ಶ್ರೀಮಂತರ ಮನೆಯ ಹೆಣ್ಣು ಕಲ್ಪನೆಯಲ್ಲೇ ಕರಗಿಹೋಗುತ್ತಿದ್ದರೆ ಹೇಗೆ ಸಹಿಸಿಯಾರು!?

"ನಂಗೆ ಬೇಡ. ಮಾಡೋದೂ ಇಲ್ಲ."

ಮಕ್ಕಳ ಹಟದಂತೆ ಕಂಡಿತು. ಮನದಲ್ಲೇ ನಕ್ಕ. ತಂದೆಯನ್ನು ಮೊದಮೊದಲು ಹೀಗೆಯೇ ಬಗ್ಗಿಸಿರಬಹುದೇನೋ!

"ಇದೆಂಥ ಹಟ! ಏಳಮ್ಮ."

ಎದ್ದು ಕೂತ ನಿರುಪಮ ಮಗನ ಕಡೆ ಕೋಪದಿಂದ ನೋಡಿದರು. ಅವನ ಜಾಣತನ, ಸರಳ ಸ್ವಭಾವದ ಬಗ್ಗೆ ಎಷ್ಟೊಂದು ಹೆಮ್ಮೆ ಇತ್ತು. "ಎಲ್ಲಾ ಹಾಳು ಮಾಡ್ತಾ ಇದ್ದಾನೆ!"

"ನಿಮ್ಮ ತಾತಂಗೆ ಏನಂತ ಪತ್ರ ಬರೆದೆ?" ಚಾಕುವಿನ ಮೊನೆಯಷ್ಟು ತೀಕ್ಷ್ಣವಾಗಿತ್ತು ಸ್ವರ.

"ನೀನೂ ಓದಿರಬೇಕಲ್ಲ! ವಸುಮತಿ ನನ್ನ ಮನಸ್ಸಿಗೆ ಬಂದಿದ್ದಾಳೆ. ನಿಮ್ಮುಂದೆನೂ ಹೇಳಿದ್ದೀನಲ್ಲ."

"ನಂಗಿಷ್ಟವಿಲ್ಲ, ನನ್ನ ಮಗ ಹೋಗಿ ಯಾರ್ದೋ ಮನೆ ಹೆಣ್ಣನ್ನು ಮದ್ವೆಯಾಗೋಕೆ ನಾನು ಬಿಡೋಲ್ಲ."

ಹೇಮಂತ್ ಜೋರಾಗಿ ನಕ್ಕುಬಿಟ್ಟ.

"ಸಹಜ ಅಲ್ಲವೇನಮ್ಮ!"

"ನಮ್ಮ ಅಂತಸ್ತಿಗಿಂತ ಕಡಿಮೆ ಇರೋ ಜನರಲ್ಲಿ ಸಂಬಂಧ ಬೆಳೆಸೋಕೆ ನಂಗಿಷ್ಟವಿಲ್ಲ. ಸಾಕು ಸಾಲದಂಥ ಬದುಕು ನಿಂಗೆ ಬೇಡ."

ದುಗುಡ, ಕೋಪ, ಕರುಣೆ, ಜಿಗುಪ್ಸೆ ಮತ್ತು ಸೂಕ್ಷ್ಮವಾದ ಪ್ರತೀಕಾರದಿಂದ ಕೂಡಿದ ಸಂಕೀರ್ಣಭಾವ ಉಂಟಾಯಿತು. ಮೌನವಾಗೆದ್ದು ಹೊರಬಂದುಬಿಟ್ಟ.

ಒಂದೆರಡು ದಿನ ತಳ್ಳುವ ವೇಳೆಗೆ ಇನ್ನಷ್ಟು ವಿಷಮಿಸಿತು. ನಿರುಪಮ ಒಂದು ತೊಟ್ಟು ನೀರು ಬಾಯಿಗೆ ಹಾಕಲಿಲ್ಲ. ಮಲಗಿದ್ದ ಕಡೆಯಿಂದ ಮೇಲಕ್ಕೇಳಲಿಲ್ಲ. ಮನೆ ನರಕಸದೃಶವಾಯಿತು. ಶ್ರೀಕಾಂತು ರಜೆ ಹಾಕಿ ಮನೆಯಲ್ಲೇ ನಿಂತರು. ವಸಂತ್ ಬಾಯಿಗೆ ಬಂದಂತೆ ಹಾರಾಡುತ್ತಿದ್ದ.

ರಶ್ಮಿ ಕೋಣೆಯ ಬಾಗಿಲಿಗೆ ಬಂದಾಗ ಹೇಮಂತ್ ತಲೆ ಎತ್ತಿದ. ಅವಳ ಕಣ್ಣುಗಳಲ್ಲಿ ಆತಂಕವಿತ್ತು.

"ನೀವ್ಯಾಕೆ ಇಷ್ಟೊಂದು ಹಟ ಮಾಡ್ತೀರ ಹೇಮಂತ್! ಮಕ್ಕಳ ಸುಖ ಸಂತೋಷದ ಪ್ರಜ್ಞೆ ಹೆತ್ತವರಿಗೆ ಇರ್ಬೇಕೂ!!" ಮಾತಿನಲ್ಲಿ ನೋವು ಮಿಡಿಯಿತು.

"ನಾನೇನು ಮಾಡ್ಲೀ ರಶ್ಮಿ, ತಲೆ ಕೆಟ್ಟುಹೋಗಿದೆ" ಎರಡು ಕೈಯಲ್ಲೂ ತಲೆಯನ್ನಿಡಿದುಕೊಂಡ. ಭಾವನೆ, ಆದರ್ಶ, ಮಾನವೀಯ ಮೌಲ್ಯದ ಪ್ರಜ್ಞೆ ಎಲ್ಲಾ ಸತ್ತುಹೋದಂತೆ ಕಂಡಿತು.

"ಈಗಾಗ್ಲೇ ಡಾಕ್ಟರನ್ನು ಕರ್ರ್ರೋ ಅಷ್ಟು ಪರಿಸ್ಥಿತಿ ಬಿಗಡಾಯಿಸಿದೆ. ನಾಳೆ ಹೆಚ್ಚು ಕಮ್ಮಿಯಾದ್ರೆ... ಜೀವನ ಪೂರ್ತಿ ಕೊರಗ್ಬೇಕಾಗುತ್ತೆ!" ಅವಳ ಕಣ್ಣಂಚಿನಲ್ಲಿ ಕಂಬನಿ ಕಂಡಿತು.

ಅವಳು ಹೋದ ಎಷ್ಟೋ ಹೊತ್ತಿನವರೆಗೂ ಹೇಮಂತ್ ಮೌನವಾಗಿ ಕೂತಿದ್ದ. ಒಂದು ಭಾವ ಶಕ್ತಿಯುತವಾಗಿ ಒಂದೇ ಕಡೆಗೆ ಎಳೆದರೆ ಮತ್ತೊಂದು ಭಾವ ಅವನನ್ನು ವಿರುದ್ಧ ದಿಕ್ಕಿಗೆ ಎಳೆಯುತ್ತಿತ್ತು. ಈ ಸೆಳೆತಗಳ ನಡುವೆ ನಿಷ್ಕ್ರಿಯನಾದ.

ಬಹಳ ಹೊತ್ತಿನ ಮೇಲೆ ಹೊರಗೆದ್ದು ಬಂದ. ತಾಯಿಯ ಕೋಣೆಯತ್ತ ಹೆಜ್ಜೆ ಹಾಕಿದ. ತಲೆಯ ಮೇಲೆ ಕೈಹೊತ್ತು ಕೂತಿದ್ದ ಶ್ರೀಕಾಂತ ಮಗನ ಮುಖ ನೋಡುತ್ತಿದ್ದರು.

"ರಶ್ಮಿ...." ತಾಯಿಯ ಪಕ್ಕ ಕೂತು ಕೂಗಿದ. ಅವನ ಧ್ವನಿ ಕೂಡ ಕ್ಷೀಣಿಸಿತ್ತು.

"ಹಾಲು ತಗೊಂಡ್ಬನ್ನಿ."

ಈಗ ಅವನ ಕಣ್ಮುಂದೆ ವಸುಮತಿ ಬಂದು ನಿಂತಳು. 'ಇಷ್ಟೇನಾ ನಿಮ್ಮ ಮಾತಿನ ಬೆಲೆ? ಅನಾಯಾಸವಾಗಿ ಬರುವ ಹಣ ಕಳೆದುಕೊಳ್ಳುವುದಕ್ಕೆ ಆದರ್ಶ ಪುರುಷರೇ?' ಜೋರಾಗಿ ನಕ್ಕಂತಾಯಿತು. ಕಿವಿ ಮುಚ್ಚಿಕೊಳ್ಳಬೇಕೆನಿಸಿತು.

ತಾಯಿಯ ಕೈಯನ್ನು ತನ್ನ ಕೈಯೊಳಗೆ ತೆಗೆದುಕೊಂಡ. ಮುಖವನ್ನು ದಿಟ್ಟಿಸಿ ನೋಡಿದ. ಶ್ವಾಸಗತಿಯಲ್ಲಿ ಸೂಕ್ಷ್ಮವಾದ ಬದಲಾವಣೆಯಾಗಿತ್ತು.

ಇನ್ನೊಂದು ಕೈನಿಂದ ಭುಜ ಅಲುಗಾಡಿಸಿದ. ಮೂರು ದಿನದ ಉಪವಾಸದ ಪರಿಣಾಮವಾಗಿ ತೀವ್ರವಾಗಿ ಬಳಲಿದಂತೆ ಕಂಡಿತು.

"ಅಮ್ಮ.... ಅಮ್ಮ" ಅರೆಗಣ್ಣು ತೆರೆದರು.

"ನಾನು ಗೋಪಾಲಯ್ಯನೋರ ಮೊಮ್ಮಗ್ಳನ ಮದ್ವೆ ಮಾಡಿಕೊಳ್ಳೋಲ್ಲ." ಕೈಯಲ್ಲಿ ತನ್ನ ಕೈಯನ್ನು ಇಟ್ಟ, ಆಶ್ವಾಸನೆ ಕೊಡುವಂತೆ. ನಿರುಪಮ ಕಣ್ಣುಗಳು ಅರಳಿದವು. ಖಂಡಿತ ಬಗ್ಗುತ್ತಾನೆಂದು ಅವರಿಗೆ ಗೊತ್ತು.

ಹಾಲಿನ ಲೋಟ ಹಿಡಿದು ಬಂದ ರಶ್ಮಿ ಮಂಚದ ಸನಿಹದಲ್ಲಿ ನಿಂತಳು.

"ಇಲ್ಲಿ ಕೊಡಿ" ಲೋಟವನ್ನು ತೆಗೆದುಕೊಂಡು ತಾನೇ ನಾಲ್ಕು ಸ್ಪೂನ್ ಹಾಲನ್ನು ಕುಡಿಸಿ, ಲೋಟನ ರಶ್ಮಿ ಕೈಯಲ್ಲಿ ಕೊಟ್ಟು "ಅಮ್ಮನ್ನ ಸರ್ಯಾಗಿ ನೋಡ್ಕೊಳಿ" ಹೊರಗೆದ್ದು ಬಂದುಬಿಟ್ಟ.

ಎರಡೇ ದಿನದಲ್ಲಿ ನಿರುಪಮ ಚೇತರಿಸಿಕೊಂಡರು. ಮಗನ ಮೇಲೆ ಪ್ರೀತಿಯ ಮಳೆಯನ್ನೇ ಸುರಿಸತೊಡಗಿದರು. ಆದರೆ ಅವನು ಶಿಲೆಯಾಗಿದ್ದ. ಯಾವುದೂ ಬೇಡವಾಗಿತ್ತು.

ಇವು ಹೋದಾಗಲೆಲ್ಲ ಮನೆಗೆ ಬಂದು ಹೋಗುತ್ತಿದ್ದ ವಸುಮತಿಯ ಬಗೆಗೆ ಹೇಮಂತನಿಗೆ ಒಂದು ತರಹ ಅವ್ಯಕ್ತ ಆಸ್ಥೆ ಮೂಡಿತ್ತು. ರಾಯರು ಪರಿಸ್ಥಿತಿ ವಿವರಿಸಿದಾಗ ಅನುಕಂಪ ಉಂಟಾಗಿತ್ತು. ಆಮೇಲೆ ತಾನೇ ಮದುವೆಯಾಗುವ ಮನಸ್ಸು ಮಾಡಿದ್ದ. ಈಗ ಎಲ್ಲಾ ಬರಿದೋ ಬರಿದು ಆಗಿತ್ತು. ಊಟ, ತಿಂಡಿ, ನಿದ್ದೆ ಎಲ್ಲಾದರ ಬಗೆಗೂ ಆಸ್ಥೆ ಕಳೆದುಕೊಂಡಿದ್ದ.

ವಸುಮತಿಯ ಮುಗ್ಧ ಸ್ವಭಾವ ವಿಶ್ವಾಸಪೂರಿತ ಮನಸ್ಸನ್ನು ನೆನೆಸಿಕೊಂಡರೇ, ಈಗಲೂ ಅವನ ಹೃದಯದಲ್ಲಿ ಸ್ನೇಹ ಉಕ್ಕಿ ಹರಿಯುತ್ತಿತ್ತು.

* * * *

ಅಂದು ಷೇಕ್ಸ್‌ಪಿಯರ್‌ನ ರೋಮಿಯೋ ಜೂಲಿಯಟ್ ಅವನ ಪಾಠದ ವಿಷಯವಾಗಿತ್ತು. ಅವನು ನಾಟಕ ಹೇಳುವ ರೀತಿ ಇಡೀ ಕಾಲೇಜಿನ ವಿದ್ಯಾರ್ಥಿಗಳನ್ನು ಮರುಳುಗೊಳಿಸುತ್ತಿತ್ತು. ಪಾತ್ರಗಳಲ್ಲಿ ಪೂರ್ತಿಯಾಗಿ ತಲ್ಲೀನನಾಗಿ ಪಾಠ ಮಾಡುತ್ತಿದ್ದ. ರೇಖಾ ಗದ್ದಕ್ಕೆ ಕೈಯಾನಿಸಿ ತಲ್ಲೀನಳಾಗಿ ಕಣ್ಣರಳಿಸಿ ಕೇಳುತ್ತಿದ್ದಳು.

ಹುಡುಗಿಯರೆಲ್ಲ ಹೇಮಂತ್‌ನಲ್ಲಿ ದೃಷ್ಟಿ ನೆಟ್ಟಿದ್ದರು. ಬಹಳ ಮಂದಿ ಅವನಲ್ಲಿ ಆಕರ್ಷಿತರಾಗಿದ್ದರು.

"ವಂಡರ್‌ಫುಲ್" ಶೃಂಗಾರ ಭಾವವನ್ನು ವರ್ಣಿಸಿದಾಗ ರೇಖಾ ಪಕ್ಕದಲ್ಲಿ ಕೂತಿದ್ದ ಹುಡುಗಿ ಜಿಗುಟಿ, ಪಿಸುಗುಟ್ಟಿದಳು. ತಲ್ಲೀನಳಾದ ಇನ್ನೊಬ್ಬಳು ಎಲ್ಲಿ ರಸಭಂಗವಾದೀತೋ ಎಂದು ಬಾಯಿ ಮೇಲೆ ಬೆರಳಿಟ್ಟು ಸನ್ನೆ ಮಾಡಿ ಸುಮ್ಮನಾಗಿಸಿದಳು. ವಾಸ್ತವ ನಾಟಕವನ್ನೇ ರಂಗದ ಮೇಲೆ ನೋಡುತ್ತಿರುವಂತೆ ವಾತಾವರಣವನ್ನು ನಿರ್ಮಿಸಿದ್ದ.

ತರಗತಿಯಿಂದ ಹೊರಬಂದಾಗ ವಿದ್ಯಾರ್ಥಿಗಳು ಇನ್ನೂ ಆ ಗುಂಗಿನಿಂದ ಹೊರಬಂದಿರಲಿಲ್ಲ.

"ಇವತ್ತು ಹ್ಯಾಗಿದ್ದ ನಿನ್ನ ರೋಮಿಯೋ!?" ರೇಖಾ ಬೆಚ್ಚಿಬಿದ್ದಳು. ಸಂತೋಷದಿಂದ "ಬ್ಯೂಟಿಫುಲ್" ಎಂದು ಉದ್ಗರಿಸಿದಳು.

"ಎಲ್ಲಿವರ್‍ಗೂ ಬಂತು?"

ರೇಖಾ ಪೂರ್ತಿಯಾಗಿ ಮಂಕಾದಳು. ಅಳುವುದೊಂದೇ ಬಾಕಿಯಾಗಿತ್ತು!

"ಏನಿಲ್ಲ ಬಿಡೇ."

ಗೆಳತಿಯರು ಕೂಗಿದರೂ ಕೇಳಿಸಿಕೊಳ್ಳದಂತೆ ಹೊರಟುಬಿಟ್ಟಳು.

ಮನೆಗೆ ಬಂದಾಗ ನಿಶ್ಶಬ್ದವಾಗಿತ್ತು. ಪುಸ್ತಕಗಳನ್ನು ಒಂದು ಕಡೆ ಎಸೆದು ಕೋಣೆಗೆ ಹೋಗಿ ಮಲಗಿಬಿಟ್ಟಳು. ಇಡೀ ಜಗತ್ತೇ ತನ್ನ ಮೇಲೆ ಸೇಡು ತೀರಿಸಿಕೊಳ್ಳುತ್ತಿದೆ—ಎನ್ನುವ ಭ್ರಮೆ ಅವಳಿಗೆ.

ಶಶಿಕಾಂತ್ ಮನೆಗೆ ಬಂದಾಗ ಎರಡು ಗಂಟೆ ಆಗಿತ್ತು. ಬಟ್ಟೆ ಬದಲಾಯಿಸಿ ಊಟಕ್ಕೆ ಬಂದು ಕೂತ. ವಾಚ್ ಕಡೆ ನೋಡಿದ. 'ರಜನಿ, ಕಮಲ್ ಬರ್ಬೇಕಾಗಿತ್ತಲ್ಲ!'

"ಅಮ್ಮಾವ್ರು, ಬಂದಿದ್ದಾರೆ" ಕೂತಿದ್ದ ಶಶಿ ಮೇಲಕ್ಕೆದ್ದ. ಕೋಣೆಗೆ ಬಂದಾಗ ಮುಸುಕು ಹೊದ್ದು ಮಲಗಿದ್ದಳು. ಈಚಿನ ಅವಳ ರೀತಿಯೇ ವಿಚಿತ್ರವಾಗಿತ್ತು.

ಗುಂಡಣ್ಣನವರು ಬಂದು ವಿಷಯ ತಿಳಿಸಿದಾಗ ಎಷ್ಟೋ ಮುಚ್ಚಿಡಬೇಕೆಂದು ಪ್ರಯತ್ನಿಸಿದರೂ ಸಾಧ್ಯವಾಗದೇ ಹೋಗಿತ್ತು. ಅಂದಿನಿಂದ ಅವಳನ್ನು ಸುಧಾರಿಸುವುದೇ ಕಷ್ಟವಾಗಿತ್ತು.

"ಏಯ್.... ರೇಖಾ!" ಹೊದ್ದಿಕೆಯನ್ನು ತೆಗೆದ. ಕಂಬನಿ ಸುರಿದು ಕರೆಗಟ್ಟಿತ್ತು. ಎದೆಯನ್ನು ಬಗೆದಂತಾಯಿತು.

ಇಡಿಯಾಗಿ ಎತ್ತಿ ಅವಳನ್ನು ಕೂಡಿಸಿದ.

"ಅಳೋಕೆ ಏನಾಯ್ತು? ಕಾಲೇಜಿಗೆ ಹೋಗಿರಲಿಲ್ವಾ!" ಕೆನ್ನೆಯ ಮೇಲೆ ಹರಡಿಕೊಂಡಿದ್ದ ಕೂದಲನ್ನು ಹಿಂದಕ್ಕೆ ಸರಿಸಿದ.

"ಇನ್ಮೇಲೆ ಆ ಕಾಲೇಜಿಗೆ ಹೋಗೋಲ್ಲ" ಮೂತಿ ಉದ್ದ ಮಾಡಿದಳು. ಇದು ಎಷ್ಟನೇ ಬಾರಿಯೋ ಹಾಗೆಂದು ಹೇಳುತ್ತಿರುವುದು?

"ಬೇಡ ಬಿಡು, ಬೇರೆ ಕಾಲೇಜಿಗೆ ಸೇರಿಸೋಣ!" ಸಾಂತ್ವನಗೆಯ್ದ.

"ನಡೀ, ಊಟ ಮಾಡೋಣ" ಎಬ್ಬಿಸಲು ನೋಡಿದ.

"ಇವತ್ತು ರೋಮಿಯೋ ಜೂಲಿಯಟ್ ಪಾಠ ಮಾಡಿದ್ರು. ನಂಗೆ ಕೊನೆಯಲ್ಲಿ ಅಳುವೇ ಬಂದುಬಿಡ್ತು. ಅವರ ಪ್ರೇಮಕ್ಕೆ ಎಂಥ ಪ್ರಚಂಡ ಶಕ್ತಿ ಇತ್ತು. ಒಬ್ಬರಿಗಾಗಿ ಒಬ್ಬರು ಸತ್ತುಬಿದ್ರು" ಕಣ್ಣಂಚಿನಲ್ಲಿ ಕಂಬನಿ ತುಳುಕಿತು.

"ಅದೆಲ್ಲಾದ್ರೂ ಹಾಳಾಗ್ಲಿ. ಹೊಟ್ಟೆ ಹಸೀತಾ ಇದೆ; ಊಟ ಮಾಡೋಣ ನಡೀ" ತೋಳಿಡಿದು ಎಬ್ಬಿಸಲು ನೋಡಿದ.

"ನಂಗೆ ಬೇಡ" ಮೊಣಕಾಲುಗಳ ಮೇಲೆ ತಲೆಯಿಟ್ಟು ಕೂತಳು.

ಶಶಿಗೆ ತಲೆ ಚಿಟ್ಟು ಹಿಡಿದುಹೋಯಿತು. ಅವರೆಲ್ಲರ ಕಣ್ಣಬೆಳಕಾಗಿದ್ದಳು ರೇಖಾ. ಈಗ ಎಲ್ಲರೂ ಅವಳ ಭವಿಷ್ಯದ ಬಗ್ಗೆ ಆತಂಕಗೊಂಡಿದ್ದರು.

"ಸಿಲ್ಲಿ! ಡೋಂಟ್ ವರಿ. ನಿನ್ನ ರೋಮಿಯೋ ಎಲ್ಲೂ ತಪ್ಪಿಸಿಕೊಂಡು ಹೋಗೋಲ್ಲ. ಇವತ್ತು ಸಂಜೆ ನಮ್ಮನೆಗೆ ಟೀಗೆ ಬರ್ತಾರೆ." ಹಸಿ ಸುಳ್ಳನ್ನು ಹೇಳಿದ.

"ಬರೋದು ಬೇಡ" ಮುಖಕ್ಕೆ ಕೈಯನ್ನು ಅಡ್ಡಲಾಗಿ ಹಿಡಿದಳು.

"ಸರಿ ಬಿಡು. ನಿಂಗೆ ಇಷ್ಟವಿಲ್ದಿದ್ರೆ ಬೇಡ."

ಶಶಿ ಹೇಳೋದು ನಿಜವಿರಬಹುದೆ? ಈಚೆಗೆ ಹೇಮಂತ್ ಕಾಲೇಜಿನಲ್ಲಿ ಗಂಭೀರವಾಗಿರುತ್ತಿದ್ದ. ಆ ಮುಖದ ನಗುವೇ ಅಪರೂಪವಾಗಿತ್ತು. ಯಾಕೆ? ಹೊಟ್ಟೆಯಲ್ಲಿ ಸಂಕಟವಾಯಿತು.

"ನಡೀ, ಊಟ ಮಾಡೋಣ" ಕಣ್ಣೊರೆಸಿಕೊಂಡು ಎದ್ದು ಬಂದಳು.

ಅಷ್ಟೊತ್ತಿಗೆ ರಾಜಗೋಪಾಲ್ ಬಂದರು. ತಂದೆ, ಮಗ ಫ್ಯಾಕ್ಟರಿಯ ವಹಿವಾಟಿನ ವಿಷಯವಾಗಿ ಮಾತಾಡುತ್ತಲೇ ಊಟ ಮಾಡಿದರು.

"ಎಷ್ಟೊತ್ತಿಗೆ ಬಂದೆ ಮನೆಗೆ?" ಮಗಳನ್ನು ಕೇಳಿದರು. ಕಳಿಸಿದ ಕಾರು ವಾಪಸ್ಸು ಬಂದಿತ್ತು.

"ಮೊದಲ ಪಿರಿಯಡ್ ಮುಗ್ಧ ಕೂಡ್ಲೇ ಬಂದ್ಬಿಟ್ಟೆ." ಸಹಾನುಭೂತಿಯಿಂದ ಅವಳ ಕಡೆ ನೋಡಿದರು. ಹೇಮಂತ್ ಪ್ರತಿಭಾವಂತ ಸನ್ನಡತೆಯವ. ಆದರೆ ಈ ಮದುವೆಯಲ್ಲಿ ಅವನಿಗೆ ಆಸಕ್ತಿ ಇಲ್ಲ. ಏನು ಮಾಡಲು ಸಾಧ್ಯ?

"ರೆಗ್ಯುಲರ್ ಆಗಿ ಕಾಲೇಜಿಗೆ ಹೋಗೋಲ್ಲ. ಬೇಗ ಮದ್ವೆ ಮಾಡ್ಬಿಡ್ಬೇಕೂ."

ಜೋರಾಗಿ ನಕ್ಕರು. ಶಶಿ ಕೂಡ ನಕ್ಕ.

"ನಂಗೆ ಮದ್ವೆ ಬೇಡ. ನಾನು ಮದ್ವೆನೇ ಆಗೋಲ್ಲ." ಕೈ ತೊಳೆದು ಎದ್ದುಹೋದಳು.

ಅವಳು ಹೋದ ಕಡೆನೇ ನೋಡಿದ ರಾಜಗೋಪಾಲ್ ನಿಟ್ಟುಸಿರುಬಿಟ್ಟರು.

"ಇವ್ಳನ್ನಾ ಹೀಗೇ ಬಿಟ್ರೆ ಹುಚ್ಚಿ ಆಗ್ತಾಳೆ! ಮೊದ್ಲು ಬಲವಂತವಾಗಿಯಾದ್ರೂ ಮದ್ವೆ ಮಾಡ್ಬಿಡ್ಬೇಕೂ!! ಆಮೇಲೆ ತಾನಾಗಿ ಸರಿಹೋಗ್ತಾಳೆ!!"

ಶಶಿಗೆ ಅದು ಸುಲಭವೆನಿಸಲಿಲ್ಲ. ಅವಳು ಒಪ್ಪದ ಹೊರತು ಮದುವೆ ಮಾಡಬಾರದೆನಿಸಿತು. ಅಕ್ಕರೆಯ ಸವಿಯನ್ನೇ ಉಣ್ಣಿಸಿಬೆಳೆಸಿದ್ದರು. ಇಂದು ಕಣ್ಣೀರಿಡುವುದು, ಮುಂದೆ ವ್ಯಥೆಪಡುವುದು ಅವರಿಗೆ ಬೇಕಾಗಿರಲಿಲ್ಲ.

"ಡ್ಯಾಡಿ, ನಾವು ತಿಳಿದಷ್ಟು ಸುಲಭವಲ್ಲ" ಕೆ ತೊಳೆದು ಎದ್ದ.

ಸಂಜೆ ಬಲವಂತದಿಂದ ಅವಳನ್ನು ಹೊರಗೆ ಹೊರಡಿಸಿದ. ಮಾರ್ಕೆಟ್ ಬಳಿ ಬಂದಾಗ ಸೈಕಲ್ ಮೇಲೆ ಬರುತ್ತಿದ್ದ ಹೇಮಂತನನ್ನು ನೋಡಿ ಕಾರಿನ ವೇಗ ತಗ್ಗಿಸಿದ.

"ಹಲೋ ಹೇಮಂತ್" ಎಂದು ಕೈ ಬೀಸಿದ.

"ಹಲೋ...." ಎಂದವನೇ ಸೈಕಲ್‌ನಿಂದ ಇಳಿದು ಕಾರಿನ ಬಳಿ ಬಂದ.

"ಎಲ್ಲೋ ಹೊರಟಿದ್ದೀರಾ!" ಕೈಯಲ್ಲಿದ್ದ ಪುಸ್ತಕಗಳ ಕಡೆ ನೋಡಿ "ನನ್ನ ಫ್ರೆಂಡ್ ಮನೆಗೆ" ಎಂದ.

ರೇಖಾ ಮುಖವನ್ನು ಅತ್ತ ತಿರುಗಿಸಿ ಕೂತಳು. ಅವಳ ಮನದಲ್ಲಿ ಪ್ರಚಂಡ ಹೋರಾಟವೇ ನಡೆಯುತ್ತಿತ್ತು. ಪ್ರೀತಿಯನ್ನು ಮೆಟ್ಟಿ ಬದುಕಲಾರಳು.

"ಬನ್ನಿ...." ಆಹ್ವಾನಿಸಿದ.

"ಎಕ್ಸ್‌ಕ್ಯೂಜ್ ಮಿ... ಸೀ ಯು ಅಗೈನ್." ಸೈಕಲ್ ಹತ್ತಿ ಹೊರಟೇಬಿಟ್ಟ. ಶಶಿ ವಾರೆಗಣ್ಣಿಂದ ತಂಗಿಯ ಕಡೆ ನೋಡಿದ. ಕಣ್ಣೊರೆಸಿಕೊಳ್ಳುತ್ತಿದ್ದಳು. ವಿಚಿತ್ರವೆನಿಸಿತು.

"ದುರಹಂಕಾರದ! ಇಂಥ ಹತ್ತು ಜನಕ್ಕೆ ಕೆಲ್ಸ ಕೊಡೋ ಚೈತನ್ಯ ನಮ್ಮ ರೇಖಾಗೆ ಇದೆ" ಕಾರು ಸ್ಟಾರ್ಟ್ ಮಾಡಿದ.

"ಇನ್ನ ಹಾಗೆಲ್ಲ ಅಂದ್ರೆ ನನ್ಗೆ ಕೋಪ ಬರುತ್ತೆ" ಅವಳ ಹುಚ್ಚಿಗೆ ಅಳಬೇಕೋ, ನಗಬೇಕೋ ಅವನಿಗೆ ಅರ್ಥವಾಗಲಿಲ್ಲ.

"ನೀನು ಇಷ್ಟೊಂದು ಸೆಂಟಿಮೆಂಟಲ್ ಅಂದ್ಕೊಂಡಿರಲಿಲ್ಲ. ಷೇಕ್ಸ್‌ಪಿಯರ್ ನಾಟಕದಲ್ಲಿ ರೋಮಿಯೋ ಕೂಡ ಜೂಲಿಯೆಟ್‌ನ ಅಪಾರವಾಗಿ ಪ್ರೀತಿಸ್ತಾ ಇದ್ದ. ಆದ್ದರಿಂದಲೇ ಆ ಪ್ರೀತಿ-ಪ್ರೇಮಕ್ಕೆ ನಿಜವಾದ ಅರ್ಥ ಬಂತು. ನಿನ್ನ ಪ್ರೇಮಕ್ಕೆ ಅರ್ಥವಿಲ್ಲವಾಗಿದೆ."

ಕೋಪ, ಬೇಸರದಿಂದ ಕಾರಿನ ವೇಗ ಹೆಚ್ಚಿಸಿದ. ಮನದಲ್ಲಿ ಏನೋ ಲೆಕ್ಕಾಚಾರ ಹಾಕುತ್ತಿದ್ದ. ತಟ್ಟನೇ ನೆನಪಿಗೆ ಬಂದವನು ವಿಕಾಸ್. ವಾರೆಗಣ್ಣಿಂದ ತಂಗಿಯ ಕಡೆ ನೋಡಿದ. ಅವನು ಯೋಗ್ಯನಾಗಿ ಕಂಡ.

ಕಾರನ್ನು ಡಾ|| ವಿಕಾಸ್ ಕ್ಲಿನಿಕ್ ಕಡೆ ತಿರುಗಿಸಿದ.

"ನಂಗ ತಲೆನೋವು. ಕಾರು ಮನೆ ಕಡೆ ತಿರುಗ್ಸು" ಹಣೆಯನ್ನು ಅಂಗೈನಿಂದ ಒತ್ತಿಕೊಂಡಳು.

"ತಲೆನೋವಿಗೆ ಔಷ್ಧಿ ಕೊಡಿಸ್ತೀನಿ"

ಕಾರು ಕ್ಲಿನಿಕ್‌ನ ಮುಂದೆ ನಿಲ್ಲಿಸಿದಾಗ ಬೇಸರದಿಂದ ನೋಡಿದಳು. ಡಾ|| ವಿಕಾಸ್‌ನ ಒಂದೆರಡು ಬಾರಿ ನೋಡಿದ್ದಳು. ಪರಿಚಯ ಮಾಡಿಕೊಳ್ಳುವ ಸಂದರ್ಭ ಬಂದಿರಲಿಲ್ಲ.

"ಶಶಿ, ಬೇಡ್ವೋ! ತಲೆನೋವು ಜೊತೆ ಜ್ವರ ಬಂದ್ರೂ ಹೆಚ್ಚಲ್ಲ" ಬೇಸರದ ಮುಖ ಮಾಡಿದಳು.

"ಐದು ನಿಮಿಷ ಮಾತಾಡ್ಸಿ ಹೋಗ್ಬಿಡೋಣ" ಒಳಗೆ ಹೋದ. ಅವನನ್ನು ಹಿಂಬಾಲಿಸದೇ ಬೇರೆ ದಾರಿ ಇರಲಿಲ್ಲ.

ಇನ್ನ ಹೊಸದಾಗಿ ತೆರೆದ ಕ್ಲಿನಿಕ್. ಒಂದಿಬ್ಬರು ಪೇಷೆಂಟ್‌ಗಳು ಮಾತ್ರ ಇದ್ದರು.

"ಹಲೋ...." ನಗುಮುಖದಿಂದ ಬರಮಾಡಿಕೊಂಡ.

"ನಾವು ಕೂತಿರ್ತೀವಿ, ಅವರ್ನ ಕಳ್ಸಿ ಬಾ" ಟೀಪಾಯಿ ಮೇಲಿದ್ದ ಪತ್ರಿಕೆಯನ್ನು ತೆಗೆದುಕೊಂಡ.

ಆತುರಾತುರವಾಗಿ ಅವರನ್ನು ಕಳುಹಿಸಿ ಡಾ॥ ವಿಕಾಸ್ ಬಂದ. ಎಂದೋ ಅಪರೂಪಕ್ಕೆ ಶಶಿಕಾಂತ್ ಬರುತ್ತಿದ್ದ. ಎಂದೂ ತಂಗಿಯ ಜೊತೆ ಬಂದಿರಲಿಲ್ಲ. ಆಶ್ಚರ್ಯದಿಂದ ನೋಡಿದ.

"ಮೀಟ್ ಮೈ ಸಿಸ್ಟರ್" ಸೌಜನ್ಯಕ್ಕಾಗಿ ರೇಖಾ ಕೈ ಜೋಡಿಸಿ ಕಿರುನಗು ನಕ್ಕಳು. ಅವಳನ್ನು ಪೂರ್ಣವಾಗಿ ಆಕ್ರಮಿಸಿಕೊಂಡಿದ್ದ ಹೇಮಂತ್. ಅವನ ಬಗ್ಗೆಯೇ ಯೋಚಿಸುತ್ತಿದ್ದಳು.

ವಿದ್ಯಾರ್ಥಿಗಳ ನಡುವೆ ಸರಳವಾಗಿ ಬೆರೆತುಹೋಗುತ್ತಿದ್ದ. ಅವಶ್ಯಕತೆಗಿಂತ ಹೆಚ್ಚಾಗಿ ಮಾತಾಡುತ್ತಿರಲಿಲ್ಲ. ಸರಳ ಉಡುಪಿನ ಅವನನ್ನು ವಿದ್ಯಾರ್ಥಿಗಳ ನಡುವೆ ಅಧ್ಯಾಪಕನೆಂದು ಗುರುತಿಸಲೇ ಕಷ್ಟವಾಗುತ್ತಿತ್ತು.

ಬರೀ ಡಾ॥ ವಿಕಾಸ್, ಶಶಿಕಾಂತ್ ಇಬ್ಬರೇ ಮಾತಾಡಿದರು. ಇವಳಿಗೆ ಬೇಸರ ಬಂದುಹೋಯಿತು.

"ಶಶಿ, ಹೋಗೋಣ" ಎದ್ದೇಬಿಟ್ಟಳು. ಅವನು ಏಳದೇ ವಿಧಿ ಇರಲಿಲ್ಲ. ಡಾ॥ ವಿಕಾಸ್‌ನ ಕೈಕುಲುಕಿ ಹೊರಬಂದ.

ಕಾರಿನವರೆಗೂ ಬಂದ ವಿಕಾಸ್ "ಆಗಾಗ ಬರ್ತಾ ಇರೀ" ಎಂದ. ಅವನ ಮಾತಿನ ಕಡೆ ಅವಳಿಗೆ ಗಮನವೇ ಇರಲಿಲ್ಲ.

ಅಲ್ಲಲ್ಲಿ ಸುತ್ತಾಡಿಸಿಕೊಂಡು ಮನೆಗೆ ಬರುವ ವೇಳೆಗೆ ರಾಜಗೋಪಾಲ್ ಲಾನ್ ಮೇಲೆ ಹಾಕಿದ್ದ ಬೆತ್ತದ ಛೇರ್ ಮೇಲೆ ಕೂತು ಅಂದಿನ ದಿನಪತ್ರಿಕೆ ನೋಡುತ್ತಿದ್ದರು.

ತಲೆಯನ್ನು ಮೇಲಕ್ಕೆ ಎತ್ತಿದವರೇ "ಎಲ್ಲಿಗೆ ಹೋಗಿದ್ರಿ? ಬನ್ನಿ... ಬನ್ನಿ" ಎಂದರು ನಗುತ್ತ.

ಶಶಿಕಾಂತ್ ಬೇಸರದ ಮುಖ ಮಾಡಿಕೊಂಡು ಬಂದು ಕೂತ.

"ಯಾಕೆ?" ಅರ್ಥ ಮಾಡಿಕೊಂಡವರಂತೆ ಕೇಳಿದರು.

"ಯಾಕಿಲ್ಲ. ಇವ್ಳಿಂದ ನಾವು ಬೇರೆಯವ್ರ ಎದುರು ಸಣ್ಣವರಾಗ್ಬೇಕೂ! ನಾನು ಕಾರು ನಿಲ್ಲಿಸಿ ಆಹ್ವಾನಿಸಿದ್ರೂ ಮುಖ ತಿರುಗಿಸಿಕೊಂಡು ಹೋದ. ಸ್ವಲ್ಪಾನಾದ್ರೂ ಸ್ವಾಭಿಮಾನ ಅನ್ನೋದು ಇರ್ಬೇಕೂ" ದುರದುರನೇ ರೇಖಾಳ ಕಡೆ ನೋಡಿದ.

ರಾಜಗೋಪಾಲ್ ಅರ್ಥ ಮಾಡಿಕೊಂಡವರಂತೆ ಜೋರಾಗಿ ನಕ್ಕುಬಿಟ್ಟರು.

"ನಂಗೇನೂ ಸ್ವಾಭಿಮಾನ ಇಲ್ಲ ಅಂದ್ಕೊಂಡ್ಯಾ! ನಾಳೆಯಿಂದ ಕಾಲೇಜಿಗೆ ಹೋಗೋಲ್ಲ!" ಮುಖ ಊದಿಸಿಕೊಂಡು ನೆಲಕ್ಕೆ ಕಾಲುಗಳನ್ನು ಬಡಿಯುತ್ತ ಎದ್ದು ಹೋದಳು.

ಶಶಿಕಾಂತ್ ಹಣೆ ಗಟ್ಟಿಸಿಕೊಂಡ.

"ಏನ್ಸಮಾಚಾರ!" ವಿಷಯ ಹೇಮಂತ್‌ನದೇ ಎಂದು ತಿಳಿದರೂ ಪೂರ್ಣವಾಗಿ ತಿಳಿಯಬೇಕಿತ್ತು.

"ಇವ್ರುದೆಲ್ಲ ಬರೀ ಕನಸು. ಹೇಮಂತ್ ಇವ್ಳ ಕಡೆ ಸಹ ನೋಡೋಲ್ಲ. ನಂಗ್ಯಾಕೋ ಸರಿ ಕಾಣೋಲ್ಲ. ಇವ್ಳ ಹುಚ್ಚು ಬಿಟ್ಹೋಗ್ಬೇಕಾದ್ರೆ–ಮೊದ್ಲು ಮದ್ವೆ ಮಾಡ್ಬೇಕು. ಡಾ। ವಿಕಾಸ್ ಗೊತ್ತಲ್ಲ...?"

ಯೋಚನಾಗುಂಗಿನಲ್ಲಿದ್ದವರು ತಟ್ಟನೇ "ಏನಂದೆ?" ಎಂದರು, ಕಣ್ಣು ಕಿರಿದುಗೊಳಿಸಿ.

"ಡಾ॥ ವಿಕಾಸ್‌ಗೆ ರೇಖಾನ ಯಾಕೆ ಕೊಡ್ಬಾರ್ದು? ಮನೆತನ ಒಳ್ಳೆದು. ಅವ್ರುಗಳು ಒಪ್ಪೋಲ್ಲ ಅನ್ನೋಕೆ ಕಾರಣವಿಲ್ಲ." ಹಿಂದಕ್ಕೆ ಒರಗಿ ಕೂತ.

ಸದ್ಯದಲ್ಲಿ ಮಗಳಿಗೆ ಮದುವೆ ಮಾಡುವ ಯೋಚನೆ ರಾಜಗೋಪಾಲ್‌ಗೆ ಇರಲಿಲ್ಲ. ಆದರೆ ಈಗ ಮಾಡಲೇಬೇಕಿತ್ತು. ಹೊಸ ಬದುಕಿನಲ್ಲಿ ಉತ್ಸಾಹ ತುಂಬಿ ಬರಬಹುದು. ಇತ್ತೀಚಿನ ಅವಳ ನಿರುತ್ಸಾಹ ನೋಡಿ ಅವರು ಕೂಡ ಆತಂಕಗೊಂಡಿದ್ದರು.

"ನಿನ್ತಂಗಿನ ಒಪ್ಪು, ಆಮೇಲೆ ಮುಂದಿನ ಮಾತು" ಧ್ವನಿ ಭಾರವಾಯಿತು.

ರಾತ್ರಿ ಮಲಗಿದ ರಾಜಗೋಪಾಲ್‌ಗೆ ಎಷ್ಟೊತ್ತಾದರೂ ನಿದ್ದೆ ಬರಲಿಲ್ಲ. ಸುಮ್ಮನೇ ಹೊರಳಾಡುತ್ತಿದ್ದರು. ಎಲ್ಲಾ ಪ್ರೇಮ ಕತೆಗಳಿಗಿಂತ ಮಗಳದು ವಿಚಿತ್ರವಾಗಿತ್ತು. ಮನದಲ್ಲೇ ನಕ್ಕು ಮಗ್ಗುಲು ಬದಲಾಯಿಸಿದರು.

"ಹೇಮಂತ್... ಹೇಮಂತ್" ಚೀರಿದ ಸದ್ದು ಕೇಳಿ ರಾಜಗೋಪಾಲ್ ಮಗಳ ಕೋಣೆಗೆ ಓಡಿದರು. ದಿಂಬಿನಲ್ಲಿ ಮುಖ ಹುದುಗಿಸಿ ಬಿಕ್ಕುತ್ತಿದ್ದಳು.

"ರೇಖಾ, ಏನಾಯ್ತು... ಮಗು?" ಎದೆಗವಚಿಕೊಂಡು ಧಾವಂತದಿಂದ ಪ್ರಶ್ನಿಸಿದರು.

ಅಷ್ಟರಲ್ಲಿ ಶಶಿ, ರಜನಿ, ಕಮಲ್ ಮೂವರೂ ಧಾವಿಸಿ ಬಂದಿದ್ದರು. ಅವರುಗಳ ಮುಖಗಳು ಬಿಳಿಚಿಕೊಂಡಿದ್ದವು.

"ಏನಾಯ್ತು ಡ್ಯಾಡಿ?" ರಾಜಗೋಪಾಲ್ ಮಗನಿಗೆ ಸನ್ನೆ ಮಾಡಿ ಸುಮ್ಮನಾಗಿಸಿದರು.

"ಕೆಟ್ಟ ಕನ್ಸು ಬಿದ್ದಿರ್ಬೇಕು!" ಮಗಳ ಕೂದಲಲ್ಲಿ ಕೈಯಾಡಿಸಿ ಸಮಾಧಾನ ಮಾಡಿದರು. ತಟ್ಟಿ ಮಲಗಿಸಿ ಕೋಣೆಯಿಂದ ಹೊರಗೆ ಬಂದರು. ಆಮೇಲೆ ಅವರಿಗೆ ನಿದ್ದೆ ಬರಲಿಲ್ಲ. ಬೆಳಕು ಎಷ್ಟು ಹೊತ್ತಿಗೆ ಹರಿದೀತೆಂದು ಕಾದು ಕೂತರು.

ಬೇಗ ಸ್ನಾನ ಮುಗಿಸಿಕೊಂಡು ತಾವೇ ಕಾರು ತಗೊಂಡು ಹೊರಟುಬಿಟ್ಟರು. ನೇರವಾಗಿ ಅವರು ಬಂದಿದ್ದು ಹೇಮಂತ್ ಮನೆಗೆ.

ಬಾಗಿಲಿಗೆ ರಂಗೋಲಿ ಇಡುತ್ತಿದ್ದ ರಶ್ಮಿ ಕಾರು ನಿಂತ ಸದ್ದು ಕೇಳಿ ಹಿಂದಿರುಗಿದಳು. ಇಳಿಯುತ್ತಿದ್ದ ಅವರನ್ನು ನೋಡಿ ಒಳಕ್ಕೆ ಓಡಿದಳು.

ವ್ಯಾಯಾಮ ಮಾಡುತ್ತಿದ್ದ ಹೇಮಂತ್ ತಾನೇ ಬಂದು ಸ್ವಾಗತಿಸಿದ. ಅವನ ದಷ್ಟಪುಷ್ಟ ಮೈಕಟ್ಟು ನೋಡಿ ಮೆಚ್ಚಿಕೊಂಡರು.

"ಬನ್ನಿ.... ಬನ್ನಿ..."

ಯಾಕೋ ರಾಜಗೋಪಾಲ್‌ಗೆ ಅವನನ್ನು 'ದುರಹಂಕಾರದ ಹುಡುಗ!' ಎನ್ನಲು ಮನಸ್ಸಾಗಲಿಲ್ಲ. ಮನಕ್ಕೆ ಬೇಸರವಾದರೂ ಈ ಸ್ವಭಾವ, ನಡವಳಿಕೆ ಅವರಿಗೆ ಹಿಡಿಸಿತು.

ಅಡಿಗೆಯ ಮನೆಯಲ್ಲಿದ್ದ ನಿರುಪಮ ಬಂದರು. ಅವರಲ್ಲಿ ಮೊದಲಿನ ಉತ್ಸಾಹವಿದ್ದ ಹಾಗೆ ಕಾಣಲಿಲ್ಲ.

"ಅಪರೂಪಕ್ಕೆ ಬಂದ್ರಿ-ಬಹಳ ಸಂತೋಷ!" ಅಲ್ಲೇ ನಿಂತು "ಸ್ನಾನ ಮಾಡ್ತಾ ಇದ್ದಾರೆ; ಈಗ ಬಂದ್ಬಿಡ್ತಾರೆ" ಒಳಗೆ ಹೋದರು.

ಬಟ್ಟೆ ಧರಿಸಿ ಬಂದು ಹೇಮಂತ್ ಕೂತು ಮಾತಾಡಿಸಿದ.

"ಯಾವಾಗ ಮದ್ವೆ ಊಟ?" ಅಚ್ಚರಿಯಿಂದ ತಲೆ ಎತ್ತಿದ. ಕಣ್ಣುಗಳಲ್ಲಿ ನಿರುತ್ಸಾಹ ಕಾಣಿಸಿಕೊಂಡಿತು. ಮೆಲ್ಲಗೆ ತಲೆ ತಗ್ಗಿಸಿ ಕೂತ.

"ಊಟ ಯಾವಾಗ ಬೇಕಾದ್ರೂ ಮಾಡಬಹ್ದು. ಮದ್ವೆಯ ವ್ಯವಸ್ಥೆ, ಕಟ್ಟುಪಾಡುಗಳ ಬಗ್ಗೆನೇ ಬೇಸರ ಬಂದಿದೆ. ಮದ್ವೆ ಮಾಡಿಕೊಳ್ಳುವ ಸಂಭವ ಕಡಿಮೆ!" ಎತ್ತಲೋ ನೋಡುತ್ತ ನಿಟ್ಟುಸಿರು ಚೆಲ್ಲಿದ. ಶೋಷಣೆಗೆ ಒಳಗಾದ ರಶ್ಮಿ ವಸುಮತಿಯರ ಪ್ರತಿಬಿಂಬ ಬಂದು ಅವನ ಮುಂದೆ ನಿಂತಂತಾಯಿತು.

ಅಷ್ಟರಲ್ಲಿ ತಂದೆ ಬಂದಿದ್ದರಿಂದ "ಈಗ್ಬಂದೆ" ಎಂದು ಒಳಗೆ ಹೋದ.

ಮಾತಾಡಲು ರಾಜಗೋಪಾಲ್ ಅವರಲ್ಲಿ ಉತ್ಸಾಹ ಉಳಿಯಲಿಲ್ಲ. ಸ್ವಲ್ಪ ಹೊತ್ತು ಬೇರೆ ವಿಷಯಗಳ ಬಗ್ಗೆ ಮಾತಾಡುತ್ತ ಇದ್ದು ಹೊರಟುಬಿಟ್ಟರು.

ಹೊರಡುವ ಮುನ್ನ ಹೇಮಂತ್ ಕಾರಿನವರೆಗೂ ಬಂದ. ಕಣ್ಣರಳಿಸಿ ನೋಡಿದರು. ಮಗಳನ್ನು ನಿಂದಿಸಲು ಮನಸ್ಸಾಗಲಿಲ್ಲ.

"ಬರ್ತೀನಿ ಹೇಮಂತ್, ಬಿಡುವಾದಾಗ ಬನ್ನಿ" ತಲೆ ಅಲುಗಾಡಿಸಿದಾಗ ಕಾರು ಮುಂದಕ್ಕೆ ಹೋಗಿತ್ತು.

* * * *

ರಶ್ಮಿ ಎರಡು ದಿನದಿಂದ ಮೈ ಹುಷಾರಿಲ್ಲವೆಂದು ಮಲಗಿದ್ದಳು. ಮೂರನೆಯ ದಿನವೂ ಏಳದಿದ್ದಾಗ, ಹೇಮಂತ್‌ಗೆ ಆತಂಕವಾಯಿತು. ಕಾಲೇಜಿಗೆ ಹೊರಡುವ ಮುನ್ನ ಅವಳ ಕೋಣೆಗೆ ಬಂದ, ವಸಂತ್ ಕೂಡ ಅಲ್ಲೇ ಇದ್ದ.

"ಡಾಕ್ಟ್ರು ಬಂದಿದ್ರಾ?" ವಸಂತ್ ಶುಷ್ಕ ನಗೆ ನಕ್ಕ.

"ಏನು ಹೇಳಿದ್ರು?" ಬೇಸರಗೊಂಡ.

ಹೇಮಂತ್‌ನ ಕೈ ಹಿಡಿದು ಕೂಡಿಸಿದ ವಸಂತ್ ಅಡಿಗೆ ಮನೆಗೆ ಹೋಗಿ ಕಲ್ಲುಸಕ್ಕರೆ ಹಿಡಿದು ಬಂದ.

"ಬಾಯಿ ತೆಗೀ, ಹೇಳ್ತೀನಿ" ಅವನ ಭುಜವಿಡಿದ.

ಹೇಮಂತ್‌ಗೆ ಒಂದು ತರಹ ಗಾಬರಿ ಆಯಿತು. ವರದಕ್ಷಿಣೆ ಶೋಷಣೆಗೆ ಗುರಿಯಾದ ಪೇಪರಿನಲ್ಲಿ ಬರುವ ಸುದ್ದಿಗಳೆಲ್ಲ ಕ್ಷಣದಲ್ಲಿ ತಲೆಯಲ್ಲಿ ಮಿಂಚಿ ಮರೆಯಾದವು.

ವಸಂತ್ ಹಿಡಿ ಕಲ್ಲುಸಕ್ಕರೆ ತುಂಡನ್ನು ಅವನ ಬಾಯಿಗೆ ತುರುಕಿ "ಈ ಮನೆಯ ನಿಶ್ಶಬ್ದ ವಾತಾವರಣ ಕೆಡಿಸಲು ಪುಟ್ಟ ಪಾಪನ ಆಗಮನವಾಗಲಿದೆ."

ಹೇಮಂತ್ ಒಂದು ಕ್ಷಣ ಮೌನವಾಗಿ ನಿಂತುಬಿಟ್ಟ. ಮನದಲ್ಲಿ ಗಲಿಬಿಲಿ ಯುಂಟಾಗಿತ್ತು. ಈ ಮನೆಯ ಲೆಕ್ಕಾಚಾರದ ಬಿಗುವು ವಾತಾವರಣದಲ್ಲಿ ಸ್ವಲ್ಪ ಬದಲಾವಣೆ ಕಾಣಬಹುದೇನೋ! ಎಲ್ಲಕ್ಕಿಂತ ರಶ್ಮಿಯ ಸ್ಥಿತಿಯಲ್ಲಿ ಸುಧಾರಣೆ ಕಂಡುಬರಬಹುದು!

"ಹಾರ್ಟಿ ಕಂಗ್ರಾಜುಲೇಷನ್ಸ್" ಕೈಕುಲುಕಿ ತನ್ನ ಸಂತೋಷವನ್ನು ವ್ಯಕ್ತಪಡಿಸಿದ.

ಅಡಿಗೆಯ ಮನೆ ಕೆಲಸವೆಲ್ಲ ನಿರುಪಮಳೇ ಮಾಡುತ್ತಿದ್ದರು. ನಿರಾಸೆ ಅವರನ್ನ ಮೆತ್ತಗೆ ಮಾಡಿತ್ತು. ಯೋಚಿಸುತ್ತ ಕೂತುಬಿಡುತ್ತಿದ್ದರು.

"ಅಮ್ಮ, ಬರ್ತೀನಿ" ಮನೆಯಿಂದ ಹೊರಟ.

ನಿರುಪಮ ಹೊರಗೆ ಬಂದು ನಿಂತರು. ನಡೆದು ಹೋಗುತ್ತಿದ್ದ ಮಗನನ್ನು ನೋಡಿ ಅವರಿಗೆ ಸಂಕಟವಾಯಿತು. ಕೋಪಾನೂ ಬಂತು. ಈಚೆಗೆ ಮದುವೆ ಸುದ್ದಿ ಎತ್ತಿದರೇ ಎದ್ದು ಹೋಗುತ್ತಿದ್ದ.

ಈಗ ಎದ್ದು ರಶ್ಮಿ ಓಡಿಯಾಡಿ ಕೆಲಸ ಮಾಡುತ್ತಿದ್ದಳು. ಆದರೆ ಊಟ ಸೇರಿದಿದ್ದರಿಂದ ಬಳಲಿಕೆ, ಸುಸ್ತು ಇದ್ದೇ ಇತ್ತು.

ಹೇಮಂತ್ ಮನೆಗೆ ಬಂದಾಗ ಸೋಫಾಗೆ ಒರಗಿ ಕಣ್ಣು ಮುಚ್ಚಿದ್ದಳು. ವಸಂತ್‌ನ ಆರ್ಭಟ ಮೇಲಿನ ನೋಟಕ್ಕೆ ಕಮ್ಮಿಯಾಗಿದ್ದರೂ ಒಳಗಡೆಯೇ ಕೊರೆಯುತ್ತಿದ್ದ.

"ರಶ್ಮಿ ಹುಷಾರಾಗಿದ್ದೀರಾ!" ಬೆಚ್ಚಿದವಳಂತೆ ಎದ್ದು ಸರಿಯಾಗಿ ಕೂತಳು.

"ನಿಮ್ಮ ಪ್ರಾಬ್ಲಮ್ಸ್ ಎಲ್ಲಾ ನಿಮ್ಮ ಮಗು ಪರಿಹರಿಸಿಬಿಡುತ್ತೆ!"

ನೋವಿನ ನಗೆ ನಕ್ಕಳು. ಫಳಕ್ಕನೇ ಕಣ್ಣಿನಲ್ಲಿ ಕಂಬನಿ ಮಿಂಚಿತು. ಕೆನ್ನೆಯ ಮೇಲೆ ಉರುಳದಂತೆ ತಡೆಯುವ ಮನಸ್ಸು ಮಾಡಿದಳು. ಪ್ರಯೋಜನವಿಲ್ಲವಾಯಿತು.

"ಈಗ್ಲೂ ಅಳ್ತೀರಾ! ವಸಂತ್ ಬದಲಾಗಿದ್ದಾನೆ. ಮತ್ಯಾಕೆ ಕಣ್ಣೀರು, ಅದು ನಿಮ್ಮ ಜನ್ಮಸಿದ್ಧ ಹಕ್ಕಾ?" ಶುಷ್ಕ ನಗೆ ನಕ್ಕ.

ಕಣ್ಣೊರೆಸಿಕೊಳ್ಳುತ್ತ "ನೀವು ತಪ್ಪು ತಿಳ್ಕೊಂಡಿದ್ದೀರಾ! ಈ ಸಲ ಬಾಣಂತನದ ನೆಪದಲ್ಲಿ ನನ್ನ ಕಳ್ಸಿಕೊಟ್ರೆ...." ಕಂಠ ಗದ್ಗದವಾಯಿತು.

"ನಂಗೊಂದೂ ಅರ್ಥವಾಗಲಿಲ್ಲ."

"ಅಪ್ಪಿಗೆ ಪುನಃ ಮದ್ವೆಯಾಗೋ ಯೋಚ್ನೆ ಇದೆ."

ಗರಬಡಿದವನಂತೆ ಕೂತುಬಿಟ್ಟ. 'ಇದು ನಿಜವೇ?' ರಶ್ಮಿನೇ ಹೇಳುತ್ತಾ ಇರುವುದರಿಂದ ನಂಬಬೇಕಾಗಿತ್ತು.

"ಅದೆಲ್ಲ ಸುಲಭವಲ್ಲ! ವಸಂತ್ ಅಷ್ಟು ಕಟುಕನಾಗಲಾರ!"

ಕೋಣೆಗೆ ಬಂದು ಕೂತುಬಿಟ್ಟ. ಮದುವೆಯಿಂದ ವಸಂತ್ ಬಯಸುವುದಾದರೂ ಏನನ್ನು? ಅವನಂಥ ಸಾವಿರಾರು ಮಂದಿ ಇರುವರೆನಿಸಿತು. ಹೊಸದಾಗಿ ಅಧ್ಯಾಪಕನಾದ ಗೋಪಾಲ್ ಕಾರಿನಲ್ಲಿ ಓಡಾಡುತ್ತಿದ್ದ. ಕೊಟ್ಟ ಮಾವನ ಬಗ್ಗೆ ಜಂಬದಿಂದ ಹೇಳಿಕೊಳ್ಳುತ್ತಿದ್ದ. ವರದಕ್ಷಿಣೆ ಅಥವಾ ಅದರ ರೂಪದಲ್ಲಿ ಸಾಕಷ್ಟು ಪಡೆಯುವುದು ಗಂಡಿನ ಜನ್ಮಸಿದ್ಧ ಹಕ್ಕಾ? ವ್ಯವಸ್ಥೆಯೇ ಸರಿಯಿಲ್ಲವೆನಿಸಿತು.

"ಅದ್ಯಾಕೆ ಕತ್ತಲಲ್ಲಿ ಕೂತಿದ್ದಿ?"

ನಿರುಪಮ ಕೋಣೆಯೊಳಕ್ಕೆ ಬಂದು ಸ್ವಿಚ್ ಅದುಮಿ ಬೆಳಕು ಮಾಡಿದರು. ಬಟ್ಟೆ ಕೂಡ ಬದಲಾಯಿಸಿರಲಿಲ್ಲ. ತಲೆ ಕೆಟ್ಟಂತಾಗಿತ್ತು.

"ತಲೆನೋವು ಇತ್ತು, ಈಗ ಇಲ್ಲ."

ಮಗನ ಹಣೆಯ ಮೇಲೆ ಕೈಯಿಟ್ಟು ನೋಡಿದ ಅವರು ಹೊರಗೆ ಹೋದರು.

ಉಸಿರು ಕಟ್ಟೋ ವಾತಾವರಣದಿಂದ ಹೊರಗೆ ಹೋಗಬೇಕೆನಿಸಿತು. ಮುಖ ಕೂಡ ತೊಳೆಯಬೇಕೆನಿಸಲಿಲ್ಲ. ಕಾಲೇಜಿಗೆ ಹೋಗಿದ್ದ ಉಡುಪಿನಲ್ಲಿಯೇ ಇದ್ದ. ಹೊರಬಂದ. ತಂಗಾಳಿ ಬೀಸುತ್ತಿತ್ತು. ಅದು ಮೈಗೆ ಹಿತವೆನಿಸದಿದ್ದರೂ ಒಂದೊಂದು ಸಲ ಸ್ವಲ್ಪ ಹೆಚ್ಚು ವೇಗದಿಂದಲೇ ಬೀಸುತ್ತಿತ್ತು.

ಗೇಟು ಸರಿಸಿ ಹೊರಗೆ ನಡೆದ. ಎಲ್ಲಿಗೆ ಹೋಗಬೇಕೆಂಬುದು ಇರಲಿಲ್ಲ. ಸುಮ್ಮನೇ ನಡೆದ. ಬೇಸರವೆನಿಸಿದಾಗ ಸುತ್ತಮುತ್ತಲೂ ನೋಡಿದ. ಕತ್ತಲು ಮುಸುಕಿತ್ತು. ಸಣ್ಣ ಪಾರ್ಕ್ ಕಂಡಿತು. ಹೋಗಿ ಕೂತ.

ತಕ್ಷಣ ಅವನಿಗೆ ತಾತನ ಜ್ಞಾಪಕ ಬಂತು. ಸೊಸೆ ಅಷ್ಟುದ್ದ ಕಾಗದ ಬರೆದಾಗಲೂ ಚಲಿಸಿರಲಿಲ್ಲ. ತನ್ನ ನಿಶ್ಚಯ ತೋಡಿಕೊಂಡಾಗ ಪತ್ರ ಬರೆದಿದ್ದರು. ಆಮೇಲೆ ನಿರುಪಮ ಹುಯಿಲೆಬ್ಬಿಸಿದಾಗ ಸಮಾಧಾನ ಶಾಂತತೆಯಿಂದ ಪರಿಸ್ಥಿತಿಯನ್ನು ಎದುರಿಸಿದ್ದರು. ಅವರ ಮನೋನಿಗ್ರಹ ಶಕ್ತಿ, ಸಂಯಮ ಮತ್ತು ಜೀವನದ ಸಮಸ್ಯೆಗಳನ್ನು ಎದುರಿಸುತ್ತಿದ್ದ ಸ್ಥೈರ್ಯವನ್ನು ಮೆಚ್ಚಿಕೊಂಡ.

ಸಾಕಾದಾಗ ಎದ್ದು ಮನೆಯತ್ತ ನಡೆದ. ಆಯಾಸವೆನಿಸಿದರೂ ನಡೆದು ಬಂದು ಮನೆಯನ್ನು ಸೇರಿದ. ಗಂಟೆ ಹನ್ನೊಂದರ ಮೇಲಾಗಿತ್ತು. ಮನೆಯಲ್ಲಿ ಒಬ್ಬರೂ ನಿದ್ರಿಸಿರಲಿಲ್ಲ. ನಿರುಪಮ ಬಾಗಿಲಲ್ಲೇ ಕಾಯುತ್ತ ಕೂತಿದ್ದರು.

"ಎಲ್ಲಿಗೆ ಹೋಗಿದ್ಯೋ?" ಸ್ವರದಲ್ಲಿ ಗಾಬರಿಯಿತ್ತು.

"ಯಾಕೆ ನಾನೇನು ಸಣ್ಣವನಲ್ಲ! ಭಯ ಪಡಬೇಕಾದ್ದೇನೂ ಇಲ್ಲ!" ತಲೆ ತಗ್ಗಿಸಿಯೇ ನುಡಿದು ಕೋಣೆಗೆ ಹೋದ. ನಿಧಾನವಾಗಿ ಬಟ್ಟೆ ಬದಲಾಯಿಸಿ, ಮಂಚದ ಮೇಲೆ ಉರುಳಿಕೊಂಡ.

ವಸಂತ್ ಕೇವಲ ವರದಕ್ಷಿಣೆಯ ದಾಹಕ್ಕಾಗಿ ಬೇರೆಯ ಮದುವೆಯಾಗುವುದು ಅವನ ಕಲ್ಪನೆಗೂ ಒಗ್ಗದ ಘಟನೆಯಾಗಿತ್ತು. ಈ ವಿಷಯದಲ್ಲಿ ಅವನ ಸಹನೆ ಮೀರಿತ್ತು. ಮನೆಯವರ ದೃಷ್ಟಿಯನ್ನು ಅರ್ಥ ಮಾಡಿಕೊಳ್ಳಲು ಬಹಳ ಪ್ರಯತ್ನಿಸುತ್ತಿದ್ದ. ಅದು ಸ್ಪಟಿಕದಷ್ಟು ಸ್ಪಷ್ಟವಾಗಿ ಕಂಡಿತು. ಬರೀ ಹಣದ ಮೇಲಿನ ವ್ಯಾಮೋಹ. ಗೋಡೆಯತ್ತ ಮುಖ ತಿರುಗಿಸಿ ಮಲಗಿದ.

"ಊಟ ಮಾಡಿ ಮಲಗುವಂತೆ ಏಳು."

ಅವನಿಗೆ ಈಗ ಏಕಾಂತ ಅಗತ್ಯವಾಗಿತ್ತು. ಯಾರೊಂದಿಗೂ ಮಾತು ಬೇಕಿರಲಿಲ್ಲ.

"ಬೇಡಮ್ಮ, ಸಂಜೆ ತಿಂದಿ ತಿಂದಿದ್ದೆ, ಹಸಿವಿಲ್ಲ."

ಅರೆ ಮನಸ್ಸಿನಿಂದಲೇ ಲೈಟು ಆರಿಸಿ ನಿರುಪಮ ಕೋಣೆಯಿಂದ ಹೊರಗೆ ಬಂದರು. ಅವರ ಲೆಕ್ಕಾಚಾರವೆಲ್ಲ ತಲೆಕೆಳಗಾಗಿತ್ತು.

ನಡುಮನೆಯಲ್ಲಿ ಕೂತ ರಾಯರು ಪೋಸ್ಟ್‌ಮ್ಯಾನ್ ತಂದುಕೊಟ್ಟ ಕವರನ್ನು ಹರಿದು ಓದಿದರು. ಹೇಮಂತ್ ತನಗೆ ಸ್ಕಾಲರ್‌ಷಿಪ್ ಸಿಕ್ಕಿರುವ ಸುದ್ದಿ, ಹೊರಡಲು ಬೇಕಾದ ಏರ್ಪಾಟುಗಳನ್ನು ಮಾಡುತ್ತಿರುವ ಬಗ್ಗೆ ಬರೆದು, ಹೋಗುವ ಮುನ್ನ ಬಂದು ತಮ್ಮ ಆಶೀರ್ವಾದ ಪಡೆಯುವ ಬಗ್ಗೆ ತಿಳಿಸಿದ್ದ.

"ಬಾಗೂ, ಮಗು ಉನ್ನತ ವಿದ್ಯಾಭ್ಯಾಸಕ್ಕಾಗಿ ಇಂಗ್ಲೆಂಡ್‌ಗೆ ಹೋಗ್ತಾನಂತೆ" ಪತ್ರವನ್ನು ಮಡಚಿ ಕವರ್‌ನಲ್ಲಿ ಹಾಕಿಟ್ಟರು.

ಒಂದು ಕ್ಷಣ ಭಾಗಮ್ಮನಿಗೆ ಕಕ್ಕಾಬಿಕ್ಕಿಯಾಯಿತು. ಒಂದೆರಡು ಸಲ ಹೇಮಂತ್ ಹೇಳಿದ್ದ. ಆದರೂ ಸಹಿಸಲಾರದ ವೇದನೆಯಾಯಿತು.

"ಆಗಾಗ ಬಂದು ಹೋಗ್ತಾ ಇದ್ದ. ಇನ್ಮೇಲೆ ನಮ್ಮನ್ನ ನೋಡೋಕೆ ಯಾರು ಬರ್ಬೇಕು...!" ಕಣ್ಣೊರೆಸಿಕೊಂಡರು.

"ಹುಚ್ಚಿ! ಎಂಥ ಮಾತು ಆಡ್ತೀಯಾ! ಅವ್ರುಗಳು ಬರದಿದ್ರೆ ಏನಾಯ್ತು! ನಾವೇ ಹೋಗಿ ಬರೋಣ. ನೀನು ಇಷ್ಟಪಟ್ರೆ ಅಲ್ಲೇ ಉಳಿಯೋಣ."

ಭಾಗಮ್ಮನವರ ತುಟಿಗಳ ಮೇಲೆ ನೋವಿನ ನಗೆ ಮಿಂಚಿ ಮರೆಯಾಯಿತು.

"ಮಗು ಶ್ರೇಯೋಭಿವೃದ್ಧಿಯ ಬಗ್ಗೆ ಯೋಚಿಸ್ಬೇಕೂ. ಅವನು ಬಂದಾಗ ಅತ್ತು ಕರ್ದು ಮಾಡ್ಬಾರ್ದು. ಒಂದೆರಡು ವರ್ಷ ಹೆಚ್ಚೆಂದರೇ ಮೂರು ವರ್ಷ ಇದ್ದು ಬಂದಾನು" ಹೆಂಡತಿಗೆ ಸಮಾಧಾನ ಹೇಳಿದರು.

ಹೇಮಂತ್‌ನನ್ನು ಹೆತ್ತಮೇಲೆ ನಿರುಪಮ ಆರೋಗ್ಯ ಅಷ್ಟಕ್ಕಷ್ಟೆ ಇತ್ತು. ವರ್ಷ ತುಂಬಿದ ಅವನನ್ನು ಅಕ್ಕರೆಯ ಮಡಿಲಲ್ಲಿ ಬೆಳೆಸಿದ್ದರು. ಕರುಳು ಕಿವುಚಿದಂತಾಯಿತು.

"ಅಮ್ಮ...." ಭಟ್ಟನ ಧ್ವನಿ ಅವರನ್ನು ಎಚ್ಚರಿಸಿತು.

"ಏನೋ...." ಅಂಗೈಯನ್ನು ನೆಲಕ್ಕೆ ಊರಿಕೊಂಡು ಪ್ರಯಾಸದಿಂದ ಎದ್ದರು. ದೇಹದ ಶಕ್ತಿಯೆಲ್ಲ ಉಡುಗಿ ಹೋಗಿದೆಯೆನಿಸಿತು.

"ಸರಸುನ ಕರ್‍ಕೊಂಡ್ಬಂದೆ" ಗೋಡೆಗೆ ಸರಿದು ನಿಂತ.

ಸರಸು ಆ ಮನೆಗೆ ಬರೋದು ಹೊಸದೇನಲ್ಲ. ಎರಡು ಮೂರು ದಿನದಿಂದ ಹುಷಾರಿಲ್ಲದ ಕಾರಣ ಬಂದಿರಲಿಲ್ಲ. ಕಡೆಗೆ ಭಾಗಮ್ಮನವರು ಕರುಣೆಯಿಂದ "ಇಲ್ಲೇ ಕರ್‍ಕೊಂಡ್ಬಾರೋ" ಎಂದಿದ್ದರು.

ಭಟ್ಟನಿಗೆ ಅಷ್ಟೇ ಸಾಕಾಗಿತ್ತು. ಅವರುಗಳ ತಂಪು ನೆರಳಿನಲ್ಲಿ ಬೆಳೆದಿದ್ದ. ಕಷ್ಟ ಸುಖ ಗೊತ್ತಾಗಿರಲಿಲ್ಲ. ಈಗ ಸರಸುಗೆ ಜ್ವರ ಬಂದು ಮಲಗಿದ ಮೇಲೆ ಅವನಿಗೆ ದಿಕ್ಕೇ ತೋರದಂತಾಗಿತ್ತು. ತೋಟದ ಮನೆಯಲ್ಲಿ ಕೇಳುವವರಿರಲಿಲ್ಲ. ವಸುಮತಿ, ಅವಳ ತಾಯಿ ಮಾತ್ರ ಮಾತಾಡಿಸಿಕೊಂಡು ಬರುತ್ತಿದ್ದರು.

"ಅಯ್ಯೋ.... ನಿಲ್ಲೇ ಇದ್ದಿಯಲ್ಲೋ!" ಮರುಕದಿಂದ ಅವಳತ್ತ ನೋಡಿದರು.

ಸರಸ್ವತಿ ತಾಯಿಯ ಬಗ್ಗೆ ಜನ ಬಹಳಷ್ಟು ಆಡಿಕೊಳ್ಳುತ್ತಿದ್ದರು. ಪೂರ್ತಿ ನಿಜವಿಲ್ಲದಿದ್ದರೂ ಅಲ್ಪಸ್ವಲ್ಪವಾದರೂ ಸತ್ಯವಿರಬೇಕು. ಭಟ್ಟ ಮದುವೆಯಾದಾಗ "ಥೂ ಹಾಳಾಗ್ಲಿ! ಈ ಮನೆ ಹೊಸಿಲು ಮೆಟ್ಟಿಸಬಾರ್ದು!" ಎಂದುಕೊಂಡಿದ್ದರು. ಕಾಲ ಕಳೆದಂತೆ ಮೃದು ಮನಸ್ಸು ಕರಗಿ ಅಂತಃಕರಣ ಮಿಡಿಯಿತು.

"ಹಿಂದ್ಗಡೆ ರೂಮಿನಲ್ಲಿ ಹಾಸಿ ಕೊಡು."

ಭಟ್ಟ ಹೆಂಡತಿಯನ್ನ ಕರೆದೊಯ್ದು ಮಲಗಿಸಿದ. ತಲೆಯ ಮೇಲಿನ ದೊಡ್ಡ ಹೊರೆ ಇಳಿಸಿದಂತಾಗಿತ್ತು, ನಿರಾಳವಾಗಿ ಉಸಿರಾಡಿದ, ಇನ್ನ ಅವಳು ಇಲ್ಲಿ ಸತ್ತರೂ ಯೋಚಿಸಲಾರ. ಮೊದಲಿನಿಂದಲೂ ಸಂಸಾರ ಜೀವನದ ಮೇಲೆ ಆಸೆ ಇರಲಿಲ್ಲ. ಯಾವ ಜವಾಬ್ದಾರಿಯೂ ಅವನಿಗೆ ಬೇಕಾಗಿರಲಿಲ್ಲ. ಈಗ ಸರಸು ಅವನ ಕುತ್ತಿಗೆಗೆ ಬಿದ್ದ ಗಂಟಾಗಿದ್ದಳು.

ಗಂಜಿ ಕಾಸಿಕೊಟ್ಟರು. ಒಂದೆರಡು ದಿನಗಳಲ್ಲಿ ಚೇತರಿಸಿಕೊಂಡಳು, ತೋಟಕ್ಕೆ ಹೊರಡುವ ಯೋಚನೆಯನ್ನು ಬಿಟ್ಟು ಗಂಡ ಹೆಂಡಿರು ಆರಾಮವಾಗಿದ್ದುಬಿಟ್ಟರು. ಅದರ ಬಗ್ಗೆ ಭಾಗಮ್ಮನಾಗಲಿ, ರಾಯರಾಗಲಿ ತಲೆ ಕೆಡಿಸಿಕೊಳ್ಳಲಿಲ್ಲ.

ಮಧ್ಯಾಹ್ನ ಬಂದ ವಸುಮತಿ ಕೈಯಲ್ಲಿ ಹಾಡಿನ ನೋಟ್ ಬುಕ್ ಇತ್ತು. ಇತ್ತೀಚೆಗೆ ಅದರ ಪ್ರಸಕ್ತಿಯನ್ನೇ ಬಿಟ್ಟಿದ್ದಳು. ಇಂದು ಹಿಡಿದು ಬಂದಾಗ. ಭಾಗಮ್ಮನವರಿಗೂ ಆಶ್ಚರ್ಯವಾಯಿತು.

"ಬಾ... ಬಾ.... ಊಟ ಆಯ್ತು?" ಎಂದರು.

ಅವರಿಗೆ ಸ್ವಲ್ಪ ದೂರದಲ್ಲಿ ಕೂತ ವಸುಮತಿ "ಆಯ್ತು ಅಜ್ಜಿ. ನಿಮ್ದು ಆಯ್ತು?" ಸುತ್ತಲೂ ದೃಷ್ಟಿ ಹರಿಸಿದಳು. ಅಷ್ಟು ದೂರಕ್ಕೆ ಗೋಡೆಯ ಅಂಚಿಗೆ ಸರಸ್ವತಿ ಕೂತಿದ್ದಳು. ಬೇಗ ಚೇತರಿಸಿಕೊಂಡಿದ್ದಳು.

"ನಿನ್ದು ಊಟ ಆಯ್ತು?" ಅವಳತ್ತ ತಿರುಗಿ ಕೇಳಿದಳು.

"ಆಯಿತು" ಅವಳ ಒಂದು ಕಣ್ಣಿನಲ್ಲೇ ತೀಕ್ಷ್ಣತೆ ಅಧಿಕವಾಗಿತ್ತು.

"ಅಜ್ಜಿ, ಅವತ್ತು ಕೃಷ್ಣನ ಮೇಲೆ ಹಾಡಿದರಲ್ಲ–ಅದ್ನ ಹಾಡಿ, ಬರ್ಕ್ಕೋತೀನಿ" ನೋಟು ಪುಸ್ತಕ ತೆರೆದಿಟ್ಟುಕೊಂಡಳು.

"ಊಟ ಆಯ್ತು. ಹೊಟ್ಟೆ ಭಾರ ಕಣೆ. ಸ್ವರ ಹೊರಡಪಲ್ಲದು. ಸಂಜೆ ಮುಂದು ಹೇಳಿಕೊಡ್ತೀನಿ."

ಊಟ ಆದ ಮೇಲೆ ಅವರಿಗೂ ಎರಡು ಗಳಿಗೆ ಮಲಗಿ ಅಭ್ಯಾಸ. ಅದನ್ನು ತಪ್ಪಿಸಲಾರರು. ಅದು ವಸುಮತಿಗೂ ಗೊತ್ತು ಮನೆಯಿಂದ ಹೊರಬೀಳುವುದಕ್ಕೆ ಒಂದು ನೆಪ ಬೇಕಾಗಿತ್ತು. ಆದ್ದರಿಂದಲೇ ಬಂದಿದ್ದಳು.

"ನೀವು ಮಲಕ್ಕೊಳ್ಳಿ" ಎದ್ದು ಕೋಣೆಗೆ ಬಂದಳು. ರಾಯರು ಕಾಗದ ಪತ್ರಗಳನ್ನು ತೆಗೆದಿಟ್ಟುಕೊಂಡು ಕೂತಿದ್ದರು. ವಿದೇಶಕ್ಕೆ ಹೊರಡಲಿರುವ ಮೊಮ್ಮಗನಿಗಿರುವ ಹಣದ ಅವಶ್ಯಕತೆಯ ಬಗ್ಗೆ ಯೋಚಿಸಿದ್ದರು. ಅಷ್ಟು ಭೂಮಿ ಕಾಣಿ ಇತ್ತು. ಅದನ್ನೆಲ್ಲ ನೋಡಿಕೊಂಡು ಮಾಡಿಸುವುದು ತಮ್ಮಿಂದ ಆಗದ ಕೆಲಸ. ಸ್ವಲ್ಪ ಇಟ್ಟುಕೊಂಡು ಮಿಕ್ಕದನ್ನ ಮಾರಿಬಿಡುವ ಬಗ್ಗೆ ಯೋಚಿಸಿದ್ದರು. ಮಗ ಸೊಸೆಯ ಬಳಿ ಪ್ರಸ್ತಾಪಿಸಬೇಕು.

"ಬಾ ಮಗು" ತಲೆ ಎತ್ತಿ ವಸುಮತಿಯ ಕಡೆ ನೋಡಿದರು.

ಗೋಡೆಯಂಚಿಗೆ ಕೂತಳು. ಏನೋ ಮಾತಾಡಬೇಕೆಂದು ಬಂದವಳು ಸುಮ್ಮನಾಗಿದ್ದಳು.

"ತಾತ, ಹೇಗಿದ್ದಾರೆ?" ಎರಡು ದಿನದ ಹಿಂದೆ ಹೋಗಿ ನೋಡಿಬಂದಿದ್ದರು. ಅಂತಿಮ ಅವಸ್ಥೆಯಾದ ವೃದ್ಧಾಪ್ಯದಲ್ಲಿ ಮಾನವ ಎಷ್ಟು ನಿಸ್ಸಹಾಯಕನಾಗಬೇಕು!

"ಇದ್ದಾರೆ, ವಿಪರೀತ ಮಾತಾಡ್ತಾರೆ. ಒಂದು ಗಳಿಗೆ ಸುಮ್ನೇ ಮಲಗೋಲ್ಲ" ಬಿಕ್ಕಿ ಬಿಕ್ಕಿ ಅತ್ತೇ ಬಿಟ್ಟಳು.

ಪತ್ರಗಳನ್ನು ಹಾಗೆಯೇ ಸಂದೂಕದಲ್ಲಿಟ್ಟು ವಸುಮತಿಯ ಬಳಿಗೆ ಬಂದು ತಲೆ ಸವರಿ "ವಯಸ್ಸಾದವರದು ವಿಪರೀತ ಕಲ್ಪನೆ! ನೀನು ಅಳಬಾರ್ದು" ಸಮಾಧಾನ ಹೇಳಿದರು.

ಸುತ್ತಮುತ್ತಲಿನ ಒಟ್ಟು ಕುಟುಂಬದ ಒಂದೆರಡು ಸಂಬಂಧಗಳು ಬಂದಿದ್ದವು. ಗೋಪಾಲಯ್ಯ ಒಪ್ಪಿಕೊಳ್ಳಲಿಲ್ಲ. ಎಲ್ಲಾದಕ್ಕೂ ಮಗಳ ಸ್ಥಿತಿಯನ್ನು ಮುಂದೆ ಮಾಡಿ ಓದುಬರಹ ಇಲ್ಲದ ಹೆಡ್ಡನಿಗೆ ಮೊಮ್ಮಗಳನ್ನು ಕೊಡಲಾರ. ಒಂದೇ ಪಟ್ಟು ಆಗಿತ್ತು.

ಹೇಮಂತ್, ವಸುಮತಿಯನ್ನು ಮದುವೆಯಾಗಿದ್ದರೇ ಚೆನ್ನಾಗಿತ್ತು! ಅವರಿಗೆ ನಗು ಬಂತು. ಇದೆಲ್ಲ ಎಲ್ಲಿ ಸಾಧ್ಯ? ನಿರುಪಮಗೆ ಹಣದ ಬಗ್ಗೆ ಆಸೆ ಇಲ್ಲದಿದ್ದರೆ ತಾವುಗಳು ಕೂಡ ಹೋಗಿ ಅಲ್ಲಿಯೇ ಉಳಿದುಬಿಡುತ್ತಿದ್ದೆವೇನೋ! ವಸಂತ್ ಹಾರಾಟ ಕಮ್ಮಿಯಾಗಿದ್ದರೆ ರಶ್ಮಿ ಕೂಡ ಸುಖವಾಗಿರುತ್ತಿದ್ದಳು!

"ಸಮಾಧಾನ ಮಾಡ್ಕೋ"

ಈಗ ಮತ್ತೆ ಪತ್ರಗಳನ್ನು ನೋಡುತ್ತ ಕೂಡುವ ಮನಸ್ಸಾಗಲಿಲ್ಲ. ಗೋಪಾಲಯ್ಯನವರ ಮನೆಯತ್ತ ನಡೆದರು.

ಸರಸು, ವಸುಮತಿ ರಂಗೋಲೆಗಳನ್ನು ನೋಟ್ ಪುಸ್ತಕದಲ್ಲಿ ಬರೆಯತೊಡಗಿದರು.

ರಾಯರು ಬಂದಾಗ, ವಸುಮತಿಯ ತಂದೆ ನಡುಮನೆಯಲ್ಲಿಯೇ ಮಲಗಿ ದೊಡ್ಡ ನಿದ್ದೆ ತೆಗೆಯುತ್ತಿದ್ದರು. ಗೊರಕೆಯ ಸದ್ದು ದೊಡ್ಡದಾಗಿ ಕೇಳಿಸುತ್ತಿತ್ತು.

ಕೋಣೆಯತ್ತ ನಡೆದರು. ಗೋಪಾಲಯ್ಯನವರು ಛಾವಣಿ ದಿಟ್ಟಿಸುತ್ತ ಮಲಗಿದ್ದರು. ಈಚೆಗಂತೂ ದೇಹ ಪೂರ್ತಿಯಾಗಿ ಜೀರ್ಣವಾಗಿತ್ತು.

"ಬನ್ನಿ.... ಬನ್ನಿ" ಕ್ಷೀಣ ಧ್ವನಿಯಲ್ಲಿ ಸ್ವಾಗತಿಸಿದರು.

ಮೈ ತುಂಬ ಶಾಲನ್ನು ಹೊದ್ದು ಕೂತರು.

"ಮಗು ಬಂತೇ? ನಾನು ಏನೇನೋ ಮಾತಾಡಿಬಿಡ್ತೀನಿ. ಪಾಪ, ಅದು ಬೇಜಾರು ಮಾಡ್ಕೋತ್ತೆ!" ತೀರಾ ಸೋತಂತೆ ಕಂಡರು.

"ಹೇಗಿದ್ದೀರಾ?" ಜೀರ್ಣಗೊಂಡ ದೇಹದ ಕಡೆ ಕಣ್ಣಾಡಿಸಿದರು. ಗೋಪಾಲಯ್ಯನವರ ಅಂತಿಮ ದಿನಗಳು ಹತ್ತಿರ ಬರುತ್ತಿದ್ದವು. ಅವರ ಆಸೆ ನೆರವೇರದೆ ಸತ್ತರೆ ಅವರಿಗೆ ಮನಃಶಾಂತಿ ಸಿಗುವುದಿಲ್ಲ.

"ಸದಾಶಿವ ನನ್ನ ಬಗ್ಗೆ ಕೇಳಬೇಡವಪ್ಪ! ಈ ಹುಡ್ಗಿ ತಲೆ ಮೇಲೆ..." ಪ್ರಯಾಸದಿಂದ ತಾವೇ ಎದ್ದು ಕೂತರು.

"ಆಗುತ್ತೆ! ಆತ್ರವೇಕೆ? ಕಂಕಣಬಲ ಕೂಡಿ ಬರ್ಬೇಕೂ!"

ಗೋಪಾಲಯ್ಯನವರು ದೊಡ್ಡದಾದ ನಿಟ್ಟುಸಿರುಬಿಟ್ಟರು. ಅಳಿಯನ ಗೊರಕೆಯ ಸದ್ದು ಒಂದೇ ಸಮನಾಗಿ ಕೇಳಿ ಅವರಿಗೆ ಬೇಸರ ಬಂದಿತ್ತು.

"ಹೊಟ್ಟೆ ತುಂಬೋವರ್ಗೂ ಎಲೆ ಬಿಟ್ಟು ಏಳೋಲ್ಲ. ಆಮೇಲೆ ಮಲ್ಗಿದ್ರೇ ಏಳೋದು ಕಷ್ಟ."

ಅವ್ರ ಅಳಿಯನನ್ನು ಕುರಿತು ಆಡಿದ್ದೆಂದು ರಾಯರಿಗೆ ಗೊತ್ತಾಯಿತು.

"ಮೊಮ್ಮಗ ಹೇಮಂತು ಇಂಗ್ಲೆಂಡ್‌ಗೆ ಹೋಗ್ತಾನಂತೆ; ಪತ್ರ ಬರೆದಿದ್ದ. ವಯಸ್ಸಿದ್ದಾಗ ದೇಶ ಸುತ್ತಿ ಬರಲಿ" ಗಂಭೀರವಾಗಿ ಸಹಜ ಸ್ವರದಲ್ಲಿ ಆಡಿದರು.

ಆ ಮಾತು ತಮಗೆ ಕೇಳಿಸಲೇ ಇಲ್ಲವೇನೋ ಎನ್ನುವಂತೆ "ಮಗು, ನಿನ್ಕೈಗೆ ಕೊಟ್ನಲ್ಲಾ ಜಾತಕ ಪ್ರತಿ, ಅದನ್ನು ತಗೊಂಡ್ಬಾ" ಮಗಳಿಗೆ ಹೇಳಿದರು.

“ಯಾವ ಕಡೆ ಸಂಬಂಧ?”

ಸ್ವಲ್ಪ ಹೊತ್ತು ಮೌನವಾಗಿದ್ದ ಗೋಪಾಲಯ್ಯನವರು ಆಮೇಲೆ ಮೆಲುವಾಗಿ ಹೇಳಿದರು.

“ದೂರದ ಸಂಬಂಧನೇ. ಹುಡ್ಗ ಬಾಂಬೆನಲ್ಲಿದ್ದಾನಂತೆ. ಹಣಕಾಸಿನ ಸ್ಥಿತಿಯಲ್ಲಿ ಚೆನ್ನಾಗಿದ್ದಾರಂತೆ. ಅಷ್ಟೊಂದು ವರದಕ್ಷಿಣೆ ಕೇಳೋಲ್ಲ ಅಂದ್ರು.”

ರಾಯರು ಯೋಚಿಸುತ್ತ ಕೂತುಬಿಟ್ಟರು. ತೀರಾ ತಿಳಿಯದ ಕಡೆ ಸಂಬಂಧ ಬೆಳೆಸುವುದು ಅವರಿಗಿಷ್ಟವಿಲ್ಲ. ದಿನ ಹತ್ತಾರು ಸುದ್ದಿ ವಾರ್ತಾ ಪತ್ರಿಕೆಗಳಲ್ಲಿ ಹಾಕುತ್ತಾರೆ. ಮೋಸ, ವಂಚನೆ, ಶೋಷಣೆ ನಡೆದೇ ಇದೆ.

“ಯಾರ ಕಡೆಯಿಂದ ಬಂದಿದೆ?”

ಅಷ್ಟರಲ್ಲಿ ಜಾತಕಗಳು ಅದರೊಂದಿಗಿದ್ದ ಅಡ್ರೆಸ್ ಚೀಟಿ ತಂದು ರಾಯರ ಮುಂದಿಟ್ಟರು.

ಕೈಗೆತ್ತಿಕೊಂಡು ಮೊದಲು ಅಡ್ರೆಸ್ ಮೇಲೆ ಕಣ್ಣಾಡಿಸಿದರು. ಕುಪ್ಪಳ್ಳಿ ಸಾಹುಕಾರ್ ನೀಲಕಂಠಯ್ಯನವರದು. ಮೊದಲಿನಿಂದ ತಕ್ಕಮಟ್ಟಿಗೆ ಶ್ರೀಮಂತಿಕೆಯ ಕುಟುಂಬ ದವರಾದರೂ ಈಚೆಗೆ ಕುಬೇರರಾಗಿದ್ದರು. ಬಡವರ ಹೆಣ್ಣು ಮಕ್ಕಳಿಗೆ ತಾವೇ ಗಂಡು ನೋಡಿ ಮದುವೆ ಮಾಡಿಸುತ್ತಿದ್ದರು.

“ಹುಡ್ಗನ ಸಂಬಂಧದವರು ಎಲ್ಲಿದ್ದಾರಂತೆ?” ಅಡ್ರೆಸ್ ಚೀಟಿಯನ್ನು ಮಡಚುತ್ತ ಕೇಳಿದರು.

“ಅವ್ರು ಕೂಡ ಮಗ್ನ ಜೊತೆ ಬಾಂಬೆನಲ್ಲೇ ಇದ್ದಾರಂತೆ, ಬಂದು ಹೋಗೋದು ಕಷ್ಟ. ಆದ್ದರಿಂದ ತಾವೇ ಪತ್ರ ಬರ್ದು ಎಲ್ಲಾ ತಿಳಿಸ್ತೀನಿ. ನಿಮ್ಮ ಹುಡ್ಗೀದು ಒಂದು ಫೋಟೋ ಕೊಟ್ರೆ ಸಾಕೂಂದ್ರು!”

ಅವುಗಳನ್ನು ಬಿಡಿಸಿ ಕೂಡ ನೋಡುವುದಕ್ಕೆ ಹೋಗದೇ ಅಲ್ಲಿದ್ದ ಮರದ ಪೆಟ್ಟಿಗೆಯ ಮೇಲಿಟ್ಟರು. ಈ ಸಂಬಂಧದ ಬಗ್ಗೆ ಅವರಿಗೆ ಉತ್ಸಾಹವಿರಲಿಲ್ಲ. ಇದೆಲ್ಲ ಮೋಸಗಾರರ ಜಾಲವೆನಿಸಿತು.

“ಆತ್ರ ಬೇಡ. ಏನೂ ತಿಳಿಯದೇ ಮುಂದುವರಿಯೋದು ಬೇಡ. ನೀಲಕಂಠಯ್ಯ ಸಾಚಾ ಮನುಷ್ಯನಲ್ಲ. ಸಮಾಜದಲ್ಲಿ ಚಲಾವಣೆಗಾಗಿ ಏನೇನೋ ನಾಟಕ ಆಡುತ್ತಾನೆ.”

ಈಗ ಯೋಚಿಸುವ ಸರದಿ ಗೋಪಾಲಯ್ಯನವರದಾಯಿತು. ಅಡ್ಡ ಗೋಡೆ ಮೇಲೆ ದೀಪವಿಡುವಂತೆ ಮಾತಾಡುವುದು ರಾಯರಿಗೆ ಗೊತ್ತಿಲ್ಲ. ಸದಾ ನೇರವಾದ ಮಾತುಗಾರಿಕೆ: ಯೋಚಿಸದೇ ಯಾವುದೂ ಆಡುವವರಲ್ಲ.

“ಆ ವಿಷ್ಯ ನಂಗೆ ಬಿಡು. ನೀಲಕಂಠಯ್ಯ ಬಂದರೇ ನನ್ನನ್ನು ಕಾಣುವಂತೆ ಹೇಳು.”

ಗೋರಕೆಯ ಸದ್ದು ಸಹಿಸಲಾರದೇ ಜಿಗುಪ್ಸೆಯಿಂದ “ಅಮ್ಮಯ್ಯ, ನಿಮ್ಮ ಯಜಮಾನ್ರನ ಎಬ್ಬು” ಮಗಳಿಗೆ ಕೂಗಿ ಹೇಳಿದರು.

ಜಲಜಮ್ಮ ಎಬ್ಬಿಸಲು ಬಹಳ ಪ್ರಯತ್ನ ಮಾಡಬೇಕಾಯಿತು. ಕಡೆಗೆ ಆ ಮಹಾಶಯ ಎದ್ದು ಹಾಸಿಕೊಂಡಿದ್ದ ವಲ್ಲಿಯನ್ನ ಕೊಡವದೇ ಹೆಗಲ ಮೇಲೆ ಹಾಕ್ಕೊಂಡು ನಡೆದುಬಿಟ್ಟ.

ಅವರ ಮುಖದ ಮೇಲೆ ನೋವು ಅರಳಿತು. ಗೋಡೆಗೆ ಮತ್ತಷ್ಟು ಒರಗಿ "ಈಗ ತೋಟಕ್ಕೆ ಹೋಗಿ ಮಲ್ಗಿಬಿಡ್ತಾನೆ! ಹಸಿವಾದಾಗ ಎದ್ದುಬರ್ತಾನೆ!" ಅಸಹ್ಯಿಸಿಕೊಂಡರು.

"ಭಟ್ಟ ಇಲ್ಲೇ ಉಳ್ಕೊಡ್ಕೋತಾನಾ?"

ಭಟ್ಟ ಬಂದು ತೋಟ ಸೇರಿದ ಮೇಲೆ ಕಳ್ಳತನಗಳು ಕಮ್ಮಿಯಾಗಿದ್ದವು. ಏನೋ ಅಷ್ಟಿಷ್ಟು ಭರವಸೆ ಇಟ್ಟುಕೊಳ್ಳಬಹುದಾಗಿತ್ತು. ಇನ್ನು ಮೇಲೆ... ಆತಂಕಪಡಬೇಕಿತ್ತು.

"ಯಾಕೆ?"

ವಿಷಯ ಅರಿವಾಗಲು ತಡವಾಗಲಿಲ್ಲ. ಭಟ್ಟನ ಸಹಾಯವಿಲ್ಲದೆಯೇ ಜಮೀನು ಮಾಡಿಸುವಷ್ಟು ಅವರು ಸಮರ್ಥರಾಗಿದ್ದರು.

"ಅರ್ಥವಾಯ್ತು, ಸ್ವಲ್ಪ ಉಳ್ಸಿಕೊಂಡು ಮಿಕ್ಕ ಜಮೀನನ್ನು ಮಾರಿಬಿಡುವ ಯೋಚ್ನೆ ಇದೆ!" ಸ್ವಲ್ಪ ಹೊತ್ತು ಮೌನವಹಿಸಿ "ಬೇರೆಯವ್ರಿಗೆ ಕೊಡೋ ಉದ್ದೇಶವಿಲ್ಲ; ಪ್ರಾಮಾಣಿಕವಾಗಿ ಭೂಮಿ ಸೇವೆ ಮಾಡ್ದ ಒಕ್ಕಲುಗಳಿಗೆ ಪತ್ರ ಮಾಡ್ಸಿ ಬಿಡೋಣಾಂತ. ಕೈಯಲಾದಷ್ಟು ಕೊಡ್ಲಿ!" ಹೆಮ್ಮೆಯಿಂದ ಹೇಳಿಕೊಂಡ ಮಾತುಗಳು ಆಗಿರಲಿಲ್ಲ.

"ಶ್ರೀಕಾಂತು ಒಪ್ಕೋತಾನಾ!" ಅದನ್ನ ಯೋಚಿಸಿಯೇ ಇದ್ದರು. ಅವನ ಮನ ಒಪ್ಪದಿದ್ದರೂ ತಂದೆಗೆ ಎದುರಾಗಿ ನಿಲ್ಲಲಾರ. ನಿರುಪಮಳ ಹಾರಾಟ, ಮಾತುಗಳು ನಡೆಯಬಹುದು. ತಮ್ಮನ್ನೆ ಧರ್ಮ, ಸತ್ಯ ಎಂದು ತಿಳಿದ ಮೇಲೆ ಸೊಸೆಯ ಮಾತುಗಳಿಗೆ ಬೆಲೆ ಕೊಡುವುದು ಸರಿಯಲ್ಲವೆನಿಸಿತು. ಹೇಮಂತ್ ವಸುಮತಿಯ ಮುಖಗಳು ಎದುರು ಬಂದು ನಿಂತಂತಾಯಿತು. ಆ ಮನೆಯ ನೆಮ್ಮದಿಗಾಗಿ ತಾವು ನಿಸ್ಸಹಾಯಕರಾಗಿ ವರ್ತಿಸಿದ್ದು ಸರಿಯೆನಿಸಿತು.

"ಅದ್ರ ಬಗೆಗೆ ಯೋಚ್ಸಿದ್ದೀನಿ" ಅವರದು ದೃಢ ನಿರ್ಧಾರವಾಗಿತ್ತು.

ಎದ್ದವರೇ "ಮಗು ಅಲ್ಲೇ ಇದೆ. ನಿಮ್ಮ ಮಾತುಗಳಿಂದ ಅವ್ಳ ಮನಸ್ಸಿಗೆ ನೋವಾಗಬಹ್ದು!"

ಅಷ್ಟು ಹೇಳಿ ಹೊರಬಂದುಬಿಟ್ಟರು.

ಮನೆಗೆ ಬಂದಾಗ ವಸುಮತಿ ಸಣ್ಣನೆಯ ಧ್ವನಿಯಲ್ಲಿ ದೇವರನಾಮ ಹಾಡುತ್ತಿದ್ದಳು. ಭಾಗಮ್ಮನವರು ಕೂತು ಕೇಳುತ್ತಿದ್ದರು.

ರಾಯರಿಗೆ ತಮ್ಮ ಯೌವನದ ದಿನಗಳು ನೆನಪಿಗೆ ಬಂದವು. ದುಂಡಗೆ ಮಟ್ಟಸವಾದ ಎತ್ತರವಿದ್ದ ಭಾಗಮ್ಮ ತುಂಬ ಚೆಲುವಾಗಿದ್ದರು. ಕೆನ್ನೆಗಳಿಗೆ ಹರಿಶಿನ ತೊಡೆದು ಕಾಸಗಲ ಕುಂಕುಮ ಹಣೆಗಿಟ್ಟರೇ ಅವರ ಅಲಂಕಾರ ಮುಗಿದು ಹೋಗುತ್ತಿತ್ತು. ಎಷ್ಟೋ ರಾತ್ರಿಗಳು ಮಡದಿಯ ಮುಖವನ್ನು ನೋಡುತ್ತಲೇ

ಕಳೆದಿದ್ದರು. ಅಪರೂಪದ ಶೋಭೆ ಅವರನ್ನು ಸೆಳೆದಿತ್ತು. ಒಲವು ಆಕರ್ಷಣೆಗೆ ಮೀರಿದ ಒಂದು ಉನ್ನತ ಭಾವದಿಂದ ಪ್ರೇರಿತರಾಗಿಬಿಡುತ್ತಿದ್ದರು. ಈಗ ಮನೆಗೆ ದೈವತ್ವ ಕೊಡುವ ದೇವತೆಯೇ ಆಗಿದ್ದರು. ವಯಸ್ಸನ್ನು ಮರೆತು ಭಾವುಕರಂತೆ ನಿಂತುಬಿಟ್ಟರು.

"ಬಂದ್ರಾ" ಕೆಳಗೆ ನೆಲದಲ್ಲಿ ಕೈಯೂರಿಕೊಂಡು ಮೇಲಕ್ಕೆದ್ದರು. ಭಾಗಮ್ಮನವರು ಪತಿಯನ್ನು ಅಭಿಮಾನದಿಂದ ಗೌರವಿಸುತ್ತಿದ್ದುದು ಮಾತ್ರವಲ್ಲ, ಭಕ್ತಿಯಿಂದ ಪೂಜಿಸುತ್ತಲೂ ಇದ್ದರು.

ಆದರ್ಶ ದಾಂಪತ್ಯ ಕಡೆಯ ಮಟ್ಟದಲ್ಲಿ ಆ ಎತ್ತರಕ್ಕೆ ಏರಿ ಮನಸ್ಸು ಪಕ್ವವಾದಂತೆ ಶರೀರದ ಆಕರ್ಷಣೆ ನಿಂತುಹೋಗಿ ಪೂಜ್ಯನೀಯ ಸ್ವರೂಪರಾಗಿ ಬಿಡಬಹುದೇನೋ, ಒಬ್ಬರಿಗೊಬ್ಬರು!

"ನಾನು ಬರ್ತೀನಿ ಅಜ್ಜಿ" ವಸುಮತಿ ಹೊರಡಲು ಎದ್ದಳು.

"ಯಾಕೆ ಮಗು! ಇನ್ನು ಸ್ವಲ್ಪ ಹೊತ್ತು ಇರು."

ಹೊದ್ದಿದ್ದ ಶಾಲುವನ್ನು ಕುರ್ಚಿಯ ಮೇಲೆ ಹಾಕಿ ಹಿತ್ತಲಿಗೆ ಹೋದರು. ಪಿಸುಮಾತಿನ ಸಪ್ಪಳ ಕೇಳಿಸಿತು. ನಾಲ್ಕು ಹೆಜ್ಜೆ ಮುಂದಕ್ಕೆ ಬಂದರು. ಹಿಂದಿರುಗಿದ ಸರಸ್ವತಿ ಸುಮ್ಮನೇ ನಿಂತುಬಿಟ್ಟಳು.

"ಒಳಗಡೆ ನಡ್ಯಮ್ಮ."

ಸರಸು ಹೆದರುತ್ತಲೇ ಒಳಗೆ ಹೋದಳು. ಸಣ್ಣ ಮೂಟೆಯತ್ತ ಕರಿಯನ ಮಗ ಎಸೆದು ಓಡಿದ.

"ನಿಂತ್ಕೋ" ರಾಯರ ಕಂಚಿನ ಕಂಠದಿಂದ ಹೊರಟ ದನಿಯನ್ನು ಮೀರಿ ಮುಂದಕ್ಕೆ ಹೆಜ್ಜೆ ಇಡದಾದ, ಗಡಗಡ ನಡುಗುತ್ತ ನಿಂತ.

"ಇಲ್ಬಾ" ಬರುವಂತೆ ಸನ್ನೆ ಮಾಡಿ ಕರೆದು "ತಗೊಂಡ್ಹೋಗು" ನಿಂತವನ ಕಣ್ಣುಗಳಲ್ಲಿ ಘಳ ಘಳ ಕಣ್ಣೀರು ಹರಿಯಿತು. ಹರಿದ ಅಂಗಿಯ ಅಂಚಿನಿಂದ ತೊಡೆದುಕೊಂಡ.

ಬಾವಿಯ ಕಟ್ಟೆಯ ಮೇಲೆ ಅವರ ದೃಷ್ಟಿ ಹರಿಯಿತು. ಐದು ರೂಪಾಯಿನ ಕೊಳೆಯಾದ ನೋಟು, ಸ್ವಲ್ಪ ಚಿಲ್ಲರೆ ಇತ್ತು.

"ಇದ್ನ ಕೂಡ ತಗೋ."

"ಸರಸಮ್ಮ..." ಏನೋ ಹೇಳಲು ತೊದಲಿದ.

"ಪರ್‍ವಾಗಿಲ್ಲ, ತಗೊಂಡ್ಹೋಗು."

ನಿಮಿಷದಲ್ಲಿ ಎತ್ತಿಕೊಂಡು ಪರಾರಿಯಾದ, ವ್ಯಾಕುಲಗೊಂಡರು. ನಿಧಾನವಾಗಿ ಒಳಕ್ಕೆ ಬಂದರು.

ಭಟ್ಟ ಗಳುವಿನ ಮೇಲೆ ಹರಡಿದ್ದ ಒಗೆದ ವಸ್ತ್ರಗಳನ್ನು ಮಡಚಿಡುತ್ತಿದ್ದ. ಕನಿಕರದಿಂದ ಅವನತ್ತ ನೋಡಿದರು.

"ಮಗು ಭಟ್ಟ...."

ತಕ್ಷಣ ಬಟ್ಟೆಗಳನ್ನು ಹಿಡಿದೇ ಅವರ ಮುಂದೆ ಬಂದು ನಿಂತ. ಅವರ ಮಮತೆಯ ನೋಟ ಮೈದಡವಿತ್ತು.

"ನೀನೂ ನಿನ್ನ ಹೆಂಡ್ತಿ ತೋಟದ ಮನೆಗೆ ಹೊರಟುಬಿಡಿ, ಆಗಾಗ ಬಂದು ಹೋಗ್ತಾ ಇರು."

ಭಟ್ಟ ಗರಬಡಿದವನಂತೆ ನಿಂತುಬಿಟ್ಟ. ಇಲ್ಲಿಗೆ ಬಂದಾಗಿನಿಂದ ನಿಶ್ಚಿಂತೆಯಾಗಿದ್ದ. ಪುನಃ ಮೊದಲ ಜೀವನಕ್ಕೆ ಹೋಗಬೇಕು. ಏನಾದರೂ ಹೇಳಲು ಅವನಲ್ಲಿ ಮಾತುಗಳೇ ಇಲ್ಲವಾಯಿತು.

ಭಾಗಮ್ಮನವರಿಗೆ ತಲೆ ಬುಡ ಅರ್ಥವಾಗಲಿಲ್ಲ. ಎಂದೂ ಅವರಾಗಿ ಹೇಳದ ಹೊರತು ಎದುರು ನಿಂತು ಕೇಳುವುದು ಅವರ ಅಭ್ಯಾಸವಲ್ಲ.

ತಮ್ಮ ಕೋಣೆಗೆ ಹೋದರು. ಕಬ್ಬಿಣದ ಪೆಟ್ಟಿಗೆ ತೆರೆದ ಸದ್ದು ಕೇಳಿಸಿತು. ಮತ್ತೆ ಮುಚ್ಚಿ ಹೊರಗೆ ಬಂದರು.

"ಮಗು, ನಿಮ್ಮ ಅಜ್ಜಿನ ಕರೀ" ನಡುಮನೆಯಲ್ಲಿದ್ದ ಮರದ ಕುರ್ಚಿಯ ಮೇಲೆ ಕೂತರು. ಗಂಭೀರವಾಗಿ ಯೋಚನೆಯಲ್ಲಿ ಮುಳುಗಿದ್ದರು.

"ಬಂದೆ, ಏನೂ ವಿಷ್ಯ?"

ಹೆಂಡತಿಯನ್ನು ನೋಡಿದರು. ಮೇರುವಿನ ಎತ್ತರಕ್ಕೆ ಏರಿ ನಿಂತ ಹೆಣ್ಣಾಗಿ ಕಂಡಳು.

"ಇದ್ನ ಎಲೆಯಡಕೆಯಲ್ಲಿಟ್ಟು ಸರಸುಗೆ ಕೊಡು. ಬೇಗ ಕಳ್ಸಿಕೊಡು, ಕತ್ಲಾಗುತ್ತೆ."

ಹತ್ತರ ಐದು ನೋಟುಗಳನ್ನು ಹೆಂಡತಿಯ ಕೈಯಲ್ಲಿ ಇಟ್ಟಿದ್ದರು.

"ಅವುಗಳು ಹೋಗಿ, ಬಿಟ್ಟ ಮನೆನ ಅಚ್ಚುಕಟ್ಟು ಮಾಡ್ಕೋಬೇಕು. ನಿಧಾನ ಮಾಡ್ದೇ ಕಳ್ಸಿಕೊಡು."

ಗಂಡನ ಬಗ್ಗೆ ಭಾಗಮ್ಮ ತಪ್ಪು ತಿಳಿಯಲಾರರು. ಸುಮ್ಮನೆ ದೇವರ ಕೋಣೆಯತ್ತ ನಡೆದರು. ಹರಿಶಿನ ಕುಂಕುಮದ ಪಂಚವಾಳ, ತಟ್ಟೆಯನ್ನು ತೆಗೆದುಕೊಂಡು ಹೊರಗೆ ಬಂದರು.

ಮೂಲೆಯಲ್ಲಿ ಸರಸ್ವತಿ ಮಂಕಾಗಿ ನಿಂತಿದ್ದಳು. ಎಷ್ಟು ದೊಡ್ಡ ಹಗರಣವಾಗುವುದೋ ಎಂದು ಹೆದರಿದ್ದಳು. ರಾಯರ ಬಗ್ಗೆ ಗಂಡನಾಡುತ್ತಿದ್ದ ಅಭಿಮಾನದ ಮಾತುಗಳನ್ನು ನೆನಪಿಸಿಕೊಂಡಳು.

ಅಷ್ಟು ದೂರದಲ್ಲಿ ಭಟ್ಟ ಕೈಕಟ್ಟಿ ನಿಂತಿದ್ದ.

"ಕುಂಕುಮ ಹಚ್ಕೋ ಬಾ" ಕೂಗಿದರು.

ಭಟ್ಟ ನೋಡುತ್ತಲೇ ಇದ್ದ. ಎಲೆಯಡಿಕೆ, ಕಾಯಿ ಜೊತೆಯಿದ್ದ ನೋಟಿನ ಪುಡಿಕೆ ಅವನಿಗೆ ಕಾಣದೇ ಹೋಗಲಿಲ್ಲ. ವಿಸ್ಮಿತನಾದ.

"ಏನಾದ್ರೂ ತಗೋ."

ಭಾಗಮ್ಮನವರು ಕೂತಿದ್ದ ವಸುಮತಿಗೂ ಕುಂಕುಮ ಕೊಟ್ಟು ತಟ್ಟೆಯನ್ನು ಎತ್ತಿಟ್ಟರು.

"ನಮಸ್ಕಾರ ಮಾಡು" ನಿಂತಲ್ಲಿಂದಲೇ ಭಟ್ಟ ಹೇಳಿದ. ಸರಸು ರಾಯರಿಗೂ ಭಾಗಮ್ಮನವರಿಗೂ ನಮಸ್ಕಾರ ಮಾಡಿದಳು. ಅವರುಗಳು ಮನಃಪೂರ್ವಕವಾಗಿಯೇ ಆಶೀರ್ವದಿಸಿದರು.

ತಾಯಿ ತಂದೆಯರನ್ನು ಕಳೆದುಕೊಂಡು ತಮ್ಮ ನೆರಳಲ್ಲಿ ಬೆಳೆದ ಭಟ್ಟ ನೆಮ್ಮದಿಯಿಂದಿರಬೇಕೆಂಬುದೇ ಅವರ ಇಚ್ಛೆ! ದೈವೇಚ್ಛೆ ಹೇಗಿದೆಯೋ!

ಭಟ್ಟ ಇಬ್ಬರ ಕಾಲುಗಳಿಗೂ ನಮಸ್ಕರಿಸಿ, ಜೋರಾಗಿ ಮಗುವಿನಂತೆ ಅತ್ತುಬಿಟ್ಟ. ತಡೆದಿಟ್ಟ ವೇದನೆಯ ಮಹಾಪೂರವೇ ಹರಿದುಬಂದಂತಾಗಿತ್ತು.

"ಯಾಕೆ ಮಗು? ಸಮಾಧಾನ ಮಾಡ್ಕೋ! ಎಲ್ಲಾಕ್ಕಿಂತ ಪಾಪಸಂಚಯ ಬಹಳ ಕೆಟ್ಟದ್ದು. ಈ ಮನೆಗೆ ನೀನೂ ಮಗನಿದ್ದ ಹಾಗೆ.... ಯೋಚ್ನೆಬೇಡ" ಸಮಾಧಾನ ಮಾಡಿ ಮೈ ದಡವಿ ಕಳಿಸಿಕೊಟ್ಟರು.

ಅವರುಗಳು ಹೋದಮೇಲೆ ಭಾಗಮ್ಮ ಮಂಕಾಗಿ ಕೂತುಬಿಟ್ಟರು. ಭಟ್ಟ ಅತ್ತಾಗ ಅವರ ಕಣ್ಣಂಚಿನಲ್ಲೂ ನೀರು ಕಾಣಿಸಿಕೊಂಡಿತ್ತು. ಭಣಭಣ ಎನಿಸಿತು.

ರಾಯರ ಕಡೆ ನೋಡಿದರು. ಅವರು ಎಂದಿನಂತೆಯೇ ಇದ್ದರು. ಮನದ ತುಮುಲವನ್ನು ಹೊರಗೆ ಕಾಣದಂತೆ ತಡೆದಿಡುವ ಸಂಯಮ ಶಕ್ತಿ ಅವರಿಗಿತ್ತು.

"ಅವ್ರುಗಳು ಇಲ್ಲಿ ನಿಂತರೇ ತೋಟ ಹಾಳುಬೀಳುತ್ತೆ. ಬೇರೆ ಜನಗಳ್ನ ಹುಡುಕ್ಕೋಬೇಕಾಗುತ್ತೆ. ಅಷ್ಟೆಲ್ಲ ತೊಂದರೆ ಯಾಕೇಂತ... ಅವ್ರುಗಳ್ನ ಕಳ್ಸಿಕೊಟ್ಟೆ!"

ಪುನಃ ಭಾಗಮ್ಮ ಪ್ರಶ್ನಿಸಲು ಹೋಗಲಿಲ್ಲ. ಸರಸ್ವತಿಯ ಬಗ್ಗೆ ಅವರಿನ್ನೂ ಪೂರ್ತಿಯಾಗಿ ಪ್ರಸನ್ನರಾಗಿರಲಿಲ್ಲ. ಒಳ್ಳೆಯದಾಯಿತೆಂದುಕೊಂಡರು.

* * * *

ಮಧ್ಯಾಹ್ನದ ಬಿಸಿಲು ಜೋರಾಗಿತ್ತು. ಎಂದಿಗಿಂತ ಅಧಿಕ ತಾಪವಿತ್ತು. ಸಂಜೆ ಮಳೆ ಬರುವ ಸೂಚನೆಯಿತ್ತು.

ಅಂದು ರಜಾ ಹಾಕಿ ಮನೆಯಲ್ಲೇ ಉಳಿದಿದ್ದ. ಹೊರಡುವ ಮುನ್ನಿನ ಪ್ರಯತ್ನಗಳು ಮುಗಿದಿತ್ತು. ಹೊರಡುವ ದಿನಾಂಕವನ್ನು ನಿಶ್ಚಯಿಸಿರಲಿಲ್ಲ.

"ರಶ್ಮಿ ಒಂದ್ಲೋಟ ನೀರು ಕೊಡಿ." ಕೋಣೆ ದಗೆ ಸಹಿಸಲಾರದೇ ಹೊರಗೆ ಬಂದ.

ನಿರುಪಮ ಬರೀ ನೆಲದಲ್ಲಿಯೇ ತಲೆಯನ್ನು ದಿಂಬಾಗಿಟ್ಟುಕೊಂಡು ಮಲಗಿದ್ದರು. ಇತ್ತೀಚೆಗಂತೂ ಪೂರ್ತಿಯಾಗಿ ನೆಮ್ಮದಿಗೆಟ್ಟಿದ್ದರು. ಮಗ ಮದುವೆ ಮಾಡಿಕೊಳ್ಳದೇ ಹೊರ ದೇಶಕ್ಕೆ ಹೊರಟಿರುವುದು ಅವರಿಗೆ ಸರಿಬರದ

ವಿಷಯವಾಗಿತ್ತು. ಎಷ್ಟೋ ಹೇಳಿ ನೋಡಿದ್ದರು. ಸದ್ಯಕ್ಕೆ ಮದುವೆಯಾಗುವ ಯೋಚನೆಯೇ ಇಲ್ಲವೆಂದುಬಿಟ್ಟಿದ್ದ. ಕಡೆಗೆ ಅವರೇ ಸೋತು ರೇಖಾಳನ್ನು ಇಷ್ಟಪಡದಿದ್ದರೇ ಬೇರೆ ಹೆಣ್ಣನ್ನು ನೋಡುವುದಾಗಿ ಹೇಳಿದ್ದರು. ಅವನದು ನಕಾರಾತ್ಮಕ ಉತ್ತರವೇ.

ಬೀದಿ ಬಾಗಿಲಿನ ಚಿಲಕದ ಸದ್ದಾಯಿತು. ಎದ್ದು ಹೋಗಿ ಬಾಗಿಲು ತೆಗೆದ. ವಸಂತ್ ಒಳಕ್ಕೆ ಬಂದ. ಅವನ ಕೈಯಲ್ಲಿ ಒಂದು ಪ್ಯಾಕೆಟ್ ಇತ್ತು.

"ರಜಾನಾ?" ಮೊದಲಿನ ಸ್ಥಾನದಲ್ಲೇ ಬಂತು ಕೂತ.

"ಇಲ್ಲ. ನಾನೇ ರಜ ಹಾಕ್ಬಂದೆ" ದಢಾರನೇ ಕೋಣೆಯ ಬಾಗಿಲನ್ನು ತಳ್ಳಿಕೊಂಡು ಒಳಕ್ಕೆ ಹೋದ. ಕೈಯಲ್ಲಿದ್ದ ಪ್ಯಾಕೆಟ್‌ನ ಸದ್ದಾಗುವಂತೆ ಎಸೆದ. ಉಡುಪು ಕೂಡ ಬದಲಾಯಿಸದೇ ಮಲಗಿಬಿಟ್ಟ.

ಅವನ ಸ್ವಭಾವ ಅರಿತ ಹೇಮಂತ್ ತಲೆಗೆ ಹಚ್ಚಿಕೊಳ್ಳಲಿಲ್ಲ. ಅವನೊಂದು ರೀತಿಯ ರೋಗಿ. ಕೆಳಗೆ ನೋಡಿ ನಡೆಯುವುದೇ ಅವನಿಗೆ ತಿಳಿಯದು. ಮೇಲೆ ನೋಡಿಯೇ ನಡೆಯುತ್ತಿದ್ದ. ಬೇರೆಯವರ ಬಗ್ಗೆ ಹೊಟ್ಟೆಯುರಿ. ಅವರ ಆಫೀಸ್‌ನಲ್ಲಿ ಯಾರದಾದರೂ ಬ್ಯಾಂಕ್ ಬ್ಯಾಲೆನ್ಸ್ ಜಾಸ್ತಿ ಇದ್ದರೆ ಎರಡು ದಿನ ನಿದ್ರಿಸಲಾರ. ಎಲ್ಲಾಕ್ಕೂ ಹೆಂಡತಿಯನ್ನು ದೂಷಿಸುವವ. ತಾನು ನಡೆವಾಗ ಯಾರಾದರೂ ಕಾರಿನಲ್ಲಿ ಹೋದರೇ, ಅವನ ಮೈಯೆಲ್ಲ ಬೆಂಕಿಯಾಗುತ್ತಿತ್ತು. ಸ್ವತಃ ತಾನಂತೂ ಅಷ್ಟನ್ನು ಸಂಪಾದಿಸಿ ಸುಖಪಡಲಾರ. ಆದರೆ ಮಡದಿಯ ಕಡೆಯಿಂದ ಯಾಕೆ ಸೆಳೆಯಬಾರದು? ಅದೊಂದೇ ಸುಗಮ ಹಾದಿ. ಮಗಳ ಕಣ್ಣೀರು ನೋಡಿ, ಹೆದರಿಯಾದರೂ ಅಷ್ಟಿಷ್ಟು ಕೊಡಲೆಂದು ಅವನ ಯೋಚನೆ. ವರದಕ್ಷಿಣೆ ಹಣ ಸಾಲದೆಂದು-ಬಾಕಿಯಿದೆಯೆಂದು, ಮಾವನವರು ಬಂದಾಗ ಅವರ ಎದುರಿನಲ್ಲೇ ಫೂತ್ಕರಿಸಿದ್ದ.

ನೀರು ಬದಲು ಹಣ್ಣಿನ ರಸ ಬಂದಾಗ, ರಶ್ಮಿಯ ಕಡೆ ಕರುಣೆಯಿಂದ ನೋಡಿದ. ಎಷ್ಟೋ ಸಲ ಹಗರಣವಾದಾಗ 'ರಶ್ಮಿ, ನೀವು ತವರುಮನೆಗೆ ಹೋಗ್ಬಿಡಿ. ನಿಮಗಿಂತ ಅಧಿಕವಾಗಿ ನಿಮ್ಮ ಅವಶ್ಯಕತೆ ಅವನಿಗಿದೆ. ಸೋತು ಅವ್ನೇ ಬಂದು ಕರೆತರುತ್ತಾನೆ' ಎಂದು ಹೇಳಿದ್ದ.

ಜಿನುಗಿದ ಕಣ್ಣುಗಳಲ್ಲಿ ಕಂಡಿದ್ದು ವೇದನೆ. ಎಷ್ಟೋ ಹೊತ್ತಿನ ಮೇಲೆ "ಅದೆಲ್ಲ ಸುಲಭವಲ್ಲ. ಸಾಲ ಸೋಲ ಮಾಡಿ ಮದುವೆ ಮಾಡಿಕೊಟ್ಟಿದ್ದಾರೆ. ನಾನು ಹೋದರೇ ಅವರ ಎದೆಯ ಮಲೆ ಕಲ್ಲು ಬಿದ್ದಂಗಾಗುತ್ತೆ. ಕೊರಗೋದು ಸಾಲ್ದೇ ನನ್ನನ್ನೂ ನಿಂದಿಸುತ್ತಾರೆ. ನನ್ನ ಪರಿಸ್ಥಿತಿ ತೀರಾ ಇಕ್ಕಟ್ಟಾಗುತ್ತೆ. ಮಧ್ಯದಲ್ಲಿ ನಿಲ್ಲಿಸಿ ಇವರು ಸೋತು ಕರ್ಕೊಂಡ್ಬರೋದು ಸುಳ್ಳು. ನನ್ನ ತಲೆ ಮೇಲೆ ಗೂಬೆ ಕೂರ್ಸಿ ಇವ್ರು ಡೈವರ್ಸ್ ಕೊಟ್ಟು ಬೇರೆ ಮದ್ವೆ ಮಾಡ್ಕೋತಾರೆ!" ನನಗಿಂತ ವಸಂತ್‌ನ ಅವಳೇ ಚೆನ್ನಾಗಿ ಅರಿತ್ತಿದ್ದಾಳೆಂದುಕೊಂಡ.

"ವಸಂತ್ ಬಂದಿದ್ದಾನೆ ನೋಡಿ" ಲೋಟ ತೆಗೆದುಕೊಳ್ಳುತ್ತ ಹೇಳಿದ.

ಯಾಕೋ, ಏನೋ ತಮ್ಮ ಇದ್ದ ಹೊತ್ತಿನಲ್ಲಿ ಹೆಚ್ಚು ರಾಮಾಯಣ ರಂಪಾಟ ಮಾಡುತ್ತಿರಲಿಲ್ಲ. ಆದರೆ ಕೆಲವೊಮ್ಮೆ ಅರಿವಿಗೆ ಬರದಂತೆ ನಡೆದುಹೋಗುತ್ತಿತ್ತು.

ಅವಳು ಹೋದತ್ತಲೇ ವಾರೆಗಣ್ಣಿಂದ ನೋಡಿದ. ಎಂದಿಗಾದರೂ ಈ ಜನರಲ್ಲಿ ಬದಲಾವಣೆ ಕಾಣಲು ಸಾಧ್ಯವೇ? ಇದಕ್ಕೆ ಸಾಮಾಜಿಕ ವ್ಯವಸ್ಥೆ ಕಾರಣವೇ? ಯೋಚಿಸಿ ಯೋಚಿಸಿ ತಲೆ ಕೆಡಿಸಿಕೊಳ್ಳುತ್ತಿದ್ದ.

ಕುಡಿದು ಲೋಟ ಕೆಳಗಿಟ್ಟ. ಕಣ್ಮುಚ್ಚಿ ಹಿಂದಕ್ಕೆ ಒರಗಿದ. ಅಪರೂಪಕ್ಕೆ ರೇಖಾಳ ನೆನಪು ಬಂತು. ಈಚೆಗೆ ಅವಳನ್ನು ತರಗತಿಯಲ್ಲಿ ನೋಡಿಲ್ಲವೆನಿಸಿತು. ಇದು ಬರೀ ಅನಿಸಿಕೆಯೇನೋ! ತರಗತಿಯ ಎಲ್ಲಾ ವಿದ್ಯಾರ್ಥಿ, ವಿದ್ಯಾರ್ಥಿನಿಯರನ್ನ ಜ್ಞಾಪಕದಲ್ಲಿಟ್ಟುಕೊಳ್ಳಲು ಸಾಧ್ಯವೇ? ಆದರೆ ರೇಖಾಳ ವಿಷಯ ಹಾಗಲ್ಲವೆನಿಸಿತು. ಅವಳೇ ಮೆಚ್ಚಿ ತಂದೆಯ ಮುಂದೆ ಹೇಳಿ ಮನೆಯವರೆಗೂ ಅವರುಗಳು ಓಡಾಡಿದ ವಿಷಯವನ್ನು ತಾಯಿ ಎಷ್ಟೋ ಸಾರಿ ಹೇಳಿದ್ದರು.

ಕೋಣೆಯಲ್ಲಿ ಸಣ್ಣದಾಗಿ ಜಗಳ ಶುರುವಾಗಿತ್ತು. ಮೊದಮೊದಲು ಮೂಕಿಯಂತೆ ಎಲ್ಲಾ ಕೇಳಿಕೊಂಡು ಕೂತಿರುತ್ತಿದ್ದ ರಶ್ಮಿ ಈಚೆಗೆ ನಾಲ್ಕಾರು ಮಾತುಗಳನ್ನ ಆಡಲು ಕಲಿತಿದ್ದಳು. ಅಳುವುದಂತೂ ತಪ್ಪಿರಲಿಲ್ಲ.

"ಸೈಕಲ್ ಪಂಕ್ಚರ್ ಆಯ್ತು. ಹಾಳಾದ್ದು ನಿನ್ನ ಕಟ್ಟಿಕೊಂಡು ನಾನು ಸುಖಪಡೋ ಹಾಗಿಲ್ಲ. ನಿಮ್ಮಪ್ಪನಿಗೆ ಹೇಳಿ ಬಂದು ಸ್ಕೂಟರ್ ತಗೊಂಡ್ಬಾ. ನಿನ್ನ ಹಿಂದೆ ಕೂಡಿಸಿಕೊಂಡು ಜುಮ್ಮಂತ ಹೋಗ್ತೀನಿ!" ವಸಂತನ ಧ್ವನಿ ತಗ್ಗಿದ್ದರೂ ಖಾರವಾಗಿಯೇ ಇತ್ತು.

ರಶ್ಮಿ ಒಂದೇ ಸಮನೇ ಗೊಣಗಾಡತೊಡಗಿದಳು. ಆಮೇಲೆ ವಸಂತ್ ಧ್ವನಿ ಏರಿಸಿದ. ಅವಳ ಗೊಣಗಾಟನೂ ಜೋರಾಯಿತು. ಎರಡು ಏಟು ಬಿದ್ದ ಶಬ್ದ. ಹೇಮಂತ್ ತುಟಿ ಕಚ್ಚಿ ಕೂತ.

ನಿರುಪಮ ಎಚ್ಚರಗೊಂಡವರೇ ಎದ್ದು ಕೂತರು. ಅವರಿಗೆ ಪರಿಸ್ಥಿತಿಯ ಅರಿವಾಗಿರಬೇಕು. ಬೇರೆ ದಿನಗಳಲ್ಲಿಯಾದರೇ ಮಗನ ಪಕ್ಷವೇ ವಹಿಸುತ್ತಿದ್ದರು. ಈಗ ಬಸುರಿ. ನಾಳೆ ಹೆಚ್ಚು ಕಡಿಮೆಯಾದರೇ ಆಸ್ಪತ್ರೆಗೆ ಓಡಾಡಬೇಕಾಗುತ್ತೆ.

"ಬರೀ ಮುಂಗೋಪ" ಎದ್ದು ಕೋಣೆಯ ಕಡೆ ಧಾವಿಸಿದರು.

"ಸುಮ್ಮನಿರೋ, ಅವ್ಳು ನಿನ್ನ ಉದ್ಧಾರ ಮಾಡೋಕೆ ಬಂದವಳಲ್ಲ. ಅಪ್ಪ ಅಮ್ಮನ್ನ ಉದ್ಧಾರ ಮಾಡ್ತಾಳೆ. ಕಡೆಗೆ ಸಾಕು ಸಾಲದ ಬಾಳು ಬಾಳಬೇಕಾದವ್ಳು ಅವಳೇ. ಹಾಳಾಗ್ಲಿ.... ಸುಮ್ಮನಿರು."

ಮಗನಿಗೆ ಸಮಾಧಾನ ಹೇಳುತ್ತ ಅಲ್ಲೇ ಕೂತರು. ಹತ್ತು ನಿಮಿಷದ ನಂತರ ತಾಯಿ ಮಗ ಜೊತೆಯಲ್ಲೇ ಹೊರಗೆ ಬಂದರು.

"ಎಲ್ಲಾ ಮುಗೀತಾ?" ಹೇಮಂತ್ ಕಣ್ಣಿಗೆ ಅಡ್ಡವಾಗಿರಿಸಿಕೊಂಡು ಹಣೆಗೆ ಒತ್ತಿಕೊಂಡಿದ್ದ ಕೈ ತೆಗೆದು 'ಆಯ್ತು' ಎನ್ನುವಂತೆ ತಲೆಯಾಡಿಸಿದ.

"ಸರ್ರ್ಯಾಗಿ ಯೋಚ್ನೇ ಮಾಡು. ಒಬ್ನೇ ಹೋಗೋದು, ಕಾಯಿಲೆ ಮಲಗಿದ್ರೆ ಯಾರೂ ನೋಡಿಕೊಳ್ಳೋರು! ಇಲ್ಲಿನವ್ರ ಕಣ್ಣಿಗೆ ಇದೆಲ್ಲ ಚೆಂದ ಕಾಣೋಲ್ಲ. ಮನಸ್ಸು ಒಂದೇ ಸಮ ಇರೋಲ್ಲ, ವಯಸ್ಸಿನಲ್ಲಿ ಎಡವಿದ್ರೆ ಜೀವನಪೂರ್ತಿ ಅನುಭವಿಸ್ಬೇಕಾಗುತ್ತೆ. ಮದ್ವೆ ಮಾಡ್ಕೊಂಡು ಹೆಂಡ್ತಿನ್ನೂ ಜೊತೆಯಲ್ಲಿ ಕರ್ಕೊಂಡ್ಹೋಗು!"

"ಅಲ್ಲೂ ಜನ ಇದ್ದಾರೆ. ಎರಡು ವರ್ಷ ಕಳ್ದುಹೋಗುತ್ತೆ. ಸದ್ಯಕ್ಕೆ ಮದ್ವೆಯ ವಿಷ್ಯವೇ ಬೇಡ" ಖಡಾಖಂಡಿತವಾಗಿ ಹೇಳಿದ.

ವಸಂತ್, ನಿರುಪಮ ಮುಖ ಮುಖ ನೋಡಿಕೊಂಡರು. ತಾವು ಏನೇ ಮಾಡಿದರೂ ಅವನಲ್ಲಿ ಬದಲಾವಣೆ ನಿರೀಕ್ಷಿಸುವುದು ಸಾಧ್ಯವಿಲ್ಲವೆಂದುಕೊಂಡರು.

"ಒಂದು ದಿನ ಸತ್ಯನಾರಾಯಣ ಪೂಜೆ ಇಟ್ಕೊಳ್ಳೋಣಾಂತ!" ಅರೆ ಮನಸ್ಸಿನಿಂದಲೇ ಹೇಳಿದರು.

"ನಾನು ಬಿಳಿಗೆರೆಗೆ ಹೋಗಿ ಬಂದ್ಬಿಡ್ತೀನಿ. ತಾತ ಅಜ್ಜಿನ್ನೂ ಕರ್ಕೊಂಡ್ಬರ್ತೀನಿ."

ಅವನಲ್ಲಿ ಒಂದು ರೀತಿ ಉತ್ಸಾಹ ಮೂಡಿದಂತಾಯಿತು. ತಕ್ಷಣ ಮಂಕಾದ. ವಸುಮತಿಯ ಮುಗ್ಧರೂಪ ಬಂದು ಎದುರು ನಿಂತಂತಾಯಿತು. ತಲೆ ತಗ್ಗಿಸಿ ಕೂತುಬಿಟ್ಟ. ಎಷ್ಟೋ ಹೊತ್ತು ಹಾಗೆಯೇ ಕೂತಿದ್ದ.

ಮನೆಯಲ್ಲಿ ಕೂತು ಬೇಸರಗೊಂಡ ಅವನು ತಿರುಗಾಡಿ ಬರಲು ಹೊರಟ.

"ಗುಡ್ ಇವ್ನಿಂಗ್ ಸರ್" ಅತ್ತ ತಿರುಗಿದ. ರೇಖಾ ಜೊತೆ ಇನ್ನೊಂದು ಅದೇ ತರಗತಿಯ ಹುಡುಗಿಯಿತ್ತು. ತೀರಾ ದಾಕ್ಷ್ಟೀಕ ಪ್ರವೃತ್ತಿಯವಳಾದ ಅವಳು ಮಾತಾಡಿಸಲು ಎಂದೂ ಹಿಂಜರಿಯುತ್ತಿರಲಿಲ್ಲ.

"ಗುಡ್ ಇವ್ನಿಂಗ್" ಎಂದು ಹೇಳಿ ಮುಂದಕ್ಕೆ ಹೆಜ್ಜೆ ಹಾಕಿದ. ಸಂದರ್ಭಕ್ಕೆ ಅವಶ್ಯಕತೆ ಇಲ್ಲದೇ ಮಾತಾಡುತ್ತ ಕೂಡುವುದು ಅವನಿಗಿಷ್ಟವಿಲ್ಲ.

ಅಷ್ಟು ದೂರ ಬಂದಾಗ ಕಾರು ಬಂದು ಪಕ್ಕದಲ್ಲಿ ನಿಂತಿತು. ಶಶಿಕಾಂತ್ ಮುಖ ಹೊರಗೆ ಹಾಕಿ, ಆತ್ಮೀಯತೆಯ ನಗೆ ಬೀರಿ "ಬಹಳ ದಿನಕ್ಕೆ ನಿಮ್ಮನ್ನು ನೋಡೋ ಅವಕಾಶ ಕೂಡಿಬಂತು!" ಸಹಜವಾಗಿಯೋ, ವ್ಯಂಗ್ಯವಾಗಿಯೋ ಅಂದ. ಅದನ್ನು ಮನಸ್ಸಿಗೆ ಹಚ್ಚಿಕೊಳ್ಳುವುದು ಅವನ ಸ್ವಭಾವವಲ್ಲ.

"ಅಂಥದ್ದೇನು ಇಲ್ಲ. ಇಂದು ಕೂಡ ಆಕಸ್ಮಿಕವಾಗಿಯೇ ಭೇಟಿಯಾದದ್ದು" ನಕ್ಕ. ಆ ಗಂಭೀರ ನಗೆಯಲ್ಲಿ ಒಂದು ರೀತಿಯ ಆಕರ್ಷಣೆ ಅಡಗಿದೆಯೆನಿಸಿತು.

"ಬನ್ನಿ" ಆಹ್ವಾನಿಸಿದ. ಅನುಮಾನಿಸುತ್ತ ನಿಂತ. ಒಮ್ಮೆ ಹೋದರೆ ತಪ್ಪಿಲ್ಲವೆನಿಸಿತು.

"ಬಹಳ ಹೊತ್ತು ನಿಮ್ಮನ್ನು ನಿಲ್ಲಿಸಿಕೊಳ್ಳೋಲ್ಲ" ಡೋರ್ ತೆಗೆದು ಆಹ್ವಾನಿಸಿದ. ಹತ್ತಿ ಕೂತ. ಕಾರು ಮುಂದಕ್ಕೆ ಹೋಯಿತು. ಹಿಂದೇ ಪಿಸಪಿಸನೇ ಮಾತಾಡುವ ಸದ್ದು ಕೇಳಿಸಿತು. ತಮ್ಮಿಬ್ಬರನ್ನು ಬಿಟ್ಟು ಕಾರಿನಲ್ಲಿ ಮತ್ತಿಬ್ಬರು ಇದ್ದಾರೆಂದು ಆಗಲೇ ತಿಳಿದಿದ್ದು.

ಮಧ್ಯ ದಾರಿಯಲ್ಲೇ ರೇಖಾಳ ಗೆಳತಿಯನ್ನು ಇಳಿಸಿ ಕಾರು ಮುಂದಕ್ಕೆ ಹೋಯಿತು.

ಶಶಿಕಾಂತ್ ತಾನೇ ಕಾಲೇಜಿನ ವಿಷಯಗಳ ಬಗ್ಗೆ ಕೇಳಿದ. ಈಗಾಗಲೇ ಇವನು ಇಂಗ್ಲೆಂಡ್‌ಗೆ ಹೆಚ್ಚಿನ ವ್ಯಾಸಂಗಕ್ಕಾಗಿ ಹೋಗುವ ವಿಷಯ ಕಾಲೇಜಿನಲ್ಲಿ ಹರಡಿತ್ತು. ಬಹಳಷ್ಟು ವಿದ್ಯಾರ್ಥಿಗಳಿಗೆ ಬೇಸರ. ಪಾಠ ಮಾಡುವಾಗ ವಿದ್ಯಾರ್ಥಿಗಳನ್ನು ಆಕರ್ಷಿಸಿ ಹಿಡಿದಿಡುವ ಶಕ್ತಿ ಇವರೊಬ್ಬರಿಗೆ ಇದೆಯೆಂದು ವಿದ್ಯಾರ್ಥಿಗಳ ಅಭಿಮತ.

ಬಂಗ್ಲೆಯ ಮುಂದೆ ಕಾರು ನಿಂತ ಕೂಡಲೇ ಶಶಿಕಾಂತ್ ಇಳಿದು ಡೋರ್ ತೆಗೆದ. ಒಂದು ರೀತಿ ಹೇಮಂತ್‌ನ ಬಗ್ಗೆ ಬೇಸರವಿದ್ದರೂ ತಂಗಿಯನ್ನು ಅಷ್ಟೊಂದು ಆಕರ್ಷಿಸಿದ ವ್ಯಕ್ತಿಯ ಬಗ್ಗೆ ಅಭಿಮಾನವೂ ಇತ್ತು. ಆದರೆ ಮೊಂಡುತನದ ಬಗ್ಗೆ ಮಾತ್ರ ಕೋಪ.

"ಬನ್ನಿ...." ಮುಂದೆ ನಡೆದನು. ರೇಖಾ ಹಿಂದಿನಿಂದ ಬಂದಳು. ಮುಖ ಮಂಕಾಗಿತ್ತು. ಆದರೂ ಹೇಮಂತ್ ಬಂದಿದ್ದು ಅವಳಿಗೆ ಸಂತೋಷದ ವಿಷಯ ವಾಗಿತ್ತು.

"ಕೂತ್ಕೊಳ್ಳಿ" ಮಹಡಿಯ ಮೇಲಿನ ಕೋಣೆಯಲ್ಲಿದ್ದ ತಂದೆಗೆ ವಿಷಯ ಮುಟ್ಟಿಸಲು ಓಡಿದ.

ಹೇಮಂತ್‌ನಿಗೆ ತನ್ನ ವ್ಯಕ್ತಿತ್ವದ ಬಗ್ಗೆ ಹಿರಿಮೆಯೇನೂ ಇರಲಿಲ್ಲ. ಸರಳವಾದ ಸ್ವಾಭಾವಿಕ ಬದುಕು ಅವನಿಗಿಷ್ಟ. ಸ್ವಾರ್ಥಲೇಪಿತ ದುರಾಸೆಯ ಜೀವನವಲ್ಲ.

ಸೋಫಾ ಬೆನ್ನು ಹಿಡಿದು ತಲೆ ತಗ್ಗಿಸಿ ಕೂತಿದ್ದ ರೇಖಾ ಅವನ ದೃಷ್ಟಿಗೆ ಬಿದ್ದಳು.

"ಈಚೆಗೆ ಹುಷಾರಿರಲಿಲ್ವಾ? ಕಾಲೇಜು, ತರಗತಿಯಲ್ಲಿ ಕಂಡ ನೆನಪಿಲ್ಲ"

ಒಂದೆರಡು ನಿಮಿಷಗಳು ಮೌನವಾಗಿದ್ದಳು. ತುಟಿಗಳು ಅಲುಗಾಡಿದವು.

"ಕಾಲೇಜಿಗೆ ಹೋಗ್ಬಾರ್ದೂಂತ ಮಾಡಿದ್ದೀನಿ."

ಬೇರೆಯವರ ಸ್ವಂತ ವಿಷಯಗಳ ಬಗ್ಗೆ ತನ್ನ ನಿಲುವನ್ನು ಎಂದೂ ಹೇಳಲಾರ.

"ಹೌದಾ!.... ಸಂತೋಷ!" ಅಂದುಬಿಟ್ಟ.

ನಿಂತಲ್ಲೇ ಅವಳಿಗೆ ಬಿಕ್ಕಿ ಬಿಕ್ಕಿ ಅಳಬೇಕೆನಿಸಿತು. ತನ್ನ ರೋಮಿಯೋಗೆ ಹೃದಯ ಇರುವ ಬಗ್ಗೆಯೇ ಅನುಮಾನಗೊಂಡಳು. ಉಗುಳು ನುಂಗಿ ಕೋಣೆಗೆ ಓಡಿದಳು.

ಸದಾ ನಿಲುಕದ ಕನಸು ಕಾಣುವ ಹುಡುಗಿಯರ ಬಗ್ಗೆ ಅವನಿಗೆ ಹೆಚ್ಚಿನ ಸಹಾನುಭೂತಿ.

ಮಗನ ಜೊತೆ ಬಂದ ರಾಜಗೋಪಾಲ್ ಆತ್ಮೀಯವಾಗಿ ಕೈ ಕುಲುಕಿದರು.

ಕೂತು ಸೋಫಾಕ್ಕೆ ಒರಗಿ "ಬಹಳ ಅಪರೂಪಕ್ಕೆ ಬಂದಿದ್ದೀರಿ!" ಗಂಭೀರವಾಗಿ ನಕ್ಕ. ಇಂದು ಕೂಡ ಅವನು ಬರಬೇಕೆಂದೇನೂ ಇರಲಿಲ್ಲ.

"ನಾನೇ ಬಲವಂತ ಮಾಡಿ ಕರ್ಕೊಂಡ್ಬಂದೆ." ಶಶಿ ಮುಖದ ಗಂಟು ಸಡಿಲಿಸಿ ನಕ್ಕ.

"ವೇಳೆಯ ಮಹತ್ವ ತಿಳಿದೋರು".... ಈ ಮಾತು ತೀರಾ ಉತ್ಪ್ರೇಕ್ಷೆಯೆನಿಸಿತು. ಆದರೂ ತನ್ನ ಪ್ರತಿಕ್ರಿಯೆ ವ್ಯಕ್ತಪಡಿಸಲು ಹೋಗಲಿಲ್ಲ.

ಸುತ್ತಮುತ್ತಲೂ ನೋಡಿದರು. ರೇಖಾ ಕಾಣಲಿಲ್ಲ. ಸದಾ ಹೇಮಂತನಿಗಾಗಿ ಹಂಬಲಿಸುವ ಈ ಹುಡುಗಿ.... ಎಲ್ಲಿ ಹೋದಳು?

"ರೇಖಾ..." ಧ್ವನಿಯೆತ್ತರಿಸಿಯೇ ಕೂಗಿದರು. ಐದು ನಿಮಿಷದ ನಂತರ ಗಂಭೀರಳಾಗಿ ಬಂದಳು. ಅತ್ತು, ಮುಖ ತೊಳೆದು ಮೇಕಪ್ ಮಾಡಿಕೊಂಡು ಬಂದಿದ್ದಳು. ಅವರ ಹೃದಯದಲ್ಲಿ ವ್ಯಥೆಯ ನೆರಳಾಡಿತು.

"ನಿನ್ನ ಅಧ್ಯಾಪಕರು ಬಂದಿದ್ದಾರೆ. ಮಾತಾಡ್ಸೋದು ಬಿಟ್ಟು... ಒಳ್ಗೆ ಸೇರ್ಬಿಟ್ಟಿದ್ದೀಯಾ..."

"ಆಗ್ಲೇ ಮಾತಾಡ್ಸಿಯೇ–ಒಳಗಡೆ ಹೋಗಿದ್ದು" ಹೇಮಂತನೇ ಹೇಳಿ ಹಗುರ ಮಾಡಿದ.

ತಂದೆಯ ಪಕ್ಕದಲ್ಲಿ ಕೂತಳು.

ಶಶಿ, ತಂಗಿ–ಹೇಮಂತನ ಮುಖವನ್ನು ಬದಲಿಸಿ ಬದಲಿಸಿ ನೋಡಿದ. ಅವನು ಯಾವ ವಿಕಾರಕ್ಕೂ ಒಳಗಾಗಿರಲಿಲ್ಲ; ಸಹಜ ಮುಖಭಾವವನ್ನು ಹೊತ್ತು ಕೂತಿದ್ದ.

ತಿಂಡಿ, ಹಾಲು ಎಲ್ಲಾ ಆಯಿತು.

"ನಾನು ಬರ್ತೀನಿ" ಮೇಲಕ್ಕೆದ್ದ. ತಾನು ವಿದೇಶಕ್ಕೆ ಹೊರಡಲಿರುವ ಸುದ್ದಿಯನ್ನು ಅವರಿಗೆ ತಿಳಿಸಲಿಲ್ಲ. ಅದರ ಅಗತ್ಯ ಕೂಡ ಅವನಿಗೆ ಕಾಣಲಿಲ್ಲ.

"ನಿಮ್ಗೆ ತೊಂದರೆ ಕೊಟ್ಟು ಕರ್ಕೊಂಡ್ಬಂದೆ. ಮನೆವರ್ಗೂ ಡ್ರಾಪ್ ಮಾಡ್ತೀನಿ" ಶಶಿಕಾಂತ್ ಕಾರಿನೆಡೆ ಹೆಜ್ಜೆ ಹಾಕಿದ.

"ನೋ.... ನೋ... ಶಶಿಕಾಂತ್! ದಯವಿಟ್ಟು ಬೇಡ. ನಾನು ನಡ್ದು ಅಥವಾ ಆಟೋ, ಬಸ್ಸಿನಲ್ಲಿ ಹೋಗ್ತೀನಿ."

ಅವರುಗಳ ಬಲವಂತವನ್ನು ಸೌಜನ್ಯದಿಂದ ತಳ್ಳಿ ಹಾಕಿ ನಡೆದೇ ಹೊರಟ.

ತಂದೆ-ಮಗ ಮುಖ ಮುಖ ನೋಡಿಕೊಂಡರು. ಇದೊಂದು ಬಗೆಹರಿಯದ ಸಮಸ್ಯೆಯಾಗಿ ಕಂಡಿತು. ರೇಖಾ ಕೋಣೆಗೆ ಓಡಿಬಿಟ್ಟಳು. ಮೊದಲು ಹಗುರವಾಗೆಣಿಸಿದ್ದರು. ಈಗ ಮಗಳ ನಡವಳಿಕೆ ವಿಪರೀತಕ್ಕೆ ಇಟ್ಟುಕೊಂಡಿತ್ತು.

"ನಂಗೊಂದೂ ಅರ್ಥವಾಗೋಲ್ಲ. ಡಾ|| ವಿಕಾಸ್ ಬಗ್ಗೆ ಏನು ಹೇಳ್ತಾಳೆ?" ಯೋಚಿಸುತ್ತ ನಿಂತರು.

ತಂಗಿ ಅಂದು ಆಡಿದ ಮಾತುಗಳನ್ನು ನೆನಸಿಕೊಂಡು ಶಶಿ ಜೋರಾಗಿ ನಕ್ಕುಬಿಟ್ಟ.

"ಯಾಕೋ ನಗ್ತೀ?" ಅವರಿಗೆ ಆತಂಕವಾಗಿತ್ತು.

"ನಾವೆಲ್ಲ ರೇಖಾ ಏನೂ ತಿಳಿಯದ ಮಗು ಅಂದ್ಕೊಂಡಿದ್ದೀವಿ. ಆದರೆ ಡಾ|| ವಿಕಾಸ್ ಬಗ್ಗೆ ಎಂತಹ ಮಾತುಗಳ್ನ ಆಡಿದ್ಳು ಗೊತ್ತಾ! ಛೆ.... ಆ ಮನುಷ್ಯನ ವ್ಯಕ್ತಿತ್ವವೇ ಸರ್ಯಾಗಿಲ್ಲ. ವೃತ್ತಿಯಲ್ಲಿ ಪ್ರಾಮಾಣಿಕತೆ ಇಲ್ಲ. ಹೆಣ್ಣುಗಳೊಂದ್ರೆ ಕಣ್ಣುಗಳು ಆಕಾಶದಲ್ಲಿ

ತೇಲಾಡುತ್ವೆ. ನಂಗೆ ಅಂಥ ಗಂಡುಗಳ್ನ ಕಂಡರೇ ವಾಕರಿಕೆ ಬರುತ್ತೆ. ಹೇಮಂತ್... ರಿಯಲ್ಲೀ ಜಂಟಲ್‌ಮನ್" ಅವಳ ಕಣ್ಣುಗಳು ಕನಸಿನಲ್ಲಿ ತೇಲಾಡಿದ್ದವು.

ರಾಜಗೋಪಾಲ್‌ಗೆ ಮಗಳ ಬಗ್ಗೆ ಮೆಚ್ಚಿಗೆ ಮೂಡಿತು. ಇದುವರೆಗಿನ ತಮ್ಮ ಅನಿಸಿಕೆ ತಪ್ಪೇನೋ? ವಯಸ್ಸಿಗೆ ಬಂದ ಹುಡುಗಿಯರು ಹ್ಯಾಂಡ್‌ಸಮ್ ಆಗಿರೋ ಯುವಕರನ್ನು ಕಂಡಕೂಡಲೇ ಕನಸ್ಸು ಕಾಣೋಕೆ ಶುರು ಮಾಡ್ತಾರೆ. ಹುಚ್ಚುಚ್ಚಾಗಿ ಯೋಚಿಸ್ತಾರೆ. ಅದನ್ನು ಬಿಟ್ಟು ತಮ್ಮ ಬದುಕೇ ಇಲ್ಲವೆಂದು ಹಾರಾಡುತ್ತಾರೆ; ತಾನಾಗಿ ಕನಸ್ಸು ಕರಗಿ ಕಳಚಿಕೊಂಡಾಗ ಬಂದ ಜೀವನಕ್ಕೆ ಹೊಂದಿಕೊಳ್ಳುತ್ತಾರೆ ಎಂದು ತಿಳಿದಿದ್ದರು.

ಒಂದು ಸಂದರ್ಭವನ್ನು ಜ್ಞಾಪಿಸಿಕೊಂಡರು. ನಾಲ್ಕು ದಿನ ರೇಖಾ ಕಾಲೇಜಿಗೆ ಹೋಗೋಲ್ಲವೆಂದು ಹಟ ಮಾಡಿ ಕೂತಳು. ಅವರುಗಳು ಎಷ್ಟೋ ಹೇಳಿ ನೋಡಿದರು-ಕೇಳಲಿಲ್ಲ. ಆಮೇಲೆ ತಾನಾಗಿ ಹೊರಟಳು.

"ರೇಖಾ, ಇದೇನು ಇದ್ದಕ್ಕಿದ್ದಂತೆ ನಿನ್ನ ನಿರ್ಧಾರ ಬದ್ಲಿಸಿಬಿಟ್ಟೆ" ಎಂದು ಸಂತೋಷದಿಂದ ಆಡಿದಾಗ, ಅವರೆದೆಗೆ ಮುಖವನ್ನು ಇಟ್ಟು ಬಿಕ್ಕಳಿಸುತ್ತ "ನಂಗೆ ನೋಡ್ದೆ ಇರೋಕಾಗೋಲ್ಲ" ಸೋತವಳಂತೆ ಕುಸಿದಿದ್ದಳು.

ಈಚೆಗೆ ಪುನಃ ಕಾಲೇಜಿಗೆ ಹೋಗುವುದನ್ನು ನಿಲ್ಲಿಸಿದ್ದಳು.

* * * *

ಸೂಟ್‌ಕೇಸ್ ಹಿಡಿದು ಬಿಳಿಗೆರೆಯ ಬಳಿ ಬಸ್ಸು ಇಳಿದಾಗ ನಡುಮಧ್ಯಾಹ್ನವಾಗಿತ್ತು. ಹೊತ್ತು ನಡೆದ. ದಾರಿಯಲ್ಲಿ ಕಂಡ ಪರಿಚಿತ "ಕೊಡಿ ಸ್ವಾಮಿ" ಅನಾಮತ್ತು ಸೂಟುಕೇಸನ್ನೇ ಕಿತ್ತುಕೊಂಡು ಮಾತಾಡಲು ಅವಕಾಶವನ್ನೇ ಕೊಡದೇ ನಡೆದುಬಿಟ್ಟ.

ಈಗಲೂ ರಾಯರ ಬಗ್ಗೆ ಊರವರಿಗೆ ಗೌರವ. ಬಿಡುವಾದಾಗ ಬಂದು ತಮ್ಮ ಕಷ್ಟ ಸುಖಗಳನ್ನು ತೋಡಿಕೊಂಡು, ಅವರಿಂದ ಸಾಂತ್ವನ ಪಡೆಯುತ್ತಿದ್ದರು.

ರಾಯರು ಜಗಲಿಗೆ ಬಂದು ನಿಂತು ಮೊಮ್ಮಗನ ದಾರಿ ಕಾಯುತ್ತಿದ್ದರು. ಸೂಟುಕೇಸ್ ಜಗುಲಿಯ ಮೇಲೆ ಇಟ್ಟ.

ಮುಖ ಕಂಡಕೂಡಲೇ "ಮಗು ಬಂದ" ಜಗುಲಿಯಿಂದ ಇಳಿದು ಒಳಗೆ ನಡೆದರು. ಹೃದಯ ತುಂಬಿ ಬಂದಿತ್ತು. ಹೇಳಿಕೊಳ್ಳಲಾರದ ದುಃಖ ಸಂತೋಷ.

ಶೂ ಬಿಚ್ಚಿ ವರಾಂಡದಲ್ಲಿಯೇ ಮೂಲೆಗೆ ಸರಿಸಿ ಒಳಗೆ ಬಂದವನೇ ಬಗ್ಗಿ ರಾಯರು, ಭಾಗಮ್ಮನವರ ಕಾಲುಗಳಿಗೆ ಸ್ವಲ್ಪ ದೂರದಿಂದಲೇ ನಮಸ್ಕರಿಸಿದ.

ಕಣ್ಣರಳಿಸಿ ಮೊಮ್ಮಗನನ್ನು ನೋಡಿದರು. ಸ್ವಲ್ಪ ಬಳಲಿದಂತೆ ಕಂಡ. ಪ್ರಯಾಣದ ಪೂರ್ವ ಸಿದ್ಧತೆಯ ಓಡಾಟದಲ್ಲಿ ದಣಿದಿರಬಹುದೆಂದುಕೊಂಡರು.

"ಅಲ್ಲೆಲ್ಲ ಚೆನ್ನಾಗಿದ್ದಾರಾ?" ಭಾಗಮ್ಮನವರು ವಿಚಾರಿಸಿದರು. ಇವನ ಜೊತೆ ಶ್ರೀಕಾಂತು, ವಸಂತ್ ಯಾರಾದರೂ ಬರಬಹುದಿತ್ತು.

"ಚೆನ್ನಾಗಿದ್ದಾರೆ" ಬಿಸಿಲಿಗೆ ಅವನ ಮೈಯೆಲ್ಲ ಬೆವತುಹೋಗಿತ್ತು.

"ಮೊದ್ಲು ಬಟ್ಟೆ ಬದ್ಲಾಯಿಸು."

ಭಾಗಮ್ಮನವರು ಅಡಿಗೆಯ ಮನೆಗೆ ಹೋದರು. ಅವರ ಕೈಕಾಲುಗಳು ಆಡದಂತಾಗಿತ್ತು. ಏನೋ ಒಂದು ರೀತಿಯ ದುಗುಡ ಅವರಲ್ಲಿ ತುಂಬಿಕೊಂಡಿತ್ತು. ಈಗ ಹೇಮಂತ್ ಹೊರಟರೇ ಬರಲು ಎರಡು ಮೂರು ವರ್ಷವೇ ಆಗಬಹುದು..... ಕಣ್ಣಂಚಿನಲ್ಲಿ ಕಣ್ಣೀರು ಶೇಖರವಾಯಿತು. ಛೆ! ನಂಗೇನಾಗಿದೆ? ಸೆರಗಿ ನಿಂದೊರಸಿಕೊಂಡರು.

ಇವನು ಬಚ್ಚಲು ಮನೆಯಿಂದ ಬರುವ ವೇಳೆಗೆ ಎಲೆ ಹಾಕಿತ್ತು. ಒಂದೆರಡು ಮಾತುಗಳ ನಂತರ ಮೌನವಾಗಿ ಊಟ ಮುಗಿಸಿ ಎದ್ದು ನಡುಮನೆಗೆ ಬಂದ.

"ಬಾಗ ಮಗು" ರಾಯರು ಅಕ್ಕರೆಯಿಂದ ಕರೆದು ಸನಿಹದಲ್ಲಿಯೇ ಕೂಡಿಸಿಕೊಂಡರು. ತೊಡೆಯ ಮೇಲಿರಿಸಿಕೊಂಡು ಬೆಳೆಸಿದ ಹೇಮಂತನೇ. ಅವನ ಸ್ವಭಾವದಲ್ಲಿ ಯಾರ ಬದಲಾವಣೆಯೂ ಇಲ್ಲ. ಮನ ಸಮಾಧಾನಗೊಂಡಿತು.

ನಿಧಾನವಾಗಿ ಎಲ್ಲಾ ವಿಚಾರಿಸಿಕೊಂಡರು. ಭಾಗಮ್ಮನವರು ಒಂದೆರಡು ಸಲ "ಹೇಮಂತನಿಗೆ ಮದ್ವೆ ಮಾಡಿ ಕಳ್ಸಿದ್ರೆ ಚೆನ್ನಾಗಿತ್ತು" ಎಂದು ಪೇಚಾಡಿಕೊಂಡಿದ್ದರು. ರಾಯರಿಗೂ ಕೂಡ ಗೃಹಸ್ಥಾಶ್ರಮ ಸ್ವೀಕರಿಸಿ ಹೊರಡುವುದು ಸರಿಯೆನಿಸಿತ್ತು. ಒತ್ತಡವೇರಲಾರರು. ಒತ್ತಾಯ ಮಾಡಲಾರರು.

"ಅಣ್ಣ ಅಮ್ಮನಿಗೆ ಮದ್ವೆ ಮಾಡಿ ಕಳ್ಸೋ ಯೋಚ್ನೇ. ಆದರೆ... ಸದ್ಯಕ್ಕೆ ಆ ಮನಃಸ್ಥಿತಿಯಲ್ಲಿಲ್ಲ ಅಂದ್ಬಿಟ್ಟೆ" ತಲೆತಗ್ಗಿಸಿ ಕೂತ. ಈಗ ಅವನ ಕಣ್ಣುಗಳು ಮುಂದೆ ಬಂದು ನಿಂತಿದ್ದು ವಸುಮತಿಯ ಚಿತ್ರ. ಮನ ದುಗುಡದಿಂದ ಭಾರವಾಯಿತು.

ಅವನ ಮನ ಅರಿತವರಂತೆ ಭುಜ ನೇವರಿಸಿ ಸಮಾಧಾನ ಮಾಡಿದರು. ಕೆಲವು ವಿಷಯಗಳಲ್ಲಿ ನಿರುಪಮ ಹಟಮಾರಿ. ಇವನು ವಸುಮತಿಯನ್ನು ಮದುವೆಯಾಗಲು ಹೊರಟಿದ್ದರೆ ಅವಳು ಸಾಯಲು ಕೂಡ ಹಿಂಜರಿಯುತ್ತಿರಲಿಲ್ಲ. ತೀರಾ ತಮಗಿಂತ ಬಡವರಾದ, ಅಂತಸ್ತಿನಲ್ಲಿ ಕಡಿಮೆಯಿದ್ದವರ ಸಂಬಂಧ ಬೆಳೆಸುವುದು ಹೀನ ವಿಷಯ. ಬರಬೇಕಾದುದ್ದನ್ನು ಖಂಡಿತ ಬಿಡಲಾರಳು.

"ಸ್ವಲ್ಪ ಹೊತ್ತು ವಿಶ್ರಾಂತಿ ತಗೋ."

ಹೇಮಂತ್ ಕೋಣೆಗೆ ಬಂದು ಮಂಚದ ಮೇಲೆ ಅಡ್ಡಾದ. ನಿದ್ದೆಯಂತೂ ಮಾಡಲಿಲ್ಲ. ಯೋಚಿಸುತ್ತಲೇ ಕಳೆದ.

"ಅಮ್ಮ, ಹೇಮಂತಣ್ಣ ಬಂದ್ರಾ?" ಒಳಗೆ ಬಂದ ತಕ್ಷಣ ವಾಸನೆ ಹಿಡಿದವನಂತೆ ಭಟ್ಟ ಪ್ರಶ್ನಿಸಿದ.

ಭಾಗಮ್ಮನಿಗೆ ನಗು ಬಂತು. ಹೌದು ಎನ್ನುವಂತೆ ತಲೆಯಾಡಿಸಿದರು.

ಕೋಣೆಯ ಕಡೆ ನಡೆದ ಅವನನ್ನು ನೋಡಿ, "ಮಾರಾಯ! ಮಲ್ಗಿದ್ದಾನೆ. ಎಬ್ಬಿಸಬೇಡ" ಎಂದರು.

ಅವನ ಉತ್ಸಾಹವೆಲ್ಲ ಜರ್ರನೆ ಇಳಿದುಹೋಯಿತು. ಈಚೆಗೆ ಅವನಿಗೆ ಮಂಕು ಕವಿದಿತ್ತು. ಅವನ, ಸರಸುವಿನ ನಡುವೆ ಸಾಮರಸ್ಯವಿರಲಿಲ್ಲ. ಯಾಕೆ ಏನೆಂದು ಉತ್ತರಿಸಲಾರ.

ಮೈ ಮುರಿದು ಹೇಮಂತ್ ಎದ್ದು ಹೊರಗೆ ಬಂದ. ಭಟ್ಟನನ್ನು ನೋಡಿ ವಿಸ್ಮಯವಾಯಿತು. ಇಷ್ಟು ಕಡಿಮೆ ಅಂತರದಲ್ಲಿ ಬಹಳಷ್ಟು ಇಳಿದುಹೋಗಿದ್ದ.

"ಭಟ್ಟ ಇದೇನು?" ಕತ್ತು ತೂರಿಸಿಕೊಂಡು ಪೆಚ್ಚಾಗಿ ನಕ್ಕ. ಏನೆಂದು ಹೇಳಬೇಕೆಂಬುದೇ ಅವನಿಗೆ ತಿಳಿಯದು.

ಭಾಗಮ್ಮ ಸಹಾನುಭೂತಿಯಿಂದ ಅವನ ಕಡೆ ನೋಡಿದರು. ಮೊದಲಿನ ಗೆಲುವು ಇಲ್ಲದಾಗಿತ್ತು. ಎಷ್ಟು ರೀತಿಯಲ್ಲಿ ಕೇಳಿದರೂ ಬಾಯಿ ಬಿಡೋಲ್ಲ. ಏನಾದರೂ ರೇಗಾಡಿದರೇ ಗಳಗಳನೇ ಅತ್ತುಬಿಡುತ್ತಾನೆ. ಆದ್ದರಿಂದ ಈಚೆಗೆ ಏನೂ ಕೇಳಲು ಹೋಗುತ್ತಿರಲಿಲ್ಲ. ಸುಮ್ಮನೇ ಸುತ್ತಾಡಿ ಅಷ್ಟಿಷ್ಟು ಸಂಪಾದನೆ ಮಾಡಿ ಸರಸು ಕೈಯಲ್ಲಿ ತಂದು ಹಾಕಿ ಇಲ್ಲಿಗೆ ಬಂದುಬಿಡುತ್ತಿದ್ದ. ಎರಡು ಹೊತ್ತಿನ ಊಟ ಇಲ್ಲೇ ನಡೆದುಹೋಗುತ್ತಿತ್ತು. ಅವಳೊಬ್ಬಳಿಗೆ ಅಡಿಗೆ ಮಾಡುತ್ತಿದ್ದುದ್ದು ಹುಳಿ, ಇನ್ನು ಏನಾದರೂ ಸಿಹಿ ಅಡಿಗೆ ಮಾಡಿದಾಗ ಹೋಗುವಾಗ ಭಟ್ಟನಿಗೆ ಪಾತ್ರೆ ತುಂಬಿಸಿ ಕೊಡುತ್ತಿದ್ದರು.

"ಇಂಗ್ಲೆಂಡ್‌ಗೆ ಹೋಗ್ತಾ ಇದ್ದೀರಂತೆ!" ಒಂದು ತರಹ ನಕ್ಕ. ಆ ನಗುವಿನಲ್ಲಿ ಜೀವ ಕಳೆ ಇರಲಿಲ್ಲ.

"ಕೂತ್ಕೋ" ನೆಲದಲ್ಲಿಯೇ ಗೋಡೆಗೊರಗಿ ಕೂತ. ಭಾಗಮ್ಮನವರು ಏನೋ ಆರಿಸಿ ಡಬ್ಬಕ್ಕೆ ಹಾಕುತ್ತಿದ್ದರು.

"ಆರೋಗ್ಯ ಸರಿಯಿಲ್ವಾ?" ಸೊರಗಿದ ದೇಹದ ಕಡೆನೇ ನೋಡಿದ.

"ಏನಿಲ್ಲ. ಚೆನ್ನಾಗೇ ಇದ್ದೀನಿ."

ಭಟ್ಟನಿಗೆ ಏನಾಗಿದೆ? ಮದುವೆಯಾದ ಹೊಸದರಲ್ಲಿ ಚೆನ್ನಾಗಿಯೇ ಇದ್ದ. ಅಜ್ಜಿ ಬೇಡವೆಂದರೂ ಹಟ ಕನಿಕರದಿಂದ ಸರಸ್ವತಿಯನ್ನು ಮದುವೆಯಾಗಿದ್ದ. ಮೆಚ್ಚ ಬೇಕಾದುದ್ದೇ!

ರಾಯರು ತಮ್ಮ ವ್ಯಾಸಂಗ ಕೋಣೆಯಲ್ಲಿ ಹೋಗಿ ಕೂತುಬಿಟ್ಟಿದ್ದರು. ತಾವು ಓದಿ ತಿಳಿದ ಎಷ್ಟೋ ಧರ್ಮ ಸೂಕ್ಷ್ಮಗಳನ್ನು ಬಿಡುವಾಗಿದ್ದಾಗ ಹೆಂಡತಿಗೆ ಹೇಳುತ್ತಿದ್ದರು.

"ಗೋಪಾಲಯ್ಯನವ್ರ ಮನೆಗೆ ಹೋಗಿ..." ಎಂದವರೇ ತಟ್ಟನೇ ನಿಲ್ಲಿಸಿ ಪುನಃ "ಏನೂ ಬೇಡ ಬಿಡು" ಎಂದರು ಭಾಗಮ್ಮ. ವಸುಮತಿಗೆ ಹೇಳಿಕಳಿಸುವ ಎಂದುಕೊಂಡಿದ್ದರೂ, ಯಾಕೋ ಬೇಡವೆನಿಸಿತು. ಹೇಮಂತ್ ಕೂಡ ಅವಳನ್ನು ಮದುವೆಯಾಗಲು ಇಷ್ಟಪಟ್ಟಿದ್ದ. ಈಗ ಸಹಜವಾಗಿ ಕಿರಿಕಿರಿಯುಂಟಾಗುತ್ತೆ.

ನೋಟು ಪುಸ್ತಕ ಹಿಡಿದ ವಸುಮತಿ ಒಳಗೇ ಬಂದುಬಿಟ್ಟಳು. ಹೇಮಂತ್ ಬಂದಿರೋ ಸಂಗತಿ ತಿಳಿದಿದ್ದರೇ ಬರುತ್ತಿದ್ದಳೋ ಇಲ್ಲವೋ. ಈಗ ತಿಳಿಯದೇ ಬಂದಿದ್ದಳು.

"ಬಾ ಕೂತ್ಕೋ" ಎಂದರು, ಮುಂದಿದ್ದ ಪಾತ್ರೆಯನ್ನು ಪಕ್ಕಕ್ಕೆ ಸರಿಸುತ್ತ.

ಅವರ ಮುಂದೆ ಕೂತ ಮೇಲೆಯೇ ಅವಳಿಗೆ ಪರಿಸ್ಥಿತಿ ಅರಿವಾಗಿದ್ದು. ಹೇಮಂತ್ ಕೂತ ಕಡೆ ನಿಶ್ಚಲನಾಗಿದ್ದ. ಅವನ ಬಗ್ಗೆಯೇ ಅವನಿಗೆ ಜಿಗುಪ್ಸೆಯಾಗಿತ್ತು. ದೊಡ್ಡ ತುಮುಲವೆದ್ದಿತ್ತು.

ಬಲವಂತವಾಗಿ ಉಗುಳನ್ನ ನುಂಗುತ್ತ "ಅಜ್ಜಿ, ನಾಳೆ ಬರ್ತೀನಿ" ಮೇಲಕ್ಕೆದ್ದಳು.

ಅಷ್ಟರಲ್ಲಿ ಕೋಣೆಯಿಂದ ಹೊರಗೆ ಬಂದ ರಾಯರು ನಗುತ್ತ "ಬಂದ ಕೂಡ್ಲೇ ಹೋಗೋ ಮಾತ್ಯಾಕೆ! ಅಜ್ಜಿಗೆ ಪುರಸತ್ತಿಲ್ಲದಿದ್ರೆ ಈ ತಾತನಿಗಾಗಿ ಎರಡು ದೇವರನಾಮ ಹಾಡು" ಶಾಲನ್ನು ಪೂರ್ತಿಯಾಗಿ ಹೊದ್ದು ದೊಡ್ಡ ಮರದ ಕುರ್ಚಿಯ ಮೇಲೆ ಪದ್ಮಾಸನ ಹಾಕಿಕೊಂಡು ಕೂತರು.

ತಲೆ ತಗ್ಗಿಸಿ ಕೂತ ವಸುಮತಿ ಮೇಲೆತ್ತಲಿಲ್ಲ. ಬಡತನದ ಅರಿವು ಎಂದೂ ಇಂದಿನಷ್ಟು ಕೆಟ್ಟದಾಗಿ ಕಂಡಿರಲಿಲ್ಲ. ಹೊಟ್ಟೆ ತುಂಬ ಊಟ, ಕಣ್ಣು ತುಂಬ ನಿದ್ದೆ. ಅಮ್ಮನ ಪ್ರೀತಿಯ ಆರೈಕೆಯಲ್ಲಿ ನೆಮ್ಮದಿ ಕಂಡಿದ್ದಳು. ತಂದೆಯ ಬಗ್ಗೆ ಯೋಚಿಸುತ್ತಲೇ ಇರಲಿಲ್ಲ. ಈಚಿನ ವಿದ್ಯಮಾನಗಳು ಅವಳ ಕಣ್ಣುಗಳನ್ನ ತೆರೆಸಿದ್ದವು. ಅರ್ಥ ಮಾಡಿಕೊಳ್ಳುವಷ್ಟು ಅರಿವು ಮೂಡಿತ್ತು. ಹಣದ ಕಾರಣದಿಂದಲೇ ಹೇಮಂತ್ ತಾಯಿ ತಂದೆ ಕೂಡ ನಿರಾಕರಿಸಿದ್ದು ಎಂದು ತಿಳಿದ ಮೇಲೆ, ಒಂದು ತರಹ ನಿರ್ಲಿಪ್ತತೆ ಆವರಿಸಿತ್ತು.

"ಹೇಳು ಮಗು" ಧ್ವನಿ ತೀರಾ ಮೃದುವಾಗಿತ್ತು.

ಜಾತಕಗಳು ಪ್ರಶಸ್ತವಾಗಿ ಕೂಡಿ ಬಂದಿತ್ತು. ವರಸಾಮ್ಯ ಚೆನ್ನಾಗಿತ್ತು. ಒಳ್ಳೆಯ ಗುಣ, ನಡತೆಯ ಹೆಣ್ಣು. ಪರಸ್ಪರ ಒಪ್ಪಿಕೊಂಡಿದ್ದರು. ಈಗಿನ ಆಡಂಬರ ಅಂತಸ್ತು ಇಲ್ಲದಿದ್ದರೂ ಒಳ್ಳೆಯ ಮನೆತನ-ಅಡ್ಡ ಬಂದಿದ್ದು ಹಣ ಮಾತ್ರ. ದೈವೇಚ್ಛೆ ಇರಲಿಲ್ಲವೆಂದುಕೊಂಡರು.

ಸಣ್ಣನೆಯ ಸ್ವರದಲ್ಲಿ ಹಳೆಯ ಧಾಟಿಯಲ್ಲಿ ಒಂದು ದೇವರನಾಮ ಹಾಡಿದಳು. ಸ್ವರ ನಡುಗುತ್ತಿತ್ತು. ಬಹಳ ಪ್ರಯಾಸದಿಂದ ಹಾಡಿದಂತಿತ್ತು.

ಹೇಮಂತ್ ಎದ್ದು ಹೋಗಿ ಹಿತ್ತಲಲ್ಲಿ ನಿಂತ. ತಾಯಿಯ ಅತಿರೇಕದ ಹಟದ ಬಗ್ಗೆ ತಿರಸ್ಕಾರವಿತ್ತು. ಆದರೂ ಮೀರಿ ನಡೆದು ಅವರನ್ನ ಕ್ಷೋಭೆಗೊಳಿಸುವ ಮನಸ್ಸಿಲ್ಲ. ಹಣೆಯ ನರಗಳು ಬಿಗಿದುಕೊಂಡವು. ಎಷ್ಟೋ ಹೊತ್ತು ಅಲ್ಲಿಯೇ ನಿಂತಿದ್ದ.

"ಮಗೂ..." ತಣ್ಣನೆಯ ಸ್ವರ. ಒಳಗೆ ಬಂದ, ತುಳಸಿಕಟ್ಟೆಯ ಬಳಿ ದೀಪ ಹಚ್ಚಿ ಪಂಚವಾಳ ಹಿಡಿದು ಬಂದ ಭಾಗಮ್ಮನವರನ್ನ ನೋಡಿದ. ಅವರ ಮುಖದಲ್ಲಿ ದಿವ್ಯ

ತೇಜಸ್ಸಿನ ಶೋಭೆ. ಸನಾತನ ಪರಂಪರೆಯ ಸತ್ಯ, ಧರ್ಮ ಅನುಸರಿಸಿಕೊಂಡಿದ್ದರಿಂದ, ಕೂಡಿಸಿಕೊಂಡು ಬಂದಿದ್ದು.

ಸುತ್ತಮುತ್ತಲೂ ನೋಡಿ "ಭಟ್ಟಮ ಮನೆಗೆ ಹೋದ್ನಾ?" ಎಂದ.

"ಅವ್ನು ರಾತ್ರಿ ಊಟ ಮಾಡ್ಕೊಂಡ್ಹೋಗೋದು, ಅವ್ರ ಜೊತೆ ಹೊರಗಡೆ ಹೋಗಿದ್ದಾನೆ." ದೇವರ ಕೋಣೆಯತ್ತ ನಡೆದರು.

ಇದ್ದಿಲು ಒಲೆಯ ಮೇಲೆ ಅಕ್ಕಿ ತೊಳೆದಿಟ್ಟು ನಡುಮನೆಯಲ್ಲಿ ಬಂದು ಕೂತರು.

"ಎಂದು ಹೊರಡೋದು?" ಎದೆ ಭಾರವಾಯಿತು. ಹೇಮಂತ್ ಬಹಳ ದೂರ ಹೊರಟಿದ್ದಾನೆ. ಹಿಂದಿನಂತೆ ಆಗಾಗ ಬಂದು ಹೋಗಲು ಸಾಧ್ಯವಿಲ್ಲ. ಸಂಕಟ ಶುರುವಾಯಿತು.

"ಮುಂದಿನ ಶುಕ್ರವಾರ ಪ್ರಯಾಣ."

ಇನ್ನ ಹತ್ತೇ ದಿನ ಉಳಿದಿತ್ತು. ತಡೆಯಲಾರದ ವೇದನೆ, ಎಷ್ಟೇ ಸಮಾಧಾನ ಮಾಡಿಕೊಳ್ಳಲು ಪ್ರಯತ್ನಪಟ್ಟರು, ಸಾಧ್ಯವಿಲ್ಲದೆ ಹೋಯಿತು. ಕಣ್ಣೀರು ಸುರಿಸುತ್ತ ಕೂತುಬಿಟ್ಟರು.

"ಅಜ್ಜಿ..." ಹತ್ತಿರಕ್ಕೆ ಬಂದ. ಮೊಣಕಾಲನ್ನು ತಬ್ಬಿ ಕೆನ್ನೆಯೂರಿದ ಆ ಕೈ ಅವನ ಮುಖದ ಮೇಲೆಲ್ಲ ಆಡಿತು. ಕೂದಲನ್ನು ಸವರಿತು.

"ನಿಂಗಿಷ್ಟ ಇಲ್ಲದಿದ್ರೆ ನಾನು ಹೋಗೋಲ್ಲ."

ಭಾಗಮ್ಮನವರು ಮೊಮ್ಮಗನ ಬಾಯ ಮೇಲೆ ಕೈ ಇಟ್ಟು "ಹಾಗೆಲ್ಲ ಹೇಳ್ಬೇಡ. ವಯಸ್ಸಾಯ್ತು. ಮೊದ್ಲಿನ್ಹಾಗೇ ತಡಕೊಳ್ಳೋ ಶಕ್ತಿ ಇಲ್ಲ, ಅಷ್ಟೆ."

ಕಣ್ಣರಳಿಸಿ ಮೊಮ್ಮಗನನ್ನು ನೋಡಿದರು. ಅವರ ಹಾಗೆ ದೃಷ್ಟಿ ತಾಕೋ ಹಾಗಿದ್ದಾನೆ. ಯಾವ ಹೆಣ್ಣಾದ್ರೂ ಮರುಳು ಮಾಡಿ ಮದ್ವೆ ಮಾಡಿಕೊಂಡ್ರೆ! ಎದೆ ಜಲ್ಲೆಂದಿತು. ಛೆ! ಹೇಮಂತು ಅಂಥವನಲ್ಲ. ಅಕಸ್ಮಾತ್ ಮದ್ವೆ ಮಾಡಿಕೊಂಡ್ಬಂದ್ರೆ! ಎಷ್ಟಾದ್ರೂ ಮೊಮ್ಮಗನ ಕೈ ಹಿಡಿದೋಳು ತಾನೇ!?

"ತುಂಬ ಯೋಚ್ನೇ ಮಾಡ್ತಾ ಇದ್ದೀಯಾ!" ಸುಮ್ಮನೆ ಕೂತವರನ್ನ ಭುಜವಿಡಿದು ಅಲುಗಾಡಿಸಿದ.

"ಏನಿಲ್ಲ."

ಹೇಮಂತ್ ಜೋರಾಗಿ ನಕ್ಕ.

"ನೀನೂ ಏನು ಯೋಚುಸ್ತಾ ಇದ್ದೀಯಾಂತ.... ನನ್ಗೆ ಗೊತ್ತಾಯ್ತು. ಬರುವಾಗ ಜೊತೆಯಲ್ಲಿ ಬಿಳಿ ಹೆಣ್ಣನ್ನು ತಂದ್ರೇಂತ ತಾನೇ!" ಹುಬ್ಬುಗಳು ಕೂಡಿದವು. ತುಟಿಗಳ ಮೇಲೆ ತೆಳುವಾದ ಮಂದಹಾಸ ಮಿನುಗಿತು.

"ಆ ಭಯ ಬೇಡ. ಮದ್ವೆಯಾಗೋಕ್ಕೋಸ್ಕರ ಇಂಗ್ಲೆಂಡ್‌ಗೆ ಹೋಗಬೇಕಾದ ಅಗತ್ಯವಿಲ್ಲ."

ಸುಮ್ಮನೇ ಕೂತುಬಿಟ್ಟ. ಶಾಸ್ತ್ರಸಮ್ಮತವಾಗಿ ಧರ್ಮಸಮ್ಮತವಾಗಿ ವಸಂತ್, ರಶ್ಮಿಯನ್ನು ಕೈ ಹಿಡಿದಿದ್ದ. ಕೆಲವೊಮ್ಮೆ ತನ್ನ ಧರ್ಮ, ಮಾನವೀಯತೆಯ ಮೌಲ್ಯಗಳನ್ನು ಮರೆತೇ ಕೆಟ್ಟದಾಗಿ ನಡೆಸಿಕೊಳ್ಳುತ್ತಿದ್ದ. ಇದಕ್ಕೆ ಅರ್ಥವೇನು?

ಇದ್ದ ಮೂರು ನಾಲ್ಕು ದಿನಗಳಲ್ಲಿಯೇ ಭಾಗಮ್ಮ ಮೊಮ್ಮಗನಿಗೆ ಇಷ್ಟವಾದ ತಿಂಡಿ ತಿನಿಸುಗಳನ್ನು ಮಾಡಿದರು. ತಾವೇ ಎಣ್ಣೆ ಒತ್ತಿ ಬಚ್ಚಲಿನಲ್ಲಿ ಕೂಡಿಸಿ ನೀರು ಹಾಕಿದರು. ಕೈಕಾಲು ಸೋಲುವಂತೆ ಓಡಾಡಿದರು.

ರಾತ್ರಿ ಊಟ ಮುಗಿದ ಮೇಲೆ ತಾತನ ಬಳಿ ಹೋಗಿ ಕೂತ ಹೇಮಂತ್‌ನ ಬಾಯಿ ಕಟ್ಟಿತ್ತು. ದುಗುಡ ತುಂಬಿಕೊಂಡಿತ್ತು. ಎಷ್ಟೇ ಪ್ರಯತ್ನಿಸಿದರೂ ಮಾತುಗಳು ಹೊರಡದಾಯಿತು.

"ಎಂದು ಹೊರಡ್ತೀಯಾ?" ಅವರೇ ಕೇಳಿದರು.

"ನಾಳೆ ಬೆಳಿಗ್ಗೆ ಹೊರಡ್ಬೇಕು. ಅಲ್ಲಿ ಇನ್ನೂ ಸ್ವಲ್ಪ ಕೆಲ್ಸವಿದೆ. ಅಮ್ಮ ಹೊರಡೋಕೆ ಮುನ್ನ ಸತ್ಯನಾರಾಯಣ ಪೂಜೆ ಮಾಡ್ಬೇಕೂಂದ್ರು. ಅಣ್ಣ ಬರೋವಾಗ ನಿಮ್ಮನ್ನು ಕರ್‍ಕೊಂಡ್ಬಾಂದ್ರು."

"ಆಯ್ತು. ಬೆಳಿಗ್ಗೆ ಹೊರಡೋಣ. ಹಣಕಾಸಿಗೆ ಏನು ಮಾಡ್ಕೊಂಡೇ?"

ಅದರ ಬಗ್ಗೆ ಮನೆಯವರ ಬಳಿ ಪ್ರಸ್ತಾಪಿಸಿರಲೇ ಇಲ್ಲ. ಅವನ ಬಳಿಯೂ ಅಷ್ಟೊಂದು ಹಣ ಇರಲಿಲ್ಲ. ಅಲ್ಲಿ ತಲುಪೋವರೆಗೂ ಎಲ್ಲಾ ಖರ್ಚುಗಳನ್ನು ಅವನೇ ನೋಡಿಕೊಳ್ಳಬೇಕಾಗಿತ್ತು. ಒಬ್ಬ ಗೆಳೆಯ ತಾನಾಗಿ ಕೊಡಲು ಮುಂದೆ ಬಂದಿದ್ದ. ಸಾಲವಾಗಿ ಪಡೆದದ್ದನ್ನು ಇಲ್ಲಿಗೆ ಬಂದ ಮೇಲೆ ಹಿಂದಿರುಗಿಸುವ ಉದ್ದೇಶ ಅವನದಾಗಿತ್ತು.

ಎದ್ದು ತಮ್ಮ ಕೋಣೆಯ ಕಡೆ ನಡೆದರು. ಇರಿಸಿದ್ದ ನೋಟುಗಳ ಕಂತೆಯನ್ನು ತಂದರು. ಅವನು ವಿಸ್ಮಿತನಾದ. ಇಂದಿನವರೆಗೂ ಮಗನ ಗಳಿಕೆಯನ್ನು ಅವರು ಮುಟ್ಟಿರಲಿಲ್ಲ. ಧಾರಾಳವಾಗಿ ಉಳಿದಿದ್ದನ್ನು ಮುಂದಾಲೋಚನೆ ಮಾಡದೇ ಅವನಿಗೆ ಕೊಟ್ಟಿದ್ದರು.

"ಸದ್ಯಕ್ಕೆ ಇಟ್ಕೋ, ಅಗತ್ಯ ಬಿದ್ದಾಗ ಪತ್ರ ಬರೀ, ಹೋದ ಕಡೆ ತಾಪತ್ರಯ ಮಾಡ್ಕೋಬೇಡ."

ಅವರ ಮುಖವನ್ನು ನೋಡುತ್ತ ಕೂತುಬಿಟ್ಟ.

"ಸ್ವಲ್ಪ ಜಮೀನನ್ನು ಮಾರಿಬಿಟ್ಟೆ. ಅವೆಲ್ಲ ನೋಡಿಕೊಳ್ಳೋಕೆ ಇನ್ಮುಂದೆ ನನ್ಕೈಯಲ್ಲಾಗೋಲ್ಲ. ಶ್ರೀಕಾಂತುಗೂ ಪತ್ರ ಬರದಿದ್ದೇ. ಭಟ್ಟನಿಗೆ ಎರಡು ಎಕರೆ ಗದ್ದೆ ಕೊಟ್ಟೆ. ಅದನ್ನು ಅವ್ನಿಗೆ ತಿಳ್ಸಿ ಪತ್ರ ಬರ್ದೆ. ಇನ್ನೂ ಕಾಗದ ಪತ್ರ ಮಾಡ್ಸಿಲ್ಲ. ಆದಷ್ಟು ಬೇಗ ಎಲ್ಲಾ ಮಾಡ್ಸಬೇಕು."

ಹೇಮಂತ್ ನಿರುತ್ತರನಾದ.

ರಾತ್ರಿ ಬಹಳ ಹೊತ್ತಿನವರೆಗೂ ತಾತ ಮೊಮ್ಮಗ ಮಾತಾಡುತ್ತ ಕೂತಿದ್ದರು.

"ಬೆಳಿಗ್ಗೆ ಹೊರಡೋಕ್ಮುಂಚೆ ಗೋಪಾಲಯ್ಯನೋರನ್ನು ಮಾತಾಡ್ಸಿಕೊಂಡ್ಬಾ" ಎಂದು ಹೇಳಿದರು.

ಎರಡು ಮೂರು ಸಲ ಅದೇ ವಿಚಾರವಾಗಿ ಯೋಚಿಸಿದ್ದ; ಧೈರ್ಯವಾಗಿರಲಿಲ್ಲ. ವಸುಮತಿಯ ಮುಂದೆ ತೀರ ಸಣ್ಣವನಾಗಿದ್ದ, ಅನುಮಾನಿಸಿದ.

"ಪರ್ವಾಗಿಲ್ಲ. ಅವ್ರು ಪರಿಸ್ಥಿತೀನ ಅರ್ಥ ಮಾಡ್ಕೊಂಡಿದ್ದಾರೆ!" ನಿಸ್ಸಹಾಯಕನಾಗಿ ಅವರ ಮುಖ ನೋಡಿದ.

"ಅಮ್ಮ ಅನ್ನ ನೀರು ಬಿಟ್ಟು ಕೂತ್ರು..." ರಾಯರು ತಲೆಯಲುಗಿಸಿ "ಮೊದ್ಲೇ ಊಹಿಸಿದ್ದೆ" ಎಂದರು.

"ಮಲಕ್ಕೋ, ಬಹಳ ಹೊತ್ತಾಯ್ತು."

ರಾತ್ರಿಯೆಲ್ಲ ಹೊರಳಾಡುತ್ತಲೇ ಕಳೆದ. ಬಹಳಷ್ಟು ಯೋಚಿಸಿದ. ಮಾನವ ಪ್ರಾಣಿಗೆ ಸ್ವಂತ ವ್ಯಕ್ತಿತ್ವವೇ ಇಲ್ಲವಾ? ಪ್ರತಿಯೊಂದಕ್ಕೂ ಸಂಕೋಲೆ.... ಬಂಧನ...!!

ಬೆಳಿಗ್ಗೆ ಸ್ನಾನ ಮುಗಿಸಿ ಗೋಪಾಲಯ್ಯನವರ ಮನೆಯ ಕಡೆ ಹೆಜ್ಜೆ ಹಾಕಿದ. ನಿಂತು ಮಾವಿನ ಮರವನ್ನು ನಿಟ್ಟಿಸಿದ. ಗೋಪಾಲಯ್ಯನವರ ಬದುಕಿನಲ್ಲಿ ಅದು ಮಹತ್ತರ ಪಾತ್ರ ವಹಿಸಿರಬೇಕು. ಮರದ ಬಗ್ಗೆ ಬಹಳಷ್ಟು ಅಭಿಮಾನ ಅವರಿಗೆ. ಈಗಲೂ ಗಂಟೆಗಟ್ಟಲೇ ಅದನ್ನು ನೋಡುತ್ತ ಕೂತುಬಿಡುತ್ತಿದ್ದರು.

ಮಡಿ ಟವಲನ್ನು ಹೆಗಲ ಮೇಲೆ ಹಾಕ್ಕೊಂಡು ಬಂದ ವಸುಮತಿಯ ತಂದೆ ತಲೆ ಕೆರೆದುಕೊಳ್ಳುತ್ತಾ ನಿಂತುಬಿಟ್ಟರು. ಹೇಮಂತ್ ಯಾರೂಂತ ಯೋಚಿಸುತ್ತಿರಬಹುದು!

"ಗೋಪಾಲಯ್ಯನೋರು ಇದ್ದಾರಾ?"

ಅವರು ಇರಲೇಬೇಕು. ಎಲ್ಲಿ ಹೋಗಲು ಸಾಧ್ಯ! ಏನೋ ಒಂದು ಕೇಳಿದ. 'ಇದ್ದಾರೆ' ಎನ್ನುವಂತೆ ತಲೆಯಲುಗಿಸಿ ಪಕ್ಕಕ್ಕೆ ಸರಿತು ನಿಂತರು.

ಹೇಮಂತ್ ನೇರವಾಗಿ ಒಳಗೆ ಹೋದ. ಗೋಪಾಲಯ್ಯನವರು ಗೋಡೆಗೊರಗಿ ಕೂತಿದ್ದರು.

"ಬಾಪ್ಪ... ಬಾ..." ಆತ್ಮೀಯವಾಗೇ ಸ್ವಾಗತಿಸಿದರು. ಕಣ್ಣು ಮಂಜಾಯಿತು. ಇಂಥ ಹುಡುಗ ನಮ್ಮ ವಸುಮತಿಯ ಕೈ ಹಿಡಿದಿದ್ದರೇ! ಋಣಾನುಬಂಧವಿಲ್ಲ ಎಂದುಕೊಂಡರು.

"ದೊಡ್ಡ ಓದು ಓದೋಕೆ ಹೊರಟಿದ್ದೀಯಂತೆ. ದೇವ್ರು, ಒಳ್ಳೇದು ಮಾಡ್ಲಿ" ಆ ಕ್ಷಣದಲ್ಲಿ ಅವರ ಗಂಟಲು ನಡುಗದೇ ಇರಲಿಲ್ಲ.

ಮಾತಾಡೋಕೆ ವಿಷಯ ಇಲ್ಲವೆನಿಸಿತು. ಹೆಚ್ಚು ಹೊತ್ತು ಅಲ್ಲಿ ಕೂಡುವುದಾಗಲಿಲ್ಲ. ಔಪಚಾರಿಕವಾಗಿ ಒಂದೆರಡು ಮಾತುಗಳನ್ನು ಆಡಿ "ಬರ್ತೀನಿ" ಅಂದು ಎದ್ದ.

ಮನೆಯಿಂದ ಕತ್ತಿಡಿದು ಹೊರಗೆ ದಬ್ಬಿದಂತಾಯಿತು. ಸರಸರನೇ ಹೊರಕ್ಕೆ ಹೆಜ್ಜೆ ಹಾಕಿದ. ವಸುಮತಿ ಬಂದಾಗಿನಿಂದ ಅವನ ಕಣ್ಣಿಗೆ ಬಿದ್ದಿರಲಿಲ್ಲ. ಮಾವಿನ ಮರದ ಬಳಿ

ಬಂದವನೇ ನಿಂತು, ಹಿಂದಿರುಗಿ ನೋಡಿದ. ಬಾಗಿಲ ಬಳಿ ಇಣಕಿದ ನೆರಳು ಸರಿದಂತಾಯಿತು. ಅದು ವಸುಮತಿಯೆಂದು ಅವನಿಗೆ ಬೇರೆ ಯಾರೂ ಹೇಳಬೇಕಾಗಿರಲಿಲ್ಲ.

* * * *

ಮಗ ಬಂದಾಗಿನಿಂದ ನಿರುಪಮ ಮಾತಾಡಿಸಿರಲಿಲ್ಲ. ವಿಪರೀತ ಕೋಪ. ಹೆತ್ತ ತಾಯಿಯಾದ ತನ್ನ ಮೇಲಿಲ್ಲದ ಪ್ರೀತಿ ಭಾಗಮ್ಮನವರ ಮೇಲೆ ಮಗನಿಗೆ. ಇದೇನು ಹೊಸದಲ್ಲ. ಆದರೂ ಸಹಿಸಲಾರದಾಗಿದ್ದರು. ಅದನ್ನೇನು ಅಪರೂಪಕ್ಕೆ ಬಂದ ಅತ್ತೆ, ಮಾವನ ಮೇಲೆ ಪ್ರಯೋಗಿಸಲಿಲ್ಲ.

ಮಡಿಯುಟ್ಟು ಭಾಗಮ್ಮನವರು ಅಡಿಗೆ ಮನೆಯ ಪೂರ್ಣ ಜವಾಬ್ದಾರಿಯನ್ನು ವಹಿಸಿಕೊಂಡರು.

ವಿಷಯ ತಿಳಿದ ಅವರು "ಮಗು ರಶ್ಮಿ ಈಗ ನೀನೂ ತುಂಬ ಆಯಾಸ ಮಾಡ್ಕೋಬಾರ್ದು! ನೀನು ಮಾಡಿದ ಅಡಿಗೇನಾ ನೀನೂ ಊಟ ಮಾಡೋಕಾಗಲ್ಲ!"

ಅವಳ ಕಣ್ಣು ತುಂಬಿ ಬಂತು. ತನ್ನ ಅತ್ತೆಗೆ ಈ ಸ್ವಭಾವ ಇದ್ದಿದ್ದರೇ? ಸಾಧ್ಯವಿಲ್ಲವೆನಿಸಿತು. ರೇಖಾ ಅಂಥಾ ಶ್ರೀಮಂತರ ಮನೆ ಹುಡುಗಿ. ಅವಳಾಗಿದ್ದರೇ ಕೂಡಿಸಿ ಮಾಡುತ್ತಿದ್ದರೇನೋ!

"ಯಾಕೆ ಕಣ್ಣಲ್ಲಿ ನೀರು?" ಅವರಿಗೂ ಅಷ್ಟಿಷ್ಟು ವಿಷಯ ಗೊತ್ತಿತ್ತು. ಆದರೆ ನಿರುಪಮಳಿಗೆ ಬುದ್ಧಿ ಹೇಳುವ ಸಾಹಸ ಮಾಡಲಾರರು.

"ಏನಿಲ್ಲ" ಹೊರಗೆ ಹೋದಳು.

ಭಾಗಮ್ಮನವರು ಅಡಿಗೆ ಮಾಡುತ್ತಿದ್ದಾಗ ಹೇಮಂತ್ ಬಂದು ಅಷ್ಟು ದೂರದಲ್ಲಿ ಕೂತ. ಈ ವಯಸ್ಸಿನಲ್ಲೂ ಅವರು ಸೋಮಾರಿಯಾಗರು. ಬಂದವರಿಗೆ ತಾವೇ ಮಾಡಿ ಕೂಡಿಸಿ ಬಡಿಸಿದರೇನೇ ಸಮಾಧಾನ.

"ಇಲ್ಲಿ ಅಮ್ಮ ಮಾಡೋರು..." ಅರೆ ಮನಸ್ಸಿನಿಂದಲೇ ಹೇಳಿದ.

"ಪರ್ವಾಗಿಲ್ಲ, ಅವ್ಳಿಗೂ ಮಾಡಿ ಸಾಕಾಗಿದೆ. ಎರಡು ದಿನ ಮಾಡಿಬಡಿಸ್ತೀನಿ."

ಅಡಿಗೆಯ ಮನೆ ಬಾಗಿಲಿಗೆ ಬಂದ ನಿರುಪಮ ಮಗನ ಕಡೆ ನೋಡಿದರು. ಸಂಕಟವಾಯಿತು. ಅಸೂಯೆಯೂ ಆಯಿತು. ತಮ್ಮ ಬಳಿ ಎಂದಾದರೂ ಕೂತು ಇಷ್ಟು ಆತ್ಮೀಯವಾಗಿ ಮಾತಾಡಿದ್ದಾನಾ! ಹೃದಯ ಒಡೆದು ಹೋದಂತಾಯಿತು.

"ಅಮ್ಮ..." ಹೇಮಂತ್ ಸಮೀಪಕ್ಕೆ ಬಂದು ಎಚ್ಚರಿಸಿದ. ಅವರ ಕಣ್ಣಂಚಿನಲ್ಲಿ ನೀರು ಕಂಡು ಅವನಿಗೆ ಗಾಬರಿಯಾಯಿತು.

ಕಣ್ಣೊರೆಸಿಕೊಂಡು ಹೊರಟುಬಿಟ್ಟರು.

ಕೋಣೆಗೆ ಬಂದವರೇ ಅಳೋದಿಕ್ಕೆ ಶುರು ಮಾಡಿಬಿಟ್ಟರು. ದೊಡ್ಡ ನಿಧಿಯನ್ನು ಕಳೆದುಕೊಂಡ ವೇದನೆಯನ್ನು ಅನುಭವಿಸಿದರು.

"ಅಮ್ಮ ಅಳೋಕೇನಾಯ್ತು?" ಭಯದಿಂದಲೇ ಕೇಳಿದ.

"ನಾನು ನಿಂಗೇನು ಅಲ್ಲ. ಬೇರೆಯವ್ರ ಮೇಲಿರೋ ಪ್ರೀತಿ, ಗೌರವದ ಕಾಲು ಭಾಗ ನನ್ಮೇಲಿಲ್ಲ" ಏನೇನೋ ನೆನಪಿಸಿಕೊಂಡರು. ಕಣ್ಣೊರೆಸಿಕೊಂಡು "ನನ್ನಾತ್ಮೂಂದ್ರೆ ನಿಂಗೆ ಲಕ್ಷ್ಯವೇ ಇಲ್ಲ! ದೊಡ್ಡ ಮನುಷ್ಯರ ಮುಂದೆ ನನ್ನ ಮರ್ಯಾದೆ ಕಳ್ದುಬಿಟ್ಟೆ. ಅಮ್ಮ ಅನ್ನಿಸಿಕೊಂಡೋಳು ನಿನ್ನ ಭವಿಷ್ಯ ಯೋಚ್ಸಿ ತಾನೇ ಮುಂದುವರಿದಿದ್ದು. ಈಗ ನಿಂಗೆ ಮದ್ವೆಯಾಗೋಕೆ ಏನು ಧಾಡಿ. ವಯಸ್ಸು ಇಲ್ವಾ? ಸಂಪಾದ್ನೆ ಇಲ್ವಾ? ಏನು ಕಡಿಮೆಯಾಗಿದೆ?" ಸುಸ್ತಾದ.

"ಸದ್ಯಕ್ಕೆ ಆ ವಿಷ್ಯ ಬೇಡ."

ಕೋಣೆಯಿಂದ ಹೊರಗೆ ಬಂದುಬಿಟ್ಟ. ಎಲ್ಲರಿಗೂ ಕೇಳೋ ಹಾಗೆ ಅರ್ಧ ಗಂಟೆ ನಿರುಪಮ ರೇಗಾಡಿ ಸಾಕಾಗಿ ಸುಮ್ಮನಾದರು. ಅವರಿಗೆ ಯಾರೂ ಸಮಾಧಾನ ಹೇಳಲು ಹೋಗಲಿಲ್ಲ.

ಎಲ್ಲೋ ಹೋಗಿದ್ದ ರಾಯರು ಬಂದಾಗಲೇ ಬಿಗಿಯಾಗಿದ್ದ ಮನೆಯ ವಾತಾವರಣ ಸಡಿಲವಾದದ್ದು.

ಬಂದವರೇ "ಮಗು, ಇಲ್ಬಾ?" ಕೂಗಿದರು. ತಲೆಯ ಮೇಲೆ ಕೈಹೊತ್ತು ಕೂತಿದ್ದ ಅವನು ಹೊರಗೆ ಬಂದ. ಕೈಯಲ್ಲೊಂದು ಪ್ಯಾಕೆಟ್ ಇತ್ತು.

"ಇದ್ನ ತಗೋ, ಚಂದ ಕಾಣ್ತು, ತಂದೆ. ಒಂದತ್ತು ಜಾಸ್ತಿ ಕೊಟ್ಟಾದ್ರೂ ಹೊಲ್ಸಿಕೋ."

ಬಿಚ್ಚಿ ನೋಡಿದ–ಅವರು ಎಲ್ಲರ ಮನವನ್ನು ಅರ್ಥ ಮಾಡಿಕೊಳ್ಳುವ ಸಾಮರ್ಥ್ಯ ಹೊಂದಿರುವರೇನೋ! ಎಂದು ಯೋಚಿಸಿದ. ಅವನು ಇಷ್ಟಪಡುವ ಬಣ್ಣದಲ್ಲಿಯೇ ಪ್ಯಾಂಟು ಮತ್ತು ಷರಟು ಬಟ್ಟೆ ತಂದಿದ್ದರು. ಎರಡು ಜೊತೆ ಇತ್ತು. ವಸಂತ್‌ನನ್ನು ಮರೆತಿರಲಿಲ್ಲ.

ನಿರುಪಮ ಬಂದಾಗ, ಆಡಬೇಕೆಂದಿದ್ದ ಮಾತುಗಳನ್ನು ಮರೆತ. ಹೇಮಂತ್ ಕೈಯಲ್ಲಿದ್ದ ಪ್ಯಾಕೆಟ್ಟನ್ನು ಅಲ್ಲೇ ಇಟ್ಟು ಎದ್ದು ಹೋದ.

ಸಂಜೆ ಶ್ರೀಕಾಂತು, ನಿರುಪಮ, ಸತ್ಯನಾರಾಯಣ ಪೂಜೆಗೆ ಕೆಲವು ಬಂಧುಗಳನ್ನು ಆಹ್ವಾನಿಸಲು ಹೋದರು. ಇದೇ ನೆಪ ಮಾಡಿಕೊಂಡು ರಾಜಗೋಪಾಲ್ ಮನೆಗೆ ಹೋದರು.

ವರಾಂಡದಲ್ಲಿದ್ದ ಕೂತಿದ್ದ ರಜನಿಕಾಂತ್ "ಬನ್ನಿ ಬನ್ನಿ" ಎಂದು ಸ್ವಾಗತಿಸಿದ.

"ಎಲ್ಲಾ ಚೆನ್ನಾಗಿದ್ದಾರಾ?" ನಿರುಪಮ ಸಡಗರದಿಂದ ಒಳಗೆ ಹೋದರು. ನಾಲ್ಕಾರು ಸಲ ಈ ಮನೆಗೆ ಬಂದಿದ್ದರು. ಇಲ್ಲಿನ ವೈಭವ ಕಣ್ಣಿಗೆ ಕಟ್ಟಿದಂತಿತ್ತು. ರೇಖಾ ಇಷ್ಟಪಟ್ಟರೇ ಈ ಮನೆಯನ್ನೇ ಅವಳಿಗೆ ಬಳುವಳಿಯಾಗಿ ಕೊಡಲು ರಾಜಗೋಪಾಲ್ ಹಿಂದೆಗೆಯಲಾರರು. ತಮಗೆ ಇಂಥ ಅರಮನೆಯಲ್ಲಿ ವಾಸಿಸೋ ಅದೃಷ್ಟವಿಲ್ಲ. ತಲೆ ಚಚ್ಚಿಕೊಳ್ಳುವಂತಾಯಿತು. ಅರಿಯದೆ ನಿಟ್ಟುಸಿರು ಚಿಮ್ಮಿತು.

"ನಿಮ್ಮಂದೆಯೋರು ಇಲ್ಲವಾ?" ರಜನಿ ತಲೆ ಶೀಘ್ರವಾಗಿ ಕೆಲಸ ಮಾಡಿತು. ರೇಖಾಳ ಪ್ರೇಮ ಒಂದು ಸಮಸ್ಯೆಯಾಗಿತ್ತು. ಅವರಾಗಿ ಬಂದಿದ್ದಾರೆ–ಆಶಾ ಸೂಚಕವೇನೋ.

"ಫೋನ್ ಮಾಡಿ ಕರ್ಸಿಸ್ತೀನಿ."

"ಅವ್ರಿಗೆ ತೊಂದರೆ ಕೊಡೋದೇನು ಬೇಡ. ನಮ್ಮ ಹೇಮಂತ್ ಹೆಚ್ಚಿನ ವ್ಯಾಸಂಗಕ್ಕಾಗಿ ಇಂಗ್ಲೆಂಡ್‌ಗೆ ಹೋಗ್ತಾನೆ. ನಾಳೆ ಸತ್ಯನಾರಾಯಣ ಪೂಜೆ ಇಟ್ಟುಕೊಂಡಿದ್ದೀವಿ. ಎಲ್ಲರೂ ಪೂಜೆಗೆ ಊಟಕ್ಕೆ ಅಲ್ಲಿಗೇ ಬರ್ಬೇಕೂ" ಸುತ್ತಲೂ ಅರಸಿತು ಅವರ ದೃಷ್ಟಿ.

"ರೇಖಾ ಇಲ್ವಾ?" ಅಳುಕುತ್ತಲೇ ಕೇಳಿದರು. ಮಾತು ಕೊಟ್ಟು ತಪ್ಪಿದವರು ನಾವು. ಅವ್ರುಗಳು ದೊಡ್ಡ ಜನವಾದುದ್ದರಿಂದ ಸುಮ್ಮನಾದರು. ಇಲ್ಲದಿದ್ರೆ ನಾವೆಷ್ಟು ಪಾಡು ಪಡಬೇಕಾಗಿತ್ತೊ!

"ಇದ್ದಾಳೆ" ಅವಳ ಕೋಣೆಯ ಕಡೆ ನಡೆದ.

ರೇಖಾ ಅವನ ಜೊತೆ ಬಂದಳು. ಹಿಂದೆ ನೋಡಿದ್ದಕ್ಕಿಂತ ತೆಳ್ಳಗಾಗಿದ್ದಳು. ಈಗ ಸ್ವಲ್ಪ ಉದ್ದವಾಗಿ ಕಾಣುತ್ತಿದ್ದಳು. ಬಿಳಿಯ ಸೀರೆಯುಟ್ಟು, ಅದೇ ಬಣ್ಣದ ಬ್ಲೌಸ್ ತೊಟ್ಟಿದ್ದಳು. ಶ್ವೇತಾಂಬರಿಯಂತೆ ಕಂಡಳು.

ಆಸೆಯ ಕಂಗಳಿಂದ ನೋಡುತ್ತ "ಚೆನ್ನಾಗಿದ್ದೀಯಾ?" ಎಂದರು.

"ಚೆನ್ನಾಗಿದ್ದೀನಿ" ಸ್ವರದಲ್ಲಿ ಉತ್ಸಾಹವಿರಲಿಲ್ಲ.

ಬಟ್ಟಲಿನಲ್ಲಿದ್ದ ಕುಂಕುಮವನ್ನು ಅವಳ ಹಣೆಗಿಟ್ಟು "ನಾಳೆ ಸತ್ಯನಾರಾಯಣ ಪೂಜೆ ಇಟ್ಟುಕೊಂಡಿದ್ದೀವಿ. ಪೂಜೆ ಊಟಕ್ಕೆ ಅಲ್ಲಿಗೇ ಬರ್ಬೇಕೂ" ಹೇಮಂತ್ ವಿದೇಶಕ್ಕೆ ಹೋಗುವ ಸುದ್ದಿಯನ್ನು ಅವಳ ಮುಂದೆ ಹೇಳಲು ಅವರಿಗೆ ಮನಸ್ಸು ಬರಲಿಲ್ಲ. ಅವಳ ಕಂಗಳಲ್ಲಿ ಕಾಣೋ ಪ್ರಚಂಡ ನಿರಾಶೆಯನ್ನು ಅವರು ನೋಡಲು ಇಚ್ಛಿಸಲಿಲ್ಲ.

ಅವರುಗಳ ಬಲವಂತಕ್ಕೆ ಹಾರ್ಲಿಕ್ಸ್ ಕುಡಿದು ಹೊರಟರು.

ಅಷ್ಟು ದೂರ ಬಂದ ಮೇಲೆ "ಅದೃಷ್ಟ ಕೈಬೀಸಿ ಕರೆದ್ರೂ ನಮ್ಮ ಮಂಕು ಮುಂಡೇದು ಅರ್ಥಮಾಡಿಕೊಳ್ಳಲಿಲ್ಲವಲ್ಲಾ!" ಸಿಡಿಮಿಡಿಗುಟ್ಟಿದ್ದರು.

ಶ್ರೀಕಾಂತು ಯೋಚಿಸುತ್ತ ನಡೆದಿದ್ದರು. ರೇಖಾ ತಮ್ಮ ಮಗನನ್ನು ಮೆಚ್ಚಿಕೊಳ್ಳಲು ಅವನಲ್ಲಿ ಅಂಥ ಪ್ರಬಲ ಆಕರ್ಷಣೆ ಏನಿದೆ? ಅವನಿಗಿಂತ ಚೆನ್ನಾಗಿರೋರು, ಇನ್ನೂ ಹೆಚ್ಚು ಓದಿರೋರು ಅವರ ಮನೆಯ ಮುಂದೆ ಕ್ಯೂ ಬೇಕಾದರೇ ನಿಂತಾರು!

"ನಡ್ಯೋ ಹಣೆಬರಹ ನಮ್ದು ಆಗಿದ್ರೆ–ಯಾರು ತಪ್ಪಿಸೋಕೆ ಸಾಧ್ಯ?" ಮನದ ತುಮುಲ ತಡೆಯಲಾರದೇ ಮತ್ತೆ ಆಡಿದರು.

ಅವರುಗಳು ಹೊರಟ ಕೂಡಲೇ ರಜನಿ ತಂಗಿಯತ್ತ ನೋಡಿದ. ಮಾಮೂಲಿನಂತೆ ಮಂಕಾಗಿದ್ದಳು. ಹೇಮಂತ್ ಮೇಲೆ ಕೋಪ ಬಂತು. ಅವನು ಯಾವ ಪ್ರಯೋಗ ಮಾಡಿರಬೇಕು ಇವಳ ಮೇಲೆ?

"ನಿನ್ನ ರೋಮಿಯೋ ವಿದೇಶಕ್ಕೆ ಹಾರ್ತಾನಂತೆ" ವಿಸ್ಮಿತಳಾದಳು.

ಆತ್ಮೀಯ ಗೆಳತಿಯರು ಕೂಡ ಅವಳ ಮುಂದೆ ಬಾಯಿಬಿಟ್ಟಿರಲಿಲ್ಲ.

"ನಿಜಾನೇನೋ?!" ಕಣ್ಣರಳಿಸಿದಳು.

"ನಾನ್ಯಾಕೆ ಸುಳ್ಳು ಹೇಳ್ಲಿ! ಅದಕ್ಕಾಗೆ ವಿಶೇಷ ಪೂಜೆಗಳ್ನ ನಡುಸ್ತಾ ಇದ್ದಾರೆ."

ದಢದಢನೇ ಕೋಣೆಗೆ ಬಂದವಳೇ ಕೈಗೆ ಸಿಕ್ಕಿದ್ದ ಸಾಮಾನುಗಳನ್ನೆಲ್ಲ ಎರಚಾಡಿದಳು. ನಿಸ್ಸಹಾಯಕತೆ, ದುರ್ಬಲತೆಗಾಗಿ ಕೂತು ಬಿಕ್ಕಿ ಬಿಕ್ಕಿ ಅತ್ತಳು.

ಹೇಮಂತ್‌ನೇನು ದೇವಪುರುಷನಾ? ಚಂದ್ರಲೋಕ ಮುಟ್ಟಿ ಪ್ರಸಿದ್ಧಿ ಪಡೆದ ಗಗನಯಾತ್ರಿಯ? ಸುಪ್ರಸಿದ್ಧ ಚಲನಚಿತ್ರ ನಟನಾ? ಖ್ಯಾತ ವಿಜ್ಞಾನಿಯ? ಯಾವುದೂ... ಅಲ್ಲ. ತಾನೇಕೆ ಅಷ್ಟೊಂದು ಮರುಳಾಗಿದ್ದು? ಅವನ ಉದಾಸೀನ ಕೂಡ ನನ್ನ ಹೃದಯದ ಪ್ರೇಮವನ್ನು ಅಲ್ಲಾಡಿಸಿಲ್ಲವಲ್ಲ.

ಕೋಣೆಯೊಳಗೆ ಬಂದ ರಜನಿಗೆ ವ್ಯಥೆಯಾಯಿತು. ದುರ್ಬಲ ಮನಸ್ಸಿನ ಹುಡುಗಿಯೇನೂ ಅಲ್ಲ. ಇದನ್ನ ಏನೆಂದು ಕರೆಯಬಹುದು?

ಅವಳ ಪಕ್ಕದಲ್ಲಿ ಕೂತು ಕೂದಲಲ್ಲಿ ಕೈಯಾಡಿಸುತ್ತ "ನಂಗೆ ಅರ್ಥವಾಗಲಿಲ್ಲ." ತಲೆ ಎತ್ತಿ ಅಣ್ಣನ ಮುಖನೋಡಿ "ನಂಗೂ ಅರ್ಥವಾಗಿಲ್ಲ" ಅವನೆದೆಯಲ್ಲಿ ಮುಖ ಹುದುಗಿಸಿ ಬಿಕ್ಕಿ ಬಿಕ್ಕಿ ಅತ್ತಳು.

* * * *

ಬೆಳಗಾಗುತ್ತಿದ್ದಂತೆ ಮನೆಯಲ್ಲಿ ಸಡಗರದ ವಾತಾವರಣ ತುಂಬಿತು. ಮಂದಾಸನ, ಹೂವು, ಹಣ್ಣು ಎಲ್ಲಾ ಸಿದ್ಧವಾಗಿತ್ತು. ನಿರುಪಮ ದೊಡ್ಡಂಚಿನ ರೇಶಿಮೆ ಸೀರೆಯುಟ್ಟು ಓಡಾಡುತ್ತಿದ್ದರು. ರಶ್ಮಿ ಅವರು ಹೇಳಿದ ಕೆಲಸವನ್ನು ಮಾಡುತ್ತಿದ್ದಳು. ಪೂಜೆಯ ವೇಳೆಗೆ ಅಕ್ಕಪಕ್ಕದ ಮನೆಯ ಮುತ್ತೈದೆಯರು ಬಂದರು. ಜನರಿಂದ ತುಂಬಿಹೋಯಿತು ಮನೆ.

ಪೂಜೆ ಪ್ರಾರಂಭವಾದ ಮೇಲೆ ರಾಜಗೋಪಾಲ್ ಮಗ ಮತ್ತು ಮಗಳೊಂದಿಗೆ ಬಂದರು.

ಗಂಡಸರ ನಡುವೆ ಕೂತಿದ್ದ ವಸಂತ್ ತಟ್ಟನೇ ಎದ್ದು ಹೋಗಿ ಸ್ವಾಗತಿಸಿ ಒಳಗೆ ಕರೆ ತಂದ. ಕುಳಿತವರ ನಡುವೆ ಜಾಗ ಮಾಡುತ್ತ "ಕುರ್ಚಿಗಳ್ನ ಹಾಕಿಸ್ತೀನಿ" ಎಂದ.

"ಬೇಡ" ಎಂದು ಕೆಳಗಡೆಯೇ ಕೂತರು. ಕನ್ನಡಕ ತೆಗೆದು ಒರಸಿ ಹಾಕಿಕೊಂಡರು. ಶ್ರೀಕಾಂತು, ನಿರುಪಮ ಪೂಜೆಗೆ ಕೂತಿದ್ದರು. ತಾತ, ಅಜ್ಜಿಯ ನಡುವೆ ಹೇಮಂತ್ ಕೂತಿದ್ದ. ಉದ್ದ ತೋಳಿನ ಬಿಳಿಯ ಷರಟು, ಬಿಳಿ ಪಂಚೆ ಧರಿಸಿದ್ದ. ಹುಬ್ಬುಗಳ ನಡುವೆ ಕುಂಕುಮವಿತ್ತು. ಭಾಗಮ್ಮನವರು ಮೊಮ್ಮಗನಿಗೆ

ಆಶೀರ್ವದಿಸಿ ದೈವಿ ಪ್ರಸಾದ ಕುಂಕಮವನ್ನಿಟ್ಟಿದ್ದರು. ಸೌಮ್ಯ ಮುಖದ ಅವನನ್ನು ನೋಡುತ್ತ ಕೂತುಬಿಟ್ಟರು.

ಪೂಜೆ ಮುಗಿದು ಮಂಗಳಾರತಿಯಾದ ಕೂಡಲೇ ನಿರುಪಮ ಎದ್ದು ಬಂದರು. ಹಣೆಯ ಮೇಲೆ ಬೆವರಿನ ಬಿಂದುಗಳಿದ್ದುವು.

"ಬರ್ತೀರೋ ಇಲ್ಲವೋಂತ ಅಂದ್ಕೊಂಡಿದ್ದೆ?" ರೇಖಾಳತ್ತ ನೋಡಿದರು. ಎಂದಿಗಿಂತ ಇಂದು ಭಿನ್ನವಾಗಿ ಕಂಡಳು. ಜರಿ ಸೀರೆಯುಟ್ಟು ಲಕ್ಷಣವಾಗಿ ಜಡೆ ಹೆಣೆದು ಹೂ ಮುಡಿದಿದ್ದಳು. ಅವರ ಕಣ್ಣಿಗೆ ಚೆಲುವೆಯಾಗಿ ಕಂಡಳು.

"ಬಾಮ್ಮ" ಕೈ ಹಿಡಿದು ಎಬ್ಬಿಸಿಕೊಂಡು ಹೋದರು. ಈಗಲೂ ಭಾಗಮ್ಮನವರ ಪಕ್ಕಾನೇ ಹೇಮಂತ್ ಕೂತಿದ್ದ.

"ಇಲ್ಲಿ ನೋಡಿ" ರಾಯರು, ಹೇಮಂತ್, ಭಾಗಮ್ಮ ಮೂವರು ನಿರುಪಮ ಅತ್ತ ತಿರುಗಿದರು. ಪಕ್ಕದಲ್ಲಿದ್ದ ಯುವತಿಯ ಬಗ್ಗೆ ಯೋಚಿಸುವಂತಾದರು.

"ನಮಸ್ತೆ" ಕೈ ಜೋಡಿಸಿದಳು.

ಮೇಲಕ್ಕೆದ್ದ ಹೇಮಂತ್ "ನಮಸ್ತೆ, ಯಾವಾಗ್ಬಂದ್ರಿ? ನಿಮ್ಜೊಂದೆ ಶಶಿಕಾಂತ್ ಬಂದಿದ್ದಾರ?" ಅವಳು ಉತ್ತರಿಸದಿದ್ದರೂ ನೋವು ಬೆರೆತ ಆಕ್ಷೇಪಣೆ ಇತ್ತು ಅವಳ ನೋಟದಲ್ಲಿ.

ರಾಜಗೋಪಾಲ್‌ರತ್ತ ನಡೆದ. ರೇಖಾ ಅವನಿಗೆ ತಲೆ ನೋವಾಗಿದ್ದಳು. ಅವನದೇನು ಇದರಲ್ಲಿ ಪಾತ್ರವಿರಲಿಲ್ಲ. ಆದರೂ ತಪ್ಪಿಸಿಕೊಳ್ಳಲಾಗದೇ ಪೇಚಾಡುತ್ತಿದ್ದ.

"ವಿದೇಶಕ್ಕೆ ಹೊರಡುತ್ತಾ ಇರೋ ಸಮಾಚಾರ ತಿಳ್ದು ಬಹಳ ಸಂತೋಷ ಆಯ್ತು." ತುಟಿಗಳ ಮೇಲೆ ಗಂಭೀರ ನಗೆ ತೇಲಿಸಿದ.

"ನಿಮ್ಮ ಅಜ್ಜಿ ತಾತ ಅವರನ್ನು ಪರಿಚಯ ಮಾಡ್ಕೋಬೇಕಾಗಿತ್ತು."

ರಾಜಗೋಪಾಲ್ ಅವರನ್ನು ಜೊತೆಯಲ್ಲಿ ಕರೆದೊಯ್ದು ಪರಿಚಯ ಮಾಡಿಕೊಟ್ಟ. ರಾಯರು ಎಂದಿನ ಸೌಜನ್ಯದಿಂದಲೇ ಮಾತಾಡಿಸಿದರು. ಆಮೇಲೆ ಅವರಿಗೆ ನಿಧಾನವಾಗಿ ಸಂಗತಿ ತಿಳಿಯಿತು. ರೇಖಾಳ ಕಡೆ ತಿರುಗಿದರು. ಹುಡುಗಿ ಚೆನ್ನಾಗಿಯೇ ಇದ್ದಾಳೆ ಎಂದುಕೊಂಡರು. ಅವಳ ಹಿಂದಿನ ಶ್ರೀಮಂತಿಕೆ ಜ್ಞಾಪಿಸಿಕೊಂಡರು. ಸದ್ಯಕ್ಕೆ ಮದುವೆ ಮುಂದೂಡಿರುವಿಕೆಗೆ ಇದು ಒಂದು ಕಾರಣವಿರಬಹುದೇನೋ!

ಊಟ ಮುಗಿದು ಹೊರಟು ನಿಂತಾಗ ಹೇಮಂತ್ ಬೀಳ್ಕೊಡಲು ಕಾರಿನವರೆಗೂ ಬಂದ. ಅವರ ಮೇಲೇನು ಅವನಿಗೆ ದ್ವೇಷವಿಲ್ಲ.

"ಬರ್ತೀವಿ" ಕಾರಿನೊಳಗೆ ಕೂತ ರಾಜಗೋಪಾಲ್ ತಲೆ ಹೊರಗೆ ಹಾಕಿ "ನಾಳೆ ಸಂಜೆ ನಮ್ಮನೆಗೆ ಟೀಗೆ ಬನ್ನಿ, ಬರೋವಾಗ ನಿಮ್ಮ ತಾತ ಅಜ್ಜಿನ ಕರ್ಕೊಂಡ್ಬನ್ನಿ" ಎಂದರು.

ಕಾಲೇಜಿನ ವಿದ್ಯಾರ್ಥಿ ವೃಂದ ಅವನಿಗಾಗಿ ಶುಭ ಹಾರೈಕೆ ಸಮಾರಂಭ ಏರ್ಪಡಿಸಿದ್ದರು. ಹೋಗಲೇಬೇಕಾಗಿತ್ತು.

"ಬರ್ತೀನಿ. ಸ್ವಲ್ಪ ಲೇಟಾಗಬಹುದು. ನಂಗಾಗಿ ಕಾಯ್ಬೇಡಿ" ತಾಯಿ ತಂದೆಯರನ್ನು ಮಾತಿಗೆ ನಿಲ್ಲಿಸಿ ಒಳಗೆ ಬಂದ.

ಕೂತಿದ್ದ ಭಾಗಮ್ಮನವರು ಹತ್ತಿರಕ್ಕೆ ಕರೆದು "ಆ ಮಗು ನಿನ್ನ ಕಾಲೇಜಿನಲ್ಲಿ ಓದ್ತಾಳ?"

ಹೇಮಂತ್ ನಕ್ಕುಬಿಟ್ಟ. ಅವರ ಕಿವಿಯವರೆಗೂ ಎಲ್ಲಾ ಮುಟ್ಟಿಸಿರ ಬೇಕೆಂದುಕೊಂಡ.

"ಇಲ್ನೋಡು" ನಿರುಪಮ ಕೂಗಿದಾಗ ಅತ್ತ ಹೋದ. ರಶ್ಮಿಯ ತಂದೆ ಕೈಚೀಲ ಹಿಡಿದು ಒಳಬರುತ್ತಿದ್ದರು. ನಿಂತಿದ್ದ ವಸಂತ್ ಮಾತಾಡಿಸದೇ ಸರಿದು ಹೋದ. ಅವರಿಂದ ಅವನಿಗೆ ದೊಡ್ಡ ಅನ್ಯಾಯವಾಗಿದೆಯೆನ್ನುವ ಮೂರ್ಖಭಾವ.

ನಿರುಪಮ "ಬಂದ್ರಾ....!" ಎಂದರು. ಧ್ವನಿಯಲ್ಲಿ ಆತ್ಮೀಯತೆ ಇರಲಿಲ್ಲ; ಒಂದು ರೀತಿಯ ಉದಾಸಭಾವವಿತ್ತು.

"ವೇಳೆಗೆ ಸರ್ಯಾಗಿ ಬಸ್ಸು ಸಿಗಲಿಲ್ಲ" ಮುಖದ ಮೇಲಿನ ಬೆವರನ್ನೊರೆಸಿ ಕೊಂಡರು. ಹೆಣ್ಣು ಮಕ್ಕಳ ಮದುವೆ ಮಾಡುವುದರಲ್ಲಿ ಪೂರ್ತಿಯಾಗಿ ಸೋತುಹೋಗಿದ್ದರು.

ಕೆಲಸವಿರುವಂತೆ ನಟಿಸಿದ. ನಿರುಪಮ ಒಳಗೆ ಹೋದರು. ಅವರನ್ನು ಮಾತಾಡಿಸಲು ಇಷ್ಟವಿಲ್ಲ.

"ಬನ್ನಿ" ಹೇಮಂತ್ ಆತ್ಮೀಯವಾಗಿ ಮಾತಾಡಿಸಿ "ರಶ್ಮಿ..." ಎಂದು ಕೂಗಿದ.

ರಶ್ಮಿ ಅಡಿಗೆಯ ಮನೆಯಿಂದ ಹೊರಗೆ ಬಂದಳು. ಮುಖದ ಮೇಲೆ ಬಳಲಿಕೆ ಇತ್ತು. ತಟ್ಟನೇ ಕಣ್ಣುಗಳು ಅರಳಿದವು, ತುಟಿಗಳು ಕಂಪಿಸಿದವು. ಗಂಟಲು ಹಿಡಿದಂತಾಯಿತು. ಕಾರಂಜಿಯಂತೆ ಚಿಮ್ಮಿತ್ತು, ಕಣ್ಣೀರು. ಮುಖವನ್ನು ಪಕ್ಕಕ್ಕೆ ತಿರುಗಿಸಿಕೊಂಡು "ಯಾಕೆ ತಡವಾಯ್ತು?" "ಪೂಜೆ, ಊಟ ಎಲ್ಲಾ ಮುಗೀತಾ" ಬಹಳ ಕಷ್ಟದಿಂದ ಆಡಿದಂತಿತ್ತು.

"ನಿನ್ನ ನೋಡ್ಬೋಗೋ ಸಲುವಾಗಿ ಬಂದೆ."

"ಮೊದ್ಲು ಕೈಕಾಲು ತೊಳ್ದು ಊಟ ಮಾಡಿ ವಿಶ್ರಾಂತಿ ತಗೊಳ್ಳಿ. ಆಮೇಲೆ ಮಾತಾಡಬೋದು." ಬಿಗಿ ವಾತಾವರಣವನ್ನು ಸಡಿಲಗೊಳಿಸಿದ.

ಸಂಜೆಯ ಮುಂದು ಮನೆಯಲ್ಲಿ ದೊಡ್ಡ ರಾಮಾಯಣವೇ ನಡೆಯಿತು. ವಸಂತ್ ಮಾವನ ಎದುರೇ ಮಡದಿಯ ಮೇಲೆ ಕೂಗಾಡತೊಡಗಿದ.

"ಏನೋ ಅನಿಷ್ಟ! ಇದ್ದು ಇದ್ದು ದರಿದ್ರದವಳ್ನ ಕಟ್ಟಿಕೊಂಡಿದ್ದಾಯ್ತು. ನಿಮ್ಮಪ್ಪನ ಮನೆಯಿಂದ ಒಂದು ಸರ್ಯಾದ ಪಾತ್ರೆ ಕೂಡ ತಂದಿಲ್ಲ" ಬೀರುನಲ್ಲಿದ್ದ ಸೂಟ್‌ನ ನೆನಪಿಸಿಕೊಂಡು ಎತ್ತಿ ತಂದು ಎಸೆದಾಡಿದ.

"ಅಳಿಯಂದ್ರು ಸಮಾಧಾನ ಮಾಡ್ಕೊಬೇಕು. ನೀವು ವಿದ್ಯಾವಂತ್ರು, ಇಷ್ಟು ಸಣ್ಣತನ ತೋರಿಸೋದು ಒಳ್ಳೆದಲ್ಲ" ರಶ್ಮಿಯ ತಂದೆಯ ಧ್ವನಿ ತಗ್ಗಿತು.

ಈ ಸಂದರ್ಭದಲ್ಲಿ ನಿರುಪಮಗೆ ಗಲಾಟೆ ಬೇಕಿರಲಿಲ್ಲ. ರಾಯರು, ಭಾಗಮ್ಮನ ಮುಂದೆ ಈ ರಂಪಾಟ ನಡೆಯುವುದು ಸರಿಯಾಗಿ ಕಾಣಲಿಲ್ಲ. ಆದರೆ ಮಗನನ್ನು ದಂಡಿಸುವ ಪ್ರಯತ್ನ ಮಾಡದೇ ಸಹಾನುಭೂತಿಯ ನಟನೆ ಮಾಡಿದರು.

"ಹೋಗ್ಲಿ ಬಿಡೋ, ನಿನ್ನ ಅದೃಷ್ಟ ಚೆನ್ನಾಗಿಲ್ಲ. ಬರೀ ಎಸ್.ಎಸ್.ಎಲ್.ಸಿ. ಮಾಡ್ದ ವರನಿಗೆ ಹತ್ತು ಸಾವಿರ ರೂಪಾಯಿ ವರದಕ್ಷಿಣೆ ಕೊಡ್ತಾರೆ!"

ಆದರೂ ತಕ್ಷಣಕ್ಕೆ ವಸಂತ್ ಸಮಾಧಾನಗೊಳ್ಳಲಿಲ್ಲ. ಕಡೆಗೆ ಹೇಮಂತ್ ಕೋಣೆಗೆ ಎಳೆದೊಯ್ದು ಮೂದಲಿಸಿದ. ಆಗಷ್ಟು ಮೌನವಾಗಿ ಕೂತ.

ರಾಯರು, ಭಾಗಮ್ಮನಿಗೆ ಆ ವಾತಾವರಣ ಸರಿಯೆನಿಸಲಿಲ್ಲ. ಮಾತಾಡಲಾರದೇ ಮೂಕ ವೇದನೆ ಅನುಭವಿಸಿದರು.

"ರಶ್ಮಿಗೆ ಒಂದೆರಡು ಸಮಾಧಾನದ ಮಾತು ಹೇಳು, ಅವಳೀಗ ಕಣ್ಣೀರು ಹಾಕೋದು ಒಳ್ಳೆದಲ್ಲ." ರಾಯರು ಎತ್ತಲೋ ನೋಡುತ್ತ ಹೇಳಿದರು.

ಭಾಗಮ್ಮನವರೆದ್ದು ರಶ್ಮಿಯ ಕೋಣೆಗೆ ಬಂದಾಗ ಅವಳು ಕಣ್ಣೀರು ಸುರಿಸುತ್ತ ಕೂತಿದ್ದಳು. ಅವಳಪ್ಪ ತಲೆಯ ಮೇಲೆ ಕೈಹೊತ್ತು ಕೂತಿದ್ದರು.

"ಅಪ್ಪ, ನನ್ಗೆ ಈ ಮಾತುಗಳ್ನ ಸಹಿಸೋಕಾಗೋಲ್ಲ. ನಿನ್ನೊತೆ ಬಂದ್ಬಿಡ್ತೀನಿ" ಭಾಗಮ್ಮನವರನ್ನು ಅವಳು ನೋಡಲಿಲ್ಲ.

"ಬೇಡ ಮಗು, ಬೇಡ. ಆ ಕೆಟ್ಟ ನಿಂದನೆ ಸಹಿಸೋದು ಕಷ್ಟ. ವಸಂತ್ ಮುಂದೆ ಸರಿಹೋದಾನು!" ಭಾರವಾದ ನಿಟ್ಟುಸಿರುಬಿಟ್ಟಳು.

"ರಶ್ಮಿ..." ಅವರತ್ತ ತಿರುಗಿದಳು. ಓಡಿ ಹೋಗಿ ಅವರೆದೆಯಲ್ಲಿ ಮುಖವಿಟ್ಟು ಬಿಕ್ಕಳಿಸಿದಳು.

"ಸಮಾಧಾನ ಮಾಡ್ಕೊ, ಅವ್ನು ಬೆಳೆದಿಲ್ಲ. ಹೇಮಂತ್‌ನ ಹಾಗೆ ಮೌಲ್ಯಗಳಿಗೆ ಅವ್ನು ಬೆಲೆ ಕೊಡೋಲ್ಲ. ಮಗುವಾದ್ಮೇಲೆ ತಾನಾಗಿ ಸರಿ ಹೋಗ್ತಾನೆ" ಕಣ್ಣೀರೊರೆಸಿ, ಬೆನ್ನು ಸವರಿ ಸಮಾಧಾನ ಮಾಡಿದರು.

ಬೇಸತ್ತು ಮನೆಯಿಂದ ಹೊರಗೆ ಹೋದ ಹೇಮಂತ್ ರಾತ್ರಿ ಹತ್ತರ ವೇಳೆಗೆ ಮನೆಗೆ ಬಂದಿದ್ದು. ಸಂಜೆಯ ರಂಪಾಟ ಅವನ ಮನವನ್ನು ಪೂರ್ತಿಯಾಗಿ ಕಲಕಿಬಿಟ್ಟಿತ್ತು. ಅಷ್ಟೊತ್ತಿಗೆ ಮನೆ ಸಮಾಧಾನದ ಸ್ಥಿತಿಗೆ ಬಂದಿತ್ತು. ರಶ್ಮಿಯ ತಂದೆ ಹೊರಟುಬಿಟ್ಟಿದ್ದರು.

ಭಾಗಮ್ಮನವರು ಮೊಮ್ಮಗನ ಹಾದಿ ಕಾಯುತ್ತ ವರಾಂಡದಲ್ಲಿಯೇ ಕೂತಿದ್ದರು. ಬೆಳಗಿನ ಸಂಭ್ರಮದ ವಾತಾವರಣ ಈಗ ಇರಲಿಲ್ಲ. ಮಂಕು ಕವಿದುಕೊಂಡಿತ್ತು.

"ಅಜ್ಜಿ, ಇನ್ನು ಮಲಗಲಿಲ್ವಾ! ನನ್ನ ಸ್ನೇಹಿತರು ಸಿಕ್ಕಿದ್ರು ಅದರಿಂದ್ಲೇ ತಡವಾಯ್ತು" ಏನೋ ಬಡಬಡನೇ ಉಸುರಿದ. ಅದರಲ್ಲಿ ನಿಜವಿರದೇ ಇರಲಿಲ್ಲ.

ಒಂದಿಬ್ಬರು ಸಹೋದ್ಯೋಗಿಗಳು ಗಂಟುಬಿದ್ದು ವೇಳೆ ಕಳೆಯಲು ಸಹಾಯ ಮಾಡಿದ್ದರು.

"ಬಟ್ಟೆ ಬದಲಾಯ್ಸಿ ಬಾ, ಊಟ ಮಾಡುವೆಯಂತೆ" ಅವರು ಒಳನಡೆದರು.

ಈಗ ಅವನಿಗೆ ಊಟ ಬೇಕಿರಲಿಲ್ಲ. ಹಾಗೆಂದು ಹೇಳಲಾರ. ಬಲವಂತವಾಗಿಯಾದರೂ ಊಟ ಮಾಡಿಯಾನೇ ವಿನಃ ಅವರ ಮನವನ್ನು ನೋಯಿಸಲಾರ.

ಎರಡು ತುತ್ತು ತಿಂದ ಶಾಸ್ತ್ರ ಮಾಡಿ ಮಲಗಿಬಿಟ್ಟ. ವಸಂತ್‌ನ ಕೋಣೆಯ ದೀಪ ಆರಿತ್ತು. ಇನ್ನೂ ನಿರುಪಮ, ಶ್ರೀಕಾಂತು ನಡುವೆ ಚರ್ಚೆ ನಡೆಯುತ್ತಿತ್ತು. ಮಾತೆಲ್ಲ ನಿರುಪಮರದೇ. 'ಹ್ಞೂಂ' ಅನ್ನುವುದು 'ಉಹ್ಞೂಂ' ಅನ್ನುವುದೋ 'ಓಹೋ' ಎನ್ನುವುದು ಶ್ರೀಕಾಂತ್ ಮಾತಿನ ರೀತಿಯಾಗಿತ್ತು.

ಕಣ್ಣು ಮುಚ್ಚಿದರೇ ರಶ್ಮಿಯ ನಿಸ್ಸಹಾಯಕ ಮುಖ ಅವನ ಕಣ್ಮುಂದೆ ಮೂಡುತ್ತಿತ್ತು. ವಸಂತ್ ಸ್ವಭಾವ ಎಂದಿಗಾದರೂ ಬದಲಾಗುವ ಸಾಧ್ಯತೆ ಇದೆಯಾ? ಜೀವನದ ಸುಖದ ದಿನಗಳನ್ನೆಲ್ಲ ಕಹಿಯಾಗಿ ಮಾಡಿಕೊಳ್ಳುತ್ತಿದ್ದಾನಲ್ಲ!

ಬೆಳಿಗ್ಗೆ ನಿರುಪಮರೇ ಮಗನಿಗೆ ಕಾಫೀ ತಂದುಕೊಟ್ಟರು. ವಸಂತ್ ಬಗ್ಗೆ ಪುನಃ ಗಂಭೀರವಾಗಿ ಯೋಚಿಸಲುತೊಡಗಿದ. ವಾಸ್ತವದ ದೃಷ್ಟಿಯಿಂದ, ನಿರ್ವಿಕಾರನಾಗಿ, ಮನೆಯಲ್ಲಿನ ಪ್ರತಿಯೊಬ್ಬರ ಮನಸ್ಸಿನ ವ್ಯಾಪಾರವನ್ನು ಅಳೆಯತೊಡಗಿದ. ಕೆಲವೊಮ್ಮೆ ವಸಂತ್ ಮಡದಿಯೊಂದಿಗೆ ಉಲ್ಲಾಸವಾಗಿರುತ್ತಿದ್ದ. ಅವನು ಆಡುತ್ತಿದ್ದ ಮಾತುಗಳೆಲ್ಲ, ಅವನ ಸ್ವಂತ ಆಲೋಚನೆಯಿಂದ ಹುಟ್ಟಿದಲ್ಲವೆನಿಸಿತು. ಹಾಗೆ ನೋಡಿದರೇ, ಸ್ವತಃ ಎಂದೂ ಪೂರ್ಣವಾಗಿ ಹೇಳಬಹುದಾದ ಅಭಿಪ್ರಾಯಗಳೇ ಅವನಿಗಿದ್ದಂತೆ ತೋರಲಿಲ್ಲ. ಹೊಸ ಬೆಳಕು ಕಂಡಂತಾಯಿತು.

ರಾಯರು ಕೋಣೆಯ ಬಾಗಿಲಲ್ಲಿ ನಿಂತು "ಮಗು..." ಎಂದರು. ಕೈಯಲ್ಲಿದ್ದ ಲೋಟವನ್ನು ಕೊಟ್ಟು ಧಾವಿಸಿದ. ಅವರ ಸ್ನಾನ, ಪೂಜೆ ಎಲ್ಲಾ ಮುಗಿದಿತ್ತು. ಸಾತ್ವಿಕ ತೇಜಸ್ಸು ತುಂಬಿಕೊಂಡ ಮುಖ ಆ ವಯಸ್ಸಿನಲ್ಲೂ ವಿಶಿಷ್ಟವಾದ ಆಕರ್ಷಣೆಯನ್ನೊಳಗೊಂಡಿತ್ತು.

"ಬನ್ನಿ... ತಾತ" ಕೋಣೆಯೊಳಗಡಿಯಿಟ್ಟು ಒಳಗೆ ಬಂದರು. ಅಲ್ಲಿದ್ದ ಛೇರ್ ಮೇಲೆ ಕುಳಿತರು. ಸೊಸೆ ಬೆಳಗಿನ ಜಾವವೇ ಬಂದು ಕೂತು ಬಹಳವಾಗಿ ತೋಡಿಕೊಂಡು ಕಣ್ಣಲ್ಲಿ ನೀರು ಹಾಕಿಕೊಂಡಿದ್ದರು. ಮೌನವಾಗಿ ಕೂತು ಕೇಳಿದ್ದರೇ ವಿನಃ ಏನೂ ಹೇಳಿರಲಿಲ್ಲ.

"ಮಗು, ನಿನ್ನ ಬಗ್ಗೆ ನಿರುಪಮ ತುಂಬ ಚಿಂತೆಗೀಡಾಗಿದ್ದಾಳೆ. ತಾಯಿ ತಂದೆಯರ ಮನಸ್ಸು ಸಂತೋಷಪಡಿಸುವುದು ಮಕ್ಕಳ ಕರ್ತವ್ಯ. ಮಕ್ಕಳ ಮನಸ್ಸು ಅರಿತು ನಡೆಯುವುದು ಕೂಡ ತಾಯಿತಂದೆಯರ ಧರ್ಮ."

ಹೇಮಂತ್ ತಲೆ ತಗ್ಗಿಸಿ ಕೂತ.

"ನಿನ್ನ ಮನಸ್ಸನ್ನು ಬಲ್ಲೆ. ವ್ಯಾಸಂಗ ಮುಗ್ಸಿ ಹಿಂದಿರುಗಿ ಬಂದ್ಮೇಲೆ ಯೋಚಿಸಬಹ್ದು!" ಅವನನ್ನು ಗೊಂದಲಕ್ಕೆ ಸಿಕ್ಕಿಸದೇ ತಾವೇ ಪರಿಹಾರ ಸೂಚಿಸಿ ಮೇಲಕ್ಕೆದ್ದರು.

"ನಿನ್ನ ಯಾರೋ ಹುಡುಕ್ಕೊಂಡು ಬಂದಿದ್ದಾಳೆ" ನಿರುಪಮ ವರಾಂಡದಿಂದಲೇ ಕೂಗಿ ಮಗನಿಗೆ ಹೇಳಿದರು.

ರಾಯರು ಮಗನ ಕೋಣೆಗೆ ಬಂದಾಗಲೇ ನಿರುಪಮ ಬಂದು ಹೊರಗೆ ನಿಂತರು. ಅವರುಗಳ ಮಾತುಗಳನ್ನು ಕೇಳಲು ಮಾವನವರು ಬಲವಂತ ಮಾಡಿದರೇ ಖಂಡಿತ ಅವನು ಒಪ್ಪಿಕೊಳ್ಳುತ್ತಾನೆಂಬ ಭರವಸೆ ಇತ್ತು. ಅವರು ಆ ಪ್ರಸಕ್ತಿಗೆ ಕೈ ಹಾಕಲಿಲ್ಲ. ತಾವೇ ಅವನ ತೊಳಲಾಟಕ್ಕೆ ಇತಿಶ್ರೀ ಹಾಡಿದ್ದರು.

ಹೇಮಂತ್ ಹೊರಗೆ ಬಂದಾಗ ಅವನ ನೆಚ್ಚಿನ ಅಭಿಮಾನಿ ವಿದ್ಯಾರ್ಥಿವೃಂದ ಕಾದು ನಿಂತಿತ್ತು. ನಗುಮುಖದಿಂದಲೇ ಬರಮಾಡಿಕೊಂಡ.

ಹೇಮಂತ್ ಪ್ರತಿಭಾಶಾಲಿ. ಷೇಕ್ಸ್‌ಪಿಯರ್ ಬಗ್ಗೆ ಅವನ ಹಾಗೆ ಬೇರಾರೂ ಹೇಳಲು ಸಾಧ್ಯವಿಲ್ಲವೆಂದು ವಿದ್ಯಾರ್ಥಿಗಳ ಅಭಿಮತ. ಸದಾ ಗಂಭೀರವಾಗಿರುತ್ತಿದ್ದ. ಅವನು ಪಾಠ ಹೇಳುವ ಸಂದರ್ಭಗಳಲ್ಲಿ, ಆ ಆ ಪಾತ್ರಗಳ ಸಂದರ್ಭಕ್ಕನುಗುಣವಾಗಿ ಭಯ, ಪ್ರೇಮ, ವಿಸ್ಮಯ, ವೀರ್ಯ ಮೊದಲಾದ ಭಾವಗಳನ್ನು ಧ್ವನಿಯಲ್ಲಿ ತುಂಬಿಕೊಂಡು ಹೇಳುತ್ತಿದ್ದ. ರೋಮಿಯೋ ಪಾತ್ರದ ಪ್ರಲಾಪ, ಪ್ರೇಮ, ಜೂಲಿಯಟ್‌ನ ಉದ್ವೇಗ, ಪ್ರೇಮದ ಪರಾಕಾಷ್ಠೆ ವಿದ್ಯಾರ್ಥಿಗಳನ್ನ ಮಂತ್ರಮುಗ್ಧರನ್ನಾಗಿ ಮಾಡಿಬಿಡುತ್ತಿತ್ತು.

"ಈ ದಿನ ನಮ್ಮೊಂದಿಗೆ ಕಳೆಯಬೇಕು, ಸಾರ್" ಬಂದಿದ್ದ ವಿದ್ಯಾರ್ಥಿ ಮುಖಂಡ ಮುಂದೆ ಬಂದು ಹೇಳಿದ. ಗಂಭೀರವಾಗಿ ನಕ್ಕು ತಲೆಯಾಡಿಸಿದ.

ಈ ದಿನ ಅವರುಗಳ ನಡುವಿನ ಅಂತರ ತೊಡೆದುಹೋಗಿತ್ತು. ಹೇಮಂತ ಅವರ ಜೊತೆಯಲ್ಲಿಯೇ ಹೊರಟ.

ಸರಳವಾದ ಸಮಾರಂಭ ಏರ್ಪಡಿಸಿದ್ದರು. ಕಾಲೇಜಿನ ಪ್ರಿನ್ಸಿಪಾಲರು ಶುಭ ಕೋರಿದರು. ಮನೆಗೆ ಹೊರಟು ನಿಂತಾಗ ಅವನಿಗೆ ರಾಜಗೋಪಾಲ್‌ರವರ ಆಹ್ವಾನ ಜ್ಞಾಪಕಕ್ಕೆ ಬಂತು. ಅಲ್ಲಿಂದಲೇ ವಿದ್ಯಾರ್ಥಿಗಳನ್ನ ಬೀಳ್ಕೊಟ್ಟು ಅವರ ಮನೆಯತ್ತ ಹೊರಟ. ನಡೆದು ಹೋಗುವುದು ಪ್ರಯಾಸವೆನಿಸಿ ಆಟೋ ಹತ್ತಿದ. ಸೈಕಲ್ ಜೊತೆಗಿದ್ದರೇ ಇಡೀ ಊರನ್ನೇ ಸುತ್ತಬಲ್ಲ. ಆ ವಾಹನದ ಮೇಲೆ ಅಕ್ಕರೆ, ವಿಶ್ವಾಸ.

ಆಟೋ ನಿಂತಾಗ, ಹಣ ಕೊಟ್ಟು ಗೇಟು ತೆರೆದುಕೊಂಡು ಒಳಗೆ ನಡೆದ. ಅದೇನು ಟೀ ಹೊತ್ತಲ್ಲ. ಆತ್ಮೀಯ ಕರೆಯನ್ನು ಆಲಿಸಿ ಬಂದಿದ್ದ.

ಅವನನ್ನು ಮೊದಲು ಎದುರುಗೊಂಡವಳು ರೇಖಾ. ಅವಳ ಕಣ್ಣುಗಳಲ್ಲಿ ಕೋಟಿ ಮಿಂಚು ಪ್ರಜ್ವಲಿಸಿದಂತಾಯಿತು. ಮುಖ ಅರಳಿದ ಕೆಂದಾವರೆಯಾಯಿತು. ಅವನಿಗೆ ಕಸಿವಿಸಿಯಾಯಿತು.

"ಬನ್ನಿ ಬನ್ನಿ, ಡ್ಯಾಡಿ ನಿಮಗಾಗಿ ಕಾಯ್ತಾ ಇದ್ರು" ತುಟಿ ಅರಳಿಸಿದಳು. ನಿರಾಡಂಬರ ಹೆಣ್ಣಾಗಿ ಕಂಡಳು. ದಿನಕ್ಕೊಂದು ಬಗೆಯ ಉಡುಪು ತೊಟ್ಟು ಬರುತ್ತಿದ್ದ ರೇಖಾ ಇವಳೇನಾ? ಆಶ್ಚರ್ಯವಾಯಿತು. ಕಡೆಗೆ ಇದು ಇವತ್ತಿನ ಬಗೆಯದೇನೋ!

ಶಶಿ, ರಜನಿ, ರಾಜಗೋಪಾಲ್ ಬಂದು ಬರಮಾಡಿಕೊಂಡರು. ತನಗೇಕೆ ಇಷ್ಟೊಂದು ಆದರ, ಸತ್ಕಾರ!

"ಮರ್ರುಬಿಡ್ತೀರಾ ಅಂದ್ಕೊಂಡಿದ್ದೆ!"

ರಾಜಗೋಪಾಲ್ ಮಾತು ಕೇಳಿ ಅವನಿಗೆ ತೀರಾ ಸಂಕೋಚವೆನಿಸಿತು. ತನ್ನನ್ನು ಏನೆಂದು ತಿಳಿದಿದ್ದಾರೆ?

"ಎಕ್ಸ್‌ಕ್ಯೂಜ್ ಮೀ. ಬೇಗ ಬರಲಿಕ್ಕಾಗಲಿಲ್ಲ" ಗಂಭೀರವಾಗಿಯೇ ಹೇಳಿದ.

ಔಪಚಾರಿಕವಾಗಿ ನಾಲ್ಕಾರು ಮಾತುಗಳನ್ನು ಆಡಿ ಎದ್ದ. ಅವರುಗಳ ಬಲವಂತಕ್ಕೆ ಅಲ್ಲೇ ಊಟ ಮಾಡಿದ. ಶಶಿಕಾಂತ್ ಬಲವಂತದಿಂದ ಅವನನ್ನು ಮನೆಯವರೆಗೂ ಡ್ರಾಪ್ ಮಾಡಿದ. ಬಳಸಿ ಬಳಸಿ ರೇಖಾಳ ಬಗ್ಗೆ ಹೇಳುತ್ತಿದ್ದ. ಹೇಮಂತ್‌ನ ಯಾವ ಪ್ರತಿಕ್ರಿಯೆಯೂ ಸಿಗದಿದ್ದಾಗ ನಿರುತ್ಸಾಹಕರನಾದ.

ಮನೆಗೆ ಬಂದಾಗ ಒಂದು ವಿಧವಾದ ಮೌನ ನೆಲೆಸಿತ್ತು. ರಾಜಗೋಪಾಲ್ ಸೋಫಾಕ್ಕೆ ಒರಗಿ ಯೋಚಿಸುತ್ತಿದ್ದರು.

"ಡ್ಯಾಡಿ, ಯಾಕೆ ಒಂದು ತರಹ ಇದ್ದೀರಿ?" ಮಾತಾಡದೇ ಅವರು ಮಗಳ ಕೋಣೆಯತ್ತ ಕೈ ಮಾಡಿ ತೋರಿಸಿದರು. ಶೂ ಸದ್ದು ಮಾಡುತ್ತ ಕೋಣೆಯ ಬಳಿ ಬಂದ.

ರೇಖಾ ದಿಂಬಿನಲ್ಲಿ ಮುಖ ಹುದುಗಿಸಿ ಬಿಕ್ಕುತ್ತಿದ್ದಳು. ತಡೆಯಲಾರದಷ್ಟು ಕೋಪ ಬಂತು. ತಮ್ಮ ದೊಡ್ಡಸ್ಥಿಕೆಯನ್ನೇ ಮರೆತು ಅವನನ್ನು ಪ್ರಸನ್ನನಾಗಿಸಲು ಪ್ರಯತ್ನಿಸಿದ್ದರು.

"ರೇಖಾ, ನಿಂಗೇನು ಹುಚ್ಚಾ! ಹೆಣ್ಣು ಅಂದ ಮಾತ್ರಕ್ಕೆ ಇಷ್ಟೊಂದು ಮೂರ್ಖಳಾಗಬಾರ್ದು. ಜಗತ್ತಿನಲ್ಲಿ ಅತಿಶಯವಾದ ಗಂಡ ಅವನು?" ಕೋಪದಿಂದ ಸಿಡಿದ. ತಂಗಿಯನ್ನ ರಮಿಸಿ ಸಮಾಧಾನ ಮಾಡಲು ಅವನಿಗೆ ಇಷ್ಟವಾಗಲಿಲ್ಲ.

ರೇಖಾ ಎದ್ದು ಕೂತು ಮುಖವನ್ನೊರೆಸಿಕೊಂಡು "ಲವ್ ಈಸ್ ಎಟರ್‌ನಲ್ ಅಂತ. ಪ್ರೀತಿ ಮುಂದೆ ಯಾವ್ದೂ ದೊಡ್ಡದಲ್ಲ. ಎಂತಹ ತ್ಯಾಗ, ದುಃಖ ವೇದನೆಗೂ ಮನುಷ್ಯನನ್ನು ದೂಡುತ್ತೆ" ರೋಷದಿಂದ ಹೇಳಿದಳು.

ಅವಳ ಗಂಭೀರ ವಾಣಿ ಕೇಳಿ ಅವನಿಗೆ ನಗು ಬಂತು. ಸಹಾನುಭೂತಿ ಯುಂಟಾಯಿತು. ಅನುತಾಪಗೊಂಡ. ತಾವಿಷ್ಟು ದಿನ ಛೇಡಿಸಿ, ಮುದ್ದಿಸಿ, ರಮಿಸುತ್ತಿದ್ದ ಮುದ್ದಿನ ಹೆಣ್ಣು ಇವಳೇನಾ? ಎನ್ನುವ ಆಶ್ಚರ್ಯವೂ ಆಯಿತು.

* * * *

ಹೇಮಂತ್ ಹೊರಟ ದಿನದ ಸಂಜೆಯೇ ರಾಯರು, ಭಾಗಮ್ಮ ಬಿಳಿಗೆರೆಗೆ ಹೊರಟುನಿಂತರು. ಮ್ಲಾನವದನರಾಗಿದ್ದರು. ಹೃದಯ ಕಿತ್ತು ಬಾಯಿಗೆ ಬಂದಂತಾಯಿತು. ಬದುಕು ತೀರಾ ಭಾರವೆನಿಸಿತು.

ಬಸ್ಸು ಹತ್ತಿಸಲು ಬಂದಿದ್ದ ಶ್ರೀಕಾಂತು "ಹೇಗೂ ವಯಸ್ಸಾಯ್ತು. ಇಲ್ಲೇ ಇದ್ದುಬಿಡಬಹುದಾಗಿತ್ತು!" ಉಗುಳು ನುಂಗಿದರು. ಮಾನವೀಯ ಮೌಲ್ಯಗಳಿಗೆ ಬೆಲೆ ಕೊಡುವ ತಾಯಿ ತಂದೆಯರು ಸಾಮಾನ್ಯ ಬದುಕಿಗೆ ಒಗ್ಗಿಕೊಳ್ಳಲಾರರೆಂದು ಅವರಿಗೆ ಗೊತ್ತು.

"ಸದ್ಯಕ್ಕೆ ಇನ್ನೂ ಚೆನ್ನಾಗಿದ್ದೀವಿ. ಮುಂದೆ ನೋಡೋಣ" ಸಮಾಧಾನವಾಗಿಯೇ ನುಡಿದರು. ರಾಯರು, ಯಾವ ಪರಿಸ್ಥಿತಿಯಲ್ಲಾದರೂ ಮನದ ಸಮತೋಲನವನ್ನು ಕಳೆದುಕೊಳ್ಳಲಾರರು.

ಊರಿಗೆ ಬಂದ ಭಾಗಮ್ಮನವರು ಪೂರ್ತಿಯಾಗಿ ಮಂಕಾಗಿಬಿಟ್ಟರು. ಎಷ್ಟೋ ಸಲ ಅಡಿಗೆಗೆ ಇಟ್ಟವರು ಅದರ ವಿಷಯವನ್ನೇ ಮರೆತು ಸುಮ್ಮನೇ ಕೂತುಬಿಡುತ್ತಿದ್ದರು. ಪದೇ ಪದೇ ಅವರಿಗೆ ಮೊಮ್ಮಗನ ನೆನಪು ಬರುತ್ತಿತ್ತು.

ರಾಯರು ಗದ್ದೆಯ ಕಡೆ ಹೋಗಿದ್ದವರು ಮನೆಗೆ ಬಂದಾಗ ಹೆಂಡತಿ ಮಂಕಾಗಿ ಕೂತಿರುವುದನ್ನು ನೋಡಿ ಗಾಬರಿಗೊಂಡರು.

"ಭಾಗೂ... ಭಾಗೂ..." ಎಂದರು. ಆಕೆಯ ಕಣ್ಣಂಚಿನಲ್ಲಿ ಕಂಬನಿ ಮಿಡಿಯಿತು.

"ಯಾಕೆ ಅಳ್ತಿ?" ಹತ್ತಿರ ಹೋಗಿ ಕೂತರು. ರಾಯರ ಮೊಣಕಾಲಿನ ಮೇಲೆ ಗದ್ದವೂರಿ ಬಿಕ್ಕಿದರು.

ಇಷ್ಟು ವರ್ಷದ ಸಂಸಾರದ ಜೀವನದಲ್ಲಿ ಅವರಿಬ್ಬರ ನಡುವೆ ವಿರಸವೆಂಬುದೇ ಇರಲಿಲ್ಲ. ದಿನಗಳು ಉರುಳಿದಂತೆ ಪ್ರೇಮ, ಅಭಿಮಾನ, ಗೌರವಗಳು ಏಕಮುಖವಾಗಿ ಬೆಳೆದಿದ್ದವು.

"ಕಣ್ಣು ತೆಗೆದ್ರೆ ಮುಚ್ಚಿದ್ರೆ ಮಗು ಬಂದು ಎದುರು ನಿಂತಂತಾಗುತ್ತೆ. ಅವ್ನು ಬರೋವರ್ಗ್ಗೂ ನಾನು ಬದುಕಿರುತ್ತೀನೋ ಇಲ್ಲವೋ!?" ರಾಯರು ಮಡದಿಯ ಬಾಯಿ ಮೇಲೆ ಕೈ ಇಟ್ಟರು. ಅವರ ದೃಢವಾದ ಸಂಯಮದ ಮನ ಕೂಡ ಆ ಮಾತುಗಳನ್ನ ಸಹಿಸಲಾರದು.

"ಹುಚ್ಚಿ! ಏನೇನೋ ಮಾತಾಡ್ತಿ. ಅತಿಯಾದ ಪ್ರೀತಿ ಕೂಡ ಒಮ್ಮೊಮ್ಮೆ ಕೆಟ್ಟದ್ದು ಅನ್ನಿಸುತ್ತೆ. ಮೂರು ವರ್ಷ ಅನ್ನೋದು ದೊಡ್ಡ ಕಾಲವಲ್ಲ! ಬೇಗ ಬಂದ್ಬಿಡ್ತಾನೆ!" ಎದೆಗೊರಗಿಸಿಕೊಂಡು ಸಮಾಧಾನ ಮಾಡಿದರು.

ಅಂದಿನಿಂದ ರಾಯರು, ಭಾಗಮ್ಮ ಮತ್ತಷ್ಟು ಹತ್ತಿರವಾದರು.

ಬೆಳಗು ಮೂಡುತ್ತಿದ್ದಂತೆ ಗೋಪಾಲಯ್ಯನವರು ಹೇಳಿ ಕಳುಹಿಸಿದರು. ಪೂಜೆ ಮುಗಿಸಿದ ರಾಯರು ಅಡಿಗೆ ಮನೆಯ ಬಾಗಿಲಲ್ಲಿ ನಿಂತು "ಅಡಿಗೆ ಆಯ್ತ?" ಅಂದರು

ಹೆಂಡತಿಯನ್ನ. ಈಚೆಗೆ ಒಂಟಿಯಾಗಿರಲು ಬಿಡಲೇ ಅವರಿಗಿಷ್ಟವಿಲ್ಲ. ಮನ ಏನೊಂದನ್ನೋ ನುಡಿಯುತ್ತಿತ್ತು.

"ಇನ್ನ ಇಲ್ಲ" ಎನ್ನುತ್ತ ಕುದಿಯುತ್ತಿದ್ದ, ಒಲೆಯ ಮೇಲಿದ್ದ ಸಣ್ಣ ಕೊಳದಪ್ಪಲೆಯಲ್ಲಿದ್ದ ನೀರಿಗೆ ಬೇಳೆ ಸುರಿದರು. ಈಚೆಗೆ ತೀರಾ ಕೈಯಲ್ಲಾಗುತ್ತಿರಲಿಲ್ಲ. ಬಲವಂತವಾಗಿ ಮಾಡುತ್ತಿದ್ದರು.

"ಆಯ್ತು. ಒಲೆ ಉರಿ ಸ್ವಲ್ಪ ಕಮ್ಮಿ ಮಾಡ್ಬಾ; ಗೋಪಾಲಯ್ಯನವ್ರ ಮನೆಗೆ ಒಂದು ಗಳಿಗೆ ಹೋಗ್ಬರೋಣ."

ಉರಿಯುತ್ತಿದ್ದ ಸೌದೆಯನ್ನು ಹೊರಗೆಳೆದು ಉರಿಯನ್ನು ಕಮ್ಮಿ ಮಾಡಿ ಹೊರಗೆ ಬಂದರು. ಬವಳಿ ಬಂದಂತಾಯಿತು. ನಿಂತು ಸುಧಾರಿಸಿಕೊಂಡು "ನಡೀರಿ, ಇಬ್ರ ಅಡ್ಗೆ ಇನ್ನೆಷ್ಟು ಮಾಡ್ಬೇಕು!" ರಾಯರೊಂದಿಗೆ ಹೆಜ್ಜೆ ಹಾಕಿದರು.

ಗೋಪಾಲಯ್ಯನವರ ಮನೆಗೆ ಬರುವ ವೇಳೆಗೆ ದಣಿವಾಯಿತು. ಪ್ರಯಾಸದಿಂದ ಮೂರು ಮೆಟ್ಟಲೇರಿ ಒಳಗೆ ಹೋದರು.

"ಬನ್ನಿ ಅಜ್ಜಿ" ವಸುಮತಿ ಆಹ್ವಾನಿಸಿದಳು.

ಈಗ ಬಹು ವೇಳೆಯನ್ನು ಅವರೊಂದಿಗೇನೇ ಕಳೆಯುತ್ತಿದ್ದಳು. ಮೊಮ್ಮಗ ವಿದೇಶಕ್ಕೆ ಹೋದ ಮೇಲೆ ಭಾಗಮ್ಮನವರಿಗೆ ಜೀವನದಲ್ಲಿ ಉತ್ಸಾಹವೇ ಇಲ್ಲವಾಗಿದೆ ಎನ್ನುವ ಸಂಗತಿ ಅವಳಿಗೂ ಗೊತ್ತಾಗಿತ್ತು.

ಗೋಪಾಲಯ್ಯನವರು ಹಾಸಿಗೆ ಬಿಟ್ಟು ನಡುಮನೆಯಲ್ಲಿ ಗೋಡೆಗೊರಗಿ ಕೂತಿದ್ದರು. ಒಬ್ಬರ ಸಹಾಯವಿಲ್ಲದೇ ನಡೆಯಲಾರದ ಸ್ಥಿತಿಗೆ ಬಂದಿದ್ದರು.

"ಬಾರಪ್ಪ ಸದಾ" ಧ್ವನಿ ಕ್ಷೀಣವಾಗಿತ್ತು. ಕೈಯಲ್ಲಿ ಮಡಚಿದ್ದ ಜಾತಕದ ನಕಲು ಇತ್ತು. ಯಥಾ ಮಾಮೂಲು ಎಂದುಕೊಂಡರು. ಮೊಮ್ಮಗಳಿಗೆ ಮದುವೆ ಯಾಗುವವರೆಗೂ ಅವರಿಗೆ ಸಮಾಧಾನವಿಲ್ಲ.

ಸನ್ನಿಹದಲ್ಲಿ ನೆಲದ ಮೇಲೆಯೇ ಕೂತರು. ಈ ಮನೆಯಲ್ಲಿ ಅವರಿಗೆ ಉಪಚಾರ ಬೇಕಿರಲಿಲ್ಲ. ಬೇರೆ ಕಡೆಯೂ ಅಷ್ಟೇ, ಯಾವ ಉಪಚಾರವನ್ನೂ ಬಯಸುತ್ತಿರಲಿಲ್ಲ.

"ಈ ಜಾತ್ಕಗಳ್ನ ಒಂದ್ಸಲ ನೋಡ್ಬಿಡು. ಬಡವ್ರು ಹೆಚ್ಚಿನ ಆಸೆ ಇಟ್ಕೋಬಾರ್ದು. ಬಡತನದ ಬವಣೆ ಬಾಳು ಅವ್ರ ಹಣೆಯಲ್ಲಿ ಬರೆದಿದ್ರೆ ಯಾರು ತಪ್ಪಿಸೋಕೆ ಸಾಧ್ಯ!"

ರಾಯರು ಅವರ ಕೈಯಲ್ಲಿದ್ದ ಜಾತಕವನ್ನು ತೆಗೆದುಕೊಂಡರು. ಹೊತ್ತು-ವೇಳೆ ಏನೂ ಇರಲಿಲ್ಲ. ಯಾವಾಗೆಂದರೇ ಆವಾಗ ಹೇಳಿ ಕಳುಹಿಸಿಬಿಡುತ್ತಿದ್ದರು. ಸ್ವಲ್ಪ ಕೂಡ ಬೇಜಾರು ಮಾಡಿಕೊಳ್ಳದೇ ಹೋಗಿ ಬರುತ್ತಿದ್ದರು.

"ಹುಡ್ಗ ಮೇಷ್ಟ್ರು ಆದ್ರೂ ಆಸೆಗೇನು ಕಮ್ಮಿಯಿಲ್ಲ. ನೋಡೋಣ ಅನ್ನಿಸ್ತು" ಗೋಪಾಲಯ್ಯನವರು ಯೋಚಿಸುತ್ತ ಕೂತರು.

ವಸುಮತಿ, ಅವಳ ತಾಯಿ ಭಾಗಮ್ಮನವರೊಂದಿಗೆ ಮಾತಾಡುತ್ತ ಕೂತಿದ್ದರು. ಗೋಪಾಲಯ್ಯನವರ ಬಡಬಡಿಕೆ ಸಹಿಸಿ ಸಹಿಸಿ ಅವರಿಗೆ ಸಾಕಾಗಿತ್ತು.

"ನೀವಾದ್ರೂ ಸ್ವಲ್ಪ ಹೇಳಿ ಮಾವಯ್ಯ, ಆ ಮಗೂಗೆ ಅಪ್ಪನ್ಮಾತು ಕೇಳಿ ಎಲ್ಲಿ ಹುಚ್ಚು ಹಿಡಿಯುತ್ತೋ! ಸುಡುಗಾಡು ಮದ್ವೆ ಆಗದಿದ್ರೆ-ಹೋಯ್ತು ಅನ್ನೋ ಮಟ್ಟಿಗಾಗಿದೆ!" ವಸುಮತಿಯ ತಾಯಿ ತೋಡಿಕೊಂಡರು.

"ಸಾಕ್ಬಾಯ್ಮುಚ್ಚು! ನಿನ್ನ ಗಂಡ ಎಲ್ಲಾರಂಗೆ ಇದ್ದಿದ್ರೆ..." ಉದ್ವೇಗ ತಡೆಯಲಾರದೇ ತಬ್ಬಿಬ್ಬಾದರು.

ಪ್ರಕೋಪಕ್ಕೆ ಹೋಗುವುದು ರಾಯರಿಗೆ ಬೇಕಿರಲಿಲ್ಲ. ನಿಸ್ಸಹಾಯಕತೆ, ಕೆಟ್ಟ ಕೋಪ, ಉದ್ವೇಗಕ್ಕೆ ಕಾರಣವಾಗುತ್ತೆ.

"ಸ್ವಲ್ಪ ಸಮಾಧಾನ ಮಾಡ್ಕೊಳ್ಳಿ. ಬರೀ ಆಡೋದ್ರಿಂದ ಯಾವ ಪ್ರಯೋಜನಾನೂ ಇಲ್ಲ. ವಸುಮತಿನ ನಮ್ಗೆ ಒಪ್ಪಿಸಿ ನಿಶ್ಚಿಂತರಾಗಿರಿ."

"ಅಡ್ಡಿ ಆಗಿಲ್ಲ" ಭಾಗಮ್ಮನವರು ಎದ್ದರು. ಈಚೆಗೆ ಯಾವ ಮಾತುಕತೆಗಳಲ್ಲೂ ಭಾಗವಹಿಸುತ್ತಿರಲಿಲ್ಲ.

"ಹೋಗೋಣ."

ಜಾತಕದ ನಕಲನ್ನು ಹಿಡಿದು ರಾಯರು ಹೆಂಡತಿಯೊಂದಿಗೆ ಮನೆಯತ್ತ ನಡೆದರು. ಪೋಸ್ಟ್ ಮ್ಯಾನ್ ಹೊಸಲಿನಲ್ಲಿ ಅವರಿಗಾಗಿ ಕಾದು ನಿಂತಿದ್ದ. ರಾಯರ ಸ್ವಭಾವ ಬಲ್ಲ, ಪೂಜ್ಯತೆಯುಂಟು. ಎಷ್ಟೋ ಸಲ ತನ್ನ ಕಷ್ಟಗಳನ್ನು ತೋಡಿಕೊಂಡು ಅವರಿಂದ ಸಹಾಯ ಪಡೆದಿದ್ದ. ಅಪರೂಪಕ್ಕೆ ಇಂಗ್ಲೆಂಡ್‌ನಿಂದ ಬಂದ ಕಾಗದವನ್ನು ಒಗೆದು ಹೇಗೆ ಹೋದಾನು!?

"ತಮಗೊಂದು ಪತ್ರ ಇದೆ. ಮೊಮ್ಮಗನಿಂದ ಬಂದಿರಬಹುದು." ಲಕೋಟೆಯನ್ನು ಅವರ ಕೈಗಿತ್ತು ನಡೆದ. ಇನ್ನು ಟಪಾಲು ಹಂಚಿ ಮುಗಿದಿರಲಿಲ್ಲ. ಇಲ್ಲದಿದ್ದರೆ ಒಂದು ಗಳಿಗೆ ನಿಂತು ಮಾತಾಡಿ, ಬೇಕಾದರೇ ಊಟ ಮಾಡಿಕೊಂಡೇ ಹೋಗುತ್ತಿದ್ದ.

"ಮಗು ಕಾಗ್ದ ಬರ್ದಿದ್ದಾನೆ."

ಭಾಗಮ್ಮನವರ ಮುಖ ಮೊರದಗಲವಾಯಿತು. ಎದೆಯ ಬಡಿತ ತೀವ್ರತರವಾಯಿತು. ಒಂದು ತರಹ ನೋವು ಕಾಣಿಸಿಕೊಂಡಂತಾಯಿತು.

"ಏನು ಬರ್ದಿದ್ದಾನೆ?" ತುಸು ಬಗ್ಗಿ ಕಂಬಕ್ಕೆ ಒರಗಿ ಅಲ್ಲೇ ಕೂತರು.

"ಸುಖವಾಗಿ ತಲುಪಿದ್ದಾನೆ. ಯಾವ್ದಕ್ಕೂ ತೊಂದರೆಯಿಲ್ಲಾಂತ ಬರ್ದಿದ್ದಾನೆ. ಬಹಳಷ್ಟು ಅಲ್ಲಿನ ವಿಷ್ಯಗಳ್ನ ಬರ್ದಿದ್ದಾನೆ."

ಭಾಗಮ್ಮನವರಿಗೆ ಸಮಾಧಾನವಾಗಲಿಲ್ಲ. ತಾವೇ ಓದಬೇಕು.

"ಇಲ್ಲಿ ಕೊಡಿ" ಕೈಚಾಚಿದರು.

ರಾಯರು ನಕ್ಕು ಲಕೋಟೆಯನ್ನು ಹೆಂಡತಿಯ ಕೈಗೆ ಕೊಟ್ಟರು. ಮನ ದೂರದ ದೇಶದಲ್ಲಿದ್ದ ಹೇಮಂತನಿಗಾಗಿ ಹಂಬಲಿಸಿತು.

ನಾಲ್ಕಾರು ಸಲ ಭಾಗಮ್ಮನವರು ಓದಿಕೊಂಡರು.

ಕಣ್ಣುಗಳು ಹನಿಗೂಡಿದವು. ತಾನು ದುರ್ಬಲ ಮನಸ್ಕಳಾಗುತ್ತಿದ್ದೀನಿ. ಯಾಕೆ?

"ಮುಗೀತಾ? ನೀನು ಕೂತ್ಕೊಂಡು ಸವಿಸ್ತಾರವಾಗಿ ಪತ್ರ ಬರೀ" ಲಕೋಟೆಗಳನ್ನು ಕಳಿಸಿದ್ದ.

ಅಂದಿನಿಂದ ಭಾಗಮ್ಮನವರು ಮೊಮ್ಮಗನ ಪತ್ರಗಳನ್ನು ಅಡಿಗೆಯ ಮನೆಯಲ್ಲೇ ಇರಿಸಿಕೊಂಡು ಪದೇ ಪದೇ ಓದುತ್ತಿದ್ದರು. ತಮ್ಮ ಪಾಡಿಗೆ ತಾವೇ ಮಾತಾಡಿಕೊಳ್ಳುತ್ತಿದ್ದರು. ರಾತ್ರಿಯೆಲ್ಲ ಕನವರಿಸಿಕೊಳ್ಳುತ್ತಿದ್ದರು.

ರಾಯರಿಗೆ ಚಿಂತೆಯಾಯಿತು. ಎಷ್ಟೋ ವಿಧವಾಗಿ ಸಮಾಧಾನ ಹೇಳಿದ್ದರು. ಯಾವ ಪ್ರಯೋಜನಕ್ಕೂ ಬಂದಿರಲಿಲ್ಲ. ಮಗನಿಗೊಂದು ಪತ್ರ ಬರೆದು ಹಾಕಿದರು.

ಎರಡು ದಿನದ ನಂತರ ಪತ್ರ ಬಂತು.

"ಭಾಗೂ, ನಿನ್ನ ಮೊಮ್ಮಗ, ರಶ್ಮಿ ಬರ್ತಾರೆ." ಆಕೆ ಕಣ್ಣು ಅರಳಿಸಿದರು. ವಸಂತ್ ಎಂದೂ ಹತ್ತಿರ ಕೂತು ಪ್ರೀತಿಯಿಂದ ಮಾತಾಡಿರಲಿಲ್ಲ.

"ಎಂದು ಬರ್ತಾರೆ?" ಉತ್ಸಾಹ ತುಂಬಿಕೊಳ್ಳುವ ಪ್ರಯತ್ನ ಮಾಡಿದರು.

"ನೀವು ಪತ್ರ ಬರೆದಿದ್ರಾ?" ಅವನಾಗಿ ಬರಲಾರನೆಂದು ಅವರ ತೀರ್ಮಾನ. ವ್ಯಾವಹಾರಿಕ ವ್ಯಕ್ತಿ ವಸಂತ್‌ಗಿಂತ, ರಶ್ಮಿಯ ಮೇಲೆ ಅವರ ಅಕ್ಕರೆ ಜಾಸ್ತಿ.

"ಸಂಜೆ ಬರ್ತಾರೆ, ಬಿಸಿಯಾಗಿ ಅಡ್ಗೇ ಮಾಡು-ಬಸುರಿ ಹುಡ್ಗೀ" ಎಂದರು.

ಭಟ್ಟನ ನೆನಪಾಯಿತು. ಈಚೆಗೆ ಭಟ್ಟ ಎಲ್ಲಿಯೋ ಹೋಗಿಬಿಡುತ್ತಿದ್ದ. ನಾಲ್ಕಾರು ದಿನಗಳ ನಂತರ, ಹಿಂದಿರುಗಿ ಬರುತ್ತಿದ್ದ. ಈ ಸಲ ಅವನು ಹೋಗಿ ಹದಿನೈದು ದಿವಸವಾಗಿತ್ತು. ಇನ್ನೂ ಬಂದಿರಲಿಲ್ಲ. ತೋಟದ ಮನೆಗೂ ಹೇಳಿ ಕಳಿಸಿದ್ದರು. ಸರಸುಗೂ ಹೇಳಿ ಹೋಗಿರಲಿಲ್ಲ.

"ಒಂದು ಘಳಿಗೆ ತೋಟದ ಮನೆಗೆ ಯಾರನ್ನಾದ್ರೂ ಕಳ್ಸಿಕೊಡಿ, ಭಟ್ಟ ಬಂದಿರಬೋದು!"

"ಇನ್ನೂ ಬಂದಿಲ್ಲಜ್ಜಿ" ವಸುಮತಿ ಒಳಗಡೆ ಬಂದಳು. ಈಚೆಗೆ ಅವಳು ತೋಟಕ್ಕೆ ಹೋಗುವುದನ್ನು ಕಡಿಮೆ ಮಾಡಿದ್ದಳು. ಹೋದರೂ ಕೂಡಲೇ ಹಿಂದಿರುಗಿ ಬರುತ್ತಿದ್ದಳು. ಈಚಿನ ಸರಸ್ವತಿ ಸ್ವಭಾವ ಅವಳಿಗೆ ಹಿಡಿಸಿರಲಿಲ್ಲ. ಭಟ್ಟ ಇದ್ದರಂತೂ ಸದಾ ಜಗಳ. ಒಂದು ಸಲ ಬಡಿಗೆಗಳನ್ನು ಹಿಡಿದು ಜಗಳ ಕಾದಿದ್ದನ್ನು ಕಣ್ಣಾರೆ ಕಂಡಿದ್ದಳು.

"ಬಾ ಮಗು. ನಮ್ಮ ವಸಂತ್, ರಶ್ಮಿ ಬರ್ತಾರೆ. ನಿಮ್ಮಜ್ಜಿ ಕಾಫೀ ಅವ್ರಿಗೆ ಹಿಡಿಸೋಲ್ಲ. ನೀನೂ ಅವ್ರುಗಳು ಇರೋವರ್ಗೂ ಇಲ್ಲೇ ಇರು." 'ಸರಿ'ಯೆನ್ನುವಂತೆ ತಲೆಯಲುಗಿಸಿದಳು. ಮನೆ, ಮನಸ್ಸು ಎಲ್ಲಾದರಲ್ಲೂ ಶೂನ್ಯ ತುಂಬಿಹೋಗಿತ್ತು. ಹೊಸತನ, ಬದಲಾವಣೆ ಬೇಕಿತ್ತು.

ಭಾಗಮ್ಮ, ವಸುಮತಿ ಕೋಣೆಯನ್ನು ಸರಿಪಡಿಸಲು ಮುಂದಾದರು. ಭಟ್ಟ ಎಲ್ಲಾ ಸಾವರಿಸುತ್ತಿದ್ದ. ಈಗ ಅವನ ಗೈರುಹಾಜರಿಯಲ್ಲಿ ಎಲ್ಲಾ ಕಡೆ ಧೂಳು ತುಂಬಿಕೊಂಡಿತ್ತು.

ಆಕೆ ಕೆಮ್ಮುವುದನ್ನು ನೋಡಿ "ಅಜ್ಜಿ, ನೀವು ಹೊರ್ಗಡೆ ಹೋಗಿ. ನಾನೆಲ್ಲ ಅಚ್ಚುಕಟ್ಟು ಮಾಡ್ತೀನಿ." ಭಾಗಮ್ಮನವರನ್ನು ಬಲವಂತದಿಂದ ಹೊರಗೆ ಕಳುಹಿಸಿದಳು.

ಪೆಟ್ಟಿಗೆಯನ್ನು ಸರಿಪಡಿಸಲು ನೋಡಿದಾಗ ಹೇಮಂತನ ಬಟ್ಟೆಗಳು ಕಂಡವು. ಅತ್ತು ಕಣ್ಣೊರೆಸಿಕೊಂಡಳು. ಕಂಡ ಕನಸುಗಳೆಲ್ಲ ಕನಸುಗಳಾಗಿಯೇ ಉಳಿದಿತ್ತು.

"ಮಗು, ಹೇಮಂತನ ಬಟ್ಟೆಗಳಿವೆ, ಸ್ವಲ್ಪ ನೋಡಿಡು. ಜಿರಲೆ ಸೇರಿಯಾವು!" ಭಾಗಮ್ಮನವರು ಬಾಗಿಲ ಬಳಿ ನಿಂತು ಹೇಳಿದರು.

"ಎಲ್ಲಾ ಸರಿಯಿದೆ." ಮತ್ತೆ ಆ ಪೆಟ್ಟಿಗೆಯಲ್ಲಿ ಕೈಯಾಡಿಸಲು ಅವಳಿಗೆ ಇಷ್ಟವಾಗಲಿಲ್ಲ.

ಮನೆಯಲ್ಲಿ ಒಂದು ತರಹ ಸಂಭ್ರಮದ ವಾತಾವವಣ ತುಂಬಿಕೊಂಡಿತು. ರಾಯರು ಹತ್ತಾರು ಸಲಹೆಗಳನ್ನು ಹೆಂಡತಿಯ ಮುಂದೆ ಇಟ್ಟರು. ಭಾಗಮ್ಮನವರು ಬಾಯಿ ಬಿಚ್ಚಿ ನಿರಾಳವಾಗಿ ಮಾತಾಡಿದರು.

ರಾಯರು ಆಳನ್ನು ಜೊತೆಯಲ್ಲಿ ಕರೆದುಕೊಂಡು ಬಸ್ಸು ನಿಲ್ಲುವ ಸ್ಥಳಕ್ಕೆ ಹೋದರು. ಬಹಳ ಹೊತ್ತು ಕಾದ ಮೇಲೆಯೇ ಬಸ್ಸು ಬಂದಿದ್ದು! ಬಿಗಿದುಕೊಂಡಿದ್ದ ವಸಂತ್‌ನ ಮುಖ ರಾಯರನ್ನ ಕಂಡಕೂಡಲೇ ಸಡಿಲವಾಯಿತು.

"ನೀವ್ಯಾಕೆ ಬರೋದಿಕ್ಕೆ ಹೋದ್ರಿ, ತಾತ?" ಮುಜುಗರ ವ್ಯಕ್ತಪಡಿಸಿದ.

"ಪರ್ವಾಗಿಲ್ಲ" ರಶ್ಮಿ ಕಡೆ ನೋಡಿದರು. ಸಂತೋಷದಿಂದ ಅವಳ ಕಣ್ಣುಗಳು ಫಳಫಳನೇ ಹೊಳೆಯುತ್ತಿತ್ತು. ಸ್ವರ್ಗಕ್ಕೆ ಬಂದು ಇಳಿದಂತಾಗಿತ್ತು.

"ಅಜ್ಜಿ ಹೇಗಿದ್ದಾರೆ?" ತುಂಬು ಮನದಿಂದ ಕೇಳಿದಳು.

"ಚೆನ್ನಾಗಿದ್ದಾಳೆ, ಆ ಚೀಲ ಈ ಕಡೆ ಕೊಡು ಮಗು." ಕೈ ಮುಂದೆ ಮಾಡಿದರು.

"ಬೇಡಿ, ನಾನು ತಗೋತೀನಿ" ವಸಂತ್ ಮಡದಿಯ ಕೈಯಲ್ಲಿದ್ದ ಬ್ಯಾಗನ್ನು ಈಸಿಕೊಂಡ.

ಆಳು ಸೂಟುಕೇಸ್ ಹೊತ್ತು ನಡೆದ. ವಸಂತ್ ರಾಯರೊಂದಿಗೆ ಮಾತಾಡುತ್ತಲೇ ಮನೆ ಸೇರಿದ.

ರಶ್ಮಿ ಭಾಗಮ್ಮನವರ ಕಾಲುಗಳನ್ನು ಮುಟ್ಟಿ ನಮಸ್ಕರಿಸಿದಳು.

"ಏಳು ಮಗು" ಭುಜವಿಡಿದು ಎಬ್ಬಿಸಿದರು.

ರಾಯರು ಮೊದಲಿನ ಹಾಗೇ ಇದ್ದರೂ, ಭಾಗಮ್ಮನವರು ತೀರಾ ಮೆತ್ತಗಾದಂತೆ ಕಂಡರು. ವಸಂತ್ ವಿಚಲಿತನಾದ. ಮಗನನ್ನ ಕಳುಹಿಸಿ ಕೊಟ್ಟ ಮೇಲೆ ಕೆಲವು ದಿನ ನಿರುಪಮ ಕೂಡ ಮಂಕಾಗಿದ್ದರು. ಈಗ ಚೇತರಿಸಿಕೊಂಡಿದ್ದರು. ಮಗ ವಿದೇಶ ವ್ಯಾಸಂಗಕ್ಕೆ ಹೋಗಿರುವುದು ಅವರಿಗೆ ಕೊಂಬು ಇಟ್ಟಂತಾಗಿತ್ತು.

ಕೂಡಿಸಿ ಬಿ ಬಿಸಿ ಅಡಿಗೆ ಬಡಿಸಿದರು. ವಸಂತ್‌ಗೆ ಆಡಲು ಮಾತುಗಳಿರಲಿಲ್ಲ. ಕೋಣೆಗೆ ಹೋಗಿ ಕೂತ. ರಶ್ಮಿ ಕೂತು ಭಾಗಮ್ಮನವರೊಂದಿಗೆ ಮಾತಾಡ ತೊಡಗಿದಳು. ವಸುಮತಿ ಅವರ ಮಾತುಗಳನ್ನು ಆಲಿಸುತ್ತ ಕೂತಳು.

"ಯಾಕೆ ಕಣ್ಣು ಸುತ್ತ ಕಪ್ಪು ಹತ್ತಿದೆ? ಮಗುವಿನ ತಾಯಿ ಆಗೋಳು. ಮನಸ್ಸನ್ನು ನಿರಾಳವಾಗಿಟ್ಕೋಬೇಕು" ಅವಳನ್ನು ಕನಿಕರದಿಂದ ನೋಡಿದರು.

ರಶ್ಮಿ ಅತ್ತಿತ್ತ ನೋಡಿದಳು. ವಸಂತ್‌ನ ಕಿವಿಗಳು ಬಹಳ ಚುರುಕು.

"ಏನಿಲ್ಲ, ಸರ‍್ಯಾಗಿ ಊಟ ಸೇರೋಲ್ಲ, ಅಷ್ಟೇ" ತಲೆ ತಗ್ಗಿಸಿ ಕೂತಳು.

ಹಿಂದಿನಷ್ಟು ವಸಂತ್ ಕಠಿಣವಾಗಿ ವರ್ತಿಸದಿದ್ದರೂ ಹಾರಾಟ ನಿಂತಿರಲಿಲ್ಲ. ಒಮ್ಮೊಮ್ಮೆ ರೌದ್ರವತಾರ ತಾಳುತ್ತಿದ್ದ. ಕೆಲವೊಮ್ಮೆ ಹೂ ಹಣ್ಣು ತಂದುಕೊಟ್ಟು ಕನಿಕರದಿಂದಲೂ ಕಾಣುತ್ತಿದ್ದ. ಹೇಮಂತ್ ಇಲ್ಲದ್ದು ದೊಡ್ಡ ಕೊರತೆಯಾಗಿತ್ತು.

ಕೋಪದ ಭರದಲ್ಲಿ ಒಮ್ಮೊಮ್ಮೆ ವಸಂತ್ ತಾನು ಬೇರೆ ಮದುವೆಯಾಗುವುದಾಗಿ ಹೇಳುತ್ತಿದ್ದ. ಆಗ ಅವಳ ಜೀವವೇ ಉಡುಗಿಹೋಗುತ್ತಿತ್ತು.

"ಹೋಗಿ ಮಲಕ್ಕೊ. ಸೊಂಟದ ನೋವು ಬಂದೀತು" ಎಂದು ಎದ್ದವರೇ ಕೇಸರಿ, ಯಾಲಕ್ಕಿ ಹಾಕಿ ಕಾಸಿದ ಹಾಲನ್ನು ತಂದುಕೊಟ್ಟು "ಕುಡ್ದು ಮಲಕ್ಕೋ!" ಎಂದರು. ಅನುಮಾನಿಸುತ್ತ ಕೂತಳು.

ಭಾಗಮ್ಮನವರು ನಕ್ಕು "ವಸಂತ್, ಬಾರಪ್ಪ" ಕೂಗಿದರು. ಆ ಮಮತೆಯ ಕೂಗು ಎಲ್ಲರಿಗೂ ಆಪ್ಯಾಯಮಾನ!

ವಸಂತ್ ಬಂದು "ಏನಜ್ಜಿ?" ಎಂದ. ಭಾಗಮ್ಮನವರು ಸದ್ದಾಗುವಂತೆ ನಕ್ಕು, "ರಶ್ಮಿನ ಕೇಳು" ಎಂದರು. ಅವನಿಗೇನೂ ಅರ್ಥವಾಗಲಿಲ್ಲ. ಅವಳ ಗಲ್ಲಗಳು ಕೆಂಪಾದವು.

ಇದ್ದ ನಾಲ್ಕು ದಿನಗಳು ಬಹಳ ಸಂಭ್ರಮದಿಂದ ಕಳೆದವು. ಭಾಗಮ್ಮನವರು ಕೇಳಿ ಅವಳು ಇಷ್ಟಪಟ್ಟಿದ್ದನ್ನು ಮಾಡಿಬಡಿಸಿದರು. ಆದರೆ ಒಂದು ವಿಷಯ ವಸಂತ್‌ನಲ್ಲಿ ಕೊರೆಯುತ್ತಲೇ ಇತ್ತು.

ಹಿಂದಿನಿಂದ ಹೇಮಂತ್‌ನನ್ನು ಕಂಡರೇ ಅಜ್ಜಿ, ತಾತನಿಗೆ ಅಪಾರವಾದ ಪ್ರೀತಿಯೆಂದು ಅವನಿಗೆ ಗೊತ್ತು. ತನ್ನ ರಜಾ ದಿನಗಳನ್ನೆಲ್ಲ ಅವನು ಇಲ್ಲಿಯೇ ಕಳೆಯುತ್ತಿದ್ದ. ಆದರೆ ಜಮೀನು ಮಾರಿ ಅವನಿಗೆ ಹಣ ಕೊಟ್ಟದ್ದು ಸಹಿಸಲಾರದ ವಿಷಯವಾಗಿತ್ತು.

ಇಲ್ಲಿಗೆ ಹೊರಟಾಗ ನಿರುಪಮ "ನಿಮ್ಮ ಅಜ್ಜಿ, ತಾತನದು ಬಹಳ ಧಾರ್ಮಿಕ ಸ್ವಭಾವ. ಕರುಣೆಯಿಂದ ಮನೆಯಲ್ಲಿನ ಚಿನ್ನ, ಬೆಳ್ಳಿಯನ್ನು ಗೋಪಾಲಯ್ಯನವ್ರ ಮೊಮ್ಮಗ್ಳಿಗೆ ಕೊಟ್ಟರೂ ಹೆಚ್ಚಲ್ಲ! ಹಾಗೆ ಆಗ್ಬಾರ್ದು" ಎಂದಿದ್ದರು. ವಸುಮತಿ ಇಲ್ಲೇ ಇರುತ್ತಿದ್ದರಿಂದ ಅನುಮಾನ ಬೆಳೆಯಿತು. ಆದರೆ ಬಾಯಿಬಿಟ್ಟು ಆಡುವ ಎದೆಗಾರಿಕೆ ಇಲ್ಲ.

ಕೋಣೆಗೆ ಹೋಗಿ ರಶ್ಮಿಯನ್ನು ಕರೆದ. ಬೆಳಗಿನ ಬಸ್ಸಿಗೆ ಹೊರಟು ಬಿಡಬೇಕು. ಹೇಗೆ ಚಿನ್ನ, ಬೆಳ್ಳಿಯ ಬಗ್ಗೆ ಪ್ರಸ್ತಾಪಿಸಬೇಕೆಂದು ಯೋಚಿಸುತ್ತಿದ್ದ. ನಿರುಪಮ ಬಂದು ಹೋದಾಗಲೆಲ್ಲ ಅಷ್ಟಿಷ್ಟು ಸಾಗಿಸಿಬಿಟ್ಟಿದ್ದರು. ಉಳಿದಿದ್ದು ಸ್ವಲ್ಪವೇ.

"ಆ ವಸುಮತಿ ಬಂದು ಇಲ್ಲೇ ಯಾಕೆ ಇರ್ತಾಳೆ?" ಧ್ವನಿ ಗಡುಸಾಗಿತ್ತು.

ರಶ್ಮಿ ಜೋರಾಗಿ ನಕ್ಕುಬಿಟ್ಟಳು.

"ನಗೋದು ಬೇಡ. ನಾನು ತುಂಬ ಸೀರಿಯಸ್ಸಾಗಿ ಕೇಳ್ತಾ ಇದ್ದೀನಿ" ಕೋಪದಿಂದ ಅವನ ಕಣ್ಣುಗಳು ಕೆಂಪಾದವು.

"ಇನ್ನೇನು ಮಾಡ್ಲಿ? ಅಜ್ಜಿಗೆ ಸುತ್ತು ಕೆಲ್ಸ ಮಾಡಿ ಕೊಡ್ತಾಳೆ. ಹೇಗೂ ಮುಂದೆ ಮೊಮ್ಮಗ್ನ ಮಡದಿಯಾಗೋಳು ಅನ್ನೋ ಅಕ್ಕರೆ ಇದ್ರೂ ಹೆಚ್ಚಲ್ಲ!"

ಮುಖ ಗಂಟಾಯಿತು. ಕತ್ತಿನ ನರಗಳು ಬಿಗಿದುಕೊಂಡವು. ಅವುಡು ಕಚ್ಚಿದ್ದ.

"ಈ ದರಿದ್ರ ಗೂಬೆನ ಕಟ್ಟಿಕೊಳ್ಳೋ ಹಣೆಬರಹ ಅವನಿಗೆ ಬಂದಿಲ್ಲ" ಶತಪಥ ಸುತ್ತಿದ.

ರಾತ್ರಿ ಊಟಕ್ಕೆ ಕೂತಾಗಲೂ ತುಂಬ ಗಂಭೀರವಾಗಿಯೇ ಇದ್ದ. ವಸುಮತಿ ಅವನ ಮುಂದೆ ಓಡಾಡಿದರೇ ದುರುದುರು ನೋಡುತ್ತಿದ್ದ. ಅನಿಷ್ಟಕ್ಕೆ ಅವಳನ್ನೇ ಗುರಿ ಮಾಡುತ್ತಿದ್ದ.

ರೇಖಾಳನ್ನು ಮದುವೆಯಾಗಿದ್ದರೇ ಬಂಗ್ಲೆ, ಕಾರು ಅನಾಯಾಸವಾಗಿ ತಮ್ಮ ಕೈ ಸೇರುತ್ತಿತ್ತು. ಆರಾಮದ ಜೀವನ ಅನುಭವಿಸಬಹುದಾಗಿತ್ತು. ಹುಬ್ಬು ಗಂಟಿಕ್ಕಿದ.

"ಯಾಕೋ ಮಗು, ಸರ್ಯಾಗಿ ಊಟ ಮಾಡ್ತಾ ಇಲ್ಲ" ಬಡಿಸುತ್ತಿದ್ದ ಭಾಗಮ್ಮ ಪ್ರಶ್ನಿಸಿದರು.

"ಏನಿಲ್ಲ" ಬೇಗ ಬೇಗನೇ ಊಟ ಮಾಡತೊಡಗಿದ. ಎರಡೇ ನಿಮಿಷಕ್ಕೆ ಎದ್ದುಬಿಟ್ಟ.

ನಡುಮನೆಯಲ್ಲಿ ಕೂತಿದ್ದ ರಾಯರ ಬಳಿ ಬಂದು ಕೂತ. ಅವರ ಕಡೆ ನೋಡಿದರೇ ಅವನ ನೋಟ ಗಲಿಬಿಲಿಗೊಳ್ಳುತ್ತಿತ್ತು. ಆಡಬೇಕೆಂಬ ಮಾತುಗಳೆಲ್ಲ ಒಳಗೇ ಉಳಿದುಹೋದವು.

"ಏನು ಮಗು?" ಕೈಯಲ್ಲಿದ್ದ ಗ್ರಂಥವನ್ನು ತೆಗೆದಿಟ್ಟು ಪ್ರಶ್ನಿಸಿದರು. ಅವರತ್ತ ನೋಡಲೇ ಅಳುಕುತ್ತಿದ್ದ.

"ಮಾತಾಡೋ ವಿಷ್ಯ ಏನಾದ್ರೂ ಇದ್ಯಾ?" ಅರಿತವರಂತೆ ಕೇಳಿದರು.

ಅವನು ನಿಧಾನವಾಗಿ ತಲೆಯೆತ್ತಿ ಸಾತ್ವಿಕ ತೇಜಸ್ಸಿನಿಂದ ಪ್ರಜ್ವಲಿಸುವ ಅವರ ಕಣ್ಣುಗಳನ್ನು ಎದುರಿಸಲಾರದಾದ, ನಿಸ್ಸಹಾಯಕ, ಕಳಾಹೀನವಾದ ಅವನ ಕಣ್ಣುಗಳು ಅಧೋಗತಿಯಲ್ಲಿ ತೂಗುತ್ತಿದ್ದವು.

"ಮಾತಾಡು ಮಗು ವಸಂತ್, ಯಾಕೆ ಮಾತಾಡೋಲ್ಲ?"

ನಿಶ್ಶಬ್ದವು ಭೀಕರವಾಗುವಷ್ಟು ತೀವ್ರವಾಗಿತ್ತು. ಅವನ ಮನಸ್ಸಿನಲ್ಲಿ ಆಗುತ್ತಿದ್ದ ಪ್ರಚಂಡವಾದ ಹೋರಾಟ ರಾಯರಿಗೆ ಅರ್ಥವಾಗುತ್ತಿತ್ತು. ಮೊದಲಿನಿಂದ ಅವನ ಸ್ವಭಾವ ಬಲ್ಲವರೇ.

"ಏನಿಲ್ಲ" ದಢಾರನೇ ಎದ್ದು ಹೊರಟುಬಿಟ್ಟ.

ಎಷ್ಟೋ ಹೊತ್ತು ರಾಯರು ಹಾಗೆಯೇ ಕೂತಿದ್ದರು. ಅವರೆಂದೂ ಅನ್ಯಾಯದ ಕ್ರಮದಲ್ಲಿ ಯೋಚಿಸಲಾರರು. ವಸುಮತಿಯ ಮದುವೆ ತಾವೇ ನಿಂತು ಮಾಡಬೇಕೆಂಬ ಉದ್ದೇಶ ಅವರಿಗಿದ್ದಿದ್ದು ಸುಳ್ಳಲ್ಲ.

"ಭಾಗೂ ಇಲ್ಬಾ" ಹೆಂಡತಿಯನ್ನು ಕೂಗಿದರು. ಯಾಕೋ ಹೇಳಬೇಕೆಂದು ಕೊಂಡದ್ದನ್ನು ಹೇಳಬಾರದೆಂದು ನಿಶ್ಚಯಿಸಿಕೊಂಡರು.

"ಬೆಳಗಿನ ಅಡ್ಗೆ ಬೇಗ ಮುಗ್ಸು, ಊಟ ಮಾಡಿಕೊಂಡು ಹೊರಡಲಿ" ಅಷ್ಟನ್ನು ಮಾತ್ರ ಹೇಳಿದರು.

ವಸಂತ್ ಬೇಗ ಹೋಗಿ ಮಲಗಿಬಿಟ್ಟ. ನಿರುಪಮ ಚೆನ್ನಾಗಿ ತಲೆಗೆ ಎಣ್ಣೆ ತಿಕ್ಕಿ ಕಳುಹಿಸಿದ್ದರು. ಅವನು ಅದೇ ಗುಂಗಿನಲ್ಲಿದ್ದ.

ಚಾವಣಿಯನ್ನೇ ದಿಟ್ಟಿಸುತ್ತ ಮಲಗಿದ್ದ ರಶ್ಮಿ ಮೆಲ್ಲಗೆ ವಸಂತ್ ಕಡೆ ತಿರುಗಿ "ನಾನು ಇನ್ನು ಸ್ವಲ್ಪ ದಿನಾ ಇಲ್ಲೇ ಉಳಿಯಲಾ?" ಧ್ವನಿ ಭಾರವಾಗಿತ್ತು. ರಾಯರು, ಭಾಗಮ್ಮನವರ ಪ್ರೀತಿ, ಆದರಗಳಲ್ಲಿ ಬೇರೊಂದು ಲೋಕವನ್ನು ಕಂಡಿದ್ದಳು. ಇಷ್ಟು ಬೇಗ ಪುನಃ ಹಿಂದಿರುಗಬೇಕಲ್ಲ ಎನ್ನುವ ಸಂಕಟ.

"ಯಾಕೆ? ನಾಲ್ಕು ದಿನದಿಂದ ತಿಂದಿದ್ದು ಸಾಕಾಗಲಿಲ್ವೆ?"

ವಸಂತ್ ಕಡೆ ನೋಡಿದಳು. ಅಪರೂಪಕ್ಕೆ ಪ್ರೀತಿಯಿಂದ ಕಾಣುವಾಗ ಕಣ್ಣರಳಿಸಿ ನೋಡುತ್ತಿದ್ದಳು. ಈ ನಾಲ್ಕು ದಿನದಿಂದ ಬಹಳ ಸಮಾಧಾನವಾಗಿಯೇ ವರ್ತಿಸಿದ್ದ. ಎಂದಿನಂತೆ ಅವಳಪ್ಪ ಅಮ್ಮನಿಗೆ ಬೈಯ್ಗಳ ಸುರಿಮಳೆ ಮಾಡಿರಲಿಲ್ಲ.

ಮಗ್ಗುಲಾಗಿ ಮಲಗಿದಳು. ಹರಿದ ಕಂಬನಿ ತಲೆಯಡಿ ಶೇಖರವಾಗಿತ್ತು.

* * * *

ರೇಖಾ ಎಲ್ಲಾ ವಿಷಯಗಳಲ್ಲೂ ವಾಪಾಸು ಆಗಿದ್ದಳು. ಅದರ ಬಗ್ಗೆ ಅವಳು ಯೋಚಿಸುವಂತೆ ಕಾಣಲಿಲ್ಲ. ಸದಾ ಕೋಣೆಯಲ್ಲಿ ಪುಸ್ತಕ ಹಿಡಿದು ಕೂಡುತ್ತಿದ್ದಳು.

"ರೇಖಾ..." ಎಂದು ರಾಜಗೋಪಾಲ್ ಕೂಗಿದಾಗ ಬೇಸರದಿಂದಲೇ ಎದ್ದು ಬಂದಳು. ಗಂಟೆಗಟ್ಟಲೇ ಕನ್ನಡಿಯ ಮುಂದೆ ನಿಂತು ಅಲಂಕರಿಸಿಕೊಳ್ಳುತ್ತಿದ್ದ ಮಗಳು ಈಗ ಸ್ವಾಭಾವಿಕ ಸಹಜ ಸುಂದರಿಯಾಗಿದ್ದಳು.

"ಏನು ಮಾಡ್ತಾ ಇದ್ದೆ?" ತಲೆ ಕೆರೆದುಕೊಂಡು "ಕೂತಿದ್ದೆ" ಎಂದಳು. ಕಳೆಕಳೆಯಾಗಿದ್ದವಳು ತೀರಾ ಗಂಭೀರವಾಗಿದ್ದಳು.

"ಸದಾ ಕೂತಿರೋಕೆ ಬೇಸರವಾಗೋಲ್ವಾ! ಮುಂದೇನು ಮಾಡ್ಬೇಕೂಂತ?"

ಏನೂ ತೋಚದೇ ಬೆಪ್ಪಾಗಿ ನಿಂತಳು. ಪ್ರತಿಯೊಂದರಲ್ಲೂ ನಿರಾಸಕ್ತಭಾವ ಉದಯವಾಗಿತ್ತು. ನಿರ್ವಿಕಾರವಾಗಿ ವರ್ತಿಸುತ್ತಿದ್ದಳು.

"ಏನಾದ್ರೂ ಏನು ಉಳಿದಿದೆ ಡ್ಯಾಡಿ?"

ಮಗಳ ಬಗ್ಗೆ ಅನುತಾಪವೂ ಆಯಿತು. ಕೋಪವೂ ಬಂತು. ಹೇಮಂತ್ ಕೂಡ ಇವಳನ್ನು ಪ್ರೀತಿಸಿದ್ದರೇ, ಇವಳ ಪ್ರೇಮಕ್ಕೆ ಬೆಲೆ ಬರುತ್ತಿತ್ತು. ಅವನು ಅದರ ಅರಿವಿಲ್ಲದಂತೆ ನಟಿಸುತ್ತಾನೆ. ಇವಳೋ.... ಜೀವನದ ಉತ್ಕಟವಾದ ಆಶೆಯಲ್ಲಿ ನಿರಾಶಳಾದಂತೆ ವರ್ತಿಸುತ್ತಾಳೆ. ಇದಕ್ಕೆ ಏನನ್ನಬೇಕು?

"ನೀನಿಷ್ಟು ಬುದ್ಧಿಗೇಡಿ ಅಂದ್ಕೊಂಡಿರಲಿಲ್ಲ! ನಿನ್ನಂಥ ಬುದ್ಧಿವಂತ ವಿದ್ಯಾರ್ಥಿನಿ ನಪಾಸು ಅಂದರೆ ನಾಚಿಕೆಗೇಡಿನ ಸಂಗತಿ" ರಾಜಗೋಪಾಲ್ ಸಹನೆಯನ್ನು ಕಳೆದುಕೊಂಡಿದ್ದರು.

"ನನ್ನ ನೋವು, ವೇದನೆ ಯಾರ್ಗೂ ಅರ್ಥವಾಗೋಲ್ಲ" ಎರಡು ಕೈಯಲ್ಲಿ ಮುಖ ಮುಚ್ಚಿಕೊಂಡು ಬಿಕ್ಕಳಿಸಿದಳು.

ರಾಜಗೋಪಾಲ್ ಮನ ವೇದನೆಯಿಂದ ಕುದಿಯಿತು. ದಿಕ್ಕು ತೋಚದಂತಾಗಿತ್ತು ಅವರ ಪರಿಸ್ಥಿತಿ. ಈ ಹುಡುಗಿ ಸರಿಹೋದಾಳಾ? ಅದು ಎಂದಿಗಾದರೂ ಸಾಧ್ಯವೇ? ಬಲವಂತವಾಗಿ ಮದುವೆ ಮಾಡಿಬಿಟ್ಟರೆ ಸರಿಹೋದಾಳಾ? ಅದು ಸಾಧ್ಯವೇ? ಸ್ವತಂತ್ರವಿತ್ತು. ಬೆಳೆಸಿದ ಹೆಣ್ಣನ್ನು ಬಲವಂತದ ಜೀವನಕ್ಕೆ ದೂಡುವುದು ಸರಿಯೇ?

"ಸಮಾಧಾನ ಮಾಡ್ಕೋ ಮಗು" ಕೂದಲು ಸವರಿ "ನೀನು ಸುಖವಾಗಿ ನಗುನಗ್ತಾ ಇರ್ಬೇಕೂಂತ ನನ್ನಾಸೆ" ಗಂಟಲು ಭಾರವಾಯಿತು. ಬೇಗ ಬೇಗ ಹೆಜ್ಜೆ ಹಾಕುತ್ತ ಹೊರಗೆ ಹೊರಟುಬಿಟ್ಟರು.

ನೇರವಾಗಿ ತನ್ನ ಕೋಣೆಗೆ ಹೋದಳು. ಒಂದು ಕಡೆ ಯೋಚಿಸುತ್ತ ಕೂತಳು. ತಂದೆಯ ನೆನಪಾಯಿತು. ಅವರ ಪ್ರೀತಿಯ ನೆರಳಲ್ಲಿ ಮುದ್ದಾಗಿ ಬೆಳೆದಿದ್ದಳು. ತನ್ನ ತಪ್ಪಿಗಾಗಿ ಅವರನ್ನು ದುಃಖಿಯನ್ನಾಗಿ ಮಾಡುವುದು ಸರಿಯೇ? ತಾನು ಇದೊಂದು ಘಟನೆಯಿಂದ ಪ್ರಪಂಚಕ್ಕೆ ನಿರುಪಯೋಗಿಯಾಗಬೇಕಾ? ಜೀವನವನ್ನ ಎದುರಿಸ ಬೇಕು, ಹೊಸ ಬದುಕಿಗೆ ಅಂಟಿಕೊಳ್ಳಬೇಕು-ಪದೇ ಪದೇ ಈ ರೀತಿಯಾಗಿ ಯೋಚಿಸುತ್ತಿದ್ದಳು. ಆದರೆ ಹೇಮಂತನಲ್ಲಿನ ಪ್ರೇಮ ಪ್ರಬಲವಾದ ಶಕ್ತಿಯಾಗಿ ಎಳೆಯುತ್ತಿತ್ತು. ತಪ್ಪಿಸಿಕೊಳ್ಳುವ ದಾರಿಯೇ ಕಾಣದಂತಾಗುತ್ತಿತ್ತು.

ಷೇಕ್ಸ್‌ಪಿಯರ್ಸ್‌ನ ರೋಮಿಯೋ ಜೂಲಿಯಟ್ ಹೇಳುವಾಗಿನ ಮುಖಭಾವ-ಧ್ವನಿಯಲ್ಲಿನ ಕಾತರ, ಉದ್ವೇಗ, ಪ್ರೇಮ ಇಂದಿಗೂ ಅವಳ ಹೃದಯದಲ್ಲಿ ಅಚ್ಚಳಿಯದೇ ಉಳಿದಿತ್ತು.

ಆಸೆ, ನಿರಾಸೆ, ಒಳ್ಳೆಯ, ಕೆಟ್ಟ ಸೆಳೆತಗಳಿಗೆ ಸಿಕ್ಕಿರುವ ಮನುಷ್ಯನನ್ನು ಪ್ರೀತಿಸುವುದು ತಪ್ಪೇನೋ. ಯಾವ ಪ್ರಲೋಭನೆ ತನ್ನನ್ನ ಹೇಮಂತನಲ್ಲಿಗೆ ಸೆಳೆದಿದೆ?

ಅಂದು ಪೂರ್ತಿ ಕೋಣೆ ಬಿಟ್ಟು ಹೊರಗೇ ಬರಲಿಲ್ಲ. ಶಶಿ ರೇಗಾಡಿ ಸ್ವಲ್ಪ ಊಟ ಮಾಡಿಸಿ ಹೋದ. ರಾತ್ರಿಯೆಲ್ಲ ಹೊರಳಾಡಿ ಬೆಳಗಿನ ಜಾವಕ್ಕೆ ನಿದ್ದೆ ಮಾಡಿದ್ದಳು.

ರಾಜಗೋಪಾಲ್ ಬೆಳಗಿನ ಕಾಫೀ ಕುಡಿದು ಕಾಂಪೌಂಡ್‌ನಲ್ಲಿ ಅಡ್ಡಾಡುತ್ತಿದ್ದರು. ಮಗಳ ಭವಿಷ್ಯದ ಯೋಚನೆಯಲ್ಲಿ ರಾತ್ರಿ ಪೂರ್ತಿ ನಿದ್ರಿಸಿರಲಿಲ್ಲ. ತಲೆ ಭಾರವಾಗಿತ್ತು.

"ಡ್ಯಾಡಿ...." ಅತ್ತ ತಿರುಗಿದರು.

ರೇಖಾ ಓಡಿ ಬಂದು ತಂದೆಯನ್ನು ತಬ್ಬಿದಳು. ಏನೇನೋ ಮಾತಾಡಿದಳು.

"ಡ್ಯಾಡಿ, ಹೆಣ್ಣು ಮತ್ತು ಗಂಡಿನ ಪ್ರೇಮವೆಂಬುದು ಮಿಥ್ಯ, ಅಜ್ಞಾನದಿಂದ ಹುಟ್ಟಿದ ಭ್ರಾಂತಿ. ಆ ಕೆಟ್ಟ ಪ್ರಬಲವಾದ ಭ್ರಾಂತಿಯಿಂದ ಹೊರಬಂದಿದ್ದೇನೆ. ಈಗ ನಾನು ಮೊದಲಿನ ರೇಖಾನೇ!"

ಕರುಣೆಯಿಂದ ನೋಡಿ ಮಗಳ ತಲೆ ಸವರಿದರು. "ಪ್ರೇಮವನ್ನು ಗೆಲ್ಲುವುದು ಕಷ್ಟ. ಅದರ ವೇದನೆ ಅಪಾರ. ಅದನ್ನು ಗೆಲ್ಲುವ ಶಕ್ತಿ ನನ್ನ ಮಗಳಿಗೆ ಕೊಡು" ಎಂದು ದೇವರನ್ನು ಪ್ರಾರ್ಥಿಸಿದರು.

"ಸ್ನಾನ ಮಾಡ್ಕೊಂಡ್ಬಾ" ಭುಜ ಸವರಿ ಕಳುಹಿಸಿದರು. ವರ್ಷ ಮಧ್ಯದ ಪರೀಕ್ಷೆಗೆ ಮಗಳನ್ನು ಕಟ್ಟಿಸಲು ನಿರ್ಧರಿಸಿದರು.

ಹಿಂದಿನಂತೆ ಅಣ್ಣಂದಿರ ನಡುವೆ ಕೂತು ಮಾತು ನಗುವಿನ ಮಧ್ಯೆ ಬೆಳಗಿನ ಉಪಹಾರ ತಗೊಂಡಳು.

"ಏಯ್.... ಶಶಿ... ಇವತ್ತು ಎಲ್ಲಾದ್ರೂ ಹೋಗೋಣ" ಬೆರಗಿನಿಂದ ತಂಗಿಯ ಕಡೆ ನೋಡಿದ. ರಜನಿ, ಕಮಲ್ ಮುಖ ಮುಖ ನೋಡಿಕೊಂಡರು. ಇವಳ ಸ್ವಭಾವದಿಂದ ಮನೆಯಲ್ಲಿ ನವಿರಾಗಿ ಕತ್ತಲು ಹರಡಿಕೊಂಡಿತ್ತು.

"ಓಕೆ ಮೇಡಮ್" ಕಣ್ಣು ಮಿಟುಕಿಸಿದ ರಜನಿಯ ಕಡೆ ನೋಡಿ. ಅವನು ತುಟಿಯಲ್ಲೇ ನಕ್ಕು ಕಣ್ಣೊಡೆದ.

ಮನೆಯಲ್ಲಿ ಒಂದು ವಿಧವಾದ ಉತ್ಸಾಹದ ವಾತಾವರಣ ಹರಡಿಕೊಂಡಿತು. ಸೀರೆ ಬಿಚ್ಚಿ ತಿಳಿ ನೀಲಿಯ ಮ್ಯಾಕ್ಸಿ ತೊಟ್ಟಳು. ಕನ್ನಡಿಯ ಮುಂದೆ ನಿಂತಳು. ಅವಳ ಮುಖಕ್ಕೆ ಬದಲಾಗಿ ಹೇಮಂತನ ಪ್ರತಿಬಿಂಬ ಕಂಡಳು. ಕೈಯಲ್ಲಿ ತಲೆಯೊತ್ತಿಕೊಂಡು ಕಣ್ಣು ಮುಚ್ಚಿ ವೇದನೆಯಿಂದ ನರಳಿದಳು.

'ಹೇಮಂತ್, ನಾನು ನಿಮ್ಮನ್ನು ಮರೆಯಲಾರೆ.' ಷೇಕ್ಸ್‌ಪಿಯರ್ ಸೃಷ್ಟಿಸಿರುವ ರೋಮಿಯೋ ಅವಳ ಪಾಲಿಗೆ ಜೀವಂತ ನಾಯಕನಾಗಿದ್ದ. ಅವರಿಬ್ಬರ ಪ್ರೇಮ ಪ್ರಣಯದ ಆಮೋದ ಪ್ರಮೋದಗಳನ್ನೇ ಮೆಲಕು ಹಾಕುತ್ತಿದ್ದಳು. ಹೇಮಂತ್ ರೋಮಿಯೋ ಜೂಲಿಯಟ್ ಹೇಳುವಾಗ ಅವನಲ್ಲಿ ನಿಜವಾದ ರೋಮಿಯೋವನ್ನು ಕಂಡುಕೊಂಡಿದ್ದಳು. ಜೂಲಿಯೆಟ್‌ಳಂತೆ ಆರಾಧಿಸಿದ್ದಳು. ನಾಟಕಕ್ಕಿಂತ ಭಿನ್ನವಾದ ಹೇಮಂತ್‌ನ ಬಗ್ಗೆ ಯೋಚಿಸಲು ಹೋಗಿರಲಿಲ್ಲ. ಅವಳ ಕಣ್ಣಲ್ಲಿ ನೀರಾಡಿತು.

"ರೇಖಾ" ಕಣ್ಣೊರೆಸಿಕೊಂಡು ತೆಳುವಾದ ಮೇಕಪ್ ಮಾಡಿಕೊಂಡು ಕೆಳಗಿಳಿದು ಬಂದಳು.

"ಪರೀಕ್ಷೆಗೆ ಕೂತ್ಕೋತೀಯಾ?" ಬೆಳಗಿನ ಉತ್ಸಾಹ-ಸೊರಗಿಹೋಗಿತ್ತು.

"ನೀವು ಹೇಗೆ ಹೇಳಿದ್ರಾಗೆ" ಅನುತಾಪದಿಂದ ಅವಳೆಡೆ ನೋಡಿದರು. ಈ ಹುಡುಗಿ ಆ ವರ್ತುಲದಿಂದ ಹೊರಗೆ ಬರಲಾರಳೇನೋ?

"ಏನೋ ಯೋಚ್ನೆ ಮಾಡ್ತಾ ಇದ್ದೀಯಾ!"

ರೇಖಾಗೆ ಗಾಬರಿಯಾಯಿತು. ಮನದ ತುಮುಲ ಮುಚ್ಚಿಡಲು ಯತ್ನಿಸುತ್ತಿರುವುದನ್ನು ತಿಳಿಯಗೊಡಬಾರದೆಂದು ಅವಳು ಮಾಡುತ್ತಿದ್ದ ಪ್ರಯತ್ನವನ್ನು ಅವಳ ಮುಖವೇ ಹೇಳುತ್ತಿತ್ತು. ಅದು ಅವಳಿಗೂ ಅರಿವಾದಾಗ ಗಾಬರಿಯಿಂದ ಮುಖ ಬಿಳಿಚಿಕೊಂಡಿತು.

"ಏನಿಲ್ಲ.... ಏನಿಲ್ಲ."

ರಾಜಗೋಪಾಲ್ ನೋವಿನ ನಗೆ ನಕ್ಕರು. ವಿಚಿತ್ರವಾದ ಕತೆ, ವಿಚಿತ್ರವಾದ ರೀತಿಯಲ್ಲಿ ಮುಕ್ತಾಯವಾಗುವುದೇನೋ.

ಪರೀಕ್ಷೆಗೆ ಕಟ್ಟಿದ್ದಾಯಿತು. ಪುಸ್ತಕ ತೆಗೆದ ಕೂಡಲೇ ಅವಳ ಕಣ್ಮುಂದೆ ಬಂದು ನಿಲ್ಲುತ್ತಿದ್ದ ದೃಶ್ಯ ಷೇಕ್ಸ್‌ಪಿಯರ್ಸ್‌ನ ರೋಮಿಯೋ ಜೂಲಿಯೆಟ್ ಹೇಳುತ್ತಿರುವ ಹೇಮಂತ್. ತಲೆ ಸಿಡಿದುಹೋಯಿತು. ಏನು ಓದಲಿಕ್ಕೂ ಅವಳಿಂದಾಗಲಿಲ್ಲ.

"ನಾನು ಬರ್ತೀನಿ" ತಂದೆಗೆ ಫೋನ್ ಮಾಡಿದಳು.

ಅವರು "ಬೇಡ, ಈಗ ನಾನೇ ಮನೆಗೆ ಹೊರಟಿದ್ದೀನಿ" ಎಂದರು.

ಅವರು ಬರೋವರೆಗೂ ಬೇಸರದಿಂದ ಕಳೆದಳು. ದಿಕ್ಕು ತೋಚದಂತಾಯಿತು. ಮನದ ನೆಮ್ಮದಿ ಕೆಟ್ಟುಹೋಗಿತ್ತು. ಹೃದಯ ಬೆಂಕಿಗೆ ಬಿದ್ದ ನಂದನವನವಾಗಿತ್ತು.

ರಾಜಗೋಪಾಲ್ ಗಾಬರಿಯಿಂದಲೇ ಮನೆಗೆ ಬಂದರು. ಈಚೆಗೆ ಮಗಳು ತಮ್ಮ ಮುಂದೆ ಗೆಲುವಿನ ನಟನೆ ಮಾಡುತ್ತಿದ್ದಾಳೆಂದು ಅವರು ಎಂದೋ ಅರಿತಿದ್ದರು.

"ಯಾಕೆ, ಮರಿ?" ಮುಖದ ಮೇಲೆ ಆತಂಕ ಸ್ಪಷ್ಟವಾಗಿತ್ತು.

"ನನ್ಕೈಲಿ ಓದೋಕಾಗೋಲ್ಲ! ಪರೀಕ್ಷೆಗೆ ಹೋಗೋಲ್ಲ!" ಎರಡು ಕೈಗಳಿಂದ ಮುಖ ಮುಚ್ಚಿಕೊಂಡು ಬಿಕ್ಕಳಿಸಿದಳು.

"ಆಯ್ತು ಬಿಡು" ತಲೆ ಸವರಿದರು. ತಾಯಿ ಇಲ್ಲದ ಅವಳಿಗೆ ತಾಯಿ ತಂದೆ ಅವರೇ ಆಗಬೇಕಿತ್ತು. ಸ್ವಭಾವತಃ ಕೋಪವನ್ನು ಅದುಮಿಡಬೇಕಾಗಿತ್ತು.

"ಒಬ್ಬೇ ಇದ್ದು ಯೋಚ್ಸಿ ತಲೆ ಕೆಡಿಸ್ಕೋಬೇಡ. ನಿನ್ನ ಆತ್ಮೀಯ ಫ್ರೆಂಡ್ಸ್‌ನ ಬರಮಾಡಿಕೊಂಡು ಕಾಲ ಕಳಿ" ಎಂದ ತಕ್ಷಣ ಕೂಡಲೇ ತನ್ನಿಬ್ಬರ ಗೆಳತಿಯರಿಗೆ ಸಂಜೆ ಬರುವಂತೆ ಫೋನ್ ಮಾಡಿದಳು.

"ಇಲ್ಪಾ..." ಹತ್ತಿರ ಕರೆದು ಕೂಡಿಸಿಕೊಂಡು "ಡಾ|| ವಿಕಾಸ್ ಏನಾಗಿದ್ದಾನೆ?" ಬೆಪ್ಪಳಂತೆ ತಲೆ ಕೆಳಗೆ ಹಾಕಿ ಕೂತುಬಿಟ್ಟಳು. ಹೇಗೆ ಸಾಧ್ಯ? ಹೇಗೆ ಸಾಧ್ಯ?

"ವಿದ್ಯಾವಂತ, ಬುದ್ಧಿವಂತ, ಒಳ್ಳೆ ಮನೆತನದಲ್ಲಿ ಹುಟ್ಟಿ ಬೆಳೆದೋನು. ಚೆನ್ನಾಗಿದ್ದಾನೆ, ವರಸಾಮ್ಯ ಕೂಡ ಚೆನ್ನಾಗಿರುತ್ತೆ. ಅವ್ರ ಮನೆಯೋರು ಕೂಡ ಒಪ್ಕೊಂಡಿದ್ದಾರೆ."

ಮೆಲ್ಲಗೆ ತಲೆ ಎತ್ತಿದಳು.

"ಹೇಮಂತ್‌ನ ನೀನು ಪ್ರೀತಿಸಿರಬೋದು, ಈಗ್ಲೂ ಪ್ರೀತಿಸ್ತಾ ಇದ್ದೀಯಾ. ಅದರಿಂದ ಯಾವ ಪ್ರಯೋಜನ ಹೇಳು? ಜೀವನ ಬರೀ ಸ್ಮೃತಿಯೊಂದರಲ್ಲೇ ತುಂಬಿ ನಡ್ಯೋಲ್ಲ. ಮುಂದೆ ನಿನ್ನ ಭವಿಷ್ಯದ ಬಗ್ಗೆ ಯಾವ ರೀತಿ ಯೋಚ್ನೆ ಮಾಡಿದ್ದೀಯಾ? ಹೇಮಂತ್ ಬಗ್ಗೆ ಯಾವ ರೀತಿ ಯೋಚ್ನೆ ಮಾಡಿದ್ದೀಯಾ? ಹೇಮಂತ್ ಬಗ್ಗೆ ಭರವಸೆ ಬೇಡ."

ರೇಖಾ ಪೂರ್ತಿಯಾಗಿ ಅಂತರ್ಮುಖಿಯಾದಳು. ಆಗಾಗ ಅವಳು ಕಲ್ಪಿಸಿಕೊಳ್ಳುತ್ತಿದ್ದ ಸ್ನಿಗ್ಧ ಜಗತ್ತು ಹಾಳಾದಂತಾಯಿತು. ವಾಸ್ತವತೆಯನ್ನು ಕುರಿತು ಯೋಚಿಸಬೇಕಾಗಿತ್ತು.

"ಹೇಮಂತ್ ಕೂಡ ಬೇರೆ ಯಾರನ್ನೋ ಪ್ರೀತಿಸಿರಬೋದು, ಅಥವಾ ಬರುವಾಗ ವಿದೇಶದ ಹೆಣ್ಣನ್ನೇ ಮದ್ವೆಯಾಗಿ ಜೊತೆಯಲ್ಲಿ ಕರೆತರಬಹ್ದು!"

ಎರಡು ಕಿವಿಗಳನ್ನು ಕೈಗಳಿಂದ ಗಟ್ಟಿಯಾಗಿ ಮುಚ್ಚಿಕೊಂಡಳು. ಮುಖದ ಮೇಲೆ ಭಯ, ಆತಂಕ, ವೇದನೆ ಮಿನುಗಿತು.

"ಇಲ್ಲ... ಇಲ್ಲ. ಖಂಡಿತ ಸಾಧ್ಯವಿಲ್ಲ. ಹೇಮಂತ್ ಬೇರೆ ಯಾರನ್ನೂ ಪ್ರೀತಿಸೋಲ್ಲ! ಪ್ರೀತಿಸಕೂಡ್ದು." ಹಣೆಯ ಮೇಲೆ ಬೆವರಿನ ಸೆಲೆಯೊಡೆಯಿತು.

ರಾಜಗೋಪಾಲ್ ಗಾಬರಿಯಾದರು. ತೀವ್ರತರನಾದ ಪ್ರೇಮದ ಪರಾಕಾಷ್ಠೆಯನ್ನು ಕಂಡಂತಾಯಿತು.

"ಸಮಾಧಾನ ಮಾಡ್ಕೋ" ಎದೆಗೊರಗಿಸಿಕೊಂಡು ಸಮಾಧಾನ ಮಾಡಿದರು.

ಸಂಜೆ ಗೆಳತಿಯರು ಬರುವವರೆಗೂ ಕೋಣೆಯಲ್ಲಿ ಹೋಗಿ ಮಂಕಾಗಿ ಕೂತುಬಿಟ್ಟಳು.

"ಯಾಕೆ ಫೋನ್ ಮಾಡಿದ್ದು?" ಬೀನಾ ರೇಗಿಸುತ್ತಲೇ ಬಂದು ಅವಳನ್ನು ಎಬ್ಬಿಸಿದಳು.

"ಏನಿಲ್ಲ, ಬೇಜಾರಾಯ್ತು ಅಷ್ಟೆ. ಕೂತ್ಕೊಳ್ಳಿ. ಮುಖ ತೊಳ್ದು ಬಂದ್ಬಿಡ್ತೀನಿ" ಬಾತ್ ರೂಮಿಗೆ ಹಾರಿದಳು.

ಬಂದ ಗೆಳತಿಯರ ಹಿಂಡನ್ನು ಕಟ್ಟಿಕೊಂಡು ಹೊರಗೆ ಹೊರಟಳು.

ಹೊರಗೆ ಬಂದ ಶಶಿ "ಕಾರು ತಗೊಂಡ್ಹೋಗು" ಎಂದ.

ಸ್ವಲ್ಪ ಹೊತ್ತು ನಿಂತು ಯೋಚಿಸಿದಳು. ಕಾನ್ಫಿಡೆನ್ಸ್ ಕಮ್ಮಿಯಾಗಿತ್ತು.

"ನಾನು ಡ್ರೈವ್ ಮಾಡ್ಲಾರೆ" ಹೇಳೇಬಿಟ್ಟಳು.

"ಡ್ರೈವರ್‌ನ ಕಳುಸ್ತೀನಿ" ಶಶಿ ತಕ್ಷಣ ಫೋನ್ ಮಾಡಿ ಡ್ರೈವರನ್ನು ಕರೆಸಿದ. ಅದುವರೆಗೂ ಮೂವರು ನಿಂತೇ ಮಾತಾಡಿದರು.

ಕಾರು ಹೊರಟ ಮೇಲೆ ಎಲ್ಲಿಗೆ ಹೋಗುವುದೆಂದು ಯೋಚಿಸಿದಳು.

"ಎಲ್ಲಿಗೆ ಹೋಗೋಣ ?" ಬೀನಾಳ ಕಡೆ ತಿರುಗಿದಳು. ಅವಳು ಪ್ರಕೃತಿ ಪ್ರೇಮಿ. ಜನದಟ್ಟಣೆಯ ಸ್ಥಳಗಳನ್ನು ದ್ವೇಷಿಸುತ್ತಿದ್ದಳು.

"ಬೆಟ್ಟದ ಬುಡದಲ್ಲಿ ಹೋಗಿ ಕೂಡೋಣ" ಇನ್ನೊಬ್ಬಳು ವಸಂತಾ ಮೂಗು ಮುರಿದರೂ ಬದಲು ಹೇಳಲು ಹೋಗಲಿಲ್ಲ.

ಕಾರು ವೇಗವಾಗಿ ಹೊರಟಿತು.

ಬೀನಾ "ನೋಡೇ...." ಹೊರಗಡೆ ತೋರಿ "ಹೊಲಗಳು ಎಷ್ಟು ನಿಡಿದಾಗಿ ಬೆಳೆದಿವೆ. ಮಳೆ ಇಲ್ಲದೇ ವಿರಹ ವೇದನೆಯ ಅನುಭವಿಸುವಂತೆ ಪ್ರಕೃತಿ ಸೊರಗಿದೆ. ಈಗ ಮಳೆ ಬಿದ್ದರೇ..." ಮುಖದಲ್ಲಿ ಉಲ್ಲಾಸ ಕಾಣಿಸಿಕೊಂಡಿತು.

ಇವರುಗಳು ದಟ್ಟ ಹಸುರಿನಲ್ಲಿ ಇಳಿದಾಗ 'ಮಬ್ಬು ಶಕೆ ಶುರುವಾಗಿತ್ತು. ಅಲ್ಲಿದ್ದ ಬಂಡೆಗಳ ಮೇಲೆ ಕೂತು ಸುತ್ತಲೂ ನೋಡಿದರು. ಪ್ರಕೃತಿಯ ಸಂಭ್ರಮದ ಹಸಿರಿನ ಮುಖವು ಪ್ರಿಯಕರನಿಂದ ದೂರ ಸರಿದ ಪ್ರಿಯತಮೆಯ ಮುಖದಂತೆ ಬಿಗುಮಾನದಿಂದ ಮುದುಡಿತ್ತು. ಮಳೆ ಇಲ್ಲದೇ ಬದುಕಲಾರದ ಸ್ಥಿತಿಗೆ ಬಂದಿತ್ತು. ಆದರೆ ಸಂಕೋಚ, ಬಿಗುಮಾನ ಬಿಟ್ಟು ಮಳೆ ಬೇಕೆಂದು ಕೇಳಲಾರದು.

ವಸಂತಾ ಬೇಸರದಿಂದ "ತೀರಾ ಬೋರ್. ಗೊಂಬೆಗಳಾಗಿ ಕೂಡೋದಿಕ್ಕೆ ಇಲ್ಲಿವರ್ಗೂ ಬರ್ಬೇಕಿತ್ತಾ!"

ತನ್ಮಯತೆಯಲ್ಲಿ ಮುಳುಗಿದ್ದ ಬೀನಾ, ರೇಖಾ ಅದನ್ನು ಬಿಟ್ಟು ಹೊರಗೆ ಬಂದರು.

"ಮನೆಯಲ್ಲಿ ಕೂತು ಏನ್ಮಾಡ್ತೀಯಾ ?" ಬೀನಾ ಕೇಳಿದಾಗ ಏನು ಹೇಳಬೇಕೆಂದು ಅವಳಿಗೆ ತೋಚಲಿಲ್ಲ. ಈಗ ಅವಳಿಗೆ ಕಾಲೇಜಿಗೆ ಹೋಗುವುದರಲ್ಲಿ ಯಾವ ಆಕರ್ಷಣೆಯೂ ಇರಲಿಲ್ಲ.

"ಏನಿಲ್ಲ. ಊಟ ನಿದ್ದೆ ಮಾಡ್ಕೊಂಡು ಆರಾಮಾವಾಗಿದ್ದೀನಿ" ನಕ್ಕಳು.

ಬೀನಾ ಅವಳನ್ನು ದಿಟ್ಟಿಸಿದಳು. ಎರಡು ವರ್ಷ ಜೊತೆಯಲ್ಲಿ ಓದಿದವರು. ಸ್ನೇಹಿತೆಯ ಸ್ವಭಾವ ಅಲ್ಪಸ್ವಲ್ಪ ಅವಳಿಗೆ ಗೊತ್ತು. ಹೇಮಂತ್‌ನ ಕ್ಲಾಸ್ ಅಂದರೇ ಉತ್ಸಾಹಿತಳಾಗಿ ಬರುತ್ತಿದ್ದುದ್ದು, ಮುಗಿದ ಕೂಡಲೇ ಮಂಕಾಗುತ್ತಿದ್ದದ್ದು ಕೂಡ ಅವಳಿಗೆ ಗೊತ್ತು. ಆಮೇಲೆ ಎಲ್ಲಾ ಗೊತ್ತಾಗಿತ್ತು. ಹೇಮಂತ್ ಯಾರು ಬೇಕಾದರೂ ಪ್ರೀತಿಸಬಹುದಾದಂಥ ವ್ಯಕ್ತಿ. ಗಂಭೀರ ವ್ಯಕ್ತಿತ್ವದ ತುಂಬು ಆಕರ್ಷಣೆ ಎಲ್ಲರನ್ನು ಸೂಜಿಗಲ್ಲಿನಂತೆ ಆಕರ್ಷಿಸುತ್ತಿತ್ತು.

"ಎಂದು ಮದ್ವೆ ಊಟ ?" ನೇರವಾಗಿ ಕೇಳೇಬಿಟ್ಟಳು.

"ವಿದೇಶಕ್ಕೆ ಹಾರಿರೋ ರೋಮಿಯೋ ರೆಕ್ಕೆ ಕಟ್ಟಿಕೊಂಡು ಹಾರಿ ಬರ್ಬೇಕಲ್ಲ!" ವಸಂತಾ ಗಲ್ಲ ಹಿಂಡಿದಳು.

ರೇಖಾ ಮ್ಲಾನವದನಳಾದಳು. ಹೃದಯ ತಪ್ತವಾಯಿತು. ಕಣ್ಣಂಚಿನಲ್ಲಿ ಹನಿಯೊಡೆಯಿತು.

"ಯಾಕೆ? ಏನ್ಸಾಮಾಚಾರ?" ತಿವಿದು ಎಚ್ಚರಿಸಿದಳು.

"ಏನಿಲ್ಲ ಬಿಡು" ಎದ್ದಳು.

"ನೀನ್ಯಾಕೆ ಕಾಯ್ಬೇಕು? ನೀನು ಮದ್ವೆಯಾಗ್ತೀನೀಂದ್ರೆ–ನಿಮ್ಮ ಮನೆ ಮುಂದೆ ಡಾಕ್ಟರ್‌ಗಳು, ಇಂಜಿನಿಯರ್ಸ್, ವಿದೇಶದಲ್ಲಿ ವ್ಯಾಸಂಗ ಮಾಡಿ ಬಂದ ವಿಜ್ಞಾನಿಗಳು..." ದೀರ್ಘವಾಗಿ ರಾಡಿ ಎಳೆದಳು ವಸಂತಾ.

"ಸಾಕ್ಬಿಡೆ" ಮುಂದೆ ಕೇಳಲು ಅವಳಿಗಿಷ್ಟವಾಗಲಿಲ್ಲ. ಅವಳು ಹೇಳಿದ್ದು ವಾಸ್ತವ ಸಂಗತಿಯಾಗಿದ್ದರೂ, ಮನವೊಪ್ಪದು.

ಆಕಾಶ ಪೂರ್ಣವಾಗಿ ಮೋಡದಿಂದ ಮುಚ್ಚಿಹೋಯಿತು. ಎಲ್ಲೆಡೆ ಮಬ್ಬು ಆವರಿಸಿತು. ದೂರದಲ್ಲಿ ನಿಂತಿದ್ದ ಡ್ರೈವರ್ ಹತ್ತಿರಕ್ಕೆ ಬಂದು ತುಸು ದೂರದಲ್ಲಿ ನಿಂತ.

"ಮಳೆ ಈಗ್ಲೇ ಬರೋಹಾಗಿದೆ" ಎಲ್ಲರಿಗಿಂತ ಮೊದಲು ವಸಂತಾ ಎದ್ದಳು. ಅಷ್ಟರಲ್ಲಿ ಒಂದೊಂದು ತೊಟ್ಟು ಹನಿಯಲ್ಲೇ ಶುರುವಾಯಿತು.

"ಬೇಗ ನಡೀರಿ" ಕಾರಿದ್ದ ಕಡೆ ಎಲ್ಲರೂ ಧಾವಿಸಿದರು.

ಇವರು ಪೂರ್ತಿ ಊರೊಳಗೆ ಬರುವ ವೇಳೆಗೆ ಮಳೆ ಜೋರಾಗಿಬಿಟ್ಟಿತು. ವಸಂತಾ, ಬೀನಾನ ಅವರ ಮನೆಯ ಬಳಿ ಇಳಿಸಿ ಕಾರು ಮುಂದಕ್ಕೆ ಹೊರಟಿತು.

"ಡ್ರೈವರ್, ನಿಲ್ಸು" ಕೂಗಿದಳು. ಅರೆಬರೆ ನೆಂದಿದ್ದ ನಿರುಪಮ ಅಂಗಡಿಯ ಮುಂಭಾಗದಲ್ಲಿ ನಿಂತಿದ್ದರು.

"ಬನ್ನಿ...." ಕಾರು ಡೋರ್ ತೆಗೆದು ಕೂಗಿದಳು.

ಅವರಿಗೆ ಮುಜುಗರವಾಯಿತು, ಹಿಂಜರಿಕೆಯುಂಟಾಯಿತು. ಮಳೆಯಲ್ಲೇ ಕಾರಿನವರೆಗೂ ಬಂದು "ಇನ್ನೇನು ಮಳೆ ನಿಲ್ಲುತ್ತೆ..." ಎಂದರು ಅನುಮಾನಿಸುತ್ತ.

"ಪರ್ವಾಗಿಲ್ಲ ಬನ್ನಿ" ಮತ್ತಷ್ಟು ಹೇಳಿಸಿಕೊಳ್ಳುವುದು ಅವರಿಗೆ ಇಷ್ಟವಾಗಲಿಲ್ಲ. ಒದ್ದೆ ಸೀರೆಯಲ್ಲೇ ಹತ್ತಿ ಮುದುಡಿ ಕುಳಿತರು.

"ಎಷ್ಟೊತ್ತಿನಿಂದ ಕಾಯ್ತ ಇದ್ದೀನಿ. ಒಂದು ಆಟೋ ಕೂಡ ಸಿಗಲಿಲ್ಲ" ತೋಡಿಕೊಂಡರು. ರೇಖಾ ಸುಮ್ಮನೇ ಅರೆ ನಕ್ಕಳು. ಏನು ಮಾತಾಡಬೇಕೆಂಬುದೇ ಅವಳಿಗೆ ತಿಳಿಯದಾಗಿತ್ತು.

ಅವರ ಮನ ರಣರಂಗವಾಗಿತ್ತು. ಹೇಮಂತ್, ರೇಖಾಳನ್ನು ಮದುವೆ ಯಾಗಿದ್ದರೇ, ಒಂದು ಕಾರು ಬಳುವಳಿಯಾಗಿ ಬರುತ್ತಿತ್ತು. ಅವರುಗಳು ವಿದೇಶದಿಂದ ಬರುವವರೆಗೂ ತಾವುಗಳು ಉಪಯೋಗಿಸಬಹುದಾಗಿತ್ತು!

"ಮನೆಯಲ್ಲಿ ಎಲ್ಲಾ ಚೆನ್ನಾಗಿದ್ದಾರ?"

ನಿರುಪಮ ಮಾತು ಕೇಳಿ ಬೆಚ್ಚಿಬಿದ್ದರಳಂತೆ "ಹಾ..." ಎಂದರು.

"ನಿಮ್ಮ ತಂದೆ, ಅಣ್ಣಂದ್ರು ಚೆನ್ನಾಗಿದ್ದಾರ?"

ಸಾವರಿಸಿಕೊಂಡು "ಚೆನ್ನಾಗಿದ್ದಾರೆ. ರಶ್ಮಿ ಹೇಗಿದ್ದಾರೆ?" ಸ್ವಲ್ಪಮಟ್ಟಿಗೆ ಚೇತರಿಸಿಕೊಂಡಳು.

"ಆರೋಗ್ಯವಾಗಿದ್ದಾಳೆ," ಚುಟುಕಾಗಿ ಹೇಳಿದರು.

ಡ್ರೈವರ್‌ಗೆ ಆದೇಶವಿತ್ತಿದ್ದರಿಂದ ಆ ರೋಡ್‌ಗೆ ಬಂದ ಕೂಡಲೇ ವೇಗದ ಗತಿಯನ್ನು ಕಮ್ಮಿ ಮಾಡಿದ.

"ಮುಂದೆ ಸಣ್ಣ ಗೇಟು ಕಾಣುತ್ತಲ್ಲ, ಅದೇ ಮನೆ" ಎಂದರು ನಿರುಪಮ.

ಕಾರು ಆ ಮನೆಯ ಮುಂದೆ ನಿಂತಿತು. ನಿರುಪಮ ಇಳಿದವರೇ "ರೇಖಾ ಇಳಿಯಮ್ಮ. ನಮ್ಮನೆಗೆ ಬಂದು ಎಷ್ಟೋ ದಿನ ಆಗೋಯ್ತು! ಸತ್ಯನಾರಾಯಣ ಪೂಜೆಗೆ ಬಂದುಹೋದವ್ರು ಮತ್ತೆ ಬರಲಿಲ್ಲ!!"

ಮೊದಲು ಕೊಸರಾಡಿದರೂ ಆಮೇಲೆ ಅರೆಮನಸ್ಸಿನಿಂದ ಇಳಿದಳು. ರಶ್ಮಿ ಗೆಲುವಿನಿಂದ "ಬನ್ನಿ ಬನ್ನಿ ನಮ್ಮನೆಗೆ ಬರಲೇ ಇಲ್ಲ" ಆದರದಿಂದ ಮಾತಾಡಿಸಿದಳು.

"ನಾನೇನೋ ಬರಲಿಲ್ಲ. ನೀವುಗಳು ಬರಬಹುದಿತ್ತಲ್ಲ!"

ನಿರುಪಮ ನಿಮಿಷದಲ್ಲಿ ಸೀರೆ ಬದಲಿಸಿ ಬಂದು ಬಿಸಿ ಬಿಸಿಯಾಗಿ ಸಂಡಿಗೆ ಕರೆದು ಕಾಫೀ ಮಾಡಿಕೊಟ್ಟರು.

"ನಂಗೆ ಸುರಿಯೋ ಮಳೆನಾ ನೋಡೋಕೆ ಇಷ್ಟ" ಹೊರಗಡೆ ನೋಡುತ್ತ ಹೇಳಿದಳು.

"ನಮ್ಮ ಹೇಮಂತ್ ಕೂಡ ಹಾಗೆ ಹೇಳ್ತಾ ಇದ್ದ. ಗಂಟೆಗಟ್ಟಲೇ ಕೋಣೆಯ ಕಿಟಕಿಯ ಬಳಿ ನಿಂತು ನೋಡ್ತಿದ್ದ."

ರಶ್ಮಿ ಹೇಮಂತ್‌ನ ರೂಮಿನೊಳಕ್ಕೆ ಕರೆದೊಯ್ದಳು. ಅಲ್ಲಿ ಈಗ ಮಂಚ ಮಾತ್ರವಿತ್ತು. ಇದ್ದ ಒಂದೆರಡು ಪೀಠೋಪಕರಣಗಳು ವರಾಂಡಕ್ಕೆ ಸಾಗಿಸಲ್ಪಟ್ಟಿತ್ತು.

"ಕೂತ್ಕೊಳ್ಳಿ." ಕೂತು ಸುತ್ತಲೂ ನೋಡಿದಳು. ಪುಸ್ತಕಗಳು ಅಚ್ಚುಕಟ್ಟಾಗಿ ಜೋಡಿಸಲ್ಪಟ್ಟಿತ್ತು. ಕಿಟಕಿಯ ಮುಖಾಂತರ 'ಧೋ' ಎಂದು ಸುರಿಯುವ ಮಳೆಯ ಕಡೆ ನೋಡಿದಳು, ಈ ಮಳೆಯಂತೆ ಪಾಠ ಮಾಡಲು ನಿಂತಾಗ ಹೇಮಂತ್‌ನ ವಾಗ್‌ಝರಿ ತಡೆಬಡೆಯಿಲ್ಲದೇ ಹರಿದು ಬರುತ್ತಿತ್ತು.

"ಇವು ನಮ್ಮ ಹೇಮಂತ್ ಬರ್ದ ಕಾಗದಗಳು. ಎಷ್ಟು ಚೆನ್ನಾಗಿ ಪತ್ರ ಬರೀತಾರೆ!" ರಶ್ಮಿಯ ಕಣ್ಣುಗಳಲ್ಲಿ ಅಭಿಮಾನ ಮಿನುಗಿತು.

ಎಂಟು ಹತ್ತು ಪತ್ರಗಳನ್ನು ಹಿಡಿದು ತೋರಿಸಿದಳು. ಮನೆಗೆ ಹೋಗಬೇಕೆನ್ನುವುದನ್ನೇ ಮರೆತು ಹಿಂದಕ್ಕೆ ಒರಗಿ ನಿರಾಳವಾಗಿ ಕೂತಳು. ಮನದ ಮೂಲೆಯಲ್ಲಿ ವೇದನೆಯ ತುಡಿತ ಶುರುವಾಯಿತು. ತನಗೆ ಹೇಮಂತ್ ಪತ್ರಗಳನ್ನು ಬರೆಯಲಾರ. ನಿರಾಶೆಗಳಿಂದ ಪತ್ರಗಳ ಕಡೆಗೆ ನೋಡಿದಳು. ಖಂಡಿತ ಬರೆಯಲಾರ. ನಿರಾಶೆಯ ನಿಟ್ಟುಸಿರನ್ನು ಚೆಲ್ಲಿದಳು.

"ಬರ್ತೀನಿ" ಇನ್ನು ಅಲ್ಲಿ ಕೂಡುವುದು ಅವಳಿಂದ ಸಾಧ್ಯವಿಲ್ಲ. ತಿದಿಯೊತ್ತಿದಂತೆ ನೋವು ಉಮ್ಮಳಿಸಿ ಬರುತ್ತಿತ್ತು.

"ಇನ್ನೂ ಮಳೆ ಸುರೀತಾ ಇದೆ" ಇನ್ನಷ್ಟು ಹೊತ್ತು ರೇಖಾಳನ್ನು ಇರಿಸಿಕೊಳ್ಳುವ ಆಸೆ ರಶ್ಮಿಗೆ. ಒಂದೇ ತರಹದ ಜೀವನದಿಂದ ಅವಳಿಗೆ ಬೇಸರವಾಗಿತ್ತು. ಆ ಕ್ಷಣ 'ಹೇಮಂತ್, ರೇಖಾಳನ್ನು ಮದುವೆಯಾಗಿದ್ದರೇ ಚೆನ್ನಿತ್ತು' ಎನಿಸಿತು.

"ನಡ್ದು ಹೋಗೋಲ್ವಲ್ಲ, ಕಾರಿನಲ್ಲಿ ಹೋಗೋದು."

ಕೋಣೆಯಿಂದ ಹೊರಗೆ ಬಂದಳು. ತಿರುಗಿ ಹೇಮಂತ್‌ನ ಕೋಣೆಯ ಕಡೆಗೆ ನೋಡಿದಳು. ಕಣ್ಣುಗಳು ಹನಿಗೂಡಿದವು.

"ಬರ್ತೀನಿ" ಬಾಗಿಲ ಕಡೆಗೆ ನಡೆದಳು.

"ಇರಮ್ಮ" ನಿರುಪಮ ಕುಂಕುಮದ ಬಟ್ಟಲು ಹಿಡಿದು ಬಂದು ತಾವೇ ಅವಳ ಹಣೆಗೆ ಕುಂಕುಮ ಹಚ್ಚಿದರು. ಅವರಿಗೆ ಕಾಣದಂತೆ ಪಕ್ಕಕ್ಕೆ ತಿರುಗಿ ರೇಖಾ ಕಣ್ಣೊರೆಸಿಕೊಂಡಳು.

"ಆಗಾಗ ಬರ್ತಾ ಇರು" ಎಂದಾಗ ನಿರುಪಮ ಅವಳ ತುಟಿಗಳ ಮೇಲೆ ವೇದನೆಯ ನಗು ತೇಲಿತು.

ತಾವೇ ಕೊಡೆ ಹಿಡಿದು ಹೋಗಿ ಕಾರು ಹತ್ತಿಸಿ ಬಂದರು. ದೂರದ ದೇಶದಲ್ಲಿರೋ ಮಗನ ಮೇಲೆ ವಿಪರೀತ ಕೋಪ ಬಂತು. ಈಗ ಸ್ವಲ್ಪ ಜೋರಾಗೆ ಕೂಗಾಡಿ ಸಮಾಧಾನ ಮಾಡಿಕೊಳ್ಳಬೇಕು.

"ಅದೃಷ್ಟ ಬಂದಾಗ ತುಂಬಿಕೊಳ್ಳೋಕೆ ವಿವೇಕ ಬೇಕು. ಎಷ್ಟು ಓದಿದರೇನು, ಆ ತಲೆಯಲ್ಲಿರೋದು ಮಣ್ಣಾಗಟ್ಟಿ!"

ರಶ್ಮಿ ತೆಪ್ಪಗೆ ಕೋಣೆಯೊಳಗೆ ಹೋಗಿ ಕೂತಳು. ಸೊಸೆಯನ್ನು ಕಂಡರೆ ಈಚೆಗೆ ಮತ್ತಷ್ಟು ಹಾರಾಡುತ್ತಿದ್ದರು, ನಿರುಪಮ. ಬಸುರಿ ಹುಡುಗಿಯನ್ನು ಕರೆದೊಯ್ಯಲು ಅವಳ ತವರುಮನೆಯವರು ಇತ್ತ ತಲೆ ಹಾಕಿರಲಿಲ್ಲ.

* * * *

ರಾಯರು ಮನೆಗೆ ಬಂದಾಗ ಮಧ್ಯಾಹ್ನವಾಗಿತ್ತು. ಗದ್ದೆಯ ಬಳಿ ಸುತ್ತಾಡಿ ಬಂದಿದ್ದರು. ದಣಿವು ಕಾಣಿಸಿಕೊಂಡಿತ್ತು.

"ಭಾಗೂ ಅಡ್ಗೆ ಆಗಿದ್ರೆ ಬಡ್ಸು" ಎಂದರು.

"ಈಗ್ಬಂದೆ" ಅಡಿಗೆಯ ಮನೆಯಿಂದ ಹೇಳಿದರು. ಆದರೆ ಹೊರಗೆ ಬರಲು ಹತ್ತು ನಿಮಿಷಗಳೇ ಹಿಡಿಸಿದವು. ಈಚೆಗೆ ಅವರ ಶಕ್ತಿ ಕುಂದಿತ್ತು. ಮೊದಲಿನ ಹಾಗೆ ಕೆಲಸ ಮಾಡಲೇ ಸಾಧ್ಯವಿರಲಿಲ್ಲ.

"ಬಡುಸ್ತೀನಿ" ಸೆರಗಿನಿಂದ ಗಾಳಿ ಹಾಕಿಕೊಂಡರು.

"ತುಂಬ ದಣಿದಂಗೆ ಕಾಣ್ತೀಯಾ!" ಹೆಂಡತಿಯ ಸಮೀಪಕ್ಕೆ ಬಂದರು. ಅವರ ಪಾಲಿಗೆ ಆಕೆ ಹೆಣ್ಣು ಮಾತ್ರ ಆಗಿರಲಿಲ್ಲ; ಗೃಹದೇವತೆಯಾಗಿದ್ದಳು.

"ಏನಿಲ್ಲ. ವಯಸ್ಸಾಯ್ತು. ಮೊದ್ಲಿನಂತೆ ಮಾಡೋಕಾಗೋಲ್ಲ. ಈಚೆಗೆ ಭಟ್ಟ ಬರೋದು ಕಡಿಮೆ ಆಗಿದೆ. ಎಲ್ಲೆಲ್ಲಿಗೆ ಹೋಗ್ಬಿಡ್ತಾನೋ...!"

ಭಟ್ಟನ ವಿಷಯ ಬಂದ ಕೂಡಲೇ ರಾಯರು ಮ್ಲಾನವದನರಾದರು. ಈಚೆಗೆ ಅವನು ಹುಚ್ಚನಂತಾಗಿದ್ದ. ಒಬ್ಬನೇ ಇದ್ದಾಗ ತನ್ನಲ್ಲಿ ತಾನೇ ಮಾತಾಡಿಕೊಳ್ಳುತ್ತಿದ್ದ, ನಗುತ್ತಿದ್ದ.

"ಅಜ್ಜಿ...." ಒಳಗೆ ಬಂದವಳು ವಸುಮತಿ, ಒಗೆದ ಬಟ್ಟೆಗಳಿಂದ ತುಂಬಿದ ಕುಕ್ಕೆ ಅವಳ ತಲೆಯ ಮೇಲಿತ್ತು. ಮುಖದ ಮೇಲೆ ಆತಂಕದ ಪಡಿನೆರಳಾಡಿತ್ತು.

"ಏನು... ಮಗು?...."

"ಸರಸ್ವತಿ ಗಂಡ ಭಟ್ಟನಿಗೆ ತುಂಬ ಜ್ವರ ಬಂದಿದೆ. ಸುಮ್ನೇ ಬಡಬಡಿಸುತ್ತಿದ್ದಾನೆ" ತಡವರಿಸುತ್ತಾ ಹೇಳಿದಳು. ಅವನು ಎಲ್ಲರ ಬಾಯಲ್ಲೂ ಭಟ್ಟನಾಗಿಯೇ ಉಳಿದಿದ್ದ.

"ಒಂದು ಗಳಿಗೆ ನೋಡ್ಕೊಂಡ್ಬಂದ್ಬಿಡ್ತೀನಿ" ರಾಯರು ಗೂಟದ ಮೇಲಿನ ಶಾಲು ಹೊದ್ದು ಹೊರಟುಬಿಟ್ಟರು.

ವಸುಮತಿ ತಲೆಯ ಮೇಲಿನ ಮಂಕರಿಯನ್ನು ಇಳಿಸಿ ಗೋಡೆಗೊರಗಿ ಕೂತಳು. ತೋಟದಿಂದ ಓಡುತ್ತಲೇ ನಡೆದು ಬಂದಿದ್ದಳು. ಅವಳಿನ್ನೂ ಸುಧಾರಿಸಿಕೊಳ್ಳಬೇಕಿತ್ತು.

"ಹಾಗೆಲ್ಲ ತೋಟಕ್ಕೆ ಯಾಕೆ ಹೋಗ್ತಿ?" ಭಾಗಮ್ಮನವರು ಗದರಿಕೊಂಡರು. ಈ ಚೆಂದದ ಮದುವೆಗೆ ನಿಂತ ಹೆಣ್ಣು ಮಗಳು ಒಂಟಿಯಾಗಿ ತೋಟಕ್ಕೆ ಹೋಗಿ ಬರುವುದು ಅವರಿಗೆ ಸುಮ್ಮತವಿಲ್ಲ. ಎಲ್ಲಕ್ಕಿಂತ ಸರಸ್ವತಿಯ ಬಗ್ಗೆ ಊರಲ್ಲಿ ಹರಡಿಕೊಂಡಿದ್ದ ಸುದ್ದಿಗಳು ಅವರಲ್ಲಿ ಭಯವನ್ನು ಹುಟ್ಟಿಸಿತ್ತು. ಇದೆಲ್ಲ ಸುಳ್ಳಿರಬೋದು ಎಂದು ತಮಗೇ ತಾವೇ ಸಮಾಧಾನ ಮಾಡಿಕೊಳ್ಳಲು ಪ್ರಯತ್ನಿಸುತ್ತಿದ್ದರು.

"ಬಟ್ಟೆ ಒಗೀಲಿಕ್ಕೆ ಹೋಗಿದ್ದೆ. ಮನೆಯಲ್ಲಿದ್ರೆ ತಾತನ ವದರಾಟ ಕೇಳ್ಬೇಕೂ..." ತಲೆ ತಗ್ಗಿಸಿ ಕೂತಳು.

ಅನುಕಂಪದಿಂದ ನೋಡಿದರು. ಈ ಮುತ್ತಿನಂಥ ಹುಡ್ಗಿಗೆ ಗಂಡೇ ಸಿಗದಾ? ರಾಯರು ಕೊಟ ಜಾತಕ ಹಿಡಿದು ಓಡಾಡಿದ್ದರು. ಸ್ವಲ್ಪ ಅನುಕೂಲ ಸ್ಥಿತಿಯಲ್ಲಿದ್ದ ವರಗಳ ತಾಯಿ ತಂದೆಯರು ಸಾವಿರಗಟ್ಟಲೇ ವರದಕ್ಷಿಣೆ ಕೇಳುತ್ತಿದ್ದರು. ತೀರಾ ಏನೂ ಇಲ್ಲದ ಕಳಪೆ ವರಗಳಿಗೆ ಗೋಪಾಲಯ್ಯನವರು ಕೊಡಲು ಒಪ್ಪುತ್ತಿರಲಿಲ್ಲ.

"ಇಲ್ಲೇ ಊಟ ಮಾಡು" ಭಾಗಮ್ಮನವರು, ಗೋಡೆಗೆ ಒರಗಿ ನಿಂತರು. ಹಸಿದ ರಾಯರು ಬಿಸಿಲಲ್ಲಿ ನಡೆದು ಹೋಗಿರುವುದು ಅವರಿಗೆ ಸಂಕಟದ ವಿಷಯವಾಗಿತ್ತು.

"ತಾತ ಬಂದ್ಮೇಲೆ ಮಾಡ್ತೀನಿ"

ಭಾಗಮ್ಮನವರು ಬುಟ್ಟಿಯಲ್ಲಿದ್ದ ಹತ್ತಿಯನ್ನು ಮುಂದೆ ಹಾಕಿಕೊಂಡು ಬಿಡಿಸತೊಡಗಿದರು. ಒಂದೆರಡು ಸಲ ತಲೆಯೆತ್ತಿ ವಸುಮತಿಯ ಕಡೆ ನೋಡಿದರು. ಮನದಲ್ಲಿ ಹೇಮಂತ್ ಇಣಕಿದ 'ಎಷ್ಟು ವೈನಾದ ಜೋಡಿ! ಯಾವುದಕ್ಕೂ ಋಣಾನುಬಂಧ ಬೇಕು!' ನಿಟ್ಟುಸಿರು ಚೆಲ್ಲಿದರು.

"ಅಜ್ಜಿ, ಮನೆಗ್ಹೋಗ್ತೀನಿ" ಬಟ್ಟೆಯ ಕುಕ್ಕ ಎತ್ತಿಕೊಂಡು ಹೊರಟುಬಿಟ್ಟಳು. ವಿಸ್ಮಿತರಾದರು. ಗೋಪಾಲಯ್ಯನವರ ಬಗ್ಗೆ ಬೇಸರವಾಯಿತು.

ರಾಯರು ಮನೆಗೆ ಬಂದಾಗ ಗಂಟೆ ಮೂರು ದಾಟಿ ಹೋಗಿತ್ತು. ಬಿಸಿಲಿನಲ್ಲಿ ಹೋಗಿ ಬಂದಿದ್ದರಿಂದ ದಣಿದಿದ್ದರು.

"ಹೇಗಿದ್ದಾನೆ ಭಟ್ಟ?" ಹತ್ತಿಯನ್ನು ಬುಟ್ಟಿಗೆ ತುಂಬಿ ಮೇಲೆದ್ದರು.

"ಜ್ವರ ಕಡ್ಮೇ ಇದ್ರೂ ಬಡಬಡಿಕೆ ವಿಪರೀತ. ಏನೇನೋ ಹುಚ್ಚುಚ್ಚಾಗಿ ಮಾತಾಡ್ತಾನೆ." ಶಾಲುನ ಗೂಟಕ್ಕೆ ನೇತು ಹಾಕಿ ಹಿತ್ತಲಿಗೆ ಹೋದರು.

ಸಂಜೆಗೆ ಮುಂದೆ ಭಾಗಮ್ಮನವರು ಗಂಡನ ಮುಂದೆ ಭಟ್ಟನ ನೋಡುವ ಅಪೇಕ್ಷೆ ವ್ಯಕ್ತಪಡಿಸಿದರು.

"ಭಾಗೂ, ಅಷ್ಟು ದೂರ ನಡ್ಯೋಕೆ ಆಗುತ್ತಾ?" ಸಂಶಯ ವ್ಯಕ್ತಪಡಿಸಿದರು. ಈಚೆಗೆ ಹೇಮಂತ್ ಹೋದ ಮೇಲೆ ತೀರಾ ನಿಶ್ಶಕ್ತರಾಗಿದ್ದರು ಆಕೆ.

"ನಿಮ್ಜೊತೆಯಲ್ಲಿ ಎಲ್ಲಿಗೆ ಬೇಕಾದ್ರೂ ನಡೀಬಲ್ಲೆ!" ರಾಯರ ಕಣ್ಣುಗಳು ಪ್ರಜ್ವಲಿಸಿದವು. ಯೌವನದ ದಿನಗಳಲ್ಲಿ ಆಡಿದ್ದರೇ ಅದಕ್ಕೆ ಬೇರೆ ಅರ್ಥ ಸಿಗುತ್ತಿತ್ತು. ಇಂದಿಗೂ ಗಂಡನ ಮೇಲಿನ ಪ್ರೀತಿ ವಿಶ್ವಾಸ, ವ್ಯಾಮೋಹ ಏನೂ ಕಮ್ಮಿಯಾಗಿರಲಿಲ್ಲ. ಎದೆಯಲ್ಲಿ ವೇದನೆ ಒತ್ತಿಕೊಂಡು ಬಂದಂತಾಯಿತು.

"ಭಾಗೂ...." ಒಂದು ಗಳಿಗೆ ಭಾವುಕರಾದರು. ಆ ಕ್ಷಣದಲ್ಲಿ ವಯಸ್ಸು ಪಾಂಡಿತ್ಯ ಎಲ್ಲಾ ಮರೆತುಹೋಯಿತು. ಎದೆಗಾನಿಸಿಕೊಂಡು ತಲೆ ಸವರಿದರು.

"ಗಾಡಿ ಕಟ್ಟಿಸೋಕೆ ಹೇಳ್ತೀನಿ, ಹೋಗ್ಬರೋಣ."

ಯಾಕೋ ಅದು ಅವರಿಗೆ ಇಷ್ಟವಾಗಲಿಲ್ಲ. ತಟ್ಟನೇ ಶ್ರೀಕಾಂತು ನೆನಪು ಬಂತು.

"ಮೈಸೂರಿಗೆ ಹೋಗ್ಬರೋಣ್ವಾ?" ಕೇಳಿದರು.

"ಬೇಡ. ಅವ್ರನ್ನೇ ಬಂದು ನೋಡ್ಕೊಂಡ್ಹೋಗೀಂತ ಪತ್ರ ಬರೀರಿ" ಆಗ ಅವರಿಗೆ ನೆನಪಿಗೆ ಬಂದಿದ್ದು ರಶ್ಮಿ. ತುಂಬಿದ ಬಸುರಿ, ಮೈ ಕೈ ತುಂಬಿಕೊಂಡು ಕಳೆಯಾಗಿರಬೇಕು.

ರಾತ್ರಿಯೆಲ್ಲ ಅವರಿಗೆ ರಶ್ಮಿಯದೇ ನೆನಪು. ಇದುವರೆಗೂ ಅವಳ ಶ್ರೀಮಂತ, ಬಾಣಂತನದ ಬಗ್ಗೆ ಒಂದು ಪತ್ರ ಬರೆದಿಲ್ಲ. ಅವಳ ತವರು ಮನೆಯವರು ಬಂದಿದ್ದರೋ ಇಲ್ಲವೋ? ನಿರುಪಮ ಅಂದು ಆಡಿ ಆ ಹುಡ್ಗೀನ ಗೋಳು ಹೊಯ್ದುಕೋತಾಳೆ! ಇಡೀ ರಾತ್ರಿ ನಿದ್ರಿಸಲಿಲ್ಲ.

ರಾಯರು ಏಳುತ್ತಿದ್ದಂತೆಯೇ "ಯಾಕೋ ರಶ್ಮಿನ ನೋಡ್ಬೇಕೂಂತ ಅನ್ನಿಸುತ್ತೆ" ಎಂದರು.

"ಹೋಗ್ಬರೋಣ."

ಎಂದೂ ಇಷ್ಟು ವರ್ಷಗಳ ದೀರ್ಘ ಬಾಳುವೆಯಲ್ಲಿ ಹೆಂಡತಿ ಕೇಳಿದ್ದಕ್ಕೆ ಇಲ್ಲ ಅಂದವರೇ ಅಲ್ಲ.

"ಹೊರಡೋ ತಯಾರಿ ಮಾಡ್ಕೊ. ಭಟ್ಟನನ್ನು ನೋಡ್ಕೊಂಡು ಬಂದ್ಬಿಡ್ತೀನಿ." ಶಾಲು ಹೊದ್ದು ತೋಟದ ಕಡೆ ಹೆಜ್ಜೆ ಹಾಕಿದರು.

ಇವರು ಬಂದಾಗ ಮುಂಬಾಗಿಲಿಗೆ ಚಿಲಕ ಹಾಕಿತ್ತು. ಅನುಮಾನಿಸಿದರು. ಅನಾರೋಗ್ಯದಿಂದ ನರಳುತ್ತಿದ್ದ ಭಟ್ಟ ಎಲ್ಲಾದರೂ ಹೋಗಲು ಸಾಧ್ಯವೇ? ಒಳಗೇ ಬಡಬಡಿಸುವ ಸದ್ದು ಕೇಳಿಸಿತು. ಚಿಲಕ ತೆಗೆದು ಬಾಗಿಲನ್ನು ಹಿಂದಕ್ಕೆ ದೂಡಿದರು. ಅದು ಸದ್ದಿನೊಂದಿಗೆ ತೆರೆದುಕೊಂಡಿತು. ಭಟ್ಟ ಹಾಸಿಗೆಯ ಮೇಲೆ ಮಲಗಿಕೊಂಡಿದ್ದ.

"ಮಗೂ, ಭಟ್ಟ" ಹತ್ತಿರಕ್ಕೆ ಹೋಗಿ ಬಗ್ಗಿ ಹಣೆಯ ಮೇಲೆ ಕೈಯಿಟ್ಟರು.

"ಅಪ್ಪ... ಅಮ್ಮ.... ಅಣ್ಣ..." ಅವರ ಕೈಗಳನ್ನು ಭದ್ರವಾಗಿ ಹಿಡಿದುಕೊಂಡು "ನನ್ಬಿಟ್ಟು ಎಲ್ಲೂ ಹೋಗ್ಬೇಡಿ. ರಾಕ್ಷಸಿ ನನ್ನ ನರಕಕ್ಕೇ ಎತ್ಕೊಂಡ್ಹೋಗ್ತಾಳೆ!" ಜೋರಾಗಿ ಅಳೋಕೆ ಶುರುಮಾಡಿಬಿಟ್ಟ.

ಜ್ವರಕ್ಕಿಂತ ಹೆಚ್ಚಾಗಿ ಮಾನಸಿಕ ತೊಳಲಾಟದಲ್ಲಿ ಸಿಲುಕಿಕೊಂಡಿದ್ದಾನೆಂದು ತಿಳಿದುಕೊಳ್ಳಲು ಬಹಳ ಹೊತ್ತು ಹಿಡಿಸಲಿಲ್ಲ.

"ಮಗೂ.... ಕಣ್ಣು ಬಿಡು. ಎಚ್ಚರ ಮಾಡ್ಕೊ. ನಾನು ಬಂದಿದ್ದೀನಿ ನೋಡು." ತಲೆ ಸವರಿದರು.

ರಾಯರು ಪಕ್ಕದಲ್ಲಿ ಕೂತು ಮೈಮೇಲೆ ಕೈಯಾಡಿಸಿದರು. ಅವರಮ್ಮ ಸತ್ತಾಗ ಅವನು ಸಣ್ಣ ಹುಡುಗನೇ. ಮಗನಿಗಿಂತ ಹೆಚ್ಚಾಗಿ ಮನೆಯ ಮಗನಾಗಿದ್ದ.

ಬಹಳ ಹೊತ್ತಿನ ಮೇಲೆ ಕಣ್ಣುಬಿಟ್ಟ. ಹತ್ತಿರ ಕೂತಿದ್ದ ರಾಯರನ್ನು ನೋಡಿ ಮಗುವಿನಂತೆ ಬಿಕ್ಕಳಿಸತೊಡಗಿದ.

"ಸಮಾಧಾನ ಮಾಡ್ಕೋ. ಜ್ವರವೇನು ದೊಡ್ಡ ವ್ಯಾಧಿಯಲ್ಲ ಎರಡು ದಿನದಲ್ಲಿ ಕಮ್ಮಿಯಾಗುತ್ತೆ."

ಸುತ್ತಮುತ್ತಲೂ ನೋಡಿದರು. ಎಲ್ಲಾ ಅಚ್ಚುಕಟ್ಟಾಗಿತ್ತು. ಆದರೆ ಸರಸ್ವತಿ ಎಲ್ಲಿ ಹೋದಳು?

ನೆನ್ನೆಗಿಂತ ಜ್ವರ ಸ್ವಲ್ಪ ಕಮ್ಮಿಯಾಗಿತ್ತು. ಗಡ್ಡ ಮೀಸೆಗಳು ಸಿಕ್ಕಾಪಟ್ಟೆ ಬೆಳೆದು ಗುರುತು ಸಿಗದವನಂತಾಗಿದ್ದ.

"ನಾನು, ಭಾಗೂ ಮೈಸೂರಿಗೆ ಹೊರಟಿದ್ದೀವಿ. ಒಂದೆರಡು ದಿನದಲ್ಲಿ ಬರ್‍ತೀವಿ. ಗೋಪಾಲಯ್ಯನವ್ರ ಅಳಿಯಂದ್ರುಗೆ ಹೇಳಿ ಹೋಗ್ತೀನಿ. ಇಲ್ಲೇ ಇದ್ದು ನೋಡ್ಕೋತಾರೆ.

ಸುಮ್ನೇ ಬಡಬಡಿಸಿ ಆ ಮಗುಗೆ ಭಯಪಡಿಸ್ಬೇಡ. ಯಾರಾದ್ರೂ ಔಷ್ಧಿ ತಂದ್ಕೊಡ್ತಾರೆ."

ಭಟ್ಟಿ ನಿಧಾನವಾಗಿ ಎದ್ದು ಗೋಡೆಗೆ ಆತುಕೊಂಡು ಕೂತ. ಮೂಕನಾದ. ಯಾರ ಮುಂದೆ ಹೇಳಿಕೊಂಡಾನು ಮನದ ತೊಳಲಾಟವನ್ನು!

"ಸರಸು ಎಲ್ಲಿ?"

ಭಟ್ಟ ಬಾಯಿ ಬಿಚ್ಚಲಿಲ್ಲ. ಅವಳ ಬಗ್ಗೆ ಮಾತಾಡಲೇ ಅವನಿಗಿಷ್ಟವಿಲ್ಲ. ಕುರೂಪಿ ಹೆಣ್ಣೆಂದು ಎಂದೂ ಹೀಯಾಳಿಸಿರಲಿಲ್ಲ. ಪ್ರೀತಿಯಿಂದಲೇ ನೋಡಿಕೊಂಡಿದ್ದ. ಕೈಯಲ್ಲಾದಷ್ಟು ದುಡಿದು ತಂದು ಹಾಕುತ್ತಿದ್ದ.

ಮತ್ತೆ ಪ್ರಶ್ನಿಸಲು ಹೋಗಲಿಲ್ಲ. ಸೊಂಟದಲ್ಲಿದ್ದ ನೋಟನ್ನು ತೆಗೆದು ಅವನ ಕೈಯಲ್ಲಿಟ್ಟು "ಔಷ್ಧಿ ತರ್ಸಿಕೊಂಡು ಕುಡಿ. ಒಂದೆರಡು ದಿನದಲ್ಲಿ ಬಂದ್ಬಿಡ್ತೀವಿ."

ಹೊರಟು ನಿಂತ ರಾಯರ ಎರಡು ಕಾಲುಗಳನ್ನು ತಬ್ಬಿಕೊಂಡು ಜೋರಾಗಿ ಅಳಲು ಶುರು ಮಾಡಿದ.

"ಇನ್ನೂ ಶುದ್ಧ ಮಗು. ಸ್ವಲ್ಪ ಆರಾಮ ಮಾಡ್ಕೋ. ಇಲ್ಲದೆಲ್ಲ ತಲೆಗೆ ಹಚ್ಕೊಂಡು ಕೊರಗೋದು ಬೇಡ."

ಅವರು ಹೆಚ್ಚು ಹೊತ್ತು ನಿಲ್ಲುವಂತಿರಲಿಲ್ಲ. ಅವನಿಗೆ ಸಮಾಧಾನ ಹೇಳಿ ಹೊರಗೆ ಬಂದರು. ಸುತ್ತಲೂ ಕಣ್ಣರಳಿಸಿ ನೋಡಿದರು. ಸರಸ್ವತಿ ಕಣ್ಣಿಗೆ ಬೀಳಲಿಲ್ಲ. ಎಲ್ಲೋ ಹೋಗಿರಬೋದು ಅಂದ್ಕೊಂಡು ಮನೆಯದಾರಿ ಹಿಡಿದರು.

ರಾಯರು, ಭಾಗಮ್ಮನವರು ಅನಿರೀಕ್ಷಿತವಾಗಿ ಬಂದಾಗ ನಿರುಪಮಗೆ ಆಶ್ಚರ್ಯವಾಯಿತು. ಎರಡು ಮೂರು ದಿನದಿಂದ ಮನೆಯಲ್ಲಿ ಗಂಭೀರ ಪರಿಸ್ಥಿತಿ ಇತ್ತು. ಇವರಾಗಿ ಕಾಗದ ಬರೆದು ಕರೆದುಕೊಂಡು ಹೋಗೀಂತ ಪತ್ರ ಬರೆದರೂ ರಶ್ಮಿಯ ತಂದೆ ತಾಯಿ ಮಗಳನ್ನು ಬಾಣಂತನಕ್ಕೆ ಕರೆದೊಯ್ಯಲು ಬಂದಿರಲಿಲ್ಲ.

"ಬನ್ನಿ ಬನ್ನಿ.... ಒಂದು ಪತ್ರ ಹಾಕಿದ್ರೆ ನಿಮ್ಮ ಮಗನೇ ಬಂದು ಕರ್ಕೊಂಡ್ಬರ್ತಾಯಿದ್ದರಲ್ಲ!" ಪೇಚಾಡಿಕೊಂಡರು ನಿರುಪಮ.

ಅತ್ತೆ ಮಾವಂದಿರ ಮೇಲೇನೂ ದ್ವೇಷಭಾವನೆ ಇರಲಿಲ್ಲ. ಆದರೆ ಅವರ ಧಾರಾಳತನ, ಸುಸ್ವಭಾವ ಆಕೆಗೆ ಹಿಡಿಸುತ್ತಿರಲಿಲ್ಲ. ಒಂದು ರೀತಿಯಲ್ಲಿ ಹೇಮಂತ್ ವರದಕ್ಷಿಣೆ, ಮದುವೆಯ ಬಗ್ಗೆ ವಿರೋಧ ವ್ಯಕ್ತಪಡಿಸಲು ಇವರುಗಳೇ ಕಾರಣವೆಂಬ ನಂಬಿಕೆ.

"ಪರ್ವಾಗಿಲ್ಲ, ನೋಡ್ಬೇಕೂಂತ ಅನ್ನಿಸ್ತು. ಬಂದ್ಬಿಟ್ವಿ" ಭಾಗಮ್ಮನವರು ಹೇಳಿ ಮನೆಯೆಲ್ಲ ಕಣ್ಣಾಡಿಸಿದರು. ಏನೋ ಒಂದು ರೀತಿಯ ಗಂಭೀರತೆ ಬಂದಿತ್ತು. ಎಲ್ಲೆಡೆ ಭಣ ಭಣ ಅನ್ನುತ್ತಿತ್ತು. ಹೇಮಂತ್ ಇಲ್ಲದ್ದು ದೊಡ್ಡ ಕೊರತೆ ಎಂದುಕೊಂಡರು. ಇಂಗ್ಲೆಂಡ್‌ನಲ್ಲಿದ್ದ ಅವನ ಬಳಿಗೆ ಹಾರಿಬಿಡುವ ಮನಸ್ಸಾಯಿತು. ತಮ್ಮ ದಡ್ಡತನಕ್ಕೆ ಮನದಲ್ಲೇ ನಕ್ಕು ಸುಮ್ಮನಾದರು.

"ರಶ್ಮಿ ಕಾಣ್ತಾ ಇಲ್ಲ! ತವರು ಮನೆಗೆ ಹೋದ್ಲಾ?" ನಿರುಪಮ ಮುಖ ಗಂಭೀರವಾಯಿತು. ಬಾಣಂತನದ ಖರ್ಚು ವೆಚ್ಚಗಳೆಲ್ಲ ತಮ್ಮ ಮೇಲೆ ಬಿತ್ತಲ್ಲ ಎಂಬ ಬೇಸರದ ಜೊತೆಗೆ ಬರಬೇಕಾದ ಉಡುಗೊರೆಗಳು ತಪ್ಪಿಹೋದದ್ದಲ್ಲದೇ ತಾವು ಕಾಡಿಸುವ ಅವಕಾಶ ಕೂಡ ಇಲ್ಲವಾಯಿತಲ್ಲ ಎನ್ನುವ ವೇದನೆ ಬೇರೆ.

"ಎಲ್ಲಿ ಹೋಗ್ತಾಳೆ? ದರಿದ್ರದ ಜನ ಈ ಕಡೇ ತಲೆ ಹಾಕಿಲ್ಲ. ಇವ್ಳನ್ನ ಮಾಡಿಕೊಂಡ ತಪ್ಪಿಗೆ ಬಾಣಂತನಾನೂ ನಾವೇ ಮಾಡ್ಬೇಕೂ...!"

ರಾಯರಿಗೆ ಕೂಡಲು ಮನಸ್ಸಾಗಲಿಲ್ಲ. ವಲ್ಲಿಯನ್ನು ಹೆಗಲ ಮೇಲೆ ಹಾಕ್ಕೊಂಡು ಬಚ್ಚಲು ಮನೆಯತ್ತ ನಡೆದುಬಿಟ್ಟರು.

"ಹೋಗ್ಲಿ ಬಿಡು, ಯಾವ ಹೆಣ್ಣು ಮಕ್ಳಿಗೆ ಮಾಡ್ಬೇಕೂ! ಇವ್ಳನ್ನೇ ಮಗ್ಳೂಂತ ತಿಳ್ಕೊಂಡ್ರಾಯ್ತು" ಭಾಗಮ್ಮ ಧಾರಾಳವಾಗಿ ಹೇಳಿಬಿಟ್ಟರು. ಹಾಗೆಂದು ನಿರುಪಮ ಭಾವಿಸಿಯಾಳೇ?

"ಅಜ್ಜಿ...." ಧ್ವನಿ ಬಂದತ್ತ ತಿರುಗಿದರು. ರಶ್ಮಿಯ ಹೊಟ್ಟೆ ಮಾತ್ರ ದೊಡ್ಡದಾಗಿತ್ತು. ಕಣ್ಣುಗಳು ಗುಳಿ ಬಿದ್ದಿದ್ದವು. ಮುಖ ಬಿಳಿಚಿಕೊಂಡಿತ್ತು. ಅವರ ಹೆಣ್ಣು ಕರುಳು 'ಅಯ್ಯೋ' ಎಂದು ಚೀತ್ಕರಿಸಿತು.

'ಮಗು, ನನ್ನಮ್ಮ... ಆರೋಗ್ಯ ಸರಿಯಿಲ್ವಾ?" ಅವರಿಗೆ ತೆಕ್ಕೆ ಬಿದ್ದು ಬಿಕ್ಕಳಿಸತೊಡಗಿದಳು. ಅವಳ ಕಣ್ಣುಗಳಲ್ಲಿಯೂ ಕೂಡ ಕುಬನಿ ಇಣುಕಿತು.

ಸೊಸೆ ಸ್ವಭಾವ ಅರಿತಿದ್ದರೂ ಇಷ್ಟು ಕಠೋರಳಾಗುತ್ತಾಳೆಂದು ಊಹಿಸಿರಲಿಲ್ಲ.

"ಸಮಾಧಾನ ಮಾಡ್ಕೋ. ಈಗ ನೀನು ನಗ್ತಾ ನಗ್ತಾ ಇರ್ಬೇಕೂ! ಕಣ್ಣೀರು ಹಾಕಿದ್ರೆ ಸದಾ ಅಳೋಂಥ ಮಗ್ನೇ ಹುಟ್ತಾನೆ!" ಸಮಾಧಾನ ಮಾಡಲು ಪ್ರಯತ್ನಿಸಿದರು.

"ಇನ್ನು ಅಳೋಲ್ಲ" ಕಣ್ಣೊರೆಸಿಕೊಂಡು ಅವರೆಡೆ ನೋಡಿದಳು. ಬಹಳ ಇಳಿದುಹೋಗಿದ್ದರು. ಆದರೆ ಮುಖದಲ್ಲಿನ ಆ ಸಾತ್ವಿಕ ಕಳೆ ಕಿಂಚಿತ್ತೂ ಮಾಸಿರಲಿಲ್ಲ.

ತಂದಿದ್ದ ಹಣ್ಣು ಹೂ ಬ್ಯಾಗನ್ನು ಅವಳ ಕೈಗೆ ಇತ್ತರು. ತುಂಬಿದ ಬಸುರಿ. ಏನಾದ್ರೂ ಮಾಡಿ ತರಬೇಕಿತ್ತು. ಕಸಿವಿಸಿ ಪಟ್ಟುಕೊಂಡರು.

"ರಾತ್ರಿಯೆಲ್ಲ ನಿನ್ನ ನೆನಪೇ. ಬೆಳಗಾದ ಕೂಡ್ಲೇ ಹೊರಡೋ ಯೋಚ್ನೆ ಮಾಡಿದ್ವಿ. ಏನೂ ಮಾಡ್ಕೊಂಡ್ಬರೋಕಾಗಲಿಲ್ಲ."

"ಏನೂ ಬೇಡ" ಬ್ಯಾಗನ್ನು ಒಳಗೆ ಒಯ್ದಳು.

ಊರಿನಲ್ಲಿ ಊಟ ಮುಗಿಸಿ ಬಂದಿದ್ದರಿಂದ ಅವರಿಗಾಗಿ ಏನೂ ತೊಂದರೆ ತೆಗೆದುಕೊಳ್ಳಬೇಕಾಗಿರಲಿಲ್ಲ. ದಾಕ್ಷಿಣ್ಯಕ್ಕಾಗಿಯಾದರೂ ನಿಯಮ ತಪ್ಪಿ ತಿನ್ನೋ ಅಭ್ಯಾಸ ಅವರದಾಗಿರಲಿಲ್ಲ.

"ಅತ್ತೆ, ಏನಾದ್ರೂ ತಗೋತೀರಾ?" ನಿರುಪಮ ಕೇಳಿದಾಗ "ಏನೂ ಬೇಡ, ಒಂದು ಗಳಿಗೆ ಕೂತ್ಕೋ ಬಾ" ಅವರ ಅಕ್ಕರೆ ಅವಳನ್ನು ಕೂಡ ಮೂಕವಾಗಿಸಿತು. ಯಾಕೋ ಅವರ ಮುಂದೆ ಕೂಡಲು ಮುಜುಗರವೆನಿಸಿತು.

"ಹುಷಾರಾಗಿದ್ದೀಯಾ? ಯಾಕೋ ಬಹಳ ಇಳಿದು ಹೋಗಿದ್ದೀಯಾ! ಮಗನ ಯೋಚ್ನೇ ಬಹಳ ಹಚ್ಚಿಕೊಂಡ್ಬಿಟ್ಟಿದ್ದಿಯೇನೋ!"

"ಅಂಥದೇನಿಲ್ಲ. ತುಂಬಾ ಚೆನ್ನಾಗಿದ್ದಾನಂತೆ" ಒಳಗೋಗಿಬಿಟ್ಟರು. ಹೇಮಂತ್‌ನ ಪೂರ್ಣ ಪ್ರಮಾಣದ ಪ್ರೀತಿಯನ್ನು ಅವರೇ ಪಡೆದುಕೊಂಡಿದ್ದಾರೆಂಬ ಅಸೂಯೆ ಕಾಡುತ್ತಲೇ ಇತ್ತು.

ಬಂದ ಮಾರನೆಯ ದಿನವೇ ಭಾಗಮ್ಮ ತರಕಾರಿ ಹೆಚ್ಚುತ್ತಾ "ಚೊಚ್ಚಲು ಬಸುರಿಗೆ ಶ್ರೀಮಂತ ಮಾಡೋದು ಯಾವಾಗ?" ನಿರುಪಮ ಮುಖ ದುಮುಗುಟ್ಟಿತು. ಇಲ್ಲದ ಖರ್ಚಿನ ಉಸಾಬರಿ ಯಾಕೆ? ಈಗ ಹೇಮಂತ್‌ನ ಸಂಬಳನೂ ಇಲ್ಲ. ಅಂಥದ್ದರಲ್ಲಿ ಇವೆಲ್ಲ ಹೇಗೆ ಪೂರೈಸಲು ಸಾಧ್ಯ?

"ದಿನ ದಿನೇ ಪದಾರ್ಥಗಳ ಧಾರಣೆ ಏರ್ತಾ ಇದೆ. ಯಾವ್ದೂಂತ ನೋಡ್ತೋಣ. ಮಗ್ಳ ಮೇಲೆ ಅಪ್ಪ ಅಮ್ಮಂಗೆ ಆಸೆ, ಅಕ್ಕರಾಸ್ತೆ ಇರ್ಬೇಕಾಗಿತ್ತು. ದರಿದ್ರದ ಸಂಬಂಧ ಕಟ್ಟಿಕೊಂಡಂಗಾಯ್ತು!" ಮನದಲ್ಲಿದ್ದ ವಿಷವನ್ನು ಕೊನೆಯಲ್ಲಿ ಕಕ್ಕಿದರು.

"ಪಾಪ, ಅವ್ರುಗಳು ತಾನೇ ಏನ್ಮಾಡ್ತಾರೆ? ಏಷ್ಟೋ ತಾಪತ್ರಯಗಳು ಇರುತ್ತೆ. ನಾಲ್ಕಾರು ಹೆಣ್ಣು ಹೆತ್ತೋರು, ನಾವ್ಯಾಕೆ ಆಕ್ಷೇಪಣೆ ಮಾಡ್ಬೇಕು? ಆ ಮಗು ಬೇರೇನಾ? ನಾವೇ ಮಾಡಿದ್ರಾಯ್ತು" ತುಂಬು ಮನಸ್ಸಿನಿಂದ ಹೇಳಿದರು.

ನಿರುಪಮ ಹಿಂದಿರುಗಿ ಅವರತ್ತ ನೋಡಿದರು. ತಲೆ ಬಗ್ಗಿಸಿಕೊಂಡು ತರಕಾರಿ ಹೆಚ್ಚುತ್ತಿದ್ದರು. ಮುಖದಲ್ಲಿ ಅಲೌಕಿಕವಾದ ಶಾಂತತೆ ಹೇಗೆ ಸಾಧ್ಯ? ಎಂದೂ ಸಿಡುಗುಟ್ಟಿದವರೇ ಅಲ್ಲ.

"ವಸಂತ್‌ಗೂ ಇಷ್ಟ ಇಲ್ಲ. ಏನಾದ್ರೂ ಹೇಳೋಕ್ಹೋದ್ರೆ ಹಾರಿ ಬೀಳ್ತಾನೆ" ಜಾರಿಕೊಳ್ಳುವ ಪ್ರಯತ್ನ ಮಾಡಿದರು.

"ಅವ್ನಿಗೇನು ಗೊತ್ತಾಗುತ್ತೆ? ನಾನು ಹೇಳ್ತೀನಿ, ಸುಮ್ನಿರು."

ಭಾಗಮ್ಮನವರು ಸಂಜೆನೇ ತಮ್ಮ ಕತ್ತಿನಲ್ಲಿದ್ದ ಎರಡೆಳೆ ಸರ ತೆಗೆದು ರಶ್ಮಿಯ ಕುತ್ತಿಗೆಗೆ ಹಾಕಿದರು.

"ಬೇಡ ಅಜ್ಜಿ..." ಪದೇ ಪದೇ ಹಂಗಿಸುವ ಅತ್ತೆಯ ಜ್ಞಾಪಕ ಬಂತು.

"ಇರ್ಲಿ ಬಿಡು, ಲಕ್ಷಣವಾಗಿ ಕಾಣುತ್ತೆ." ಎಂದುಬಿಟ್ಟರು.

ಮಗನಿಗೆ ಹೇಳಿ ಶ್ರೀಮಂತದ ಏರ್ಪಾಟು ಮಾಡಿಸಿಯೇಬಿಟ್ಟರು. ಬೀಗರಿಗೂ ಕಾಗದ ಬರಿಸಿದರು. ನಿರುಪಮ ಮುಖ ಧುಮ್ಮಿಸಿಕೊಂಡೇ ಓಡಾಡುತ್ತಿದ್ದರು.

ಯಾರಿಗೂ ಅವರ ಮಾತುಗಳನ್ನು ತಳ್ಳಿ ಹಾಕುವ ನೈತಿಕ ಧೈರ್ಯವಿರಲಿಲ್ಲ.

"ಮಗು, ಬಿಡುವಿದ್ಯಾ?" ವಸಂತ್‌ನ ಕೋಣೆಯ ಬಳಿ ಬಂದರು ಭಾಗಮ್ಮ.

"ಯಾಕಜ್ಜಿ?" ಹೊರಗೆ ಬಂದ. ಅವರುಗಳು ಬಂದಾಗಿನಿಂದ ಅವನ ಹಾರಾಟ ಕೂಗಾಟ ತಟಸ್ಥವಾಗಿತ್ತು. ಮನೆಯಲ್ಲಿ ಒಂದು ವಿಧವಾದ ನೆಮ್ಮದಿ ನೆಲೆಸಿತ್ತು. ಸೊರಗಿ ಮಂಕಾಗಿರುತ್ತಿದ್ದ ರಶ್ಮಿ ಗೆಲುವಿನಿಂದ ಓಡಿಯಾಡುತ್ತಿದ್ದಳು.

"ಸ್ವಲ್ಪ ಪೇಟೆಗೆ ಹೋಗ್ಬರ್ಬೇಕಿತ್ತು!" ಮೇಲಕ್ಕೂ ಕೆಳಕ್ಕೂ ನೋಡಿದ. ಅವನು ಅಮ್ಮನ ಮಗನೇ.

"ತಗೋ" ಅವನ ಕೈಯಲ್ಲಿ ನೋಟುಗಳನ್ನು ಇಟ್ಟರು. ಎಷ್ಟೋ ದಿನದಿಂದ ಅವರ ಪೆಟ್ಟಿಗೆಯಲ್ಲಿ ಶೇಖರವಾಗಿತ್ತು. ಎಂದಾದರೂ ಬೇರೆ ಕಡೆ ಹೊರಟಾಗ ರಾಯರು ಮನೆಯ ಖರ್ಚಿಗೆಂದು ಹೆಂಡತಿಯ ಕೈಯಲ್ಲಿ ಹಣವಿರಿಸಿ ಹೋಗುತ್ತಿದ್ದರು. ಪುನಃ ಅದರ ಬಗ್ಗೆ ಕೇಳುತ್ತಿರಲಿಲ್ಲ. ಅದನ್ನು ಖರ್ಚು ಮಾಡೋ ಅವಕಾಶ ಅವರಿಗೆ ಇದುವರೆಗೂ ಸಿಕ್ಕಿರಲಿಲ್ಲ. ಬರುವಾಗ ಅದನ್ನೆಲ್ಲ ತಂದಿದ್ದರು.

"ಹಸಿರು ಕಲರ್‌ನ ಅಂಚು, ಸೆರಗು ಇರೋ ರೇಷ್ಮೆ ಸೀರೆ, ಚೋಲಿ ಬಟ್ಟೆ ತಗೊಂಡ್ಬಾ. ಒಡಲೆಲ್ಲ ಬುಟ್ಟ ಇರಲಿ. ರಶ್ಮಿ ನಿರುಪಮನ ಜೊತೇಲಿ ಕರ್ಕೊಂಡ್ಹೋಗು."

ವಸಂತ್ ಗರಬಡಿದವನಂತೆ ನಿಂತುಬಿಟ್ಟ. ದುರಾಸೆ ಅವನ ಕರ್ತವ್ಯ ಪ್ರಜ್ಞೆಯನ್ನೇ ಮರೆಸಿಬಿಟ್ಟಿತ್ತು.

"ಮಗು ಒಪ್ಪಿದ ಸೀರೇನ ಕೊಡ್ಸು. ಈ ಸಮಯದಲ್ಲಿ ಅವ್ಳು ನಗಾನಗ್ತಾ ಇರ್ಬೇಕೂ. ಅವ್ಳು ಅತ್ತು ಕಣ್ಣೀರು ಹಾಕಿದ್ರೆ ನಿಂಗೆ ಶ್ರೇಯಸ್ಸಲ್ಲ." ಕೆನ್ನೆಗೆ ಹೊಡೆದು ಬುದ್ಧಿ ಹೇಳಿದಂತಾಯಿತು.

ಸುಮ್ಮನೇ ಎಣಿಸಿ ನೋಡಿ "ಇಷ್ಟು ಬೇಕಾಗೋಲ್ಲ" ದುರಾಸೆಯ ಮನದಲ್ಲಿ ಕೂಡ ಆಶಾಕಿರಣ ಮಿಂಚಿದಂತಾಯಿತು.

"ಮಿಕ್ಕಿದ್ದು ನಿನ್ನ ಖರ್ಚಿಗೆ ಇಟ್ಕೋ" ಗಡಿಬಿಡಿಯಿಂದ ಒಳಗೆ ಹೋದರು.

ರಾಶಿ ಚಕ್ಕುಲಿ ಹಿಟ್ಟು ಕಲಿಸಿ ಇಟ್ಟಿದ್ದರು. ದಣಿವಿಲ್ಲದೆ ಕೆಲಸ ಮಾಡುತ್ತಿದ್ದರು.

ಗೋಡೆಯ ಅಂಚಿಗೆ ರಂಗೋಲಿ ಬಿಡುತ್ತಿದ್ದ ನಿರುಪಮ ಅತ್ತೆಯ ಮಾತುಗಳನ್ನು ಕೇಳಿಸಿಕೊಂಡಿದ್ದರು. ಸಂತೋಷಪಡುವ ಬದಲು ಕೋಪಿಸಿಕೊಂಡರು.

"ಅಮ್ಮ ಬರ್ತೀಯಾ?" ಎಂದು ಸನಿಹದಲ್ಲಿ ಬಂದು ನಿಂತ.

"ನಾನು ಬರೋಲ್ಲ. ನಂಗೆ ಬೇರೆ ಕೆಲ್ಸವಿದೆ. ನಮ್ಮನ್ನು ಕೊಡೋದ್ರಲ್ಲಿ ಇವರ ಧಾರಾಳತನವೇನು? ಅಷ್ಟೋ ಇಷ್ಟೋ ಆಸ್ತಿ ಇದೆಯನ್ನೋ ನೆಮ್ಮದಿ ಇತ್ತು. ಇನ್ಮೇಲೆ ಅದೂ ಅಲ್ಲ. ಹೋಗೋದ್ರಲ್ಲಿ ಎಲ್ಲಾ ಖಾಲಿ ಮಾಡಿ ಹೋಗ್ಬಿಡ್ತಾರೆ!" ಮೆಲುವಾಗಿಯೇ ಅಂದರು. ಜೋರಾಗಿ ಅನ್ನುವ ಧೈರ್ಯವಿಲ್ಲ.

"ತಾತ ವರಾಂಡದಲ್ಲೇ ಕೂತಿದ್ದಾರೆ" ಪಿಸುಗುಟ್ಟಿದ.

"ಇರ್ಲಿ ಬಿಡು, ಇರೋದನ್ನ ತಾನೇ ಅನ್ನೋದು. ಅವ್ಳನ ಉಬ್ಬಿಸಿ ಅಟ್ಟದ್ಮೇಲೆ ಕೂಡಿಸ್ತ ಇದ್ದಾರೆ. ನಾಳೆ ಯಾರ ಮಾತು ಕೇಳೋಲ್ಲ." ರಶ್ಮಿಯನ್ನು ಕುರಿತು ಹೇಳಿದ್ದೆಂದು ಅವನಿಗೆ ಅರ್ಥವಾಯಿತು.

ರಾಯರ ಕಿವಿಗೆ ಈ ಮಾತುಗಳು ಬೀಳದೇ ಹೋಗಲಿಲ್ಲ. ನೊಂದುಕೊಳ್ಳಲಿಲ್ಲ. ಸೊಸೆಯ ಬಗ್ಗೆ ಸಹಾನುಭೂತಿಯುಂಟಾಯಿತು. ಸಂತೃಪ್ತಿ ಇಲ್ಲದ ಜೀವನಕ್ಕೆ ಅರ್ಥವಿಲ್ಲವೆನಿಸಿತು.

"ಹೋಗ್ಲಿ ಬಿಡಮ್ಮ, ಅಪರೂಪಕ್ಕೆ ಬಂದಿದ್ದಾರೆ. ಅವ್ರ ಮನಸ್ಯಾಕೆ ನೋಯಿಸ್ಬೇಕೂ!" ನಿರುಪಮ ತಲೆಯೆತ್ತಿ ಮಗನ ಕಡೆ ನೋಡಿದರು. ಈ ಮಾತುಗಳನ್ನ ಹೇಮಂತ್ ಆಡಿದ್ದರೇ ಆಶ್ಚರ್ಯಪಡುತ್ತಿರಲಿಲ್ಲ. ಆದರೆ ಆಡಿದವನು ವಸಂತ್.

ಮಲ್ಲಿಗೆ ಹೂವನ್ನು ಹಳೇ ಚಿಂದಿ ಬಟ್ಟೆಯಲ್ಲಿ ಸುತ್ತಿಟ್ಟರೂ, ಅದಕ್ಕೂ ಮಲ್ಲಿಗೆಯ ಸುವಾಸನೆ ಬರುತ್ತೆ. ಅದರ ಸುವಾಸನೆಯಲ್ಲಿ ಇಡೀ ಪರಿಸರವೇ ತುಂಬಿಹೋಗುತ್ತೆ. ಹೇಳುವ ಮಾತುಗಳು ಸುಳ್ಳಲ್ಲವೆನಿಸಿತು. ಆ ಬದಲಾವಣೆ ಬೇಕಿಲ್ಲ. ಅದು ಆಕೆಯ ಜಾಯಮಾನಕ್ಕೆ ಒಗ್ಗಿದ್ದಲ್ಲ.

"ಹೇಗೂ ಕಾಗ್ದ ಬರಿಸಿದ್ದಾಗಿದೆ. ಅವಳಪ್ಪ ಅಮ್ಮ ಬರಬೋದು. ಸೀರೆ ಅವ್ರೆ ತರ್ತಾರೆ. ಸುಮ್ನಿದ್ದುಬಿಡು."

ವಸಂತ್ ಯೋಚಿಸುತ್ತ ನಿಂತ.

"ಅಜ್ಜಿ ಮನಸ್ಸಿಗೆ ಬೇಸರವಾಗುತ್ತೆ. ನಾನು ರಶ್ಮಿ ಹೋಗಿ ತಂದ್ಬಿಡ್ತೀವಿ" ಕೋಣೆಯ ಕಡೆ ಹೆಜ್ಜೆ ಹಾಕಿದ.

ನಿರುಪಮ ಸಂಕಟದಿಂದ ಕುದಿದರು. ಈ ಮಗನೂ ತಮ್ಮ ಕೈ ಬಿಟ್ಟು ಹೋಗುತ್ತಿದ್ದಾನೆನಿಸಿತು. ಹೊರಳಾಡಿ ಅಳಬೇಕೆನಿಸಿತು. ತಾವು ಕಟ್ಟಿದ ಭವ್ಯ ಕನಸುಗಳೆಷ್ಟು! ಅವೆಲ್ಲ ಧೂಳೀಪಟವಾಯಿತೆನಿಸಿತು.

ಎರಡು ಗಂಡು ಮಕ್ಕಳು ಆದಾಗ, ನಿರುಪಮ ಬಿಗುಮಾನದಿಂದ ಓಡಿಯಾಡಿದ್ದರು. ಅವರ ಸುಂದರ ರೂಪು ಬುದ್ಧಿವಂತಿಕೆಯನ್ನು ಕಂಡಾಗ ಸ್ವಪ್ನದಲ್ಲಿ ತೇಲಾಡಿದ್ದರು. ಏನೇನೋ ಲೆಕ್ಕಾಚಾರ ಹಾಕುತ್ತಿದ್ದರು. ತಾವು ಸಂಪಾದಿಸಲಾಗದ್ದನ್ನು ಬೀಗರಿಂದ ಪಡೆದು ಮೆರೆಯಬೇಕೆಂದು ನಿಶ್ಚಯಿಸಿದ್ದರು. ವಸಂತ್ ಮದುವೆ ವಯಸ್ಸಿಗೆ ಬಂದ ಮೇಲೆ ಸದಾ ವರದಕ್ಷಿಣೆ, ವರೋಪಚಾರದ ಬಗ್ಗೆಯೇ ಮಾತಾಡುತ್ತಿದ್ದರು. ಅವನ ತಲೆಗೆ ಅಮಲೇರಿದಂತಾಗಿತ್ತು. ಹೆಚ್ಚಿನ ಗತ್ತಿನಿಂದ ಹಾರಾಡುತ್ತಿದ್ದ.

"ಬರ್ತೀನಿ ಅತ್ತೆ" ಬೆಚ್ಚಿಬಿದ್ದರು.

ವಸಂತ್, ರಶ್ಮಿ ಎದುರು ನಿಂತಿದ್ದರು. ಭಾಗಮ್ಮ, ರಾಯರು ಬಂದ ಮೇಲೆ ಅವಳ ಮುಖಕ್ಕೆ ರಂಗೇರಿತ್ತು. ಮುಖ ತಿರುಗಿಸಿಕೊಂಡು ಕೋಣೆಯತ್ತ ನಡೆದರು.

ಹೊರಗೆ ಬಂದ ಭಾಗಮ್ಮನವರು "ಮಗು, ರಶ್ಮಿನ ಆಟೋದಲ್ಲಿ ಕರ್ಕ್ಕೊಂಡ್ಹೋಗ್ಬೇಡ. ವಿಪರೀತ ಕುಲುಕುತ್ತೆ. ಟ್ಯಾಕ್ಸಿ ಮಾಡ್ಕೊಂಡು ಕರ್ಕ್ಕೊಂಡ್ಹೋಗು." ಹಾಗೇ ಲೇಡಿ ಡಾಕ್ಟ್ರಿಗೆ ತೋರ್ಸಿಕೊಂಡು ಏನಾದ್ರೂ ಟಾನಿಕ್ ಬರ್ಸಿಕೊಂಡ್ಬಾ" ಎಂದರು.

ರಶ್ಮಿಯ ಬಗ್ಗೆ ಅವರ ಅಂತಃಕರಣ ಮಿಡಿಯುತ್ತಿತ್ತು. ಸೊಸೆಗೆ ಬುದ್ಧಿ ಹೇಳಲು ಹೋಗಲಾರರು. ಹೇಳಿದರೂ ಕೇಳಿಯಾಳೆಂಬ ಭರವಸೆ ಅವರಿಗಿಲ್ಲ.

"ಆಯ್ತು ಅಜ್ಜಿ, ನನ್ಮೇಲ್ಗಿಂತ ನಿನ್ಗೆ ರಶ್ಮಿ ಮೇಲೇನೇ ಪ್ರೀತಿ ಹೆಚ್ಚು" ಭಾಗಮ್ಮನವರು ನಕ್ಕುಬಿಟ್ಟರು.

ರಾಯರು "ಭಾಗೂ...." ವರಾಂಡದಿಂದಲೇ ಕೂಗಿದರು. ನೆರಿಗೆಗಳನ್ನು ಸರಿಪಡಿಸಿಕೊಂಡು ಅತ್ತ ನಡೆದರು. ರಾಯರ ಕೂಗು ಅವರಿಗೆ ಇಂದಿಗೂ ಅಮೃತ ಚೇತನ.

"ಏನೂ..." ಅಡಿಯಿಂದ ಮುಡಿಯವರೆಗೂ ನೋಡಿದರು. ತೀರಾ ದಣಿದಿದ್ದರೂ ತೋರಿಸಿಕೊಳ್ಳದೇ ಓಡಾಡುತ್ತಿದ್ದ ಹೆಂಡತಿಯನ್ನು ನೋಡಿ ಅವರಿಗೆ ಸಹಾನುಭೂತಿಯುಂಟಾಯಿತು.

"ದಣಿದಿದ್ದಿ. ತುಂಬಾ ಆಯಾಸ ಮಾಡ್ಕೋಬೇಡ."

ಭಾಗಮ್ಮನವರ ಕಣ್ಣಲ್ಲಿ ತಕ್ಷಣ ಹನಿ ಇಣುಕಿತು. ಮದುವೆಯಾದಾಗಿನಿಂದ ಇಂದಿನವರೆಗೂ ಎಂದೂ ಅವರ ಮನಸ್ಸನ್ನು ನೋಯಿಸಿರಲಿಲ್ಲ. ಶ್ರೀಕಾಂತನ ಬಗ್ಗೆ ತೋಡಿಕೊಂಡು ಅತ್ತಾಗ ತಾವೇ ಸಮಾಧಾನ ಮಾಡಿದ್ದರು.

"ಅಂಥದ್ದು ಏನಿಲ್ಲ. ನಿರುಪಮ ಎಷ್ಟೂಂತ ಮಾಡ್ತಾಳೆ. ಮಗನ ಕೊರಗಿನಲ್ಲಿ ಸೊರಗಿ ಅರ್ಧವಾಗ್ಬಿಟ್ಟಿದ್ದಾಳೆ."

ವಸಂತ್, ರಶ್ಮಿ ಮುಖ ಮುಖ ನೋಡಿಕೊಂಡರು. ಎಷ್ಟೋ ಸಲ ನಾಯಿಗಳಂತೆ ಕಚ್ಚಾಡುತ್ತಿದ್ದರು. ಮಡದಿಯ ಮೇಲೆ ಕೈ ಮಾಡುವವರೆಗೂ ಹೋಗುತ್ತಿದ್ದ ವಸಂತ್. ಅವಳ ಕಣ್ಣೀರಿಗೆ ಬೆಲೆ ಇರಲಿಲ್ಲ.

ಮುಂದೆ ಇಳಿವಯಸ್ಸಿನಲ್ಲಿ ತಾವಿಬ್ಬರೂ ಹೇಗಿರಬಹುದು? ರಶ್ಮಿ ಯೋಚಿಸ ತೊಡಗಿದಳು. ಇದೇ ರೀತಿ ನಡೆದರೆ ಪ್ರೀತಿ, ಗೌರವ, ಅಭಿಮಾನ ಎಲ್ಲಾ ಸತ್ತು ಹೋಗಿರುತ್ತೆ. ಜೀವಂತವಲ್ಲದ ಬಾಳುವೆಯಾಗುತ್ತೆ. ದೀರ್ಘವಾಗಿ ನಿಟ್ಟುಸಿರುಬಿಟ್ಟಳು.

"ಹೊತ್ತಾಗುತ್ತೆ" ವಸಂತ್ ವರಾಂಡದತ್ತ ಹೆಜ್ಜೆ ಹಾಕಿದ.

"ತಾತ....." ಏನೋ ಹೇಳಲು ಬಾಯಿ ತೆರೆದ. ರಾಯರು ಮೃದುವಾಗಿ ನಗುತ್ತಾ "ಹೋಗ್ಬನ್ನಿ, ಹೊತ್ತಾಗುತ್ತೆ" ಎಂದರು.

ರಾಯರ ಕಿವಿಗೆ ತಾಯಿ ಆಡಿದ ಮಾತುಗಳು ಬಿದ್ದಿರಬಹುದೆಂಬ ಅನುಮಾನ! ಆದರೆ ಎಂದೂ ಮನಸ್ಸಿನ ಸಮಾಧಾನವನ್ನು ಕಳೆದುಕೊಳ್ಳಲಾರರೆಂದು ಬಲ್ಲ.

ಹೊಸಲು ದಾಟಿ ಹೊರಗೆ ಬಂದರು. ಈಚೆಗೆ ಅವರಿಬ್ಬರೂ ಒಟ್ಟಿಗೆ ಹೊರಗೆ ಹೋಗಿದ್ದೇ ಇಲ್ಲ. ದಿನ ಒಂದಲ್ಲ ಒಂದಕ್ಕೆ ರಾಮಾಯಣ. ಅಮ್ಮ ಅಪ್ಪನ ನಿಂದೆಗಳನ್ನ ಕೇಳಿ ಬೇಸತ್ತು ಉದಾಸೀನಳಾಗಿಬಿಟ್ಟಿದ್ದಳು.

ವಸಂತ್ ಪಕ್ಕಕ್ಕೆ ತಿರುಗಿದ. ರಶ್ಮಿ ಅವನಿಂದ ಅಷ್ಟು ದೂರಕ್ಕೆ ನಡೆಯುತ್ತಿದ್ದಳು. ನಗು ಬಂತು.

"ಯಾಕೆ ಅಷ್ಟು ದೂರ ಸರಿದು ನಡೀತಾ ಇದ್ದೀಯಾ?" ರಶ್ಮಿ ಮುಖವನ್ನು ಅವನತ್ತ ತಿರುಗಿಸದೇ "ಈ ಅಂತರ ಮೊದಲಿನಿಂದ ಇದ್ದಿದ್ದೇ. ನೀವುಗಳು ಕೇಳಿದ್ನೆಲ್ಲ

ಕೊಟ್ಟು ಸರಿಪಡ್ಸೋಕೆ ನಮ್ಮಪ್ಪನಿಗೆ ಚೈತನ್ಯ ಇಲ್ಲ" ಬಿಗುಮಾನದಿಂದ ನಡೆಯುತ್ತಲೇ ಇದ್ದಳು.

ಬೇರೆ ಸಂದರ್ಭಗಳಲ್ಲಾಗಿದ್ದರೇ ವಸಂತ್‌ನಿಗೆ ಕೋಪ ಬರುತ್ತಿತ್ತು. ಜೋರಾಗಿ ಹಾರಾಡಿಯೂ ಬಿಡುತ್ತಿದ್ದ. ಯಾಕೋ ಇಂದು ಕೋಪ ಬರಲಿಲ್ಲ.

"ಸದ್ಯಕ್ಕೆ ಈ ಕಡೆ ಬಾ. ಆಮೇಲೆ ಮನೆಗ್ಹೋಗಿ ಯೋಚಿಸೋಣ."

ಎರಡು, ಮೂರು ಅಂಗಡಿಯಲ್ಲಿ ಹುಡುಕಾಡಿ ಮಡದಿಗೆ ಒಪ್ಪುವಂಥ ಸೀರೆಯನ್ನೇ ಖರೀದಿಸಿದ. ಕ್ಲಿನಿಕ್‌ಗೆ ಕರೆದೊಯ್ದ. ಅವರು ಬರೆದುಕೊಟ್ಟ ಟಾನಿಕ್‌ಗಳನ್ನು ಒದರಾಡದೇ ಕೊಂಡ. ಧಾರಾಳವಾಗಿ ಹಣ್ಣು, ಹೂ ಖರೀದಿಸಿದ.

ರಶ್ಮಿ ಪವಾಡ ಕಂಡಂತೆ ಬೆರಗಾದಳು. ಇದು ನಿಜವೋ, ಕನಸೋ? ಯೋಚಿಸುವಂತಾದಳು.

"ಇಲ್ಲಿ ಕೊಡು" ಸೀರೆ ಪ್ಯಾಕೆಟನ್ನು ತಾನೇ ಎತ್ತಿಕೊಂಡ.

"ನಿಂಗೆ ಏನಾದ್ರೂ ಬೇಕಾ?"

ರಶ್ಮಿ ಶಿಲೆಯಂತೆ ನಿಂತುಬಿಟ್ಟಳು. ವಸಂತ್ ಎಂದೂ ಹೀಗೇ ಸಮಾಧಾನವಾಗಿ ವರ್ತಿಸಿರಲಿಲ್ಲ. ಹಾರಾಟ, ರೇಗಾಟ, ಕೊಸರಾಟ, ನಿಂದನೆ ಇವೆಲ್ಲ ಮಾಮೂಲಾಗಿ ಬಿಟ್ಟಿತ್ತು.

ಬಲವಂತದಿಂದ ಉಗುಳು ನುಂಗಿ "ನಂಗೇನು ಬೇಡ" ಅಂದಳು. ಕಣ್ಣಂಚಿನಲ್ಲಿ ಕಂಬನಿ ಶೇಖರವಾಯಿತು.

"ಏಯ್... ಇದು ಮನೆಯಲ್ಲ" ಬೆನ್ನ ಮೇಲೆ ಒಂದೇಟು ಹಾಕಿದ.

ಭಾಗಮ್ಮನವರ ಮಾತು ಮೀರಲಿಲ್ಲ. ಟ್ಯಾಕ್ಸಿಯಲ್ಲೇ ರಶ್ಮಿಯನ್ನು ಮನೆಗೆ ಕರೆತಂದ. ಅವನ ತಲೆ ದಿಮ್ಮೆನ್ನುತ್ತಿತ್ತು. ಎಷ್ಟೋ ಸಲ ತಾನು ಪುನಃ ಮದುವೆಯಾಗುವುದಾಗಿ ಮಡದಿಯ ಮುಂದೆ ಹಾರಾಡಿದ್ದ.

"ಅಜ್ಜಿ..." ಎನ್ನುತ್ತಲೇ ಅಡಿಗೆಯ ಮನೆ ಬಾಗಿಲಿಗೆ ಬಂದ. ಇನ್ನೂ ಚಕ್ಕುಲಿ, ಉಂಡೆಯ ಕೆಲಸ ಮುಗಿದಿರಲಿಲ್ಲ. ರಾಯರು ಕೈಚೌಕದಿಂದ ಹೆಂಡತಿಯ ಮುಖದ ಮೇಲಿನ ಬೆವರನ್ನು ಒತ್ತುತ್ತಿದ್ದರು. ಆ ನೋಟದಲ್ಲಿದ್ದ ಪ್ರೀತಿಯ ಪ್ರಜ್ವಲವನ್ನು ಕಂಡು ಬೆರಗಾದ.

"ನಾನು ಅಷ್ಟು ಮಾಡ್ತೀನಿ. ನೀನೂ ಸುಧಾರಿಸ್ಕೊ."

ಭಾಗಮ್ಮನವರ ಸುಕ್ಕಾದ ಮುಖದಲ್ಲೂ ಕೆಂಪು ಮೂಡಿತು. ನಾಚಿದಂತೆ ತಲೆ ಬಗ್ಗಿಸಿ "ಸದ್ಯ ಏನೂ ಬೇಡ, ಎಲ್ಲಾ ಮುಗೀತು" ಎಂದರು.

ವಸಂತ್ ಬಾಗಿಲಿಗೆ ಒರಗಿ ನಿಂತ. ಆ ದೃಶ್ಯ ಅವನ ಪಾಲಿಗೆ ಅಪ್ಯಾಯಮಾನವಾಗಿತ್ತು. ಸ್ವಂತ ವ್ಯಕ್ತಿತ್ವವನ್ನೇ ಮರೆತು ಬೆಳೆದಿದ್ದ. ತಾಯಿತಂದೆಯರ ದುರಾಸೆಯ ಲೆಕ್ಕಾಚಾರದ ಜೀವನದಲ್ಲಿ ಬೆರತುಹೋಗಿದ್ದ.

ರಶ್ಮಿಯ ಬಗೆಗೆ ಅವನು ಇದುವರೆಗೂ ಅನುಭವಿಸದ ಒಂದು ಮಧುರಭಾವ ಹುಟ್ಟಿಕೊಂಡಿತು. ಹಿಂದೆ ಎಂದೂ ಈ ತೆರನಾದ ಭಾವ ಉದಯಿಸಿರಲಿಲ್ಲ. ಇದುವರೆಗೂ ಲೆಕ್ಕಾಚಾರದ ದಿಕ್ಕಿನಲ್ಲಿ ಪ್ರವಹಿಸುತ್ತಿದ್ದ ಜೀವನವಾಹಿನಿ ಒಮ್ಮೆಲೇ ಬೇರೆ ಪಾತ್ರವನ್ನು ಕೊರೆದುಕೊಂಡು ಪ್ರವಹಿಸಲಾರಂಭಿಸಿತು.

"ಮಗು ಬಂದ್ಯಾ" ರಾಯರ ಧ್ವನಿ ಅವನನ್ನು ಎಚ್ಚರಿಸಿತು.

ಮೃದುವಾಗಿ ನಕ್ಕು "ಹೇಮಂತ್ ನಿಜವಾಗಿ ಅದೃಷ್ಟವಂತ. ಅವ್ನು ಪ್ರೀತಿಯ ಅಮೃತ ಸರೋವರದಲ್ಲಿ ಸದಾ ತೇಲಾಡಲು ಇಷ್ಟಪಡುತ್ತಿದ್ದ." ಒಗಟಿನಂತೆ ನುಡಿದ.

ರಾಯರು ಗಂಭೀರವಾಗಿ ಮುಗುಳ್ನಕ್ಕರು. ತಟ್ಟನೇ ಹೇಮಂತನ ಜ್ಞಾಪಕ ಬಂತು. ಮನಸ್ಸು ದುರ್ಬಲವಾಗಲು ಹೊರಟಿತು. ಹಂಬಲ ಅಧಿಕವಾಯಿತು.

"ರಶ್ಮಿ ಒಪ್ಪಿದಂಥ ಸೀರೇನೇ ಕೊಡ್ಸಿದ್ದೀನಿ."

"ಒಂದ್ನಿಮಿಷ, ಕೈ ತೊಳ್ಕೊಂಡ್ಬಂದ್ಬಿಡ್ತೀನಿ. ನಿರುಪಮ ಕೋಣೆಯಲ್ಲಿದ್ರೆ ಸ್ವಲ್ಪ ಕರೀ" ಎಂದರು.

ಮಗ, ಸೊಸೆ ಹೊರಟಾಗಿನಿಂದ ನಿರುಪಮ ಕೋಣೆ ಹೊರಗೆ ಬರಲಿಲ್ಲ. ಮನ ಸೋತು ಮಂಕಾಗಿತ್ತು. ವಿವೇಚನೆ ಕುಸಿದಿತ್ತು.

"ಅಮ್ಮ, ಹೊರಗಡೆ ಬಾ. ಅಜ್ಜಿಗೆ ಸ್ವಲ್ಪ ಸಹಾಯ ಮಾಡು. ಅವರೊಬ್ರೇ ಎಷ್ಟೂಂತ ಮಾಡಿಯಾರು!" ಅವನ ಧ್ವನಿಯಲ್ಲಿ ಆಕ್ಷೇಪಣೆ ಇದ್ದಂತೆ ಕಂಡಿತು. ಅವರ ಕಣ್ಣುಗಳು ಕಿಡಿಗಳನ್ನು ಕಾರಿತು.

"ಒಂದ್ನಿಮಿಷ ಬನ್ನಿ" ರಶ್ಮಿಯ ಧ್ವನಿ ಕೇಳಿಸಿತು. ವಸಂತ್ ಹೊರಗೆ ಹೋದ.

ಬೀಗರು ಬಂದು ಇಳಿದಿದ್ದರಿಂದ ನಿರುಪಮ ಬಿಗುಮಾನದಿಂದಲಾದರೂ ಓಡಿಯಾಡಿದರು. ಇಲ್ಲಿ ತಮ್ಮ ಯಜಮಾನಿಕೆಯ, ಅತ್ತೆತನದ ಬೆಲೆ ಕಡಿಮೆಯಾಗಕೂಡದು. ಶ್ರೀಮಂತವನ್ನು ಸಂಭ್ರಮದಿಂದ ಆಚರಿಸಿ ಚುಚ್ಚು ವ್ಯಂಗ್ಯ ಬಾಣಗಳನ್ನು ಎಸೆದು, ಅವರನ್ನು ಹೀಯಾಳಿಸಿ ಕೊಡಬೇಕಾದುದನ್ನು ವಸೂಲು ಮಾಡಬೇಕೆಂದು ನಿರ್ಧರಿಸಿದರು.

"ನೀವು ತಾಯಿ ಮನೆಯವ್ರು. ಆಸೆ, ಅಕ್ಕರಾಸ್ತೆ ಜಾಸ್ತಿ. ಬೇಕಾದ್ದು ಮಾಡಿ; ನಾವು ಮನೆ ಸೊಸೆಗೇಂತ ಮಾಡಿದ್ದೀವಿ." ಬಿಡಿಸಿ ಬಿಡಿಸಿ ಅವರಿಗೆ ಹೇಳಿದರು.

ಅವರು ಈಗಾಗಲೇ ಒಬ್ಬ ಮಗಳನ್ನು ಬಾಣಂತನಕ್ಕೆ ಕರೆದು ತಂದಿದ್ದರು. ಇವಳನ್ನು ಕಷ್ಟವೋ ಸುಖವೋ ಕರೆದೊಯ್ಯುತ್ತಿದ್ದರು. ಆದರೆ ಕಳುಹಿಸಿದಾಗ ತಲೆ ಬಿಸಿಯಾಗುತ್ತಿತ್ತು. ಮದುವೆಯಲ್ಲಿ ಕೊಟ್ಟ ಸೂಟ್ ಚೆನ್ನಾಗಿಲ್ಲ. ಬೇರೆಯದನ್ನು ಕೊಡಬೇಕೆಂದು ಇವರ ತಗಾದೆ ಮೊದಲೇ ಶುರುವಾಗಿತ್ತು. ಮಗುಗೆ ಉಂಗುರ, ಸರ, ಕಾಲುಚೈನ್, ಕಿವಿಗೆ ಲೋಲಾಕ್ ಯಾವುದು ಕಮ್ಮಿಯಾದರೂ ಬೀಗಿತ್ತಿ ಒಪ್ಪುವಂತಿಲ್ಲ. ಅವರಿಗೆ ದಿಕ್ಕು ತೋಚದಂತಾಗಿತ್ತು. ಇನ್ನು ಕೊಡಬೇಕಾದವುಗಳ ದೊಡ್ಡ ಲಿಸ್ಟ್ ನಿರುಪಮ ಬಳಿ ಇತ್ತು. ಇವನ್ನೆಲ್ಲ ಹೇಗೆ ಪೂರೈಸಿಯಾರು? ಅದರಿಂದಲೇ ಎದೆ ಕಲ್ಲು

ಮಾಡಿಕೊಂಡು ಇತ್ತ ತಲೆಹಾಕದೆ ಇದ್ದುಬಿಟ್ಟಿದ್ದರು. ಆದರೆ ಪತ್ರ ಬಂದಾಗ ತಾಯಿ ಕರುಳು ಕೇಳೀತೇ! ಅತ್ತು ಕರೆದು ದೇವರ ಮೇಲೆ ಭಾರ ಹಾಕಿ ಬಂದುಬಿಟ್ಟಿದ್ದರು.

ರಶ್ಮಿಯ ತಾಯಿಯ ಮುಖ ಇಳಿದುಹೋಯಿತು. ತಾವು ಬಂದು ತಪ್ಪು ಮಾಡಿದೆವೇನೋ! ಯೋಚಿಸತೊಡಗಿದರು.

"ಯಾಕೆ ಮಂಕಾಗಿ ಕೂತ್ರಿ?" ಭಾಗಮ್ಮ ಬಂದು ಕಳಕಳಿಯಿಂದ ವಿಚಾರಿಸಿದರು. ಅವರ ಶರೀರದಲ್ಲಿ ಏನೋ ಹೊಕ್ಕಂತಾಗಿತ್ತು. ತಾವು ವಯಸ್ಸಾದವರು ಎಂಬುದನ್ನೇ ಮರೆತಂತೆ ಓಡಾಡುತ್ತಿದ್ದರು.

"ಏನಿಲ್ಲ" ತಡವರಿಸಿದರು.

"ಸ್ವಲ್ಪ ಬನ್ನಿ" ಒಳಗಡೆ ಕರೆದೊಯ್ದರು. ಯಾವುದೋ ಕೆಲಸ ಹಚ್ಚಿಕೊಟ್ಟರು, ಮಂಕಾಗಿ ಕೂಡಲು ಬಿಡಲಿಲ್ಲ.

ಮಧ್ಯಾಹ್ನ ಒಂದಷ್ಟು ಜನಕ್ಕೆ ಊಟವಾಯಿತು. ಮನೆ ಸಂಭ್ರಮದಿಂದ ತುಂಬಿಕೊಂಡಿತು.

ನಿರುಪಮ ನಿಮಿಷ ನಿಮಿಷಕ್ಕೂ ಬಾಗಿಲು ಕಡೆ ನೋಡುತ್ತಿದ್ದರು. ತಾವೇ ಸ್ವತಃ ಮಗನೊಂದಿಗೆ ಹೋಗಿ ರೇಖಾಳನ್ನು ಆಹ್ವಾನಿಸಿ ಬಂದಿದ್ದರು. ಮನದ ಆಸೆ ಚಿವುಟಿಹೋಗಿರಲಿಲ್ಲ.

"ವಸಂತ್..." ಮಗನನ್ನು ಕೂಗಿದರು. ರೇಖಾ ಬರದಿದ್ದುದು ಅವರಿಗೆ ದೊಡ್ಡ ಕೊರತೆಯಾಗಿತ್ತು.

"ಸ್ವಲ್ಪ ರಾಜಗೋಪಾಲ್ ಮನೆಗೆ ಹೋಗ್ಬರ್‍ತೀಯಾ?" ಅವನು ಹಿಂದೆಗೆದ. ಹೇಮಂತ್ ಬಂದರೂ ರೇಖಾಳನ್ನು ಮದುವೆಯಾಗುವ ಭರವಸೆ ಇರಲಿಲ್ಲ. ಅಂಥ ಶ್ರೀಮಂತರು ಒಮ್ಮೆ ಅವಮಾನಗೊಂಡು ಪುನಃ ಈ ಮನೆಗೆ ಹೆಣ್ಣು ಕೊಡಲು ಸಮ್ಮತಿಸಲಾರರು. ಪದೇ ಪದೇ ಹೋದರೆ ಗೌರವ ಇರಲಾರದು.

"ಬೇಡಮ್ಮ, ಅವ್ರುಗಳು ಮೇಲೆ ಆಡದಿದ್ರೂ ನಮ್ಮಗಳ ಬಗೆಗೆ ಬೇಸರ ಇದೆ. ಸಾಮಾನ್ಯ ಜನರಾಗಿದ್ರೆ ಹಾದಿ ಬೀದಿ ರಂಪ ಮಾಡ್ಬಿಡ್ತಿದ್ರು. ನಾವು ಆದಷ್ಟು ಆ ಕಡೆ ಹೋಗ್ದೇ ಇರೋದೇ ಒಳ್ಳೇದು."

ಮಗನ ಮೇಲೆ ಕೋಪ, ಬೇಸರ ಒಟ್ಟಿಗೆ ಬಂತು. ಆದರೆ ತೋರ್ಪಡಿಸಲು ಹೋಗಲಿಲ್ಲ.

"ಹೋಗ್ಲಿ ಬಿಡು" ಸರಿದು ಹೋದರು.

ಸಂಜೆ ಆರತಿಯ ವೇಳೆಗೆ ರೇಖಾ ಮತ್ತು ಅವಳ ಕೊನೆಯ ಅಣ್ಣ ಬಂದ. ಗೆಲುವಾಗಿದ್ದಳು. ರಟ್ಟಿನ ಪೆಟ್ಟಿಗೆಯಲ್ಲಿದ್ದ ಪ್ರೆಸೆಂಟೇಷನ್ ರಶ್ಮಿಗೆ ಕೊಟ್ಟಳು.

"ನೀವು ಮಧ್ಯಾಹ್ನ ಊಟಕ್ಕೆ ಬರಲಿಲ್ಲಾಂತ ಅತ್ತೆ ತುಂಬ ಪೇಚಾಡಿಕೊಂಡ್ರು. ಈಗಾದ್ರೂ ಊಟ ಮುಗ್ಸಿಕೊಂಡೇ ಹೋಗ್ಬೇಕೂ." ಹಸೆಯ ಮೇಲೆ ಕೂತಿದ್ದ ರಶ್ಮಿ ಪಿಸುಧ್ವನಿಯಲ್ಲಿ ಹೇಳಿದಳು.

ರೇಖಾ ಸುಮ್ಮನೇ ನಕ್ಕಳು.

ನಿರುಪಮ ಮಾತ್ರ ಹೊರಡಲು ಬಿಡಲಿಲ್ಲ. ಒಳಗೆ ಕರೆದೊಯ್ದರು.

ಕೂತಿದ್ದ ರಾಯರು "ನೀನು ರೇಖಾ ಅಲ್ವಾ ಮಗು!" ಎಂದರು. ಹೌದೆನ್ನುವಂತೆ ತಲೆಯಾಡಿಸಿದಳು.

ದಿಟ್ಟಿಸಿ ನೋಡಿದಾಗ ಹೇಮಂತ್ ತಾತನ ತದ್ರೂಪು ಎನಿಸಿತು. ಈ ವಯಸ್ಸಿನಲ್ಲೂ ಆರೋಗ್ಯವಂತ ಲಕ್ಷಣಗಳು ಅವರ ಮುಖದ ಮೇಲಿತ್ತು.

ಏನನ್ನಿಸಿತೋ ಬಗ್ಗಿ ಅವರ ಕಾಲುಗಳಿಗೆ ನಮಸ್ಕರಿಸಿದಳು. ವಿಚಿತ್ರವಾದ ಅನುಭೂತಿಯುಂಟಾಯಿತು.

"ನಿಮ್ಮ ತಂದೆ ಆರೋಗ್ಯವಾಗಿದ್ದಾರ?" ಮನಃಪೂರ್ವಕವಾಗಿ ಆಶೀರ್ವದಿಸಿ ಕೇಳಿದರು.

"ಹ್ಞೂಂ" ಎಂದಳು.

ಊಟ, ಉಪಚಾರ ಭರ್ಜರಿಯಾಗಿಯೇ ನಡೆಯಿತು. ದೊಡ್ಡ ಕರಿದ ತಿಂಡಿಯ ಪೊಟ್ಟಣ ಕಾರಿನೊಳಕ್ಕೆ ಬಂತು. ಭಾಗಮ್ಮನವರು ಕೂಡ ಬಾಯಿ ತುಂಬ ಮಾತಾಡಿಸಿದ್ದರು. ಮನದಲ್ಲಿ ಹೇಮಂತ್‌ನ ಜೊತೆಗೆ ನಿಲ್ಲಿಸಿ ನೋಡಿದರು, ತೃಪ್ತಿಯಾಯಿತು.

"ಬರ್ತೀನಿ" ರೇಖಾ ಕಾರು ಹತ್ತಿದಳು. ಅವಳ ಮನ ಬರಿದಾಯಿತು. ಹೇಮಂತ್‌ನ ಆ ಮನೆ ಅವಳಿಗೂ ಪ್ರಿಯವೇ. ಅಲ್ಲಿದ್ದಾಗ ಏನೋ ಒಂದು ರೀತಿಯ ತೃಪ್ತಿ ಸಮಾಧಾನಗಳು ಸಿಗುತ್ತಿದ್ದವು.

* * * *

ಮಾರನೆಯ ದಿನದ ಬೆಳಿಗ್ಗೆಯೇ ರಾಯರು, ಭಾಗಮ್ಮ ಹೊರಟು ನಿಂತರು. ಎಲ್ಲರೂ ಒಂದಲ್ಲ ಒಂದು ರೀತಿಯ ಸಂಕಟಕ್ಕೆ ಒಳಗಾದರು.

ಶ್ರೀಕಾಂತು ಮುಖ ಕೆಳಗೆ ಹಾಕಿ "ಅಣ್ಣ, ಇಲ್ಲೇ ಇದ್ಬಿಡು. ಅಮ್ಮಂಗೆ ವಯಸ್ಸಾಯ್ತು. ಸುಮ್ನೇ ಅಲ್ಲೇಕೆ ತಾಪತ್ರಯಪಟ್ಕೋಬೇಕು!" ಅವರನ್ನು ಇಲ್ಲಿಯೇ ನಿಲ್ಲಿಸಿಕೊಳ್ಳಬೇಕೆಂದು ಮನಃಪೂರ್ವಕ ಹೇಳಿದ್ದರು.

ರಾಯರಿಗೆ ಯಾರ ಮೇಲೂ ಕೋಪ, ಅಸಮಾಧಾನವಿಲ್ಲ. ಆದರೆ ಹುಟ್ಟಿ, ಬೆಳೆದ ಮಣ್ಣಿನ ಆಕರ್ಷಣೆ ಪ್ರಬಲವಾಗಿತ್ತು. ಅಲ್ಲೇ ಬೆರೆತುಹೋಗಲು ಇಷ್ಟಪಡುತ್ತಿದ್ದರು.

"ಸದ್ಯಕ್ಕಂತೂ ಯಾವ ತಾಪತ್ರಯನೂ ಇಲ್ಲ. ಇನ್ನೂ ಅಷ್ಟು ದಿನ ಅಲ್ಲೇ ಉಳಿತೀವಿ" ಎತ್ತಲೋ ನೋಡುತ್ತ ಹೇಳಿದರು.

"ತಾತ, ಅಜ್ಜಿನ ಇಲ್ಲೇ ಬಿಟ್ಹೋಗಿ." ರಶ್ಮಿ ಮನದ ಉಮ್ಮಳ ತಡೆಯಲಾರದೇ ಹೇಳಿದಳು.

ರಾಯರು ಗಂಭೀರವಾದರು. ಭಾಗಮ್ಮ ಅವರಿಂದ ಬೇರೆಯೆಂದು ತಿಳಿದಿರಲಿಲ್ಲ. ನೋವು, ನಲಿವು ಒಟ್ಟಿಗೆ ಅನುಭವಿಸಿದ್ದರು. ಈಗ... ಸಾಧ್ಯವಿಲ್ಲವೆನಿಸಿತು.

"ಇಲ್ಲ ಮಗು, ಅವ್ಳು ನನ್ನ ಜೀವದ ಚೇತನ. ಅದಿಲ್ಲದ ಬದುಕಿಗೆ ಅರ್ಥವೇ ಇಲ್ಲ."

ವಸಂತ್, ಶ್ರೀಕಾಂತು ಬಸ್ಸು ಸ್ಟಾಂಡ್‌ವರೆಗೂ ಬಂದು ಬಸ್ಸು ಹತ್ತಿಸಿದರು.

"ಶ್ರೀಕಾಂತು ಒಮ್ಮೆ ಬಾ, ನಿಂಗೆ ಪತ್ರ ಬರೆದಿದ್ದೆ..." ಜಮೀನಿನ ವಿಷಯ ಜ್ಞಾಪಿಸಿಕೊಂಡರು.

"ಅಣ್ಣ, ನೀವು ಮಾಡಿದ್ದಕ್ಕೆ ನನ್ನ ವಿರೋಧವಿಲ್ಲ" ತಡವರಿಸಿದರು.

ಭಟ್ಟನಿಗೆ ಒಂದಷ್ಟು ಜಮೀನು ಕೊಡುವ ಬಗ್ಗೆ ನಿರುಪಮರ ವಿರೋಧವಿತ್ತು. ಪತ್ರ ಬಂದು ವಿಷಯ ತಿಳಿದಾಗ, ಅದಕ್ಕೆ ಒಪ್ಪಬಾರದೆಂದು ಕೂಗಾಡಿದ್ದರು.

ರಾಯರು ಮಾತಾಡಲಿಲ್ಲ. ನಿರುಪಮ ಮನಸ್ಥಿತಿ ಅರಿತರೂ ಅವರು ತಮ್ಮ ನಿರ್ಧಾರವನ್ನು ಬದಲಿಸುವಂತಿರಲಿಲ್ಲ. ಭಟ್ಟನ ಬಗ್ಗೆ ಪ್ರೀತಿ ವಾತ್ಸಲ್ಯದ ಜೊತೆ ಅಪಾರ ಕರುಣೆಯೂ ಇತ್ತು.

ಬಸ್ಸಿಳಿದು ಮನೆಗೆ ಬಂದಾಗ ಭಟ್ಟ ಕಂಬಕ್ಕೆ ಒರಗಿ ಕೂತಿದ್ದ. ಸ್ವಲ್ಪಮಟ್ಟಿಗೆ ಚೇತರಿಸಿಕೊಂಡ ಹಾಗೆ ಕಂಡರೂ ಮಂಕು ಹರಿದುಹೋಗಿರಲಿಲ್ಲ.

ತಟ್ಟನೇ ಎದ್ದು ನಿಂತ.

"ಹೇಗಿದ್ದೀಯೋ, ನಡಕೊಂಡೇ ಬಂದ್ಯಾ!" ಭಾಗಮ್ಮ ಕಳಕಳಿಯಿಂದ ಕೇಳಿದರು.

"ಈಗ ಜ್ವರ ಇಲ್ಲ" ತಲೆ ಕೆಳಗೆ ಹಾಕಿದ.

ಒಳಕ್ಕೆ ಬಂದ ಭಾಗಮ್ಮ ಸೋತವರಂತೆ ಕೂತುಬಿಟ್ಟರು. ಶಕ್ತಿ ಕುಂದಿದಂತೆ ಭಾಸವಾಯಿತು. ಭಣ ಭಣ ಎನಿಸುವ ಈ ಬದುಕು ಬೇಡವೆನಿಸಿತು.

"ಅಮ್ಮ ಯಾಕೆ?" ಭಟ್ಟ ಆತಂಕಗೊಂಡ. ಈ ತಾಯಿಯ ಮಡಿಲಲ್ಲಿ ನಿರಾತಂಕವಾಗಿ ಬೆಳೆದಿದ್ದ.

"ಏನಿಲ್ಲ ಬಿಡು. ಬಹಳ ಓಡಾಡ್ಬಿಟ್ಟೆ. ಆದರೆ ಈ ಮುಪ್ಪಿನ ಶರೀರ ಅದ್ನ ತಾಳಿಕೊಳ್ಳಬಲ್ಲುದೇ!" ಎಂದು ಒಳಗೆ ನಡೆದರು.

ಎರಡು ದಿನ ಕಳೆದರೂ ಭಟ್ಟ ಇಲ್ಲೇ ತಳವೂರಿದನೇ ವಿನಹ ತೋಟದತ್ತ ಹೋಗಲಿಲ್ಲ.

"ಭಟ್ಟ, ಕಟ್ಟಿಕೊಂಡ ಹೆಣ್ಣಿನ ಬಗ್ಗೆ ಯೋಚ್ನೇ ಬೇಡ್ವಾ! ಸರಸು ಒಬ್ಳೇ ಏನು ಮಾಡ್ಕೋಬೇಕು?!" ಒದ್ದೆ ಸೀರೆಯನ್ನು ಗಳುವಿನ ಮೇಲೆ ಹರವುತ್ತ ಸ್ವಲ್ಪ ಖಾರವಾಗಿಯೇ ಕೇಳಿದರು ಭಾಗಮ್ಮ. ಈ ತರಹ ಕರ್ತವ್ಯ ಭ್ರಷ್ಟತೆ ಅವರಿಗೆ ಹಿಡಿಸದು. ಮದುವೆಯಾಗ್ತೀನಿ ಎಂದಾಗ, ಅವರೇ ಪ್ರಥಮವಾಗಿ ಛೀಮಾರಿ ಮಾಡಿ ಕೋಪಿಸಿಕೊಂಡಿದ್ದು.

"ನಾನು ಆ ಹೆಣ್ಣು ಜೊತೆ ಬಾಳ್ವೆ ಮಾಡ್ಲಾರೆ!" ವಿಸ್ಮಿತರಾದರು.

ಬಹಳಷ್ಟು ಅವಮಾನ, ಅವಹೇಳನ ಸಹಿಸಿ ಮದುವೆಯಾಗಿದ್ದ. ಇದ್ದಕ್ಕಿದ್ದಂತೆ ಈ ನಿರ್ಧಾರಕ್ಕೆ ಬರಲು ಕಾರಣ? ಅಂದು ಸರಸು ಹೇಮಂತನನ್ನು ನೋಡಿದ ರೀತಿಯೇ ಸರಿಕಂಡಿರಲಿಲ್ಲ.

"ಅಯ್ಯೋ, ಹುಚ್ಚ! ಇದೇಮು ಮಕ್ಕಳಾಟಾಂತ ತಿಳಿದ್ಯಾ? ಓರೆಕೋರೆಗಳು ಎಷ್ಟೋ ಇರುತ್ತೆ. ಅನುಸರಿಸಿಕೊಂಡ್ಹೋಗ್ಬೇಕೂ...!"

ಕಾಲಿನ ಮಂಡಿಗಳಿಗೆ ಗದ್ದ ಆನಿಸಿ ಕೂತೇ ಇದ್ದ. ಭಯಂಕರ ತೊಳಲಾಟದಲ್ಲಿ ಮುಳುಗಿದ್ದ. ಮನದ ವ್ಯಥೆಯನ್ನು ಯಾರ ಮುಂದೂ ಬಿಚ್ಚಿಡಲಾರ.

"ಸಾಕು, ಅವರಿವ್ರು ಆಡಿಕೊಳ್ಳೋ ಮಾತುಗಳಿಗೆ ಬೆಲೆ ಕೊಡ್ಬೇಡ. ನಂಬಿದ ಹೆಣ್ಣಿಗೆ ಕೈ ಕೊಡೋದು ಒಳ್ಳೇದಲ್ಲ. ಮೊದ್ಲು ತೋಟದ ಕಡೆ ಹೋಗು." ದೃಢ ನಿರ್ಧಾರದ ಧ್ವನಿಯಲ್ಲಿ ಹೇಳಿದರು.

ಭಟ್ಟ ತಲೆ ಎತ್ತಿ ಅವರನ್ನು ನಿಸ್ಸಹಾಯಕನಂತೆ ನೋಡಿದ. ತಟ್ಟನೇ ಎದ್ದವನೇ ಬಿರ ಬಿರನೇ ನಡೆದುಬಿಟ್ಟ. ಕಣ್ಣೊರೆಸಿಕೊಂಡು ಹೋಗುತ್ತಿದ್ದ ಹಾಗೆ ಕಂಡ. ಭಾಗಮ್ಮನವರಿಗೆ ಒಂದು ತರಹ ಸಂಕಟವಾಯಿತು.

ತೋಟಕ್ಕೆ ಬರೋ ವೇಳೆಗೆ ಅವನಿಗೆ ಸುಸ್ತಾಗಿತ್ತು. ಹೆಜ್ಜೆಯ ಗತಿ ನಿಧಾನವಾಯಿತು. ಅರೆ ಮನಸ್ಸಿನಿಂದಲೇ ತಡಿಕೆ ಬಾಗಿಲು ಸರಿಸಿಕೊಂಡು ಹೊರಟ.

"ಈಗ ಬಂದ್ಯಾ!" ಬಗ್ಗಿ ಅರಿವೇಸೊಪ್ಪು ಕೀಳುತ್ತಿದ್ದ ವಸುಮತಿಯ ತಾಯಿ ಕೇಳಿ, ಮತ್ತೆ ತಮ್ಮ ಕೆಲಸದಲ್ಲಿ ಮಗ್ನರಾದರು. ಭಟ್ಟನ ಸಂಸಾರದ ಬಗ್ಗೆ ಬೇಸರವಾಗಿತ್ತು. ಆದಷ್ಟು ಬೇಗ ಅವರನ್ನು ತೋಟದಿಂದ ಹೊರಗೆ ಹಾಕಬೇಕೆಂದಿದ್ದರು.

ಮೂಕನಂತೆ ತಲೆ ಬಗ್ಗಿಸಿಕೊಂಡು ಮನೆಯತ್ತ ಹೆಜ್ಜೆ ಹಾಕಿದ. ಅದನ್ನು ಕಟ್ಟುವಾಗ ಅವನ ಮೈಯಲ್ಲಿ ಭೀಮ ಬಲವಿತ್ತು. ಎಷ್ಟು ಉತ್ಸಾಹದಿಂದ ಹೆಂಚು ಹೊದಿಸಿದ್ದ.

ಬಾಗಿಲು ತೆರೆದಿತ್ತು. ಒಳಗೆ ಹೋಗಲು ಮನಸ್ಸಾಗಲಿಲ್ಲ. ಅಂಗಳವನ್ನು ಸಗಣಿ ಹಾಕಿ ಲಕ್ಷಣವಾಗಿ ಸಾರಿಸಿದ್ದಳು. ಅಲ್ಲೇ ಕಾಲು ಚಾಚಿಕೊಂಡು ಕೂತುಬಿಟ್ಟ.

"ಓಹೋ.... ಈಗ ಬಂತ ಸವಾರಿ!" ನೀರಿನ ಬಿಂದಿಗೆ ಸೊಂಟದ ಮೇಲಿರಿಸಿಕೊಂಡು ವಯ್ಯಾರದಿಂದ ಬಂದ ಸರಸು ವ್ಯಂಗ್ಯದ ಮಾತು ಎಸೆದಳು.

ಕೇಳಿದರೂ ಕೇಳದಂತೆ ಸುಮ್ಮನೇ ಕೂತ. ವೃಥಾ ರಗಳೆ ಅವನಿಗೆ ಬೇಕಿರಲಿಲ್ಲ.

ಎಷ್ಟೋ ಸಲ ಯೋಚಿಸುತ್ತ ಕೂಡುತ್ತಿದ್ದ. ನಿಸ್ಸಹಾಯಕಳಂತೆ ಕಣ್ಣೀರು ಸುರಿಸುತ್ತ ನಿಂತಿದ್ದ ಹೆಣ್ಣು ಇವಳೇನಾ? ಎಷ್ಟೊಂದು ಬದಲಾವಣೆ! ಆಗಾಗ್ಗೆ ತಾಯಿ ಬದುಕಿದ್ದಾಗ ಬರುತ್ತಿದ್ದ ಜನವೆಲ್ಲ ಈಗ ಜ್ಞಾಪಿಸಿಕೊಂಡು ಬಂದು ಹೋಗುತ್ತಿದ್ದಾರೆ.

ಒಂದು ಸಲ "ಸರಸು, ಹಿಂದಿನ ಸಹವಾಸದ ಜನರನ್ನೆಲ್ಲ ಮನೆಗೆ ಸೇರ್ಸಬೇಡ. ನಿಮ್ಮಮ್ಮ ಕೆಟ್ಟ ಹೆಸರು ಹೊತ್ತು ನರಳಿದ್ದು ಸಾಕು" ಎಂದಿದ್ದ.

"ಅಯ್ಯೋ ನಾನೆಲ್ಲಿ ಅವ್ರನ್ನ ಬರಹೇಳ್ತೀನಿ! ವಿಶ್ವಾಸದಿಂದ ಮಾತಾಡ್ಸಿ ಕೊಂಡ್ಹೋಗೋ ಜನರನ್ನು ನಾನ್ಹೇಗೆ ಬರಬೇಡಾಂತ ಅನ್ಲಿ!" ಎಂದಾಗ ರೇಗಿ "ನೀನು ಸುಮ್ಮನಿರು. ನಾನೇ ಹೇಳಿಕಳುಸ್ತೀನಿ, ಯಾರೂ ನನ್ನ ಮನೆ ಬಾಗಿಲ್ಗೆ ಬರಬಾರ್ದು!" ಕೂಗಾಡಿದ್ದ.

ಅದರಿಂದ ಯಾವ ಪ್ರಯೋಜನವೂ ಆಗಿರಲಿಲ್ಲ. ಬರುವವರ ಸಂಖ್ಯೆ ಬೆಳೆಯಿತು. ಇವನೊಬ್ಬ ಇದ್ದಾನೆಂಬ ವಿಷಯವನ್ನೇ ಮರೆತು ವರ್ತಿಸತೊಡಗಿದರು,

"ಸರಸು, ಇವೆಲ್ಲ ಬೇಡ ಕಣೆ. ಕರುಣೆಯಿಂದ ನಿನ್ನ ಮದ್ವೆಯಾದೆ. ಆಡೋ ಜನಕ್ಕೆ ಮುಖದ್ಮೇಲೆ ಹೊಡ್ಯೋಂಗೇ ನಿನ್ನ ಬಾಳಿಸ್ಬೇಕೆಂದ್ಕೊಂಡೆ. ನಗೆಪಾಟಲು ಬೇಡ ಕಣೆ."

ಮೂತಿ ಸೊಟ್ಟಗೆ ಮಾಡಿ ನಕ್ಕಿದ್ದಳು.

ಮೇಲೆ ನೋಡುವುದಕ್ಕೆ ಸರಸು ಸಾಧಾರಣ ಹೆಣ್ಣಾಗಿ ಕಂಡರೂ, ಅವಳು ಬಲು ಮೋಜಿನ ಹೆಣ್ಣು. ಗಂಭೀರ ಜೀವನ ಅವಳಿಗೆ ಬೇಕಿರಲಿಲ್ಲ. ವಿಧಿ ಇಲ್ಲದಿದ್ದಾಗ ಭಟ್ಟನನ್ನು ಮೊರೆ ಹೊಕ್ಕಿದ್ದಳು. ಕುರೂಪದ ಹೆಣ್ಣಾದ ಅವಳನ್ನು ಯಾರೂ ಕಣ್ಣೆತ್ತಿ ನೋಡುವ ಸಾಧ್ಯತೆ ಇರಲಿಲ್ಲ. ಈಗ ಅಂಗಾಂಗಗಳು ತುಂಬಿಕೊಂಡವು. ಮುಖದ ಕುರೂಪ, ಬಣ್ಣ ಮರೆಯಾಯಿತು. ದೇಹದ ಸೊಬಗು ಅವರಿವರನ್ನು ಆಕರ್ಷಿಸತೊಡಗಿತು. ಧಾರಾಳವಾಗಿ ಬಂದು ಹೋಗತೊಡಗಿದರು.

ಈ ಸಂಕಷ್ಟದ ಹಿಡಿತದ ಜೀವನ ಅವಳಿಗೆ ಬೇಕಿರಲಿಲ್ಲ. ಬುದ್ಧಿವಂತಳಾಗಿ ಅಷ್ಟಿಷ್ಟು ಹಣ ಸಂಪಾದಿಸುವ ಮಾರ್ಗ ಕಂಡುಕೊಂಡಳು.

"ಕಾಫೀ ಕುಡೀತೀರಾ?? ಬೇಡವೆನ್ನುವಂತೆ ತಲೆಯಾಡಿಸಿದ. ಅವಳ ಕೈನ ಒಂದು ಲೋಟ ನೀರು ಕುಡಿಯುವುದಕ್ಕೂ ಅವನಿಗೆ ಅಸಹ್ಯ.

ದುರ ದುರನೇ ನೋಡಿದಳು.

"ಒಳಗಡೆ ಹೋಗೇ" ಮುಖ ಕಿವುಚಿದ.

"ಸರಸು, ಸೊಪ್ಪು ಬೇಕೇನೇ?" ಅಲ್ಲಿಂದಲೇ ವಸುಮತಿಯ ತಾಯಿ ಕೂಗಿಕೊಂಡರು.

"ಬೇಡ" ಚುಟುಕಾಗಿ ಹೇಳಿದಳು.

ಆಕೆ ಮೆಲ್ಲಗೆ ನಡೆದು ಬಂದರು. ತೋಟದ ಕಡೆ ಯಾರೂ ನಿಗಾ ವಹಿಸುತ್ತಿರಲಿಲ್ಲ. ಊರಿನ ಜನ ಬಂದು 'ಮೊದ್ಲು ಆ ಮಹಾರಾಯಿತಿನ ಒದ್ದು ಹೊರ್ಗಡೆ ಹಾಕಿ' ಎಂದು ಹೇಳುತ್ತಿದ್ದರು.

"ಭಟ್ರೆ, ಆದಷ್ಟು ಬೇಗ ಬೇರೆ ಕಡೆಗೆ ನಿಮ್ಮ ವಸತಿನ ಬದ್ಲಾಯಿಸ್ಕೋ. ವಸುಮತಿಗೆ ಮದ್ವೆ ನಿಶ್ಚಯವಾದ ಕೂಡ್ಲೇ ತೋಟ ಮಾರಿಬಿಡ್ತೀವಿ. ಮಾಡೋರಿಲ್ಲ, ನೋಡ್ಕೊಳ್ಳೋರಿಲ್ಲ. ನಮ್ಮಂಥವ್ರಿಗೆ ಯಾಕೆ!?" ನಿಂತ ಕಡೆಯಿಂದಲೇ ತೋಟದ ಸುತ್ತು ಕಣ್ಣಾಡಿಸಿ ನಿಟ್ಟುಸಿರುಬಿಟ್ಟರು.

ಭಟ್ಟ ಏನಾದರೂ ಹೇಳಬೇಕೆಂದಿರುವಾಗಲೇ, ಒಳಗಿನಿಂದ ಬಂದ ಸರಸು "ಈಗ ನಾವೆಲ್ಲಿಗೆ ಹೋಗೋಣ ? ಮಾರೋಹಾಗಿದ್ರೆ ನಾನೇ ಕೊಂಡ್ಕೋತೀನಿ." ಭಟ್ಟ ಬೆಚ್ಚಿಬಿದ್ದ. ಐದು ರೂಪಾಯಿ ನೋಟನ್ನೇ ಕಣ್ಣಲ್ಲಿ ಕಾಣುವುದು ಅಪರೂಪವಾಗಿರುವಾಗ.

"ನಿಂಗೇನು ಹುಚ್ಚಾ! ಬಾಯ್ಮುಚ್ಕೊಂಡು ಒಳಗಡೆಗೆ ಹೋಗು" ಗದರಿದ.

"ಕೈಯಲ್ಲಾಗದೋರು ಮೈ ಪರಚಿಕೊಂಡಾಂಗೇಂತ! ನಿಮಗ್ಯಾಕೆ?" ಮತ್ತೆ ಆಕೆಯತ್ತ ತಿರುಗಿ "ನೀವು ಮಾರೋದಾದ್ರೆ ನಾನೇ ಕೊಂಡ್ಕೋತೀನಿ" ಎಂದವಳೇ ಅವನತ್ತ ಉದಾಸೀನ ನೋಟ ಬೀರಿ ಒಳಗೆ ಹೋಗಿಬಿಟ್ಟಳು.

"ಪರ್ವಾಗಿಲ್ಲ, ಒಳ್ಳೆ ಹೆಂಡ್ತಿನ ಸಂಪಾದ್ನೇ ಮಾಡ್ಕೊಂಡೇ!" ಅವನತ್ತ ಬೆನ್ನು ಹಾಕಿ ನಡೆಯತೊಡಗಿದರು.

ಭಟ್ಟ ರಾತ್ರಿಯವರೆಗೂ ಕೂತ ಜಾಗ ಬಿಟ್ಟು ಅಲ್ಲಾಡಲಿಲ್ಲ. ತಡಿಕೆ ಸದ್ದಾದಾಗ ಮೆಲ್ಲಗೆ ದೃಷ್ಟಿಯನ್ನು ಅತ್ತ ಹೊರಳಿಸಿದ. ಪೂರ್ಣವಾಗಿ ಮಬ್ಬು ಮುಸುಕಿದ್ದರಿಂದ ಬಂದ ವ್ಯಕ್ತಿಯ ಪರಿಚಯ ಸಿಗಲಿಲ್ಲ.

ಹತ್ತಿರ ಸರಿದು ಬಂದಾಗ "ಯಾರು?" ಎಂದ.

"ಯಾಕ್ರಿ ಅಯ್ನೋರೆ! ಯಾವಾಗ್ಬಂದ್ರಿ?" ಇವನನ್ನು ಲಕ್ಷ್ಯಕ್ಕೆ ತಂದುಕೊಳ್ಳದೇ ಒಳಗೆ ನುಗ್ಗಿದ. ಬಂದವನು ಸೇಂದಿ ಅಂಗಡಿಯ ಯಜಮಾನ. ಈ ಹೆಣ್ಣು ಇಷ್ಟು ಕೀಳುಮಟ್ಟಕ್ಕೆ ಇಳಿದಳೇ! ತನ್ನ ದುರಾದೃಷ್ಟಕ್ಕೆ ಹಣೆಗಟ್ಟಿಸಿಕೊಂಡ.

ಮನೆ ಕಡೆ ಬೆನ್ನು ಹಾಕಿ ತಡಿಕೆ ಸರಿಸಿ ಹೊರಬಿದ್ದ. ಎಲ್ಲಿಗೆ ಹೋಗಬೇಕೆಂದೇನೂ ಇರಲಿಲ್ಲ. ಆದಷ್ಟು ಸರಸುವಿನಿಂದ ದೂರ ಹೋಗಲು ಬಯಸಿದ್ದ. ದಾಪುಗಾಲು ಹಾಕುತ್ತ ಹೊರಟವನು, ಓಡಿದ. ತನ್ನ ಶಕ್ತಿ ಮೀರಿ ಓಡಿದ. ಕತ್ತಲಲ್ಲಿ ಕರಗಿಹೋದ.

* * * *

ರೇಖಾ ಕೋಣೆಯ ಬಾಗಿಲನ್ನು ಹಾಕಿಕೊಂಡು ಕೂತು ಬರೆಯುತ್ತಿದ್ದಳು. ಬರೆದದ್ದನ್ನ ಓದಿ ಅಸಮಾಧಾನದಿಂದ ಹರಿದು ಎಸೆಯುತ್ತಿದ್ದಳು. ಮಧ್ಯಾಹ್ನದ ವೇಳೆಗೆ ಅವಳ ಮನಕ್ಕೆ ತೃಪ್ತಿಕೊಡುವಂಥ ಪತ್ರ ಸಿದ್ಧವಾಯಿತು. ನಾಲ್ಕಾರು ಬಾರಿ ಓದಿ ಕವರಿಗೆ ಹಾಕಿಟ್ಟಳು.

ಬೆಳಗಿನಿಂದ ಅಡಿಗೆಯವನು, ಆಳು ಬಂದು ನಾಲ್ಕಾರು ಬಾರಿ ಚಿಲಕ ಬಡಿದು ವಾಪಸಾಗಿದ್ದರು.

"ರೇಖಾ, ಬಾಗ್ಲು ತೆಗೀ" ಶಶಿ ಜೋರಾಗಿ ಬಾಗಿಲನ್ನು ಬಡಿದ. ವಿಷಯ ತಿಳಿದು ಅವನಿಗೆ ಆತಂಕವಾಗಿತ್ತು. ಈಚೆಗೆ ಗೆಲುವಾಗಿದ್ದಂತೆ ಕಾಣಿಸಿದರೂ ಅದು ಬರೀ ನಟನೆ ಎನಿಸಿತ್ತು.

"ಒಂದ್ನಿಮಿಷ, ಬಂದ್ಬಿಟ್ಟೆ" ಕವರನ್ನು ಡ್ರಾಯರ್‌ನಲ್ಲಿಟ್ಟು ಬಂದು ಬಾಗಿಲು ತೆರೆದಳು.

"ಏನ್ಮಾಡ್ತಾ ಇದ್ದೆ?" ಕೋಣೆಯೊಳಗೆ ಬಂದ. ಹರಿದ ಚೆಂದಿಯ ಪೇಪರ್ ಚೂರುಗಳು ಕೋಣೆಯಲ್ಲೆಲ್ಲ ಹರಡಿಕೊಂಡಿತ್ತು. ಪ್ರಶ್ನಾರ್ಥಕವಾಗಿ ಅವಳತ್ತ ನೋಡಿದ.

"ನನ್ನ ಫ್ರೆಂಡ್‌ಗೆ ಪತ್ರ ಬರ್ದೆ!" ಜೋರಾಗಿ ನಕ್ಕುಬಿಟ್ಟ.

"ಅದಕ್ಕೆ ಇಷ್ಟೊಂದು ಅವಾಂತರ ಯಾಕೆ?" ಕೆಳಗೆ ಬಗ್ಗಿ ಪೇಪರ್ ಚೂರುಗಳನ್ನು ಕೈಗೆ ಹೆಕ್ಕಿಕೊಂಡ. ಒಂದೊಂದನ್ನು ಬಿಡಿಸಿ ನೋಡಲು ಪ್ರಯತ್ನಿಸಿದ. ಹುಬ್ಬುಗಳು ಗಂಟಾದವು.

ತೆಳುವಾದ ನಗುವಿನ ಲೇಪನ ಮಾಡುತ್ತ ತುಟಿಗಳಿಗೆ "ಯಾರ್ಗೇ ಬರೆದಿರೋದು ಪತ್ರ? ನಿಜ ಹೇಳು ಮರೀ!" ಕೆನ್ನೆ ಸವರಿದ.

ತಲೆ ಕೆಳಗೆ ಹಾಕಿದಳು. ಮುಖಭಾವಗಳನ್ನು ಬಚ್ಚಿಡಲು ಬಹಳವಾಗಿ ಪ್ರಯತ್ನಿಸುವಂತೆ ಕಂಡಳು.

"ಹೇಮಂತ್‌ಗೆ...." ಬೆಕ್ಕಸ ಬೆರಗಾದ. ಅವಳು ಖಂಡಿತ ಎಂದೂ ಸುಳ್ಳು ಹೇಳುವ ಪ್ರಯತ್ನ ಮಾಡುತ್ತಿರಲಿಲ್ಲ.

"ಪ್ರಯೋಜನ ಇಲ್ಲ. ಸುಮ್ನೇ ತಲೆ ಕೆಡಿಸ್ಕೋಬೇಡ."

ಕೈಯಲ್ಲಿದ್ದ ಪತ್ರದ ಚೂರುಗಳನ್ನು ಟೇಬಲ್ಲು ಮೇಲೆ ಹಾಕಿದ.

"ನಡೀ ಹೊರ್ಗಡೆ" ಕೈ ಹಿಡಿದು ಹೊರಗೆ ಎಳೆತಂದ.

ಹಜಾರದಲ್ಲಿ ಡಾ॥ ವಿಕಾಸ್ ವೀಕ್ಲಿ ಹಿಡಿದು ಕೂತಿದ್ದ. ಮೆಲ್ಲಗೆ ತಲೆಯೆತ್ತಿ ಮೃದುವಾಗಿ ಕೆಮ್ಮಿ "ಹಲೋ..." ಎಂದ.

"ಹಲೋ.... ಯಾವಾಗ್ಬಂದ್ರಿ?"

ಶಶಿಕಾಂತ್ ಮತ್ತು ರೇಖಾ ಅವನಿಗೆದುರಾಗಿ ಸೋಫಾ ಮೇಲೆ ಕುಳಿತರು.

ಡಾ॥ ವಿಕಾಸ್ ಅವಳನ್ನು ಅಡಿಯಿಂದ ಮುಡಿಯವರೆಗೂ ನೋಡಿದ. ಎರಡು ಮನೆಗಳ ನಡುವೆ ದೂರದ ಸಂಬಂಧವಿದ್ದುದರಿಂದ, ಶಶಿಕಾಂತ್‌ನ ಗೆಳೆತನವಿದ್ದುದರಿಂದ ರೇಖಾಳನ್ನು ಬಲ್ಲ. ಎಂದಾದರೂ ಇವರ ಮನೆಗೆ ಬರುತ್ತಿದ್ದ.

ಮೊದಲಿಗಿಂತ ಪೂರ್ಣವಾಗಿ ಬದಲಾದವಳಂತೆ ಕಂಡಳು. ಹಿಂದಿನ ಬಾಬ್ ಕೂದಲು, ಹೇರ್ ಸ್ಟೈಲ್‌ಗೆ ಬದಲಾಗಿ ಒಂದು ಜಡೆ ಹಾಕಿಕೊಂಡಿದ್ದಳು. ಹಣೆಯಲ್ಲಿ ದುಂಡನೆಯ ಬೊಟ್ಟು ಇತ್ತು. ಮ್ಯಾಕ್ಸಿ, ಮಿಡ್ಡಿ, ಬೇರೆಯ ತರಹೆಯ ಉಡುಪಿಗೆ ಬದಲಾಗಿ ಸೀರೆ ಉಟ್ಟಿದ್ದಳು. ಕಣ್ಣರಳಿಸಿ ನೋಡಿದ.

"ಬಹಳ ಬದಲಾಗಿಬಿಟ್ಟಿದ್ದೀರಿ!" ಗಂಭೀರವಾಗಿ ತುಟಿಗಳ ಮೇಲೆ ನಗು ಅರಳಿಸಿದ.

ಶಶಿ ದೊಡ್ಡದಾಗಿ ನಕ್ಕರೇ ರೇಖಾ ತುಟಿ ಅರಳಿಸಿದಳು.

"ಈಗೇನು ಮಾಡ್ತಾ ಇದ್ರಿ?"

"ಪತ್ರ ಬರೀತಾ ಇದ್ದೆ" ಅಳುಕಿಲ್ಲದೇ ನುಡಿದಳು.

"ಕೋಣೆ ತುಂಬ ಚಿಂದಿಮಾಡಿ ಪೇಪರುಗಳ್ನ ಹರಡಿದ್ಳು" ತುಟಿ ವಾರೆ ಮಾಡಿ ನಕ್ಕ ಶಶಿ.

ವಿಕಾಸ್ ಸುಮ್ಮನಿರದೇ "ಪತ್ರ ಬರ್ಯೋದೇನು ಸುಲಭವಲ್ಲ! ಅದ್ರಲ್ಲೂ ಪ್ರೇಮಪತ್ರ ಬರ್ಯೋದು ತುಂಬ ಕಷ್ಟ."

"ನಿಂಗೆ ತುಂಬ ಅನುಭವವಿದ್ದಾಗೆ ಕಾಣುತ್ತೆ" ಬೆನ್ನ ಮೇಲೆ ಗುದ್ದಿ ಎದ್ದು ಹೋದ.

ಈಚೆಗೆ ಡಾ॥ ವಿಕಾಸ್ ಆಗಾಗ ಬರುತ್ತಿದ್ದ. ಮನೆಯವರೊಡನೆ ಕೂತು ನಗುತ್ತಾ, ಹರಟುತ್ತಾ ಊಟ ಮಾಡುತ್ತಿದ್ದ. ಬಲವಂತ ಮಾಡಿ ರೇಖಾನ ತನ್ನ ಕ್ಲಿನಿಕ್‌ಗೆ ಕರೆದೊಯ್ಯುತ್ತಿದ್ದ.

ಸಂಜೆ ಡಾ॥ ವಿಕಾಸ್, ರೇಖಾಳೊಂದಿಗೆ ಕ್ಲಿನಿಕ್‌ಗೆ ಬಂದಾಗ ಹತ್ತಾರು ಪೇಷಂಟುಗಳು ಸಾಲಾಗಿ ಕಾದು ನಿಂತಿದ್ದರು.

"ನೀನು ಕೂತು ಮ್ಯಾಗಜೈನ್ ನೋಡು" ಒಳಗೆ ಹೋದ.

ರೇಖಾಳಿಗೆ ಓದುವುದರಲ್ಲಿ ಆಸಕ್ತಿ ಇರಲಿಲ್ಲ. ಪೇಷೆಂಟ್‌ಗಳನ್ನೇ ನೋಡುತ್ತ ಕೂತಳು. ತಟ್ಟನೇ ಅವಳಿಗೆ ಜ್ಞಾಪಕ ಬಂತು. ವ್ಯಾನಿಟಿ ಬ್ಯಾಗ್‌ನಲ್ಲಿದ್ದ ಪತ್ರವನ್ನು ತೆಗೆದು ಸವರಿ ನೋಡಿದಳು.

"ವಿಕಾಸ್, ಸ್ವಲ್ಪ ಕೆಲ್ಸ ಇದೆ, ಬರ್ತೀನಿ." ಅವನು ತಲೆಯೆತ್ತಿ ಇವಳನ್ನ ಗಮನಿಸುವ ಮುನ್ನವೇ ಹೊರಟುಬಿಟ್ಟಳು.

ಲೆಟರನ್ನ ಮತ್ತೊಮ್ಮೆ ಸವರಿ ಪೋಸ್ಟ್ ಡಬ್ಬಕ್ಕೆ ಹಾಕಿ ಆಟೋ ಹಿಡಿದು ಮನೆಯತ್ತ ಹೊರಟುಬಿಟ್ಟಳು. ಯಾಕೋ ಅವಳ ಮನ ಗರಿಗೆದರಿ ಹಾರಾಡುತ್ತಿತ್ತು. ಪತ್ರದ ಮೇಲೆ ತನ್ನ ವಿಳಾಸವನ್ನೇ ಬರೆದಿದ್ದಳು.

ಫೋನ್ ಒಂದೇ ಸಮನೇ ಶಬ್ದ ಮಾಡಲು ಶುರುವಾದಾಗ ತಪೋಭಂಗವಾದವಳಂತೆ ಕೋಪದಿಂದ ಫೋನ್ ಎತ್ತಿಕೊಂಡಳು.

"ಹಲೋ..." ಎಂದಳು.

"ಹಲೋ..... ನಾನು ಡಾ॥ ವಿಕಾಸ್, ಯಾಕೆ ಹೊರಟುಬಿಟ್ಟೆ?" ಧ್ವನಿಯಲ್ಲಿ ಬೇಸರವಿತ್ತು.

"ಏನಿಲ್ಲ, ನನಗೆ ಈಗ ಯಾರ್ಹತ್ರಾನೂ ಮಾತಾಡೋಕೆ ಇಷ್ಟವಿಲ್ಲ." ಹುಕ್ ಮೇಲೆ ಕುಕ್ಕಿ ಮೊದಲಿನ ಸ್ಥಳದಲ್ಲಿ ಹೋಗಿ ಕೂತಳು.

"ಈಗ ಹೇಮಂತ್ ಏನು ಮಾಡುತ್ತಿರಬಹುದು?" ತನ್ನಲ್ಲಿ ತಾನೇ ಪ್ರಶ್ನಿಸಿಕೊಂಡಳು. ಒಮ್ಮೆ ರಶ್ಮಿಯನ್ನು ನೋಡುವ ಸಲುವಾಗಿಯಾದರೂ ಹೋಗಬಹುದು-ಯೋಚನೇ ತಲೆಗೆ ಹೊಕ್ಕಕೂಡಲೇ ಹೊರಟು ನಿಂತಳು.

ಬಾಗಿಲಿಗೆ ಬಂದಾಗ ರಾಜಗೋಪಾಲ್ ಎದುರಾದರು. ಎಂದಿನಂತೆ ಗೆಲುವಾಗಿರಲಿಲ್ಲ. ಮ್ಲಾನವದನರಾಗಿದ್ದರು.

"ಡ್ಯಾಡಿ, ಒಂದು ತರಹ ಇದ್ದೀರಲ್ಲ!" ಬಲವಂತವಾಗಿ ನಕ್ಕು "ಎಂಥದ್ದೂ ಇಲ್ಲ. ಎಲ್ಲಿಗೋ ಹೊರಟಿದ್ದಿ!" ಉತ್ಸಾಹದ ಮನ ಮುದುರಿತು.

ರಾಜಗೋಪಾಲ್ ಮಡದಿ ಸತ್ತ ಮೇಲೆ ಬಹಳ ಕಷ್ಟದಿಂದಲೇ ಮಕ್ಕಳನ್ನು ಬೆಳೆಸಿದ್ದರು. ಆರ್ಥಿಕವಾಗಿ ಅವರೇನು ಚಿಂತಿಸಬೇಕಾಗಿರಲಿಲ್ಲ, ಮಕ್ಕಳ ಬಗ್ಗೆಯೂ ತುಂಬ ತೃಪ್ತಿ, ಸಮಾಧಾನಗಳಿಂದ ಇದ್ದರು. ಈಗ ರೇಖಾಳದು ದೊಡ್ಡ ತಲೆನೋವಾಗಿತ್ತು. ಬಲವಂತದಿಂದ ಅವಳನ್ನು ಒಲ್ಲದ ಬಂಧನಕ್ಕೆ ಒಳಪಡಿಸಲು ಸಿದ್ಧವಿಲ್ಲ.

"ಶಶಿ, ಇನ್ನ ನೀನು ಮದ್ವೆಯಾಗೋದು ಸರಿಯೆನಿಸುತ್ತೆ. ಒಂದೇ ತರಹದ ಜೀವನಕ್ಕೆ ನಾವು ಒಗ್ಗಿಕೊಂಡ್ಬಿಟ್ಟಿದ್ದೀವಿ. ಈಗ ಬದಲಾವಣೆಯ ಅವಶ್ಯಕತೆ ಇದೆ" ಎಂದಿದ್ದರು.

ಶಶಿಕಾಂತ್ ತಲೆ ತಗ್ಗಿಸಿ ನಿಂತುಬಿಟ್ಟ. ಮದುವೆ ಬೇಡ ಅನ್ನುವುದಕ್ಕೆ ಅವನೇನು ಸನ್ಯಾಸಿಯಲ್ಲ. ತಂದೆಯ ಮನಕ್ಕೆ ವಿರುದ್ಧವಾಗಿ ಯಾವ ಹುಡುಗಿಯನ್ನೂ ಪ್ರೇಮಿಸಿರಲಿಲ್ಲ. ಆದರೂ ಸದ್ಯಕ್ಕೆ ಮದುವೆ ಬೇಡವೆನಿಸಿತು.

"ಯಾಕೆ, ಶಶಿ ಮಾತಾಡೋಲ್ಲ? ಏನಾದ್ರೂ ಎಡವಟ್ಟು ಮಾಡ್ಕೊಂಡಿದ್ದೀಯಾ?"

"ನೋ.... ನೋ.... ಅದೆಲ್ಲ ಏನೂ ಇಲ್ಲ, ಡ್ಯಾಡಿ, ರೇಖಾ ಮದ್ವೆಯಾಗೋವರ್ಗೂ–ನನ್ಗೆ ಮದ್ವೆ ಬೇಡ."

ರಾಜಗೋಪಾಲ್ ಹಣೆಯಲ್ಲಿನ ಗೆರೆಗಳು ಆಳಗೊಂಡವು. ಮೆಲ್ಲಗೆ ತಲೆಯೆತ್ತಿ ಮಗನ ಕಡೆ ನೋಡಿದರು. ರೇಖಾಗಿಂತ ಎಂಟು ವರ್ಷಕ್ಕೆ ದೊಡ್ಡವನು. ಮದುವೆಯನ್ನು ಮುಂದೂಡಲು ಅವರಿಗಿಷ್ಟವಿಲ್ಲ.

"ಅವಳಿನ್ನೂ ತೀರಾ ಚಿಕ್ಕೋಳು. ಅವ್ಳ ಮದ್ವೆ ಬಗ್ಗೆ ತಲೆಕೆಡ್ಸಿಕೊಳ್ಳೋದ್ಬೇಡ. ಡಾ|| ವಿಕಾಸ್ ತಂಗಿ ಆಗ್ಬೋದಲ್ಲ! ನೀನೂ ಹುಡ್ಗಿನಾ ನೋಡಿದ್ದೀಯಾ. ಅವ್ರುಗಳೇ ಬಂದು ಪ್ರಸ್ತಾಪ ಮಾಡಿದ್ರು."

"ಎಕ್ಸ್‌ಕ್ಯೂಜೆ ಮೀ ಡ್ಯಾಡಿ. ರೇಖಾ ಸಫರ್ ಪಡ್ತಾ ಇರೋವಾಗ ನಾನು ಮದ್ವೆ ಮಾಡ್ಕೊಳ್ಳೋಕೆ ಇಷ್ಟಪಡೋಲ್ಲ" ಎಂದುಬಿಟ್ಟಿದ್ದ.

ಆಮೇಲೆ ಅವನ ತಲೆನೇ ಕೆಟ್ಟುಹೋಗಿತ್ತು.

"ಇಲ್ಬಾ" ಮಗಳ ಕೈ ಹಿಡಿದು ಡ್ರಾಯಿಂಗ್ ರೂಮಿಗೆ ಕರೆದೊಯ್ದರು. ಬೆಳೆದ ಮಗಳು ಅವರ ಪಾಲಿಗೆ ಇನ್ನೂ ಮಗೂನೇ. ಅವಳಾಗಿ ಪ್ರಸ್ತಾಪಿಸದಿದ್ದರೇ ಅವರಾಗಿ ಮದುವೆ ಯೋಚನೇ ಮಾಡುತ್ತಿದ್ದರೋ ಇಲ್ಲವೋ!

"ನಿನ್ನ ಓದಿನ ಬಗ್ಗೆ ಏನು ವಿಚಾರ ಮಾಡ್ದೇ?" ಪಕ್ಕದಲ್ಲಿ ಕೂಡಿಸಿಕೊಂಡು ಕೇಳಿದರು.

ದಿಕ್ಕು ತೋರದವಳಂತೆ ತಲೆ ತಗ್ಗಿಸಿ ಕೂತುಬಿಟ್ಟಳು.

"ನನ್ಕೈಲಿ ಓದೋಕಾಗೋಲ್ಲ ಡ್ಯಾಡಿ" ತೊದಲಿದಳು. ಸತ್ಯ ಹೇಳುವಾಗ ಹಿಂಜರಿಯುವ ಸ್ವಭಾವ ಅವಳದಲ್ಲ.

"ಶಶಿ, ನಿನ್ನ ಮದ್ವೆ ಆಗೋವರ್ರೂ ಮದ್ವೇ ಆಗೋಲ್ಲಾಂತಾನೇ. ನಿಂಗಿನ್ನ ಎಂಟು ವರ್ಷ ದೊಡ್ಡೋನು; ಈಗೇನು ಮಾಡ್ಲಿ?"

"ಹಾಗಾದ್ರೆ ನಾನು ಮದ್ವೆ ಮಾಡ್ಕೋಬೇಕಾ ಡ್ಯಾಡಿ?" ಕಣ್ಣಂಚಿನಲ್ಲಿ ಕಂಬನಿ ಒಸರಿತು.

ಹೇಮಂತ್‌ನ ಬಿಟ್ಟು ಜಗತ್ತೇ ಅವಳ ಪಾಲಿಗೆ ಶೂನ್ಯ. ಯಾರನ್ನಾದರೂ ಬಲವಂತಕ್ಕೆ ಮದುವೆಯಾದರೂ ಅವನನ್ನು ಮರೆತು ಸುಖದಿಂದಿರಲಾರಳೇನೋ!

"ಮಾಡ್ಕೊಬೇಕು. ಡಾ॥ ವಿಕಾಸ್ ತಿಳ್ದ ಹುಡ್ಗ. ನಿನ್ನ ಸುಖವಾಗಿಟ್ಟುಕೋತಾನೆ!" ಮನಸ್ಸಿಗೆ ವಿರುದ್ಧವಾಗಿ ಅಂದರು. ಬೇರೆ ದಾರಿ ಅವರಿಗೆ ಗೋಚರಿಸಿರಲಿಲ್ಲ.

ಅವಳ ಮನ ನೋವಿನಿಂದ ಬಿದ್ದು ಬಿದ್ದು ಹೊರಳಾಡಿತು. ಹೃದಯ ಚೂರು ಚೂರಾದಂತೆ ಭಾಸವಾಯಿತು.

"ಡ್ಯಾಡಿ, ಈ ಮಾತು ನೀವು ಹೇಳ್ತಾ ಇದ್ದೀರಾ?" ಕೈಗಳಿಂದ ಮುಖ ಮುಚ್ಚಿಕೊಂಡು ಬಿಕ್ಕಿ ಬಿಕ್ಕಿ ಅಳಲಾರಂಭಿಸಿದಳು.

ಬುದ್ಧಿ ಬಂದಾಗಿನಿಂದ ತಾಯಿಯನ್ನು ನೆನಪಿಸಿಕೊಂಡು ಅತ್ತವಳೇ ಅಲ್ಲ. ಇಂದು ಕಾಣದ 'ಅಮ್ಮ'ನ ಮಡಿಲು ಬೇಕೆನಿಸಿತು.

"ಅಮ್ಮ ಅಮ್ಮ" ಬಿಕ್ಕಿದಳು.

ರಾಜಗೋಪಾಲ್ ಪೂರ್ತಿ ಕರಗಿ ನೀರಾಗಿಬಿಟ್ಟರು. ವೇದನೆಯಿಂದ ಅವರೆದೆ ಹಿಂಡಿತು. ಮಗಳ ಬೆನ್ನ ಮೇಲೆ ಮೃದುವಾಗಿ ಕೈಯಾಡಿಸಿದರು.

"ಸಮಾಧಾನ ಮಾಡ್ಕೊ, ನೀನೇ ಯೋಚ್ನೆ ಮಾಡು. ಹೇಮಂತ್ ನಿನ್ನ ಪ್ರೀತಿಸೋಲ್ಲ. ಮದ್ವೆಯಾಗಬೇಕೆನ್ನುವ ಕಲ್ಪನೆ ಕೂಡ ಅವನಿಗಿಲ್ಲ. ಈಗ ನಿನ್ನ ಪ್ರೀತಿಗೆ ಏನಾದ್ರೂ ಅರ್ಥ ಇದ್ಯಾ? ಮುಂದೆ ನೀನೇ ವ್ಯಥೆಪಡ್ತೀಯಾ! ನಿಧಾನವಾಗಿ ಕೂತು ಯೋಚ್ಸು. ಟೇಕ್ ಯುವರ್ ಓನ್ ಟೈಮ್."

ಕರ್ಚೀಫ್‌ನಿಂದ ಕಣ್ಣೊರೆಸಿ ತಮ್ಮೆದೆಗೆ ಒತ್ತಿಕೊಂಡರು. ಅವಳ ಕಣ್ಣಲ್ಲಿ ನೀರು ಕಂಡರೆ ಅವರೆದೆ ಒಡೆದುಹೋಗುತ್ತಿತ್ತು. ಅವಳು ಸುಖವಾಗಿರಬೇಕು. ಅದಕ್ಕೆ ಏನು ಬೇಕಾದರೂ ಮಾಡಬಲ್ಲರು. ಸ್ವಾಭಿಮಾನವನ್ನು ಒತ್ತಿ ಹೇಮಂತ್‌ನ ಕೈ ಹಿಡಿದು ಮಗಳನ್ನು ಒಪ್ಪಿಸಲು ಸಿದ್ಧ. ಆದರೆ ಆ ಪ್ರಯತ್ನ ಫಲಿಸುತ್ತದೆಯೆಂಬ ನಂಬಿಕೆ ಅವರಿಗಿಲ್ಲ. ಅವನ ನೋಟದಲ್ಲಿ ಕಾಣುವ ದೃಢತೆಗೆ ಬೆರಗಾಗಿದ್ದರು.

* * * *

ಗದ್ದೆ ಕಡೆ ಸುತ್ತಾಡಿಕೊಂಡು ರಾಯರು ಮನೆಗೆ ಬರುವ ವೇಳೆಗೆ ಗಡ್ಡ, ಮೀಸೆಯನ್ನು ಬೆಳೆಸಿಕೊಂಡ ವ್ಯಕ್ತಿ ಜಗುಲಿಯ ಮೇಲೆ ಕೂತಿದ್ದ ಇವರನ್ನು ಕಂಡಕೂಡಲೇ ಎದ್ದು ಕೈಕಟ್ಟಿ ನಿಂತ.

"ತಾವು ಯಾರು?" ಗಡ್ಡದ ವ್ಯಕ್ತಿ ಬಗ್ಗಿ ಅವರ ಪಾದಗಳನ್ನು ಹಿಡಿದುಕೊಂಡ.

ರಾಯರಿಗೆ ತಕ್ಷಣ ಅವನ ಪರಿಚಯ ಹತ್ತಿತು. ಸಂತೋಷದಿಂದ ಅವರೆದೆ ತುಂಬಿಬಂತು. ಭಟ್ಟ ಮಡದಿಯ ನಡತೆಗೆ ರೋಸಿ ಆತ್ಮಹತ್ಯೆ ಮಾಡಿಕೊಂಡಿದ್ದಾನೆಂಬ ಪುಕಾರು ಎದ್ದಿತ್ತು. ಅಂದಿನಿಂದ ಭಾಗಮ್ಮ ಕೊರಗಿ ಕೊರಗಿ ಅರ್ಧವಾಗಿದ್ದರು. ಪದೇ ಪದೇ "ನಾನಾಗಿ ಅವ್ನ ಸಾವಿಗೆ ದೂಡಿದೆ. ಅಂದು ಛೀಮಾರಿ ಹಾಕಿ ಕಳ್ಸದಿದ್ರೆ ಸಾಯ್ತ ಇರಲಿಲ್ವೇನೋ!" ಎಂದು ಕಣ್ಣೀರಿಡುತ್ತಿದ್ದರು.

ರಾಯರು ನೋವಿನ ನಗೆ ನಕ್ಕು "ಹುಚ್ಚಿ, ಸಮಾಧಾನ ಮಾಡ್ಕೊ. ಅವ್ನ ಆಯಸ್ಸು ಅಷ್ಟು ಇತ್ತೇನೋ! ನನ್ಗೆ ಸತ್ತಿಲ್ಲಾ ಅನ್ನಿಸುತ್ತೆ, ಒಂದಲ್ಲ ಒಂದು ದಿನ ತಿರ್ಗಿ ಬರ್ತಾನೇ!!" ಎಂದು ಸಮಾಧಾನ ಹೇಳುತ್ತಿದ್ದರು.

"ಮಗು... ಭಟ್ಟ...." ಎಬ್ಬಿಸಿ ತಬ್ಬಿಕೊಂಡರು.

ಭಟ್ಟನ ಕಣ್ಣುಗಳಿಂದ ಇಳಿಯುತ್ತಿದ್ದ ಕಣ್ಣೀರು ಅವರ ಹೆಗಲ ಮೇಲಿನ ವಲ್ಲಿಯನ್ನು ನೆನೆಸುತ್ತಿತ್ತು. ಲಜ್ಜೆ, ದುಗುಡ, ಸಂಕೋಚ, ಪ್ರೀತಿ, ಗೌರವ, ಮತ್ತು ಆತ್ಮೀಯತೆಯಿಂದ ಕೂಡಿದ ಸಂಕೀರ್ಣಭಾವಗಳು ಭಟ್ಟನಲ್ಲಿ ಉಕ್ಕಿ ಬರುತ್ತಿತ್ತು.

ಅಂದು ಹೊರಟವನು ಏಕಾಕಿಯಾಗಿ ಅಲೆದಾಡಿ, ಎಷ್ಟೋ ಸಲ ದಿಕ್ಕುತೋರದೇ ಆತ್ಮಹತ್ಯೆಯ ಪ್ರಯತ್ನಕ್ಕೆ ಮನಸ್ಸು ಮಾಡುತ್ತಿದ್ದನು. ಆದರೆ ರಾಯರು, ಭಾಗಮ್ಮನವರ ನೆನಪು ಬಂದ ಕೂಡಲೇ ಪೂರ್ಣವಾಗಿ ಆ ಭಾವ ತೊಡೆದುಹೋಗುತ್ತಿತ್ತು. ಒಂದು ಭಾವ ಅವನನ್ನು ಆತ್ಮಹತ್ಯೆಯ ಕಡೆಗೆ ಎಳೆದರೇ, ಅದೇ ಶಕ್ತಿಯಿಂದ ಮತ್ತೊಂದು ಭಾವ ವಿರುದ್ಧ ದಿಕ್ಕಿನಲ್ಲಿ ರಾಯರು, ಭಾಗಮ್ಮನವರಲ್ಲಿಗೆ ಎಳೆಯುತ್ತಿತ್ತು. ವಿರುದ್ಧ ಗತಿಯಲ್ಲಿ ಎಳೆಯುವ ಭಾವಗಳ ಶಕ್ತಿಗೆ ಸಿಲುಕಿ ಅವನು ನಿಷ್ಕ್ರಿಯನಾಗಿದ್ದ. ಹತ್ತು ದಿನ ಜ್ವರದಲ್ಲಿ ಮಲಗಿಬಿಟ್ಟಿದ್ದ. ಯಾವುದೋ ಅಂತರ್ಯದ ಶಕ್ತಿಯೊಂದು ಅವನನ್ನು ಎಳೆದು ತಂದಿತ್ತು.

ಸೋತ ಶರೀರ ನೆಲಕ್ಕೆ ಕುಸಿಯಿತು. ರಾಯರು ಬಹಳ ಪ್ರಯಾಸದಿಂದ ಅವನನ್ನು ಎಬ್ಬಿಸಿ ನಡೆಸಿಕೊಂಡು ಬಂದರು.

"ಭಾಗೂ... ಇಲ್ಲಿ ನೋಡು" ಕೂಗಿದರು.

"ಇಲ್ಲೇ ಕೂತ್ಕೋತೀನಿ" ಭಟ್ಟ ಆಯಾಸದಿಂದ ಅಲ್ಲೇ ಕೂತು ಗೋಡೆಗೊರಗಿ "ಅಮ್ಮ ಅಮ್ಮ" ಎಂದು ನರಳಿದ.

"ತುಂಬ ಆಯಾಸವಾಗಿದೆ. ಹಾಸಿ ಕೊಡ್ತೀನಿ"

ರಾಯರು ಮುಂದಿನ ಕೋಣೆಯಳಗೆ ಹೋದರು. ಅವರ ಶರೀರದಲ್ಲೂ ಶಕ್ತಿ ಕುಂದಿತ್ತು. ಹೆಚ್ಚು ಪ್ರಯಾಸವಾದ ಕೆಲಸಗಳನ್ನು ಮಾಡಲಾರರು. ಗದ್ದೆಯ ಕಡೆಯಿಂದ ಬಿಸಿಲಿನಲ್ಲಿ ನಡೆದು ಬಂದೇ ದಣಿದಿದ್ದರು.

ಮಂಚದ ಮೇಲೆ ಹಾಸಿಗೆ ಬಿಡಿಸಿಕೊಟ್ಟು ಹೊರಗೆ ಬಂದರು.

"ಭಾಗೂ... ಭಟ್ಟ ಬಂದಿದ್ದಾನೆ. ಸ್ವಲ್ಪ ಹಾಲು ಬಿಸಿ ಮಾಡ್ಕೊಂಡ್ಬಾ."

ಭಟ್ಟನ ಬಗ್ಗೆ ಯೋಚಿಸುತ್ತಿದ್ದ ಭಾಗಮ್ಮನವರ ಎದೆ ಭಾರವಾಯಿತು. ಮೆಲ್ಲಗೆ ಸಾವರಿಸಿಕೊಂಡು ಮೇಲಕ್ಕೆದ್ದರು. ಹೆಜ್ಜೆ ಎತ್ತಿಡುವುದೇ ಪ್ರಯಾಸವಾಯಿತು. ಉಸಿರು ಕಟ್ಟಿದಂತಾಗಿ ಮೈ ಬೆವರಿತು. ತಡವರಿಸುತ್ತಲೇ ಹೊರಗೆ ಬಂದರು.

"ನೋಡಿ... ನೋ... ನೋ..." ಎದೆಯ ಎಡಭಾಗದಲ್ಲಿ ಭಯಂಕರ ನೋವು ಕಾಣಿಸಿಕೊಂಡಿತು. ಮಾತಾಡಲು ಅವರಿಂದಾಗಲಿಲ್ಲ.

ರಾಯರು ಗಾಬರಿಯಿಂದ ಓಡಿಬಂದು ಭಾಗಮ್ಮನವರನ್ನು ಹಿಡಿದುಕೊಂಡು ಎದೆಗೊರಗಿಸಿಕೊಂಡು "ಭಾಗೂ... ಏನಾಯ್ತು?" ಪೂರ್ತಿಯಾಗಿ ಕುಸಿದರು. ತೊಡೆಯ ಮೇಲೆ ಮಲಗಿಸಿಕೊಂಡರು.

ಭಾಗಮ್ಮ ಕೈಯಿಂದ ತಮ್ಮ ಎಡಭಾಗದ ಎದೆಯನ್ನು ಒತ್ತಿ ಹಿಡಿದಿದ್ದರು. ಒಂದು ನಿಮಿಷ ಅವರ ಮುಖದ ಮೇಲೆ ಯಮಯಾತನೆ ಕಾಣಿಸಿಕೊಂಡಿತು.

"ಭಟ್ಟ...." ಭಾಗಮ್ಮನವರ ತಲೆಯನ್ನು ನೆಲದ ಮೇಲಿಟ್ಟು ದೇವರ ಕೋಣೆಗೆ ಹೋಗಿ ತೀರ್ಥ ಹಿಡಿದು ಬಂದರು. ಆಕೆಯ ಕಣ್ಣುಗಳು ನಿಶ್ಚಲವಾಗಿ ಮುಚ್ಚಿಕೊಂಡಿತ್ತು. ಮುಖದ ಮೇಲೆ ನೋವಿನ ಭಾವವಿರಲಿಲ್ಲ. ಕೈಕಾಲುಗಳ ಚಲನೆ ಪೂರ್ತಿಯಾಗಿ ನಿಂತುಹೋಗಿತ್ತು. ಒಂದು ಕ್ಷಣ ಶಿಲೆಯಾಗಿ ನಿಂತುಬಿಟ್ಟರು. ಕೂತು ಭಾಗಮ್ಮನವರ ಮುಖವನ್ನು ತಮ್ಮ ಎದೆಯಲ್ಲಿ ಅವಚಿಕೊಂಡರು. ಪಕ್ವವಾದ ಮನ. ಆದರೇನೂ, ದುಃಖ ತಡೆಯಲಾರದೇ ಕುಸಿದರು.

"ಅಮ್ಮ, ಅಮ್ಮ" ಭಟ್ಟನ ಮೈಯಲ್ಲಿ ಚೇತನ ಹರಿದಂತಾಯಿತು. ಹೊರಗೆ ಓಡಿದ.

ಡಾಕ್ಟರ್ ಬಂದರು. ಊರ ಮುಖ್ಯಸ್ಥರು ಓಡಿ ಬಂದರು. ಎಲ್ಲರ ಕಣ್ಣಲ್ಲೂ ನೀರೇ. ರಾಯರು, ಭಾಗಮ್ಮನವರ ಬಗ್ಗೆ ಯಾರಿಗೂ ದ್ವೇಷವಿಲ್ಲ. ಊರಿಗೇ ಊರೇ ಸೇರಿತು.

ಗೋಪಾಲಯ್ಯನವರು ಕೋಲಿನ ಸಹಾಯದಿಂದ ನಡೆದು ಬಂದರು.

"ಸದಾಶಿವ, ಆಕೇ ಪುಣ್ಯವಂತೆ ಕಣಪ್ಪ" ರಾಯರು ನಿಶ್ಚಲವಾಗಿ ಕೂತಿದ್ದರು.

ಸಂಜೆಯ ವೇಳೆಗೆ ವಸಂತ್ ಜೊತೆ ಮಗ, ಸೊಸೆ ಧಾವಿಸಿ ಬಂದರು.

"ಅಮ್ಮ, ಅಮ್ಮ" ಶ್ರೀಕಾಂತು ದೇಹದ ಮೇಲೆ ಬಿದ್ದು ಹೊರಳಾಡಿ ಆಲಾಪಿಸಿದರು.

"ಹೇಮಂತ್‌ಗೆ ತಿಳಿಸೋದಾ!" ವಸಂತ್ ರಾಯರ ಮುಂದೆ ಬಂದು ನಿಂತ. ಬೇಡವೆನ್ನುವಂತೆ ತಲೆಯಾಡಿಸಿಬಿಟ್ಟರು. ಅವರಿಬ್ಬರ ಮಧ್ಯೆಯಿದ್ದ ಪ್ರೀತಿಯ ಸೆಲೆ ಎಷ್ಟೆಂಬುದು ಅವರು ಬಲ್ಲರು. ವಿಷಯ ತಿಳಿದರೇ ಮತಿಗೆಟ್ಟು ಧೃತಿಗೆಟ್ಟು ಓಡಿಬಂದರೂ ಹೆಚ್ಚಲ್ಲ.

ವಸಂತ್ ಕಣ್ಣೀರು ಸುರಿಸುತ್ತ ನಿಂತುಬಿಟ್ಟ. ಹಣೆಯ ಮಧ್ಯಭಾಗದಲ್ಲಿ ದೊಡ್ಡ ಕುಂಕುಮ. ಅದರ ಕೆಳಗೆ ಪುಟ್ಟ ಚಂದ್ರದ ಬೊಟ್ಟು. ಕೆನ್ನೆಗಳಿಗೆ ತೊಡೆದಿದ್ದ ಹಚ್ಚ

ಹರಿಸಿನ. ಮುಖದ ಮೇಲೆ ಸಾತ್ವಿಕ ಕಳೆ-ಉಕ್ಕಿ ಬಂದ ಅಳುವನ್ನು ಕೈ ಅಡ್ಡ ಹಿಡಿದು ತಡೆಯುವ ಪ್ರಯತ್ನ ಮಾಡಿದ.

ರಶ್ಮಿ ಹೆಣ್ಣು ಮಗು ಹೆತ್ತಾಗ ತಾನೇ ತಿಳಿಸಲು ಬಂದಿದ್ದ. ನಕ್ಕು "ನೀನೂ ಕೂಡ ಹೆಣ್ಣು ಮಗು ತಂದಯಾದೆ. ಇನ್ನು ರಶ್ಮಿನ ನೋಯಿಸ್ಬೇಡ" ಎಂದಿದ್ದರು.

ಎರಡು ಮೂರು ದಿನ ಕಳೆದರೂ ರಾಯರು ಚೇತರಿಸಿಕೊಳ್ಳಲಿಲ್ಲ. ಯಾರೊಂದಿಗೂ ತುಟಿ ಬಿಚ್ಚಿ ಮಾತಾಡಲಿಲ್ಲ. ರೆಕ್ಕೆ ಕಳೆದುಕೊಂಡ ಪಕ್ಷಿಯ ಪಾಡಾಗಿತ್ತು.

ಒಮ್ಮೆ ಇದ್ದಕ್ಕಿದ್ದಂತೆ ಎದ್ದು ಮನೆಯ ಎಲ್ಲಾ ಕಡೆಯೂ ಅರಸುತ್ತಿದ್ದರು. ಆಮೇಲೆ ನಿರಾಶೆಗೊಂಡು ಕೋಣೆಯಲ್ಲಿ ಕೂತುಬಿಡುತ್ತಿದ್ದರು. ಪುಣ್ಯಕಥೆಗಳನ್ನು ಓದಿದ ಜೀವ, ಆದರೂ ಈ ಒಂಟಿತನವನ್ನು ಭರಿಸಲಾರದು.

"ಅಣ್ಣ..." ಶ್ರೀಕಾಂತು ಬಂದು ಎದುರು ನಿಂತರು. ತಲೆಯೆತ್ತಿ ನೋಡಿದವರೇ ಕಪಾಟಿನಲ್ಲಿದ್ದ ಬೀಗದ ಕೈ ಗೊಂಚಲನ್ನು ಅವನ ಮುಂದೆ ಹಾಕಿದರು.

"ಅಣ್ಣ, ನೀವೇ ಹೀಗೆ ಕೂತ್ಬಿಟ್ರೆ–ನಮ್ಗೆ ಸಮಾಧಾನ ಹೇಳೋರು ಯಾರು?" ಅವರ ತುಟಿಗಳ ಮೇಲೆ ನೋವಿನ ನಗೆ ಮಿನುಗಿತು.

"ನಾನು ಈಗ ಮಾತಾಡೋ ಸ್ಥಿತಿಯಲ್ಲಿಲ್ಲ" ಸುಕ್ಕುಗಟ್ಟಿದ ಕೆನ್ನೆಗಳ ಮೇಲೆ ಕಂಬನಿಯ ಬಿಂದುಗಳು ಉರುಳಿದವು.

'ಭಾಗೂ, ನೀನು ಹೋದ್ಮೇಲೆ ಈ ಮನೆಯಲ್ಲಿ ಏನೂ ಇಲ್ಲ ಅನ್ನಿಸಿಬಿಟ್ಟಿದೆ!' ಮನ ಚೀರುತ್ತಿತ್ತು.

ಶ್ರೀಕಾಂತು ಕಣ್ಣೊರೆಸಿಕೊಳ್ಳುತ್ತ ಹೊರಗೆ ಬಂದರು. ಬಂದ ಕೂಡಲೇ ಆದರಿಸಿ ಉಪಚರಿಸಿ ಪ್ರೀತಿಯ ನುಡಿಗಳನ್ನಾಡುತ್ತಿದ್ದ ತಾಯಿಯ ನೆನಪು ಕಿತ್ತು ತಿನ್ನುತ್ತಿತ್ತು.

"ಶ್ರೀಕಾಂತು..... ಮಗು..." ಕೂಗಿದರು.

ಕಣ್ಣು ಮೂಗೊರೆಸಿಕೊಳ್ಳುತ್ತ ಕೋಣೆಗೆ ನಡೆದರು.

"ಭಟ್ಟ ಎಲ್ಲಿ?" ಗೊತ್ತಿಲ್ಲವೆನ್ನುವಂತೆ ತಲೆಯಾಡಿಸಿದರು.

"ಜನನ ಕಳ್ಸಿ ಹುಡುಕ್ಸು."

ಭಟ್ಟ "ನಾನು ಪಾಪಿ, ನನ್ನಮ್ಮನನ್ನು ಬಲಿ ತಗೊಂಡ್ಬಿಟ್ಟೆ." ಭಾಗಮ್ಮನವರು ಸತ್ತು ಮೂರು ದಿನಗಳಾದರೂ ಹೊರಳಾಡಿ ಹಲುಬುತ್ತಿದ್ದ. ಅವನನ್ನು ಸಮಾಧಾನಿಸುವುದೇ ಪ್ರಯಾಸವಾಗಿತ್ತು.

ಏಳನೆಯ ದಿನದಿಂದ ಕೆಲಸಗಳು ಶುರುವಾದವು. ಅಂದು ಹೇಮಂತ್‌ನ ಪತ್ರ ಬಂದಿತ್ತು. ಒಂದೂವರೆ ಪುಟವನ್ನು ಭಾಗಮ್ಮನವರಿಗೆ ಪ್ರತ್ಯೇಕವಾಗಿ ಬರೆದಿದ್ದ.

ಪತ್ರವನ್ನೋದಿ ಮನೆಯವರೆಲ್ಲ ಕಂಬನಿ ಮಿಡಿದರು.

"ಅವ್ನು ಬರೋವರ್ಗೂ ವಿಷ್ಯ ತಿಳಿಸೋದ್ಬೇಡ" ಎಂದರು ರಾಯರು. ವೈಕುಂಠ ಸಮಾರಾಧನೆ ಮುಗಿದ ಮರುದಿನ ಶ್ರೀಕಾಂತು ತಂದೆಯ ಕೋಣೆಗೆ ಬಂದರು. ಭಟ್ಟ ನೆಲದ ಮೇಲೆ ಕೂತಿದ್ದ. ಅವನ ಕಣ್ಣೀರು ಹಿಂಗಿರಲಿಲ್ಲ. ಸದಾ ಅಳುತ್ತಲೇ ಕೂಡುತ್ತಿದ್ದ.

"ಅಣ್ಣ, ರಜ ಮುಗಿದಿದೆ" ರಾಯರು ತಲೆಯೆತ್ತಿ ಮಗನ ಮುಖ ನೋಡಿದರು. ಇರಿಸಿಕೊಂಡು ಉಪಚರಿಸುವ ತಾಯಿಯಿಲ್ಲ. ದೀರ್ಘವಾದ ನೋವಿನ ನಿಟ್ಟುಸಿರುಬಿಟ್ಟರು.

"ಆಯ್ತು"

"ಇನ್ನ ನೀವು ಇಲ್ಲಿರೋದು ಬೇಡ. ನಮ್ಮ ಜೊತೆಗೆ ಹೊರಟುಬಿಡಿ. ನಾಲ್ಕು ದಿನ ರಜ ಹಾಕ್ಬಂದು, ಇಲ್ಲಿ ಬೇರೆ ವ್ಯವಸ್ಥೆ ಮಾಡ್ತೀನಿ!"

"ಸದ್ಯಕ್ಕೆ ಇಲ್ಲೇ ಇರ್ತೀನಿ, ಬಿಟ್ಟು ಬರೋ ಮನಸ್ಸಿಲ್ಲ. ನಿಮ್ಗೆ ನನ್ನ ಯೋಚ್ನೆ ಬೇಡ. ಭಾಗೂ ಎಲ್ಲಾರ ಪಾಲಿಗೆ ಕಣ್ಮರೆಯಾಗಿದ್ದಾಳೆ. ನನ್ನ ಪಾಲಿಗೆ ಎಂದಿಗೂ ಜೀವಂತ!" ಉಸಿರು ಹಿಡಿದಂತಾಯಿತು. ಮುಂದೆ ಮಾತಾಡದೇ ಮೌನವಹಿಸಿದರು.

ಇವರು ತನ್ನ ತಂದೆಯೇ! ಒಂದು ಕ್ಷಣ ಆಲೋಚಿಸಿದ. ಅಪಾರ ಗ್ರಂಥಗಳನ್ನು ಓದುತ್ತಿದ್ದರು. ಬಹಳಷ್ಟು ಜ್ಞಾನ ಸಂಪಾದಿಸಿದ್ದರು. ಯಾವ ಸಮಯದಲ್ಲೂ ಸಂಯಮ ಕಳೆದುಕೊಳ್ಳದೇ ಶಾಂತ ಸ್ವಭಾವ ದೃಢಚಿತ್ತತೆಯಿಂದ ಇರುತ್ತಿದ್ದರು. ಇಡೀ ಜೀವನದ ಧ್ಯೇಯವೇ ಬದಲಾದವರಂತೆ ಹೆಂಡತಿಗಾಗಿ ದುಃಖಿಸುತ್ತಿದ್ದರು.

'ಅಮ್ಮನನ್ನು ಎಷ್ಟು ಅಗಾಧವಾಗಿ ಪ್ರೀತಿಸುತ್ತಿದ್ದರು!' ಮನದಲ್ಲೇ ಅಂದು ಕೊಂಡರು.

ನಿರುಪಮ ತಲೆ ಆ ಸಮಯದಲ್ಲೂ ಕೆಲಸ ಮಾಡಿತು. ಇನ್ನು ಸಾಕಷ್ಟು ದೇವರ ಪೂಜೆಯ ಬೆಳ್ಳಿಪಾತ್ರೆಗಳಿದ್ದವು. ಭಾಗಮ್ಮನ ಮೈಮೇಲಿದ್ದ ಒಡವೆಗಳು ಇತ್ತು. ಒಳಗಿನ ತಿಜೋರಿಯ ಬೀಗದ ಕೈ ಗಂಡನ ಕೈಯಲ್ಲೇ ಇತ್ತು.

"ಇಲ್ಲಿ ಬನ್ನಿ" ಶ್ರೀಕಾಂತು ಹತ್ತಿರಕ್ಕೆ ಬಂದರು. ನೀರಸವಾಗಿ ಹೆಜ್ಜೆಯಿಟ್ಟರು.

"ಬೀಗದ ಕೈ ಎಲ್ಲಿ?" ತಲೆ ಗಿರ್ರೆಂದು ತಿರುಗಿತು.

ಆ ಮಾತೃಮೂರ್ತಿಯ ರಕ್ತ, ಮಾಂಸದಲ್ಲಿ ಹುಟ್ಟಿ, ಆಕೆಯ ಎದೆಯ ಹಾಲು ಕುಡಿದು ಬೆಳೆದು, ಆಶೆ, ಪ್ರೀತಿ, ಪ್ರೇಮದಿಂದ ಬೆಳೆಸಿದ ಆಕೆಯ ಸಾವು ಅವರಿಗೆ ಭಯಂಕರ ದುಃಖವನ್ನುಂಟುಮಾಡಿತ್ತು.

"ಮೇಜಿನ ಸಂದೂಕದಲ್ಲಿದೆ" ಮುಖ ತಿರುಗಿಸಿಕೊಂಡು ಹೊರಟುಬಿಟ್ಟರು.

ನಿರುಪಮ ತಣ್ಣಗಾದರು. ಮದುವೆಯಾದಾಗಿನಿಂದ ಜಬರದಸ್ತಾಗಿ ನಡೆದ ಹೆಣ್ಣು. ಪ್ರತಿಷ್ಠೆಗೆ ಪೆಟ್ಟು ಬಿದ್ದಂತಾಯಿತು. ಎಲ್ಲರ ಮೇಲೂ ಕೋಪ ಬಂತು. ತಾವು ಮಾಡಿದ್ದು ಎಲ್ಲಾ ಇವರುಗಳಿಗಾಗಿ! ತಾನು ಪಟ್ಟುಹಿಡಿದು ಕೂಡದಿದ್ದರೇ, ವಸಂತ್‌ಗೆ ಹತ್ತು ಸಾವಿರ ವರದಕ್ಷಿಣೆ ಹಣ ಪಡೆಯುವುದಾಗುತ್ತಿತ್ತಾ?!

ಇವರುಗಳೆಲ್ಲ ಹೊರಟ ಮೇಲೆ ಮನೆಯಲ್ಲಿ ಉಳಿದಿದ್ದು ಭಟ್ಟ, ರಾಯರು ಮಾತ್ರ. ಭಾಗಮ್ಮನವರು ಸತ್ತ ಮೇಲೆ ರಾಯರ ದಿನಚರಿಯಲ್ಲಿ ಕೆಲವು ಬದಲಾವಣೆಗಳಾದವು.

ಪೂಜೆ ಜೊತೆಗೆ ಕೆಲಸವನ್ನು ಕೂಡ ಅವರೇ ಮಾಡುತ್ತಿದ್ದರು. ಹೊರಗಡೆ ಹೋಗುವ ಕಾರ್ಯಕ್ರಮವನ್ನು ರದ್ದು ಮಾಡಿಬಿಟ್ಟಿದ್ದರು. ಭಟ್ಟ ಅವುಗಳ ಹೊಣೆ ಹೊತ್ತ.

"ಭಟ್ಟ, ಬಡಿಸ್ತೀನಿ ಬಾ" ಕೂತಿದ್ದವರು ಅಡುಗೆಯ ಮನೆಯತ್ತ ನಡೆದರು. ವಯಸ್ಸು ಕೂಡ ಅವರ ದೇಹಕ್ಕೆ ಮುಪ್ಪನ್ನು ತಂದಿರಲಿಲ್ಲ. ಭಾಗಮ್ಮನವರು ಸತ್ತ ಕೆಲವೇ ದಿನಗಳಲ್ಲಿ ಅವರು ವೃದ್ಧಾಪ್ಯದ ಅಂಚಿಗೆ ತಳ್ಳಲ್ಪಟ್ಟಿದ್ದರು. ಸೊಂಟ ತುಸು ಬಾಗಿತ್ತು. ಕಣ್ಣುಗಳಲ್ಲಿ ಉದಾಸಭಾವವಿದ್ದರೂ ಮುಖದ ಮೇಲಿನ ಸಾತ್ವಿಕ ಕಳೆ ಕಮ್ಮಿಯಾಗಿರಲಿಲ್ಲ.

ಭಟ್ಟ ಕೈಕಾಲು ತೊಳ್ಕೊಂಡು ಬಂದು ಎಲೆ ಹಾಕಿಕೊಂಡು ಕೂತ.

ಅಷ್ಟು ಚೆನ್ನಾಗಿದ್ದ ರಾಯರ ಜ್ಞಾಪಕ ಶಕ್ತಿ ಕುಂದಿತ್ತು. ಎಷ್ಟೋ ಸಲ ಸಾರಿಗೆ ಉಪ್ಪು ಹಾಕುವುದನ್ನೇ ಮರೆತುಬಿಡುತ್ತಿದ್ದರು. ಒಂದೆರಡು ಸಲ ಎರಡು ಬಾರಿ ಹಾಕಿದ್ದುಂಟು. ಹೇಗೋ ಬಡಿಸಿಕೊಂಡು ನಾಲ್ಕು ತುತ್ತು ಊಟ ಮಾಡಿಬಿಡುತ್ತಿದ್ದರು. ಆದರೆ.... ಭಟ್ಟನ ಬಗ್ಗೇ ಅವರಿಗೆ ಯೋಚನೆಯಾಗಿತ್ತು.

ಉಪ್ಪಿನಕಾಯಿ ಎಲೆಗೆ ಬಡಿಸಿ, ಅನ್ನ ತೋಡಿಕೊಂಡು ಬಂದರು. ಕಣ್ಣಾಲಿಗಳು ತುಂಬಿ ಬಂದವು. ಎಂದೂ ಕಾಟಾಚಾರದ ಅಡಿಗೆ ಮಾಡುವುದು ಭಾಗಮ್ಮನವರಿಗೆ ಗೊತ್ತೇ ಇರಲಿಲ್ಲ. ರುಚಿಕಟ್ಟಾಗಿ ಮಾಡಿ ಆತ್ಮೀಯತೆಯಿಂದ ಬಡಿಸುತ್ತಿದ್ದರು. ಬಳೆಗಳು ತುಂಬಿದ ಕೈಗಳನ್ನು ನೆನೆಸಿಕೊಂಡರು.

ಭಟ್ಟ ತಲೆ ಎತ್ತಿದಾಗ ರಾಯರು ಅನ್ನದ ಡಬರಿಯನ್ನಿಡಿದು ನಿಂತೇ ಇದ್ದರು.

"ಅಣ್ಣ...." ಬೆಚ್ಚಿದವರಂತೆ "ಓಹೋ.... ಅನ್ನ ಬಡ್ಸೋದೇ ಮರ್ರುಬಿಟ್ಟೆ." ಬಗ್ಗಿ ಅನ್ನವನ್ನು ಅವನೆಲೆಗೆ ಸುರಿದರು. ಕಾಸಿದ ತುಪ್ಪನ ತಂದು ಸುರಿದು, ಸಾರು ಹಾಕಿದರು.

"ಅನ್ನ ಕಲ್ಸಿ ನೋಡು. ಏನು ಹಾಕಿದ್ದೀನೋ ಏನೋ?"

ಭಟ್ಟ ಅನ್ನ ಕಲೆಸಿ ತುತ್ತನ್ನು ಬಾಯಿಗಿಟ್ಟ. ಬರೀ ಖಾರ. ಕಣ್ಣು, ಮೂಗಲ್ಲಿ ನೀರು ಕಿತ್ತುಕೊಂಡಿತು.

"ವಿಪರೀತ ಖಾರ ಇರ್ಬೇಕೂ!" ಸಾರಿನ ಪಾತ್ರೆ ಒಳಗಿಟ್ಟು ಮೊಸರಿನ ಪಾತ್ರೆ ಹಿಡಿದು ಬಂದರು.

ಭಟ್ಟ ಬಹಳ ಪ್ರಯಾಸದಿಂದ ಊಟ ಮಾಡಿದ.

"ನೀವು ಕೂತ್ಕೊಳ್ಳಿ"ಎಲೆ ಗೋಮೆ ಮಾಡಿ ಅಲ್ಲೇ ಕೂತ.

ರಾಯರು ಒಂದು ಎಳೆಗೆ ಅನ್ನ ಸಾರು ಬಡಿಸಿಕೊಂಡು ಕೂತರು. ನಾಲ್ಕು ತುತ್ತು ತಿಂದು ಎದ್ದುಬಿಟ್ಟರು.

"ಮಗೂ, ನಾಳೆಯಿಂದ ನೀನೇ ಅಡ್ಗೆ ಮಾಡು. ಹೇಗಿದ್ರೂ ನಂಗಾಗುತ್ತೆ. ನೀನು ದಿನಾ ಅರೆಹೊಟ್ಟೆ ಉಣ್ಣೋದು ಬೇಡ."

ಭಟ್ಟ ಅಚ್ಚರಿಯಿಂದ ನೋಡಿದ. ಹಿಂದೆ ಈ ಮನೆಯಲ್ಲಿ ಯಾವ ಕೆಲಸಕ್ಕೂ ಅಡ್ಡಿ ಇರಲಿಲ್ಲ. ಸರಸುನ ಮದುವೆಯಾದ ಮೇಲೆ ಕೆಲವು ನಿಬಂಧನೆಗಳನ್ನು ತಾನೇ ಹಾಕಿಕೊಂಡಿದ್ದ. ಸರಸು ಮನೆತನಸ್ಥ ಮನೆಯ ಹೆಣ್ಣಲ್ಲವೆಂಬುದು ಸರ್ವವಿಧಿತ. ಅವಳಮ್ಮ ಕೆಟ್ಟ ಹೆಸರು ಹೊತ್ತು ಬಾಳಿದ್ದಳು. ಅದರ ಹಿನ್ನೆಲೆ ಯಾರಿಗೂ ಬೇಕಾಗಿರಲಿಲ್ಲ. ಅವಳನ್ನು ಹೊರಗಿಟ್ಟು ಜಯಪತಾಕೆಯನ್ನು ಹಾರಿಸಿದ್ದರು. ಆದರೆ ಸರಸ್ವತಿ ಕೂಡ ಅಡ್ಡ ದಾರಿ ಹಿಡಿಯಬೇಕಾಗಿರಲಿಲ್ಲ. ಗೃಹಿಣಿಯಂತೆ ಬಾಳಬಹುದಿತ್ತು; ಅವಳಿಗೆ ಬೇಕಿರಲಿಲ್ಲ.

"ಅಣ್ಣ.... ನಾನು ಮಾಡಿದ್ದು ನೀವು ಊಟ ಮಾಡ್ತೀರಾ?" ರಾಯರು ತಲೆಯೆತ್ತಿ ನಕ್ಕು "ಯಾಕೆ ಮಾಡಬಾರ್ದು. ಸಮಾಜ ಹೇರೋ ಎಲ್ಲಾ ಕಟ್ಟಳೆಗಳೂ ಧರ್ಮ ಸಮ್ಮತವಲ್ಲ. ವಿವೇಚನೆ ಅಗತ್ಯ. ಜೀವನದ ಮೌಲ್ಯಗಳಿಗೆ ಹೆಚ್ಚು ಬೆಲೆ ಕೊಡ್ಬೇಕಾಗುತ್ತೆ."

ಭಟ್ಟ ಆನಂದ ತುಂದಿಲನಾದ.

"ತಾತ..." ವಸುಮತಿ ಒಳಗೆ ಬಂದಳು. ಅವಳ ಕೈಯಲ್ಲೊಂದು ಹಿತ್ತಾಳೆ ಡಬ್ಬಿ ಇತ್ತು.

"ನಾನು ಹುಳಿ ತಂದೆ. ಮೆಂತ್ಯ ಬೇಳೆ ಹುಳಿ ನಿಮ್ಗೆ ಇಷ್ಟಾಂತ ಅಜ್ಜಿ ಹೇಳ್ತಾ ಇದ್ರು..." ಅವಳ ಧ್ವನಿ ಭಾರವಾಯಿತು.

"ಎಂಥ ಕೆಲ್ಸವಾಯ್ತು ಮಗು. ನನ್ನ ಊಟ ಆಯ್ತು. ಭಟ್ಟ ರಾತ್ರಿಗೆ ಹಾಕ್ಕೋತಾನೆ ಒಳಗಿಡು."

ವಸುಮತಿಯ ಮುಖ ಪೆಚ್ಚಾಯಿತು. ಮಡಿಯುಟ್ಟು ಬೇಗ ತಂದಿದ್ದಳು.

"ಏನು ಮಾಡ್ತೀಯಮ್ಮ! ಈ ತಾತನಿಗೆ ನಿನ್ನ ಕೈ ಹುಳಿ ತಿನ್ನೋ ಅದೃಷ್ಟವಿಲ್ಲ. ನಾಳೆ ಇಲ್ಲೇ ಮಾಡು" ಸ್ವಲ್ಪ ಹೆಚ್ಚಿಗೆ ಮಾತಾಡಿದರು. ಆಯಾಸ ಕಾಣಿಸಿಕೊಂಡಿತು.

"ಇಲ್ಲಿ ಕೂತ್ಕೊಂಡು ಒಂದು ದೇವರ ನಾಮ ಹಾಡು" ಕಣ್ಮುಚ್ಚಿ ಗೋಡೆಗೊರಗಿ ಕುಳಿತರು.

ಭಾಗಮ್ಮನವರು ಹೇಳಿಕೊಟ್ಟ ನಾಲ್ಕಾರು ದೇವರನಾಮಗಳನ್ನು ಹಾಡುತ್ತಲೇ ಇದ್ದಳು. ರಾಯರ ಮನಸ್ಸಿಗೆ ಒಂದು ವಿಧವಾದ ಪ್ರಶಾಂತತೆ ಸಿಕ್ಕಿತು.

"ಮಗೂ, ಇಲ್ಲೇ ಇದ್ಬಿಡು."

ರಾಯರು ಯೋಚನಾಲಹರಿಗೆ ಸಿಕ್ಕಿಕೊಂಡರು. ಗೋಪಾಲಯ್ಯನವರಿಗೆ ವಸುಮತಿಯ ಮದುವೆ ತಾವೇ ಮಾಡುವುದಾಗಿ ಭರವಸೆ ಕೊಟ್ಟಿದ್ದರು. ವಿಳಂಬ ಮಾಡುವುದು ಬೇಡವೆನಿಸಿತು.

"ಮಗೂ ಭಟ್ಟ, ನಾಳೆ ಹೊಸೂರಿಗೆ ಹೋಗ್ಬರೋಣ" ಎಂದರು.

ಮಾರನೇ ದಿನದಿಂದ ವರಗಳ ಅನ್ವೇಷಣೆಯಲ್ಲಿ ತೊಡಗಿದರು. ಬಳಲಿಕೆಯನ್ನು ಮರೆತು ತಾವೇ ತಿರುಗಾಡತೊಡಗಿದರು.

ಪ್ರತಿಸಲ ಹೇಮಂತ್‌ಗೆ ಉತ್ತರ ಬರೆಯುವಾಗಲೆಲ್ಲ ಸದಾ ನಿನ್ನ ಅಜ್ಜಿ ನಿನ್ನನ್ನು ಆಶೀರ್ವದಿಸುತ್ತಿದ್ದಾಳೆಂದು ಬರೆಯುತ್ತಿದ್ದರು. ದಿನಗಳು ನಿಲ್ಲದೇ ಉರುಳುತ್ತಿತ್ತು.

* * * *

ವಸಂತ್ ಈಗ ಬದಲಾಗಿದ್ದ. ಮಡದಿಯ ಮೇಲೆ ರೇಗಾಟ, ಕೂಗಾಟ ನಿಲ್ಲಿಸಿದ್ದ. ಕಾರು, ಬಂಗ್ಲೆಗಳನ್ನು ಕಂಡಾಗ ಮನ ತುಯ್ದಾಡುತ್ತಿತ್ತು. ನಿಟ್ಟುಸಿರು ಹೊರ ಚೆಲ್ಲುತ್ತಿದ್ದ. ಜೀವನ ನಿರ್ವಹಣೆಯೇ ಒಂದು ಹೋರಾಟವಾಗಿತ್ತು. ಅವೆಲ್ಲ ಅವರುಗಳ ಪಾಲಿಗೆ ಕನಸಷ್ಟೇ.

ಅವನು ತರಕಾರಿ ಹಿಡಿದು ಒಳಗೆ ಬಂದಾಗ ನಿರುಪಮ "ಕೇಳಿದ್ಯಾ, ಸೋಮಶೇಖರ್‌ಗೆ. ಅವ್ರ ಮಾವನ ಮನೆಯೋರು ಒಂದು ಮನೇನೇ ಕೊಂಡ್ಕೊಟ್ಟಿದ್ದಾರಂತೆ!"

ಸೋಮಶೇಖರ್, ಹೇಮಂತ್ ಸಹಪಾಠಿಗಳು. ಅವನು ಬರೀ ಡಿಗ್ರಿ ಮುಗಿಸಿ ಗುಮಾಸ್ತನಾಗಿದ್ದ.

"ಅದೆಲ್ಲ ಅವರವ್ರ ಅದೃಷ್ಟ" ಉದಾಸೀನವಾಗಿ ಒಳಗೆ ಹೋದ.

ಮನದಲ್ಲಿ ಒಂದೇ ಸಮನೇ ಕುಟುಕಲಾರಂಭಿಸಿತು. ನಂಗೆ ದೃಢವಾದ ಮನಸೇ ಇಲ್ಲವಲ್ಲ! ಬೇಸರಪಟ್ಟುಕೊಂಡ.

"ಪಪ್ಪ...." ಈಗ ಮಗಳು ಭಾಗ್ಯಲಕ್ಷ್ಮಿ ಮನೆಯಲ್ಲೆಲ್ಲ ತಪ್ಪು ಹೆಜ್ಜೆಯಿಟ್ಟು ಓಡಾಡುತ್ತಿದ್ದಳು. ತೊದಲ್ನುಡಿಗಳು ಕೇಳಲು ಚೆನ್ನ.

"ಬಾ ಮರಿ" ತೊಳಲಾಟ ತಾತ್ಕಾಲಿಕವಾಗಿಯಾದರೂ ಮರೆಯಾಯಿತು.

ಹೇಮಂತ್ ಅಲ್ಲಿಂದಲೇ ಅವಳಿಗಾಗಿ ವಿವಿಧ ನಮೂನೆಯ ಫ್ರಾಕ್‌ಗಳನ್ನು ಕಳಿಸಿದ್ದ. ಒಂದೊಂದರಲ್ಲೂ ಮುದ್ದಾಗಿ ಕಾಣುತ್ತಿದ್ದಳು.

"ನಿಮ್ಮ ಮಗಳ್ದೂ ವಿಪರೀತ ಚೇಷ್ಟೆ!" ರಶ್ಮಿ ಸೀರೆಯ ನೆರಿಗೆಗಳನ್ನು ಕೈಯಿಂದ ಕೊಡವಿಕೊಳ್ಳುತ್ತ ಬಂದಳು.

"ಎಲ್ಲಾ ಅಮ್ಮನ ಬುದ್ಧೀನೇ" ಮಗಳ ಕೆನ್ನೆಗೆ ಮುತ್ತಿಟ್ಟು ಮೇಲಕ್ಕೆ ಎಸೆದು ಹಿಡಿದ.

ಅವನಲ್ಲಿ ಹಿಂದಿನ ವ್ಯಂಗ್ಯತನ ಮಾಯವಾಗಿತ್ತು. ಭಾಗಮ್ಮನವರ ಸಾವು, ರಾಯರ ವ್ಯಕ್ತಿತ್ವ ಅವನಲ್ಲಿ ತುಂಬ ಪರಿಣಾಮವನ್ನುಂಟುಮಾಡಿತ್ತು.

ರಶ್ಮಿ ಶಿಲೆಯಂತೆ ನಿಂತುಬಿಟ್ಟಳು. ಭಾಗಮ್ಮನವರು ಸತ್ತು ವರ್ಷ ಉರುಳಿ ಹೋಗಿದ್ದರೂ ಅವರ ತುಂಬು ಮನದ ಪ್ರೀತಿಯನ್ನು ಮರೆಯಲಾರದವಳಾಗಿದ್ದಳು. 'ಈಗ ಅವರು ಇದ್ದಿದ್ದರೇ!' ನೂರಾರು ಬಾರಿ ಅಂದುಕೊಳ್ಳುತ್ತಿದ್ದಳು.

"ಈಗ ಅಜ್ಜಿ ಇದ್ದಿದ್ರೆ....!" ವಸಂತ್ ಗಂಭೀರನಾದ.

"ಈ ಪುಟಾಣಿಗೆ ಅವ್ರ ಕೈಯಲ್ಲಿ ಬೆಳೆಯೋ ಅದೃಷ್ಟವಿಲ್ಲ" ನಿಟ್ಟುಸುರು ಚೆಲ್ಲಿ ಮಗಳನ್ನು ಇಳಿಸಿ ಕೋಣೆಯ ಕಡೆಗೆ ಹೋದ.

ಈಗ ತಿಂಗಳಿಗೊಂದು ಬಾರಿಯಾದರೂ ಬಿಳಿಗೆರೆಗೆ ಹೋಗಿಬರುತ್ತಿದ್ದ. ಕಾಲ ಉರುಳಿದರೂ ರಾಯರು ಚೇತರಿಸಿಕೊಳ್ಳಲಿಲ್ಲ. ನಿರ್ಲಿಪ್ತರಾಗಿರುತ್ತಿದ್ದರು. ದೇವರ ಕೋಣೆ ಬಿಟ್ಟರೆ, ಸದಾ ಗ್ರಂಥಗಳಲ್ಲಿ ತಲ್ಲೀನರಾಗಿಬಿಡುತ್ತಿದ್ದರು.

ಎಷ್ಟೋ ಪ್ರಯತ್ನಪೂರ್ವಕವಾಗಿ ಅವರನ್ನು ಕರೆತರಲು ಪ್ರಯತ್ನಪಡುತ್ತಿದ್ದ.

"ತಾತ, ನೀವು ಬಂದ್ಬಿಡಿ. ನೀವುಗಳು ನಮ್ಜೊತೆಯಿದ್ರೆ ನೆಮ್ದಿ ಇರುತ್ತೆ."

ರಾಯರು ಮೌನವಾಗಿ ಯೋಚಿಸುತ್ತ ಕೂತುಬಿಡುತ್ತಿದ್ದರು. ಹುಟ್ಟಿ ಬೆಳೆದು ಬಾಳಿದ ಯೌವನದ ಸರಸ ಸಮಯ ದಿನಗಳನ್ನು ಕಳೆದ ಈ ಮನೆಯ ಬಗ್ಗೆ ಅಪಾರ ಆಕರ್ಷಣೆ. ಹೆಂಡತಿಯ ಕೈ ಬಳೆಗಳ ಕಿಣಕಿಣಿನಾದ ಸದಾ ಅವರ ಕಿವಿಗೆ ಕೇಳಿಸುತ್ತಿತ್ತು. ಕಾಲುಂಗುರದ ಸದ್ದನ್ನು ಆಲಿಸುವಂತೆ ತನ್ಮಯರಾಗಿ ಕೂತುಬಿಡುತ್ತಿದ್ದರು. ಪ್ರತಿದಿನ ದೇವರ ಪೂಜೆ ಮಾಡಿ ಮಂಗಳಾರತಿ ಮಾಡುವಾಗ ಹೆಂಡತಿ ಅಲ್ಲಿದ್ದಂತೆ ಭಾಸವಾಗುತ್ತಿತ್ತು. ಇದೆಲ್ಲ ಭ್ರಮೆಯೇನೋ, ಆದರೆ ಈ ಭ್ರಮೆಯ ಬದುಕಿನಲ್ಲಿಯೇ ಅವರ ಜೀವನಾಡಿ ಶಾಂತವಾಗಿ ಮಿಡಿಯುತ್ತಿತ್ತು.

"ಈ ಮನೆಯಲ್ಲಿದ್ರೆ ನಂಗೆ ಮನಶ್ಶಾಂತಿ ಸಿಗುತ್ತೆ." ಎತ್ತಲೋ ನೋಡುತ್ತ ನುಡಿಯುತ್ತಿದ್ದರು.

ಪ್ರತಿ ಬಾರಿಯೂ ಅರೆಮನಸ್ಸಿನಿಂದಲೇ ಹಿಂದಿರುಗುತ್ತಿದ್ದ.

ಹೇಮಂತ್ ಹಿಂದಿರುಗುವ ದಿನಗಳು ಹತ್ತಿರವಾದಂತೆ ಎಲ್ಲರಿಗೂ ಯೋಚನೆಯಾಯಿತು. ಭಾಗಮ್ಮನವರ ಬಗ್ಗೆ ಅವನಿಗೆ ಅಪಾರ ಪ್ರೀತಿ-ಈ ದುಃಖ ಹೇಗೆ ತಾಳಿಕೊಳ್ಳಬಲ್ಲ!?

ಅಂದು ಬೆಳಿಗ್ಗೆಯೇ ರಶ್ಮಿ "ಸ್ವಲ್ಪ ಬೇಗ ಬಂದ್ಬಿಡಿ. ರೇಖಾ ಎಷ್ಟೋ ಸಲ ಬರ್ಹೇಳಿದ್ದಾಳೆ. ಇಂದು ಹೋಗ್ಬಂದ್ಬಿಡೋಣ" ಎಂದಳು.

ವಸಂತ್‌ಗೆ ಈಗ ಅವರ ಮನೆಗೆ ಹೋಗುವ ಬಗ್ಗೆ ಉತ್ಸಾಹವಿಲ್ಲ. ಅರೆಮನಸ್ಸಿನಿಂದಲೇ ತಲೆಯಾಡಿಸಿ ನಡೆದ. ದಾರಿಯುದ್ದಕ್ಕೂ ಯೋಚಿಸಿದ. ಹೇಮಂತ್ ಯಾವ ಪ್ರಲೋಭನೆಗಳಿಗೂ ಒಳಗಾಗಲಿಲ್ಲ. ಸ್ಥಿತಪ್ರಜ್ಞನಂತೆ ಕಂಡ.

"ಹಲೋ...." ತಲೆ ಎತ್ತಿದ.

ರಜನಿ ಜನರಲ್ ಸ್ಟೋರ್‌ನಿಂದ ನಿಲ್ಲಿಸಿದ ಕಾರಿನ ಬಳಿಗೆ ನಡೆದುಬರುತ್ತಿದ್ದ.

ರಾಜಗೋಪಾಲ್ ಮಕ್ಕಳು ಕೋಪ, ಉದಾಸೀನ ತೋರದೇ ಎಲ್ಲಾದರೂ ಸಿಕ್ಕಿದರೆ ವಿಶ್ವಾಸದಿಂದ ಬಾಯಿತುಂಬ ಮಾತಾಡಿಸುತ್ತಿದ್ದರು. ಎಂದಾದರೂ ಅಪರೂಪಕ್ಕೆ ರೇಖಾ ಬರುತ್ತಿದ್ದಳು. ನಗುತ್ತಾ ಮಾತಾಡಿ ಹರಟೆ ಹೊಡೆದು ಹೋಗುತ್ತಿದ್ದಳು. "ಈ ಹುಡ್ಗಿ ಇನ್ನೂ ಯಾಕ ಮದ್ವೆಯಾಗಿಲ್ಲ?' ಎಷ್ಟೋ ಸಲ ಯೋಚಿಸುತ್ತಿದ್ದ.

"ಹಲೋ..." ಕಾರಿನತ್ತ ಹೆಜ್ಜೆ ಹಾಕಿದ. ನಾಲ್ಕು ಮಾತು ಆಡುವುದರಿಂದ ಯಾವ ನಷ್ಟವೂ ಇಲ್ಲ.

"ಬಹಳ ಅಪರೂಪದ ಭೇಟಿ" ರಜನಿ ನಕ್ಕ. ವಸಂತ್ ಕೂಡ ಮುಗುಳು ನಕ್ಕ.

"ಒಂದ್ಸಲ ನಮ್ಮನೆಗೆ ಬನ್ನಿ" ರಜನಿ ಅಂದಾಗ, ರಶ್ಮಿ ಹೇಳಿದ ಮಾತು ಜ್ಞಾಪಕಕ್ಕೆ ಬಂತು.

"ಸಾಯಂಕಾಲ ಬರೋ ಪ್ರೋಗ್ರಾಮ್ ಇದೆ."

"ಖಂಡಿತ ಬನ್ನಿ" ಕೈ ಚಾಚಿ ಕುಲುಕಿ "ಹತ್ತಿ, ಡ್ರಾಪ್ ಮಾಡಿ ಹೋಗ್ತೀನಿ" ವಸಂತ್ ಅನುಮಾನಿಸಿದ.

"ಬೇಡ ಬಿಡಿ. ಸಂಜೆ ಬರ್ತೀವಲ್ಲ."

ರಜನಿ ಮತ್ತೆ ಒತ್ತಾಯಿಸದೇ ಹೊರಟುಬಿಟ್ಟ. ಕಾರು ಹೋದತ್ತಲೇ ನೋಡುತ್ತ ನಿಂತ. ಬಂಗ್ಲೆ, ಕಾರುಗಳ ಅವಶ್ಯಕತೆಯ ಬಗ್ಗೆ ಯೋಚಿಸತೊಡಗಿದ.

ಮಧ್ಯಾಹ್ನವೇ ಅರ್ಧ ದಿನ ರಜೆ ಪಡೆದು ಮನೆಗೆ ಹಿಂದಿರುಗಿದ. ನಿರುಪಮ ಸ್ಟೂಲ್ ಹಾಕ್ಕೊಂಡು ಮನೆಯ ಧೂಳು ಕೊಡವುತ್ತಿದ್ದರು.

ಇವನತ್ತ ತಿರುಗಿ "ಹುಷಾರಾಗಿದ್ದೀಯಾ?" ಎಂದರು.

"ಸುಮ್ನೇ ಬಂದೆ" ಒಳ ನಡೆದವನು ಮತ್ತೆ ಹೊರಗೆ ಬಂದ.

"ಅಮ್ಮ, ಮಧ್ಯಾಹ್ನ ಈ ರಗಳೆ ಯಾಕೆ? ಒಂದು ಗಳಿಗೆ ಆರಾಮಾಗಿ ಮಲಗೋಕಿಲ್ವಾ!" ಬೇಸರ ವ್ಯಕ್ತಪಡಿಸಿದ.

"ಎರಡು ಗಂಡು ಮಕ್ಳು ಆದುವು. ಬಂಗ್ಲೆಯಲ್ಲಿ ವಾಸಮಾಡಬೋದು, ಕಾರಿನಲ್ಲಿ ತಿರುಗಾಡ್ಬೋದು ಅಂದ್ಕೊಂಡೆ. ದುರಾದೃಷ್ಟಕ್ಕೆ ಯಾರು ಹೊಣೆ! ಅಯ್ಯೋ ಪಾಪ, ಧರ್ಮ, ಕರ್ಮ, ಅಂದ್ಕೊಂಡು ಕೂತ್ರೆ ಎರಡು ಹೊತ್ತು ನೆಟ್ಟಗೆ ಊಟ ಮಾಡೋಕಾಗೋಲ್ಲ. ಇರೋ ಜಮೀನನ್ನೆಲ್ಲ ಮಾಡೋ ರೈತರಿಗೆ ಕೊಟ್ಟಷ್ಟು ಹಣಕ್ಕೆ ಬಿಟ್ಕೊಟ್ರು. ಈಗ ಒಂದಡಿ ನೆಲನಾ ಯಾರಾದರೂ ಕೊಟ್ಟಾರ!" ಮನದ ಕೋಪವನ್ನೆಲ್ಲ ಕಕ್ಕತೊಡಗಿದರು. ಆದರೆ ರಾಯರ ಮುಂದೆ ಉಸುರೆತ್ತಲು ಬಾಯಿಗೆ ಬಲವಿಲ್ಲ. ಶ್ರೀಕಾಂತು ಕೂಡ ಈ ವಿಷಯದಲ್ಲಿ ನಿರ್ಲಿಪ್ತನಾಗಿದ್ದರು. ತಂದೆಯ ಎದುರು ನಿಲ್ಲಲಾರರು. ತಾನೇ ಹೋಗಿ ಸಹಿಹಾಕಿ ಬಂದಿದ್ದರು.

"ಈ ಹಣನ ತಗೊಂಡ್ಹೋಗು" ಎಂದಿದ್ದರು.

"ನಿಮ್ಗೆ ಅಗತ್ಯವಾಗುತ್ತೆ."

ರಾಯರು "ಬೇಡ ಮಗು, ತಿಜೋರಿಯಲ್ಲಿ ಇನ್ನೂ ಸ್ವಲ್ಪ ಹಣ ಇರ್ಬೇಕು. ಸಾಕು" ಎಂದಿದ್ದರು. ಅಂಥವರ ಮುಂದೆ ಹೇಗೆ ಮಾತಾಡಿಯಾರು!?

ತಲೆ ಬಿಸಿಯಾಯಿತು. ಕೋಣೆಗೆ ಬಂದು ಬಟ್ಟೆ ಬದಲಾಯಿಸದೆಯೇ ಕೂತ. ರಶ್ಮಿ ಮಗಳನ್ನು ಪಕ್ಕದಲ್ಲಿ ಮಲಗಿಸಿಕೊಂಡು ನಿದ್ರಿಸುತ್ತಿದ್ದಳು.

ಅವಳನ್ನು ಕಣ್ತುಂಬ ನೋಡಿದ. ಮನಸ್ಸು ಹಿಡಿತವನ್ನು ಮೀರಿ ಗಗನಕ್ಕೆ ಹೋಯಿತು. ಎಷ್ಟು ಕೆಟ್ಟದಾಗಿ ಅವಳೊಡನೆ ವರ್ತಿಸಿದ್ದ. ಎದೆಯಲ್ಲಿ ಅಸಹನೀಯ ಯಾತನೆಯಾಯಿತು. ಬಾಗಿ ಅವಳ ತುಟಿಗಳನ್ನು ಚುಂಬಿಸಿದ.

"ಆ.... ನೀವಾ!" ದಢಕ್ಕನೇ ಎದ್ದು ಕೂತಳು.

"ಹೆದ್ರಿಬಿಟ್ಯಾ!" ನಗುತ್ತಾ ಅವಳ ಗಲ್ಲ ಸವರಿ, ಪಕ್ಕದಲ್ಲಿ ಹೊರಳಿ ಅವಳನ್ನು ಬಳಸಿ ಪಿಸುಗುಟ್ಟಿದ "ನನ್ಮೇಲೆ ಕೋಪ ಇಲ್ವಾ!" ಮೈಯ ರಕ್ತವೆಲ್ಲ ಮುಖಕ್ಕೆ ಏರಿತು. ಮೆಲುವಾಗಿ "ಇಲ್ಲ" ಎಂದು ಅವನೆದೆಯಲ್ಲಿ ಮುಖವನ್ನು ಹುದುಗಿಸಿದಳು.

ಶ್ರೀಕಾಂತು ಬರೋವರೆಗೂ ನಿರುಪಮ ಕಾಂಪೌಂಡ್‌ನಲ್ಲೇ ಇದ್ದರು. ಚೊಕ್ಕಟ ಮಾಡುವುದರಲ್ಲಿಯೇ ವೇಳೆ ಸವೆಸಿದ್ದರು. ಸಮಾಧಾನವಿಲ್ಲದೇ ಕೆಲಸದ ಜೊತೆಯಲ್ಲಿ ಹೋರಾಡಿದ್ದರು.

"ಏನಿದು? ಯಾಕೆ ಸುಮ್ನೇ ದಣೀತೀಯಾ! ಒಳ್ಗಡೆ ನಡಿ!" ಬೇಸರದಿಂದ ಒಳಗೆ ಹೋದರು.

ಶ್ರೀಕಾಂತು ಸಾಧು ಸ್ವಭಾವದ ತಾಯಿ ತಂದೆಯರಿಗೆ ಸರಿಯಾದ ಮಗನಾಗಿದ್ದರು, ಮೇಣದಂತಿದ್ದರು. ನಿರುಪಮ ತನಗೆ ಬೇಕಾದಂತೆ ತಿದ್ದಿಕೊಂಡಿದ್ದರು. ಭಾಗಮ್ಮನವರು ಸತ್ತ ಮೇಲೆ ಒಂದುತರಹ ತೀರಾ ನಿರ್ಲಿಪ್ತನಂತಿದ್ದ ಗಂಡನ ಬಗ್ಗೆ ಬೇಸರವೇ.

ಕೈಯಲ್ಲಿದ್ದ ಹ್ಯಾಂಡ್‌ಬ್ಯಾಂಗಿನ ಜಿಪ್ ಎಳೆದು ಬಿಸ್ಕತ್ ಪ್ಯಾಕೆಟ್ ಹೊರಗೆ ತೆಗೆದರು. ಮೊಮ್ಮಗಳ ಮೇಲೆ ಅಪಾರವಾದ ಪ್ರೀತಿ. ಮನೆಯಲ್ಲಿದ್ದ ವೇಳೆಯನ್ನೆಲ್ಲ ಅವಳನ್ನು ಎತ್ತಿ, ಮುದ್ದಾಡುವುದರಲ್ಲಿಯೇ ಕಳೆದುಬಿಡುತ್ತಿದ್ದರು. ಹೆಂಡತಿ ಆಡೋ ವ್ಯವಹಾರದ ಮಾತುಗಳು ಅವರ ಕಿವಿಗೆ ಬೀಳುತ್ತಲೇ ಇರಲಿಲ್ಲ.

"ಮಗು... ಭಾಗ್ಯಲಕ್ಷ್ಮಿ..." ಕೋಣೆಯತ್ತ ನೋಡಿ ಕೂಗಿದರು.

ಎಂದೂ ಇಷ್ಟೊತ್ತಿನವರೆಗೂ ಮಲಗದ ರಶ್ಮಿ ವಸಂತ್‌ನ ಬಾಹುಬಂಧನ ಬಿಡಿಸಿಕೊಂಡು ದಢಾರನೇ ಎದ್ದು ಕೂತಳು. ಸಂಕೋಚದಿಂದ ಮನ ಮುದುಡಿತು. ಸೀರೆಯ ನೆರಿಗೆ ಸೆರಗು ಸರಿಪಡಿಸಿಕೊಂಡು ಮೇಲಕ್ಕೆದ್ದಳು. ವಸಂತ್‌ನ ನಿದ್ರೆಯಿನ್ನೂ ಹರಿದಿರಲಿಲ್ಲ.

"ತಾತ ಬಂದಿದೆ, ಏಳು ಪುಟ್ಟ" ನಿದ್ದೆ ಮಾಡುತ್ತಿದ್ದ ಮಗುವನ್ನು ಎಬ್ಬಿಸಿ ಎತ್ತಿಕೊಂಡಳು. ಈ ಅವತಾರದಲ್ಲಿ ಅವರ ಮುಂದೆ ಹೋಗಲು ನಾಚಿಕೆ. ಹೊಸಲ ಬಳಿ ಇಳಿಸಿ ಬಾತ್‌ರೂಂ ಕಡೆ ಓಡಿದಳು.

ಮುಖ ತೊಳೆದು ಕಾಫಿ ಮಾಡಿ ತಂದಳು.

ಶ್ರೀಕಾಂತು ಮೊಮ್ಮಗಳನ್ನು ತೊಡೆಯ ಮೇಲೆ ಕೂಡಿಸಿಕೊಂಡೇ ಕೂತಿದ್ದರು. ಅದರ ಸನ್ನಿಧಿಯಲ್ಲಿ ಅವರಿಗೆ ಶಾಂತಿ ಸಿಕ್ಕುತ್ತಿತ್ತು. ತಮ್ಮನ್ನು ಅಗಲಿದ ತಾಯಿಯೇ ಮೊಮ್ಮಗಳಾಗಿ ಹುಟ್ಟಿದ್ದಾಳೆನ್ನುವಷ್ಟರಮಟ್ಟಿಗಿನ ಭ್ರಮೆ.

"ಕಾಫೀ ತಗೊಳ್ಳಿ."

"ವಸಂತ್ ಇನ್ನೂ ಬಂದಿಲ್ವೇನು!" ಅವಳ ಉಸಿರು ನಿಂತಂತಾಯಿತು. ಕೋಣೆಯತ್ತ ನೋಡಿದಳು. ಎದ್ದಂತೆ ಕಾಣಲಿಲ್ಲ.

"ಬಂದಿದ್ದಾರೆ" ಮೆತ್ತಗೆ ಜಾಗ ಖಾಲಿ ಮಾಡಿದಳು.

ವಸಂತ್ ಗಾಢವಾದ ನಿದ್ದೆಯಲ್ಲಿಯೇ ಇದ್ದ ಮಡದಿ ಬಂದಾಗ. ಬಲವಂತದಿಂದ ಎಬ್ಬಿಸಿದಳು.

"ಅಸಾಧ್ಯ ಕಾಟಾ...!" ಎದ್ದು ಕೂತ.

"ಆಗ್ಲೇ ನಿಮ್ಮಣ್ಣ ಮನೆಗೆ ಬಂದಿದ್ದಾರೆ. ಎಂಥ ಕೆಟ್ಟನಿದ್ದೆ!" ಕೂದಲ ಹಿಡಿದು ಮೃದುವಾಗಿ ಜಗ್ಗಿ "ಬೇಗ ರೆಡಿಯಾಗಿ, ರೇಖಾ ಮನೆಗೆ ಹೋಗ್ಬರೋಣ."

ವಸಂತ್ ಹಿಡಿಯಲು ಕೈಚಾಚಿದ. ತಪ್ಪಿಸಿಕೊಂಡು ಓಡಿದಳು.

"ರಾತ್ರಿ ಸಿಕ್ತೀಯಾ ಬಿಡು" ಮುಖ ತೊಳೆಯಲು ಹೋದ.

ಮೊಮ್ಮಗಳು ನಿರುಪಮ ತೊಡೆಯೇರಿಬಿಟ್ಟಿದ್ದಳು. ಮಗುವಿನ ಮುಗ್ಧ ತೊದಲ್ನುಡಿಗಳಿಗೆ ಸೋಲದವರುಂಟೆ!

"ಅತ್ತೆ, ರೇಖಾ ಮನೆಗ್ಹೋಗ್ಬರ್ತೀವಿ" ಸೊಸೆಯ ಕಡೆ ನೋಡಿದರು. ಈಚೆಗೆ ಹೆಚ್ಚು ಚೆಲುವಾಗಿ ಕಾಣುತ್ತಿದ್ದಳು. ಗಂಡನ ಪ್ರೀತಿ, ನಿರಾತಂಕ ಈ ಮಾರ್ಪಾಟಿಗೆ ಕಾರಣವಿರಬಹುದೇನೋ!

"ಹೋಗ್ಬನ್ನಿ" ಅಂಥಹುದಕ್ಕೆಲ್ಲ ನಿರುಪಮ ಅಡ್ಡ ನುಡಿಯಲಾರರು. ತವರುಮನೆಯಿಂದ ತರಬೇಕಾದ್ದು ತರಲಿಲ್ಲವಲ್ಲ ಎನ್ನುವ ಕೋಪವಷ್ಟೆ. ಈಗ ವಸಂತ್ ಅದೆಲ್ಲ ಆಡಲು ಹೋಗುತ್ತಿರಲಿಲ್ಲ. ಇವರು ಮಾತ್ರ ವದರಾಡಬೇಕಷ್ಟೆ. ಅದರಿಂದ ಪ್ರಯೋಜನವೆಷ್ಟು?

"ಇವ್ಳನ್ನ ಕರ್ಕೊಂಡ್ಹೋಗ್ತೀರಾ?" ಭಾಗ್ಯಲಕ್ಷ್ಮಿ ಇಳಿದು ತಾಯಿಯ ಕಡೆ ಓಡಿದಳು.

"ನೀವು ಹೇಗೆ ಹೇಳಿದ್ರಾಗೆ."

ಮೊದಲು ಮಗುವನ್ನು ಕರೆದೊಯ್ಯುವುದಾ, ಬೇಡವಾ? ಗಂಡಹೆಂಡಿರಲ್ಲೇ ಚರ್ಚೆ ಶುರುವಾಯಿತು. ಕಡೆಗೆ ಶ್ರೀಕಾಂತು "ಅಪರೂಪಕ್ಕೆ ಹೋಗ್ತಾ ಇದ್ದೀರಾ? ಹೆಚ್ಹೊತ್ತು ಒಂದ್ಕಡೆ ಇರೋಲ್ಲ. ನೀವುಗಳು ಹೋಗ್ಬನ್ನಿ" ಎಂದರು.

ಇವರುಗಳು ಬಂದಾಗ ಪೂರ್ಣವಾಗಿ ಕತ್ತಲಾಗಿತ್ತು. ತಂದೆ ಮಗಳು ಕೂತು ಕಾರ್ಡ್ಸ್ ಆಡುತ್ತ ಇದ್ದರು.

"ಬನ್ನಿ.... ಬನ್ನಿ" ಆತ್ಮೀಯವಾಗಿಯೇ ಸ್ವಾಗತಿಸಿದರು.

ರಶ್ಮಿ ಈ ಮನೆಗೆ ಬರ್‍ತಾ ಇರೋದು ಮೊದಲ ಸಲ. ದೊಡ್ಡ ಬಂಗ್ಲೆ, ಶ್ರೀಮಂತಿಕೆ ಅವಳನ್ನು ದಂಗುಬಡಿಸಿತು. 'ಈ ಬಂಗ್ಲೆನ ಬೇಕಾದ್ರೂ ಅವ್ರ ಮಗ್ಳಿಗೆ ಬಿಟ್ಟುಕೊಡ್ತಾರೆ' ಅತ್ತೆ ನುಡಿದಿದ್ದುದು ಜ್ಞಾಪಕಕ್ಕೆ ಬಂತು. ಕಣ್ಣರಳಿಸಿ ನೋಡಿದಳು-ಎಂತಹ ಸಂಪತ್ತು! ಅವಳು ಕೂಡಾ ಸಾಮಾನ್ಯ ಹೆಣ್ಣು ತಾನೇ!?

ಹೇಮಂತನ ಗಂಭೀರ ಮುಖ ಕಣ್ಮುಂದೆ ಸುಳಿಯಿತು. ಅಭಿಮಾನ ವುಂಟಾಯಿತು. ತಾತ ಅಜ್ಜಿಯ ಸದ್ಗುಣಗಳ ಎರಕದ ಮೂರ್ತರೂಪ ಅವನು.

"ಮಗೂನ ಕರ್‍ಕೊಂಡ್ಬರಲಿಲ್ವಾ?" ರೇಖಾ ಕೇಳಿದಳು.

ಪುಟ್ಟ ಮಕ್ಕಳ ನೆರಳೇ ಬೀಳದು ಈ ಮನೆಗೆ. ಅದಕ್ಕಾಗಿಯೇ ಪುಟ್ಟ ಮಕ್ಕಳನ್ನು ಕಂಡರೆ ಅವರುಗಳಿಗೆ ಅತಿಯಾದ ವಾತ್ಸಲ್ಯ.

"ವಿಪರೀತ ತುಂಟತನ, ಒಂದ್ನಿಮಿಷ ಸುಮ್ಮನಿರೋಲ್ಲ."

"ನಮ್ಗೆಲ್ಲ ಆ ಗಲಾಟೆನೇ ಇಷ್ಟ" ರಾಜಗೋಪಾಲ್ ಜೋರಾಗಿ ನಕ್ಕು "ಸದ್ಯಕ್ಕೆ ತುಂಟನತ ಮಾಡೋ ಸಣ್ಣ ಮಗು ಇದೊಂದೇ!" ಮಗಳ ಕಡೆ ಮಮತೆಯ ನೋಟ ಬೀರಿದರು.

"ಹೋಗಿ ಡ್ಯಾಡಿ" ಮೂತಿ ಉದ್ದ ಮಾಡಿದಳು.

ಮಾತುಕತೆ, ಊಟ ಉಪಚಾರ ಎಲ್ಲಾ ಆಯಿತು. ರೇಖಾ ಕರೆದೊಯ್ದು ಮನೆಯನ್ನೆಲ್ಲ ತೋರಿಸಿದಳು.

"ರೇಖಾ, ನಿಮ್ಮ ಮದ್ವೆ ಸ್ವೀಟ್ಸ್ ಎಂದೂ?"

ರೇಖಾ ಗರಬಡಿದವಳಂತೆ ನಿಂತುಬಿಟ್ಟಳು. ಕುರ್ಚಿಯ ಹಿಡಿಯನ್ನು ಬಲವಾಗಿ ಹಿಡಿದಳು. 'ಹೇಮಂತ್, ನನ್ನ ಯಾಕೆ ಈ ಸಂದಿಗ್ಧದಲ್ಲಿ ಸಿಲುಕಿಸಿದ್ದೀರಾ? ಎಷ್ಟೇ ಪ್ರಯತ್ನ ಮಾಡಿದ್ರೂ ಬೇರೆಯವ್ರನ್ನು ಮದ್ವೆಯಾಗಲು ಇಷ್ಟವಿಲ್ಲ. ಆ ಕಲ್ಪನೆ ಕೂಡ ಇಷ್ಟವಿಲ್ಲ. ಇವ್ರುಗಳಿಗೆಲ್ಲ ಏನು ಹೇಳ್ಲಿ? ಇದ್ರಲ್ಲಿ ನಿಮ್ದೇನೂ ಇಲ್ಲಾಂತೀರಾ?! ಮನದಲ್ಲಿ ಭಯಂಕರವಾದ ಹೋರಾಟ ನಡೆಯಿತು.

ರಶ್ಮಿ ವಿಸ್ಮಿತಳಾದಳು. ರೇಖಾ ಇನ್ನ ಹೇಮಂತ್‌ನ ಪ್ರೀತಿಸ್ತಾ ಇರಬಹುದೇ? ಅವ್ಳಿಗೇನು ಅಂಥದ್ದು ಬಂದಿದ್ದು. ಅವರಪ್ಪ ಮನಸ್ಸು ಮಾಡಿದ್ರೆ ಹೇಮಂತ್‌ನನ್ನ ಮೀರಿಸೋ ವಿದ್ಯಾವಂತ, ರೂಪವಂತನಿಗೆ ಕೊಟ್ಟು ಮದುವೆ ಮಾಡಿಯಾರು.

"ಸದ್ಯಕ್ಕೆ ಆ ವಿಷ್ಯ ಬೇಡ" ಚೇತರಿಸಿಕೊಂಡು ನಕ್ಕಳು. ಇವರುಗಳು ಮನೆಗೆ ಬಂದಾಗ ಹತ್ತು ಗಂಟೆಯಾಗಿತ್ತು. ಭಾಗ್ಯಲಕ್ಷ್ಮಿ ನಿದ್ರಿಸಿಬಿಟ್ಟಿದ್ದಳು.

"ಅಣ್ಣ ನಿಮ್ದು ಊಟ ಆಯ್ತಾ?" ವಸಂತ್, ಕೂತು ಪೇಪರ್ ನೋಡುತ್ತಿದ್ದ ತಂದೆಯನ್ನು ಕೇಳಿದ. ರಾಜಗೋಪಾಲ್ ಮನೆಯವರ ಸರಳ ನಡತೆ, ಒಳ್ಳೆಯತನದ ಬಗ್ಗೆ ಯೋಚಿಸುತ್ತಿದ್ದ.

"ಆಯಿತಪ್ಪ, ನೀವು ಮಾಡ್ಹೋಗಿ" ಎಂದರು. ಪುಟವನ್ನು ತಿರುವುತ್ತಾ.

"ಅಲ್ಲೇ ಆಯ್ತು. ತುಂಬ ಒಳ್ಳೆ ಜನ. ಶ್ರೀಮಂತಿಕೆ ಇದ್ದರೂ ಸ್ವಲ್ಪ ಕೂಡ ಜಂಬ ಇಲ್ಲ" ಅಲ್ಲೇ ಕೂತ.

ನಿರುಪಮಗೆ ಮನಸ್ಸು ತಡೆಯದಾಯಿತು.

"ನಾನು ಅದಕ್ಕೇ ಆ ಸಂಬಂಧಾನ ಒಪ್ಕೊಂಡಿದ್ದು. ಯಾವ್ದಕ್ಕೂ ಅದೃಷ್ಟ ಬೇಕು. ಅವರಾಗಿ ಕೇಳಿದ್ರೂ ನಿನ್ತಮ್ಮ ಕೊಡವಿಕೊಂಡ್ಬಿಟ್ಟ!"

ತಂದೆ, ಮಗ ಮೌನವಹಿಸಿದರು. ಮದುವೆಯ ಬಗ್ಗೆ ಹೇಮಂತ್‌ನ ವಿರೋಧವಿರಲಿಲ್ಲ. ಅದರ ವ್ಯವಸ್ಥೆಯ ಬಗ್ಗೆ ಅವನಿಗೆ ಬೇಸರ. ಬಡವರ ಮನೆ ಹುಡುಗಿ ಗೋಪಾಲಯ್ಯನವರ ಮೊಮ್ಮಗ್ಗಳನ್ನು ಮದುವೆಯಾಗಲು ಸಮ್ಮತಿಸಿದ್ದ. ಅಂದು ನಡೆದ ಗಲಾಟೆಯನ್ನು ನೆನೆಸಿಕೊಂಡು ಮುಖ ಮುದುರಿದ.

"ಅವ್ರುಗಳು ಹೇಮಂತ್ ಬಗ್ಗೆ ವಿಚಾರಿಸಿದ್ರಾ?" ನಿರುಪಮನ ಆಸೆ ಇನ್ನೂ ಇಂಗಿಹೋಗಿರಲಿಲ್ಲ.

"ಔಪಚಾರಿಕವಾಗಿ ಕೇಳಿದ್ರು. ಅವ್ನ ಸ್ವಭಾವದ ಬಗ್ಗೆ ಅವ್ರಿಗೆ ತುಂಬ ಮೆಚ್ಚಿಕೆ." ಬಟ್ಟೆ ಬದಲಾಯಿಸಲು ಎದ್ದು ಹೋದ.

ನಿರುಪಮ ಆಸೆ ಮತ್ತೆ ಚಿಗುರಿತು. ರಾತ್ರಿಯೆಲ್ಲ ಗುಣಾಕಾರ ಹಾಕತೊಡಗಿದರು.

* * * *

ಹೇಮಂತ್ ಇಂಥ ದಿನ ಬರುವನೆಂದು ತಿಳಿದ ಮೇಲೆ ಮನೆಯಲ್ಲಿ ಸಂಭ್ರಮದ ವಾತಾವರಣ ಮೂಡಿತು. ಅತ್ತೆ ಸೊಸೆ ಸೊಂಟಗಳಿಗೆ ಸೆರಗನ್ನು ಬಿಗಿದು ಅವನ ಕೋಣೆಯನ್ನು ಸ್ವಚ್ಛಗೊಳಿಸಿದರು. ಅಲ್ಲಿದ್ದ ಪುಸ್ತಕಗಳನ್ನು ತೆಗೆದು ಕೊಡವಿ ಧೂಳು ಜಾಡಿಸಿ ಸರಿಯಾಗಿ ಜೋಡಿಸಿದರು.

"ಅತ್ತೆ, ಇಲ್ಲಿ ನೋಡಿ, ಈ ಪುಸ್ತಕದ ಮೇಲು ಹೊದಿಕೆಯೆಲ್ಲ ಎಷ್ಟೊಂದು ಕೊಳೆಯಾಗಿದೆ. ಬೇರೆ ಹಾಕ್ಲಾ?" ಕೊಳೆಯಾದ ಪುಸ್ತಕಗಳ ಹೊದ್ದಿಕೆಯನ್ನು ಹಿಡಿದು ಹಿಡಿದು ನೋಡಿದಳು.

"ಹಾಗೇ ಮಾಡು. ಅವ್ನಿಗೆ ಪುಸ್ತಕ ಅಂದ್ರೆ ಪ್ರಾಣ. ನೀನು ಇದಿಷ್ಟು ನೋಡ್ಕೋ-ನಾನು ಅಡ್ಗೆ ಕೆಲ್ಸ ಮಾಡ್ಕೋತೀನಿ" ಎಂದರು.

ನಿರುಪಮ ಈಚೆಗೆ ಸೊಸೆಯ ಬಗ್ಗೆ ಸ್ವಲ್ಪ ಪ್ರಸನ್ನರಾದಂತಿದ್ದರು. ಎಂದಾದರೂ ವ್ಯಂಗ್ಯವಾಗಿ ಹೀಗಳೆಯುತ್ತಿದ್ದರು. ಆದರೆ ಮೊದಲಿನಷ್ಟಿಲ್ಲ. ಮೊಮ್ಮಗ್ಗಳ ತುಂಟಾಟದಲ್ಲಿ ಅದನ್ನೆಲ್ಲ ಯೋಚಿಸೋಕೆ ಪುರಸತ್ತು ಇಲ್ಲವೇನೋ!

"ಪುಟ್ಟು, ನಿಮ್ಮ ಚಿಕ್ಕಪ್ಪ ಬರ್ತಾರೆ ಕಣೋ" ಮಗಳ ಕೆನ್ನೆಗೆ ಪಟಪಟನೇ ಮುತ್ತು ಕೊಡುತ್ತಿದ್ದಳು.

ಬರುವ ದಿನ ಎಲ್ಲರೂ ಹೋಗಿ ಎದುರುಗೊಂಡು ಟ್ಯಾಕ್ಸಿಯಲ್ಲೇ ಕರ್ಕೊಂಡ್ಬಂದ್ರು.

ಮನೆಗೆ ಬಂದ ಕೂಡಲೇ ಬಗ್ಗಿ ಕಾಲಿಗೆ ನಮಸ್ಕಾರ ಮಾಡಿದ ಮಗನನ್ನು ನೋಡಿ ಶ್ರೀಕಾಂತು "ಅಲ್ಲಿನ ಹವಾ ನಿಂಗೆ ಚೆನ್ನಾಗಿ ಒಗ್ಗಿರಬೇಕು. ತುಂಬ ಚೆನ್ನಾಗಿ ಆಗಿದ್ದೀಯಾ!"

ಹೇಮಂತ್ ಮುಗುಳ್ನಕ್ಕ, ಅವನಿಗೆ ಸಮಾಧಾನವಿಲ್ಲ. ಬಿಳಿಗೆರೆಗೆ ಕೂಡ ಪತ್ರ ಬರೆದಿದ್ದ. ತಾತ, ಅಜ್ಜಿ ಬರದೇ ಇದ್ದದ್ದು ಮನಸ್ಸಿಗೆ ತುಂಬ ನೋವಾಗಿತ್ತು. ಅವರನ್ನು ನೋಡಲು ಮನ ಚಡಪಡಿಸುತ್ತಿತ್ತು.

"ಎಂಥದ್ದೂ ಇಲ್ಲ. ಸ್ವಲ್ಪ ಬಣ್ಣ ಬಂದಿದೆ, ಶರೀರ ಬಡವಾಗಿದೆ" ನಿರುಪಮ ಗಂಡನ ಮಾತನ್ನು ಅನುಮೋದಿಸದೇ ನುಡಿದರು.

"ಅಜ್ಜಿ, ತಾತ ಹೇಗಿದ್ದಾರೆ? ಯಾಕೆ ಬರಲಿಲ್ಲ?" ಮನಸ್ಸು ತಡೆಯಲಾರದೇ ಕೇಳಿದ.

"ಸಾಧ್ಯವಾದ್ರೆ ಬರ್ತೀನೀಂತ ಬರೆದಿದ್ರು" ವಸಂತ್ ಉಗುಳು ನುಂಗಿ ಕೋಣೆಗೆ ಹೋದ.

ಕೂತು ಸೋಫಾಗೆ ಒರಗಿದ. ಮನೆಯಲ್ಲಿ ಹರ್ಷದ ವಾತಾವರಣ ಇತ್ತು. ರಶ್ಮಿ ಮುಖದ ಕಳೆಯಲ್ಲೂ ಬದಲಾವಣೆಯಾಗಿತ್ತು. ಗೆಲುವಾಗಿದ್ದಂತೆ ಕಂಡಿತು.

"ಸ್ವಲ್ಪ ಕಾಫೀ ಕುಡ್ದು ಬಟ್ಟೆ ಬದಲಾಯ್ಸು" ನಿರುಪಮ ಕಾಫೀ ತಂದುಕೊಟ್ಟರು.

ಅಷ್ಟು ದೂರದಲ್ಲಿ ನಿಂತ ಭಾಗ್ಯಲಕ್ಷ್ಮಿ ಕಣ್ಣರಳಿಸಿ ನೋಡುತ್ತಿದ್ದಳು. ಹೊಸದಾಗಿ ಬಂದ ವ್ಯಕ್ತಿಯ ಮೇಲೆ ವಿಶೇಷ ಗಮನವಿದ್ದಂತೆ ಕಾಣುತ್ತಿತ್ತು. ಟ್ಯಾಕ್ಸಿಯಲ್ಲಿ ಅವನ ಮಡಿಲಲ್ಲೇ ಕೂತು ಬಂದಿದ್ದಳು. ಆದರೂ ಸಂಕೋಚ.

ಕಾಫೀ ಲೋಟ ಕೈಗೆತ್ತಿಕೊಂಡು ಹೇಮಂತ್ "ಬಾ..." ಎಂದ. ನಿಂತೇ ಇದ್ದಳು. ತುಟಿ ಅರಳಿಸಿದಳು.

"ಇಲ್ಬಾ..." ಮತ್ತೊಮ್ಮೆ ಕರೆದ. ಓಡಿ ಬಂದು ಅವನ ಕಾಲುಗಳನ್ನು ತಬ್ಬಿಕೊಂಡಳು. ಎತ್ತಿ ತೊಡೆಯ ಮೇಲೆ ಕೂಡಿಸಿಕೊಂಡ.

"ನಾನಾರು ಗೊತ್ತಾ?" ಗೊತ್ತು ಎನ್ನುವಂತೆ ತಲೆಯಾಡಿಸಿದಳು. ಕೆನ್ನೆಗೆ ಚುಂಬಿಸಿ, "ಯಾರು ಹೇಳು?" ತೊಡೆಯಿಂದ ಇಳಿದು ಕೋಣೆಯ ಕಡೆ ಓಡಿದಳು. ಕೈಯಲ್ಲಿ ಸ್ಟೀಲ್ ಫ್ರೇಮ್ ಹಾಕಿಸಿದ್ದ ಫೋಟೋ ಹಿಡಿದುಬಂದು "ಟೀಕಪ್ಪಾ..." ಫೋಟೋ ಮೇಲೆ ಬೆರಳಿಟ್ಟು ತೋರಿಸಿದಳು. ಅಲ್ಲಿಂದ ಕಳಿಸಿದ್ದ ಫೋಟೋ.

ಹತ್ತಿರಕ್ಕೆ ಎಳೆದು ಅಪ್ಪಿಕೊಂಡ. ಆಪ್ಯಾಯಮಾನವಾಗಿತ್ತು. ವ್ಯಾವಹಾರಿಕ ಜೀವನದಲ್ಲಿ ಶುದ್ಧ ಮಿಂಚಿನ ಬೆಳಕು ಹರಡಿದೆಯೆಂದುಕೊಂಡ.

ಸಂಜೆಯ ವೇಳೆಗೆ ಅವನಿಗೆ ಸಂಪೂರ್ಣವಾಗಿ ಒಗ್ಗಿಕೊಂಡಳು. ಎಲ್ಲರಿಗೂ ಅವನ ಮುಂದೆ ಕೂತು ಮಾತಾಡಬೇಕೆಂಬ ಆಸೆ. ಭಾಗಮ್ಮನವರು ತೀರಿಕೊಂಡ ಸುದ್ದಿ ನಾವೆಲ್ಲಿ ಹೇಳಬೇಕಾಗುತ್ತೋ ಎಂದು ಹಿಂಜರಿಯುತ್ತಿದ್ದರು.

ಮಲಗುವ ಮುನ್ನ "ಬೆಳಿಗ್ಗೆ ಬಿಳಿಗೆರೆಗೆ ಹೋಗ್ತೀನಿ" ಎಂದ ಅವನು ಹೋಲ್ಡಾಲು, ಲಗ್ಗೇಜ್ ಏನೂ ಬಿಚ್ಚಿರಲಿಲ್ಲ. ಅವನಿಗೆ ಯಾವುದರಲ್ಲೂ ಆಸಕ್ತಿ ಇರಲಿಲ್ಲ. ಮನೆಯವರಿಗಾಗಿ ತಂದ ಉಡುಗೊರೆಗಳೆಲ್ಲ ಅವುಗಳಲ್ಲೇ ಉಳಿದಿತ್ತು.

"ವಸಂತ್ ಇಲ್ಬಾ" ಅವನ ಸಹಾಯದಿಂದ ಹೋಲ್ಡಾಲು ಬಿಚ್ಚಿದ. ಅಲ್ಲಿನ ಗೆಳೆಯ ಮನೆಯವರಿಗೆ ತಲುಪಿಸಲು ಕಳುಹಿಸಿದ್ದ.

ವಸಂತ್‌ಗಾಗಿ ತಂದಿದ್ದ ವಾಚ್, ರಶ್ಮಿಗಾಗಿ ತಂದಿದ್ದ ಸೀರೆ, ತಾಯಿಗಾಗಿ ತಂದಿದ್ದ ಟೀ ಸೆಟ್ಟು, ತಂದೆಗಾಗಿ ತಂದಿದ್ದ ಸೂಟ್‌ಪೀಸನ್ನು ಕೊಟ್ಟು,

"ಇಲ್ಬಾ..." ಅಜ್ಜಿಯ ಮಡಿಲಲ್ಲಿ ಕೂತಿದ್ದ ಭಾಗ್ಯಲಕ್ಷ್ಮಿನ್ನ ಕರೆದ. ಎದ್ದು ಬಂದಳು. ಕೆನ್ನೆಗೆ ಮುತ್ತಿಟ್ಟು ರಟ್ಟಿನ ಪೆಟ್ಟಿಗೆಯಲ್ಲಿದ್ದ ಬೊಂಬೆಯನ್ನು ಅವಳ ಕೈಗಿತ್ತ.

"ಬೊಂಬೆ... ಬೊಂಬೆ..." ಓಡಿದಳು.

"ಇದು ಅಜ್ಜಿಗೆ ಬಾಂಬೆಯಲ್ಲಿ ಕೊಂಡೆ" ಶುದ್ಧ ಹಸುರು ಬಣ್ಣದ ರೇಶಿಮೆ ಸೀರೆ. "ಇದು ತಾತನಿಗೆ" ಶಾಲನ್ನು ತೋರಿಸಿದ. ಎಲ್ಲರ ಮುಖಗಳು ಮಂಕಾದವು. ಅವನು ಗಮನಿಸಲಿಲ್ಲ.

"ಒಂದೆರಡು ದಿನ ಸುಧಾರಿಸ್ಕೊಂಡ್ಹೋಗು. ನಿನ್ನ ವಿದ್ಯಾರ್ಥಿಗಳೆಲ್ಲ ಬೆಳಿಗ್ಗೆ ಬರಬೋದು."

ಅವನನ್ನು ಎದುರುಗೊಂಡು ಹಾರ್ದಿಕವಾಗಿ ಸ್ವಾಗತ ಬಯಸಿದ ವಿದ್ಯಾರ್ಥಿಗಳ ನೆನಪಾಯಿತು.

"ಪರ್ವಾಗಿಲ್ಲ. ಅವ್ರನ್ನ ನೋಡಿದ ಹೊರತು ಸಮಾಧಾನವಿಲ್ಲ."

ಹೆಚ್ಚಿಗೆ ಮಾತಿಗೆ ಕೂಡದೇ ಎಲ್ಲರೂ ಹೋಗಿ ಮಲಗಿಬಿಟ್ಟರು. ಭಾಗ್ಯಲಕ್ಷ್ಮಿ ಮಾತ್ರ ಅವನ ಪಕ್ಕದಲ್ಲೇ ಮಲಗಿದಳು. ಅವನ ಕೂದಲು ಬೆರಳುಗಳಲ್ಲಿ ಆಟವಾಡುತ್ತ ಹಾಗೇ ಮಲಗಿ ನಿದ್ರಿಸಿದಳು.

"ಅವ್ಳನ್ನ ತುಂಬ ಹಚ್ಕೋಬೇಡಿ. ಕಾಲೇಜಿಗೆ ನಿಮ್ಮ ಜೊತೆ ಓಡಿಬರ್ತಾಳೆ" ಭಾಗ್ಯಲಕ್ಷ್ಮಿಯ ಕೂದಲಲ್ಲಿ ಕೈಯಾಡಿಸಿದ.

"ಕರ್ಕೊಂಡ್ಹೋಗ್ತೀನಿ" ರಶ್ಮಿ ಹೇಳಿದಳು.

"ಬೇಡ, ಇಲ್ಲೇ ಮಲಗಲಿ ಬಿಡಿ" ಮಗುವಿನ ಕೆನ್ನೆ ಸವರಿ "ಭಾಗ್ಯಲಕ್ಷ್ಮಿ ಅಂತ ಹೆಸರಿಟ್ಟೋರು ಯಾರು?" ಭಾಗಮ್ಮನ ಜ್ಞಾಪಕದಿಂದ ಅವನೆದೆ ತುಂಬಿತು.

"ನಿಮ್ಮಣ್ಣ...." ಮತ್ತೇನಾದರೂ ಕೇಳಿಯಾನೆಂಬ ಭಯ. ಒಳಗಡೆ ಬಂದು "ನೀವು ಇವೊತ್ತು ವಿಶ್ರಾಂತಿ ತಗೊಳ್ಳಿ. ನಾಳೆಯಿಂದ ಬೇಕಾದ್ರೆ ನಿಮ್ಮ ಪಕ್ಕದಲ್ಲೇ ಮಲ್ಗಿಸ್ಕೊಳ್ಳಿ" ಮಗಳನ್ನು ಎತ್ತಿಕೊಂಡು ಹೋದಳು.

ರಾತ್ರಿಯೆಲ್ಲ ಅವನಿಗೆ ನಿದ್ದೆ ಬರಲಿಲ್ಲ. ಸುಮ್ಮನೇ ಹೊರಳಾಡಿದ. ಬೆಳಗಿನ ಮೊದಲ ಬಸ್ಸಿಗೆ ಹೊರಟುಬಿಟ್ಟ. ದಾರಿಯುದ್ದಕ್ಕೂ ಅಜ್ಜಿ ತಾತನ ಬಳಿ ಹೇಳಬೇಕಾದ ವಿಷಯಗಳ ಬಗ್ಗೆ ಯೋಚಿಸತೊಡಗಿದ.

ಬಸ್ಸಿನಿಂದ ಇಳಿದವನೇ ಓಡುತ್ತಲೇ ನಡೆದ. ಹೊಸಲು ಬಳಿ ನಿಂತ. ಹಿಂದಿನ ಕಳೆಯಿಲ್ಲ. ಭಣ ಭಣಗುಟ್ಟುತ್ತಿತ್ತು. ಮನ ಹೊಯ್ದಾಡಿತು. ಮೆಲ್ಲಗೆ ಹೊಸಲು ದಾಟಿ ಒಳಗೆ ಕಾಲಿಟ್ಟ.

ಎದೆಯಲ್ಲಿ ವಿಪರೀತ ಸಂಕಟ. ಎಂತಹುದೋ ವೇದನೆ. ತಡೆಯಲಾರದಾಗ ನಾಲಿಗೆ, ಗಂಟಲು ಎಲ್ಲಾ ಒಣಗಿಹೋಯಿತು. ಮೆಲ್ಲಗೆ ತುಟಿ ಅಲುಗಿಸಿ ಕೂಗಲು ಪ್ರಯತ್ನಪಟ್ಟ.

"ಹೇಮಂತಣ್ಣ ಬಂದಾರೆ" ಒದ್ದೆ ಪಂಚೆಯನ್ನು ಗಳುವಿನ ಮೇಲೆ ಹರವಲು ಬಂದ ಭಟ್ಟ ಕೂಗಿಕೊಂಡ.

ದೇವರ ಕೋಣೆಯಲ್ಲಿದ್ದ ರಾಯರು ಹೊರಗೆ ಬಂದರು. ಗುರುತು ಹಿಡಿಯಲಾರದಷ್ಟು ಸೋತುಹೋಗಿದ್ದರು.

"ತಾತ..." ಅವರ ಪಾದಗಳನ್ನು ಮುಟ್ಟಿ ನಮಸ್ಕರಿಸಿದ. ರಾಯರು ಎತ್ತಿ ತಬ್ಬಿಕೊಂಡರು. ಅವರ ಮೈ ಸಂತೋಷ ತಾಳಿಕೊಳ್ಳಲಾರದೇ ಕಂಪಿಸುತ್ತಿತ್ತು. ಹೆಂಡತಿ ಸತ್ತ ಮೇಲೆ ದೃಢಸಂಯಮ ಶಕ್ತಿಯೇ ಅವರಲ್ಲಿ ಮರೆಯಾಗಿತ್ತು; ದುರ್ಬಲ ವ್ಯಕ್ತಿಗಳಾಗಿಬಿಟ್ಟಿದ್ದರು.

"ಎಷ್ಟೊಂದು ಬಡವಾಗಿದ್ದೀರಾ!"

ಮೊಮ್ಮಗನನ್ನು ಕಣ್ಣರಳಿಸಿ ನೋಡಿದರು. 'ಭಾಗೂ, ನೀನು ಇರಬೇಕಾಗಿತ್ತು ಕಣೆ!' ಹೇಮಂತ್ ಬರುವ ಸಂದೇಶ ಹೊತ್ತು ಬಂದ ಪತ್ರ ನೋಡಿದಾಗಿನಿಂದ ಭಯಂಕರ ವೇದನೆಯನ್ನೇ ಅನುಭವಿಸಿದ್ದರು. ಕಡೆಗೆ ಗಟ್ಟಿ ನಿರ್ಧಾರ ಮಾಡಿ ಉಳಿದಿದ್ದರು.

"ವಯಸ್ಸಾಯ್ತು ಮಗು" ಭುಜ ತಟ್ಟಿ "ಮೊದ್ಲು ಬಟ್ಟೆ ಬದಲಾಯ್ಸಿ ಸ್ನಾನ ಮಾಡಿ, ಊಟ ಮಾಡಿ, ವಿಶ್ರಾಂತಿ ತಗೋ, ಆಮೇಲೆ ಮಾತಾಡೋಣ."

ಹೇಮಂತ್ ವಿಸ್ಮಿತನಾದ. ಅಜ್ಜಿ ಯಾಕೆ ಹೊರಗೆ ಬರಲಿಲ್ಲ? ಮಂಚ ಹತ್ತಿ ಮಲಗಿದ್ದಾರ?

"ಅಜ್ಜಿ ಎಲ್ಲಿ?" ರಾಯರು ತಟ್ಟೇ ನಿಜಾಂಶ ತಿಳಿಸಲು ಇಷ್ಟಪಡಲಿಲ್ಲ.

"ಮೊದ್ಲು ಬಟ್ಟೆ ಬದಲಾಯ್ಸು."

ಅರೆ ಮನಸ್ಸಿನಿಂದಲೇ ಬಟ್ಟೆ ಬದಲಾಯಿಸಿದ. ಊಟಕ್ಕೆ ಬಂದು ಕೂತಾಗ ಭಟ್ಟ ಬಡಿಸಲು ಮುಂದಾದ. ಗಾಬರಿಯಾಯಿತು.

"ಅಜ್ಜಿ ಎಲ್ಲಿ ಹೋಗಿದ್ದಾರೆ?" ಮನ ಹಿಂದೆಗೆಯಿತು.

"ಮೊದ್ಲು ಊಟ ಮುಗ್ಸು, ಮಗೂ" ಪುನಃ ಮಾತಾಡದೇ ಊಟ ಮಾಡಿದ. ಊಟ ರುಚಿಸಲಿಲ್ಲ.

ರಾಯರ ಎದುರು ಬಂದು ಕೂತ. ಅವರು ಗಂಭೀರವಾಗಿದ್ದರು. ಅಲ್ಲಿ ಅವನಿಗೆ ಶ್ರೀಕಾಂತು ವಿಷಯ ತಿಳಿಸಿಲ್ಲ ಅಂದುಕೊಂಡರು.

"ಅಜ್ಜಿ, ಬೇರೆ ಊರಿಗೆ ಹೋಗಿದ್ದಾರ?"

"ಆಕೆ ಬದುಕಿಲ್ಲ ಮಗೂ" ದಿಗ್ಭ್ರೂಢನಾದ. ಕತ್ತಿನ ನರಗಳು ಉಬ್ಬಿದವು. ದಿಕ್ಕೇ ತೋಚದಂತಾಯಿತು.

"ತಾತ... ನಂಗ್ಯಾಕೆ ತಿಳಿಸ್ಲಿಲ್ಲ?" ಅವರ ತೊಡೆಯ ಮೇಲೆ ತಲೆಯಿಟ್ಟು ಹೊರಳಾಡಿದ.

"ಸಮಾಧಾನ ಮಾಡ್ಕೋ, ಮಗು. ಆಯಸ್ಸು ಇದ್ದಷ್ಟು ದಿನ ಬದುಕಿದ್ಲು. ಈ ಪ್ರಪಂಚದಲ್ಲಿ ಯಾರು ಶಾಶ್ವತ!?"

ಎಷ್ಟೋ ಹೊತ್ತು ಅವರ ತೊಡೆಯ ಮೇಲೆ ತಲೆಯಿಟ್ಟು ಮಲಗೇ ಇದ್ದ. ಅವನ ಕಣ್ಣುಗಳಿಂದ ಕಂಬನಿ ಹರಿಯುತ್ತಲೇ ಇತ್ತು.

ಹೇಮಂತ್ ಪೂರ್ತಿ ಮೌನಿಯಾದ. ಸುಮ್ಮನೆ ಮಂಕಾಗಿ ಕೂತಿರುತ್ತಿದ್ದ. ಊಟ, ತಿಂಡಿಗಳ ಪರಿವೆಯೇ ಇರಲಿಲ್ಲ. ರಾಯರು ಎಷ್ಟೋ ಸಮಾಧಾನ ಹೇಳಿದರು. ಚೇತರಿಸಿಕೊಳ್ಳಲಿಲ್ಲ.

'ಮಗೂ, ಮಗೂ' ಸದಾ ಭಾಗಮ್ಮನವರ ಮಮತೆಯ ಧ್ವನಿ ಅವನನ್ನು ಸವರಿದಂತೆ ಅನುಭವವಾಗುತ್ತಿತ್ತು.

"ಹೇಮಂತಣ್ಣ, ಒಂದು ಗಳಿಗೆ ಹೊರ್ಗೆ ಅಡ್ಡಾಡಿ ಬನ್ನಿ" ಭಟ್ಟನನ್ನು ದಿಟ್ಟಿಸಿದ. ತಬ್ಬಲಿಯಂತೆ ತಲೆ ತಗ್ಗಿಸಿ ನಿಂತಿದ್ದ.

"ನಾನು ತುಂಬ ಪಾಪಿ, ನಾನು ಬರದಿದ್ರೆ ಅಮ್ಮ ಸಾಯ್ತಾ ಇರಲಿಲ್ವೇನೋ!" ಭಟ್ಟ ಕಣ್ಣೊರೆಸಿಕೊಂಡ.

ಮನುಷ್ಯನ ಆಸೆ ಆಕಾಂಕ್ಷೆಗಳು, ಬಯಕೆ ಭಾವನೆಗಳು, ಸುಖಾಭಿಲಾಷೆಗಳು ಎಲ್ಲವೂ ಒಂದು ಕ್ಷಣ ಬೆಂಕಿಯಲ್ಲಿ ಉರಿದು ಭಸ್ಮವಾಗಿಬಿಡುತ್ತದೆಯಲ್ಲ. ವಿರಕ್ತಭಾವವುಂಟಾಯಿತು.

"ಹೊರಗಡೆ ತಿರುಗಾಡಿ ಬರ್ತೀನಿ" ಉಟ್ಟ ಬಟ್ಟೆಯಲ್ಲಿಯೇ ಮನೆಯಿಂದ ಹೊರಬಿದ್ದ.

"ನಾನೂ ಬರ್ತೀನಿ" ಭಟ್ಟ ಕೂಗಿಕೊಂಡ.

ಹಿಂದಿರುಗಿ ಬೇಡವೆನ್ನುವಂತೆ ಸನ್ನೆ ಮಾಡಿ ಹೊರಟುಬಿಟ್ಟ. ಒಂದು ಕಡೆ ಹೋಗಬೇಕೆನ್ನುವ ಗುರಿ ಇರಲಿಲ್ಲ. ದಾರಿ ಸಿಕ್ಕಿದತ್ತ ನಡೆದ.

ಬಿಸಿಲಿನ ಆವೇಗ ಕಡಿಮೆಯಾಗಿತ್ತು. ಸಣ್ಣಗೆ ಗುಡ್ಡದಂತೆ ಕಾಣುತ್ತಿದ್ದ ಬಂಡೆಯ ಕಡೆಗೆ ನಡೆದ. ಅದಕ್ಕೆ ಒರಗಿ ನಿಂತ. ನೀರವತೆಯನ್ನು ಕರಗಿಸಿಕೊಂಡಿದ್ದ ವಿಸ್ತಾರವೂ ಎದುರಿಗೆ ಪ್ರಸರಿಸಿತ್ತು. ಎಷ್ಟೋ ಹೊತ್ತು ಅದೇ ಅವಸ್ಥೆಯಲ್ಲಿದ್ದ. ಬುದ್ಧಿಯೇ ಸ್ಥಿಮಿತದಲ್ಲಿರಲಿಲ್ಲ.

ದಟ್ಟವಾಗಿ ಕತ್ತಲು ಪಸರಿಸತೊಡಗಿತು. ಎದ್ದು ಮನೆಯತ್ತ ಹೆಜ್ಜೆ ಹಾಕಿದ. ಮುಂಬಾಗಿಲಿನ ಜಗುಲಿಯ ಮೇಲೆ ನಿಂತು ರಾಯರು ಇವನ ಹಾದಿಯನ್ನೇ ನೋಡುತ್ತಿದ್ದರು.

"ಬಂದ್ಯಾ ಮಗು" ವೇದನೆ ಇಡಿಯ ಶರೀರವನ್ನೇ ವ್ಯಾಪಿಸಿ ಹಿಂಡಿತು. ಎಷ್ಟೋ ಪ್ರಯತ್ನಿಸುತ್ತಿದ್ದ. ಯಾವ ಬೌದ್ಧಿಕ ಸಮಾಧಾನವೂ ಮಾನಸಿಕ ವೇದನೆಯನ್ನು ಹೋಗಲಾಡಿಸಲು ಸಮರ್ಥವಾಗುತ್ತಿರಲಿಲ್ಲ.

"ಭಟ್ಟ, ಮಗೂಗೆ ಬಡ್ಸು" ತಾವು ಬಂದು ಎದುರಿನಲ್ಲಿ ಕೂತರು.

"ಸರ್‍ಯಾಗಿ ಊಟ ಮಾಡು" ಅವರೆಷ್ಟೇ ಹೇಳಿದರೂ ಅವನಿಂದ ಸರಿಯಾಗಿ ಊಟ ಮಾಡಲಾಗಲಿಲ್ಲ.

ರಾಯರು ರಾತ್ರಿಯೆಲ್ಲ ಕೂಡಿಸಿಕೊಂಡು ಅವನಿಗೆ ಸಮಾಧಾನ ಹೇಳಿ "ಬೆಳಿಗ್ಗೆ ಹೊರಟ್ಬಿಡು" ಎಂದರು.

ತಲೆಯೆತ್ತಿ ಅವರ ಕಡೆ ನೋಡಿದ.

"ಹೌದು ಮಗು! ನಿನ್ನ ದಾರಿ ಅವ್ರುಗಳು ನೋಡ್ತಾ ಇರ್‍ತಾರೆ. ಕಾಲೇಜಿಗೆ ಎಂದಿನಿಂದ ಹೋಗ್ಬೇಕೂ?"

ವಾಸ್ತವ ಜಗತ್ತಿಗೆ ಇಳಿದ.

"ತಾತ, ನನ್ಜೊತೆ ಹೊರಟ್ಬಿಡಿ. ನಿಮ್ಮೊಬ್ರನ್ನೇ ಬಿಟ್ಟು ನಾನು ಹೋಗ್ಲಾರೆ."

ರಾಯರು ಇಲ್ಲಿಂದ ಹೋಗಲಾರರು. ಯಾವುದೋ ಬಂಧನ ಅವರನ್ನು ಕಟ್ಟಿಹಾಕಿತ್ತು. ಸಮಾಧಾನ ಹೇಳಿ ಅವನನ್ನು ಮೈಸೂರಿಗೆ ಕಳುಹಿಸಿಕೊಟ್ಟರು.

ಬಸ್ಸಿನಿಂದ ಇಳಿದು ಮನೆಗೆ ಬಂದವನೇ ಕೋಣೆಗೋಗಿ ಕೂತುಬಿಟ್ಟ. ನಾಲ್ಕು ದಿನದ ಗಡ್ಡ ಹುಲುಸಾಗಿ ಬೆಳೆದಿತ್ತು. ಕಾಯಿಲೆ ಬಿದ್ದವನಂತೆ ಕಾಣುತ್ತಿದ್ದ. ಮೈಮನ ಸೊರಗಿತ್ತು.

ಬಾಗಿಲು ಸರಿಸಿದ ಸದ್ದಾಯಿತು. ಅವನಿಗೆ ಈಗ ಏಕಾಂತ ಬೇಕಾಗಿತ್ತು. ಕೂದಲಲ್ಲಿ ಕೈಹಾಕಿ ಕಿತ್ತ.

"ಹೇಮಂತ್..." ಉಗುಳು ನುಂಗಿ ತಲೆಯೆತ್ತಿದ.

ವಸಂತ್ ಬಂದು ಸಮೀಪ ನಿಂತ. ತಮ್ಮನ ಮನದ ವೇದನೆಯನ್ನು ಬಲ್ಲ. ಭಾಗಮ್ಮನವರ ಪ್ರೀತಿ, ವಾತ್ಸಲ್ಯ,ಮಮತೆ ಮರೆಯುವಂಥದ್ದಲ್ಲ.

"ನಿನ್ಗೆ ಪತ್ರ ಬರೀತೀನಿಂದಾಗ, ತಾತ ಬೇಡಾಂದ್ರು" ಸುಮ್ಮನೆ ತಲೆಯಲುಗಿಸಿದ.

"ಟಿಕಪ್ಪ ಬಂತು" ಭಾಗ್ಯಲಕ್ಷ್ಮಿ ಬಂದು ಅವನ ತೊಡೆಯನ್ನು ಏರುವ ಸಾಹಸ ಮಾಡಿದಳು. ಎತ್ತಿ ಕೂಡಿಸಿಕೊಂಡ. ಕೆನ್ನೆ, ಗದ್ದವನ್ನೆಲ್ಲ ಸವರಿದಳು.

"ಅಣ್ಣ ಚೂಚುತ್ತೆ" ಹೇಮಂತ್‌ನ ಗಡ್ಡದ ಕಡೆ ಬೆರಳು ಮಾಡಿದಳು. ಅವನ ತುಟಿಗಳ ಮೇಲೂ ನಗು ಅರಳಿತು.

ಆ ಮಗೂ ಅವನ ಸಂಗಾತಿಯಾಯಿತು. ಕಾಲೇಜಿನಿಂದ ಬಂದ ಕೂಡಲೇ ಅವನ ತೊಡೆಯೇರಿಬಿಡುತ್ತಿದ್ದಳು. ಅವನಿಗೊಂದಿಷ್ಟು ಕೆಲಸ ಕೊಟ್ಟಳು. ಇಷ್ಟ ಬಂದ ಫ್ರಾಕನ್ನ ಎಳೆದು ತಂದು ಅವನಿಗೆ ನೀಡುತ್ತಿದ್ದಳು.

ಅಂದು ಬೆಳಿಗ್ಗೆ ಬಂದ ಪೇಪರನ್ನು ಸಂಜೆಯ ವೇಳೆಗೆ ಹರಿದು ಗುಡ್ಡೆ ಮಾಡಿದ್ದಳು. ಹೇಮಂತ್ ಇಂಥದ್ದೆಲ್ಲ ಇಷ್ಟಪಡೋಲ್ಲ. ರಶ್ಮಿಗೆ ಗಾಬರಿಯಾಯಿತು.

"ತೀರಾ ಅತಿಯಾಯ್ತು" ಬೆನ್ನಿಗೆ ಒಂದೇಟು ಕೊಟ್ಟಳು. ಮೆಲ್ಲಗೆ ರಾಗ ಶುರು ಮಾಡಿದಳು.

ಅಡಿಗೆಯ ಮನೆಯಲ್ಲಿ ತಿಂಡಿ ಮಾಡುತ್ತಿದ್ದ ನಿರುಪಮ ಓಡಿ ಬಂದರು.

"ಮ್... ಮ್... ಮ್..... ಹೊಡೀತು."

"ಯಾಕೆ ಹೊಡ್ದೆ?" ನಿರುಪಮ ಅವಳನ್ನು ಎತ್ತಿಕೊಂಡರು. ಮೊದಲು ಹೆಣ್ಣಾಯಿತಲ್ಲ ಎಂದು ತಾತ್ಸಾರದಿಂದ ಕಾಣುತ್ತಿದ್ದರು. ಈಗ ತುಂಟತನ, ಮಾತು, ಆಟದಿಂದ ಅವರ ಮನವನ್ನು ಸೆಳೆದುಬಿಟ್ಟಿದ್ದಳು.

ಅಂದು ಹೇಮಂತ್ ಕಾಲೇಜಿನಿಂದ ಬರುವುದು ತಡವಾಗಿತ್ತು. ಅವನ ಅಭಿಮಾನಿಗಳ ವಿದ್ಯಾರ್ಥಿವೃಂದ ಅವನು ಬಂದ ಸಂತೋಷಕ್ಕೆ ಒಂದು ಸಮಾರಂಭ ಏರ್ಪಡಿಸಿದ್ದರು. ಆ ಕಾಲೇಜು ಬಿಟ್ಟು ಹೋದ ಹಳೆಯ ವಿದ್ಯಾರ್ಥಿಗಳು ಬಂದು ಗುಂಪು ಕೂಡಿದ್ದರು.

ಒಬ್ಬ ವಿದ್ಯಾರ್ಥಿ ವೇದಿಕೆಯ ಮೇಲೆ ನಿಂತು, ಷೇಕ್ಸ್‌ಪಿಯರ್ಸ್‌ನ ರೋಮಿಯೋ ಜೂಲಿಯೆಟ್, ಮ್ಯಾಕ್‌ಬೆತ್ ನಾಟಕಗಳನ್ನು ಹೇಮಂತ್ ಹೇಳುತ್ತಿದ್ದ ಪ್ರೇಮಮಯ, ಭಯ, ವಿಸ್ಮಯ, ದುಃಖ, ವೀರ ಭಾವಗಳನ್ನು ಕಂಠದಲ್ಲಿ ತುಂಬಿಕೊಂಡು ಹೇಳಿ ಇಡೀ ಸಭೆಯನ್ನು ರಂಜಿಸಿದ.

ಮನೆಗೆ ಬಂದಾಗ ಸ್ವಲ್ಪಮಟ್ಟಿಗೆ ಉಲ್ಲಸಿತನಾಗಿದ್ದ.

"ಮಗು ಮಲ್ಗಿಬಿಡ್ತಾ!" ರಶ್ಮಿನ ಕೇಳಿದ ಊಟಕ್ಕೆ ಕೂತಾಗ.

"ಇಲ್ಲ, ಅಪ್ಪ ತಂದೆ ಪಕ್ಕ ಮಲ್ಗಿ ಹರಟ್ತಾ ಇದ್ದಾಳೆ."

ಮೌನವಾಗಿ ಊಟ ಮುಗಿಸಿ ವರಾಂಡಕ್ಕೆ ಬಂದ. ನಾಳೆಯೊಂದು ದಿನ ಕಾಲೇಜಿಗೆ ರಜ ಇತ್ತು. ಬಿಳಿಗೆರೆಗೆ ಹೋಗಿ ಬರ್ಲಾ! ವೇಳೆಗೆ ಸರಿಯಾಗಿ ಬಸ್ಸು ಸಿಕ್ಕದಿದ್ದರೇ! ಶನಿವಾರ ಹೋಗಬೇಕೆನ್ನುವ ನಿರ್ಧಾರ ಮಾಡಿದ.

ಬೆಳಿಗ್ಗೆ ಎದ್ದವನೇ ಲೈಬ್ರರಿ ಕಡೆ ಹೊರಟ. ಒಂದೆರಡು ಪುಸ್ತಕಗಳ ಆವಶ್ಯಕತೆ ಇತ್ತು. ಸೈಕಲ್ ಜೋರಾಗಿ ತುಳಿಯುತ್ತ ಹೊರಟ.

ಹೊರಡುವುದಕ್ಕೆ ಮುನ್ನ ಭಾಗ್ಯಲಕ್ಷ್ಮಿ 'ಟಿಕಪ್ಪ, ನಾನೂ ಬರ್ತೀನಿ' ಎಂದು ಹಟ ಮಾಡಿದ್ದಳು. ರಮಿಸಿ ಹೊರಟಿದ್ದ.

"ಹಲೋ ಹೇಮಂತ್..." ಧ್ವನಿ ಬೆಚ್ಚುವಂತೆ ಮಾಡಿತು. ಶಶಿಕಾಂತ್, ಡಾ|| ವಿಕಾಸ್ ಇಬ್ಬರು ನಡೆದುಬರುತ್ತಿದ್ದರು, ಸೈಕಲ್‌ನಿಂದ ಇಳಿದ.

"ಹೌ ಆರ್ ಯು?" ಶಶಿ ಹತ್ತಿರಕ್ಕೆ ಬಂದು ಕೈ ಕುಲುಕಿದ.

"ಓಕೆ" ತುಟಿಗಳ ಮೇಲೆ ನಗು ಅರಳಿಸಿದ. ಶಶಿಯ ಹಿಂದೆ ರೇಖಾಳ ನೆನಪು ನುಗ್ಗಿ ಬಂತು. ನುಸುಳಿಕೊಂಡು ವಸುಮತಿಯ ಜ್ಞಾಪಕವೂ ಬಂತು. ಮುಖ ಗಂಭೀರವಾಯಿತು.

"ವೆನ್ ಡಿಡ್ ಯೂ ಕಮ್?"

ಹೇಮಂತ್‌ಗೆ ನಗು ಬಂತು. ನನ್ನ ಮಾತೃಭಾಷೆಯನ್ನು ಮರೆತಿಲ್ಲವೆಂದು ಹೇಳಬೇಕೆನಿಸಿತು.

"ಕೆಲವು ದಿನ ಆಯ್ತು" ಬಂದ ದಿನವನ್ನೇ ನೆನಪಿನಲ್ಲಿಟ್ಟುಕೊಂಡಿರಲಿಲ್ಲ. ಭಾಗಮ್ಮನವರ ಸಾವಿನ ಸುದ್ದಿ ಅವನಿಗೆ ಮಂಕು ಬಡಿಸಿತ್ತು. ಜೀವನದ ಮಹತ್ವದ ದಿನಗಳನ್ನೆಲ್ಲ ಇಂಗ್ಲೆಂಡಿನಲ್ಲೇ ಕಳೆದುಬಿಟ್ಟೆನೇನೋ! ದುಃಖಿಸುತ್ತಿದ್ದ.

ಡಾ|| ವಿಕಾಸ್‌ನ ಪರಿಚಯಿಸಿದ. ಹೇಮಂತ್ ಹಾರ್ದಿಕವಾಗಿ ಕೈ ಕುಲುಕಿ ಸಂತೋಷ ವ್ಯಕ್ತಪಡಿಸಿದ.

"ಬರ್ತೀನಿ" ಸೈಕಲ್ ಹತ್ತಿ ಹೊರಟೇಬಿಟ್ಟ.

ಡಾ|| ವಿಕಾಸ್ ಮುಖ ಗಂಭೀರವಾಗಿತ್ತು. ಶಶಿಯಿಂದಲೇ ಹೇಮಂತ್‌ನ ವಿಷಯ ತಿಳಿದಿತ್ತು. ಅಸೂಯೆ ದಾವಾನಲವಾಗಿ ಇಡೀ ಮೈಯನ್ನು ವ್ಯಾಪಿಸಿ ಕೊಂಡಿತ್ತು.

* * * *

ಬೆಳಿಗ್ಗೆ ಹೇಮಂತ್ ಕಾಲೇಜಿಗೆ ಹೊರಟಾಗ ಸೋನೆ ಮಳೆ ಶುರುವಾಗಿತ್ತು. ಸಂಜೆ ಕೂಡ ನಿಂತಿರಲಿಲ್ಲ. ಅರ್ಧಂಬರ್ಧ ನೆನೆದೇ ಮನೆ ಸೇರಿದ. ಮನೆಯ ಬಾಗಿಲಿಗೆ ಬೀಗ ಹಾಕಿತ್ತು. ಜೇಬಿನಲ್ಲಿದ್ದ ಡೂಪ್ಲಿಕೇಟ್ ಕೀಯಿಂದ ಬೀಗ ತೆಗೆದು ಒಳಗೆ ನಡೆದ.

ಅದೇನೂ ಆಶ್ಚರ್ಯಕರವಾದ ಸುದ್ದಿ ಆಗಿರಲಿಲ್ಲ. ಮೊದಲಿದ್ದ ಮನೆಯ ಬಿಗುವಿನ ವಾತಾವರಣ ಈಗ ಸಾಕಷ್ಟು ಸಡಿಲವಾಗಿತ್ತು. ಎಲ್ಲರೂ ಒಟ್ಟಾಗಿಯೇ ಎಲ್ಲಾದರೂ ಹೋಗುತ್ತಿದ್ದರು. ಅದು ಅವನಿಗೆ ಬಹಳ ನೆಮ್ಮದಿ ತಂದ ವಿಷಯವಾಗಿತ್ತು.

ಬಟ್ಟೆ ಬದಲಾಯಿಸಿ ಫ್ಲಾಸ್ಕ್‌ನಲ್ಲಿದ್ದ ಕಾಫಿಯನ್ನು ಬಗ್ಗಿಸಿಕೊಂಡು ಕುಡಿದ. ಸುರಿಯುವ ಮಳೆಯನ್ನು ನೋಡುತ್ತ ಕಿಟಕಿಯ ಬಳಿ ನಿಂತ. ಈಗ ಮಳೆಯ ರಭಸ ಹೆಚ್ಚಾಗಿತ್ತು.

ಸುರಿಯುವ ಮಳೆಯನ್ನು ಸೀಳಿಕೊಂಡು ಕಾರೊಂದು ಬಂದು ನಿಂತಿತು. ಅದರಿಂದ ಕೊಡೆ ಹಿಡಿದು ಇಳಿದ ರೇಖಾ ಮನೆಯತ್ತ ನಡೆದು ಬಂದಳು.

"ರಶ್ಮಿ..." ಮುಚ್ಚಿದ ಬಾಗಿಲನ್ನು ತಳ್ಳಿಕೊಂಡು ಒಳಗೆ ಬಂದಳು. ಹೇಮಂತ್ ಹಿಂದಿರುಗಿರುವ ಸುದ್ದಿ ಅವಳಿಗೆ ಗೊತ್ತಿರಲಿಲ್ಲ. ಆಗಾಗ ಬರುತ್ತಿದ್ದಳು. ಇಂದು ಕೂಡ ಬಂದಿದ್ದಳು.

"ರಶ್ಮಿ ಇಲ್ಲ."

ಹೇಮಂತ್‌ನ ನೋಡಿದ ಕೂಡಲೇ ಗರಬಡಿದವಳಂತೆ ನಿಂತುಬಿಟ್ಟಳು. ಸೂಕ್ಷ್ಮವಾಗಿ ಬೆವರಿದಳು. ಮನಸ್ಸು ಸಂಭ್ರಮ ವಿಸ್ಮಯ ಹರ್ಷಗಳಿಂದ ಪುಳಕಿತವಾಯಿತು. ಹೃದಯದಲ್ಲಿನ ಪ್ರೇಮವು ಮೂರ್ತರೂಪಗೊಂಡು ಎದುರು ಜೀವಂತವಾಗಿ ನಿಂತಿತ್ತು.

ಗೊಂಬೆಯಂತೆ ನಿಂತ ರೇಖಾಳನ್ನು ನೋಡಿ ಅವನಿಗೆ ಗಾಬರಿಯಾಯಿತು.

"ರೇಖಾ... ರೇಖಾ...." ಎಂದ.

"ಓ... ಎಲ್ಲಿ ಹೋದ್ರು?" ಧ್ವನಿ ಮಿಡುಕಿತು.

"ಕೂತ್ಕೊಳ್ಳಿ, ನಂಗೂ ಗೊತ್ತಿಲ್ಲ. ಈಗ ಬಂದ್ರೂ ಬರಬೋದು!" ನಿಂತಿದ್ದವನು ಬಂದು ಸೋಫಾ ಮೇಲೆ ಕೂತ.

ಅವಳ ತಲೆಯಲ್ಲಿ ಪ್ರಚಂಡವಾದ ವಿಚಾರದ ಸುಳಿಯು ಸುತ್ತುತ್ತಿತ್ತು. ಅವಳನ್ನು ಅಸಾಧಾರಣ ಮನಸ್ಥಿತಿಗೆ ಏರಿಸಿತ್ತು. ನಿಶ್ಚೇಷ್ಟಿತ ಸ್ಥಿತಿಯಲ್ಲಿ ಕೂತಳು.

"ನಿಮ್ಮ ತಂದೆ ಆರೋಗ್ಯವಾಗಿದ್ದಾರ?" ಹೇಗಾದರೂ ಅವನ ವಿದ್ಯಾರ್ಥಿನಿ, ತೊಡಕಿಲ್ಲದೇ ಕೇಳಿದ.

"ಹ್ಞೂಂ...." ಏನಾದರೂ ಮಾತಾಡಬೇಕೆಂಬ ಆಸೆ, ಬಾಯಿಂದ ಮಾತುಗಳು ಹೊರಟವು. ಕಾಲೇಜಿನಲ್ಲಿ ಕಲಿತ ತರುಣಿ. ಯಾರ ಬಳಿಯಾದರೂ ನಿರರ್ಗಳವಾಗಿ ಮಾತಾಡಬಲ್ಲಳು!

"ಒಂದ್ನಿಮಿಷ" ಒಳಗೆ ಹೋದ. ಫ್ಲಾಸ್ಕ್‌ನಲ್ಲಿದ್ದ ಕಾಫಿಯನ್ನು ಲೋಟಕ್ಕೆ ಬಗ್ಗಿಸಿಕೊಂಡು ಬಂದ.

"ರಶ್ಮಿ ನಿಮ್ಮನ್ನು ಹೇಗೆ ಉಪಚರಿಸುತ್ತಿದ್ದರೋ....!" ಹಗುರವಾಗಿ ನಕ್ಕು ಕೂತ.

"ಈಗೇನು ಮಾಡ್ತಾ ಇದ್ದೀರಾ?"

ನೆಲದತ್ತ ಹರಿಸಿದ್ದ ನೋಟವನ್ನು ಅವನೆಡೆಗೆ ಹರಿಸಿದಳು. ಹೇಮಂತ್‌ಗೆ ಹೃದಯವಿಲ್ಲ; ಪ್ರೇಮಿಸಿದ ಹೆಣ್ಣನ್ನು ಅರ್ಥ ಮಾಡಿಕೊಳ್ಳಲಾರ! ಹೃದಯ ಚೀರಿ ಹೇಳಿತು.

"ಏನಿಲ್ಲ..." ಅವನಿಗೆ ತಮಾಷೆಯೆನಿಸಿತು.

ರೇಖಾ ಬುದ್ಧಿವಂತ ಹುಡುಗಿ, ಪ್ರಥಮ ದರ್ಜೆಯಲ್ಲಿಯೇ ಪಾಸಾಗಿ ಡಿಗ್ರಿ ತರಗತಿಗೆ ಬಂದಿದ್ದಳು. ತಂದೆ ಅನುಕೂಲವಂತ ವಿದ್ಯಾವಂತರು– ಮತ್ತೇಕೆ ತೊಡಕು?

"ನೀವು ವಿದ್ಯಾಭ್ಯಾಸಾನ ಮುಂದುವರಿಸಲಿಲ್ವಾ?"

"ಇಲ್ಲ" ತಲೆಯಾಡಿಸಿದಳು. ಎಷ್ಟೋ ಪ್ರಯತ್ನಪಟ್ಟರೂ ಮನದ ದುರ್ಬಲತೆ ಯನ್ನು ಹಿಮ್ಮೆಟ್ಟುವುದು ಅವಳಿಂದಾಗಲಿಲ್ಲ. ಕಣ್ಣಂಚಿನಲ್ಲಿ ಕಂಬನಿ ಶೇಖರವಾಯಿತು.

"ಡಿಗ್ರಿ ಕೂಡ ಮಾಡಿಕೊಳ್ಳಲಿಲ್ಲವಲ್ಲಾ" ಅವನ ಹುಬ್ಬುಗಳು ಮೇಲೇರಿದವು.

ಇನ್ನು ಕೂಡುವುದು ರೇಖಾಳಿಂದಾಗಲಿಲ್ಲ. ಕಣ್ಣೊರೆಸಿಕೊಂಡು ಮಳೆಯಲ್ಲಿಯೇ ಹೊರಟು ಕಾರನ್ನೇರಿದಳು.

ಕಾರು ಹೊರಟ ಸದ್ದು ಕೇಳಿಸಿದಾಗ, ದಿಗ್ಮೂಢನಾದ.

ರೇಖಾಳ ಬಗ್ಗೆ ಅವನಿಗೇನು ಬೇಸರವಿಲ್ಲ. ಅದಕ್ಕ ಕಾರಣವಾದ ತಾಯಿಯ ಬಗ್ಗೆ ಬೇಸರವಿತ್ತು.

"ಅಸಾಧ್ಯ ಮಳೆ" ರಶ್ಮಿ ಮಗುವನ್ನು ಎತ್ತಿಕೊಂಡು ಒಳಗೆ ಬಂದಳು. ಅವಳ ಹಿಂದೆನೇ ವಸಂತ್ ನಿರುಪಮ ಬಂದರು. ಆಟೋದಲ್ಲಿ ಬಂದಿರಬೇಕು.

"ಕಾಫೀ ಕುಡ್ತಾ?" ನಿರುಪಮ ಕರ್ಚೀಫ್‌ನಿಂದ ಮುಖದ ಮೇಲಿನ ಮಳೆ ಹನಿಗಳನ್ನೊರೆಸಿಕೊಂಡರು.

ರಶ್ಮಿ ತಲೆಯೊರೆಸುತ್ತಿದ್ದರೂ ತಪ್ಪಿಸಿಕೊಂಡು ಭಾಗ್ಯ ಅವನ ತೊಡೆಯೇರಿದಳು. ಮೃದುವಾಗಿ ಅವಳ ಗಲ್ಲ ಸವರಿದ. ಟೀಪಾಯಿ ಮೇಲಿದ್ದ ಪ್ಯಾಕೆಟ್ ಅವಳನ್ನು ಆಕರ್ಷಿಸಿತು.

ಅದರತ್ತ ಬೆಟ್ಟು ಮಾಡಿ "ನಂಗೆ..." ಎಂದಳು.

ಈಗ ಅವನ ದೃಷ್ಟಿ ಪ್ಯಾಕೆಟ್ ಮೇಲೆ ಬಿತ್ತು. ರೇಖಾ ತಂದಿದ್ದಿರಬೇಕು. ಮರೆತುಹೋಗಿದ್ದಾಳೆ.

"ಬೇಡ ಮರಿ, ಅದು ನಮ್ದಲ್ಲಾ" ರಮಿಸಿ "ರಶ್ಮಿ ಈ ಪ್ಯಾಕೆಟ್ ತೆಗೆದಿಡಿ. ರೇಖಾ ಬಂದಿದ್ಲು, ಮರ್ತು ಇಲ್ಲೇ ಬಿಟ್ಟೋಗಿರ್ಬೇಕೂ!" ಸಹಜವಾಗಿ ಹೇಳಿದ; ಉದ್ವೇಗಗೊಳ್ಳಲಿಲ್ಲ.

ರಶ್ಮಿಯ ಕಣ್ಣುಗಳು ಮಿನುಗಿದವು. ಮುಖದ ಮೇಲೆ ತುಂಟತನ ಕಾಣಿಸಿಕೊಂಡಿತು.

"ಏನೂ ವಿಷ್ಯ!" ಕಣ್ಣರಳಿಸಿದಳು.

"ಗೊತ್ತಿಲ್ಲ. ನಿಮ್ಮನ್ನ ನೋಡೋ ಸಲುವಾಗಿ ಬಂದಿರ್ಬೇಕೂ" ರಶ್ಮಿ ಜೋರಾಗಿ ನಕ್ಕು "ಖಂಡಿತ ಅಲ್ಲ..." ಮುಂದೆ ಹೇಳಲು ಹೋಗಲಿಲ್ಲ. ಕೆಲವು ಸಲ ಅವನ ಮುಖದ ಮೇಲಿನ ಗಂಭೀರತೆಯನ್ನು ನೋಡಿದರೇ ಮಾತಾಡಲೇ ಹಿಂಜರಿಯುತ್ತಿದ್ದಳು.

ರೇಖಾ ತಂದಿದ್ದ ಛತ್ರಿ ಅನಾಥವಾಗಿ ಸೋಫಾ ಬಳಿ ನೆಲದ ಮೇಲೆ ಬಿದ್ದಿತ್ತು. ಗಂಭೀರವಾಗಿ ಯೋಚಿಸತೊಡಗಿದ.

"ಕೊಡೆ ಇಲ್ಲೇ ಬಿಟ್ಹೋಗಿದ್ದಾಳೆ. ಆ ಹುಡ್ಗಿ ಬರೋದು ಅಪರೂಪಕ್ಕೇ. ಒಂದು ಗಳಿಗೆ ಇರಿಸ್ಕೊಬೇಕಾಗಿತ್ತು!" ಕೊಡೆಯನ್ನು ತೆಗೆದಿಟ್ಟರು ನಿರುಪಮ.

ಮಾತಾಡದೇ ಕೂತ ಮಗನ ಕಡೆ ನೋಡಿದರು. ಎಂದಿಗಿಂತ ಹೆಚ್ಚಿನ ಗಾಂಭೀರ್ಯವಿತ್ತು ಮುಖದ ಮೇಲೆ. ಏನಾದರೂ ಮಾತಾಡಿ ಅವನಿಗೆ ಬೇಸರವನ್ನುಂಟುಮಾಡಲು ಇಷ್ಟಪಡಲಿಲ್ಲ.

ತೊಡೆಯಿಂದ ಇಳಿದ ಭಾಗ್ಯ ಆ ಪ್ಯಾಕೆಟನ್ನು ಕೈಗೆತ್ತಿಕೊಂಡು ಬಿಚ್ಚತೊಡಗಿದಳು. ರಶ್ಮಿ ಅಡ್ಡಿ ಬರಲಿಲ್ಲ. ಎಂದಾದರೂ ರೇಖಾ ಅಪರೂಪಕ್ಕೆ ಬಂದಾಗ ಮಗುವಿಗಾಗಿ ಏನಾದರೂ ಕೈಯಲ್ಲಿಡಿದು ಬರುತ್ತಿದ್ದಳು.

ಅದರಲ್ಲಿನ ಸ್ವೀಟ್ಸ್ ನೆಲದಲ್ಲಿ ಹರಡಿಕೊಂಡಿತು.

"ಎಲ್ಲಾ ಚೆಲ್ಲಿಬಿಟ್ಯಾ!" ರಶ್ಮಿ ಧಾವಿಸಿ ಬಂದಳು.

ಹೇಮಂತ್ ಹೋಗಿ ಕೋಣೆಯಲ್ಲಿ ಕೂತ. ನೆನಪುಗಳು ಮರುಕಳಿಸಿದವು. ಪಾಠದಲ್ಲಿ ತಲ್ಲೀನನಾಗಿ ಅಕಸ್ಮಾತ್ ರೇಖಾಳ ಕಡೆ ದೃಷ್ಟಿ ಹೊರಳಿಸಿದಾಗ, ಆರಾಧನಾ ದೃಷ್ಟಿಯಿಂದ ನೋಡುತ್ತ ಕುಳಿತಿರುತ್ತಿದ್ದಳು. ಕಣ್ಣುಗಳು ಭಾವಪುಂಜಗಳಾಗಿ ರಂಜಿಸುತ್ತಿದ್ದವು.

ಕೋಣೆಯ ಬಾಗಿಲಿಗೆ ಬಂದ ರಶ್ಮಿ "ರೇಖಾ ಏನಾದ್ರೂ ಹೇಳಿದ್ರಾ?" ಬೆನ್ನಾಗಿ ನಿಂತಿದ್ದವನು ತಿರುಗಿ "ಹೇಳಿದ್ದ ನೆನಪಿಲ್ಲ" ಮತ್ತೇನೋ ಕೇಳಬೇಕೆನಿಸಿತು, ರೇಖಾಳ ಬಗ್ಗೆ, ಕೇಳಲಿಲ್ಲ.

ನಿರುಪಮ ಮನದಲ್ಲಿದ್ದ ಆಸೆ ಚಿಗುರಿ ಕವಲೊಡೆಯತೊಡಗಿತು. ಒಮ್ಮೊಮ್ಮೆ ನಿರಾಸೆ ಮುಸುಕುತ್ತಿತ್ತು. ದೊಡ್ಡ ಜನ, ಹೃದಯವಂತಿಕೆಯುಳ್ಳವರು. ಒಮ್ಮೆ ನಿರಾಕರಿಸಿ ತಾವಾಗಿ ಹೋಗಿ ಕೇಳಿದರೇ! ಚೆನ್ನಲ್ಲವೆನಿಸಿತು. ತಾನು ಗಂಡು ಹೆತ್ತ ತಾಯಿಯೆಂಬುದನ್ನು ಮತ್ತೊಮ್ಮೆ ಜ್ಞಾಪಿಸಿಕೊಂಡರು.

ಶನಿವಾರ ಕಾಲೇಜು ಮುಗಿಸಿಕೊಂಡು ಬಂದವನೇ ಬಿಳಿಗೆರೆಗೆ ಹೊರಟುನಿಂತ. ಅವನನ್ನು ಈಗ ತಡೆಯುವವರು ಯಾರೂ ಇಲ್ಲ. ನಿರುಪಮ ಕೂಡ ಒದರಾಡುತ್ತಿರಲಿಲ್ಲ.

ಹೊರಡೋಕೆ ಮುನ್ನ "ಯಾವಾಗ ಬರ್ತೀ?" ನಿರುಪಮ ಕೇಳಿದರು. ಹಿಂತಿರುಗಿ "ಸೋಮವಾರ ಬರ್ತೀನಿ," ಹೊರಟುಬಿಟ್ಟ.

ಬಸ್ಸು ಹತ್ತುವ ಮುನ್ನ ಹೂವಿನ ಅಂಗಡಿಗಳ ಕಡೆಗೆ ನೋಡಿದ. ಭಾಗಮ್ಮನವರಿಗೆ ಸುವಾಸನೆ ಬೀರುವಂಥ ಮಲ್ಲಿಗೆ, ಜಾಜಿ, ಸೇವಂತಿಕೆ ಹೂಗಳು ತುಂಬ ಇಷ್ಟ. ಪ್ರತಿ ಬಾರಿ ಹೋಗುವಾಗಲೂ ಹೂವುಗಳನ್ನು ಆರಿಸಿ ಕೊಂಡೊಯ್ಯುತ್ತಿದ್ದ. ದೇವರಿಗಿಟ್ಟು ಒಂದು ಚೂರು ಹೂವನ್ನು ಮುಡಿಯುತ್ತಿದ್ದರು. ಆ ವಯಸ್ಸಿನಲ್ಲೂ ಅವರಿಗೆ ಹೂ ಮುಡಿಯುವುದರಲ್ಲಿ ಆಸಕ್ತಿ. ಸದಾ ಯಾವುದೇ ಹೂವಾದರೂ ಅವರ ಮುಡಿಯನ್ನು ಅಲಂಕರಿಸಿರುತ್ತಿತ್ತು.

ನಿಟ್ಟುಸಿರು ಚೆಲ್ಲಿ ಬಸ್ಸು ಹತ್ತಿ ಕೈಯಲ್ಲಿದ್ದ ಸಣ್ಣ ಬ್ರೀಫ್ ಕೇಸನ್ನು ಸೀಟಿನ ಮೇಲಿಟ್ಟು ಪುನಃ ಇಳಿದು ಹೂವಿನಂಗಡಿಯ ಕಡೆ ನಡೆದ. ಮಲ್ಲಿಗೆ ಹೂವನ್ನು ಕೊಂಡು ತಂದ. ಅದರ ಪರಿಮಳ ಬಸ್ಸಿನೊಳಗೆಲ್ಲ ವ್ಯಾಪಿಸಿತು.

"ಹಲೋ ಹೇಮಂತ್." ರಾಜಗೋಪಾಲ್‌ರವರ ಗಂಭೀರ ಧ್ವನಿ ಅತ್ತ ತಿರುಗುವಂತೆ ಮಾಡಿತು.

ಮುಗುಳ್ನಕ್ಕು ಕೆಳಗೆ ಇಳಿದು ಬಂದ.

ದೊಡ್ಡ ನಗೆ ನಗುತ್ತಾ "ಅಲ್ಲಿನ ಹವಾ ನಿಮಗೆ ಚೆನ್ನಾಗಿ ಒಗ್ಗಿತ್ತೂಂತ ಕಾಣುತ್ತೆ!" ಅವನ ಗಂಭೀರ ದೃಢ ಮೈಕಟ್ಟನ್ನು ಅವಲೋಕಿಸುತ್ತ ನುಡಿದರು.

ಸುಮ್ಮನೇ ನಕ್ಕ. ಅದಕ್ಕೆ ಅವನಲ್ಲಿ ಉತ್ತರವಿಲ್ಲ. ಭಾಗಮ್ಮನವರ ಸಾವು ಪೂರ್ತಿ ಅವನ ಮನವನ್ನು ಕಲಕಿಬಿಟ್ಟಿತ್ತು. ಅದು ಮೈಯ ಮೇಲೂ ಅಷ್ಟಿಷ್ಟು ಪರಿಣಾಮ ಬೀರಿರಬಹುದು. ಆದರೆ ಹಿಂದೆ ನೋಡಿದವರಿಗೆ ಈ ಲೋಪ ಕಾಣದು. ಇಲ್ಲಿದ್ದಾಗ ಸಪೂರನಾಗಿದ್ದವನು ಮೈ ಕೈ ತುಂಬಿಕೊಂಡು ಕಳೆಕಳೆಯಾಗಿ ಆಗಿದ್ದ. ಅಲ್ಲಿನ ಹವಾ ಅವನಿಗೆ ಪೂರ್ಣವಾಗಿ ಒಗ್ಗಿದ್ದು ಸುಳ್ಳೆಂದು ಹೇಳಲಾರ.

"ಬಿಳಿಗೆರೆಗೆ ಹೊರಟಿದ್ದೀರಾ! ರಾಯರನ್ನು ಕೇಳ್ದೇಂತ್ಹೇಳಿ."

ಬರೀ ಅವರು ಮಾತಾಡಿದ್ದರೇ ವಿನಹ ಅವನು ತುಟಿ ಎರಡು ಮಾಡಿರಲಿಲ್ಲ.

"ಪ್ರಯಾಣದ ಸಲುವಾಗಿ ಬಂದಿದ್ರಾ?"

"ಇಲ್ಲ, ನನ್ನೊಬ್ಬ ಮಿತ್ರ ಬರ್ಬೇಕಿತ್ತು" ಸುತ್ತಲೂ ದೃಷ್ಟಿ ಹರಸಿದರು.

"ಬಸ್ಸು ಹೊರಡುತ್ತೆ" ಎಚ್ಚರಿಸಿದರು.

ತಟ್ಟನೇ "ಬಿಳಿಗೆರೆಯಿಂದ ಬಂದ್ಮೇಲೆ ಒಮ್ಮೆ ನಮ್ಮಲ್ಲಿಗೆ ಬನ್ನಿ" ಆಹ್ವಾನಿಸಿದರು.

* * * *

ಅಂದು ಸಂಜೆ ಮನೆಗೆ ಬಂದ ರೇಖಾ ತೀರಾ ಮಂಕಾಗಿದ್ದಳು. ರಾತ್ರಿ ಊಟಕ್ಕೆ ಕೂತಾಗಲೂ ಮಾತಾಡಲಿಲ್ಲ. ಶಶಿ, ರಜನಿ ಮಾತಾಡಿಸಲು ಪ್ರಯತ್ನಪಟ್ಟು ಸೋತುಹೋದರು. ಬರೀ ಮೇಜಿನ ಮುಂದೆ ಕೂತಿದ್ದಳೇ ವಿನಹ ಏನೂ ತಿನ್ನಲಿಲ್ಲ.

"ರೇಖಾ, ಹೊಟ್ಟೆ ಹಸಿವಿಲ್ವಾ?" ಅವಳ ಪಾಡನ್ನು ನೋಡಲಾರದೇ ರಾಜಗೋಪಾಲ್ ಕೇಳಿದರು.

ಅವರು ತಮ್ಮ ಕಾಲೇಜು ಜೀವನದಿಂದ ಎಷ್ಟೋ ಪ್ರೇಮಕತೆಗಳನ್ನು ಕೇಳಿದ್ದರು. ಸ್ಪಷ್ಟತೆಯ ಅರಿವಿಲ್ಲದ ವಯಸ್ಸಿನಲ್ಲಿ ಎಂತಹುದೋ ಕಲ್ಪನೆ, ಆಕರ್ಷಣೆ. ಆದರೆ ವಾಸ್ತವದ ಚಿತ್ರವೇ ಬೇರೆ. ಅದು ಮನದಲ್ಲಿ ಹುಟ್ಟಿದ್ದಲ್ಲ; ಹೃದಯದಲ್ಲಿ ಪುಟಿದಿದ್ದು, ಅಳಿಸಿ ಹೋಗಲಾರದಂಥದ್ದು. ಯಾರ ಪ್ರಯತ್ನವೂ ಫಲಿಸಿರಲಿಲ್ಲ.

"ಇಲ್ಲ. ನಂಗೆ ಮಾಡೋಕಾಗ್ತಾ ಇಲ್ಲ!"

"ನೀನಿನ್ನ ಮಗು! ನಿನ್ಗೆ ಹೊಟ್ಟೆ ಹಸಿವಾಗೋದೂ ಗೊತ್ತಾಗೋಲ್ಲ. ಸುಮ್ನೆ ಎರಡು ತುತ್ತು ತಿನ್ನು" ತಂಗಿ ತಲೆ ಸವರಿ ಶಶಿ ಹೇಳಿದ.

"ಕೈ ತೊಳ್ಕೊಂಡು ಕೋಣೆಗೆ ನಡೀ."

ತಂದೆ ಅಷ್ಟು ಹೇಳಿದ್ದೇ ಅವಳಿಗೆ ಸಾಕಾಯಿತು.ಕೈ ತೊಳ್ದು ಎದ್ದು ಹೋದಳು.

ರಾಜಗೋಪಾಲ್ ಮಗಳ ಕೋಣೆಗೆ ಬಂದಾಗ, ಕಿಟಕಿಯಲ್ಲಿ ನಿಂತು ದೂರದ ದಿಗಂತವನ್ನು ದಿಟ್ಟಿಸುತ್ತಿದ್ದಳು.

"ರೇಖಾ...." ತಂದೆಯ ಕಡೆ ತಿರುಗಿದಳು. ಅವರ ಮಮತೆಯ ನೋಟ ಅವಳನ್ನು ಸವರುತ್ತಿತ್ತು.

"ಹೊರ್ಗಡೆ ಕೂತ್ಕೋಳೋಣ್ವಾ."

ರಾಜಗೋಪಾಲ್, ರೇಖಾ ಹೊರಗಡೆ ಬಂದು ಲಾನ್ ಮೇಲೆ ಹಾಕಿದ್ದ ಬೆತ್ತದ ಛೇರುಗಳ ಮೇಲೆ ಕೂತರು.

"ಸಂಜೆ ಎಲ್ಲಿಗೆ ಹೋಗಿದ್ದೆ?" ಅವಳತ್ತಲೇ ನೋಡುತ್ತ ಕೇಳಿದರು.

"ನಿರುಪಮ ಮನೆಗೆ ಹೋಗಿದ್ದೆ" ಪೂರ್ತಿಯಾಗಿ ಬೆತ್ತದ ಛೇರ್‌ಗೆ ಒರಗಿದರು.

"ರಶ್ಮಿ ಏನಾದ್ರೂ ಹೇಳಿದ್ರಾ?" ಎಂದಾದರೂ ಅಲ್ಲಿಗೆ ಹೋಗಿ ಬಂದರೇ ಮಂಕಾಗಿಬಿಡುತ್ತಿದ್ದಳು. ವಸಂತ, ರಶ್ಮಿ ಮಗು ಹೇಮಂತ್ ಬಗ್ಗೆ ಏನಾದರೂ ಹೇಳುತ್ತಿದ್ದಳು.

"ಇಲ್ಲ; ಅವ್ರುಗಳು ಸಿಗ್ಲೇ ಇಲ್ಲ. ಹೇಮಂತ್ ಇದ್ರೂ...." ತಡವರಿಸಿದಳು.

ರಾಜಗೋಪಾಲ್ ಪೂರ್ತಿ ಅರ್ಥ ಮಾಡಿಕೊಂಡರು. ಮಗಳು ಒಬ್ಬ ಅಸಭ್ಯ ವ್ಯಕ್ತಿಯನ್ನು ಪ್ರೇಮಿಸಿದ್ದರೆ, ಕೆನ್ನೆಗೆ ಹೊಡೆದು ಬುದ್ಧಿ ಹೇಳುತ್ತಿದ್ದರು. ಬಲವಂತವಾಗಿಯಾದರೂ ತಮಗೆ ಒಪ್ಪಿದ ಗಂಡಿನ ಜೊತೆ ಮದುವೆ ಮಾಡಿ ಮುಗಿಸುತ್ತಿದ್ದರು. ಆದರೆ ಹೇಮಂತ್ ಬಗ್ಗೆ ಅವರ ಹೃದಯದಲ್ಲೂ ಅಭಿಮಾನವಿತ್ತು. ಅವನನ್ನು ಮದುವೆಯಾದರೇ ಜೀವನವಿಡೀ ಸಂತೋಷವಾಗಿರುವಳೆಂಬ ನಂಬಿಕೆಯೂ ಇತ್ತು. ಅದಕ್ಕಾಗಿಯೇ ಅವರು ವೇದನೆಯನ್ನು ಅನುಭವಿಸಬೇಕಾಯಿತು.

ಸ್ವಲ್ಪ ಗಡುಸಾಗಿ "ಹಿಂದೆ ನಿನ್ಗೆ ಹೇಳಿದ್ದೆ–ಬಹಳ ಕಾಲಾವಕಾಶಾನೂ ಕೊಟ್ಟೆ. ಮುಂದೂಡುವುದರಲ್ಲಿ ಯಾವ ಅರ್ಥವೂ ಇಲ್ಲ. ಡಾ॥ ವಿಕಾಸ್ ಬಗ್ಗೆ ನಿನ್ನ ಅಭಿಪ್ರಾಯ..." ಸ್ವಲ್ಪ ಮುಂದಕ್ಕೆ ಬಗ್ಗಿ, "ಈ ಮನೆಯವ್ರ ಸುಖ, ಸಂತೋಷ ಎಲ್ಲಾ ನಿನ್ಕೈಲಿದೆ!"

"ಡಾ॥ ವಿಕಾಸ್ ಬಗ್ಗೆಯಾಗ್ಲಿ ಬೇರೆಯವ್ರ ಬಗ್ಗೆಯಾಗ್ಲಿ ನನ್ಗೆ ಯಾವ ಅಭಿಪ್ರಾಯವೂ ಇಲ್ಲ. ಹೇಮಂತ್‌ನ ಬಿಟ್ಟು ಬೇರೆಯವ್ರನ್ನ ನನ್ನ ಸಂಗಾತಿಯಾಗಿ ಸ್ವೀಕರಿಸೊಕ್ಕೆ ಸಾಧ್ಯವೇ ಇಲ್ಲ!" ಮುಖ ಕಿವುಚಿದಳು. ಅವಳ ಮನದಲ್ಲಿ ದೊಡ್ಡ ಹೋರಾಟವೇ ನಡೆಯುತ್ತಿತ್ತು. ಅವಳೆಂದೂ ವಿಚಲಿತಳಾಗಲು ಸಾಧ್ಯವೇ ಇಲ್ಲ.

"ಇದೆಲ್ಲ ಒಂದು ರೀತಿಯ ಹುಚ್ಚಿನ ಭ್ರಮೆ. ಮದ್ವೆಯಾದ್ಮೇಲೆ ತಾನಾಗಿ ಕೈಹಿಡಿದೋರನ್ನು ಪ್ರೇಮಿಸೋಕೆ ಹೃದಯ, ಮನಸ್ಸು ಅನುವಾಗುತ್ತೆ!" ಸ್ವಲ್ಪ ಬೇಸರದಿಂದಲೇ ಅವರು ನುಡಿದರು.

"ಡ್ಯಾಡಿ, ಖಂಡಿತ ನಿಮ್ಮ ಮಾತುಗಳು ಸತ್ಯವಲ್ಲ. ಪ್ರೇಮದ ಬಗ್ಗೆ ನಿಮ್ಮ ವಿಚಾರ-ದೃಷ್ಟಿಯೇನು? ಕನಿಕರ ಅಥವಾ ಕರ್ತವ್ಯ ಪರಿಜ್ಞಾನದಿಂದ ಹುಟ್ಟುವುದು ನಿಜವಾಗಿ ಪ್ರೇಮವಲ್ಲ. ಅಂಥ ಪ್ರೀತಿ ಪ್ರೇಮ ಶರೀರದ ಆಕರ್ಷಣೆ ಕಡಿಮೆಯಾದ

ಕೂಡ್ಲೇ ಬಿದ್ದುಹೋಗುತ್ತೆ" ಗಂಭೀರವಾದಳು. ಗಾಢವಾದ ಆಲೋಚನೆಯಲ್ಲಿ ಮುಳುಗಿದಳು.

"ಡ್ಯಾಡಿ, ಹೇಮಂತ್ ಅವರಲ್ಲಿನ ಪ್ರೇಮ ಬಿಡಲಾಗದಷ್ಟು ಆಳವಾಗಿ ನನ್ನಲ್ಲಿ ಬೇರೂರಿದೆ. ಬೇರೆ ಪ್ರಸ್ತಾಪಕ್ಕೆ ನನ್ನ ಮನಸ್ಸು ಒಪ್ಪೊಲ್ಲ." ಕೆನ್ನೆಯ ಮೇಲೆ ಹರಿದ ಕಂಬನಿಯ ಬಿಂದುಗಳನ್ನು ಕೈಯಿಂದ ತೊಡೆದುಕೊಂಡಳು.

ಮೆಲ್ಲಗೆ ತಲೆಯೆತ್ತಿ "ಆದರೆ... ಹೇಮಂತ್ ನಿನ್ನ ಪ್ರೀತಿಸೋಲ್ಲವಲ್ಲ. ಇದ್ರ ಅರಿವು ಕೂಡ ಅವನಿಗಿದ್ದಂತಿಲ್ಲ."

ಅಲ್ಲಿ ತಂದೆ ಮುಂದೆ ಕೂಡಲಾರದೇ ಎದ್ದು ಹೋದಳು.

ಹಾಸಿಗೆಯ ಮೇಲೆ ಮಲಗಿ ಅಂತರ್ಮುಖಿಯಾದಳು.

ಹೇಮಂತ್ ಮುಂದೆ ನಿಂತು ಹೃದಯದ ಪ್ರೀತಿ ತೋಡಿಕೊಂಡರೇ! ಅವನ ಸ್ನಿಗ್ಧಮುಖ ಎದುರು ಬಂದು ನಿಂತಂತಾಯಿತು. ತನ್ನ ದೃಢವಾದ ನಿಲುವನ್ನು ಎಂದೂ ಬದಲಾಯಿಸಲಾರ. ಒಮ್ಮೆ ವಸುಮತಿಯ ಬಗ್ಗೆ ರಶ್ಮಿ ಹೇಳಿದ್ದಳು. ಅವಳ ಬಗ್ಗೆ ಪ್ರೇಮವೋ, ಕರುಣೆಯೋ, ಸಹಾನುಭೂತಿಯೋ ಯಾವುದು ಮದುವೆಗೆ ಪ್ರೇರೇಪಿಸಿದೆಯೋ? ಯೋಚಿಸುತ್ತಲೇ ರಾತ್ರಿಯೆಲ್ಲ ಕಳೆದಳು.

* * * *

ಹೇಮಂತ್ ಬ್ರೀಫ್‌ಕೇಸ್ ಹಿಡಿದು ಮನೆಗೆ ಬಂದಾಗ ರಾಯರು ಒಂದು ರಾಶಿ ಪತ್ರಗಳನ್ನು ಮುಂದೆ ಹರಡಿಕೊಂಡು ಕೂತಿದ್ದರು.

ತಲೆಯೆತ್ತಿ "ಬಂದ್ಯಾ ಮಗು" ಎಂದರು. ಕಣ್ಣುಗಳು ಪ್ರೀತಿಯ ಮಳೆಯನ್ನೇ ಸುರಿಸಿತು. ಮುಂದಿದ್ದ ಪತ್ರಗಳನ್ನು ಹೆಕ್ಕಿ ಒಟ್ಟುಮಾಡಿ ಒಂದೆಡೆ ಇಟ್ಟರು.

ಶೂ ಬಿಚ್ಚಿಟ್ಟು ಬಂದು ಅವರ ಕಾಲುಗಳಿಗೆ ನಮಸ್ಕರಿಸಿದ. ಭಾಗಮ್ಮನವರ ನೆನಪಿನಿಂದ ಅವನ ಹೃದಯ ಭಾರವಾಯಿತು.

"ಅಲ್ಲಿ ಎಲ್ಲಾ ಆರೋಗ್ಯವಾಗಿದ್ದಾರ?" ರಶ್ಮಿಯ ಮಗಳು ಭಾಗ್ಯಲಕ್ಷ್ಮಿಯ ನೆನಪು ಬಂತು. ಮನಸ್ಸು ಮುದಗೊಂಡಿತು.

"ಎಲ್ಲಾ ಆರೋಗ್ಯವಾಗಿದ್ದಾರೆ." ಅವರಿಗೆ ಎದುರಾಗಿಯೇ ನೆಲದ ಮೇಲೆ ಕೂತ. ಬ್ರೀಫ್‌ಕೇಸ್ ಪಕ್ಕದಲ್ಲಿದ್ದ ಹೂ ಕಡೆ ನೋಡಿದ. ಹಿಂದೆ ಹೂವನ್ನು ಕೈಯಲ್ಲಿಡಿದು 'ಎಂಥ ಸುವಾಸನೆ!' ಎನ್ನುತ್ತಿದ್ದ ಅಜ್ಜಿ ಇಲ್ಲ.

"ಭಟ್ಟ..." ಅಡಿಗೆಯ ಮನೆಯಿಂದ ಹೊರಬಂದ. ಈಗ ಮೈ ಕೈ ತುಂಬಿಕೊಂಡಿದ್ದ.

"ನೀವು ಬರೋ ವಿಷ್ಯ ಅಣ್ಣನಿಗೆ ಗೊತ್ತಿತ್ತು. ಇವತ್ತು ವಿಶೇಷ ಅಡಿಗೆ ಮಾಡ್ಸಿದ್ದಾರೆ!" ಕಣ್ಣುಗಳಲ್ಲಿ ಆನಂದ ತುಂಬಿ ತುಳುಕಿತು.

ರಾಯರು ಮೊಮ್ಮಗನ ಜೊತೆಯಲ್ಲಿ ಕೂತು ಊಟ ಮಾಡಿದರು. ಎಂದಿಗಿಂತ ಒಂದು ತುತ್ತು ಹೆಚ್ಚು ಊಟ ಮಾಡಿದರೆಂದೇ ಹೇಳಬಹುದು.

'ಸರ್ಯಾಗಿ ಹೊಟ್ಟೆ ತುಂಬಾ ಊಟ ಮಾಡು' ತಲೆ ಸವರಿ ಭಾಗಮ್ಮನವರು ಉಪಚರಿಸಿದಂತಾಯಿತು.

ಸಂಜೆ ತಾತ ಮೊಮ್ಮಗ ಹೊರಗೆ ಸುತ್ತಾಡಿ ಬರಲು ಹೊರಟರು. ಇಂದು ಎಂದಿಗಿಂತ ರಾಯರು ಉತ್ಸಾಹಿತರಾಗಿದ್ದರು. ಕೆಲವು ಧರ್ಮಸೂಕ್ಷ್ಮಗಳು, ಜಟಿಲ ಸಮಸ್ಯೆಗಳನ್ನು ವಿವರಿಸುತ್ತ ನಡೆದಿದ್ದರು.

"ತಾತ, ಭಟ್ಟನ ಹೆಂಡ್ತಿ ಎಲ್ಲಿ?" ಮನದಲ್ಲಿದ್ದುದನ್ನು ಪ್ರಸ್ತಾಪಿಸಿದ.

ಅವನು ಕಳೆದ ಬಾರಿ ಬಂದಾಗೂ ಸರಸುವನ್ನು ಕಂಡಿರಲಿಲ್ಲ. ಆ ಪರಿಸ್ಥಿತಿಯಲ್ಲಿ ಯೋಚಿಸಲು ಹೋಗಿರಲಿಲ್ಲ. ಇಂದು... ಕೂಡ ಭಟ್ಟ ಇದ್ದ. ಸರಸು ಎಲ್ಲಿ?

"ತೋಟದ ಮನೆಯಲ್ಲಿ ಇದ್ದಾಳೆ" ಅಷ್ಟು ಮಾತ್ರ ಹೇಳಿದರು. ಉಳಿದ ವಿಷಯಗಳನ್ನು ಹೇಳಲು ಅವರಿಗಿಷ್ಟವಿರಲಿಲ್ಲ.

ಗೋಪಾಲಯ್ಯನೋರು, ಅವರ ಮಗಳು ಸರಸುವನ್ನು ತೋಟದಿಂದ ಹೊರಹಾಕಲು ಬಹಳ ಪ್ರಯತ್ನ ನಡೆಸಿದರು. ಅವಳು ಜಪ್ಪಯ್ಯ ಅಂದರೂ ಅಲ್ಲಾಡಲಿಲ್ಲ. ಊರವರ ಪ್ರಯತ್ನವೂ ಫಲಿಸಲಿಲ್ಲ. ಕೆಲವರು ಉಢಾಳರನ್ನು ಜೊತೆ ಮಾಡಿಕೊಂಡಿದ್ದಳು.

'ಈ ತೋಟ ಬಿಟ್ಟು ಎಲ್ಲೂ ಹೋಗೋಲ್ಲ. ನಂಗೇ ಮಾರಿಬಿಡಿ' ಅಂತ ಕೂತಾಗ ವಿಧಿಯಿಲ್ಲದೇ ಕೇಳಿದ ಬೆಲೆಗೆ ಕೊಟ್ಟು ಕೈ ತೊಳೆದುಕೊಂಡಿದ್ದರು. ಅವರಿಗಿದ್ದ ದೊಡ್ಡ ಆಸರೆಯೂ ತಪ್ಪಿಹೋಗಿತ್ತು.

ತಂಗಾಳಿ ಬೀಸಲು ಶುರುವಾಯಿತು. ಅದು ಮೈಗೆ ಹಿತವೆನಿಸುವಂತಿದ್ದರೂ ಒಂದೊಂದು ಸಲ ಹೆಚ್ಚಿನ ವೇಗದಿಂದಲೇ ಬೀಸುತ್ತಿತ್ತು. ಹೇಮಂತ್ ತಡೆಯಬಲ್ಲವನಾಗಿದ್ದ. ಆದರೆ ರಾಯರ ಮುಪ್ಪಿನ ಜೀರ್ಣ ದೇಹವನ್ನು ನಡುಗಿಸುತ್ತಿತ್ತು.

"ತಾತ, ಒಂದು ತರಹ ಚಳಿ, ಗಾಳಿ, ಹಿಂದಿರುಗಿಬಿಡೋಣ."

ಶಾಲುವನ್ನು ಸರಿಯಾಗಿ ಹೊದ್ದರು ರಾಯರು, "ಭಾಗೂ, ಸತ್ತಮೇಲೆ ಈ ಶರೀರ ಏನನ್ನೂ ತಡ್ಯೋ ಸ್ಥಿತಿಯಲ್ಲಿಲ್ಲ."

ಬರುವಾಗ ಗೋಪಾಲಯ್ಯನವರ ಮನೆಯ ಕಡೆಯೇ ಬಂದರು. ಅವನ ನೋಟ ಅತ್ತ ಚಲಿಸಿತು.

"ಒಂದು ಗಳಿಗೆ ಮಾತಾಡ್ಸಿಕೊಂಡ್ಹೋಗೋಣ. ನಿನ್ನ ನೋಡ್ಬೇಕೂಂದ್ರು."

ಇಬ್ಬರೂ ಅತ್ತ ಹೆಜ್ಜೆ ಹಾಕಿದರು. ಮಾವಿನ ಮರ ಅದೇ ಸ್ಥಿತಿಯಲ್ಲಿತ್ತು. ಸಣ್ಣ ಸಣ್ಣ ಪೀಚುಗಳಿಂದ ತುಂಬಿಹೋಗಿತ್ತು. ಚಿಕ್ಕಂದಿನ ನೆನಪುಗಳು ಇನ್ನೂ ಎದೆಯಲ್ಲಿ ಹಸಿರಾಗಿತ್ತು. ಕಚ್ಚಿ ಕಚ್ಚಿ ಹುಳಿಮಾವಿನ ಕಾಯನ್ನು ತಿಂದಿದ್ದ.

ಮನೆಯ ಸುಣ್ಣ, ಬಣ್ಣ ಇನ್ನೂ ಮಂಕಾಗಿತ್ತು. ಗೋಡೆಗಳಲ್ಲಿ ಬಿರುಕು ಕಾಣಿಸಿಕೊಂಡಿತ್ತು.

"ಬಾರಯ್ಯ ಸದಾಶಿವು" ಅದೇ ಧ್ವನಿ ಸ್ವಾಗತಿಸಿತು. ಕಣ್ಣರಳಿಸಿ "ಹೇಮಂತೂ ಅಲ್ವಾ...!" ಎಂದರು. ಸುಕ್ಕುಬಿದ್ದ, ಮಂಕಾದ ಕಣ್ಣುಗಳಲ್ಲಿಯೂ ನೋವು ಕಂಡಿತು.

"ಲೇ ಮಗೂ, ಮಂದಲಿಗೆ ಹಾಸು" ಕೂಗಿಕೊಂಡರು.

"ಪರ್ವಾಗಿಲ್ಲ" ತಾತನ ಪಕ್ಕವೇ ನೆಲದ ಮೇಲೆಯೇ ಕೂತ.

ಬಹಳ ವರ್ಷಗಳ ಹಿಂದೆ ಕಟ್ಟಿದ ಮನೆ. ವ್ಯವಸ್ಥಿತ ಸ್ಥಿತಿಯಲ್ಲಿ ಸುಣ್ಣ ಬಣ್ಣ ಮಾಡಿಸಿ ಸಣ್ಣ ಪುಟ್ಟ ರಿಪೇರಿ ಮಾಡಿಸಿದ್ದರೆ ವ್ಯವಸ್ಥಿತ ಸ್ಥಿತಿಯಲ್ಲಿ ಇರುತ್ತಿತ್ತೇನೋ! ಈಗಂತೂ ಜೀರ್ಣಾವಸ್ಥೆ ತಲುಪಿತ್ತು.

"ದೂರ ದೇಶಕ್ಕೆ ಹೋಗಿದ್ದೆ, ಅಲ್ಲಿನ ಜನ ಪುಣ್ಯಾತ್ಮರು!" ಅವನ ತುಟಿಗಳ ಮೇಲೆ ಗಂಭೀರ ನಗೆ ಅರಳಿತು.

ಒಳಗಿನಿಂದ ಸಣ್ಣ ಮಗು ಅಳುವಿನ ಸದ್ದು ಕೇಳಿಸತೊಡಗಿತು.

ರಾಯರು "ವಸುಮತಿ ಬಂದಿದ್ದಾಳ?" ಗೋಪಾಲಯ್ಯನವರು ಕ್ಷೀಣ ಧ್ವನಿಯಲ್ಲಿ, "ನೆನ್ನೆ ರಾತ್ರಿ ಒಬ್ಳೇ ಬಂದ್ಳು. ಅವ್ಳ ಅದೃಷ್ಟನೂ ಒಳ್ಳೆದಿಲ್ಲ" ನೋವು ಮಿಡಿಯಿತು.

ಹೇಮಂತ್‌ಗೆ ವಿಸ್ಮಯವಾಯಿತು.

ಮಗುವಿನ ಅಳು ತಾರಕಕ್ಕೇರಿತು. ಗುಹೆಯಿಂದಬಂದ ಆಕ್ರಂದನದಂತೆ ಕೇಳಿಸುತ್ತಿತ್ತು. ಸುಧಾರಿಸಲೋಸುಗ ಹೊರಗೆ ಬಂದವಳು, ನೋಡಿದ ತಕ್ಷಣ ಬೆಪ್ಪಾದವಳಂತೆ ನಿಂತುಬಿಟ್ಟಳು.

ಮುಖದ ಮೇಲೆ ನಗೆಯನ್ನು ತಂದುಕೊಳ್ಳುತ್ತಾ "ತಾತ, ಚೆನ್ನಾಗಿದ್ದೀರಾ?" ಹೇಮಂತ್‌ನನ್ನು ಉದ್ದೇಶಿಸಿ "ಯಾವಾಗ್ಬಂದ್ರಿ?" ಎಂದಳು.

ಮುಖದ ವರ್ಣದ ಛಾಯೆ ಮಂಕಾಗಿತ್ತು. ಮೊದಲಿನ ಮುಗ್ಧತೆ ಇರಲಿಲ್ಲ. ಪ್ರೌಢತ್ವ ಮನೆ ಮಾಡಿತ್ತು.

ಮಗುವಿನ ಅಳು ನಿಲ್ಲಲಿಲ್ಲ. ಹೊರಗೆ ಎತ್ತಿಕೊಂಡು ಹೋದಳು.

"ವಸುಮತಿ ಗಂಡನ ವಿಷಯವೇನಾದ್ರೂ ಗೊತ್ತಾಯ್ತು?"

ಅಷ್ಟರಲ್ಲಿ ಹೊರಗೆ ಬಂದ ಗೋಪಾಲಯ್ಯನವರ ಮಗಳು ಕಣ್ಣಲ್ಲಿ ನೀರಾಕಿಕೊಂಡು "ಮದ್ವೆ ಮಾಡದಿದ್ರೂ ಆಗ್ತಿತ್ತು! ಅವ್ನಿಗೆ ಕೂಡ ಸ್ವಲ್ಪ ಜವಾಬ್ದಾರಿಯಿಲ್ಲ; ಹೆಂಡ್ತಿ ಮಗು ಮೇಲೆ ಅಕ್ಕರೆ ಇಲ್ಲ. ತಿಂಗ್ಳಿಗೋ ಎರಡು ತಿಂಗ್ಳಿಗೋ ಒಮ್ಮೆ ಬಂದು ಮುಖ ನೋಡ್ಹೋಗ್ತಾನೆ. ತಿಂಗ್ಳಿಗಿಷ್ಟು ಹಣ ಕಳ್ಸಿದ್ರೆ ಅವ್ನ ಜವಾಬ್ದಾರಿ ಮುಗ್ದುಹೋಯ್ತು. ವಿದ್ಯಾವಂತ, ಕೆಲ್ಸ ಇದೆ. ಸುಖವಾಗಿರ್ತಾರೆ ಅಂದ್ಕೊಂಡಿದ್ದೆ" ತಮ್ಮ ಅಳಲನ್ನು ತೋಡಿಕೊಂಡರು.

ವಸುಮತಿಯ ಗಂಡ ಸ್ಫುರದ್ರೂಪಿ ಯುವಕನೇ. ಕೈಯಲ್ಲೊಂದು ಕೆಲಸ ಇತ್ತು. ಬಂದ ಸಂಬಳ ಬೆಂಗ್ಳೂರಿನಂಥ ಪಟ್ಟಣದಲ್ಲಿ ಎಲ್ಲಿಗೆ ಸಾಕು! ಇದ್ರಲ್ಲಿ ಅಪ್ಪ ಅಮ್ಮನಿಗೆ ಬೇರೆ ಕಳ್ಸಬೇಕು. ಅಪ್ಪ ಅಮ್ಮನ ಬಲವಂತಕ್ಕೆ ಇವ್ಳನ್ನ ಕಟ್ಟಿಕೊಂಡ. ಅಲ್ಲಿ ದುಡಿಯೋ ವಿಧವೆ ಹೆಣ್ಣನ್ನು ಗಂಟು ಹಾಕಿಕೊಂಡ. ಕೈಯಲ್ಲಾದಷ್ಟು ಅಪ್ಪ ಅಮ್ಮನಿಗೆ ಕಳುಹಿಸಿಬಿಡುತ್ತಿದ್ದ. ವಸುಮತಿ ಅವರ ಜೊತೆಯಲ್ಲಿಯೇ ಇದ್ದಳು. ನೆನಪಾದಾಗ ಓಡಿ ಬರುತ್ತಿದ್ದ. ಅಲ್ಲಿಗೆ ಮುಗಿಯುತ್ತಿತ್ತು ಅವರ ಸಂಬಂಧ.

ಬಹಳ ದಿನಗಳ ಮೇಲೆ ವಸುಮತಿ ದಿಟ್ಟತನದಿಂದ "ನನ್ನ ನಿಮ್ಜೊತೆ ಕರ್ರೊಂಡ್ಹೋಗಿ" ದುಂಬಾಲು ಬಿದ್ದಳು. ಬೆಚ್ಚಿಬಿದ್ದ. ರಗಳೆ ಅವನಿಗೆ ಬೇಕಿರಲಿಲ್ಲ. ರಮಿಸುತ್ತ "ಅಲ್ಲಿ ಮನೆಗಳು ಸಿಕ್ಕೋದು ಕಷ್ಟ ಚಿನ್ನ. ಸಿಕ್ಕ ಕೂಡ್ಲೇ ಕರ್ರೊಂಡ್ಹೋಗ್ತೀನಿ" ಎಂದಿದ್ದ.

ಅಪ್ಪ, ಅಮ್ಮ ಏನಾದರೂ "ನಿನ್ಹೆಂಡ್ತೀನ ಕರ್ರೊಂಡ್ಹೋಗಪ್ಪ" ಎಂದರೆ ರೇಗಾಡಿ, "ಬರೋ ಸಂಬಳದಲ್ಲಿ ನನ್ನ ಜೀವನ ನಿರ್ವಹಣೇನೇ ಕಷ್ಟವಾಗಿದೆ. ಇವ್ಳನ್ನ ಕರ್ರೊಂಡ್ಹೋಗಿ ಹೇಗೆ ಸಂಸಾರ ಮಾಡ್ಲಿ?!" ಅಲ್ಲಿಗೆ ಅವರು ಸುಮ್ಮನಾಗುತ್ತಿದ್ದರು, ಮಗ ತಿಂಗಳು ತಿಂಗಳಿಗೆ ಕಳಿಸೋ ಹಣ ಎಲ್ಲಿ ನಿಂತು ಹೋಗುತ್ತದೆಯೋ ಎನ್ನುವ ಭಯ!

ಈಗ ಒಂದು ಮಗೂನೂ ಆಗಿತ್ತು. ಮೂರು ತಿಂಗಳಿಂದ ಇತ್ತ ತಲೆ ಹಾಕಿರಲಿಲ್ಲ.

ಗೋಪಾಲಯ್ಯನೋರು ದೀರ್ಘವಾಗಿ ನಿಟ್ಟುಸಿರುಬಿಡುತ್ತಾ "ಬೆಂಗ್ಳೂರಿನಲ್ಲೇ ಇದ್ದಾನಂತೆ. ಇವ್ಳನ್ನ ಕರ್ರೊಂಡ್ಹೋಗೋ ಮಟ್ಟಿಗೆ ಕಾಣೆ. ರಾತ್ರಿ ಬಂದೋಳೇ ನಾನು ಇನ್ನು ಅಲ್ಲಿಗೆ ಹೋಗೋದು ಇಲ್ಲ ಅನ್ತಾಳೆ ವಸುಮತಿ. ದಿಕ್ಕು ತೋಚದಂತಾಗಿದೆ."

ಅಲ್ಲಿಂದ ಎದ್ದು ಬಂದಾಗ ಹೇಮಂತ್‌ನ ಹೃದಯ ಭಾರವಾಗಿತ್ತು. ಅವನ ಬಗೆಗೆ ಅವನಲ್ಲಿ ಕ್ರೋಧ ತಿರಸ್ಕಾರ ಹುಟ್ಟಿಕೊಂಡಿತು. ವಸುಮತಿಯ ದುರಂತ ಜೀವನಕ್ಕೆ ಯಾರು ಕಾರಣರು? ತಾಯಿಯ ಬಗ್ಗೆ ಜಿಗುಪ್ಸೆಗೊಂಡ.

ಸೋಮವಾರ ಬೆಳಿಗ್ಗೆ ಅವನು ಹೊರಟು ನಿಂತಾಗ ರಾಯರು "ಮಗೂ, ಇನ್ನು ಗೃಹಸ್ಥನಾಗೋಕೆ ಯಾವ ಅಡ್ಡಿಗಳು ಇಲ್ಲವಲ್ಲ, ಯೋಚ್ಸು" ಎಂದರು.

ಗಂಭೀರವಾಗಿ ತಲೆ ಎತ್ತಿ ಅವರೆಡೆ ನೋಡಿದ. ದೊಡ್ಡ ಅಪರಾಧ, ಅವಹೇಳನದಿಂದ ಬಾಧೆ ಪಡುತ್ತಿದ್ದ.

"ಆಗ್ಲೇ ಊರಿಗೆ ಹೊರಟುಬಿಟ್ರಾ?" ವಸುಮತಿ ಮಗುವಿನೊಂದಿಗೆ ಒಳಗೆ ಬಂದಳು. ವಿವಾಹವಾದ ಹೆಣ್ಣು ಮೊದಲಿನಂತೆ ನಾಚುತ್ತಿರಲಿಲ್ಲ.

"ಕಾಲೇಜು ಇದೆ" ಅವಳತ್ತ ತಿರುಗಿ ಹೇಳಿದ.

ಅಂದು ಮದುವೆಯಾಗುವುದಾಗಿ ಆಶ್ವಾಸನೆ ಕೊಟ್ಟು ತಾಯಿಯ ಹಟಕ್ಕೆ ಮಣಿದು ವಂಚಿಸಿದ್ದ. ಅವಳ ನಿರ್ಮಲ ನೇತ್ರಗಳನ್ನು ದೃಷ್ಟಿಸಲಾರ.

ಮಗುವನ್ನು ಅವನ ಮುಂದೆ ಹಿಡಿದು "ಚೆನ್ನಾಗಿ ಆಶೀರ್ವಾದ ಮಾಡಿ. ನಿಮ್ಮಂತಹವರ ಆಶೀರ್ವಾದದಿಂದ ಬೆಳೀಬೇಕು" ಹೃದಯ ಕಿತ್ತು ಬಾಯಿಗೆ ಬಂದಂತಾಯಿತು. ಪುಟ್ಟ ಮಗುವಿನ ಕೆನ್ನೆಯ ಮೇಲೆ ಕೈಯಾಡಿಸಿದ.

"ಹೋಗ್ಬನ್ನಿ, ಬಸ್ಸಿಗೆ ಹೊತ್ತಾಗಬಹುದ್ದು" ತಾನೇ ಎಚ್ಚರಿಸಿದಳು. ಜೀವನವನ್ನು ಧೈರ್ಯವಾಗಿ ಎದುರಿಸುವಂತೆ ಕಂಡಳು.

ಮಧ್ಯಾಹ್ನ ಒಂದು ಪೀರಿಯಡ್ ಇದ್ದುದರಿಂದ ಬಸ್ಸು ಇಳಿದವನೇ ನೇರವಾಗಿ ಕಾಲೇಜಿಗೆ ಹೋದ. ಮುಗಿಸಿಕೊಂಡೇ ಅವನು ಮನೆಗೆ ಹಿಂದಿರುಗಿದ್ದು.

ಎದುರಾದ ಭಾಗ್ಯಲಕ್ಷ್ಮೀನ ಕೂಡ ಮಾತಾಡಿಸದೇ ಕೋಣೆಗೆ ಹೋಗಿಬಿಟ್ಟ.

"ಬೆಳುಗಿನಿಂದ ರೇಖಾ ಅಣ್ಣ ಎರಡು ಸಲ ನಿನ್ನ ನೋಡ್ಡೋ ಸಲುವಾಗಿ ಬಂದಿದ್ದ." ವಸಂತ್ ಬಂದು ಹೇಳಿದವನೇ ಅಲ್ಲೇ ಕೂತು, ಮೇಜಿನ ಮೇಲಿದ್ದ ಪುಸ್ತಕವನ್ನು ತೆಗೆದುಕೊಂಡು ತಿರುವಿಹಾಕತೊಡಗಿದ.

"ಯಾಕಂತೆ?" ಉತ್ಸಾಹವಿರಲಿಲ್ಲ.

"ಗೊತ್ತಿಲ್ಲ. ಈಗ ಮತ್ತೊಮ್ಮೆ ಬರಬಹುದೇನೋ!" ಪುಸ್ತಕವನ್ನು ಮುಚ್ಚಿ ಮೇಜಿನ ಮೇಲಿಟ್ಟು "ತಾತ ಹೇಗಿದ್ದಾರೆ? ಅವ್ರನ್ನ ಹೇಗಾದ್ರೂ ಒಪ್ಸಿ ಇಲ್ಲಿಗೆ ಕರ್ರ್ಕೊಂಡ್ಬರ್ಬೇಕೂ! ಈ ಒಡನಾಟದಲ್ಲಿ ಸ್ವಲ್ಪ ಉತ್ಸಾಹ ತುಂಬಿಕೊಳ್ಳಬಹ್ದು. ಅಜ್ಜಿ ಸಾವು ಅವ್ರನ್ನು ಜರ್ಜರಿತರನ್ನಾಗಿ ಮಾಡಿದೆ. ಅವರ ಸಂಯಮ, ಜೀವನ ದೃಷ್ಟಿ, ಧರ್ಮಮಾರ್ಗ ಕೂಡ ಅವರ ದುಃಖವನ್ನು ಶಮನ ಮಾಡಲಾಗಲಿಲ್ಲ!"

ಬಟ್ಟೆ ಬದಲಾಯಿಸಿ ಕೈಕಟ್ಟಿ ಕಣ್ಣು ಮುಚ್ಚಿ ಹಾಸಿಗೆಗೆ ಒರಗಿದ. ಪ್ರಕ್ಷುಬ್ಧ ಸ್ಥಿತಿಯಲ್ಲಿದ್ದ. ಪರಿಸ್ಥಿತಿ ಅವನನ್ನು ವಸುಮತಿಯನ್ನು ಮದುವೆಯಾಗಲು ಪ್ರೇರೇಪಿಸಿತ್ತು. 'ತಾಯಿಯ ಹಟಕ್ಕೆ ಮಣಿಯದೇ ಮದುವೆಯಾಗಿಬಿಟ್ಟಿದ್ದರೇ!' ಹಲುಬಿದ. ಈ ವ್ಯವಸ್ಥೆಯೇ ಅರ್ಥಹೀನವಾಗಿ ಕಂಡಿತು.

"ಯಾಕೋ ಹುಷಾರಿಲ್ವಾ?" ವಸಂತ್ ಗಾಬರಿಗೊಂಡು ತಮ್ಮನ ಹಣೆ, ಮೈಮುಟ್ಟಿ ನೋಡಿದ.

ಹೇಮಂತ್ ಉದಾಸ ನಗೆ ನಕ್ಕು "ಏನಾಗಿಲ್ಲ, ಮನಸ್ಸಿನ ಸ್ಥಿತಿ ಚೆನ್ನಾಗಿಲ್ಲ. ನನ್ನನ್ನು ಏಕಾಂತವಾಗಿರೋಕೆ ಬಿಡು" ಎಂದ.

ವಸಂತ್ ಪ್ರಶ್ನಾರ್ಥಕವಾಗಿ ಅವನತ್ತ ನೋಡಿ ಎದ್ದುಹೋದ.

ಶ್ರೀಕಾಂತು ಇತ್ತೀಚೆಗೆ, ಅವನು ಇಂಗ್ಲೆಂಡ್‌ನಿಂದ ಹಿಂದಿರುಗಿದ ಮೇಲೆ ಮಾತಾಡುವುದನ್ನೇ ಕಡಿಮೆ ಮಾಡಿದ್ದರು. ವಸುಮತಿಯ ಮದುವೆಯಾದ ಸುದ್ದಿ ತಿಳಿದ ಮೇಲೆ ತಾವೇನೋ ಬಹಳ ದೊಡ್ಡ ತಪ್ಪು ಮಾಡಿಬಿಟ್ಟೆವೇನೋ ಎಂಬುದು ಸದಾ ಅವರನ್ನು ಕಾಡುತ್ತಿತ್ತು.

ಅಂದು ಕೋಣೆಯ ಬಾಗಿಲನ್ನು ತಳ್ಳಿಕೊಂಡು ಒಳಗೆ ಬಂದರು. ಮಗನ ನಿಸ್ತೇಜ ಮುಖ ಕಂಡ ಕೂಡಲೇ ಗಾಬರಿಯಾದರು.

“ಅಣ್ಣ, ಹುಷಾರಾಗಿದ್ದಾರ?” ಆತಂಕದಿಂದಲೇ ಪ್ರಶ್ನಿಸಿದರು. ಭಾಗಮ್ಮನವರು ಸತ್ತ ಮೇಲೆ ತಾಯಿಯ ಪ್ರೀತಿಯ ಬೆಲೆಯನ್ನು ಅರಿತಿದ್ದರು. ಈಗ ತಂದೆಯ ಹಿರಿಯತನದ ವಾತ್ಸಲ್ಯದಲ್ಲಿ ಬಾಳಬೇಕೆಂಬ ಬಯಕೆ. ಇಲ್ಲಿಗೆ ಹೇಗೆ ಕರೆತರಬೇಕೆಂಬುದೇ ಅವರಿಗೆ ಸಮಸ್ಯೆಯಾಗಿತ್ತು.

ಸರಿಯಾಗಿ ಎದ್ದು ಕೂತು “ಆರೋಗ್ಯವಾಗಿದ್ದಾರೆ. ಅಜ್ಜಿ ಸತ್ತ ಮೇಲೆ ಅವರಲ್ಲಿನ ಚೈತನ್ಯವೇ ಉಡುಗಿಹೋಗಿದೆಯೆನಿಸುತ್ತೆ.”

ಶ್ರೀಕಾಂತು ಮಂಚದ ಮೇಲೆ ಮಗನ ಸನಿಹದಲ್ಲಿಯೇ ಕೂತರು.

“ಅಣ್ಣ, ನಿನ್ಜೊತೆ ಬರಬಹುದ್ದಂತ ಮಾಡಿದ್ದೆ!” ಎತ್ತಲೋ ನೋಡಿದರು.

“ಅವ್ರದ್ದು ನೆಮ್ಮದಿಯ ಬದುಕು. ಈ ವ್ಯಾವಹಾರಿಕ ಬದುಕು ಅವ್ರಿಗೆ ಸಹ್ಯವಾಗೋಲ್ಲ.”

ಶ್ರೀಕಾಂತು ದೀರ್ಘವಾಗಿ ನಿಟ್ಟುಸಿರುಬಿಟ್ಟರು.

ಮದುವೆಯಾದ ಐದು ವರ್ಷಗಳು ಹೆಂಡತಿಯನ್ನು ತೃಪ್ತಿಪಡಿಸುವುದಾಗಿತ್ತು. ಆಮೇಲೆ ಎಲ್ಲಾ ದಿನಗಳನ್ನು ಹಣ ಕಲೆ ಹಾಕುವುದು, ಜೋಪಾನ ಮಾಡುವುದು, ಲೆಕ್ಕಾಚಾರವಾಗಿ ಎಷ್ಟು ಮಿಗಿಸಬಹುದು ಎಂಬ ಚರ್ಚೆಯಲ್ಲಿಯೇ ಮುಗಿದುಹೋಗಿತ್ತು. ಆಮೇಲೆ ಹುಡುಗರ ಓದಿನ ಜೊತೆ ವರದಕ್ಷಿಣೆ, ವರೋಪಚಾರಗಳ ಬಗೆಗೆ ಮಾತುಕತೆ, ತಾವು ಕೇಳಬೇಕಾದುದನ್ನು ನಿರುಪಮ ಲೆಕ್ಕವಿಲ್ಲದಷ್ಟು ಸಲ ಪಟ್ಟಿ ಮಾಡಿಸಿದ್ದಳು. ಬಂದ ಹೆಣ್ಣುಗಳ ತಂದೆಗಳ ಬಗ್ಗೆ ಎಷ್ಟು ಕಿರಿಕಿರಿ ನಡೆಸಿದ್ದು, ಆ ಮೇಲೆ ಮನೆಗೆ ಬಂದ ರಶ್ಮಿಯನ್ನು ಗೋಳಾಡಿಸಿದ್ದು, ಎಂದೂ ತಾವು ಸಂತೃಪ್ತಿಯಿಂದ ಬದುಕಲೇ ಇಲ್ಲವೆನಿಸಿತು.

ಅಷ್ಟರಲ್ಲಿ ರಶ್ಮಿ ಚಿಲಕದ ಮೇಲೆ ಕೈಯಿಟ್ಟು ಬಗ್ಗಿ “ರೇಖಾ ಅವ್ರ ಅಣ್ಣ ಬಂದಿದ್ದಾರೆ” ಎಂದು ಹೇಳಿ ಹಿಂದಕ್ಕೆ ನಡೆದಳು.

“ಸ್ವಲ್ಪ ಅವ್ರನ್ನು ನೋಡ್ತೀನಿ” ಹೊರಗಡೆ ಬಂದ.

ಆತ್ಮೀಯವಾಗಿ ಕೈಕುಲುಕಿ ಸ್ವಾಗತಿಸಿ ತನ್ನ ಕೋಣೆಗೆ ಕರೆದೊಯ್ದ.

“ಇಂಗ್ಲೆಂಡ್ ವಾತಾವರಣ ಕೂಡ ನಿಮ್ಮನ್ನು ಬದ್ಲು ಮಾಡಿಲ್ಲ.” ಕೋಣೆಯ ಸುತ್ತಲೂ ಕಣ್ಣರಳಿಸಿ ನೋಡಿ ನುಡಿದ.

“ಕೂತ್ಕೊಳ್ಳಿ, ನೀವು ಬಂದಿರೋ ವಿಷ್ಯ ರಶ್ಮಿ ತಿಳಿಸಿದ್ರು...” ವಿಷಯವೇನೆಂದು ತಿಳಿಯುವ ಪ್ರಯತ್ನ ನಡೆಸಿದ.

“ನಾನು ನಾಳೆಯಿಂದ ನಿಮ್ಮ ಸ್ಟೂಡೆಂಟ್ ಆಗ್ತೀನಿ. ಅದಕ್ಕೆ ಅವಕಾಶ ಮಾಡಿಕೊಡಿ.”

ಹೇಮಂತ್ ಹಗುರವಾಗಿ ನಕ್ಕು “ಬಹಳ ತಮಾಷೆಯಾಗಿ ಮಾತಾಡ್ತೀರಾ!” ನಿರೀಕ್ಷಿತ ಪರಿಣಾಮ ಅವನ ಮೇಲೆ ಬೀರಿಲ್ಲವೆಂದು ಅರಿತುಕೊಂಡ ಶಶಿ.

"ನಿಮ್ಮಲ್ಲಿರೋ ಕೆಲವು ಗ್ರಂಥಗಳು ಓದೋ ಸಲುವಾಗಿ ನನ್ಗೇ ಬೇಕು." ಅವನ ಮಾತಿನಲ್ಲಿ ನಂಬಿಕೆಯುಂಟಾಗಲಿಲ್ಲ. ಅವನನ್ನು ನೋಡುವ ದೃಷ್ಟಿ ಇನ್ನೂ ಆಳವಾಯಿತು.

"ಯಾಕೆ ಹಾಗೆ ನೋಡ್ತೀರಾ?!"

"ಡೋಂಟ್ ಮೈಂಡ್, ನಿಮ್ಗೆ ಓದೋ ಆಸಕ್ತಿಯಿದೆ ಅನ್ನಿಸೋಲ್ಲ ನಂಗೆ."

ಶಶಿಕಾಂತ್ ಕಣ್ಣುಗಳಲ್ಲಿ ಅಚ್ಚರಿ ಕಾಣಿಸಿಕೊಂಡಿತು. ಜೋರಾಗಿ ನಕ್ಕುಬಿಟ್ಟ.

"ನಾನೊಬ್ಬ ಅಧ್ಯಾಪಕ, ದಯವಿಟ್ಟು ಅದನ್ನು ನೆನಪಿನಲ್ಲಿಟ್ಟುಕೊಂಡು ಮಾತಾಡಬಹುದಾದ ವಿಷ್ಯನ ಮಾತಾಡಿ."

ಶಶಿಕಾಂತ್ ನೇರವಾಗಿ ಅವನಿಗೆ ವಿಷಯ ತಿಳಿಸಲು ಬಂದಿದ್ದ. ಸಮವಯಸ್ಕ. ಹೇಳಬಹುದಾದುದನ್ನು ಬಿಡಿಸಿ ಹೇಳಬಹುದು. ಇಲ್ಲಿಗೆ ಬಂದ ಮೇಲೆ ಅವನ ಗಂಭೀರಮುಖ ನೋಡಿದ ಮೇಲೆ ಅಸಂಬದ್ಧವಾಗಿ ಮಾತಾಡಿದ್ದ.

"ನಾಳೆ ನಮ್ಮ ಮನೆಗೆ ಟೀಗೆ ಬನ್ನಿ" ಕೈ ಕುಲುಕಿ ಎದ್ದು ನಿಂತ.

ಅವನು ಹೋದ ಮೇಲೆ ಹೇಮಂತ್ ಗೊಂದಲಕ್ಕೆ ಬಿದ್ದ. ಶಶಿಕಾಂತ್ ಅರಸಿಕೊಂಡು ಬಂದು ತನ್ನನ್ನು ಭೇಟಿಯಾಗಿದ್ದು ಯಾಕೆ? ಅಸಂಬದ್ಧವಾಗಿ ಮಾತಾಡಿದ್ದೇಕೆ? ಈಗ ಟೀಗೆ ಆಹ್ವಾನಿಸಿದ್ದರಲ್ಲಿ ಮತ್ತೇನು ವಿಶೇಷವಿದೆ?

ರಾತ್ರಿ ಊಟಕ್ಕೆ ಕೂತಾಗ, ನಿರುಪಮ ಅನುಮಾನಿಸುತ್ತ "ಭಟ್ಟ ಹೆಂಡ್ತಿನ ಬಿಟ್ಟುಬಿಟ್ನಂತೆ!" ಎಂದರು.

ಆ ವಿಷಯದಲ್ಲಿ ಅವನಿಗೆ ಆಸಕ್ತಿ ಇರಲಿಲ್ಲ. ಬಸ್ಸಿನವರೆಗೂ ಇವನನ್ನು ಬೀಳ್ಕೊಡಲು ಬಂದ ಅವನು ಎಲ್ಲಾ ವಿಷಯವನ್ನು ನಾಲ್ಕೇ ಮಾತುಗಳಲ್ಲಿ ತೋಡಿಕೊಂಡು ಕಣ್ಣಲ್ಲಿ ನೀರು ಹಾಕಿಕೊಂಡಿದ್ದ. ಆ ತಪ್ಪು ಬದುಕಿರುವವರೆಗೂ ಅವನನ್ನು ಕುಟುಕುತ್ತಲೇ ಇರುತ್ತೆ. ಅದರಿಂದ ವಿಮುಕ್ತಿ ಇಲ್ಲ.

"ಅತ್ತೆ, ಮಾವ ಅವನಿಗಾಗಿ ಬೇರೆ ಕಡೆ ಮದ್ವೆ ಪ್ರಯತ್ನಗಳ್ನೂ ಮಾಡಿದ್ರೂ-ಬೇಡ ಅಂದ್ಬಿಟ್ಟ. ಗ್ರಹಚಾರ ಕಾದಿತ್ತು. ಇವಳ್ನ ಗಂಟು ಹಾಕ್ಕೊಂಡ. ಬಹಳ ದಿನ ನಡೀಲಿಲ್ಲ. ಈಗ ಊರಲ್ಲಿ ನಗೆಪಾಟಲು. ಎಷ್ಟೇ ಬುದ್ಧಿವಂತನಾದ್ರೂ ವಿವೇಕ ಇರ್ಬೇಕೂ. ಹಿರಿಯರ ಮಾತಿಗೆ ಕೆಲವು ವಿಷ್ಯಗಳ ಬಗ್ಗೆ ಗೌರವ ಕೊಡ್ಬೇಕೂ..." ನಿರುಪಮ ಬಡಿಸುತ್ತಲೇ ಗೊಣಗಾಡತೊಡಗಿದರು.

"ಅವ್ನ ಪ್ರಾರಬ್ಧ! ಸುಮ್ನೆ ನೀನ್ಯಾಕೆ ತಲೆ ಕೆಡ್ಸಿಕೊಳ್ತಿ!" ಶ್ರೀಕಾಂತು ತಲೆಯೆತ್ತದೇ ಹೇಳಿದರು. ಅವರಿಗೆ ತಲೆಯೆತ್ತಿ ಧೈರ್ಯವಾಗಿ ಮಾತಾಡಿ ಅಭ್ಯಾಸವಿಲ್ಲ. ಹೇಳಿದ್ದಕ್ಕೆಲ್ಲ ಹ್ಞೂಂಗುಡುತ್ತಿದ್ದರು. ತಮ್ಮ ಸ್ವಂತಿಕೆಯ ಬಗ್ಗೆ ತಲೆಕೆಡಿಸಿಕೊಳ್ಳಲು ಹೋಗುತ್ತಿರಲಿಲ್ಲ.

"ಆಯ್ತು ಬಿಡಿ. ಅಪ್ಪ ಮಗ ಸೇರ್ಕೊಂಡು ಮೊಮ್ಮಕ್ಳ ಕೈಯಲ್ಲಿ ಕರಟ ಕೊಟ್ಟುಬಿಟ್ರೆ!" ಅವರ ಅಸಹನೆ ಎಂದಿಗೂ ಶಾಂತವಾಗದು; ಆಗಾಗ ಭುಗಿಲೇಳುತ್ತಲೇ ಇರುತ್ತೆ. ಅದರ ಶಾಖ ಮನೆ ಮಂದಿಯೆಲ್ಲ ಅನುಭವಿಸಬೇಕು.

ಹೇಮಂತ್ ತಲೆಯೆತ್ತಿ ತಾಯಿಯ ಕಡೆ ನೋಡಿದ. ಶ್ರೀಕಾಂತು, ವಸಂತ್ ತಲೆ ಬಗ್ಗಿಸಿಕೊಂಡು ಊಟ ಮಾಡುತ್ತಿದ್ದರು. ಅಂತರಾಳವನ್ನು ಭೇದಿಸಿಕೊಂಡು ಬರುತ್ತಿದ್ದ ದುರಾಸೆಯ ದಾವಾನಲ ಒಳ್ಳೆಯತನ, ಮಾನವೀಯ ಮೌಲ್ಯಗಳನ್ನು ಕೊಚ್ಚಿಹಾಕುತ್ತಿತ್ತೇನೋ! ಪ್ರಚಂಡ ಶಕ್ತಿಯಿಂದ ಬೇರುಬಿಟ್ಟಿದ್ದ ಆಸೆ ಆಕಾಂಕ್ಷೆಗಳು, ಮೇಲೆ ಬರುವ ನಿರ್ಧಾರಗಳನ್ನು ಒಟ್ಟುಮಾಡುತ್ತಿತ್ತೇನೋ!

ಅರ್ಧದಲ್ಲಿಯೇ ಊಟ ಬಿಟ್ಟು ಎದ್ದು ಹೋದ. ಮನ ಪ್ರಚಂಡ ತುಮುಲದ ರಂಗವಾಗಿತ್ತು.

"ಯಾಕೋ ಎದ್ದು ಹೋದೆ?" ಒದ್ದೆ ಕೈಯನ್ನು ಟವಲಿಗೊರೆಸುತ್ತ "ಹಸಿವು ಮುಚ್ಚಿಹೋಯ್ತು!" ಎಂದ.

"ಹೆತ್ತ ಕರುಳಿನ ಸಂಕಟ ನಿಮಗ್ಹೇಗೆ ಅರ್ಥವಾದೀತು? ನನ್ನ ಮಕ್ಳು ಸುಖವಾಗಿರ್ಬೇಕೂಂತ ಬಯಸೋದು ತಪ್ಪಾ!? ವಿದೇಶದಲ್ಲಿ ಓದಿ ಬಂದೋನು ಸೈಕಲ್‌ನಲ್ಲಿ ಕಾಲೇಜಿಗೆ ಹೋಗ್ತೀಯಲ್ಲ! ಸರಿಯಾ! ನಿನಗಿಂತ ಕಡ್ಮೇ ವಿದ್ಯಾಭ್ಯಾಸ ಮಾಡಿದೋರು ಮಾವನ ಕಾರ್ನಲ್ಲಿ ಜುಂ ಅಂತ ಹೋಗ್ತಾರೆ! ನಿಂಗೆಲ್ಲಿಯ ಹಣೆಬರಹ!!"

ಶಿಲೆಯಂತೆ ನಿಂತುಬಿಟ್ಟ. ಅಮ್ಮನ ಜೀವನ ದೃಷ್ಟಿಯೇ ಬೇರೆ. ಬೇರೆ ರೀತಿಯಲ್ಲಿ ಯೋಚಿಸುವುದು ಅವ್ರ ಬುದ್ಧಿಶಕ್ತಿಗೆ ಮೀರಿದ ಸಂಗತಿಯೇನೋ! ಸಹಾನುಭೂತಿ ಯಿಂದ ತಾಯಿಯ ಕಡೆ ನೋಡಿದ.

ಅಜ್ಜಿಯ ಮುಖದ ಮೇಲಿದ್ದ ಶಾಂತಿ, ಸಂತೃಪ್ತಿಯ ಒಂದು ಅಂಶವೂ ಇಲ್ಲ.

ಮನ ಜಿಜ್ಞಾಸೆಗೆ ಬಿದ್ದು ಶಾಂತಿ ತಾಳ್ಮೆಗಳು ಮಾಯವಾದವು. ಪುಟ್ಟ ಕಂದನನ್ನು ಎದೆಗವಚಿ ನಿಂತ ವಸುಮತಿಯ ಜ್ಞಾಪಕ ಬಂತು. ಅಂದು ತಾಯಿಯ ಹಟಕ್ಕೆ ಸೋಲದಿದ್ದರೇ ಆ ಹೆಣ್ಣು ಸುಖಿಯಾಗಿ ಈ ಮನೆಯಲ್ಲಿ ಬಾಳ್ವೆ ಮಾಡುತ್ತಿದ್ದಳು. ಅವಳಲ್ಲಿದ್ದುದು ಒಂದೇ ಕೊರತೆ, ಹಣ, ಅಂತಸ್ತು.

"ಅಮ್ಮ, ನಿನ್ನ ಜೀವನ ದೃಷ್ಟಿ ಬದಲಾಗೋವರ್ಗೂ ಶಾಂತಿ ನೆಮ್ಮದಿಗಳು ಸಿಕ್ಕೋಲ್ಲ. ಜಂಬದ ಅಂತಸ್ತು, ಅರ್ಥವಿಲ್ಲದೆ ದೋಚುವಿಕೆಯಿಂದ ಸ್ವಪ್ನಸೌಧ ನಿರ್ಮಿಸುವುದು ತಪ್ಪು. ಮುಂದೆ ಎಂದಾದ್ರೂ ಪ್ರಾಯಶ್ಚಿತ್ತ ಪಡ್ಲೇಬೇಕೂ!"

ಅಪರೂಪಕ್ಕೆ ಇಷ್ಟು ದೀರ್ಘವಾಗಿ ಹೇಳಿದ.

ಕೋಣೆಗೆ ಬಂದು ಶತಪಥ ಹಾಕಿದ, ವಿದ್ಯೆ, ಹಣ, ಜೀವನದ ಇತರ ಸೌಕರ್ಯಗಳು ಸತತವಾಗಿ ಹೆಣಗಾಡಿ ಸಂಪಾದಿಸಬಹುದು. ಆದರೆ ಅದಕ್ಕಾಗಿ ಜೀವನದ ಮೌಲ್ಯಗಳನ್ನು ಬಲಿಕೊಡುವುದು ಘೋರ!

ನಿರುಪಮ ಊಟ ಬಿಟ್ಟು ಜೋರಾಗಿ ಅಳೋಕೆ ಶುರು ಮಾಡಿಬಿಟ್ಟರು. ಮಗ ಆಡಿದ ಮಾತುಗಳು ಅವರನ್ನು ಭರ್ಜಿಯಂತೆ ಇರಿಯಿತು.

ಮಕ್ಕಳಿಗಾಗಿ ತಮ್ಮ ಸಮಸ್ತವನ್ನೂ ಧಾರೆಯೆರಿದ್ದರು. ಅವರ ಉನ್ನತಿಯನ್ನೇ ಇಷ್ಟಪಡುತ್ತಿದ್ದರು. ಬಡ ಹುಡುಗಿ ಅವನ ವಧುವಾದರೇ ಹೇಮಂತನ ಅಂತಸ್ತಾದರೂ ಏನಾಗಬೇಕು? ವಸುಮತಿಯನ್ನು ಮದುವೆಯಾಗುತ್ತೇನೆ ಎಂದಾಗ, ಅಸಹನೆ ಮತ್ತು ತಿರಸ್ಕಾರದಿಂದ ಸಿಡಿದೆದ್ದಿದ್ದರು. ಅಂಥದ್ದನ್ನೆಲ್ಲ ಸಹಿಸಲಾರರು. ಮೇಲಿದ್ದವರ ಕಡೆಗಿತ್ತೇ ವಿನಃ ಅವರ ದೃಷ್ಟಿ ಕೆಳಗಿನವರನ್ನು ನೋಡಲಾಗದು.

"ಅಮ್ಮ...." ಹೇಮಂತ್ ಬಳಿಯಲ್ಲಿ ಹೋಗಿ ನಿಂತ. ಮನದ ವಿರೋಧಾಭಾಸಗಳು ಮಿತಿಮಿರಿದಾಗ ಅಳುವುದೊಂದೇ ಅವರಿಗೆ ದಾರಿಯಾಗಿ ಕಂಡಿರಬೇಕು.

"ಸಮಾಧಾನ ಮಾಡ್ಕೋ. ಈ ಅಳುವಿನಿಂದ ಯಾವ ಪ್ರಯೋಜನವೂ ಇಲ್ಲ."

ಸುಮ್ಮನೇ ಕೋಣೆಗೆ ಬಂದು ಮಲಗಿಬಿಟ್ಟ.

* * * *

ಬೆಳಗಿನ ಎರಡು ಪಿರಿಯಡ್ ಮುಗಿಸಿಕೊಂಡು ಕ್ಯಾಂಪಸ್‌ನಿಂದ ಹೊರಬಿದ್ದ. ಮನೆಗೆ ಹೋಗಲು ಬೇಸರವೆನಿಸಿತ್ತು. ಮಧ್ಯಾಹ್ನ ಮೂರವರೆಗೂ ಲೈಬ್ರರಿಯಲ್ಲಿ ಕುಳಿತೇ ಕಾಲ ಕಳೆದ.

ವಾಚ್ ನೋಡಿಕೊಂಡು ಮೇಲಕ್ಕೆದ್ದ. ರಾಜಗೋಪಾಲ್ ಮನೆಗೆ ಹೋಗಿ ಒಂದೆರಡು ಗಂಟೆಗಳು ಕಳೆದು ಮನೆಗೆ ಹೋದರಾಯಿತೆಂದುಕೊಂಡ; ಶಶಿಕಾಂತ್ ಆಹ್ವಾನವನ್ನು ಮನ್ನಿಸಿದಂತಾಗುತ್ತದೆ ಎಂದುಕೊಂಡ.

ಆಟೋ ಹತ್ತಿದ. ಅವರುಗಳು ಈ ವೇಳೆಯಲ್ಲಿ ಮನೆಯಲ್ಲಿರಬಹುದೆ ಎಂಬುದನ್ನು ಕೂಡ ಯೋಚಿಸಲಿಲ್ಲ. ಅವರ ಮನೆಯ ಮುಂದೆ ಇಳಿದಾಗ ತಟ್ಟನೇ ಯೋಚಿಸಿದ.

'ಈಗ ಶಶಿಕಾಂತ್, ಬೇರೆ ಯಾರೂ ಮನೆಯಲ್ಲಿರದಿದ್ರೆ?"

ಹೇಗಾದರೂ ಆಗಲಿ! ಆಟೋದವನಿಗೆ ದುಡ್ಡು ಕೊಟ್ಟು ಒಳಗೆ ನಡೆದ. ಬಾಗಿಲು ತೆರೆದೇ ಇತ್ತು. ಆಳು ಎದುರಿಗೆ ಬಂದ.

"ಶಶಿಕಾಂತ್ ಇದ್ದಾರ?"

"ಕೂತ್ಕೊಳ್ಳಿ ಬುದ್ಧಿ, ಫೋನ್ ಮಾಡ್ತೀನಿ. ಈಗ ಬರ್ತಾರೆ" ಡ್ರಾಯಿಂಗ್ ರೂಮು ಕಡೆ ಕೈ ಮಾಡಿದ.

ನೇರವಾಗಿ ಹೋಗಿ ಡ್ರಾಯಿಂಗ್ ರೂಮಿನಲ್ಲಿ ಕೂತ. ಪ್ರಾರಂಭ ಮಾಡಿದ್ದ ಪತ್ರ, ಅದರ ಮೇಲಿದ್ದ ಕ್ಯಾಪ್ ತೆಗೆದ ಪೆನ್ನು ಅವನ ಗಮನವನ್ನು ಸೆಳೆಯಿತು. 'ಪ್ರೀತಿಯ ಹೇಮಂತ್' ಹುಬ್ಬುಗಳು ಸಂಕುಚಿತಗೊಂಡವು. ನೇತ್ರಗಳು ವಿಸ್ಮಯವನ್ನು ಪ್ರಕಟಿಸಿದವು. ಎರಡೇ ಸಾಲು ಬರೆದು ನಿಲ್ಲಿಸಿದ್ದರು. ಓದಿ ಒಂದು ಕ್ಷಣ ಅವನ ಎದೆ ನಿಂತಂತಾಯಿತು.

"ನಮಸ್ತೆ" ತಲೆಯೆತ್ತಿದ–ರೇಖಾ ಬಾಗಿಲಲ್ಲಿ ನಿಂತಿದ್ದಳು. ಶುಭ್ರಶ್ವೇತ ವಸ್ತ್ರಧಾರಿಣಿ, ಅಳಕವಾಗಿ ಹೆಣೆದ ಒಂದು ಜಡೆ, ಹಣೆಯಲ್ಲಿ ದುಂಡಗಿನ ಕುಂಕುಮದ ಬೊಟ್ಟು. ಅವನ ಕಣ್ಣುಗಳಲ್ಲಿ ಮೆಚ್ಚಿಕೆ ಮೂಡಿತು.

"ನಮಸ್ತೆ... ಶಶಿಕಾಂತ್ ಇಲ್ವಾ? ಕಾಲೇಜಿನಿಂದ ನೇರವಾಗಿ ಇಲ್ಲಿಗ್ಬಂದೆ."

"ಫೋನ್ ಮಾಡ್ದೇ, ಈಗ ಬರ್ತಾರೆ." ಅವಳ ನೋಟ ಗಲಿಬಿಲಿಗೊಂಡಿತು.

"ನೀವು ಹೊರ್ಗಡೆ ಕೂತ್ಕೋ ಬನ್ನಿ" ಗಾಬರಿ ನೋಟವನ್ನು ಅರ್ಥ ಮಾಡಿಕೊಂಡ. ಅವನು ಎಷ್ಟೇ ಪ್ರಯತ್ನಿಸಿದರೂ ನಗುವನ್ನು ಹತ್ತಿಕ್ಕಲಾರದಾದ. ಕಿರುನಗು ತುಟಿಗಳ ಮೇಲೆ ಹರಡಿತು.

"ಇಲ್ಲಿ ತುಂಬ ಬೋರ್. ಹಾಲ್‌ನಲ್ಲಿ ಚೆನ್ನಾಗಿದೆ" ಅವನ ನೋಟವೆಲ್ಲ ಪ್ರಾರಂಭಿಸಿದ ಪತ್ರದ ಮೇಲಿತ್ತು. ಆತಂಕ ಶುರುವಾಗಿತ್ತು. ಹೇಮಂತ್ ಆ ಪತ್ರವನ್ನು ನೋಡಿಬಿಟ್ಟಿದ್ದರೇ! ಮೈಯೆಲ್ಲ ಹಿಡಿಯಾಯಿತು.

'ಅವನಿಗಾಗಿ ಬರೆದ ಪತ್ರ ತಾನೇ!' ನಿರಾಶಭಾವನೆಗಳು ಹೊಯ್ದಾಡಿದವು.

"ಇಲ್ಲೇ ಚೆನ್ನಾಗಿದೆ. ನಾನು ಇಲ್ಲಿದ್ರೆ ನಿಮಗೇನಾದ್ರೂ ತೊಂದರೆನಾ?!" ಗಂಭೀರ ಮುಖದ ಮೇಲೂ ತುಂಟಾಟ ಹೊಯ್ದಾಡಿತು.

ಒಂದು ಪತ್ರಿಕೆಯನ್ನು ಎತ್ತಿ ಮುಖಕ್ಕೆ ಅಡ್ಡಲಾಗಿ ಹಿಡಿದ. ಮರುಕ್ಷಣದಲ್ಲಿಯೇ ಪತ್ರ ಕಾಣೆಯಾಯಿತು. ನಕ್ಕರೂ, ಜಿಜ್ಞಾಸೆಯಲ್ಲಿ ಬಿದ್ದ.

ತಂದೆ, ಮಗ ಒಟ್ಟಿಗೆಯೇ ಬಂದರು. ರಾಜಗೋಪಾಲ್ ಹಾರ್ದಿಕವಾಗಿ ಕೈಕುಲುಕಿ ತಮ್ಮ ಸಂತೋಷ ವ್ಯಕ್ತಪಡಿಸಿದರು. ದಿಟ್ಟಿಸಿ ನೋಡಿದರು. ಕಾಲೇಜಿನಿಂದ ನೇರವಾಗಿ ಇಲ್ಲಿಗೆ ಬಂದಿರಬೇಕು! ಕ್ರಾಪಿನ ಕೂದಲು ಹಾರಾಡುತ್ತಿದ್ದವು. ಮುಖದಲ್ಲಿ ಸ್ವಲ್ಪಮಟ್ಟಿಗೆ ಬಳಲಿಕೆ ಕಂಡುಬಂದಿತ್ತು. ಆದರೆ ಆ ವ್ಯಕ್ತಿಯ ಚೆಲುವಿಗೆ ಯಾವ ವಿಧವಾದ ಕುಂದುಂಟಾಗಿರಲಿಲ್ಲ.

"ಬಹಳ ಸಂತೋಷ, ಶಶಿ ವಿಷಯ ತಿಳಿಸಿದ್ರೂ ನನ್ಗೇ ನಂಬಿಕೆ ಇರಲಿಲ್ಲ" ಒಂದು ತರಹ ನಕ್ಕರು.

ಏನೆಲ್ಲ ಮಾತಾಡಿದರು. ರೇಖಾ ಮಾತ್ರ ಗಂಭೀರವಾಗಿ ಕೂತಿದ್ದಳು. ಹೇಮಂತ್‌ನ ಎದುರು ಕೂತಿರುವುದೇ ಅವಳಿಗೆ ಅತ್ಯಂತ ಸಂತೋಷದ ವಿಷಯವಾಗಿತ್ತು. ಇಂಗ್ಲೆಂಡ್‌ನಲ್ಲಿ ತಾನು ನೋಡಿದ ಸ್ಥಳಗಳ ವಿಷಯ ಮಾತಾಡುವಾಗ ತಕ್ಷಣ ನೆನಪಿಗೆ ಬಂದಿದ್ದು ರೈಡಲ್ ಮೌಂಟ್ ವರ್ಡ್ಸ್‌ವರ್ತ್ ಅಂಥ ಮಹಾನ್ ಕವಿ ಬಾಳಿ ಬದುಕಿದ ನಿಸರ್ಗಧಾಮ. ಈಗ ಅದು ರಾಷ್ಟ್ರೀಯ ಸ್ಮಾರಕ. ವರ್ಡ್ಸ್‌ವರ್ತ್ ಅಭಿಮಾನಿಗಳ ಪವಿತ್ರ ಯಾತ್ರಾಸ್ಥಳ!

ಗ್ರಾಸ್ ಮೆರ್ ಹಳ್ಳಿಯ ನಿತ್ಯ ಹಸುರಿನ ತಾಣ ಬಣ್ಣಿಸುವಾಗ ಹೃದಯ ತುಂಬಿ ಬಂತು. ಭಾವುಕತೆ ಬೆರೆತು ಧ್ವನಿ ಮತ್ತಷ್ಟು ಆಕರ್ಷಣೀಯವಾಯಿತು.

ರೇಖಾಳ ಕಣ್ಣಲ್ಲಿ ನೀರಾಡಿತ್ತು. ಆ ಕವಿಯ ಪ್ರೇಮಕ್ಕೆ ಪಾತ್ರಳಾದ ಅನೆಟ್ ವೆಲಾನ್‌ಳ ನೆನಪು ಬಂತು.

ವಾಚ್ ಕಡೆ ನೋಡಿದ. ಐದೂವರೆ ತೋರಿಸುತ್ತಿತ್ತು. ಮಾತುಗಳಲ್ಲಿ ವೇಳೆ ಉರುಳಿಹೋಗಿತ್ತು.

ತಂದೆ, ಮಗ ಆತ್ಮೀಯತೆಯಿಂದ ಉಪಚರಿಸಿದರು. ರೇಖಾಳ ಹೃದಯದಿಂದ ಹೇಮಂತ್‌ನ ಪ್ರೇಮದ ಪುತ್ಥಳಿಯನ್ನು ಕದಲಿಸಲು ಪ್ರಯತ್ನಪಟ್ಟು ಸೋತು ಹೋಗಿದ್ದರು. ಅವಳದೊಂದು ವಿಚಿತ್ರ ಸಮಸ್ಯೆಯಾಗಿತ್ತು.

"ಡ್ಯಾಡಿ, ಅವರಿಲ್ದೇ ನನ್ನ ಬದುಕಿಗೆ ಅರ್ಥವಿಲ್ಲ. ಒಂದು ವಿಧವಾದ ಕಲ್ಪನೆಯ ಭಾವುಕತೆಯಲ್ಲಿ ಉಸಿರಾಡುತ್ತ ಇದ್ದೀನಿ." ತಂದೆಯ ಎದೆಯಲ್ಲಿ ತಲೆಯಿಟ್ಟು ಹೇಳಿದ್ದಳು.

ಸ್ವಾಭಿಮಾನವನ್ನು ಬದಿಗೊತ್ತಿ ತಂದೆ, ಮಗ ಒಂದು ನಿರ್ಧಾರಕ್ಕೆ ಬಂದಿದ್ದರು. ಮಗಳ ಬಾಳಿಗಾಗಿ ಎಂತಹ ಅವಮಾನವನ್ನಾದರೂ ಸಹಿಸಬೇಕೆನ್ನುವ ತೀರ್ಮಾನಕ್ಕೆ ಬಂದಿದ್ದರು.

"ಬರ್ತೀನಿ..." ಎದ್ದ.

"ಒಂದ್ನಿಮಿಷ..." ಶಶಿಕಾಂತ್ ಒಳಗೋಗಿ, ಬಂದು ಯೋಚಿಸುತ್ತ "ನಾನು ನಿಮ್ಮೊಂದಿಗೆ ಮಾತಾಡ್ಬೇಕೂ, ಕಾರಿನಲ್ಲೇ ಹೋಗೋಣ."

ಹೇಮಂತ್‌ಗೆ ಆಶ್ಚರ್ಯವಾಯಿತು. ಮಾತು ಸ್ವಭಾವ ಒಂದಕ್ಕೂ ಅರ್ಥ ಸಿಗಲಿಲ್ಲ.

ಕಾರು ಹತ್ತಿದ ಮೇಲೆ ಹೇಮಂತ್‌ನ ಕಣ್ಣುಗಳು ರೇಖಾಳಿಗಾಗಿ ಅರಸಿದವು. ಎಲ್ಲೂ ಕಾಣಲಿಲ್ಲ. ಒಂದು ವಿಧವಾದ ನಿರಾಸೆ ಆವರಿಸಿಕೊಂಡಿತು. ಯಾಕೆ? ಆ ಪತ್ರದಲ್ಲಿ ಬರೆದಿದ್ದ ಎರಡು ಸಾಲುಗಳನ್ನು ಮೆಲುಕು ಹಾಕಿದ.

ಕಾರು ಒಂದು ಕಡೆ ನಿಂತಿತು. ಹೇಮಂತ್, ಶಶಿಕಾಂತ್ ಇಬ್ಬರೂ ಇಳಿದರು.

ಒಂದೆಡೆ ಕೂತರು. ಶಶಿಕಾಂತ್ ಮಾತಾಡಲು ಬಹಳ ಪ್ರಯತ್ನಿಸುತ್ತಿದ್ದ. ತುಟಿಗಳು ಅಲುಗಾಡದೇ ಮುಷ್ಕರ ಹೂಡಿದ್ದವು.

"ಏನು ವಿಷ್ಯ? ನೀವು ನೆನ್ನೆ ಬಂದಾಗ್ಲೇ ಅನುಮಾನವಾಯ್ತು. ಸಂಕೋಚ ಬೇಡ. ನೇರವಾಗಿ ವಿಷ್ಯನ ತಿಳ್ಸಿ." ಶಶಿಕಾಂತ್ ಎದ್ದು ಅವನಿಗೆ ಬೆನ್ನಾಕಿ ನಿಂತ. ಬಹಳ ಕಷ್ಟದಿಂದ ರೇಖಾಳ ಸಮಸ್ಯೆಯನ್ನು ವಿವರಿಸಿದ.

"ಇಲ್ಲಿ ನೋಡಿ" ಲೆದರ್ ಬ್ಯಾಗಿನಲ್ಲಿದ್ದ ಒಂದು ಕಟ್ಟು ಪತ್ರಗಳನ್ನು ಅವನ ಮುಂದೆ ಹಿಡಿದು, "ನಿಮ್ಮ ನಿಲುವು ತಿಳಿದ್ಮೇಲೆ ಡಾ॥ ವಿಕಾಸ್‌ಗೆ ಅವಳ ಕೊಟ್ಟು ಮದ್ವೆ ಮಾಡೋ ಉದ್ದೇಶವಿತ್ತು. ಬಹುಶಃ ಇಂದಿಗಲ್ಲ ಎಂದಿಗೂ ಅವು ಡಾ॥ ವಿಕಾಸ್‌ನಾಗಲಿ, ಬೇರೆಯವರನ್ನಾಗಲಿ ಸಂಗಾತಿಯನ್ನಾಗಿ ಸ್ವೀಕರಿಸುವುದು ಅಸಾಧ್ಯ. ಆಶಾವಾದದಿಂದ ಬದುಕನ್ನು ಸಾಗಿಸುತ್ತಿದ್ದಾಳೆ. ಇದು ಎಂದಿಗಾದ್ರೂ ಕುಸಿದ್ರೆ

ಜೀವಂತವಾಗಿರಲಾರಳು." ಗಂಟಲು ಭಾರವಾಯಿತು. ಉದ್ವೇಗದಿಂದ ಮೇಲುಸಿರುಬಿಡುತ್ತಿದ್ದ.

ಪತ್ರಗಳನ್ನು ಲೆದರ್ ಬ್ಯಾಗ್‌ಗೆ ಸೇರಿಸಿ ಹೇಮಂತ್‌ನ ಕೈಗೆ ಕೊಟ್ಟ. ಅವನು ತುಟಿ ಎರಡು ಮಾಡಲಿಲ್ಲ. ಮನೆಯ ಮುಂದೆ ಇಳಿಸಿಹೋದ.

"ನಿಮ್ಮ ಅಭಿಪ್ರಾಯದ್ಮೇಲೆ ನಿಂತಿದೆ ಅವಳ ಬದುಕು" ಕೈ ಹಿಸುಕಿ ಹೇಳಿದ್ದ.

ಕೋಣೆಗೆ ಹೋಗುವ ಮುನ್ನ "ರಶ್ಮಿ, ಸ್ವಲ್ಪ ತಲೆ ನೋವಿದೆ. ರಾಜಗೋಪಾಲ್ ಮನೆಯಲ್ಲಿ ತಿಂಡಿಯಾಯ್ತು. ಮಲ್ಗಿರ್ತೀನಿ–ಡಿಸ್ಟರ್ಬ್ ಮಾಡ್ಬೇಡಿ." ಬಾಗಿಲು ಮುಚ್ಚಿ ಬೋಲ್ಟ್ ಹಾಕಿದ.

ಅವನ್ನೆಲ್ಲ ಓದಿ ಮುಗಿಸಿದಾಗ ಬೆಳಗಿನ ಜಾವದ ಮೂರು ಗಂಟೆಯಾಗಿತ್ತು. ಉದ್ವೇಗ ಸಂಭ್ರಮದಿಂದ ಅವನೆದೆ ತುಂಬಿಹೋಗಿತ್ತು. ದೇಹ ಚೈತನ್ಯಪೂರ್ಣವಾಗಿತ್ತು. ಮನದಲ್ಲಿ ಭಯಂಕರವಾಗಿ ನಿಂತಿದ್ದ ನಿರ್ಧಾರದ ಕಲ್ಲುಕಟ್ಟೆಗಳು, ಸ್ವಲ್ಪ ಬಿರುಕು ಬಿಡುವುದೇ ತಡ, ಪ್ರೇಮ ಜಲದಲ್ಲಿ ಕೊಚ್ಚಿಹೋಯಿತು. ಅಣೆಕಟ್ಟು ಇದ್ದ ಒಂದು ಕುರುಹು ಕೂಡ ಕಾಣದಾಯಿತು. ಅವನ ಹೃದಯ ದುರ್ಬಲವಾಗಿತ್ತು ಎಂದಲ್ಲ; ರೇಖಾಳ ಹೃದಯದ ಪ್ರೇಮ, ಪ್ರವಾಹದ ವೇಗ ಅಷ್ಟು ಪ್ರಬಲವಾಗಿತ್ತು.

ಬೆಳಿಗ್ಗೆ ಸ್ನಾನ ಮುಗಿಸಿ ಬಂದ. ಪತ್ರಗಳನ್ನು ಹರಡಿಕೊಂಡು ಹುಡುಕಿದ. ಹೇಮಂತನ ಪ್ರತ್ಯುತ್ತರದಂತೆ ಒಂದು ಪತ್ರವಿತ್ತು. ಮತ್ತೊಮ್ಮೆ ಓದಿ ಕೊನೆಯಲ್ಲಿ ತನ್ನ ಸಹಿಯನ್ನು ಹಾಕಿ ಪ್ರತ್ಯೇಕವಾಗಿ ತೆಗೆದಿರಿಸಿದ.

ಮನ ಪ್ರಫುಲ್ಲವಾಗಿತ್ತು. ಸುತ್ತಲ ಪ್ರದೇಶ ಆಮೋದದಿಂದ ನಗುವಂತೆ ತೋರಿತು.

ಭಾಗ್ಯಲಕ್ಷ್ಮಿಯನ್ನು ಎತ್ತಿಕೊಂಡು ಮುತ್ತಿಟ್ಟು ವರಾಂಡದಲ್ಲಿ ಕೂತು ಪೇಪರ್ ನೋಡುತ್ತಿದ್ದ ತಂದೆಯ ಬಳಿಗೆ ಹೋದ.

"ಅಣ್ಣ...." ತಲೆಯೆತ್ತಿ ಮಗನ ಕಡೆ ನೋಡಿದರು. ನಾಲ್ಕೇ ಮಾತುಗಳಲ್ಲಿ ಹೇಳಿ ಮುಗಿಸಿದ.

ಕೊನೆಯದಾಗಿ "ಆಡಂಬರದ ಮದ್ವೆ, ವರೋಪಚಾರ ನಮ್ಗೆ ಬೇಡ. ಅವ್ರ ಕಾರು, ಬಂಗ್ಲೆ ನಮ್ಮದ್ದಲ್ಲ. ರೇಖಾ ಮಾತ್ರ ಈ ಮನೆಗೆ ಸೊಸೆಯಾಗಿ ಬರ್ಲಿ!"

ಅವರು ಏನಾದರೂ ಹೇಳುವುದಕ್ಕೆ ಮುನ್ನವೇ ಒಳಗೆ ನಡೆದ. ತಾತನಿಗೆ ದೀರ್ಘವಾಗಿ ಪತ್ರ ಬರೆದು ಜೇಬಿನಲ್ಲಿರಿಸಿಕೊಂಡ.

ತಿಂಡಿ ತಿನ್ನುತ್ತ "ವಸಂತ್, ನಾನು ಸೈಕಲ್ ತಗೊಂಡ್ಹೋಗ್ತೀನಿ. ನೀನು ಸಿಟಿ ಬಸ್ಸಿನಲ್ಲಿ ಹೋಗು." ಸರಿಯೆನ್ನುವಂತೆ ವಸಂತ್ ತಲೆಯಾಡಿಸಿದ.

ರೇಖಾಳ ಮನೆಯ ಮುಂದೆ ಇಳಿದಾಗ, ಪ್ರಚಂಡವಾದ ವಿಚಾರದ ಸುಳಿ ತಲೆಯಲ್ಲಿ ಸುತ್ತಿ ತಣ್ಣಗಾಯಿತು. ಸೈಕಲನ್ನು ತಳ್ಳಿಕೊಂಡು ಕಾಂಪೌಂಡ್‌ನೊಳಕ್ಕೆ ನಡೆದ.

ಅವಳು ಪತ್ರದಲ್ಲಿ ಬರೆದಿದ್ದ ಎಷ್ಟೋ ಸಾಲುಗಳು ರೋಮಿಯೋ ಜೂಲಿಯೆಟ್ ನಾಟಕದಿಂದ ನೇರವಾಗಿ ಎತ್ತಿಕೊಂಡಿದ್ದು. ತುಟಿಗಳ ಮೇಲೆ ಕಿರುನಗು ಚಿಮ್ಮಿತು.

ಬಾಗಿಲಿನಲ್ಲಿ ಎದುರಾದ ರೇಖಾ ದಿಗ್ಮೂಢಳಾಗಿ ನಿಂತುಬಿಟ್ಟಳು. ತಲೆ ನೆಲದ ಕಡೆ ಬಾಗಿತು. ಒಮ್ಮೆ ಬಲವಂತದಿಂದ ತಲೆಯೆತ್ತಿ ಅವನೆಡೆ ನೋಡಿದಳು. ಸೂಕ್ಷ್ಮವಾಗಿ ಬೆವರಿದಳು. ಕಣ್ಣಲ್ಲಿ ಹೊಸ ಮಿಂಚನ್ನು ಕಂಡಳು.

"ರೇಖಾ.... ತಗೋ..." ಜೇಬಿನಲ್ಲಿದ್ದ ಪತ್ರವನ್ನು ಅವಳೆಡೆ ನೀಡಿದ. ಕೈ ಕಂಪಿಸುತ್ತಿತ್ತು.

"ಓ... ಬನ್ನಿ.... ಬನ್ನಿ" ಶಶಿಕಾಂತ್ ಬಂದು ಆಹ್ವಾನಿಸಿದ. ಹೇಮಂತ್‌ನ ಮುಖದ ಮೇಲಿದ್ದ ಮಾರ್ದವತೆಯನ್ನು ಕಂಡು ಅವನ ಹೃದಯ ಹಗುರವಾಯಿತು.

ಆತ್ಮೀಯತೆಯಿಂದ ಕೈ ಹಿಡಿದೇ ಕರೆದೊಯ್ದ. ಅದೊಂದು ವಿಷಯವನ್ನು ಬಿಟ್ಟು ಎಷ್ಟೋ ಮಾತುಗಳನ್ನು ಆಡಿದರು.

ಮೇಲಕ್ಕೆದ್ದ ಹೇಮಂತ್ "ಬರ್ತೀನಿ..." ಎಂದ.

"ಒಂದ್ನಿಮಿಷ.... ರೇಖಾಳನ್ನು ಮಾತಾಡ್ಸಿಕೊಂಡ್ಹೋಗಿ" ಅವಳ ಕೋಣೆಯನ್ನು ಕಣ್ಣು ಸನ್ನೆಯಿಂದಲೇ ತೋರಿಸಿದ.

ಹೇಮಂತ್ ಕೋಣೆಗೆ ಬಂದಾಗ ರೇಖಾ, ಎರಡು ಕೈಯಲ್ಲೂ ಮುಖ ಮುಚ್ಚಿಕೊಂಡು ಬಿಕ್ಕುತ್ತಿದ್ದಳು. ಆನಂದ, ಉದ್ವೇಗ, ನಾಚಿಕೆ ಅವಳನ್ನು ಕಕ್ಕಾಬಿಕ್ಕಿಯಾಗಿ ಮಾಡಿತ್ತು.

"ರೇಖಾ..." ಕಣ್ಣೊರೆಸಿಕೊಂಡು ತಲೆಯೆತ್ತಿ ಅವನೆಡೆ ನೋಡಿದಳು. ಹೇಮಂತ್ ಅವಳಿಗೆ ಅಪರಿಚಿತನಲ್ಲ; ಹೃದಯದಲ್ಲಿ ತುಂಬಿಕೊಂಡು ಆರಾಧಿಸಿದ ಮೂರ್ತಿ. ಸಂಕೋಚವೇಕೆ?

ಅವಳ ಕ್ಲಿಷ್ಟ ಪರಿಸ್ಥಿತಿ, ಸ್ತ್ರೀ ಸ್ವಭಾವಜನ್ಯವಾದ ನಾಚಿಕೆಯನ್ನು ಅರ್ಥ ಮಾಡಿಕೊಂಡ. ಮನಃಪೂರ್ವಕವಾಗಿ ಪ್ರೀತಿಸಿ, ಆರಾಧಿಸುವ ಹೆಣ್ಣನ್ನು ತೊರೆದು ಸಾಧಿಸುವುದಾದರೂ ಏನನ್ನು? ಕಂದನನ್ನು ಎದೆಗವಚಿಕೊಂಡು ನಿಂತಿದ್ದ ವಸುಮತಿಯ ನೆನಪು ಬಂತು. ವೇದನೆ ಹೃದಯವನ್ನು ಹಿಂಡಿತ್ತು.

ಅವಳನ್ನು ಮದುವೆಯಾಗಲು ಪ್ರೇರೇಪಿಸಿದ್ದು ಪ್ರೇಮವಲ್ಲ. ಕರುಣೆ, ಸಹಾನುಭೂತಿ ಮಾತ್ರ.

ಅವಳೆಡೆ ನೋಡಿದ. ವಸಂತ ಕಾಲದ ಸಂಧ್ಯಾನಿಶೆಯಲ್ಲಿ ಅರಳಲಿರುವ ಗುಲಾಬಿಯ ಮೊಗ್ಗಿನಂತೆ ಕಂಡಳು. ಎರಡು ನೋಟಗಳ ಸಂಗಮವಾಯಿತು. ಹೇಳಲಾರದ, ಬರೆಯಲಾರದ, ತಿಳಿಯಲಾರದ ಮಧುರ ಅನುಭೂತಿ ಯುಂಟಾಯಿತು.

ಈಗ ಅವನ ನೆನಪಿಗೆ ಬಂದಿದ್ದು, ಅಜ್ಜಿ, ತಾತನ ಪವಿತ್ರ ಅನುಬಂಧ. ಅದುವರೆಗೂ ಯೌವನಸ್ಥ ಮನದಲ್ಲಿ ಗುಪ್ತವಾಗಿ ಅಸ್ಪಷ್ಟವಾಗಿ ಸುಪ್ತಾವಸ್ಥೆಯಲ್ಲಿದ್ದ ಆಸೆಯೊಂದು ಸ್ಪಷ್ಟವಾಗಿ ವ್ಯಕ್ತವಾಯಿತು.

ರೇಖಾ ಪೂರ್ಣವಾಗಿ ಸೋತುಹೋದಳು. ನಿಲ್ಲಲಾರದ ಸ್ಥಿತಿ ಅವಳದಾಯಿತು.

"ಹೇಮಂತ್, ನಿಮ್ಮನ್ನು ಬಿಟ್ಟು ಬದುಕಲಾರೆ" ಅವನ ಎದೆಯಲ್ಲಿ ಮುಖವಿಟ್ಟು ಬಿಕ್ಕಿದಳು. ಅವನ ಕೈ ಅವಳ ಬೆನ್ನನ್ನು ಬಳಸಿ ಸವರುತ್ತಿತ್ತು.

ಇಬ್ಬರ ಮನದಲ್ಲೂ ಶಾಂತಿ ನೆಲೆಸಿತ್ತು. ಎರಡು ಪ್ರೇಮಮಯ ಹೃದಯಗಳು ಒಂದರಲ್ಲಿ ಇನ್ನೊಂದು ಬೆರೆತುಹೋದಂತೆ ಸಮಾಧಾನ ಹೊಂದಿದವು.